ലക്ഷ്യങ്ങൾ!

നിങ്ങളുടെ ആവശ്യങ്ങളെല്ലാം എങ്ങനെ നേടാം, സാധ്യമാകുമെന്ന് നിങ്ങൾ ചിന്തിക്കുന്നതിനേക്കാൾ വേഗത്തിൽ

ബ്രയാൻ ട്രേസി

പരിഭാഷ

ബിജു റോക്കി

MANJUL

മഞ്ജുൾ പബ്ലിഷിങ് ഹൗസ്

First published in India by

MANJUL

Manjul Publishing House

Corporate and Editorial Office

• 2nd Floor, Usha Preet Complex, 42 Malviya Nagar, Bhopal 462 003 - India

Sales and Marketing Office

• C-16, Sector 3, Noida, Uttar Pradesh 201301 - India

Website: www.manjulindia.com

Distribution Centres

Ahmedabad, Bengaluru, Kochi, Kolkata, Chennai,
Hyderabad, Mumbai, New Delhi, Pune

Malayalam translation of *GOALS!* by *Brian Tracy*

This edition first published in 2020
Fourth impression 2025

Original English language edition first published by
Berrett-Koehler Publishers, Inc., San Francisco, CA, USA.

ISBN 978-93-90085-03-3

Translation by Biju Rocky

Printed and bound in India by Saurabh Printers Pvt. Ltd.

എന്റെ പ്രിയപ്പെട്ട സുഹൃത്തും
ബിസിനസ് സഹായിയുമായ
ജോ ട്രെയിനയ്ക്ക് ഈ പുസ്തകം സമർപ്പിക്കുന്നു.
വളരെ അടുപ്പമുള്ള സുഹൃത്ത്, ഉപദേശകൻ, മാർഗ്ഗദർശി,
സർവോപരി, ഞാൻ ഇതുവരെ പരിചയപ്പെട്ടവരിൽ ഏറ്റവും
തീവ്രമായി ലക്ഷ്യം മുന്നിൽ കണ്ട് പ്രവർത്തിക്കുന്ന
വ്യക്തികളിലൊരാൾ.

ഉള്ളടക്കം

ആമുഖം

വിജയമാണ് ലക്ഷ്യങ്ങൾ

'ഗോൾസിന്റെ' രണ്ടാം പതിപ്പിലേക്കു സ്വാഗതം. 2003-ൽ ഈ പുസ്തകം ആദ്യമായി പ്രകാശനം ചെയ്തു. ഇതിനകം ഇരുപതിലധികം ഭാഷകളിൽ പുറത്തിറക്കിയ 'ഗോൾസ്' ലക്ഷക്കണക്കിനു കോപ്പികളാണു വിറ്റഴിഞ്ഞത്. ലക്ഷ്യം നേടുക എന്ന വിഷയത്തിൽ പുറത്തിറക്കിയ പുസ്തകങ്ങളിൽ ചരിത്രത്തിൽ ഏറ്റവും വിൽപ്പന നേടിയ പുസ്തകമാണിത്.

പുതുക്കിയതും മാറ്റിയെഴുതിയതുമാണ് ഈ പതിപ്പ്. സാമ്പത്തിക അനിശ്ചിതാവസ്ഥ നിറഞ്ഞ ലോകത്തിന്റെ വിവിധയിടങ്ങളിലെ വായനക്കാർക്ക് എളുപ്പവും വേഗവും മനസ്സിലാക്കാനും അതിനനുസരിച്ച് പ്രവർത്തിക്കാനും പാകമായാണ് ഇതൊരുക്കിയിരിക്കുന്നത്. കൂടുതൽ വായനക്കാരിലേക്ക് എത്തിക്കുന്നതിനായി മൂന്നു പ്രൊഫഷണൽ എഴുത്തുകാർ ഈ പുസ്തകം മൊത്തത്തിൽ വായിച്ച് പുതുക്കുന്നതിനുള്ള ആശയങ്ങൾ നൽകിയിട്ടുണ്ട്. കാതറീൻ ആംസ്ട്രോങ്, സാറാ ജെയ്ൻ ഹോപ്, ജാനിസ് റുറ്റ്ലെജ് എന്നിവരാണ് അറിവും ഉൾക്കാഴ്ചയുമേറിയ മാറ്റങ്ങൾ നിർദ്ദേശിച്ചത്. ഈ പുതിയ പതിപ്പ് അതിന്റെ ഫലമായി അളക്കാനൊക്കാത്ത വിധം മെച്ചപ്പെടുത്തിയിരിക്കുന്നു.

എളുപ്പം വായിക്കുന്നതിനും ആസ്വദിക്കുന്നതിനുമായി ഉള്ളടക്കത്തിൽ നിരവധി മാറ്റങ്ങൾ വരുത്തിയ എന്റെ സുഹൃത്ത് കോർഡ് കൂപ്പറിനും നന്ദി.

അതിവേഗം മുന്നേറാൻ അതിതീവ്രമായ ആഗ്രഹമുള്ളവർക്കു വേണ്ടിയുള്ളതാണ് ഈ പുസ്തകം. നിങ്ങളും ഇതേ ആഗ്രഹമുള്ള ആളാണെങ്കിൽ നിങ്ങൾക്കുവേണ്ടി എഴുതിയതാണിത്. പ്രധാന ലക്ഷ്യങ്ങൾ നേടാൻ നിങ്ങളെടുക്കുന്ന നിരവധി വർഷത്തെ കഠിന പ്രയത്നങ്ങളിൽനിന്ന് രക്ഷിക്കുന്നതാണ് വരും പേജുകളിൽ അടങ്ങിയ ആശയങ്ങൾ.

അയ്യായിരം തവണയിലധികം അമ്പത്തിനാല് രാജ്യങ്ങളിൽ ഇരുപത്തയ്യായിരം പേരോട് സംസാരിച്ച കാര്യമാണ്. എന്റെ സെമിനാറുകളും സംഭാഷണങ്ങളും അഞ്ചു മിനിറ്റ് മുതൽ അഞ്ചു ദിവസം വരെ നീളുന്നതാണ്. മുന്നിലുള്ള സദസ്സിനനുസൃതമായി അതാത് വിഷയങ്ങളിൽ അന്നേരം എന്റെ കൈവശമുള്ള ഏറ്റവും നല്ല ആശയങ്ങളാണ് അവതരിപ്പിച്ചിട്ടുള്ളത്.

പല വിഷയങ്ങളിൽ ഞാൻ ഇതിനകം നിരവധി പ്രഭാഷണങ്ങൾ നടത്തികഴിഞ്ഞു. ജീവിതം കൂടുതൽ വിജയകരമാക്കുന്ന വിഷയത്തിൽ ഇപ്പോൾ നിങ്ങളെന്നോട് അഞ്ചു മിനിറ്റ് മാത്രം സംസാരിക്കാൻ സമയം തന്നെന്നിരിക്കട്ടെ. അപ്പോൾ ഞാനൊറ്റ കാര്യമേ പറയൂ. 'നിങ്ങളുടെ ലക്ഷ്യം എഴുതിവെയ്ക്കൂ. ആ ലക്ഷ്യം നേടാൻ പ്ലാൻ ഉണ്ടാക്കൂ. ലക്ഷ്യപ്രാപ്തിക്കായി എല്ലാദിവസവും പ്ലാനിനനുസരിച്ച് പ്രവർത്തിക്കൂ.'

നിങ്ങളിതുവരെ പഠിച്ച കാര്യങ്ങളേക്കാൾ ഈ ഉപദേശം നിങ്ങൾക്ക് കൂടുതൽ ഗുണംചെയ്യും. പല സർവകലാശാല വിദ്യാർത്ഥികളും പറഞ്ഞിട്ടുണ്ട് അവരുടെ നാലു വർഷത്തെ പഠനത്തേക്കാളും ഈ ഒരു ലളിതമായ ഉപദേശമാണ് കൂടുതൽ ഉപകാരപ്പെട്ടതെന്ന്. ഈ ആശയം എന്റെ ജീവിതം മാറ്റിമറിച്ചു. ദശലക്ഷക്കണക്കിന് ആളുകളുടെ ജീവിതവും മാറ്റി. ഉറപ്പായും ഇതു നിങ്ങളുടെ ജീവിതവും മാറ്റും.

വഴിത്തിരിവ്

ചിക്കാഗോയിൽ കുറച്ചുകാലംമുമ്പ് ജീവിതാനുഭവങ്ങൾ പങ്കുവെച്ചുകൊണ്ട് ഒരുപറ്റം വിജയികളായ ബിസിനസ്സുകാർ ഒത്തുകൂടി. എല്ലാവരും കോടീശ്വരന്മാരോ ശതകോടീശ്വരന്മാരോ ആണ്. എല്ലാവരും ഒന്നുമില്ലായ്മയിൽ നിന്നാണ് തുടങ്ങിയത്. എല്ലാ വിജയികളെയുംപോലെ അവരും ജീവിതം വാരിച്ചൊരിഞ്ഞ അനുഗ്രഹങ്ങളിലും നേട്ടങ്ങളിലും നന്ദിയും വിനയവുമുള്ളവരായിരുന്നു.

തങ്ങളെങ്ങനെ ഇത്രയും ജീവിതവിജയം നേടിയെന്നതിനെക്കുറിച്ച് പിന്നീട് അവർ സംസാരിക്കാൻ തുടങ്ങി. അപ്പോൾ അവരിൽ ഏറ്റവും ബുദ്ധിമാൻ പറഞ്ഞു: 'വിജയം ലക്ഷ്യങ്ങളാണ്. മറ്റെല്ലാം വെറും കമന്ററികൾ മാത്രം.' അൽപ്പസമയത്തെ നിശ്ശബ്ദതയ്ക്കുശേഷം എല്ലാവരും അക്കാര്യം തലകുലുക്കി സമ്മതമറിയിച്ചു.

നമ്മുടെ ജീവിതവും സമയവും വിലപ്പിടിച്ചതാണ്. ചുരുങ്ങിയ മാസങ്ങളിൽത്തന്നെ നേടാവുന്ന ചില കാര്യങ്ങൾക്കായി വർഷ

ങ്ങൾ പാഴാക്കുന്നതാണ് ഏറ്റവും വലിയ ധൂർത്ത്. ഈ പുസ്തകത്തിൽ പറയുന്ന ഇതിനകം തെളിയിച്ചിട്ടുള്ള കാര്യങ്ങൾ പ്രായോഗികമാക്കുകയാണെങ്കിൽ നിങ്ങൾ സങ്കൽപ്പിക്കുന്നതിനേക്കാൾ വേഗത്തിൽ ചെറിയ കാലയളവിൽത്തന്നെ നേട്ടങ്ങൾ കൊയ്യാനാകും. ഉയരങ്ങളിലേക്കുള്ള നിങ്ങളുടെ കുതിപ്പിന്റെ വേഗം കണ്ട് നിങ്ങളും ചുറ്റുമുള്ളവരും അത്ഭുതപ്പെടും.

നേതാക്കളെ പിന്തുടരുക, അണികളെയല്ല

ഇത്രയും എളുപ്പവും പ്രയോഗിക്കാൻ സൗകര്യവുമുള്ളതുമായ പദ്ധതികൾ പിന്തുടർന്നാൽ നിങ്ങൾ ചുരുങ്ങിയ കാലത്തിൽത്തന്നെ സമ്പന്നന്മാരാകും. നിങ്ങളുടെ നിരാശയിൽനിന്നും ദാരിദ്ര്യാവസ്ഥയിൽനിന്നും സമൃദ്ധിയിലേക്കും സംതൃപ്തിയിലേക്കും എളുപ്പം കരകയറാനാകും. നിങ്ങൾക്കറിയാവുന്ന വ്യക്തികളേക്കാൾ ബഹുദൂരം നിങ്ങൾക്കു മുന്നേറാനുമാകും.

ലക്ഷ്യങ്ങളെക്കുറിച്ചു വ്യക്തതയില്ലാത്ത ഒരു ജീനിയസ്സിനേക്കാൾ ശരാശരി ബുദ്ധിമാത്രമുള്ള എന്നാൽ വ്യക്തമായ ലക്ഷ്യമുള്ള ഒരാൾ മുന്നേറുന്നതായി കണ്ടിട്ടുണ്ട്.

എന്റെ വ്യക്തിഗത ദൗത്യം വ്യക്തമാക്കുന്ന പ്രസ്താവന വർഷങ്ങളായി മാറിയിട്ടില്ല. 'എന്റെ സഹായംകൂടാതെ അവർ നേടുന്ന ലക്ഷ്യങ്ങൾ അതിനേക്കാൾ വേഗത്തിൽ നേടാൻ സഹായിക്കുക.'

വിജയം, നേട്ടം, ലക്ഷ്യപൂർത്തീകരണം എന്നീ മേഖലയിൽ ഞാനിതുവരെ പഠിച്ച കാര്യങ്ങൾ ആറ്റിക്കുറുക്കിയെടുത്തതാണീ പുസ്തകം. ഇതിലെ നിർദ്ദേശങ്ങൾ നടപ്പാക്കിയാൽ ജീവിതത്തിൽ വളരെ ഉയരങ്ങളിലേക്കു പ്രവേശിക്കാനാകും.

എന്റെ പ്രിയ കുട്ടികളെ, നിങ്ങൾക്ക് ഈ പുസ്തകം ഒരു റോഡു മാപ്പും ഗൈഡുമാണ്. നിങ്ങൾ ആയിരിക്കുന്ന അവസ്ഥയിൽനിന്ന് ആഗ്രഹിക്കുന്നിടത്തേക്കു പോകാൻ സഹായിക്കുന്ന ഒന്നാണ് ഈ പുസ്തകം. എന്റെ സുഹൃത്തുക്കളോടും വായനക്കാരോടും പറയാനുള്ളത് ഇതാണ്: നിങ്ങളുടെ സ്വന്തം ജീവിതത്തിൽ ഈ തെളിയിക്കപ്പെട്ടിട്ടുള്ള സംവിധാനം ഉപയോഗിച്ച് അതിവേഗം മുന്നേറുക. ഞാനിതു നിങ്ങൾക്കായി എഴുതിയത് അക്കാരണത്താലാണ്.

സ്വാഗതം! മഹത്തായ പുതിയ സാഹസികയാത്ര ഇതാ ഇവിടെ തുടങ്ങുന്നു.

1

തുടക്കമിടൂ: സാധ്യതകളുടെ പൂട്ട് തുറക്കൂ

ഈ ലോകത്തിൽ നിങ്ങൾ എവിടെ നിൽക്കുന്നു എന്നതിലല്ല, ഏത് ദിശയിലേക്ക് ചലിക്കുന്നു എന്നതാണ് വലിയകാര്യം.

ഒലിവർ വെൻഡൽ ഹോംസ്

ഇക്കാലത്ത് ജീവിച്ചിരിക്കുന്ന നമ്മൾ വലിയ ഭാഗ്യവാന്മാരാണ്. ക്രിയാത്മകമായും ദൃഢനിശ്ചയത്തോടെയും ചിന്തിക്കുന്നവർക്ക് ലക്ഷ്യങ്ങൾ നേടുന്നതിന് മുൻകാലങ്ങളിലുള്ളതിനേക്കാൾ അസംഖ്യം അവസരങ്ങളാണ് ഇപ്പോഴുള്ളത്. സാമ്പത്തികരംഗത്തോ സ്വകാര്യജീവിതത്തിലോ താൽക്കാലികമായ തിരിച്ചടികൾ നേരിട്ടാലും മനുഷ്യചരിത്രത്തിൽ മുൻകാലത്തേക്കാളും കൂടുതൽ സമാധാനവും ഐശ്വര്യവുമുള്ള കാലഘട്ടത്തിലേക്കാണ് നമ്മൾ ശ്രേഷ്ഠമായ രീതിയിൽ കാൽ വയ്ക്കുന്നത്.

എവിടെ നിന്ന് തുടങ്ങി എന്നതിലല്ല, എങ്ങനെ അവസാനിപ്പിക്കുന്നു എന്നതിലാണ് കാര്യം

പതിനെട്ട് വയസ്സായിരിക്കുമ്പോൾ പഠനം പൂർത്തിയാക്കാതെ ഞാൻ ഹൈസ്കൂൾ വിട്ടു. ഒരു ചെറിയ ഹോട്ടലിന്റെ പിന്നാമ്പുറത്ത് പാത്രം കഴുകലായിരുന്നു എന്റെ ആദ്യ ജോലി. തുടർന്ന് കാറുകൾ കഴുകുന്നതിലും പിന്നീട് തറവൃത്തിയാക്കുന്ന തൂപ്പുകാരന്റെ ജോലിയിലുമെത്തി. അടുത്ത കുറച്ചുവർഷങ്ങൾ ദേഹാധ്വാനം നന്നായി വേണ്ടിവരുന്ന നിരവധി ജോലികൾ ചെയ്ത് അങ്ങനെ ഒഴുകിനടന്നു. നെറ്റിയിലെ വിയർപ്പുകൊണ്ട് ജീവിച്ചെന്ന് പറയാം. തടിമില്ലിലും വ്യവസായശാലകളിലും പണിയെടുത്തു. കൃഷിയിടങ്ങളിലും മേച്ചിൽ പ്രദേശങ്ങളിലും പണിയെടുത്തു. വമ്പൻ മരങ്ങൾ അറക്കവാളിൽ മുറിച്ചുമാറ്റുന്ന പണിയെടുത്തു. മരപ്പണിയുടെ സീസൺ കഴിയുമ്പോൾ കിണർ കുത്താൻ പോയി. അംബരചുംബികളുടെ നിർമ്മാണത്തൊഴി

ലാളിയായി. വടക്കൻ അറ്റ്ലാന്റിക് സമുദ്രത്തിലൂടെ നോർവീജിയൻ ചരക്കുകപ്പലിൽ നാവികനായി. പലപ്പോഴും ഉറക്കം കാറിൽ തന്നെയായിരുന്നു. ചിലപ്പോൾ തുച്ഛവാടകയുള്ള വാടകവീട്ടിലും. ഇരുപത്തിമൂന്ന് വയസ്സായപ്പോൾ അലഞ്ഞുതിരിഞ്ഞ് നടന്ന് പണിയെടുക്കുന്ന കർഷകത്തൊഴിലാളിയായി. വിളവെടുപ്പ് കാലത്തിൽ കളപ്പുരയിലെ വൈക്കോൽക്കൂനയിൽ അന്തിയുറങ്ങി. കർഷക കുടുംബത്തിനൊപ്പം ഭക്ഷിച്ചു. ഞാനന്ന് അശിക്ഷിതനും ജോലികളിലൊന്നും മികവ് നേടാത്തവനുമായിരുന്നു. എന്നാൽ ഓരോ വിളവെടുപ്പും കഴിയുന്നതോടെ വീണ്ടും ഞാൻ തൊഴിൽരഹിതനാകും.

വളരെയധികം ശാരീരികാധ്വാനം വേണ്ടിവരുന്ന പണികൾ കണ്ടെത്താൻ കഴിയാതെ വന്നപ്പോൾ നേരിട്ടുള്ള കമ്മീഷൻ അടിസ്ഥാനത്തിലുള്ള വിൽപ്പനക്കാരനായി. വിൽപ്പനയ്ക്കായി ഓഫീസുകളും വീടുകളും കയറിയിറങ്ങി. അന്തിയുറങ്ങാനുള്ള വക ഒറ്റ വിൽപ്പനയെങ്കിലും നടത്തി ഒപ്പിക്കാൻ കഷ്ടപ്പെട്ടിട്ടുണ്ട്. ചുരുക്കത്തിൽ ജീവിതത്തിൽ നല്ല തുടക്കമായിരുന്നില്ലെന്ന് പറയാം.

എന്റെ ജീവിതം മാറിമറിഞ്ഞ ദിനം

അങ്ങനെയിരിക്കെ ഒരു ദിവസം പേപ്പറെടുത്ത് ഞാനെന്റെ ജീവിതത്തിൽ നേടേണ്ടതായ ലക്ഷ്യം കുറിച്ചിട്ടു. അക്കാലത്ത് ആരു കേട്ടാലും അൽപ്പം അതിക്രമമെന്ന് തോന്നുന്ന ലക്ഷ്യം. വീടും ഓഫീസും കയറിയിറങ്ങി വിൽപ്പന നടത്തി മാസംതോറും ആയിരം ഡോളർ സമ്പാദിക്കുക എന്നതായിരുന്നു കുറിച്ചിട്ട ലക്ഷ്യം. എന്നിട്ട് ആ പേപ്പർ മടക്കി മാറ്റിവെച്ചു, പിന്നീട് ഞാനത് വീണ്ടും കണ്ടിട്ടില്ല.

എന്നാൽ മുപ്പത് ദിവസത്തിനുശേഷം എന്റെ ജീവിതമപ്പാടെ മാറി. അക്കാലത്താണ് വിജയകരമായി വിൽപ്പന പൂർത്തീകരിക്കാനുള്ള വിദ്യ ഞാൻ നേടിയത്. ആ തന്ത്രം എന്റെ വരുമാനം ആദ്യദിനം തന്നെ മൂന്നിരട്ടിവരെ കൂട്ടി. ആ സമയമാണ് എന്റെ കമ്പനിയുടമ തന്റെ കമ്പനി മറ്റൊരു സംരംഭകന് വിറ്റത്. കൃത്യം മുപ്പത് ദിവസത്തിനുശേഷം പുതിയ കമ്പനിയുടെ ഉടമ എന്നെ അരികിലേക്ക് വിളിപ്പിച്ച് വിൽപ്പനവിഭാഗത്തിന്റെ തലവനായി എന്നെ നിയമിക്കാമെന്നും മാസം ആയിരം ഡോളർ തരാമെന്നും പറയുന്നു. വിൽപ്പനവിഭാഗത്തിന്റെ തലവനായി പ്രവർത്തിക്കുന്നതിനൊപ്പം ടീമംഗങ്ങളെ എന്റെ വിജയകരമായതന്ത്രം പരിശീലിപ്പിക്കാനും നിർദ്ദേശിച്ചു. മറ്റുള്ളവരേക്കാൾ കൂടുതൽ വിറ്റഴിക്കുന്ന രീതിയായിരുന്നു പരിശീലിപ്പിക്കേണ്ടിയിരുന്നത്. ഞാനാ വാഗ്ദാനം സ്വീകരിച്ച ആ ദിവസം മുതൽ എന്റെ ജീവിതം മാറിമറിഞ്ഞു. പിന്നീടത് ഒരിക്കലും പഴയപടിയായിട്ടില്ല.

പതിനെട്ട് മാസങ്ങൾക്കുള്ളിൽ ആ ജോലിയിൽ നിന്ന് മറ്റൊന്നിലേക്ക് മാറി. അവിടെനിന്ന് മറ്റൊന്നിലേക്ക്. വ്യക്തിഗത വിൽപ്പനയിൽനിന്ന് മറ്റുള്ളവർ എനിക്കുവേണ്ടി വിൽപ്പന നടത്തുന്ന രീതിയിലേക്കുയർന്നു. സെയിൽസ് മാനേജർ തസ്തികയിൽ പ്രവർത്തിച്ചു. പുതിയൊരു ബിസിനസ്സിൽ തൊണ്ണൂറ്റിയഞ്ച് പേരടങ്ങുന്ന സെയിൽസ് ടീമിനെ ഞാൻ തന്നെ തിരഞ്ഞെടുത്ത് ടീം രൂപീകരിച്ചു. അടുത്ത നേരം എങ്ങനെ ഭക്ഷണം കഴിക്കാൻ പൈസ ഒപ്പിക്കുമെന്ന് ആശങ്കപ്പെട്ടിടത്തുനിന്ന് പോക്കറ്റിൽ നിറയെ നോട്ടുകളുമായി സമൃദ്ധമായി ജീവിക്കാൻ തുടങ്ങി.

ഉയർച്ച താഴ്ചകളുമായി നീങ്ങുന്ന ജീവിതം

ഇരുപതുകളുടെ മധ്യത്തിലുള്ള നാളുകളിൽ എന്റെ ജീവിതം ഉയർച്ചകൾ മാത്രം നിറഞ്ഞ് സുഖമായി ഒഴുകുകയായിരുന്നില്ല എന്ന് എനിക്ക് സമ്മതിക്കേണ്ടി വരും. പലപല ഉയർച്ചതാഴ്ചകൾ നിറഞ്ഞതായിരുന്നു ആ നാളുകൾ. ഒറ്റപ്പെട്ട വിജയങ്ങളും താൽക്കാലിക പരാജയങ്ങളും നിറഞ്ഞത്. തൊണ്ണൂറിലധികം രാജ്യങ്ങളിലേക്ക് സഞ്ചരിച്ചു, പലപല സാഹചര്യങ്ങളിൽ അധ്വാനിച്ച് ജീവിച്ചു. ഫ്രഞ്ച്, ജർമൻ, സ്പാനിഷ് ഭാഷകൾ പഠിച്ചു. വ്യത്യസ്തങ്ങളായ ഇരുപത്തിരണ്ട് മേഖലകളിൽ ഇതിനിടെ ജോലി ചെയ്തു.

പരിചയക്കുറവോ ചില സമയം തികഞ്ഞ വിഡ്ഢിത്തമോ മൂലം അതുവരെ ഉണ്ടാക്കിയതെല്ലാം ചെലവഴിക്കുകയോ നഷ്ടപ്പെടുത്തുകയോ ചെയ്തിട്ടുണ്ട്. വീണ്ടുമെല്ലാം ഒന്നിൽനിന്ന് തുടങ്ങേണ്ടി വന്നിട്ടുമുണ്ട്, പലവട്ടം. അപ്പോഴെല്ലാം ഒരു കഷണം പേപ്പറെടുത്ത് സ്വസ്ഥമായി ഒരിടത്തിരുന്ന് എനിക്കായി പുതിയ ലക്ഷ്യങ്ങൾ കുറിച്ചിടും. അതിനുള്ള മാർഗ്ഗങ്ങൾ വരും പേജുകളിൽ ഞാൻ വിവരിക്കുന്നുണ്ട്.

ലക്ഷ്യങ്ങൾ നിശ്ചയിക്കുന്നതിലെ ഇത്തരം ഒഴുക്കൻമട്ടിലുള്ള ശ്രമങ്ങൾക്കുപകരം പലവർഷങ്ങളിലെ ഉദ്യമങ്ങളെല്ലാം ഒത്തുകൂട്ടി ഒരു രൂപം ഒരുക്കാൻ അവസാനം ഞാൻ തീരുമാനിച്ചു. ഈ ആശയങ്ങളും തന്ത്രങ്ങളും ഒറ്റ ഇടത്തേക്ക് കേന്ദ്രീകരിക്കുന്നതിനായി ഞാനൊരു ലക്ഷ്യരൂപീകരണ രീതിശാസ്ത്രവും നടപടിക്രമവും വികസിപ്പിച്ചു. ഒരു തുടക്കം, മധ്യം, അവസാനം എന്നിങ്ങനെ. അത് എല്ലാ ദിവസവും പിന്തുടരാനും തീരുമാനിച്ചു.

ഒരു വർഷത്തിനകം ഒരിക്കൽകൂടി എന്റെ ജീവിതം മാറി. ആ വർഷം ജനുവരിയിൽ വാടകക്കെടുത്ത അപ്പാർട്ട്മെന്റിൽ വാടകയ്ക്കെടുത്ത ഫർണീച്ചറുമായി ജീവിക്കുകയായിരുന്നു. 35,000

ഡോളർ കടക്കാരനായിരുന്നു. യൂസ്ഡ് കാർ ആയിരുന്നു ഓടിച്ചിരുന്നത്. അതിന് മുഴുവൻ പണം കൊടുത്തിരുന്നുമില്ല. എന്നാൽ ഡിസംബർ ആയപ്പോഴേയ്ക്കും നിരവധി മുറികളുള്ള ഒരു ലക്ഷം ഡോളർ വിലയുള്ള വസതിയിലേക്ക് ഞാൻ മാറിയിരുന്നു. പുതിയ മെഴ്സിഡീസ് ബെൻസിന്റെ ഉടമയായി. എല്ലാ കടവും കൊടുത്തു തീർത്തു. ബാങ്കിൽ അമ്പതിനായിരം ഡോളറിന്റെ നിക്ഷേപവുമുണ്ടായി.

തുടർന്ന് വിജയങ്ങളെക്കുറിച്ച് ഞാൻ കൂടുതൽ കാര്യമായെടുത്തു. ലക്ഷ്യങ്ങൾ തീരുമാനിച്ചുവെയ്ക്കുന്നത് അവിശ്വസനീയമാംവിധം ശക്തിയേറിയതെന്ന് ബോധ്യപ്പെട്ടു. ആദ്യം നൂറുകണക്കിന് മണിക്കൂറുകളും പിന്നീട് ആയിരക്കണക്കിന് മണിക്കൂറുകളും ലക്ഷ്യങ്ങൾ രൂപീകരിക്കുന്നതിനും സംശ്ലേഷണം ചെയ്യുന്നതിനുമായി വായനയും ഗവേഷണവും നടത്തി. എനിക്ക് കണ്ടെത്താൻ കഴിഞ്ഞ ഏറ്റവും നല്ല ആശയങ്ങൾക്ക് അടുക്കും ചിട്ടയും വരുത്തി. അങ്ങനെ തയ്യാറാക്കിയ സമ്പൂർണമായ പ്രക്രിയ അവിശ്വസനീയമാംവിധം ഫലപ്രദമായിരുന്നു.

ആർക്കും ചെയ്യാം

കുറച്ചുവർഷങ്ങൾക്കുശേഷം എന്റെ പരിശീലനക്കളരികളും സെമിനാറുകളും ദൃശ്യ-ശ്രാവ്യ (audio- video)രൂപത്തിലാക്കിവെച്ചു. മറ്റുള്ളവർക്കും കൂടി ഉപയോഗപ്പെടാൻ വേണ്ടിയായിരുന്നിത്. ഈ തത്വം പലഭാഷകളിൽ ലോകമെങ്ങും ലക്ഷക്കണക്കിന് ആളുകളെ ഞങ്ങൾ പരിശീലിപ്പിച്ചു. ഈ ആശയം ലോകമെങ്ങും ഏവർക്കും ഫലപ്രദമെന്ന് ഞാൻ കണ്ടു. നിങ്ങൾ ഏത് രാജ്യക്കാരനുമാകട്ടെ നിങ്ങളുടെ വിദ്യാഭ്യാസം അനുഭവം, ചുറ്റുപാട് തുടങ്ങിയവയെല്ലാം എന്തുമായിക്കോട്ടെ ഈ ആശയങ്ങൾ പിന്തുടരാൻ തുടങ്ങുമ്പോൾ അതൊന്നും ഒരു പ്രശ്നമേയല്ല.

ഈ ആശയങ്ങൾ എനിക്കും മറ്റുള്ള ആയിരക്കണക്കിന് പേർക്കും ഞങ്ങളുടെ ജീവിതത്തിനുമേൽ പരിപൂർണ നിയന്ത്രണം കൊണ്ടുവരുന്നത് സാധ്യമാക്കി എന്നതാണ് പ്രധാനം. ലക്ഷ്യങ്ങൾ സെറ്റ് ചെയ്യുന്നതിലുള്ള ഇടവിടാത്ത ചിട്ടയായ പരിശീലനം നമ്മെ ദാരിദ്ര്യത്തിൽനിന്ന് സമൃദ്ധിയിലേക്കും മോഹഭംഗങ്ങളിൽനിന്ന് ആഗ്രഹപൂർത്തീകരണത്തിലേക്കും പ്രതീക്ഷയ്ക്ക് താഴെ പോകുന്നതിൽനിന്ന് ജയത്തിലേക്കും തൃപ്തിയിലേക്കും നയിക്കും. ഈ വ്യവസ്ഥ നിങ്ങൾക്കും അതുതന്നെയാണ് നൽകുക.

നിങ്ങളുടെ ലോകം സൃഷ്ടിക്കൂ

മനുഷ്യചരിത്രത്തിലെ ഏറ്റവും മഹത്തായ കണ്ടുപിടുത്തം ഒരു പക്ഷേ, നിങ്ങളുടെ മനസ്സിന്റെ ശക്തിയാൽ നിങ്ങളുടെ ജീവിതത്തിലെ മിക്കവാറും എല്ലാ രൂപവും സൃഷ്ടിക്കാമെന്നതായിരിക്കും.

നിങ്ങൾക്ക് ചുറ്റുമുള്ള മനുഷ്യനിർമ്മിത ലോകം തുടങ്ങുന്നത് ഒരുവ്യക്തിയുടെ ചിന്തയിൽ നിന്നോ ആശയത്തിൽനിന്നോ ആയിരിക്കും. പിന്നീടാണ് അത് യാഥാർഥ്യമായി പരിണമിക്കുന്നത്. നിങ്ങളുടെ ജീവിതത്തിലെ എല്ലാ കാര്യങ്ങളും നിങ്ങളുടെയോ മറ്റുള്ളവരുടെയോ മനസ്സിലെ ഒരു ചിന്തയായിട്ടോ ആഗ്രഹമായിട്ടോ പ്രതീക്ഷയായിട്ടോ സ്വപ്നമായിട്ടോ ആയിരിക്കും ആദ്യം തുടങ്ങുക. നിങ്ങളുടെ ചിന്തകൾ സൃഷ്ടിപരമാണ്. നിങ്ങളുടെ ചിന്തകൾ നിങ്ങളുടേതായ ലോകത്തിന്റെ ആകൃതിയും രൂപവും നിങ്ങൾക്ക് വരാനിരിക്കുന്നതും തീരുമാനിക്കും.

എല്ലാ മതങ്ങളിലെയും തത്വചിന്തകളിലെയും അതിഭൗതിക ശാസ്ത്രത്തിലെയും മനഃശാസ്ത്രത്തിലെയും വിജയങ്ങളിലെയും സത്ത ചുരുക്കിപ്പറഞ്ഞാൽ ഇതാണ്: നിങ്ങൾ ഭൂരിഭാഗം സമയവും ചിന്തിച്ചുകൊണ്ടിരിക്കുന്നത് തന്നെയാകും നിങ്ങൾ ആയിത്തീരുക. നിങ്ങളുടെ പുറംലോകം ആത്യന്തികമായി നിങ്ങളുടെ ആന്തരിക ജീവിതത്തിന്റെ പ്രതിഫലനമായി തീരുന്നു. പുറംലോകത്തെ അനുഭവപരിസരങ്ങൾ നിങ്ങൾ കൂടുതലായും ആലോചിച്ച് കൂട്ടിയത് തന്നെയായിരിക്കും പ്രതിഫലിപ്പിക്കുക. തുടർച്ചയായി നിങ്ങൾ ആലോചിക്കുന്നത് യാഥാർഥ്യമായി തീരുന്നു.

വിജയംകണ്ട ആയിരക്കണക്കിന് ആളുകൾ എന്താണ് എപ്പോഴും ചിന്തിച്ചുകൊണ്ടിരിക്കുന്നത് എന്ന് ചോദിച്ചപ്പോൾ കൂടുതലായും ലഭിച്ച ഉത്തരം ഇതായിരുന്നു. അവർ അവർക്കാവശ്യമുള്ള കാര്യങ്ങളാണ് കൂടുതൽ സമയവും ചിന്തിക്കുന്നത്. അത് എങ്ങനെ നേടാമെന്നും.

വിജയിക്കാത്തവരും അസന്തുഷ്ടരും തങ്ങൾക്ക് ആവശ്യമില്ലാത്തതിനെക്കുറിച്ചാണ് കൂടുതൽ സമയവും ചിന്തിക്കുന്നതും സംസാരിക്കുന്നതും. അവർ അവരുടെ പ്രശ്നങ്ങളും വേവലാതികളും സംസാരിച്ചുകൊണ്ടിരിക്കും. അവരുടെ പ്രശ്നങ്ങൾക്ക് ആരെയൊക്കെയാണ് പഴിചാരേണ്ടതെന്ന് കൂടുതൽ സമയവും ചിന്തിച്ചുകൊണ്ടിരിക്കും. എന്നാൽ വിജയികളാകട്ടെ ചിന്തകളും സംസാരങ്ങളും തങ്ങളുടെ ഏറ്റവും തീവ്രമായ ലക്ഷ്യപ്രാപ്തിക്കായി മാറ്റിവെയ്ക്കും. അവർ കൂടുതൽ സമയവും അവർക്കെന്താണ് വേണ്ടതെന്തെന്നായിരിക്കും ചിന്തിക്കുകയും സംസാരിക്കുകയും ചെയ്യുക.

വ്യക്തമായ ലക്ഷ്യബോധമില്ലാതെ ജീവിക്കുന്നത് കടുത്ത മൂടൽ മഞ്ഞിലൂടെ കാറോടിക്കുന്നതിന് സമമാണ്. നിങ്ങളുടെ കാർ എത്ര ശക്തിയുള്ളതാണെങ്കിലും എൻജിനിയറിങ് മികവുള്ളതാണെങ്കിലും നിങ്ങൾക്ക് വളരെ പതുക്കെ, ശങ്കയോടുകൂടി മാത്രമേ മൂടൽ മഞ്ഞിലൂടെ ഓടിക്കാനാകൂ. എത്ര മിനുസ്സമേറിയ നിരത്താണെങ്കിലും കൂടി വളരെ പതുക്കെയേ ഓടിക്കാനാകൂ. ലക്ഷ്യങ്ങൾ നിശ്ചയിക്കുന്നതോടുകൂടി ഉടൻതന്നെ മുന്നിലെ മൂടൽമഞ്ഞ് നീങ്ങും. ശ്രദ്ധ കേന്ദ്രീകരിക്കാനും ഊർജവും കഴിവുകളും നിങ്ങൾക്കുവേണ്ട കാര്യങ്ങൾ നേടിയെടുക്കുന്നതിലേക്ക് നയിക്കാനുമാകും. തെളിഞ്ഞ ലക്ഷ്യങ്ങൾ നിങ്ങളുടെ സ്വന്തം ജീവിതത്തിന്റെ വേഗം കൂട്ടാൻ സഹായിക്കുന്നു. ജീവിതത്തിൽ നിങ്ങൾ നേടാനാഗ്രഹിക്കുന്നത് നേടിയെടുക്കുന്നതിലേക്ക് അതിവേഗമെത്താനും കഴിയുന്നു.

നിങ്ങളുടെ ഓട്ടോമാറ്റിക് ലക്ഷ്യം തേടൽ പ്രവൃത്തി

ഇതൊന്ന് സങ്കൽപ്പിച്ചുനോക്കൂ: എത്ര ദൂരം പറന്നാലും കൂട്ടിൽ തിരിച്ചെത്താൻ കഴിവുള്ള പ്രാവിനെ അതിന്റെ കൂട്ടിൽനിന്ന് പിടിച്ച് ഒരു കൂട്ടിൽ ഇടുക. കൂട് പുതപ്പിട്ട് മൂടുക. കൂട് ഒരു പെട്ടിയിലാക്കുക. ആ പെട്ടി അടച്ചുകെട്ടിയ ലോറിയിൽവെച്ച് ഏതെങ്കിലും ദിശയിൽ ആയിരം മൈൽ ദൂരത്തേക്ക് ഓടിച്ചുപോകുക. എന്നിട്ട് ആ പെട്ടി പുറത്തെടുത്ത് പ്രാവിനെ പറത്തിവിട്ട് നോക്കൂ. വായുവിൽ പറന്നുയരുന്ന പ്രാവ് ആദ്യം മൂന്നുവട്ടം വലംവെയ്ക്കും. തുടർന്ന് തെറ്റുകൂടാതെ ആയിരം മൈലുകൾക്കപ്പുറത്തെ സ്വന്തം കൂട്ടിലേക്ക് പറക്കുകയും ചെയ്യും. ലോകത്തിലെ മറ്റൊരു ജീവിക്കും ഈ അവിശ്വസനീയമാംവിധമുള്ള വാർത്താവിനിമയ നിയന്ത്രണ സംവിധാനമില്ല. അപവാദം നിങ്ങളാണ്. ആയിരം മൈലുകൾക്കപ്പുറത്തുനിന്ന് വഴിത്തെറ്റാതെ കൂട്ടിലേക്കെത്തുന്ന പ്രാവിനുള്ള അതേ കഴിവാണ് നിങ്ങൾക്ക് ലക്ഷ്യം നിശ്ചയിക്കുന്നതിലുമുള്ളത്. അതിനൊപ്പം വൈശിഷ്ട്യമുള്ള ഒരു കൂട്ടിച്ചേർക്കലുമുണ്ട്. നിങ്ങൾക്ക് നിങ്ങളുടെ ലക്ഷ്യത്തെക്കുറിച്ച് തികഞ്ഞ ബോധ്യമുണ്ടെങ്കിൽ അതെങ്ങനെ നേടണമെന്നതിനെക്കുറിച്ച് അറിയണമെന്ന് പോലുമില്ല. എന്താണ് എനിക്ക് കൃത്യമായി വേണ്ടതെന്ന് വളരെ ലളിതമായി തീരുമാനിക്കുക, നിങ്ങൾ യാതൊരു തെറ്റുംകൂടാതെ നിങ്ങളുടെ ലക്ഷ്യത്തിലേക്ക് ചലിക്കാൻ തുടങ്ങും. നിങ്ങളുടെ ലക്ഷ്യം ഒരു തെറ്റുംകൂടാതെ നിങ്ങൾക്കരികിലേക്ക് നീങ്ങുകയും ചെയ്യും. കൃത്യമായി, ശരിയായ സമയത്ത് ശരിയായ സ്ഥലത്ത്, നിങ്ങളും നിങ്ങളുടെ ലക്ഷ്യവും കണ്ടുമുട്ടുകതന്നെ ചെയ്യും.

അവിശ്വസനീയമായ ഈ ആശയവിനിമയ നിയന്ത്രണ സംവിധാനം നിങ്ങളുടെ മനസ്സിന്റെ ഉള്ളിന്റെയുള്ളിൽ സ്ഥിതിചെയ്യുന്നതിനാൽ നിങ്ങൾ നിങ്ങളുടെ ലക്ഷ്യം, അതെന്തുമായിക്കോട്ടെ എല്ലായ്പ്പോഴും പൂർത്തീകരിക്കുക തന്നെചെയ്യും. രാത്രിയിൽ വീട്ടിലെത്തി ടെലിവിഷൻ കാണണമെന്ന് നിങ്ങൾ ലക്ഷ്യമിടുകയാണെങ്കിൽ നിങ്ങളത് കണ്ടിരിക്കും. പൂർണാരോഗ്യവാന്മാരായി നല്ല സന്തോഷത്തോടെ സമ്പദ്സമൃദ്ധിയോടെ ആനന്ദകരമായ ജീവിതമാണ് നിങ്ങൾ ലക്ഷ്യമിടുന്നതെങ്കിൽ നിങ്ങളത് നേടിയിരിക്കും. ഒരു കമ്പ്യൂട്ടർ പോലെയായിരിക്കും അതിന്റെ പ്രവർത്തനം. ലക്ഷ്യം തേടൽ സംവിധാനം നിങ്ങളെ വിചാരണചെയ്യുകയില്ല. സ്വയം പ്രേരിതമായി, തുടർച്ചയായി പ്രവർത്തിച്ച് നിങ്ങൾ ആഗ്രഹിക്കുന്നത് നിവർത്തിച്ചുതരും. നിങ്ങളതിൽ എന്ത് പ്രോഗ്രാം ചെയ്തുവെച്ചാലും നിങ്ങൾ ലക്ഷ്യംവെച്ചത് നേടിത്തന്നിരിക്കും.

നിങ്ങളുടെ ലക്ഷ്യത്തിന്റെ വലിപ്പമൊന്നും പ്രകൃതി കാര്യമാക്കില്ല. വളരെ ചെറിയ ലക്ഷ്യങ്ങളാണ് നിങ്ങൾ സെറ്റ് ചെയ്യുന്നതെങ്കിൽ നിങ്ങളുടെ ആശയവിനിമയ നിയന്ത്രണസംവിധാനം അത്തരം ചെറിയ ലക്ഷ്യങ്ങൾ നേടിത്തരുംവിധമായിരിക്കും പ്രവർത്തിക്കുക. നിങ്ങൾ വലിയ ലക്ഷ്യങ്ങളാണ് സെറ്റ് ചെയ്യുന്നതെങ്കിൽ നൈസർഗികമായ കഴിവുകൾ അത്തരം വലിയ ലക്ഷ്യങ്ങൾ നേടിത്തരാൻ സഹായിക്കും. നിങ്ങൾ തെരഞ്ഞെടുക്കാൻ ചിന്തിക്കുന്ന ലക്ഷ്യങ്ങളുടെ വലിപ്പം, വ്യാപ്തി, വിശദാംശങ്ങൾ എന്നിവ ഭൂരിപക്ഷ സമയവും പൂർണമായും നിങ്ങളെമാത്രം ആശ്രയിച്ചിരിക്കുന്നു.

എന്തുകൊണ്ട് മനുഷ്യർ ലക്ഷ്യങ്ങൾ തീരുമാനിക്കുന്നില്ല

ഇതാ നല്ലൊരു ചോദ്യം: ലക്ഷ്യങ്ങൾ നേടുന്നത് ഓട്ടോമാറ്റിക് ആയിട്ടെങ്കിൽ എന്തുകൊണ്ടാണ് ചില മനുഷ്യർ മാത്രം വ്യക്തവും എഴുതിത്തയ്യാറാക്കിയതും അളക്കാവുന്നതും സമയബന്ധിതവുമായ ലക്ഷ്യങ്ങൾ ഓരോദിവസവും തയ്യാറാക്കുന്നു? ഇത് ജീവിതത്തിന്റെ ഏറ്റവും നിഗൂഢതകളിലൊന്നാണ്. ഞാൻ വിശ്വസിക്കുന്നത് മനുഷ്യർ ലക്ഷ്യം സെറ്റ് ചെയ്യാത്തതിന് നാല് കാരണങ്ങൾ ഉണ്ടെന്നാണ്.

ലക്ഷ്യങ്ങൾ പ്രധാനമല്ലെന്ന് അവർ ചിന്തിക്കുന്നു

ഒന്നാമതായി കൂടുതൽപേരും ജീവിതലക്ഷ്യത്തിന്റെ പ്രാധാന്യം മനസ്സിലാക്കാതെ പോകുന്നു. നിർഭാഗ്യവശാൽ പലപ്പോഴും

ലക്ഷ്യബോധമില്ലാത്ത കുടുംബത്തിലോ അത്തരം കൂട്ടുകെട്ടിലോ ആണ് പലരും വളർന്നു വരുന്നത്. അവിടെ ലക്ഷ്യങ്ങളെക്കുറിച്ച് ആരും ചർച്ച ചെയ്യുന്നില്ല. ആ ചിന്തകളെ വിലവയ്ക്കുന്നുമില്ല. ലക്ഷ്യമാണ് മറ്റെല്ലാ കഴിവുകളെക്കാളും ജീവിതവിജയത്തിൽ ഫലമുണ്ടാക്കുക എന്ന് ഓർക്കാതെ ലക്ഷ്യത്തെക്കുറിച്ചും ലക്ഷ്യം നേടിയെടുക്കാനുള്ള നമ്മുടെ കഴിവുകളെക്കുറിച്ചും ഒരു തരത്തിലും ചിന്തിക്കാതെ, നാം യൗവ്വനത്തിലെത്തുന്നു. നമ്മുടെ കൂട്ടുകാരിലേക്കും കുടുംബാംഗങ്ങളിലേക്കും ഒന്ന് തിരിഞ്ഞുനോക്കൂ. ആർക്കാണ് ലക്ഷ്യബോധമുള്ളത്.

എങ്ങനെയെന്ന് അവർക്കറിയില്ല

മനുഷ്യർ ലക്ഷ്യങ്ങൾ സെറ്റ് ചെയ്യാത്തതിന്റെ രണ്ടാം കാരണം അതെങ്ങനെ സെറ്റ് ചെയ്യുമെന്നതിനെ കുറിച്ച് ധാരണയില്ലാത്തതാണ്. അതിലും കഷ്ടമെന്തെന്നുവെച്ചാൽ പലരും വിചാരിച്ചിരിക്കുന്നത് അവർ ഇതിനകം ലക്ഷ്യം സെറ്റ് ചെയ്തുവെച്ചിട്ടുണ്ടെന്നാണ്. കഷ്ടം! യഥാർഥത്തിൽ അവർക്കുള്ളത് ആഗ്രഹങ്ങളുടെയും സ്വപ്നങ്ങളുടെയും ഒരു പരമ്പര തന്നെയായിരിക്കും. സന്തോഷമായിരിക്കുക, ധാരാളം പണമുണ്ടാക്കുക, നല്ല കുടുംബജീവിതം ഉണ്ടായിരിക്കുക എന്നിങ്ങനെ. എന്നാലിതൊന്നും ലക്ഷ്യങ്ങളല്ല തന്നെ. അതെല്ലാം വെറും സാധാരണയായിട്ടുള്ള മനോരാജ്യം മാത്രമാണ്. ഒരു ലക്ഷ്യം എന്നത് ആഗ്രഹത്തിൽനിന്നും വിശേഷമായും വ്യത്യസ്തമാണ്. അത് തെളിഞ്ഞതും വ്യക്തവും എഴുതിയതുമായിരിക്കും. മറ്റൊരുവ്യക്തിയോട് എളുപ്പം വിശദീകരിക്കാൻ കഴിവുള്ളതായിരിക്കും. നിങ്ങൾക്കത് അളക്കാനാകും. നിങ്ങൾക്കത് എപ്പോൾ നേടാനാകുമെന്ന് വ്യക്തമായി അറിയുകയും ചെയ്യാം.

ലക്ഷ്യങ്ങൾ സെറ്റ് ചെയ്യുന്നതിൽ ഒരു മണിക്കൂർപോലും ശിക്ഷണമില്ലാതെ പ്രമുഖ സർവകലാശാലയിൽ നിന്ന് നിങ്ങൾക്ക് വേണമെങ്കിൽ ഉന്നതബിരുദം നേടാം. ജീവിതത്തിൽ പിന്നീട് വിജയം നേടുന്നതിൽ ലക്ഷ്യങ്ങൾ സെറ്റ് ചെയ്യേണ്ടതിന്റെ പ്രാധാന്യം സ്കൂളുകളിലെയും സർവകലാശാലകളിലെയും പഠനവിഷയം തീരുമാനിക്കുന്നവർക്ക് ഒരു പിടിയുമില്ല. അവർ ഇക്കാര്യത്തിൽ സമ്പൂർണമായും അന്ധത ബാധിച്ചവരാണ്. പ്രായപൂർത്തിയാകുന്നതിനുമുമ്പ് ലക്ഷ്യങ്ങൾ സെറ്റ് ചെയ്യുന്നതിനെക്കുറിച്ച് കേട്ടിട്ടില്ലെങ്കിൽ നിങ്ങൾ ചെയ്യുന്നതിലെല്ലാം അതിന്റെ പ്രാധാന്യത്തെക്കുറിച്ച് നിങ്ങൾക്കൊരു ധാരണയുമുണ്ടാകില്ല.

പരാജയഭീതി

പരാജയഭീതിയാണ് ലക്ഷ്യങ്ങൾ സെറ്റ് ചെയ്യുന്നതിൽ പലരെയും വിമുഖന്മാരാക്കുന്നത്. പരാജയം മുറിവേൽപ്പിക്കുന്നതാണ്. വൈകാരികമായും പലപ്പോഴും സാമ്പത്തികമായും വേദനിപ്പിക്കുന്നതും അസഹ്യവുമായിരിക്കും. നമ്മളിൽ എല്ലാവരും പലസമയങ്ങളായി പരാജയം രുചിച്ചവരായിരിക്കും. ഓരോ വട്ടവും കൂടുതൽ ജാഗ്രതയോടെ ഭാവിയിൽ പരാജയം ഒഴിവാക്കാൻ മുൻകരുതലെടുക്കുന്നവരുമാകും. പരാജയഭീതിയിൽ പലരും ഒരു ലക്ഷ്യവും സെറ്റ് ചെയ്യാതെ അബോധപൂർവം തങ്ങളെത്തന്നെ അട്ടിമറിക്കുന്ന തെറ്റ് ചെയ്യുന്നു. അവരവർക്ക് യഥാർഥത്തിൽ സാധിക്കുന്ന തലത്തിൽ നിന്നും തുലോം താഴെത്തട്ടിലുള്ള ജീവിതത്തിലേക്ക് അവർ എത്തിച്ചേരും.

തിരസ്ക്കരണ ഭയം

തിരസ്ക്കരണഭയമാണ് ലക്ഷ്യങ്ങൾ സെറ്റ് ചെയ്യുന്നത് തടയുന്ന നാലാമത്തെ കാരണം. നിങ്ങളൊരു ലക്ഷ്യം സെറ്റ് ചെയ്യുകയും അത് വിജയകരമല്ലാതെ വരികയും ചെയ്താൽ മറ്റുള്ളവർ വിമർശിക്കുകയോ കളിയാക്കുകയോ ചെയ്യുമെന്ന് ഭയപ്പെടുന്നു. അതാണ് നിങ്ങളുടെ ലക്ഷ്യങ്ങൾ സെറ്റ് ചെയ്യാൻ തുടങ്ങുമ്പോൾ തീർത്തും രഹസ്യമാക്കിവയ്ക്കാൻ പറയുന്നതിന്റെ കാരണങ്ങളിലൊന്ന്. ആരോടും പറയരുത്. നിങ്ങൾ നേടിയത് മറ്റുള്ളവർ കാണാൻ അനുവദിക്കുക. എന്നാൽ അത് ആദ്യമേ പറയേണ്ടതില്ല. അവർക്കറിയാത്തതായ കാര്യങ്ങൾക്ക് നിങ്ങളെ വേദനിപ്പിക്കാനുമാകില്ല.

മേൽത്തട്ടിലെ മൂന്ന് ശതമാനത്തിൽ അണിചേരൂ

മാർക്ക് മക്കോർമാക്ക് തന്റെ What They Don't Teach You at Harward Business School എന്ന പുസ്തകത്തിൽ 1979 മുതൽ 1989 വരെയുള്ള ഹാർവാർഡ് പഠനത്തെക്കുറിച്ച് പറയുന്നുണ്ട്. നിങ്ങൾ ഭാവിയിലേക്കുള്ള കൃത്യമായി എഴുതിത്തയ്യാറാക്കിയ ലക്ഷ്യങ്ങൾ ഉണ്ടോ എന്നും അത് എങ്ങനെ നേടിയെടുക്കാമെന്ന് പദ്ധതിയിട്ടിട്ടുണ്ടോയെന്നും 1979-ൽ ഹാർവാർഡിലെ എം.ബി.എ. ബിരുദധാരികളോട് ചോദിച്ചു. വെറും മൂന്ന് ശതമാനത്തിന് മാത്രമാണ് എഴുതിത്തയ്യാറാക്കിയ ലക്ഷ്യങ്ങളും പ്ലാനുകളും ഉണ്ടായിരുന്നത്. പതിനൊന്ന് ശതമാനത്തിന് ലക്ഷ്യങ്ങളുണ്ടായിരുന്നു എന്നാലതൊട്ടും എഴുതിത്തയ്യാറാക്കിയിരുന്നില്ല. എൺപത്തിനാല് ശതമാനം

പേർക്കും വ്യക്തമായ ഒരു ലക്ഷ്യവും ഉണ്ടായിരുന്നില്ല. അവർക്ക് എങ്ങനെയെങ്കിലും കോഴ്സ് കഴിഞ്ഞ് വേനൽക്കാലം ആസ്വദിക്കുക എന്നത് മാത്രമായിരുന്നു മനസ്സിൽ.

പത്ത് വർഷത്തിന് ശേഷം, 1989-ൽ ഗവേഷകർ ആ ക്ലാസിലെ കുട്ടികളെ വീണ്ടും അഭിമുഖം ചെയ്തു. എഴുതിത്തയ്യാറാക്കിയില്ലെങ്കിലും ലക്ഷ്യങ്ങളുണ്ടായിരുന്ന പതിമൂന്ന് ശതമാനംപേർ മറ്റുള്ള ഒരു ലക്ഷ്യവുമില്ലാത്ത എൺപത്തിനാല് ശതമാനത്തേക്കാൾ രണ്ടിരട്ടിയെന്ന തോതിൽ ശരാശരി സമ്പാദിക്കുന്നവരായിരുന്നു. എന്നാൽ ഏറ്റവും അത്ഭുതപ്പെടുത്തിയത് ഹാർവാർഡ് വിടുമ്പോൾ ലക്ഷ്യങ്ങൾ കൃത്യമായി എഴുതിത്തയ്യാറാക്കിയ മൂന്ന് ശതമാനം പേരും മറ്റുള്ള തൊണ്ണൂറ്റിയേഴു ശതമാനത്തേക്കാളും ശരാശരി പത്തിരട്ടി സമ്പാദിക്കുന്നവരായിരുന്നു എന്നതാണ്. ബിരുദധാരണ സമയത്തിൽ അവർക്കുണ്ടായിരുന്ന തെളിഞ്ഞ ലക്ഷ്യബോധമായിരുന്നു അവരേയും മറ്റുള്ളവരേയും വേർതിരിച്ച ഒറ്റ വ്യത്യാസം.

സന്തോഷത്തിന് ലക്ഷ്യങ്ങൾ വേണം

ഏൾ നൈറ്റിംഗേൽ എഴുതി; സന്തോഷമെന്നത് പടിപടിയായി മുന്നേറി ശ്രേഷ്ഠതയോ ലക്ഷ്യമോ കൈവരിക്കലാണ്. നിങ്ങൾ യഥാർഥമായും സന്തോഷത്തിലാകുന്നത് പടിപടിയായി മുന്നേറി നിങ്ങൾക്ക് വളരെ പ്രധാനപ്പെട്ടത് നേടുമ്പോഴാണ്.

ലോഗോതെറാപ്പിയുടെ ഉപജ്ഞാതാവായ വിക്ടർ ഫ്രാങ്ക്ൽ പറയുന്നത് മനുഷ്യനുവേണ്ട ഏറ്റവും വലിയ ആവശ്യം എന്നത് ജീവിതത്തിന് അർഥവും ഉദ്ദേശ്യവും ഉണ്ടായിരിക്കുക എന്നതാണ്. നമുക്കൊരു ലക്ഷ്യം മുന്നിൽ വേണമെന്ന് അദ്ദേഹം പറയുന്നു. ലക്ഷ്യബോധം എന്നത് നിങ്ങൾക്ക് ജീവിതത്തിന് അർഥവും ഉദ്ദേശ്യവും വ്യക്തമായ ദിശയെക്കുറിച്ചുള്ള അവബോധവും ഉണ്ടാക്കുന്നു. ലക്ഷ്യത്തോടടുക്കുമ്പോൾ കൂടുതൽ സന്തോഷവും ബലവും കൈവരുന്നു. നിങ്ങൾക്ക് കൂടുതൽ ഉത്സാഹം കൈവരുന്നു. ഫലപ്രദമായി പ്രവർത്തിക്കാനാകുന്നു. നിങ്ങളിലും നിങ്ങളുടെ കഴിവുകളിലും അളവറ്റ ആത്മവിശ്വാസവും പ്രാപ്തിയും നിങ്ങൾക്ക് അനുഭവപ്പെടുന്നു. ലക്ഷ്യത്തിലേക്കുള്ള ഓരോ ചുവടും നിങ്ങൾക്ക് ഭാവിയിൽ കൂടുതൽ വലിയ ലക്ഷ്യങ്ങൾ ഒരുക്കാനും നേടാനുമുള്ള വിശ്വാസം കൂട്ടുന്നു.

ഇക്കാലത്ത് കൂടുതൽപേരും മാറ്റത്തെ ഭയക്കുന്നവരാണ്. ഭാവിയെക്കുറിച്ച് ഉത്കണ്ഠാകുലരാണ്. ചരിത്രത്തിൽ മറ്റൊരു കാലത്തിലുമില്ലാത്ത വിധമാണിത്. ലക്ഷ്യങ്ങൾ ഒരുക്കുന്നതിന്റെ ഒരു ഗുണം

നിങ്ങളുടെ ജീവിതത്തിൽ വേണ്ട മാറ്റങ്ങളെക്കുറിച്ച് നിങ്ങൾക്ക് നല്ല നിയന്ത്രണം കൊണ്ടുവരാൻ കഴിയുമെന്നതാണ്. നിങ്ങളുടെ ജീവിതത്തിൽ സംഭവിക്കുന്ന മാറ്റങ്ങളെല്ലാം സ്വയം തീരുമാനിക്കുന്നതും സ്വയംനിർദേശിക്കുന്നതുമാണെന്ന് കാണാം. നിങ്ങളെന്ത് ചെയ്യുന്നതിലും ലക്ഷ്യവും ഉദ്ദേശ്യവുംകൊണ്ട് വരാൻ ലക്ഷ്യം സെറ്റ് ചെയ്യുന്നതിലൂടെ കഴിയുന്നു.

ഗ്രീക്ക് തത്വചിന്തകനായ അരിസ്റ്റോട്ടിലിന്റെ പ്രധാന അനുശാസനമെന്നത് മനുഷ്യൻ എന്നത് 'ടെലിയോളജിക്കൽ ഓർഗാനിസം' ആണെന്നാണ്. "teleos' എന്ന ഗ്രീക്ക് വാക്കിന്റെ അർഥം ലക്ഷ്യം, ഉദ്ദേശ്യം എന്നാണ്. മനുഷ്യന്റെ എല്ലാ പ്രവൃത്തികളും ഒരു തരത്തിൽ ഉദ്ദേശ്യമുള്ളതാണ്. നിങ്ങൾ ചെയ്യുന്നത് നിങ്ങൾ ആഗ്രഹിക്കുന്നതിലേക്ക് നയിക്കുമ്പോൾ മാത്രമാണ് നിങ്ങൾ യഥാർഥത്തിൽ സന്തോഷവാനാകുന്നത്. അപ്പോൾ വലിയചോദ്യങ്ങളെന്നത്: എന്താണ് നിങ്ങളുടെ ലക്ഷ്യം? എന്താണ് നിങ്ങൾ ഉന്നമിടുന്നത്? ഓരോ ദിവസവും എങ്ങനെ ചെലവഴിക്കണമെന്നാണ് നിങ്ങൾ ലക്ഷ്യമിടുന്നത്?

നിങ്ങളുടെ കൈയിലാണ് താക്കോൽ

ലക്ഷ്യങ്ങൾ സെറ്റ് ചെയ്യുക, ഓരോ ദിവസവും അതിനായി പരിശ്രമിച്ചുകൊണ്ടിരിക്കുക, ആത്യന്തികമായി ആ ലക്ഷ്യങ്ങൾ നേടുക, ഇതാണ് ജീവിതത്തിൽ സന്തോഷം കൊണ്ടുവരുന്നതിലെ പ്രധാനകാര്യം. ലക്ഷ്യങ്ങൾ സെറ്റ് ചെയ്യുക എന്നത് സുശക്തമാണ്. ആ ലക്ഷ്യങ്ങൾ നേടുക എന്നതിലേക്ക് ആദ്യ ചുവടുവെയ്ക്കും മുമ്പേ അക്കാര്യത്തെക്കുറിച്ച് ചിന്തിക്കുമ്പോൾ തന്നെ നിങ്ങൾക്ക് സന്തോഷം ലഭിക്കും.

നിങ്ങളുടെ യഥാർഥത്തിലുള്ള മുഴുവൻ കഴിവുകളും കെട്ടഴിച്ച് വിടുന്നതിന് നിങ്ങൾ ശിഷ്ടകാലം മുഴുവൻ ദിവസവും ലക്ഷ്യങ്ങൾ ഒരുക്കുന്നത് ശീലമാക്കണം. ലേസർ രശ്മിപോലെ ഫോക്കസ് ചെയ്യാനുള്ള കഴിവ് വികസിപ്പിച്ച് വരണം. എന്നാലേ തനിക്ക് എന്താണ് വേണ്ടതെന്ന് എല്ലായ്പ്പോഴും ചിന്തിക്കാനും സംസാരിക്കാനുമാകൂ.

നിങ്ങൾ തീരുമാനമെടുക്കുക. ആ നിമിഷം തൊട്ടാണ് നിങ്ങൾ പ്രധാനപ്പെട്ട ലക്ഷ്യം തേടുന്ന ജീവിയായിത്തീരുന്നത്. തൊടുത്തുവിട്ട മിസൈൽ പോലെയോ കൂട്ടിൽ തിരിച്ചെത്തുന്ന പ്രാവ് പോലെയോ ദിശതെറ്റാതെ നിങ്ങൾ സഞ്ചരിച്ച് തുടങ്ങുകയും ചെയ്യും.

നിങ്ങൾക്ക് ഏറ്റവും ആവശ്യമുള്ള കാര്യങ്ങൾ കിട്ടാനും നേടാനും അതിൽ ആയിരിക്കാനും വേണ്ടി നിരന്തരമായി പ്രവർത്തിക്കുക. വളരെ സുദീർഘവും സന്തോഷകരവും ആരോഗ്യകരവും സമൃദ്ധിയും ഉള്ള ജീവിതം കിട്ടാനായി ഇതിലും വലിയ ഉറപ്പ് വേറെയില്ല. വ്യക്തമായ ലക്ഷ്യങ്ങൾ, നിങ്ങൾക്ക് നിങ്ങളുടെ മുഴുവൻ കഴിവുകളും പ്രകാശിപ്പിച്ച് നിങ്ങളുടെ വ്യക്തിപരവും പ്രൊഫഷണൽ ജീവിതവും കൂടുതൽ വിജയകരമാക്കാൻ സഹായിക്കുന്നു. തടസ്സങ്ങളെല്ലാം മറികടന്ന് നിങ്ങളുടെ ഭാവി നേട്ടങ്ങൾ അസംഖ്യമാക്കുന്നതിന് ലക്ഷ്യങ്ങൾ സഹായിക്കുന്നു.

തുടക്കമിടാം: സാധ്യതകളുടെ കെട്ടഴിക്കാം

1. നിങ്ങൾക്കായി സെറ്റ് ചെയ്യുന്ന ഏത് ലക്ഷ്യങ്ങളും നേടാനുള്ള ജന്മസിദ്ധ കഴിവുകൾ നിങ്ങൾക്കുണ്ടെന്ന് അനുമാനിക്കുക. എന്താണ് നിങ്ങൾക്ക് യഥാർഥത്തിൽ ആയിത്തീരേണ്ടത്? എന്തുവേണം? എന്ത് ചെയ്യണം?
2. ജീവിതത്തിൽ നിങ്ങൾക്കുണ്ടായിരിക്കേണ്ട ഏറ്റവും മഹത്തായ ലക്ഷ്യവും ഉദ്ദേശ്യവും ഏതെന്നതിനെക്കുറിച്ച് തിരിച്ചറിവുണ്ടാക്കുക. അത് നേടാൻ നിങ്ങൾക്കെന്ത് കൂടുതലായി ചെയ്യാനാകും?
3. നിങ്ങളുടെ ഇപ്പോഴുള്ള സ്വകാര്യ പ്രൊഫഷണൽ ജീവിതം എങ്ങനെയെന്ന് ഒന്ന് ആലോചിച്ച് നോക്കൂ. നിങ്ങളുടെ സ്വന്തം ചിന്തകൾകൊണ്ട് എന്തുമാത്രം നിങ്ങളുടേതായ ലോകം സൃഷ്ടിക്കാൻ കഴിഞ്ഞിട്ടുണ്ടെന്ന് കണ്ടെത്തുക. എന്താണ് നിങ്ങൾ മാറ്റേണ്ടത് എന്നതിനെക്കുറിച്ച് ചിന്തിക്കുക.
4. ജീവിതത്തിൽ നിങ്ങൾക്കുവേണ്ട കാര്യങ്ങളെക്കുറിച്ച് മാത്രമേ ചിന്തിക്കുകയും സംസാരിക്കുകയും ചെയ്യൂയെന്ന് ദൃഢനിശ്ചയം ചെയ്യുക. നിങ്ങൾക്ക് വേണ്ടാത്ത കാര്യങ്ങളെക്കുറിച്ച് സംസാരിക്കാതിരിക്കുക.
5. നിങ്ങൾക്ക് നേടേണ്ടതായ ഏറ്റവും പ്രധാനപ്പെട്ട ലക്ഷ്യം നേടിയെടുക്കുന്നതിന് നിങ്ങളെന്ത് വിലക്കൊടുക്കണമെന്ന് നിർണയിക്കുക. എന്നിട്ട് അതിനായി ഇന്നുതന്നെ പ്രവർത്തിച്ചുതുടങ്ങുക.
6. നിങ്ങളുടെ ലക്ഷ്യം നേടുന്ന കാര്യത്തിൽ നിങ്ങൾക്കൊരു ശങ്കയുമില്ല. അക്കാര്യത്തിൽ വിജയിക്കുമെന്നത് തീർത്തും ഉറപ്പാണ്. ഒരു ഭയപ്പാടുമില്ല. ഇനി എന്താണ് നിങ്ങൾ നിങ്ങൾക്കായി ഒരുക്കുന്ന ലക്ഷ്യം?
7. മുൻപറഞ്ഞ ചോദ്യങ്ങൾക്കുള്ള ഉത്തരങ്ങളിൽ നിങ്ങൾ ഉടനെ എടുക്കാൻ പോകുന്ന ഒരു പ്രവൃത്തിയെന്താണ്?

2

ജീവിതത്തിന്റെ ഉത്തരവാദിത്വം ഏറ്റെടുക്കുക

പൊതുതത്വമായി പറയുകയാണെങ്കിൽ ഒരു മനുഷ്യൻ കാര്യമായൊന്നും കൂടാതെയാണ് ജനിക്കുന്നത്. അയാൾ ഉണ്ടാക്കിയെടുക്കുന്നതാണ് ബാക്കിയെല്ലാം.

അലക്സാണ്ടർ ഗ്രഹാം ബെൽ

എനിക്കന്ന് ഇരുപത്തൊന്ന് വയസ്സ് പ്രായം. നിർമാണത്തൊഴിലാളിയായി കഷ്ടപ്പെടുന്ന സമയം. പണമൊന്നുമില്ല. ഇടുങ്ങിയ ഒറ്റ മുറിയിലാണ് താമസം. കിടുകിടുക്കുന്ന തണുപ്പ് കാലം. പണി കഴിഞ്ഞ് റൂമിലെത്തിയാൽ പുറത്തിറങ്ങാൻ കഴിയാത്ത തണുപ്പ്. പുറത്തേക്കിറങ്ങാനേ കഴിഞ്ഞിരുന്നില്ല. അതുകൊണ്ട് ഒരു ഗുണമുണ്ടായി. ഇഷ്ടംപോലെ ചിന്തിക്കാൻ സമയം കിട്ടി.

ഒരു രാത്രി അടുക്കളയിലെ ചെറിയ മേശയിൽ ഞാൻ ഇരിക്കുമ്പോൾ വലിയൊരു തിരിച്ചറിവ് ലഭിച്ചു. അത് എന്റെ ജീവിതം മാറ്റി. എന്റെ ശിഷ്ടകാലം സംഭവിക്കാൻ പോകുന്നതെല്ലാം ഞാൻ തീരുമാനിക്കും പോലെയിരിക്കുമെന്ന് ഞാൻ പെട്ടെന്ന് തിരിച്ചറിഞ്ഞു. മറ്റൊരുത്തനും ഒരിക്കലും എന്നെ സഹായിക്കാനുണ്ടാകില്ല. മറ്റൊരുവനും എന്റെ രക്ഷയ്ക്ക് വരില്ല.

വീട്ടിൽനിന്ന് ആയിരക്കണക്കിന് മൈൽ അപ്പുറത്താണ് എന്റെ താമസം. നീണ്ടകാലത്തേക്ക് തിരിച്ചുപോക്കും ഉദ്ദേശിച്ചിട്ടില്ല.

ആ സമയം ഞാൻ വ്യക്തമായി തിരിച്ചറിഞ്ഞു, എന്റെ ജീവിതത്തിൽ എന്തെങ്കിലും മാറ്റമുണ്ടാക്കുകയാണെങ്കിൽ അത് എന്നിൽ നിന്നുതന്നെ തുടങ്ങണമെന്ന്. ഞാൻ മാറിയില്ലെങ്കിൽ മറ്റൊന്നിനും മാറ്റമുണ്ടാക്കാനാകില്ല. ഞാനാണ് എന്റെ ജീവിതത്തിന്റെ ഉത്തരവാദി.

വലിയ കണ്ടുപിടുത്തം

ആ നിമിഷം ഞാനിപ്പോഴും ഓർക്കുന്നു. ജീവിതത്തിലെ ആദ്യത്തെ പാരച്യൂട്ട് ചാട്ടം പോലെയായിരുന്നത്. ഒരേസമയം പേടിപ്പിക്കുന്നതും ആഹ്ലാദിപ്പിക്കുന്നതുമായ അനുഭവം. ജീവിതത്തിന്റെ അരികിൽ നിൽക്കുകയായിരുന്നു. ചാടാൻ തന്നെ ഞാൻ തീരുമാനിച്ചു. ആ നിമിഷം മുതൽ എന്റെ ജീവിതത്തിന്റെ ഉത്തരവാദിത്വം എനിക്ക് തന്നെയെന്ന് അംഗീകരിച്ചു. എന്റെ സാഹചര്യം വ്യത്യസ്തമാകണമെന്ന് എനിക്ക് ആഗ്രഹമുണ്ടെങ്കിൽ ഞാനും വ്യത്യസ്തനായിരിക്കണമെന്ന് മനസ്സിലായി. എല്ലാം എന്നിൽ നിക്ഷിപ്തമായിരിക്കുന്നു.

ജീവിതത്തിന്റെ പരിപൂർണ ഉത്തരവാദിത്വം അംഗീകരിക്കുന്നതോടെ കുട്ടിക്കാലത്തുനിന്ന് പ്രായപൂർത്തിയിലേക്ക് നമ്മൾ വമ്പൻ ചാട്ടം തന്നെയാണ് നടത്തേണ്ടതെന്ന് പിന്നീടെനിക്ക് മനസ്സിലായി. നിർഭാഗ്യവശാൽ ഭൂരിഭാഗവും ഇത്തരം വൻചാട്ടങ്ങൾക്ക് മുതിരാറില്ല. കഴിഞ്ഞ കാലത്തെ അസന്തുഷ്ടി നിറഞ്ഞ അനുഭവങ്ങളെ പഴിപറഞ്ഞ് കാലം കഴിക്കുന്ന നാൽപ്പതുകളിലും അമ്പതുകളിലുമുള്ള ധാരാളം പേരെ എനിക്ക് പരിചയമുണ്ട്. മറ്റുള്ളവരെയും സാഹചര്യങ്ങളെയും ഇപ്പോഴും ഇവർ പഴിചാരുന്നു. ഇരുപതോ മുപ്പതോ, എന്തിന്, നാൽപ്പത് വർഷംമുമ്പുവരെ തനിക്ക് മാതാപിതാക്കളിലൊരാൾ ചെയ്തതോ ചെയ്യാത്തതോ ആയ കാര്യങ്ങളെക്കുറിച്ച് ഇപ്പോഴും ദേഷ്യപ്പെട്ടിരിക്കുന്നവരാണ് അധികവും. അവർ തങ്ങളുടെ ഭൂതകാലത്തിൽ കുടുങ്ങിക്കിടക്കുകയാണ്. അവർക്കതിൽനിന്ന് രക്ഷപ്പെടാനാകുന്നില്ല.

നിങ്ങളുടെ ഏറ്റവും ചീത്തയായ ശത്രുക്കൾ

സന്തോഷം, വിജയം എന്നിവയുടെ ഏറ്റവും വലിയ ശത്രുക്കൾ എല്ലാ തരത്തിലുമുള്ള നെഗറ്റീവ് ചിന്തകൾ തന്നെയാണ്. നെഗറ്റീവ് ചിന്തകൾ നിങ്ങളെ ആകെ ക്ഷീണിപ്പിക്കും. തള്ളിത്താഴെയിടും, ജീവിതത്തിലെ എല്ലാ സന്തോഷങ്ങളും കവർന്നെടുക്കുകയും ചെയ്യും. ചരിത്രമെടുക്കുകയാണെങ്കിൽ പ്ലേഗ് എന്ന മഹാമാരി വിതച്ചതിനേക്കാൾ കൂടിയ നാശമാണ് നെഗറ്റീവ് ചിന്തകൾ വ്യക്തികളിലും സമൂഹങ്ങളിലും ഉണ്ടാക്കിയിരിക്കുന്നത്. ജീവിതത്തിൽ ശരിയായ സന്തോഷവും വിജയവും വേണമെന്ന പ്രധാനപ്പെട്ട ലക്ഷ്യം നേടണോ? നെഗറ്റീവ് ചിന്തകളിൽനിന്ന് പൂർണമായും മോചിതനാകുകതന്നെ വേണം. ഭാഗ്യവശാൽ നിങ്ങൾക്കിത് ഇപ്പോൾ ചെയ്യാനാകും. എങ്ങനെ സാധിക്കുമെന്ന് പഠിച്ചാൽ മാത്രം മതി.

ഭയം, സ്വയമേവയുള്ള സങ്കടം, അസൂയ, കുശുമ്പ് അപകർഷതാബോധം, ആത്യന്തികമായി കോപം എന്നിവ നെഗറ്റീവ് ചിന്തകളെ ഉണർത്തും. നിങ്ങളുടെ ചിന്തകളിൽനിന്ന് ഈ നെഗറ്റീവ് ഘടകങ്ങൾ കണ്ടെത്തി നീക്കം ചെയ്യണം. അപ്പോൾ നിങ്ങളുടെ നെഗറ്റീവ് ചിന്തകൾ താനെ നിൽക്കും. നെഗറ്റീവ് ചിന്തകൾ നിൽക്കുന്നതോടെ പോസിറ്റീവ് വികാരങ്ങളായ സ്നേഹം, സന്തോഷം, ഉത്സാഹം എന്നിവയെല്ലാം അതിന്റെ സ്ഥാനത്ത് നിറയും. ചിലപ്പോൾ മിനിറ്റുകൾക്കുള്ളിലോ, എന്തിന്, നിമിഷങ്ങൾക്കുള്ളിലോ നിങ്ങളുടെ മൊത്തം ജീവിതം നല്ലതിനായി മാറും.

ന്യായീകരിക്കൽ നിർത്തുക

നെഗറ്റീവ് വികാരങ്ങൾക്ക് അടിസ്ഥാനമായ നാല് മൂലകാരണങ്ങളിൽ ഒന്നാമത്തേത് ന്യായീകരണമാണ്. ദേഷ്യപ്പെടാനുള്ള കാരണം നിങ്ങളോടും മറ്റുള്ളവരോടും ന്യായീകരിക്കുകയായിരിക്കും ആദ്യപടി. ചില കാരണങ്ങളാൽ നിങ്ങൾക്ക് ദേഷ്യപ്പെടാനോ അസ്വസ്ഥനാകാനോ അവകാശമുണ്ടെന്ന് ന്യായീകരിച്ചെടുക്കുകയാണ്. എപ്പോഴും ദേഷ്യപ്പെടുന്നവരെ ശ്രദ്ധിച്ചിട്ടുണ്ടോ? തങ്ങളുടെ നെഗറ്റീവ് ചിന്തകളുടെ കാരണങ്ങൾ തുടർച്ചയായി വിശദീകരിക്കുകയും വിസ്തരിക്കുകയും ചെയ്യുന്നവരായിരിക്കുമവർ. നിങ്ങളുടെ നെഗറ്റീവ് ചിന്തകളെ ന്യായീകരിക്കാതിരിക്കൂ, അപ്പോൾ നിങ്ങൾക്ക് ദേഷ്യപ്പെടാനാകില്ല.

ഉദാഹരണമായി, സാമ്പത്തികബുദ്ധിമുട്ടുമൂലമോ കമ്പനിയിലെ വിൽപ്പന കുറഞ്ഞതുമൂലമോ ഒരാളെ പിരിച്ചുവിട്ടെന്നിരിക്കട്ടെ. ജീവിതത്തിൽ ഭൂരിഭാഗം പേർക്കും ഇപ്പോഴല്ലെങ്കിൽ മറ്റൊരിക്കൽ സംഭവിക്കാവുന്ന കാര്യമാണിത്. എന്നാൽ പിരിച്ചുവിട്ട ജീവനക്കാരൻ ഇതോടെ ബോസിനെ ചീത്തവിളിക്കാൻ തുടങ്ങും. തന്റെ പിരിച്ചുവിടൽ അന്യായമെന്ന് സ്ഥാപിക്കാൻ നിരവധി കാരണങ്ങളും നിരത്തിയാകും തന്റെ ദേഷ്യപ്പെടലിനെ ആ വ്യക്തി ന്യായീകരിക്കുക. ഇതിനെതിരെ കേസിന് പോകുമെന്നോ മറ്റ് പ്രതികാര നടപടിയെടുക്കുമെന്നോ ഈ വ്യക്തി നിരന്തരമായി പറഞ്ഞുകൊണ്ടിരിക്കുകയും ചെയ്യും. ഇത്തരം നെഗറ്റീവ് വികാരങ്ങൾ പറഞ്ഞുകൊണ്ടിരിക്കുന്ന കാലമത്രയും ഇത്തരം നെഗറ്റീവ് വികാരങ്ങൾ ഇയാളെ നിയന്ത്രിക്കാനും ഭരിക്കാനും തുടങ്ങും. ഇത് അയാളുടെ ചിന്തയും എന്തിന് ജീവിതംതന്നെ കൈവശപ്പെടുത്തുകയും ചെയ്യും.

'ശരി, എന്റെ ജോലി പോയി. ഇതെല്ലാം സംഭവിച്ചു. അതെനിക്ക് മാത്രം നേരിടേണ്ടിവന്ന തീർത്തും വ്യക്തിപരമായ കാര്യമല്ല.

എക്കാലത്തും ആളുകളെ ഇങ്ങനെ പിരിച്ചുവിട്ടിട്ടുണ്ട്. പുതിയ ജോലി കണ്ടെത്താൻ ശ്രമിക്കുന്നതായിരിക്കും എനിക്ക് നല്ലത്.' അയാൾ ഇങ്ങനെ പറയുന്നു എന്നിരിക്കട്ടെ, അതോടെ അയാളുടെ എല്ലാ നെഗറ്റീവ് ചിന്തകളും അപ്രത്യക്ഷമാകും. അയാൾ നേടിയെടുക്കേണ്ട പുതിയ ജോലിയുടെ കാര്യത്തിൽ കൂടുതൽ ശാന്തത കൈവരും.

തിരിച്ച് ജോലിയിൽ പ്രവേശിക്കാനുള്ള വ്യക്തവും ഫോക്കസ് ചെയ്തതുമായ ലക്ഷ്യബോധവുമുണ്ടാകും. ന്യായീകരണം നിർത്തുന്നതോടെ കൂടുതൽ പോസിറ്റീവായി ഫലപ്രദമായി പ്രവർത്തിക്കുന്ന വ്യക്തിയുമാകും.

അനുകൂലമായി വ്യാഖാനിക്കുന്നതും ഒഴികഴിവുകൾ പറയുന്നതും നിർത്തുക

സ്വന്തം സൗകര്യങ്ങൾക്കനുസരിച്ച് കാര്യങ്ങളെ വ്യാഖ്യാനിക്കുന്നതാണ് നെഗറ്റീവ് വികാരങ്ങൾ കൊണ്ടുനടക്കുന്നതിനുള്ള രണ്ടാമത്തെ കാരണം. സമൂഹത്തിന് പൊതുവേ സ്വീകാര്യമല്ലാത്ത പ്രവൃത്തിയെ സമൂഹത്തിന് സ്വീകാര്യമാണെന്നമട്ടിൽ വ്യാഖ്യാനിക്കാൻ ശ്രമിക്കുന്നു.

നിങ്ങൾ ചെയ്തത് മോശവും അതിനെക്കുറിച്ച് അസന്തുഷ്ടനുമാണെങ്കിലും നിങ്ങളതിനെ മൊത്തത്തിൽ അനുകൂലമാക്കി മാറ്റും. അതിലെ അനുകൂലമായ കാര്യങ്ങൾ മാത്രം ചൂണ്ടിക്കാട്ടിയായിരിക്കുമിത്. ചെയ്ത പ്രവൃത്തിയിലെ പ്രധാന കുറ്റക്കാരൻ നിങ്ങളാണെങ്കിലും കേട്ടാൽ ശരിയാണെന്ന് തോന്നിക്കുന്ന വിശദീകരണങ്ങൾ സൃഷ്ടിച്ച് നിങ്ങൾ നിങ്ങളോടുതന്നെ ക്ഷമിക്കും. എല്ലാ കാര്യങ്ങളും പരിഗണിക്കുമ്പോൾ നിങ്ങളുടെ പെരുമാറ്റം പൊതുവേ സ്വീകാര്യമാണെന്ന് കാര്യങ്ങളെല്ലാം സങ്കീർണമാക്കി നിങ്ങൾ സമർഥിക്കും. ഇത്തരം വ്യാഖ്യാനങ്ങൾ നിങ്ങളുടെ നെഗറ്റീവ് സ്വഭാവത്തെ അങ്ങനെതന്നെ നിലനിർത്തും.

നിങ്ങളുടെ പ്രശ്നങ്ങൾക്കെല്ലാം ഉറവിടവും കാരണവുമായി മറ്റൊരാളിനെയോ മറ്റെന്തെങ്കിലുമോ നിങ്ങൾ കൊണ്ടുവരും. നിങ്ങളുടെ റോൾ എപ്പോഴും ഇരയുടെതായിരിക്കും. മറ്റൊരു വ്യക്തി, അല്ലെങ്കിൽ സംഘടനയാകും എപ്പോഴും പ്രതിസ്ഥാനത്ത്.

മറ്റുള്ളവരുടെ അഭിപ്രായങ്ങൾക്ക് മീതെ ഉയരുക

മറ്റുള്ളവർ എങ്ങനെ നിങ്ങളോട് പെരുമാറുന്നു എന്നതിൽ അതീവ ഉത്കണ്ഠ പുലർത്തുന്നതും പെട്ടെന്ന് വികാരഭരിതനാകു

ന്നതും നെഗറ്റീവ് ചിന്തകൾ കൊണ്ടുനടക്കാനുള്ള മൂന്നാമത്തെ കാരണമാണ്. മറ്റുള്ളവർ പറയുന്നതിൽ മാത്രം സ്വന്തം ഇമേജ് കണക്കാക്കുന്നവരുണ്ട്. നമ്മെക്കുറിച്ച് നമ്മോടോ മറ്റുള്ളവരോടോ പറയുന്നതോ പെരുമാറുന്നതോ, എന്തിന്, നോക്കുന്നതുപോലുമോ നമ്മുടെ പ്രതിച്ഛായയെക്കുറിച്ചുള്ള അളവുകോലായി സ്വീകരിക്കുന്നു. മറ്റുള്ളവർ പറയുന്നതിൽ അപ്പുറം നമ്മെക്കുറിച്ച് മതിപ്പ് ഇല്ലാത്തവരാകും. എന്തെങ്കിലും കാരണത്താൽ മറ്റുള്ളവർ നമ്മെ നെഗറ്റീവായി പറഞ്ഞാൽ ഉടനെ ദേഷ്യം, അമ്പരപ്പ്, നാണക്കേട്, അപകർഷതാബോധം എന്നിവയാൽ പുളയാൻ തുടങ്ങും. ചിലർക്ക് അകാരണമായ വിഷാദം വരും. നിരാശയുണ്ടാകും. തന്നോടുതന്നെ അവജ്ഞ ഉണ്ടാകും.

മിക്കവാറും നമ്മൾ ചെയ്യുന്നതിൽ ഭൂരിഭാഗവും മറ്റുള്ളവരിൽ മതിപ്പുണ്ടാക്കാനും അല്ലെങ്കിൽ ഉണ്ടാക്കിയ മതിപ്പ് കളഞ്ഞു കുളിക്കാതിരിക്കാനുമാകുമെന്ന് മനശ്ശാസ്ത്രജ്ഞന്മാർ എന്തുകൊണ്ട് പറയുന്നു എന്നതിനെ ഇത് വിശദീകരിക്കുന്നു. ഈ ഉത്കണ്ഠ നീക്കാൻ ഒരു മാർഗ്ഗമുണ്ട്. മറ്റുള്ളവരാരും നിങ്ങളെക്കുറിച്ച് ചിന്തിച്ചുകൊണ്ടിരിക്കുന്നില്ല എന്ന തിരിച്ചറിയുക. അവരെല്ലാം സ്വന്തം ജീവിതം എങ്ങനെ മുന്നോട്ട് കൊണ്ടുപോകാം എന്ന് ചിന്തിക്കുന്നവരായിരിക്കും. അവർക്കൊന്നും മറ്റുള്ളവരെക്കുറിച്ച് ആലോചിക്കാനുമൊന്നും സമയമുണ്ടാകില്ല. നിങ്ങളെക്കുറിച്ച് മറ്റുള്ളവർ എത്രയോ കുറവാണ് ചിന്തിക്കുക എന്ന വാസ്തവം നിങ്ങൾ യഥാർഥത്തിൽ തിരിച്ചറിഞ്ഞാൽ നിങ്ങൾക്ക് ചിലപ്പോൾ അപമാനമുണ്ടാകുമെന്ന് പറയപ്പെടുന്നു.

മറ്റുള്ളവർക്കൊന്നും പങ്കില്ലെന്ന് തിരിച്ചറിയുക

നെഗറ്റീവ് ചിന്തകൾക്കുള്ള നാലാമത്തെയും ഏറ്റവും പ്രധാനപ്പെട്ടതുമായ കാരണം കുറ്റപ്പെടുത്തലാണ്. പൊതുവേ ഞാൻ സെമിനാറുകളിൽ 'നെഗറ്റീവ് വികാരങ്ങളുടെ മരം' പ്രദർശിപ്പിക്കുക പതിവുണ്ട്. നമ്മുടെ പ്രശ്നങ്ങളെ മറ്റുള്ളവരിൽ കുറ്റംചാരുന്ന പ്രവണത ഞാൻ സൂചിപ്പിക്കുക തായ്മരത്തെ അടയാളപ്പെടുത്തിയാണ്. മരം വെട്ടുന്നതോടെ മരത്തിലെ ഫലങ്ങളെല്ലാം താഴെ വീഴുന്നു. കുറ്റപ്പെടുത്തൽ നിർത്തുന്നതോടെ നെഗറ്റീവ് ചിന്തകളും നിലംപതിക്കും. ക്രിസ്മസ് ട്രീയിലേക്കുള്ള കണക്ഷൻ ഊരുന്നതോടെ അതിൽ കത്തിനിന്നിരുന്ന ബൾബുകളെല്ലാം മിഴിയടയ്ക്കുന്നപോലെ തന്നെ.

ഉത്തരവാദിത്വമാണ് പ്രതിവിധി

നിങ്ങളുടെ ജീവിതസാഹചര്യങ്ങളിലെല്ലാം പരിപൂർണ ഉത്തരവാദിത്വം ഏറ്റെടുക്കുക എന്നതാണ് നെഗറ്റീവ് ചിന്തകളെ അകറ്റാനുള്ള പ്രതിവിധി. ഞാനാണ് ഉത്തരവാദിയെന്ന് ധൈര്യമായി പറയാൻ നിങ്ങൾക്ക് കഴിയുന്നില്ല. എന്നിട്ട് ദേഷ്യക്കാരനായി തുടരുകയും ചെയ്യും. ഉത്തരവാദിത്വങ്ങൾ അംഗീകരിച്ച് നോക്കൂ, നിങ്ങളിലുള്ള എല്ലാ നെഗറ്റീവ് ചിന്തകളും ആ നിമിഷം വിട്ടകലും. ലളിതവും ശക്തവുമായ ഈ തിരിച്ചറിവുണ്ടായതാണ് എന്റെ ജീവിതത്തിലെ വഴിത്തിരിവ്. എന്റെ ആയിരക്കണക്കിന് വിദ്യാർഥികളിലും ഈ തിരിച്ചറിവ് വഴിത്തിരിവായിട്ടുണ്ട്.

ഏതെങ്കിലും കാരണത്താൽ ദേഷ്യം വരുമ്പോഴോ, അസ്വസ്ഥനാകുമ്പോഴോ 'ഞാൻ ഉത്തരവാദിയാണ്' എന്നുമാത്രം പറയാൻ കഴിയുന്നതിലൂടെ എല്ലാ നെഗറ്റീവ് ചിന്തകളിൽനിന്നും വിടുതൽ നേടി നിങ്ങളുടെ ജീവിതത്തിന്റെ മൊത്തം നിയന്ത്രണം ഏറ്റെടുക്കാൻ കഴിയുന്നത് ഒന്ന് ചിന്തിച്ച് നോക്കൂ. നിങ്ങളുടെ ജീവിതത്തിലെ എല്ലാ മേഖലകളിലും ലക്ഷ്യം ഒരുക്കുന്നതിനും നേടുന്നതിനും എല്ലാ തരത്തിലുമുള്ള നെഗറ്റീവ് വികാരങ്ങളിൽനിന്നും മോചനം നേടിയേ തീരൂ. മാനസികമായും വൈകാരികമായും സ്വതന്ത്രരായിരിക്കുമ്പോൾ മാത്രമേ ഊർജമെല്ലാം നേരായ ദിശയിലേക്ക് വഴിതിരിച്ച് വിടാനാകൂ. വ്യക്തിപരമായ പൂർണമായ ഉത്തരവാദിത്വം ഏറ്റെടുത്തില്ലെങ്കിൽ ഒരു വളർച്ചയും സാധ്യമല്ല. എന്നാൽ ഒരിക്കൽ പൂർണമായ ഉത്തരവാദിത്വം സ്വീകരിക്കുമ്പോൾ നിങ്ങൾക്ക് ചെയ്യാനാകുന്നതിലും നേടാനാകുന്നതിലും ഒരു പരിധിയുമുണ്ടായിരിക്കില്ല.

മറ്റുള്ളവരെ പഴിപറയുന്നത് നിർത്തുക

ഇപ്പോൾ മുതൽ നിങ്ങൾ ഒരാളെയും പഴി പറയരുത്. അത് ഭൂതകാലത്തെയോ വർത്തമാനകാലത്തെയോ ഭാവിയിലെയോ ആകട്ടെ, പഴി വേണ്ട. എലനർ റൂസ്‌വെൽറ്റ് പറഞ്ഞതുപോലെ 'നിങ്ങളുടെ അനുമതി ഇല്ലാതെ ഒരാൾക്കും നിങ്ങളെ മോശക്കാരനാക്കാൻ കഴിയില്ല'. കൊമേഡിയൻ ബഡ്ഡി ഹാക്കിറ്റ് പറഞ്ഞത്, 'ഞാനൊരിക്കലും വെറുപ്പ് മനസ്സിൽ സൂക്ഷിക്കാറില്ല, നിങ്ങൾ വെറുപ്പ് മനസ്സിൽ സൂക്ഷിച്ചാൽ മറ്റുള്ളവരാകും അതിൽ സന്തോഷിക്കുക' എന്നാണ്.

ഇനിമുതൽ നിങ്ങളുടെ പെരുമാറ്റങ്ങളിൽ വെറുതെ ന്യായീകരിക്കാനോ നീതീകരിക്കാനോ മുതിരാതിരിക്കുക. നിങ്ങൾക്ക്

തെറ്റുപറ്റുമ്പോൾ ക്ഷമിക്കണം എന്ന് പറഞ്ഞ് എത്രയും വേഗം ആ സാഹചര്യം തിരുത്താൻ ശ്രമിക്കണം. മറ്റുള്ളവരെ കുറ്റംപറയാനും ന്യായീകരിക്കാനും മുതിരുമ്പോൾ നിങ്ങളുടെ ശക്തിയാണ് ചോർത്തിക്കളയുന്നത്. നിങ്ങൾ ദുർബലനായതായും ശക്തി ചോർന്നതായും ബോധ്യപ്പെടും. നെഗറ്റീവ് ചിന്തകൾ വളരും. ഉള്ളിൽ ദേഷ്യം കുമിഞ്ഞുകൂടും. ഒരിക്കലും അതിന് വഴിവയ്ക്കരുത്.

നിങ്ങളുടെ വികാരങ്ങൾ നിയന്ത്രിക്കുക

നിങ്ങളുടെ മനസ്സ് പോസിറ്റീവായി നിലനിർത്താൻ മറ്റുള്ളവരെ എന്തുകാര്യത്തിനും വിമർശിക്കുന്നതും പരാതിപറയുന്നതും കുറ്റപ്പെടുത്തുന്നതും നിർത്തുക. മറ്റുള്ളവരെ വിമർശിക്കുമ്പോഴും നിങ്ങൾക്കിഷ്ടമില്ലാത്തതിൽ പരാതി പറയുമ്പോഴും മറ്റുള്ളവർ ചെയ്തതിലോ ചെയ്യാത്തതിലോ കുറ്റപ്പെടുത്തുമ്പോഴും നിങ്ങൾ നെഗറ്റീവ് വികാരങ്ങളാണ് വളർത്തുന്നത്. അത് ഉള്ളിൽ കോപം കത്തിജ്വലിപ്പിക്കും. അപ്പോൾ നിങ്ങൾ മാത്രമായിരിക്കും അതിന്റെ ദുരന്തഫലം ഏറ്റുവാങ്ങുക. നിങ്ങളുടെ നെഗറ്റീവ് വികാരങ്ങൾ മറ്റുള്ളവരിൽ ഒരു ഫലവുമുണ്ടാക്കുന്നില്ല. മറ്റുള്ളവരോട് ദേഷ്യപ്പെടുമ്പോൾ മറ്റുള്ളവന് നിങ്ങൾക്കുമേൽ നിയന്ത്രണം കൊണ്ടുവരാനാണ് വഴിവയ്ക്കുക. നീണ്ട ജീവിതകാലയളവിൽ അത് മോശമായി നിങ്ങളുടെ ജീവിതത്തിൽ പ്രതിഫലിക്കുകയും ചെയ്യും. ഇത് തീർത്തും ബാലിശമാണ്.

The Seat of the Soul എന്ന പുസ്തകത്തിൽ ഗാരി സുക്കാവ് എഴുതി: 'പോസിറ്റീവ് വികാരങ്ങൾ നമ്മെ ശാക്തീകരിക്കും. നെഗറ്റീവ് ചിന്തകൾ നമ്മെ തളർത്തും, പോസിറ്റീവ് വികാരങ്ങളായ സന്തോഷം, ആവേശം, സ്നേഹം, ഉന്മേഷം എന്നിവ നിങ്ങളെ കൂടുതൽ ശക്തനും ആത്മവിശ്വാസമുള്ളവനുമാക്കും. നെഗറ്റീവ് വികാരങ്ങളായ ദേഷ്യം, മനോവേദന, കുറ്റപ്പെടുത്തൽ എന്നിവ നിങ്ങളെ ദുർബലനാക്കും. അതുമൂലം കോപവും വിരോധവും ശുണ്ഠിയും അസന്തുഷ്ടിയും കൂടെക്കൂടും.

നിങ്ങളിലുള്ള ഉത്തരവാദിത്വം പൂർണമായും ഏറ്റെടുക്കാൻ തീരുമാനിക്കുമ്പോൾത്തന്നെ നിങ്ങളുടെ സാഹചര്യം മുതൽ എല്ലാം മാറാൻ തുടങ്ങുന്നു. നിങ്ങളുടെ ജോലിയെ കൂടുതൽ ആത്മവിശ്വാസത്തോടെ സമീപിക്കുവാൻ കഴിയുന്നു. അതോടെ ജീവിതം മാറിമറയുന്നു. നിങ്ങളുടെ വിധിയുടെ യജമാനൻ നിങ്ങൾ ആകുന്നു. ആത്മാവിന്റെ പടനായകനും.

സ്വയം തൊഴിൽ ചെയ്യുന്ന വ്യക്തിയായി കാണുക

നിങ്ങളുടെ വ്യക്തിഗത സേവനം നൽകുന്ന കോർപ്പറേഷന്റെ പ്രസിഡന്റായി നിങ്ങളെ ഈ നിമിഷം മുതൽ ഒന്ന് നോക്കി കണ്ടു നോക്കൂ. നിങ്ങൾ സ്വയംതൊഴിൽ ചെയ്യുന്ന വ്യക്തിയായി കണ്ടു നോക്കൂ. നിങ്ങളുടെ ജീവിതത്തിന്റെ എല്ലാ ഭാഗങ്ങളുടെയും ജീവിതാവസ്ഥകളുടെയും പൂർണ ഉത്തരവാദിത്വം നിങ്ങൾക്കാണെന്ന് കണ്ടുനോക്കൂ. നിങ്ങളുടെ ചെയ്തിയിലോ അല്ലെങ്കിൽ ചെയ്യാൻ വിട്ടതിലോ ഉള്ള ഫലങ്ങളാണ് നിങ്ങളുടെ ഇപ്പോഴത്തെ അവസ്ഥയ്ക്ക് കാരണമെന്ന് തിരിച്ചറിയുക. നിങ്ങൾ തന്നെയാണ് നിങ്ങളുടെ വിധിയുടെ മുഖ്യശിൽപ്പി.

നിങ്ങൾ തിരഞ്ഞെടുക്കൂ, നിങ്ങൾ തീരുമാനിക്കൂ

നിങ്ങളിന്ന് സമ്പാദിച്ചത് കൃത്യമായും നിങ്ങൾ തീരുമാനിച്ച അത്രയുമാണ്. കൂടുതലുമില്ല, കുറവുമില്ല. ഇപ്പോൾ നിങ്ങൾ നേടുന്ന വരുമാനത്തിൽ തൃപ്തനല്ലെങ്കിൽ കൂടുതൽ നേടാനുള്ള തീരുമാനമെടുക്കുക. അതൊരു ലക്ഷ്യമായി സെറ്റുചെയ്യുക. അതിന് പ്ലാൻ തയ്യാറാക്കുക. എന്നിട്ട് ലക്ഷ്യമിട്ട അത്രയും തുകയ്ക്കായി പ്രവൃത്തികളിൽ മുഴുകുക.

നിങ്ങളുടെ സ്വന്തം തൊഴിലിന്റെ പ്രസിഡന്റായി ജീവിക്കുമ്പോൾ, നിങ്ങളുടെ വിധിയുടെ മുഖ്യശിൽപ്പിയാകുമ്പോൾ നിങ്ങൾക്ക് സ്വതന്ത്രമായ സ്വന്തം തീരുമാനങ്ങളെടുക്കാൻ സാധിക്കുന്നു. നിങ്ങളാണ് ബോസ്. നിങ്ങളുടെ കൈയിലാണ് കാര്യങ്ങൾ.

നിങ്ങളുടേതായ തന്ത്രങ്ങൾ വികസിപ്പിക്കുക

ഒരു കോർപ്പറേറ്റ് കമ്പനിയുടെ തന്ത്രങ്ങൾക്കും പ്രവൃത്തികൾക്കും അതിന്റെ പ്രസിഡന്റ് ഉത്തരവാദിയായിരിക്കുന്നപോലെ തന്നെയാണ് നിങ്ങൾ തന്നെ നിങ്ങളുടെ സ്വന്തം ജീവിതത്തിന്റെയും കരിയറിന്റെയും വ്യക്തിപരമായ രീതിയിൽ തന്ത്രങ്ങൾ ആസൂത്രണം ചെയ്യുന്നതും നടപ്പിലാക്കുന്നതും. നിങ്ങളുടെ ജീവിതത്തിന്റെ മൊത്തത്തിലുള്ള നേതൃത്വമേറ്റെടുക്കുന്നതിലുള്ള ഉത്തരവാദിത്വം നിങ്ങൾക്കുതന്നെയാണ്. ലക്ഷ്യങ്ങൾ സെറ്റ് ചെയ്യുക, വിവിധ പ്ലാനുകൾ തയ്യാറാക്കുക, മുൻകരുതലുകളെടുക്കുക, ഫലം കിട്ടുംവിധം പ്രവർത്തിച്ചുകൊണ്ടിരിക്കുക.

നിങ്ങളുടെ പ്രവൃത്തിയുടെ ഫലവും വ്യാപ്തിയും നിങ്ങളുടെ പ്രവൃത്തിക്കനുസരിച്ച് തന്നെയായിരിക്കും. അതിന്റെ ഉത്തരവാദിത്വം നിങ്ങൾക്കുതന്നെയാണ്. വിതയ്ക്കുന്നതിനനുസരിച്ചേ

കൊയ്യാനുമാകൂ. നിങ്ങളുടെ ജീവിതത്തിന്റെ പ്രസിഡന്റ് എന്ന നിലയ്ക്ക് നിങ്ങളുടെ ജീവിതത്തിന്റെ മാർക്കറ്റിങ് തന്ത്രങ്ങളും നിങ്ങൾതന്നെ വികസിപ്പിച്ചെടുക്കണം. സ്വന്തം മികവുകളെ ലോകത്തെ അറിയിക്കുന്നതിലും അതിനനുസരിച്ച് വളർച്ച നേടുന്നതിലും സ്വന്തം പ്രതിച്ഛായ മെച്ചപ്പെടുത്തുന്നതിലും സ്വയം ശ്രദ്ധിച്ചേ തീരൂ. എങ്കിൽ മാത്രമേ ഈ മത്സരാധിഷ്ഠിത സമൂഹത്തിൽ നിങ്ങൾക്ക് നിങ്ങളെ തന്നെ വളരെ ഉയർന്നവിലയിൽ വിൽക്കാനാകൂ.

നിങ്ങളുടെ സാമ്പത്തിക കാര്യങ്ങളിൽ മികച്ച തന്ത്രങ്ങൾ രൂപപ്പെടുത്തേണ്ടതിന്റെ ഉത്തരവാദിത്വവും നിങ്ങൾക്കുത്തന്നെ. നിങ്ങൾക്ക് നൽകാൻ കഴിയുന്നതിൽ എന്തുമാത്രം വിൽക്കണം, എന്തുമാത്രം സമ്പാദിക്കണം, വർഷംതോറും എത്രവേഗത്തിൽ നിങ്ങൾക്ക് വളർച്ച നേടണം, എത്ര മിച്ചം പിടിക്കണം, എത്ര നിക്ഷേപിക്കണം, വിരമിക്കുമ്പോൾ എത്ര നീക്കിയിരിപ്പ് ഉണ്ടായിരിക്കണം എന്നീ കണക്കുകളെല്ലാം നിങ്ങളെ മാത്രം ആശ്രയിച്ചിരിക്കുന്നു.

ജോലി സ്ഥലത്തും വീട്ടിലും ബന്ധങ്ങൾ കാത്തുസൂക്ഷിക്കുന്നതിലും ഭംഗിയായി ഇടപഴകുന്നതിലും ഉത്തരവാദിത്വം നിങ്ങൾക്കുത്തന്നെ. നിങ്ങൾ നിങ്ങളുടെ ബോസിനെ കരുതലോടെ തിരഞ്ഞെടുക്കുക എന്നാണ് ഞാൻ എന്റെ ശിഷ്യർക്ക് നൽകാറുള്ള ഒറ്റവരി ഉപദേശം. നിങ്ങളുടെ ജോലിസ്ഥലത്ത് നിങ്ങൾ എത്ര സന്തോഷവാനാണെന്നതിലും അതിവേഗം പ്രമോഷൻ നേടുന്നതിലും എത്ര നേടുന്നു എന്നതിലും ബോസാണ് നിങ്ങളുടെ ജീവിതത്തിൽ വലിയ സ്വാധീനം ചെലുത്തുക. ഈ തിരഞ്ഞെടുപ്പും നിങ്ങളുടെ ഉത്തരവാദിത്വം തന്നെ. മറ്റൊരാളും നിങ്ങൾക്കായി ഇത് ചെയ്തുതരില്ല.

പുതിയ തിരഞ്ഞെടുപ്പ്, പുതിയ തീരുമാനങ്ങൾ

നിങ്ങളുടെ പങ്കാളിയുടെയും സുഹൃത്തുക്കളുടെയും തിരഞ്ഞെടുപ്പിന് പ്രാധാന്യമേറെയാണ്. നിങ്ങളുടെ ജീവിതവിജയത്തിനും സന്തോഷത്തിനും നിങ്ങളെടുക്കുന്ന മറ്റേതൊരു തീരുമാനത്തിനൊപ്പമോ അതിലുമധികമോ ആണ് നിങ്ങളുടെ പങ്കാളിയുടെയും സുഹൃത്തുക്കളുടെയും തിരഞ്ഞെടുപ്പ്. നിലവിലെ നിങ്ങളുടെ തിരഞ്ഞെടുപ്പിൽ അതൃപ്തിയുണ്ടെങ്കിൽ നിങ്ങൾതന്നെയാണ് അതിൽ മാറ്റം കൊണ്ടുവരേണ്ടത്. അല്ലെങ്കിൽ പുതിയ തിരഞ്ഞെടുപ്പ് നടത്തേണ്ടത്.

നിങ്ങൾതന്നെ നിങ്ങളുടെ പ്രസിഡന്റ് എന്ന നിലയിൽ വ്യക്തിഗത ഗവേഷണം, വികസനം, വ്യക്തിഗത പരിശീലനം, തുടർച്ചയായ പഠനം എന്നിവയ്ക്കെല്ലാം മുന്നിട്ടിറങ്ങണം. വരും മാസങ്ങളിൽ,

വർഷങ്ങളിൽ നിങ്ങൾ ലക്ഷ്യമിടുന്ന പണം നേടുന്നതിനായി എന്തെല്ലാം കഴിവുകൾ, മികവുകൾ, നൈപുണ്യം, പ്രാപ്തി, കാര്യക്ഷമത എന്നിവ വളർത്തിക്കൊണ്ട് വരണമെന്നത് നിങ്ങളെ ആശ്രയിച്ചിരിക്കുന്നു. അതിനുവേണ്ട നിക്ഷേപം നടത്തേണ്ടതും കഴിവുകൾ വികസിപ്പിക്കാൻ സമയം കണ്ടെത്തേണ്ടതും നിങ്ങളുടെ ഉത്തരവാദിത്വമായി മാറുന്നു. മറ്റൊരാളും ഇത് നിങ്ങൾക്കായി ചെയ്തുതരില്ല. നിങ്ങളുടെ കാര്യത്തിൽ നിങ്ങൾക്കുള്ളപോലെ മറ്റൊരാൾക്കും താൽപ്പര്യമില്ലെന്നത് അനിഷേധ്യമായ സത്യമാണ്.

വളർച്ചയുള്ള ഓഹരിയാകുക

ജീവിതവിജയം നേടുന്നതിന് മേൽപ്പറഞ്ഞ സാദൃശ്യത്തെ കുറച്ചുകൂടി വിശദമാക്കി പറയാം. നിങ്ങൾ വിപണിയിൽ വ്യാപാരം നടത്തുന്ന ഒരു കമ്പനിയുടെ ഓഹരിയാണെന്ന് കരുതുക. വരും മാസങ്ങളിലും വർഷങ്ങളിലും മൂല്യത്തിൽ നല്ല വളർച്ചനേടി ലാഭം നേടിത്തരുന്ന ഓഹരിയാണിതെന്ന് കണ്ട് ജനങ്ങൾ നിങ്ങളെന്ന ഓഹരിയിൽ നിക്ഷേപം നടത്തുമോ? നിങ്ങളൊരു വളർച്ചനേടുന്ന ഓഹരിയാണോ? അതോ വിപണിയിൽ അതിന്റെ വളർച്ച നിലച്ചിരിക്കുകയാണോ?

നിങ്ങളൊരു വളർച്ച നേടുന്ന ഓഹരിയാണെന്ന് തീരുമാനിച്ചാൽ മറ്റൊരു ചോദ്യം കൂടിയുണ്ട്. പ്രതിവർഷം ഇരുപ്പത്തഞ്ച് മുതൽ മുപ്പത് ശതമാനംവരെ നിങ്ങളുടെ വരുമാനം കൂട്ടാൻ എന്താണ് നിങ്ങളുടെ തന്ത്രം? കുടുംബത്തിന്റെ പ്രസിഡന്റ് എന്ന നിലയിൽ, ജീവിതപങ്കാളിയെന്ന നിലയിൽ, അച്ഛനമ്മമാരെന്ന നിലയിൽ വരുംവർഷങ്ങളിൽ നിങ്ങളുടെ ജീവിതത്തിലെ കൂടെയുള്ള പ്രധാന വ്യക്തികളുടെ മൂല്യമുയർത്താനുള്ള, വളർച്ചയുടെ ഗ്രാഫുയർത്താനുള്ള, കൂടുതൽ സമ്പാദിക്കാനുള്ള കടമ നിങ്ങളിൽത്തന്നെ നിക്ഷിപ്തമായിരിക്കുന്നു.

ആന്തരിക നിയന്ത്രണം ഒരുക്കുക

മനഃശാസ്ത്രശാഖയിൽ Locus of Control എന്ന തിയറിയെ അടിസ്ഥാനപ്പെടുത്തി ധാരാളം രചനകൾ പ്രചാരത്തിലുണ്ട്. നിങ്ങളുടെ സന്തോഷത്തിന്റെയും സങ്കടത്തിന്റെയും കാരണം ആന്തരിക നിയന്ത്രണമാണെന്നാണ് അമ്പത് വർഷത്തിലേറെയായി നടത്തിയ ഗവേഷണഫലത്തിൽ മനഃശാസ്ത്രജ്ഞർ കണ്ടെത്തിയത്. അത് എന്തുകൊണ്ടാണെന്ന് പറയാം. 'ഇന്റേണൽ ലോക്കസ് ഓഫ് കൺട്രോൾ' ഉള്ള വ്യക്തികൾ സ്വയം നിയന്ത്രണമുള്ളവരെന്ന് പറയാം.

അതായത് അവരുടെ ജീവിതത്തിൽ അവർക്ക് പൂർണനിയന്ത്രണം ഉണ്ടായിരിക്കും. ശക്തരായും ആത്മവിശ്വാസമുള്ളവരായും ഇച്ഛാശക്തിയുള്ളവരായും അവർക്ക് അനുഭവപ്പെടും. അവർ പൊതുവേ ശുഭാപ്തിവിശ്വാസികളും പോസിറ്റീവ് ചിന്താഗതിക്കാരുമായിരിക്കും. സ്വയം മികച്ചവരും സ്വന്തം വിധിയെ നിയന്ത്രിക്കുന്നവരുമായിരിക്കും.

എന്നാൽ 'എക്സ്റ്റേണൽ ലോക്കസ് ഓഫ് കൺട്രോൾ' ഉള്ളവരാണെങ്കിലോ പുറംലോകത്തെ കാര്യങ്ങൾ തന്റെ വിധിയെഴുതുന്നു എന്ന് ചിന്തിക്കുന്നവരാണ്. ബോസ്, ബില്ലുകൾ, കല്യാണം, ബാല്യകാല പ്രശ്നങ്ങളും അതിന്റെ ഇപ്പോഴത്തെ പ്രത്യാഘാതങ്ങളും തുടങ്ങിയ കാര്യങ്ങളാണ് തന്റെ വിധിയെഴുതുന്നത് എന്ന് അവർ വിശ്വസിക്കുന്നു. എല്ലാം സ്വന്തം നിയന്ത്രണത്തിന് പുറത്ത് എന്ന് ചിന്തിക്കുന്ന ഇവരുടെ വരുതിക്ക് പുറത്തായിരിക്കും സ്വാഭാവികമായും എല്ലാ കാര്യങ്ങളും. ഫലമോ, അവർ ദുർബലരും ക്ഷിപ്രകോപികളും പേടിത്തൊണ്ടരും നെഗറ്റീവ് ചിന്താഗതിക്കാരും വിദ്വേഷം വെച്ചുപുലർത്തുന്നവരും ശക്തിഹീനരുമായിരിക്കും.

നിങ്ങൾ സ്വീകരിക്കുന്ന ഉത്തരവാദിത്വത്തിനനുസരിച്ചായിരിക്കും നിങ്ങൾക്ക് അനുഭവപ്പെടുന്ന നിയന്ത്രണവും. ഞാൻ ഉത്തരവാദിയാണെന്ന് എത്രയധികം നിങ്ങൾ പറയാൻ തുടങ്ങുന്നുവോ അത്രയും 'ഇന്റേണൽ ലോക്കസ് ഓഫ് കൺട്രോൾ' നിങ്ങൾ വികസിപ്പിക്കും. അത്രയും കൂടുതൽ ആത്മവിശ്വാസവും അധികാരവും അനുഭവപ്പെടുകയും ചെയ്യും.

സുവർണ ത്രികോണം

ഉത്തരവാദിത്വവും സന്തോഷവും തമ്മിൽ നേരിട്ട് ബന്ധപ്പെട്ടിരിക്കുന്നു. എത്ര കൂടുതൽ ഉത്തരവാദിത്വം നിങ്ങൾ ഏറ്റെടുക്കുന്നുവോ അത്രയും സന്തോഷവുമുണ്ടായിരിക്കും. ഉത്തരവാദിത്വം, നിയന്ത്രണം, സന്തോഷം എന്നീ മൂന്ന് കാര്യങ്ങൾ ഒന്നിച്ചുപോകുന്നതാണ്.

എത്രയധികം ഉത്തരവാദിത്വം നിങ്ങൾ ഏറ്റെടുക്കുന്നുവോ അത്രയുമധികം നിയന്ത്രണം നിങ്ങൾക്കുള്ളതായി അനുഭവപ്പെടും. എത്രയധികം ഉണ്ടെന്ന് നിങ്ങൾക്ക് അനുഭവപ്പെടുന്നുവോ അത്രയുമേറെ സന്തോഷവും ആത്മവിശ്വാസവും കൈവരും. നിങ്ങളുടെ ജീവിതത്തിൽ പോസിറ്റീവിറ്റിയും കൂടുതൽ നിയന്ത്രണം കൈവന്നു എന്നിരിക്കട്ടെ, നിങ്ങൾ കൂടുതൽ വെല്ലുവിളി നിറഞ്ഞ ലക്ഷ്യങ്ങൾ നിങ്ങൾക്കായി ഒരുക്കാൻ തുടങ്ങും. അതെല്ലാം നേടിയെടുക്കാ

നുള്ള ദൃഢനിശ്ചയവും ത്വരയും ഉണ്ടാകുകയും ചെയ്യും. നിങ്ങളുടെ സ്വന്തം കൈയിലാണ് നിങ്ങളുടെ ജീവിതമെന്ന് നിങ്ങൾക്ക് അനുഭവപ്പെടും. നിങ്ങൾ തീരുമാനിക്കുന്നത് എന്തും സാധിച്ചെടുക്കാനും അതോടെ കഴിയുന്നു.

അത് നിങ്ങളുടെ കൈയിലാണ്

നിങ്ങൾ ജീവിതത്തിൽ തീവ്രമായി ആഗ്രഹിക്കുന്നതെന്തും നേടാൻ കഴിയുമെന്ന തിരിച്ചറിവാണ് ലക്ഷ്യം സെറ്റ് ചെയ്യുമ്പോഴുള്ള ആദ്യ പോയിന്റ്. നിങ്ങൾക്ക് പരിധികളില്ലാത്ത അന്തർലീന ശക്തിയുണ്ടെന്ന് ബോധ്യപ്പെടും. ലക്ഷ്യങ്ങൾ നേടാനായി എത്രയും നീണ്ടതും കഠിനവുമായ പ്രയത്നം ചെയ്യാൻ മനസ്സ് വരികയും ചെയ്യും.

നിങ്ങളുടെ ജീവിതത്തിന്റെ പൂർണമായ ഉത്തരവാദിത്വം മറ്റാരെയും പഴിപറയാതെ, ഒഴികഴിവ് പറയാതെ സ്വീകരിക്കുക എന്നതാണ് രണ്ടാം പോയിന്റ്.

ഈ രണ്ട് ആശയങ്ങളും വ്യക്തമായും മനസ്സിലുണ്ടാകുക. നിങ്ങൾക്ക് പരിധികളില്ലാത്ത സാമർത്ഥ്യമുണ്ട്. നിങ്ങൾക്കാണ് നിങ്ങളുടെ ജീവിതത്തിന്റെ പൂർണ ഉത്തരവാദിത്വം. നിങ്ങളിപ്പോൾ അടുത്ത ചുവടുവയ്ക്കാൻ തയ്യാറായി കഴിഞ്ഞു. നിങ്ങളുടെ സാമ്പത്തിക ഭാവി അത് തീരുമാനിക്കും.

നിങ്ങളുടെ ജീവിതത്തിന്റെ ഉത്തരവാദിത്വം ഏറ്റെടുക്കുക

1. നിങ്ങളുടെ ജീവിതത്തിൽ ഇന്ന് നേരിടുന്ന ഏറ്റവും വലിയ പ്രശ്നം അല്ലെങ്കിൽ നെഗറ്റീവ് സ്വഭാവമെന്തെന്ന് കണ്ടെത്തുക. ഈ സന്ദർഭത്തിന് നിങ്ങൾ ഏത് വിധേനയാണ് ഉത്തരവാദിയായിരിക്കുന്നത്?
2. നിങ്ങളുടെ സ്വന്തം കമ്പനിയുടെ പ്രസിഡന്റ് എന്ന നിലയിൽ കാണുക. ഒരു കമ്പനിയുടെ നൂറ് ശതമാനം ഓഹരികളും നിങ്ങൾക്കാണെങ്കിൽ നിങ്ങളെങ്ങനെ വ്യത്യസ്തനായി പ്രവർത്തിക്കും?
3. എന്തു കാര്യത്തിനും ആരെയും പഴിപറയില്ലെന്ന് ദൃഢനിശ്ചയമെടുക്കുക. മറിച്ച് നിങ്ങളുടെ ജീവിതത്തിന്റെ എല്ലാ മേഖലയിലെയും പൂർണ ഉത്തരവാദിത്വം ഏറ്റെടുക്കുക. നിങ്ങൾക്കാണ് ചാർജ് എങ്കിൽ എന്ത് നടപടിയായിരിക്കും ഇപ്പോൾ സ്വീകരിക്കുക?
4. ഒഴികഴിവ് പറയുന്നത് നിർത്തി പുരോഗതിയിലേക്ക് വളരാൻ തുടങ്ങണം. നിങ്ങളുടെ പ്രിയപ്പെട്ട ഒഴികഴിവുകൾക്ക് ഒരു കാമ്പുമില്ലെന്ന് കണ്ട് അതിനനുസരിച്ച് പ്രവർത്തിക്കുക.
5. നിങ്ങളുടെ ജീവിതത്തിൽ ഏറ്റവും പ്രധാനപ്പെട്ട സർഗ്ഗശേഷി നിറഞ്ഞ സേനയാണ് നിങ്ങളെന്ന് തിരിച്ചറിയുക. നിങ്ങളുടെ ഇതുവരെയുള്ള പ്രവൃത്തികളാണ് ഇന്നു നിങ്ങളായിരിക്കുന്ന അവസ്ഥ. നിങ്ങളിരിക്കുന്ന സീറ്റ് അതിന്റെ ഫലമാണ്. നിങ്ങളുടെ സ്വന്തം തിരഞ്ഞെടുപ്പുകളും തീരുമാനങ്ങളുമാണ് നിങ്ങളുടെ ആകത്തുക. എന്തായിരിക്കും നിങ്ങൾ മാറ്റുക.
6. മറ്റുള്ളവർ നിങ്ങളെ ഏത് തരത്തിലെങ്കിലും മുറിവേൽപ്പിച്ചിട്ടുണ്ടെങ്കിലും ക്ഷമിക്കുമെന്ന് ദൃഢനിശ്ചയം ചെയ്യുക. അത് കടന്നുപോട്ടെ. വീണ്ടും അത് ചർച്ചചെയ്യുന്നത് നിരസിക്കുക. പകരം, നിങ്ങൾക്ക് കൂടുതൽ പ്രധാനപ്പെട്ട കാര്യത്തിൽ വ്യാപൃതനാകുക. കഴിഞ്ഞുപോയത് വീണ്ടും ചിന്തിക്കാൻ സമയമില്ലാത്തവിധം പുതിയ കാര്യത്തിൽ മുഴുകുക.
7. നിങ്ങളുടെ ജീവിതത്തിന്റെ എല്ലാ മേഖലയിലും പൂർണനിയന്ത്രണം ഏറ്റെടുക്കാനായി എത്രയും പെട്ടെന്ന് നിങ്ങൾ എടുക്കേണ്ട പ്രത്യേക നടപടിയെന്തെന്ന് തീരുമാനിക്കുക.

3

മൂല്യങ്ങൾ വിശദമാക്കുക

സർവസ്വവും ചേർന്ന് സൃഷ്ടിക്കപ്പെട്ടിട്ടുള്ള പ്രപഞ്ചം അതിൽ എല്ലാമായി ഒരു ദൈവം. ഏകസ്വത്വ തത്വം, ഒരേനിയമം, ചിന്തിക്കുന്ന സകലജീവജാലങ്ങളും പങ്കിടുന്ന ഒന്ന്... ഒരേയൊരു സത്യം...

മാർകസ് ഒറേലിയസ്

നേതാക്കൾക്കും ജീവിതത്തിലെ സമസ്തമേഖലയിലും വിജയക്കൊടി പാറിച്ചവർക്കും പൊതുവേ ഒരു സ്വഭാവസവിശേഷതയുണ്ടായിരിക്കും. അവർക്ക് അവരാരെന്ന് വ്യക്തമായി അറിയാം, അവർ എന്തിൽ വിശ്വസിക്കുന്നു എന്നുമറിയാം. എന്തിനായി അവർ നിലകൊള്ളുന്നു എന്നുമറിയാം. എന്നാൽ മറ്റുള്ളവരോ, തങ്ങളുടെ ലക്ഷ്യങ്ങൾ, മൂല്യങ്ങൾ, ആദർശങ്ങൾ എന്നിവയെപ്പറ്റി ആശയക്കുഴപ്പമുള്ളവരായിരിക്കും. ഫലമോ, മുന്നോട്ടും പിന്നോട്ടും ഒരേ സമയം സഞ്ചരിച്ച് വളരെ കുറച്ച് മാത്രമേ അവർക്ക് നേടാനാകുന്നുള്ളൂ. എന്നാൽ മറ്റൊന്നുണ്ട്. ഇവരുടെയത്രയോ അതിനേക്കാൾ കുറവോ കഴിവും അവസരവുമുള്ള ആളുകൾ നേതൃസ്ഥാനത്തിലേക്കെത്തുന്നു എന്നിരിക്കട്ടെ. അവർ ശ്രമിക്കുന്നതിലെല്ലാം വലിയ നേട്ടങ്ങളാകും കൈവരിക്കുക.

ജീവിതം അകത്തുനിന്ന് പുറത്തേക്കാണ് ജീവിക്കേണ്ടത്. വ്യക്തിത്വത്തിന്റെ കാമ്പ് എന്നു പറയുന്നത് നിങ്ങളുടെ മൂല്യമാണ്. നിങ്ങളുടെ മൂല്യങ്ങളാണ് നിങ്ങളെ നിങ്ങളാക്കുന്നത്. പുറത്ത് നിങ്ങൾ ചെയ്യുന്നതെല്ലാം തീരുമാനിക്കപ്പെടുന്നതും ചെയ്യിപ്പിക്കുന്നതും നിങ്ങളുടെ ഉള്ളിന്റെ ഉള്ളിലെ മൂല്യങ്ങളാണ്, അത് വ്യക്തമോ അവ്യക്തമോ ആയിക്കോട്ടെ. ഉള്ളിലെ മൂല്യങ്ങൾക്ക് എത്ര വ്യക്തത ഉണ്ടോ അത്രയും സൂക്ഷ്മവും ഫലപ്രദവുമായിരിക്കും പുറത്തുള്ള നിങ്ങളുടെ പ്രവൃത്തികൾ.

വ്യക്തിത്വത്തിന്റെ അഞ്ച് നിലകൾ

നിങ്ങളുടെ വ്യക്തിത്വമെങ്ങനെയെന്നത് ഭാവനയിൽ കാണണോ? പല വളയങ്ങളോടുകൂടിയ ഒരൊറ്റ കേന്ദ്രമായി അതിനെ നോക്കിക്കാണാം. നിങ്ങളുടെ വ്യക്തിത്വം അഞ്ച് വളയങ്ങളാൽ ഉണ്ടാക്കിയതാണെന്ന് പറയാം. കേന്ദ്രത്തിൽ തന്നെയുള്ള വളയം നിങ്ങളുടെ മൂല്യത്തെ ആസ്പദമാക്കിയതാണ്. അത് ഉള്ളിലെ വിശ്വാസമെന്ന വളയത്തിലേക്ക് പ്രസരിച്ചുകൊണ്ടിരിക്കുന്നു.

നിങ്ങൾക്ക് നിങ്ങളിലുള്ള വിശ്വാസവും നിങ്ങൾക്ക് ചുറ്റുമുള്ള ലോകവും തീരുമാനിക്കപ്പെടുന്നത് നിങ്ങളിലെ മൂല്യമാണ്. സ്നേഹം, അനുകമ്പ, ദയാവായ്പ് എന്നീ പോസിറ്റീവ് മൂല്യങ്ങളാണ് നിങ്ങൾക്കുള്ളതെങ്കിൽ നിങ്ങളുടെ ചുറ്റുമുള്ള ലോകത്തിലെ ആളുകളും അത്തരം മൂല്യങ്ങൾക്ക് യോഗ്യരാണെന്ന് നിങ്ങൾ കണക്കാക്കും. അവരോട് ആ തരത്തിൽ പെരുമാറുകയും ചെയ്യും.

നിങ്ങളുടെ വിശ്വാസം നിങ്ങളുടെ വ്യക്തിത്വത്തിലെ മൂന്നാം വളയം തീരുമാനിക്കും നിങ്ങളുടെ പ്രതീക്ഷകൾ. നിങ്ങൾക്ക് പോസിറ്റീവ് മൂല്യങ്ങളാണ് ഉള്ളതെങ്കിൽ, നിങ്ങൾ നിങ്ങളൊരു നല്ല മനുഷ്യനാണെന്നാണ് സ്വയം കരുതുന്നതെങ്കിൽ, നിങ്ങൾക്ക് നല്ല കാര്യങ്ങൾ സംഭവിക്കണമെന്നായിരിക്കും പ്രതീക്ഷിക്കുക. നിങ്ങൾക്ക് നല്ലത് വരണമെന്ന് പ്രതീക്ഷിക്കുമ്പോൾ നിങ്ങളുടെ ചിന്തകളും സ്വാഭാവികമായും പോസിറ്റീവും സന്തോഷം നിറഞ്ഞതും ഭാവിയെ ലക്ഷ്യംവെച്ചുള്ളതുമായിരിക്കും. നിങ്ങൾ മറ്റുള്ളവരിലെയും സാഹചര്യങ്ങളിലെയും നല്ലത് കാണാൻ തുടങ്ങും.

നിങ്ങളുടെ പ്രതീക്ഷകൾക്കനുസരിച്ച് വ്യക്തിത്വത്തിന്റെ നാലാം വളയം തീരുമാനിക്കപ്പെടുന്നു. അതെ, അത് നിങ്ങളുടെ മനോഭാവമാണ്. നിങ്ങളുടെ മൂല്യം, വിശ്വാസം, പ്രതീക്ഷകൾ എന്നിവയുടെ ബഹിർസ്ഫുരണമാണ്, പ്രതിഫലനമാണ് നിങ്ങളുടെ മനോഭാവം. ഉദാഹരണത്തിന് ഇത് ജീവിക്കാൻ നല്ല ലോകമാണെന്ന് നിങ്ങൾ ചിന്തിക്കുകയാണെന്നിരിക്കട്ടെ, നിങ്ങൾ ജീവിതത്തിൽ വളരെയധികം വിജയം കണ്ടെത്താൻ പോകുന്നുവെന്ന് ചിന്തിക്കുകയാണെന്നിരിക്കട്ടെ. അപ്പോൾ നിങ്ങൾക്ക് സംഭവിക്കുന്നതെല്ലാം ഏതെങ്കിലും തോതിൽ നിങ്ങളെ സഹായിക്കുമെന്നായിരിക്കും പ്രതീക്ഷ. അതിന്റെ ഫലമോ, മറ്റുള്ളവരോട് നിങ്ങൾക്ക് പോസിറ്റീവ് മനോഭാവമായിരിക്കും ഉണ്ടാകുക. അതിനനുസൃതമായി പോസിറ്റീവായി തന്നെ മറ്റുള്ളവരും നിങ്ങളോടും പ്രതികരിക്കും. നിങ്ങൾ കൂടുതൽ പ്രസരിപ്പുള്ളവനും ശുഭാപ്തിവിശ്വാസിയുമായിരിക്കും. നിങ്ങളുമൊത്ത് ജോലി ചെയ്യാൻ മറ്റുള്ളവർ കൂടു

തലായി ഇഷ്ടപ്പെടും. പൊതുവായി കൂടുതൽ വിജയം നേടാൻ ഈ മനോഭാവം സഹായിക്കുകയും ചെയ്യും. പോസിറ്റീവ് മനോഭാവം ജീവിതത്തിന്റെ എല്ലാ മേഖലയിലും വിജയത്തിനൊപ്പം കൈ കോർത്ത് പ്രവർത്തിക്കുമെന്ന് പറയുന്നത് ഇതുകൊണ്ടാണ്.

വ്യക്തിത്വത്തിന്റെ അഞ്ചാം വളയമെന്ന് പറയുന്നത് നിങ്ങളുടെ പ്രവൃത്തികളാണ്. നിങ്ങളുടെ ആന്തരിക മൂല്യങ്ങളുടെയും വിശ്വാസ ങ്ങളുടെയും പ്രതീക്ഷകളുടെയും പ്രതിഫലനമാണ് ആത്യന്തികമായി പുറത്തും പ്രകടമാകുക. അതുകൊണ്ടാണ് ജീവിതത്തിലും ജോലി യിലും നിങ്ങൾ നേടുന്നത് കൂടുതലായും നിങ്ങളുടെ ഉള്ളിൽ നട ക്കുന്നതിനെ ആശ്രയിച്ചായിരിക്കുമെന്ന് പറയുന്നത്.

ഉള്ളിലുള്ളത് വെളിയേ

മനുഷ്യരുടെ പുറത്തെ അവസ്ഥകൾ നോക്കിയാൽ അവരുടെ ചിന്തിക്കുന്ന രീതിയെങ്ങനെയായിരിക്കുമെന്ന് നിങ്ങൾക്ക് മിക്ക വാറും പറയാൻ കഴിയും. ഉള്ളിന്റെയുള്ളിൽ പോസിറ്റീവായി ശുഭാ പ്തിവിശ്വാസത്തോടെയും ലക്ഷ്യബോധത്തോടെയും ആണെങ്കിൽ, ഭാവി മുൻകൂട്ടി കാണുന്നയാളാണെങ്കിൽ, അവരുടെ പുറംലോകം മിക്കവാറും സന്തോഷവും അഭിവൃദ്ധിയും നിറഞ്ഞതും വിജയങ്ങൾ വെട്ടിപ്പിടിക്കുന്നതുമായിരിക്കും.

ആത്യന്തികമായി മനുഷ്യജീവിതമെന്നത് നിങ്ങൾ നിങ്ങളുടെ ആഹ്ലാദം നേടുകയെന്നതാണെന്ന് അരിസ്റ്റോട്ടിൽ പറഞ്ഞിട്ടുണ്ട്. നിങ്ങളുടെ ആന്തരിക ലോകത്തെ മൂല്യങ്ങൾ പുറംലോകത്തെ പ്രവൃത്തികളുമായി പൂർണമായും ലയിക്കുന്നതാണെങ്കിൽ നിങ്ങ ളത്രമാത്രം സന്തോഷവാനായിരിക്കും. നിങ്ങൾ നല്ലതെന്നും ശരി യെന്നും സത്യമെന്നും കണക്കാക്കുന്ന കാര്യങ്ങൾക്ക് അനുസൃത മാണ് നിങ്ങളുടെ ജീവിതമെങ്കിൽ ഓട്ടോമാറ്റിക്കായി നിങ്ങൾക്ക് സന്തോഷം അനുഭവപ്പെടും. നിങ്ങളെക്കുറിച്ചും നിങ്ങൾ ഇടപ്പെടുന്ന ലോകത്തെക്കുറിച്ചും കൂടുതൽ പോസിറ്റീവായിരിക്കും.

നിങ്ങളുടെ ലക്ഷ്യങ്ങൾ നിങ്ങളുടെ മൂല്യവുമായി ചേരുന്ന താകണം. നിങ്ങളുടെ മൂല്യങ്ങൾ നിങ്ങളുടെ ലക്ഷ്യങ്ങളുമായി ചേർച്ചയുള്ളതുമായിരിക്കണം. അതായത് പരസ്പരപൂരകങ്ങളാണ് ഇത് രണ്ടും. മൂല്യങ്ങളിൽ ആദ്യമേതന്നെ കൂടുതൽ വ്യക്തത കൈ വരിച്ചാൽ ഉയർന്ന നേട്ടങ്ങൾ കൈവരിക്കാം, ഏറ്റവും ഉയർന്ന പ്രകടനവും കാഴ്ചവെക്കാനാകും. മൂല്യങ്ങളിലെ വ്യക്തതയ്ക്ക് വേണ്ടത് നിങ്ങൾക്ക് ജീവിതത്തിൽ എന്താണ് ഏറ്റവും പ്രധാന പ്പെട്ടത് എന്ന് തിരിച്ചറിയുക എന്നതാണ്. തുടർന്ന് നിങ്ങൾ ഈ

മൂല്യങ്ങളെ കേന്ദ്രീകരിച്ച് നിങ്ങളുടെ മൊത്തം ജീവിതവും ഒരുക്കണം.

നിങ്ങളുടെ ഉള്ളിലുള്ളതിനെ മറികടന്ന് പുറംജീവിതം നയിക്കാൻ തുടങ്ങുമ്പോൾ അത് സമ്മർദ്ദം, നെഗറ്റീവ് സ്വഭാവം, അസന്തുഷ്ടി, ദോഷചിന്ത, എന്തിന് ചിലപ്പോൾ ദേഷ്യവും കടുത്ത നിരാശയും ഉണ്ടാക്കിയേക്കും. മഹത്വമേറിയ ജീവിതത്തിന് നിങ്ങൾക്ക് നിങ്ങളോടുതന്നെ പ്രധാന ഉത്തരവാദിത്വമുണ്ട്. നിങ്ങൾ ചെയ്യുന്നതിലെല്ലാം തികഞ്ഞ വ്യക്തത കൊണ്ടുവരിക എന്നതാണ് ആ ഉത്തരവാദിത്വം.

വേണ്ടത് എന്തെന്ന് തിരിച്ചറിയുക

നിങ്ങൾ വിജയത്തിന്റെ കോണി കയറുമ്പോൾ അത് ശരിയായ കെട്ടിടത്തിലേക്ക് മതിയായി ചെരിച്ച് വെച്ചതായിരിക്കണമെന്ന് സ്റ്റിഫൻ കോവേ ഒരിക്കൽ പറഞ്ഞിട്ടുണ്ട്. ചിലരുണ്ട്, കഠിനാധ്വാനികളായിരിക്കും. ലക്ഷ്യങ്ങൾ നേടാൻ കഠിനമായി പരിശ്രമിച്ചുകൊണ്ടിരിക്കും. ഇത്തരമൊരു മാർഗ്ഗമേ തന്റെ മുന്നിലുണ്ടായിരുന്നുള്ളൂ എന്ന മട്ടിലായിരിക്കും ഇവർ പ്രവർത്തിക്കുക. എന്നാൽ ഏറ്റവുമൊടുവിൽ തങ്ങൾ നേടിയ നേട്ടങ്ങളിൽ ഒരു സന്തോഷവും സംതൃപ്തിയും ലഭിച്ചില്ലെന്ന് അവർ പരാതിപ്പെടും. ചെയ്യാൻ ഇതിൽ കൂടുതൽ എന്തെങ്കിലുമുണ്ടോ എന്നായിരിക്കും ഇവർ ചോദിക്കുക. മനുഷ്യന്റെ പുറംലോകത്തെ നേട്ടങ്ങൾ അയാളുടെ ആന്തരിക മൂല്യങ്ങളുമായി പൊരുത്തപ്പെടാത്തതുകൊണ്ടാണ് ഇത് സംഭവിക്കുന്നത്. ഇത് നിങ്ങൾക്ക് സംഭവിക്കാതിരിക്കട്ടെ.

പരിശോധിക്കപ്പെടാത്ത ജീവിതം ജീവിക്കാൻ കൊള്ളാത്തതാണെന്ന് സോക്രട്ടീസ് പറഞ്ഞിട്ടുണ്ട്. നിങ്ങളുടെ ജീവിതത്തിലെ മറ്റ് മേഖലകളിലെല്ലാം കഴിയാവുന്നിടത്തോളം നിങ്ങളുടെ ആന്തരിക മൂല്യങ്ങൾ പ്രയോഗിക്കാൻ ശ്രമിക്കണം. മുന്നോട്ടുള്ള യാത്രയ്ക്കിടയിൽ മൂല്യങ്ങളിൽ വ്യക്തത വരുത്തിക്കൊണ്ടേയിരിക്കണം. ഫുട്ബോൾ കളിക്കിടയിലുള്ള ടൈംഔട്ട് പോലെ നിങ്ങളും ജീവിതത്തിലെ പ്രവർത്തനങ്ങളൊന്ന് നിർത്തിവെച്ച് ഈ മേഖലയിൽ എന്റെ മൂല്യമെന്തെന്ന് പരിശോധിക്കുന്നത് നന്നായിരിക്കും.

ബൈബിളിൽ മത്തായി 16:26 പറയുന്നു: ഒരുവൻ ലോകം മുഴുവൻ നേടിയാലും അവൻ സ്വന്തം ആത്മാവിനെ നഷ്ടപ്പെടുത്തിയാൽ എന്ത് പ്രയോജനം? ഈ ലോകത്തിലെ ഏറ്റവും സന്തോഷം നിറഞ്ഞ ജീവിതം നയിക്കുന്നവർ തങ്ങളുടെ ഉള്ളിന്റെയുള്ളിലെ ദൃഢവിശ്വാസവും മൂല്യവും നന്നായി പൊരുത്തപ്പെടുത്തിയവരായി

രിക്കും. കലഹങ്ങളിൽ ജീവിക്കാൻ ശ്രമിക്കുന്നവരായിരിക്കും അസന്തുഷ്ടി നിറഞ്ഞ ജീവിതം നയിക്കുന്നവർ. അവരതായിരിക്കും കൂടുതൽ വിലമതിക്കുക. അതായിരിക്കും അവർ കൂടുതലായി വിശ്വസിക്കുക.

അന്തർജ്ഞാനത്തിൽ വിശ്വാസമർപ്പിക്കുക

മഹത്വത്തിന്റെ അടിസ്ഥാനമെന്നത് തന്നിൽ തന്നെയുള്ള വിശ്വാസമാണ്. അന്തർജ്ഞാനത്തിന് അല്ലെങ്കിൽ ഉള്ളിന്റെ ഉള്ളിൽ നിന്ന് വരുന്ന ചെറുശബ്ദങ്ങൾക്ക് ചെവികൊടുക്കുക എന്നതിൽ നിന്നാണ് സ്വയമുള്ള വിശ്വാസം വരിക. പുരുഷന്മാരും സ്ത്രീകളും കൂടുതൽ മഹത്വമേറിയവരായി തീരുന്നത് എങ്ങനെയെന്നറിയുമോ? ഉള്ളിലെ ശബ്ദം കേൾക്കാൻ തുടങ്ങുന്നതോടെ പുരുഷസ്ത്രീഭേദമെന്യേ കൂടുതൽ മഹത്വമാർജ്ജിക്കും. ഉന്നതശക്തി തങ്ങളെ ഓരോ അടിവയ്ക്കുന്നതിലും നയിക്കാൻ ഉണ്ടെന്ന് അവർ പൂർണമായും വിശ്വസിക്കുകയും ചെയ്യുന്നു.

യഥാർത്ഥ മൂല്യങ്ങളുമായി തികച്ചും പൊരുത്തപ്പെട്ട് ജീവിക്കുന്നതാണ് ആത്മവിശ്വാസത്തിനും ആത്മാഭിമാനത്തിനും വേണ്ട രാജകീയ പാത. വാസ്തവത്തിൽ മനുഷ്യരുടെ മിക്കവാറും എല്ലാ പ്രശ്നങ്ങളും അവരവരുടെ മൂല്യങ്ങളിലേക്ക് മടങ്ങിയാൽ തീരാവുന്നതേയുള്ളൂ. ഏതെങ്കിലും തരത്തിൽ സമ്മർദ്ദം അനുഭവപ്പെടുന്നുവെങ്കിൽ നിങ്ങളിലേക്കുതന്നെ തിരിഞ്ഞ് ചോദിക്കുക 'ഈ പ്രത്യേക സാഹചര്യത്തിൽ എന്റെ ആന്തരിക മൂല്യങ്ങളിൽ എന്ത് തരത്തിലുള്ള വിട്ടുവീഴ്ചയാണ് ചെയ്തിരിക്കുന്നത്?'

സ്വന്തം പെരുമാറ്റം ശ്രദ്ധിക്കുക

എന്താണ് നിങ്ങളുടെ യഥാർഥമൂല്യങ്ങൾ എന്ന് എങ്ങനെ പറയാനാകും? ഉത്തരം സിമ്പിളാണ്. നിങ്ങളുടെ പ്രവൃത്തികളിൽ നിങ്ങളുടെ മൂല്യങ്ങളും എപ്പോഴും പ്രദർശിപ്പിച്ചുകൊണ്ടേയിരിക്കും. കൂടുതൽ സമ്മർദ്ദത്തിന് അടിപ്പെടുമ്പോൾ പ്രത്യേകിച്ചും. പെരുമാറ്റം ഒന്നിൽനിന്ന് മറ്റൊന്ന് നിർബന്ധിതമായി തിരഞ്ഞെടുക്കേണ്ടി വരുമ്പോൾ ആ നിമിഷം നിങ്ങൾക്ക് ഏറ്റവും പ്രധാനപ്പെട്ടതും മൂല്യമേറിയതുമായിരിക്കും നിങ്ങളെപ്പോഴും സ്ഥിരമായി ചെയ്തുകൊണ്ടിരിക്കുക.

മൂല്യങ്ങൾ വാസ്തവത്തിൽ ഒരു അധികാരശ്രേണിക്കനുസരിച്ചാണ് ഒരുക്കിയിരിക്കുന്നത്. നിങ്ങൾക്കെപ്പോഴും മൂല്യങ്ങളുടെ പരമ്പര തന്നെ ഉണ്ടായിരിക്കും. ചിലത് അതിതീവ്രമായതും പ്രധാന

പ്പെട്ടതുമായിരിക്കും. ചിലത് ദുർബലവും അപ്രധാനവുമായിരിക്കും. ഇത്തരം സാഹചര്യത്തിൽ നിങ്ങളെന്തെന്നും നിങ്ങൾക്ക് എന്താണ് വേണ്ടതെന്നും വ്യക്തമായി അറിയാൻ ശ്രമിക്കുക എന്നത് മൂല്യങ്ങളെ മുൻഗണന അനുസരിച്ച് ഒരുക്കാൻ സഹായിക്കും. ഒരിക്കൽ നിങ്ങളുടെ മൂല്യങ്ങളുടെ പ്രാധാന്യം തിരിച്ചറിയുന്നതോടെ നിങ്ങളുടെ പുറംജീവിതവും നിങ്ങൾക്ക് ചിട്ടപ്പെടുത്താനാകും. കാരണം അത് പരസ്പരം ബന്ധപ്പെട്ടിരിക്കുകയാണല്ലോ.

മുൻകാലങ്ങളിലെ പെരുമാറ്റം പരിശോധിക്കുക

നിങ്ങളുടെ യഥാർഥ മൂല്യങ്ങൾ കണ്ടെത്താൻ ചില ഉൾക്കാഴ്ചകൾ നിറഞ്ഞ വഴികൾ സഹായിക്കും. ആദ്യമായി നിങ്ങൾ നിങ്ങളുടെ മുൻകാലം നോക്കിക്കാണണം. മുൻകാലത്തിൽ സമ്മർദ്ദം നേരിട്ട സാഹചര്യത്തിൽ നിങ്ങളെങ്ങനെ പെരുമാറിയിരുന്നുവെന്ന് പരിശോധിക്കുക. പണം, സമയം എന്നിവ നിർബന്ധിതമായി തിരഞ്ഞെടുക്കേണ്ടി വന്നപ്പോൾ എന്താണ് തിരഞ്ഞെടുത്തിരുന്നതെന്ന് ഓർക്കുക. നിങ്ങളുടെ ഉത്തരങ്ങൾ ആ സമയത്തെ പ്രബലമായ മൂല്യങ്ങളെന്തെന്നതിന്റെ സൂചന തരും.

ഡെയ്ൽ കാർണെഗി (Dale Carnegie) ഒരിക്കലെഴുതി: 'ഒരു വ്യക്തിക്ക് തനിക്ക് ലഭിക്കുന്ന ഏറ്റവും വലിയ അംഗീകാരമായി തോന്നുന്നത് എന്തെന്ന് എന്നോട് പറഞ്ഞാൽ അയാളുടെ ജീവിതത്തിലെ മൊത്തം തത്വചിന്തയും ഞാൻ പറഞ്ഞ് തരാം.'

എന്താണ് നിങ്ങൾക്ക് ഏറ്റവും പ്രാധാന്യമെന്ന് തോന്നുന്നത്? എന്താണ് നിങ്ങളുടെ ആത്മാഭിമാനവും ഉയർത്തുന്നത്? എന്താണ് നിങ്ങളുടെ സ്വാഭിമാനവും സ്വകാര്യപ്രതാപവും ഉയർത്തുന്നത്? കഴിഞ്ഞ കാലത്തിൽ കൂടുതലായി അഭിമാനവും സംതൃപ്തിയും പകർന്ന എന്ത് കാര്യങ്ങളാണ് നിങ്ങൾ നിറവേറ്റിയത്? ഇതിനുള്ള ഉത്തരങ്ങളിലൂടെ നിങ്ങളുടെ യഥാർഥമൂല്യങ്ങളുടെ നല്ല സൂചകങ്ങൾ ലഭിക്കും.

ഹൃദയാഭിലാഷങ്ങൾ തീരുമാനിക്കുക

ആത്മീയകാര്യങ്ങൾ പഠിപ്പിക്കുന്ന എമ്മേ ഫോക്സ് (Emme Fox) നിങ്ങളുടെ ഹൃദയാഭിലാഷങ്ങൾ കണ്ടെത്തേണ്ടതിന്റെ പ്രാധാന്യം എഴുതിയിട്ടുണ്ട്. എന്താണ് നിങ്ങളുടെ ഹൃദയത്തിന്റെ ആഗ്രഹങ്ങൾ? ജീവിതത്തിൽ എന്തിനേക്കാളുമുപരി ഹൃദയത്തിന്റെ ഉള്ളിന്റെയുള്ളിൽ എന്താണ്? നിങ്ങൾ ആകാൻ കൊതിക്കുന്നത്, നേടാൻ ആഗ്രഹിക്കുന്നത്, ചെയ്യാൻ ആഗ്രഹിക്കുന്നത്? എന്ത് കാര്യത്തിലാണ് നിങ്ങൾ പ്രശസ്തനാകാൻ ആഗ്രഹിക്കുന്നത്?

നിങ്ങളുടെ അസാന്നിധ്യത്തിൽ നിങ്ങളെ കുറിച്ച് മറ്റുള്ളവർ എന്ത് വാക്കുകൾ പറഞ്ഞ് വിവരിച്ച് കേൾക്കാനാണ് ഇഷ്ടപ്പെടുന്നത്? നിങ്ങളുടെ ശവസംസ്കാരച്ചടങ്ങിൽ മറ്റുള്ളവർ നിങ്ങളെക്കുറിച്ച് എന്ത് പറഞ്ഞ് വിശേഷിപ്പിക്കുന്നതാണ് നിങ്ങൾക്കിഷ്ടം? നിങ്ങളുടെ കുടുംബം, സുഹൃത്തുക്കൾ, കുട്ടികൾ എന്നിവർ നിങ്ങളെ എങ്ങനെ ഓർക്കാനാണ് ഇഷ്ടപ്പെടുന്നത്? നിങ്ങളെക്കുറിച്ച് മറ്റുള്ളവരോട് അവർ എന്ത് പറഞ്ഞ് കേൾക്കാനാണ് നിങ്ങൾ ഇഷ്ടപ്പെടുന്നത്?

എന്തുതരത്തിലുള്ള പ്രശസ്തിയാണ് ഇന്ന് നിങ്ങൾക്കുള്ളത്? എന്തുതരം പ്രശസ്തിയാണ് നിങ്ങൾ ഭാവിയിൽ നിങ്ങൾക്ക് ഉണ്ടാകാൻ ഇഷ്ടപ്പെടുന്നത്? ഭാവിയിൽ നിങ്ങൾ ആഗ്രഹിക്കുന്ന പ്രശസ്തി ഉണ്ടാകുന്നതിന് നിങ്ങൾ ഇന്ന് എന്താണ് തുടങ്ങിവെച്ചിരിക്കുന്നത്?

നിങ്ങളുടെ ഭൂതകാലം ഭാവികാലമല്ല

വളർച്ചയുടെ കാലത്തിൽ പലർക്കും ബുദ്ധിമുട്ടേറിയ അനുഭവങ്ങൾ നേരിടേണ്ടിവന്നിരിക്കും. കഷ്ടകാലങ്ങളിൽ ഇടറിവീഴുന്ന ഇവർക്ക് ഇടപഴകേണ്ടി വന്നിരിക്കുക മോശം ആൾക്കാരുമായിരിക്കും. നിയമാനുസൃതമല്ലാതെയോ സാമൂഹ്യ അംഗീകാരമില്ലാത്ത തരത്തിലോ ആകാം അവർ പെരുമാറിയിരിക്കുക. ചിലപ്പോൾ ചെയ്ത കുറ്റത്തിന് ചിലരെ ശിക്ഷവിധിച്ച് ജയിലിലേക്ക് അയച്ചിരിക്കാം. എന്നാൽ ജീവിതത്തിന്റെ ചില പ്രത്യേകഘട്ടങ്ങളിൽ അവർ മാറാൻ തീരുമാനിച്ചിരിക്കും. ഭാവിയിൽ അറിയപ്പെടാൻ ആഗ്രഹിക്കുന്ന തരത്തിലുള്ള വ്യക്തിയായി മാറാൻ അവർ ഗൗരവമായി ചിന്തിക്കാം. അവർ ജീവിക്കുന്ന ജീവിതത്തിന്റെ മൂല്യങ്ങൾ മാറ്റി ജീവിതംതന്നെ മാറ്റിയേക്കാം. അതിനായി തീരുമാനങ്ങൾ എടുക്കാൻ തുടങ്ങുന്നതോടെയും അക്കാര്യത്തിൽ ഉറച്ച് നിൽക്കുന്നതോടെയും അവരുടെ ജീവിതം മാറാൻ തുടങ്ങുന്നു. മറ്റുള്ളവർക്ക് ചെയ്യാൻ കഴിയുന്നത് നിങ്ങൾക്കും കഴിയും.

ഓർക്കുക: നിങ്ങളെവിടെനിന്ന് വരുന്നു എന്നതിലല്ല, നിങ്ങളെവിടേക്ക് പോകുന്നു എന്നതിലാണ് കാര്യം.

എല്ലാ കാര്യങ്ങളിലും നിങ്ങൾ ഇതിനകം വിശിഷ്ടമായ വ്യക്തിത്വത്തിന് ഉടമയാണ് എങ്കിൽ മറ്റുള്ളവരോട് നിങ്ങൾ എങ്ങനെയായിരിക്കും പെരുമാറുക? മറ്റുള്ളവരെ കണ്ട്, സംസാരിച്ചശേഷം എന്തുതരം ധാരണയായിരിക്കും നിങ്ങൾ ശേഷിപ്പിക്കുക? പൂർണമായും മഹദ് വ്യക്തിത്വമായി നിങ്ങൾ ആയിത്തീർന്നെന്ന് സങ്കൽപ്പിക്കുക. എങ്കിൽ നിങ്ങൾക്ക് ഇപ്പോഴുള്ളതിൽനിന്ന് എന്ത് വ്യത്യാസമായിരിക്കും ഉണ്ടായിരിക്കുക?

എത്ര കണ്ട് നിങ്ങൾ നിങ്ങളെ ഇഷ്ടപ്പെടുന്നു

മനഃശാസ്ത്രപരമായി നിങ്ങളുടെ ആത്മാഭിമാനത്തിന്റെ തോത് തന്നെയാണ് നിങ്ങളുടെ സന്തോഷത്തിന്റെ തോതും നിശ്ചയിക്കുന്നത്. നിങ്ങൾ എത്രമാത്രം നിങ്ങളെ ഇഷ്ടപ്പെടുന്നു എന്നാണ് ആത്മാഭിമാനത്തെ നിർവചിക്കുക. നിങ്ങളുടെ ആത്മാഭിമാനം തീരുമാനിക്കുന്നത് നിങ്ങളുടെ സ്വന്തം പ്രതിച്ഛായയെ അടിസ്ഥാനമാക്കിയാണ്. ഈ പ്രതിച്ഛായ അടിസ്ഥാനമാക്കിയാണ് നിങ്ങൾ നിങ്ങളെ നോക്കിക്കാണുന്നതും മറ്റുള്ളവരോട് ദൈനംദിനം പെരുമാറുന്നതും. സ്വന്തം പ്രതിച്ഛായ അടിസ്ഥാനമാക്കിയാകും നിങ്ങളുടെ ആദർശം രൂപപ്പെടുത്തുക. നിങ്ങളുടെ മൂല്യങ്ങൾ, ലക്ഷ്യങ്ങൾ, പ്രതീക്ഷകൾ, സ്വപ്നങ്ങൾ, അഭിലാഷങ്ങൾ എന്നിവയാകും നിങ്ങളുടെ ആദർശങ്ങൾ രൂപപ്പെടുത്തുക.

ഇക്കാര്യത്തിൽ മനഃശാസ്ത്രജ്ഞന്മാർ പറയുന്നത് കേൾക്കൂ: നിങ്ങളുടെ ഈ നിമിഷത്തെ പെരുമാറ്റം നിങ്ങൾ മനസ്സിൽ കണ്ട മാതൃകാപരമായ പെരുമാറ്റവുമായി എത്രകണ്ട് ഐക്യപ്പെടുന്നുവോ അത്രയും നിങ്ങൾ നിങ്ങളെ തന്നെ ഇഷ്ടപ്പെടുകയും ആദരിക്കുകയും ചെയ്യും. സന്തോഷവുമുണ്ടാകും.

മറിച്ച് നിങ്ങളുടെ ഏറ്റവും നല്ല പെരുമാറ്റവുമായി പൊരുത്തമില്ലാത്തപോലെയാണ് നിങ്ങൾ പെരുമാറുന്നതെങ്കിൽ നിങ്ങൾക്ക് നെഗറ്റീവ് ആയ സ്വന്തം പ്രതിച്ഛായയായിരിക്കും അനുഭവപ്പെടുക. നിങ്ങളുടെ ഏറ്റവും മികച്ച പ്രകടനത്തേക്കാൾ, നിങ്ങൾ ആഗ്രഹിക്കുന്നതിനേക്കാൾ കുറഞ്ഞ രീതിയിലേ അപ്പോൾ പ്രവർത്തിക്കാനാകൂ. ഫലമോ, നിങ്ങളുടെ ആത്മാഭിമാനവും സന്തോഷവും ഇടിയും.

ഏറ്റവും മികച്ച പ്രകടനം പുറത്തെടുക്കൂ

നിങ്ങളുടെ മനസ്സിൽ നിങ്ങളൊരു മാതൃകാപുരുഷനെ വരച്ചുവെച്ചിരിക്കും. നിങ്ങൾ ആ രീതിയിൽ നടക്കാനും സംസാരിക്കാനും പെരുമാറാനും തുടങ്ങുന്ന ആ നിമിഷം നിങ്ങളുടെ ആത്മാഭിമാനം ഉയരും. നിങ്ങൾക്ക് നിങ്ങളോടുതന്നെയും ലോകത്തോടും സന്തോഷം തോന്നും,

ഉദാഹരണത്തിന് നിങ്ങളെ മറ്റൊരു വ്യക്തി നല്ല വാക്ക് പറയുമ്പോൾ, അല്ലെങ്കിൽ പ്രശംസിക്കുമ്പോൾ അല്ലെങ്കിൽ എന്തെങ്കിലും നേട്ടത്തിൽ സമ്മാനമോ അവാർഡോ ലഭിക്കുമ്പോൾ നിങ്ങളുടെ ആത്മാഭിമാനവും അതിനനുസരിച്ച് ഉയരുന്നത് കാണാം. ചിലപ്പോൾ വളരെ നാടകീയമായി അത് സംഭവിക്കും. നിങ്ങൾക്ക്

നിങ്ങളോട് അതിരറ്റ സ്നേഹം തോന്നും. നിങ്ങളുടെ മൊത്തത്തിലുള്ള ജീവിതം ശ്രുതിമധുരമായി തുടരുന്നതായി അനുഭവപ്പെടും. നിങ്ങൾ വേണ്ടപ്പെട്ടവനായും വിലയേറിയ വ്യക്തിത്വമായും അനുഭവപ്പെടും.

നിങ്ങളെന്ത് ചെയ്യുമ്പോഴും മനഃപൂർവം, ചിട്ടയായി ആത്മാഭിമാനം ഉയർത്തുന്ന സാഹചര്യങ്ങളും സൃഷ്ടിച്ചുകൊണ്ടിരിക്കണം. ഭാവിയിൽ മഹദ് വ്യക്തിത്വമായി തീരേണ്ടതിന് തക്ക ജീവിതമാണ് ഇപ്പോൾ നിങ്ങൾ നയിക്കുന്നതെന്ന് ഉറപ്പ് വരുത്തണം.

നിങ്ങളെന്ത് വിശ്വസിക്കുന്നെന്ന് അറിയുക

നിങ്ങളുടെ ജോലി, കരിയർ എന്നിവയിൽ എന്താണ് നിങ്ങളുടെ മൂല്യങ്ങൾ? പ്രതിബദ്ധതയും, കഠിനാധ്വാനവും കൈമുതലുള്ള, ആശ്രയിക്കാവുന്ന, സഹകരിക്കുന്ന, മുൻകൈയെടുക്കാൻ കഴിവുള്ള, വിജയിക്കാനുള്ള അഭിനിവേശമുള്ള, മറ്റുള്ളവരുമൊത്ത് പോകാൻ കഴിവുള്ള വ്യക്തിയാണോ? ജോലിയിൽ ഇത്തരം ഗുണങ്ങൾ ഉള്ളവർ മറ്റുള്ളവരേക്കാൾ വിജയികളും ആത്മാഭിമാനം ഏറിയവരുമായിരിക്കും.

കുടുംബവുമായി നിങ്ങളുടെ മൂല്യങ്ങളെന്തൊക്കെയാണ്? ഉപാധികളില്ലാത്ത സ്നേഹം, പ്രചോദനം, ബന്ധങ്ങൾ ബലപ്പെടുത്തൽ, ക്ഷമാശീലം, ദയാവായ്പ്, സൗഹാർദ്ദം, ശ്രദ്ധകൊടുക്കൽ എന്നിവയുടെ പ്രാധാന്യത്തിൽ നിങ്ങൾ വിശ്വസിക്കുന്നുണ്ടോ? അവരവരുടെ ജീവിതത്തിൽ പ്രധാന വ്യക്തികളുമായി ഇത്തരം മൂല്യങ്ങൾ പരിശീലിച്ച് വരികയാണെങ്കിൽ മറ്റുള്ളവരേക്കാൾ കൂടുതൽ സന്തുഷ്ടരായി ജീവിക്കുമെന്നുറപ്പാണ്.

പണം, സാമ്പത്തിക വിജയം എന്നിവയോട് ബന്ധപ്പെട്ട് എന്താണ് നിങ്ങളുടെ മൂല്യങ്ങൾ? സത്യസന്ധത, കഠിനാധ്വാനം, മിതവ്യയം എന്നീ ഗുണങ്ങളുണ്ടോ?

മിച്ചംപിടിക്കുന്ന, വിദ്യാസമ്പത്തുള്ള, മികച്ച പ്രകടനം പുറത്തെടുക്കുന്ന, ഗുണമേന്മയുള്ള, സ്ഥിരോത്സാഹമുള്ള വ്യക്തിയാണോ? എങ്കിൽ മറ്റുള്ളവരെ താരതമ്യം ചെയ്യുമ്പോൾ ഇത്തരം രീതികൾ പിന്തുടരുന്നവർ എളുപ്പം സാമ്പത്തിക നേട്ടം കൈവരിക്കുന്നു. അവർ ലക്ഷ്യമിടുന്ന സാമ്പത്തിക ലക്ഷ്യങ്ങളിലേക്ക് അതിവേഗം നടക്കുന്നു.

എങ്ങനെയാണ് നിങ്ങളുടെ ആരോഗ്യം? അച്ചടക്കം പുലർത്തേണ്ടതിന്റെയും നൈപുണ്യം നേടേണ്ടതിന്റെയും ആത്മനിയന്ത്രണം പാലിക്കേണ്ടതിന്റെയും പ്രാധാന്യത്തെക്കുറിച്ച് വിശ്വസിക്കു

ന്നുണ്ടോ? ഭക്ഷണനിയന്ത്രണം, വ്യായാമം, വിശ്രമം എന്നിവ പിന്തുടരുന്നുണ്ടോ? ആരോഗ്യ വിഷയങ്ങളിലും ഫിറ്റ്നസിലും നിങ്ങൾ ഉയർന്ന നിലവാരം പുലർത്തുന്നുണ്ടോ? അതിനായി ദിവസവും പ്രയത്നിക്കാറുണ്ടോ? ജനങ്ങൾ ഇത്തരം മൂല്യങ്ങൾ പരിശീലിക്കുന്നവരാണെങ്കിൽ ദീർഘായുസ്സുള്ളവരും ആരോഗ്യവാന്മാരും ആയിരിക്കും.

എന്ത് വേണമെന്ന് മാത്രം ചിന്തിക്കുക

നിങ്ങൾ എല്ലായ്പ്പോഴും എന്താണ് ചിന്തിക്കുന്നത് അതായി തീരുമെന്ന് ഓർക്കുക. വിജയം നേടിയവരും സന്തുഷ്ടരും അവരവരുടെ മൂല്യങ്ങളെ കുറിച്ച് ചിന്തിക്കുന്നവരായിരിക്കും. ഓരോ ദിനവും ജീവിതത്തിന്റെ എല്ലാ മേഖലകളിലും ഈ മൂല്യങ്ങൾ എങ്ങനെ പരിശീലിക്കുകയും പ്രാവർത്തികമാക്കുകയും ചെയ്യാമെന്നായിരിക്കും അവർ ചിന്തിക്കുക. നിങ്ങളുടെ മൂല്യങ്ങളുമായി എത്രമാത്രം പൊരുത്തപ്പെട്ട് തുടർച്ചയായി പ്രവർത്തിക്കാമോ അത്രയും സന്തോഷവും ആരോഗ്യവും പോസിറ്റീവ് ചിന്താഗതിയും ഉത്സാഹവും നിങ്ങളിൽ വന്ന് നിറയും.

നിങ്ങൾ നിങ്ങളായിരിക്കുക

ചിലപ്പോൾ എല്ലാ മൂല്യങ്ങളിലും വെച്ചേറ്റവും പ്രധാനപ്പെട്ടത് പ്രതിബദ്ധതയായിരിക്കും. ഒരു കോടീശ്വരൻ ഒരിക്കൽ പറയുകയുണ്ടായി, പ്രതിബദ്ധത എന്നത് കേവലമൊരു മൂല്യമായി മാത്രം കാണാനാകില്ല എന്ന്. മറ്റ് മൂല്യങ്ങൾക്കൊക്കെ ഗാരന്റിയാകുന്നത് ഈ പ്രതിബദ്ധതയാണ്. ഇതെനിക്ക് വലിയ ഉൾക്കാഴ്ചയാണ് നൽകിയത്. ഒരിക്കൽ നിങ്ങൾ ഒരു മൂല്യവുമായി തുടർച്ചയായി ജീവിക്കാൻ തീരുമാനിക്കുന്നതോടെ നിങ്ങളിലെ പ്രതിബദ്ധതയുടെ തോത് അത് തുടരണോ വേണ്ടയോ എന്ന് നിശ്ചയിക്കും. നിങ്ങൾക്കറിയാവുന്നതിന്റെ പരമാവധിയുമായി നിങ്ങൾ സ്ഥിരതയോടെ പ്രവർത്തിച്ചുകൊണ്ടിരുന്നാൽ അത്രയേറെയായിരിക്കും നിങ്ങളുടെ സ്വകാര്യ പ്രതിബദ്ധത. എത്രയും ഉയർന്നതാണോ നിങ്ങളുടെ പ്രതിബദ്ധത അത്രയും സന്തോഷം എന്നാണർത്ഥം. എന്തും ചെയ്യാനുള്ള ശക്തിയും നിങ്ങൾക്ക് കൈവരുന്നതായി അനുഭവപ്പെടും.

മഹത്വമേറിയവർ ഉയർന്ന പ്രതിബദ്ധതയുള്ളവരായിരിക്കുമെന്ന് പറയാറുണ്ട്. അവർ ഉയർന്ന ജീവിതവീക്ഷണവും മൂല്യവുമായി സ്ഥിരതയോടെ ജീവിക്കും. ആര് ശ്രദ്ധിച്ചാലും ഇല്ലെങ്കിലും അവരുടെ പ്രവൃത്തി അങ്ങനെ തന്നെയായിരിക്കും. മറിച്ച് ഇടത്തര

ക്കാരാകട്ടെ ഒഴികഴിവുകൾ പറയുന്നവരും പ്രതിബദ്ധതയിൽ വെള്ളം ചേർക്കുന്നവരുമായിരിക്കും. പ്രത്യേകിച്ചും ആരും കാണാനും ശ്രദ്ധിക്കാനുമില്ലെങ്കിൽ.

സത്യസന്ധരായിരിക്കുക, നമ്മളോടും അപരരോടും

ഇന്നുമുതൽ ആദരവ് പിടിച്ചുപറ്റുന്ന വ്യക്തിയായിരിക്കുമെന്ന് നിശ്ചയിച്ചുറപ്പിക്കുക. സത്യം പറയാനുള്ള ആർജ്ജവം ഉണ്ടായിരിക്കുക. നമ്മളോടും മറ്റുള്ളവരോടും സത്യസന്ധരായിരിക്കുക. ജീവിതത്തിലെ എല്ലാ മേഖലകളിലുമുള്ള മൂല്യങ്ങളിൽ സുതാര്യത സൂക്ഷിക്കുക. അതെല്ലാം എഴുതിവെയ്ക്കുക. ആ മൂല്യങ്ങൾക്കനുസൃതമായാണ് നിങ്ങൾ സ്ഥിരതയോടെ ജീവിക്കുന്നതെങ്കിൽ എങ്ങനെയാകും പെരുമാറുക എന്ന് ചിന്തിക്കുക. എന്ത് കാരണമുണ്ടെങ്കിലും വിട്ടുവീഴ്ച ചെയ്യില്ലെന്ന് ഉറച്ച തീരുമാനമെടുക്കുക.

ജീവിതത്തിന്റെ എല്ലാ ഉത്തരവാദിത്വങ്ങളും എന്നാണോ ഏറ്റെടുക്കാൻ തുടങ്ങുന്നത് അപ്പോൾ മുതൽ നിങ്ങളുടെ ജീവിതത്തിൽ വളരെ വ്യക്തമായ ലക്ഷ്യവും സെറ്റുചെയ്യാൻ തയ്യാറാകുന്നു. നിങ്ങളുടെ ജീവിതത്തിൽ സംഭവിക്കുന്നതിനെല്ലാം ഉത്തരവാദിത്വം സ്വയം ഏറ്റെടുക്കുന്നതോടെ എല്ലാം തികഞ്ഞ ഭാവിയുടെയും വ്യക്തമായ ചിത്രം നിങ്ങൾ സെറ്റ് ചെയ്യാൻ തുടങ്ങുന്നു. നിങ്ങളിപ്പോൾ വിക്ഷേപണത്തറയിലാണ് നിൽക്കുന്നത്. നക്ഷത്രങ്ങളിലേക്ക് യാത്രചെയ്യാൻ സജ്ജനുമാണ്.

മൂല്യങ്ങൾ സ്പഷ്ടമാക്കുക

1. ഇന്നത്തെ ജീവിതത്തിലെ ഏറ്റവും പ്രധാനപ്പെട്ട അഞ്ച് മൂല്യങ്ങൾ ഏതെന്ന് ലിസ്റ്റ് തയ്യാറാക്കുക. അതിൽ ഏതിലെല്ലാമാണ് നിങ്ങൾ വിശ്വസിക്കുന്നതും നിലക്കൊള്ളുന്നതും?
2. നിങ്ങളെ അറിയുന്നവർക്കിടയിൽ എന്ത് ഗുണഗണങ്ങളിലും മൂല്യങ്ങളിലുമാണ് നിങ്ങൾ ഇപ്പോൾ അറിയപ്പെടുന്നത്?
3. നിങ്ങളുടെ ജീവിതത്തിൽ മറ്റുള്ളവരുമായുള്ള ബന്ധത്തിൽ ഏറ്റവും പ്രധാനപ്പെട്ട മൂല്യമായി നിങ്ങൾ കരുതുന്നതെന്താണ്?
4. പണം സാമ്പത്തിക വിജയം എന്നിവയിൽ നിങ്ങളുടെ മൂല്യമെന്താണ്? നിങ്ങൾ അത്തരം മൂല്യങ്ങൾ ദിവസവും നടപ്പിലാക്കാറുണ്ടോ ?
5. നിങ്ങളുടെ കണ്ണിൽ ഒരു തികഞ്ഞ വ്യക്തി ആരായിരിക്കുമെന്ന് വിശദീകരിക്കുക.
6. നിങ്ങളുടെ ശവസംസ്കാരച്ചടങ്ങിന്റെ കുറിപ്പ് നിങ്ങൾതന്നെ തയ്യാറാക്കുക. നിങ്ങൾ എങ്ങനെ ഓർമ്മിക്കപ്പെടാനായിരിക്കും നിങ്ങൾ ഇഷ്ടപ്പെടുക? പ്രത്യേകിച്ചും നിങ്ങളുടെ കുടുംബാംഗങ്ങൾക്കുമിടയിൽ?
7. നിങ്ങളുടെ മൂല്യങ്ങളുമായി കൂടുതൽ സ്വരചേർച്ചയോടെ പ്രവർത്തിക്കാൻ പെരുമാറ്റത്തിൽ എന്ത് മാറ്റങ്ങളാണ് ഇന്ന് തന്നെ നടപ്പിലാക്കുക?

4

വിശ്വാസങ്ങളെ വിലയിരുത്തുക

ഒരാൾക്ക് ജീവിതത്തിൽ നിന്ന് എന്ത് നേടണം എന്നതിൽ അയാൾക്കും ലക്ഷ്യത്തിനുമിടയിൽ ഒരേയൊരു കാര്യമാണ് നിൽക്കുന്നത്. അതിനായി ശ്രമിക്കാനുള്ള ഇച്ഛാശക്തിയും അതു സാധ്യമാണെന്നുള്ള വിശ്വാസവും.

റിച്ചാഡ് എം ഡെവോസ്

മനസ്സിന്റെ നിയമത്തിൽ ഒരു പക്ഷേ ഏറ്റവും പ്രധാനപ്പെട്ടത് വിശ്വാസത്തിന്റെ നിയമമായിരിക്കും. ദൃഢമായി നിങ്ങളൊരു കാര്യം വിശ്വസിച്ചാൽ അതെന്തുമായിക്കോട്ടെ യാഥാർഥ്യമായി തീരുമെന്നാണ് ഈ നിയമം പറയുക. 'നിങ്ങൾ കാണുന്നതല്ല വിശ്വസിക്കുന്നത്. പിന്നെയോ നിങ്ങൾ ഇതിനകം വിശ്വസിച്ചതാണ് കാണുന്നത്' വേയ്ൻ ഡയർ (Wayne Dyer) പറയുന്നു. വിശ്വാസം, മനോഭാവം, മുൻവിധി, മുമ്പേ നിശ്ചയിച്ച സങ്കൽപ്പങ്ങൾ, എന്നിവയുടെ ലെൻസിലൂടെയാണ് നിങ്ങൾ നിങ്ങളുടെ ലോകത്തെ നോക്കിക്കാണുന്നത്. നിങ്ങൾ ചിന്തിച്ചതുപോലെയല്ല നിങ്ങൾ. മറിച്ച് എന്താണ് നിങ്ങളെന്നാണ് വിശ്വസിക്കുന്നത്, അതാണ് നിങ്ങൾ.

സുഭാഷിതം 23:7-ൽ ഇങ്ങനെ പറയുന്നു: എന്തെന്നാൽ അവൻ മനസ്സിൽ എണ്ണിനോക്കുന്നുണ്ട്. തിന്നുക കുടിക്കുക എന്ന് അവൻ പറയുമെങ്കിലും അവന് ആത്മാർത്ഥതയില്ല. അതിനർത്ഥം ഹൃദയത്തിൽ ചിന്തിക്കുന്നതെന്താണോ അതാണ് അവൻ. നിങ്ങൾ എന്താണെന്ന ഉള്ളിന്റെയുള്ളിലെ വിശ്വാസങ്ങൾക്കും ധാരണകൾക്കുമനുസരിച്ചായിരിക്കും പുറംലോകത്തെ എല്ലാ പ്രവൃത്തികളുമെന്നാണ് ഇതിനർഥം.

മത്തായി 9:29-ൽ യേശു പറയുന്നു: നിങ്ങളുടെ വിശ്വാസം പോലെ നിങ്ങൾക്കും ഭവിക്കട്ടെ. മറ്റൊരുവിധത്തിൽ പറഞ്ഞാൽ നിങ്ങളുടെ ഉള്ളിന്റെയുള്ളിലെ തീക്ഷ്ണമായ വിശ്വാസങ്ങളാണ് യാഥാർഥ്യമായി തീരുക എന്നാണ്. നിങ്ങൾക്ക് എന്ത് സംഭവിക്കുമെന്ന് അത്തരം വിശ്വാസങ്ങൾ തീരുമാനിക്കും.

ഹാർവാർഡ് യൂണിവേഴ്സിറ്റിയിലെ ഡോ. വില്യം ജെയിംസ് 1905-ൽ പറഞ്ഞു 'വിശ്വാസം യഥാർഥ വസ്തുത സൃഷ്ടിക്കുന്നു.' അദ്ദേഹം തുടരുന്നു: വ്യക്തികൾ അവരുടെ ഉള്ളിലെ മനോഭാവങ്ങൾ മാറ്റിയാൽ ജീവിതത്തിലെ പുറത്തെ കാര്യങ്ങളും മാറ്റാൻ കഴിയുമെന്ന കണ്ടുപിടുത്തമാണ് എന്റെ തലമുറയിലെ ഏറ്റവും മഹത്തായ വിപ്ലവം.

ചിന്തകൾ മാറ്റൂ, ജീവിതം മാറ്റൂ

നിങ്ങളെക്കുറിച്ചുള്ള വിശ്വാസങ്ങളും സാധ്യതകളെക്കുറിച്ചുള്ള കാഴ്ചപാടും മാറ്റുമ്പോഴാണ് ജീവിതത്തിൽ നിങ്ങൾക്ക് കൂടുതൽ മെച്ചപ്പെടാനാകുന്നത്. നിങ്ങൾക്ക് എന്ത് ചെയ്യാൻ കഴിയും, എന്താണ് നിങ്ങൾക്ക് സാധ്യമായിട്ടുള്ളത് എന്നതിലുള്ള വിശ്വാസം മാറ്റുമ്പോഴാണ് വ്യക്തിഗത വളർച്ച കൈവരിക. വരുമാനം ഇരട്ടിയാക്കണമെന്ന് ആഗ്രഹിക്കുന്നുണ്ടോ? ഉറപ്പായും നിങ്ങൾക്കതിന് കഴിയും. അതിനൊരു ചോദ്യമുണ്ട്. അക്കാര്യം സാധ്യമാകുമെന്ന് നിങ്ങൾ വിശ്വസിക്കുന്നുണ്ടോ? വരുമാനം മൂന്നിരട്ടിയാക്കുന്നതിൽ നിങ്ങളുടെ താൽപ്പര്യമെന്താണ്? അത് നടക്കുമെന്ന് നിങ്ങൾക്ക് വിശ്വാസമുണ്ടോ?

അവിശ്വാസത്തിന്റെ തോത് എത്രയാണെങ്കിലും എനിക്കൊരു ചോദ്യം ചോദിക്കാനുണ്ട്. നിങ്ങളുടെ ആദ്യജോലിക്കുശേഷം ഇപ്പോൾ ഇതിനകം നിങ്ങളുടെ വരുമാനം ഇരട്ടിയായോ മൂന്നിരട്ടിയായോ വർധിച്ചിട്ടില്ലേ? നിങ്ങൾ കരിയർ തുടങ്ങിയപ്പോഴുള്ളതിനേക്കാൾ വളരെയധികം കൂടുതൽ ഇപ്പോൾ നേടുന്നില്ലേ? നിങ്ങളുടെ വരുമാനം ഇരട്ടിയോ മൂന്നിരട്ടിയോ ആക്കാൻ നിങ്ങൾക്ക് കഴിയുമെന്ന് ഇതിനകം നിങ്ങൾ തെളിയിച്ചുകഴിഞ്ഞില്ലേ? നിങ്ങൾക്ക് ഇതിനുമുമ്പ് സാധിച്ചിട്ടുണ്ടെങ്കിൽ വീണ്ടുമത് സാധ്യമാണ്. അതെങ്ങനെയെന്ന് അറിഞ്ഞാൽ മിക്കവാറും വീണ്ടും വീണ്ടും അത് സാധ്യമാണ്. അക്കാര്യം സാധ്യമാണെന്ന് ഉറച്ച് വിശ്വസിക്കണമെന്ന് മാത്രം. നെപ്പോളിയൻ ഹിൽ പറയുന്നു; മനസ്സിൽ രൂപം നൽകാനും വിശ്വസിക്കാനും കഴിയുന്ന കാര്യങ്ങൾ നിങ്ങൾക്ക് നേടാനുമാകും.

വിജയത്തിനുള്ള നിങ്ങളുടെ മാസ്റ്റർ പ്രോഗ്രാം

ഇരുപതാം നൂറ്റാണ്ടിൽ മനുഷ്യന്റെ കഴിവുകളിലെ കാര്യമായ മുന്നേറ്റം എന്നത് ഒരുപക്ഷേ, സ്വയംധാരണയുടെ (Self concept) കണ്ടെത്തലാകാം. സ്വയംധാരണയാണ് നിങ്ങൾ എന്ത് ചെയ്യുന്നതിന്റെയും അടിസ്ഥാനം. എന്ത് നേടിയതിന്റെയും അടിസ്ഥാനം. എല്ലാ ചിന്തകളും വികാരങ്ങളും പ്രവൃത്തികളും നിയന്ത്രിക്കുന്നതും

തീരുമാനിക്കപ്പെടുന്നതും നിങ്ങളുടെ സ്വയംധാരണയെ അടിസ്ഥാനമാക്കിയാണ്. നിങ്ങൾ എന്ത് ചെയ്യുന്നതിലെയും കാര്യക്ഷമത, പ്രകടനത്തിന്റെ തോത് എന്നിവ മുമ്പേതന്നെ തീരുമാനിക്കുന്നതും പ്രവചിക്കുന്നതും ഈ സ്വയം ധാരണയാണ്. നിങ്ങളുടെ മെന്റൽ കമ്പ്യൂട്ടറിലെ മാസ്റ്റർ പ്രോഗ്രാം എന്നത് നിങ്ങളുടെ സ്വയം ധാരണയാണ്. അതാണ് ബേസിക് ഓപ്പറേറ്റിങ് സിസ്റ്റം. നിങ്ങൾ പുറംലോകത്ത് എന്തെല്ലാം നേട്ടങ്ങളുണ്ടാക്കുന്നുവോ അതെല്ലാം സ്വയംധാരണയുടെ ഫലമാണ്.

മാലിന്യം അകത്തേക്ക്, മാലിന്യം പുറത്തേക്ക്

സ്വയംധാരണയെകുറിച്ച് രസകരമായ കണ്ടെത്തലുണ്ട്. തെറ്റായ വിശ്വാസങ്ങളെക്കൊണ്ടാണ് നിങ്ങളെക്കുറിച്ചോ നിങ്ങളുടെ ലോകത്തെക്കുറിച്ചോ സ്വയംധാരണ ഉണ്ടാക്കിയെടുത്തിട്ടുള്ളതെങ്കിൽ പോലും നിങ്ങളെ സംബന്ധിച്ചിടത്തോളം അതായിരിക്കും സത്യങ്ങൾ. അതിനനുസരിച്ചാകും നിങ്ങളുടെ ചിന്തകളും വികാരങ്ങളും പ്രവൃത്തികളുമെല്ലാം.

നിങ്ങൾക്ക് നിങ്ങളെക്കുറിച്ചുള്ള കാഴ്ചപ്പാട് തികച്ചും ആത്മനിഷ്ഠമാണ്. പലപ്പോഴും അത് സത്യത്തെ അടിസ്ഥാനമാക്കിയാകില്ല. പലപ്പോഴുമത് നിങ്ങളുടെ ഇതുവരേക്കുമുള്ള ജീവിതത്തിൽ നിങ്ങളെടുത്ത വിവരങ്ങളുടെ ആകെത്തുകയായിരിക്കും. ആ വിവരം നിങ്ങളെങ്ങനെ സംസ്കരിച്ചെടുക്കുന്നു എന്നതിനെ ആശ്രയിച്ചിരിക്കും. നിങ്ങളുടെ വിശ്വാസങ്ങൾ പലപല കാര്യങ്ങളാലാകും രൂപപ്പെടുത്തിയിരിക്കുക. കുട്ടിക്കാലം, സുഹൃത്തുക്കൾ, സഹായികൾ, വായന, വിദ്യാഭ്യാസം, അനുഭവം - അത് പോസിറ്റീവോ നെഗറ്റീവോ ആയിക്കോട്ടെ - ഇതിനൊപ്പം നൂറ് നൂറ് വേറെ കാര്യങ്ങളും കൂടിച്ചേർന്നാകും നിങ്ങളുടെ വിശ്വാസങ്ങൾ രൂപപ്പെടുത്തിയിരിക്കുക.

വിശ്വാസങ്ങളിൽ ഏറ്റവും മോശമായത് നമ്മെ സ്വയം ചുരുക്കുന്ന വിശ്വാസങ്ങളാണ്. നിങ്ങൾക്ക് ചില കാര്യങ്ങളിൽ കഴിവില്ല എന്ന തോന്നലുണ്ടെങ്കിൽ അത് നിങ്ങൾക്ക് സത്യമായി വരും. ചിലപ്പോൾ നിങ്ങളെ സംബന്ധിച്ച ആ തോന്നൽ ശരിയായിരിക്കില്ല. എങ്കിലും അത് സത്യമായി വരും. നിങ്ങൾക്ക് ആ കഴിവുകേട് തോന്നുന്നുവെങ്കിൽ ആ മേഖലയിൽ കഴിവ് കുറഞ്ഞയാളെപ്പോലെ പെരുമാറാൻ തുടങ്ങും. സ്വയം പരിമിതപ്പെടുത്തുന്ന വിശ്വാസങ്ങളെയും പരിധികളെയും മറികടക്കുക എളുപ്പമല്ല. അതായിരിക്കും ജീവിതത്തിൽ നിങ്ങളുടെ ഏറ്റവും കൂടിയ കഴിവുകൾ പുറത്തെടുക്കാൻ നിങ്ങൾക്കുമുന്നിൽ തടസ്സമായി നിൽക്കുന്നത്.

'പണ്ഡിതരെ' അവഗണിക്കുക

ഗ്രഹിക്കാനുള്ള കഴിവ് കുറവാണെന്ന് പറഞ്ഞ് ആൽബർട്ട് ഐൻസ്റ്റിനെ സ്കൂളിൽനിന്ന് പറഞ്ഞയച്ചിട്ടുണ്ട്. മകന് വിദ്യ നേടാനുള്ള കഴിവില്ലെന്നായിരുന്നു അദ്ദേഹത്തിന്റെ മാതാപിതാക്കളോട് സ്കൂൾ അധികൃതർ പറഞ്ഞത്. എന്നാൽ ഈ വിലയിരുത്തൽ സ്വീകരിക്കാൻ മാതാപിതാക്കൾ കൂട്ടാക്കിയില്ല. മകന് മികച്ച വിദ്യാഭ്യാസം നൽകുകയും ചെയ്തു.

ഡോ. ആൽബർട്ട് ഷ്വീറ്റ്സറിനും സ്കൂളിൽ ഇതേ പ്രശ്നം നേരിടേണ്ടിവന്നു. വിദ്യാഭ്യാസം അവസാനിപ്പിച്ച് ചെരിപ്പുകുത്തിയുടെ അടുത്ത് പരിശീലനത്തിന് പോകാൻ മാതാപിതാക്കൾ പ്രോത്സാഹിപ്പിക്കുകയും ചെയ്തു. മുതിരുമ്പോൾ ജോലി ഉറപ്പാക്കാനായിരുന്നു മാതാപിതാക്കളുടെ ഈ പ്രോത്സാഹനം. ഈരണ്ടുപേരും ഇരുപത് വയസ്സിനുള്ളിൽ ഡോക്ടറേറ്റ് നേടുകയും ഇരുപതാം നൂറ്റാണ്ടിലെ ചരിത്രത്തിൽ മഹത്തായ സ്വന്തം മുദ്ര പതിപ്പിക്കുകയും ചെയ്തു.

ഫോർച്ച്യൂൺ 500-ൽ ഇടംപിടിച്ച കോർപ്പറേറ്റ് രംഗത്തെ നിരവധി പ്രസിഡന്റുമാരുടെയും സീനിയർ എക്സിക്യൂട്ടിവുമാരുടെയും സ്കൂൾ കാലം ഒട്ടും തിളക്കമുള്ളതായിരുന്നില്ല. ഫോർച്യൂൺ മാഗസിനിൽ വന്ന ലേഖനത്തിൽ ഇക്കാര്യം വ്യക്തമാക്കുന്നുണ്ട്. തികച്ചും കഠിനപ്രയത്നം ഒന്നുകൊണ്ട് മാത്രമാണ് അവർ സ്വന്തം ബിസിനസ് സാമ്രാജ്യം കെട്ടിയുയർത്തിയത്.

ഏഴാം വയസ്സിൽ സ്കൂളിൽനിന്ന് പുറത്താക്കപ്പെട്ട വ്യക്തിയാണ് തോമസ് എഡിസൺ. തോമസ് എഡിസന് വിദ്യാഭ്യാസത്തിന് പണം ചെലവാക്കുന്നത് വെറും പാഴ്വേലയായിരിക്കുമെന്ന് സ്കൂൾ അധികൃതർ മാതാപിതാക്കളോട് പറഞ്ഞു. തോമസിന് ഒന്നും പഠിച്ചെടുക്കാനുള്ള കഴിവില്ലെന്നും ഒട്ടും സ്മാർട്ടല്ലെന്നും സ്കൂൾ അധികൃതർ പറഞ്ഞു. എന്നാൽ ആധുനിക ലോകത്തെ ഏറ്റവും മഹത്തായ ഉപജ്ഞാതാവായി തോമസ് എഡിസൻ. ഇത്തരത്തിലുള്ള സംഭവങ്ങൾ ആയിരക്കണക്കിന് ആവർത്തിച്ചുകൊണ്ടിരിക്കുന്നു.

ഒരൊറ്റ അനുഭവത്തിൽനിന്നോ, മറ്റാരെങ്കിലും വളരെ സാധാരണരീതിയിൽ പറഞ്ഞ കമന്റിൽനിന്നോ ആയിരിക്കും നിങ്ങളെ തന്നെ ചുരുക്കിക്കാണുന്ന സ്വഭാവം രൂപപ്പെടുത്തിയിരിക്കുക. ഈ നെഗറ്റീവ് അനുഭവം, അല്ലെങ്കിൽ കമന്റ് നിങ്ങളെ വർഷങ്ങളോളം പിറകോട്ടടിപ്പിച്ചേക്കാം. ഭൂരിഭാഗം ആളുകളും ചില പ്രത്യേക മേഖലകളിൽ ഒരു കഴിവുമില്ലെന്ന് വിശ്വസിച്ചിരുന്നിരിക്കും. പിന്നീട് ആ

മേഖലയിൽ പ്രാഗത്ഭ്യം തെളിയിക്കുമ്പോൾ അവർ തനിക്ക് ഈ കഴിവ് ഉണ്ടായിരുന്നോ എന്നാലോചിച്ച് അന്തംവിടുകയും ചെയ്യും. ചിലപ്പോൾ നിങ്ങൾക്കും ഇത് സംഭവിച്ചിരിക്കാം. ആ മേഖലയിൽ നിങ്ങൾക്കില്ലെന്ന് വിചാരിച്ച കഴിവ് ശരിയായ വസ്തുതയെ അടിസ്ഥാനമാക്കിയതല്ലെന്ന് നിങ്ങൾ പെട്ടെന്ന് തിരിച്ചറിയും.

നിങ്ങൾ, നിങ്ങൾ വിചാരിച്ചതിനേക്കാളും മികച്ചതാണ്

ഞാൻ അത്രയും പോരാ എന്ന ചിന്തയാണ് നമ്മിൽ ഭൂരിഭാഗം പേരെയും ചുരുക്കിനിർത്തുന്ന പ്രശ്നങ്ങളുടെ അടിസ്ഥാനമെന്ന് ലൂയീസ് ഹേ എന്ന എഴുത്തുകാരൻ പറയുന്നു. പടിഞ്ഞാറൻ നാടിലെ മനുഷ്യർ പാരമ്പര്യമായി ശൈശവത്തിലേ അപകർഷതാബോധം അനുഭവിച്ചുതുടങ്ങുന്നവരാണെന്ന് ഡോ. ആൽഫ്രഡ് ആഡ്ലർ പറയുന്നു. മുതിരുമ്പോഴും പലരും ആ ചിന്ത കൊണ്ടു നടക്കുന്നു.

പലരും നെഗറ്റീവ് വിശ്വാസങ്ങളാൽ തങ്ങൾക്ക് കുറഞ്ഞ കഴിവുകളേയുള്ളൂ എന്ന് തെറ്റായി ധരിച്ചവരായിരിക്കും.

ബുദ്ധി, കഴിവ്, സർഗ്ഗശേഷി, ഏതെങ്കിലും തരത്തിലുള്ള മികവ് എന്നിവയിലെല്ലാം തങ്ങൾ മോശക്കാരാണെന്നായിരിക്കും വിചാരിച്ചുവരുന്നത്. ഓരോന്നായി എടുത്ത് പരിശോധിച്ചാൽ അതെല്ലാം തെറ്റാണെന്ന് കാണാം.

നിങ്ങൾ മൊത്തം ജീവിതത്തിൽ ഇതുവരെ ഉപയോഗിച്ച കഴിവുകളേക്കാൾ സാമർഥ്യം നിങ്ങൾക്കുണ്ടെന്നതാണ് സത്യം. നിങ്ങളേക്കാൾ മികവ് കൂടിയ ആരുമില്ല. നിങ്ങളേക്കാൾ മിടുക്കനായി ആരുമില്ല. പലമേഖലകളിൽ പല സമയങ്ങളിൽ എല്ലാവരും മിടുക്കന്മാരാണ്.

നിങ്ങൾക്കുമാകാം ജീനിയസ്

നിങ്ങൾക്ക് ചുരുങ്ങിയത് പത്ത് മേഖലകളിൽ ബുദ്ധിവൈഭവം ഉണ്ടായിരിക്കുമെന്നാണ് ഹാർവാർഡ് സർവകലാശാലയിലെ ഡോ. ഹൊവാർഡ് ഗാർഡ്നർ പറയുന്നത്. ബഹുഗുണങ്ങളുള്ള ബുദ്ധിവൈഭവം എന്ന ആശയത്തിന്റെ ഉപജ്ഞാതാവാണ് ഇദ്ദേഹം. ഈ പത്ത് ബുദ്ധിവൈഭവങ്ങളിൽ ഒന്നിലെങ്കിലും നിങ്ങൾക്ക് തിളങ്ങാൻ കഴിയുമെങ്കിൽ നിങ്ങൾക്ക് ജീനിയസ് ആകാം എന്നാണ് ഇദ്ദേഹം പറയുന്നത്.

ദൗർഭാഗ്യമെന്ന് പറയട്ടെ, സ്കൂൾ, യൂണിവേഴ്സിറ്റി തലത്തിൽ നിങ്ങളുടെ വെറും രണ്ട് കഴിവുകളെ ഉടനീളം വിലയിരുത്തി റിപ്പോർട്ട് ചെയ്യുന്നുള്ളൂ. വാമൊഴിയും ഗണിതശാസ്ത്രമികവും.

എന്നാൽ നിങ്ങൾക്ക് എത്രയെത്ര മറ്റ് മേഖലകളിൽ ജീനിയസ് ആകാമെന്നോ? കല, രൂപകൽപ്പന, സംരംഭകത്വം, സ്പോർട്സ്, സംഗീതം, ഇന്റ്റാപേഴ്സണൽ, ഇന്റർപേഴ്സണൽ, അന്തർജ്ഞാനം, തുടങ്ങിയ എത്രയെത്ര മേഖലകൾ.

ഒരു സ്കൂളിന്റെ ഭിത്തിയിൽ കണ്ടത് ഇങ്ങനെയാണ്. ദൈവം ഉപയോഗ്യശൂന്യമായി ഒന്നും ഉണ്ടാക്കുന്നില്ല. എത്ര സത്യം അല്ലേ? ഓരോ വ്യക്തിയും ഏതെങ്കിലും തരത്തിൽ ഏതെങ്കിലും മേഖലയിൽ മഹത്വം ആർജിക്കാൻ കഴിവുള്ളവരാണ്. നിങ്ങൾക്ക് നിങ്ങളുടെ ഉള്ളിൽ ജീനിയസ്സായി ചുരുങ്ങിയത് ഒരു മേഖലയിലെങ്കിലും പ്രവർത്തിക്കാൻ തക്ക അസാധാരണമായ കഴിവുകളുണ്ട്. ചിലപ്പോൾ ഒന്നിലധികം മേഖലയിൽ ആ കഴിവ് കാണും. ആ കഴിവ് ഏതെന്ന് കണ്ടുപിടിക്കുകയാണ് നിങ്ങളുടെ ദൗത്യം.

നമ്മളെ സ്വയം ചുരുക്കുന്ന വിശ്വാസങ്ങളെ ഉപേക്ഷിക്കുക എന്നതാണ് നിങ്ങളുടെ ഉത്തരവാദിത്വം. എന്നിട്ട് നിങ്ങൾ അതിസാധാരണ കഴിവുകളുള്ള പ്രഗത്ഭൻ എന്ന് സ്വയം കാണുക. നിങ്ങളെ നിർമ്മിച്ചിരിക്കുന്നത് മഹത്തായ കഴിവുകളോടെയാണ്. വിജയം നേടാനായി നിങ്ങളെ രൂപകൽപ്പന ചെയ്തിരിക്കുന്നു. നിങ്ങൾക്ക് പ്രത്യേക കഴിവും പ്രാപ്തിയുമുണ്ട്. അത് ഇതുവരെ പൂർണമായും ഉപയോഗപ്പെടുത്തിയിട്ടില്ല. നിങ്ങൾക്ക് ഇപ്പോൾ തന്നെ ഉദ്ദേശിച്ച എന്തും നേടാനുള്ള കഴിവുകളുണ്ട്. അതിനായി കഠിനമായി നീണ്ടകാലം പരിശ്രമിച്ചാൽ മാത്രം മതി.

നിങ്ങളുടെ വിശ്വാസങ്ങൾ നേടിയതാണ്, ജന്മസിദ്ധമല്ല

എല്ലാ വിശ്വാസങ്ങളും അഭ്യസിച്ച് നേടിയത് മാത്രമാണെന്നതാണ് വിശ്വാസത്തെക്കുറിച്ചുള്ള നല്ലവാർത്ത. അതിനാൽ ആ വിശ്വാസങ്ങൾ ഒഴിവാക്കാനും കഴിയും. ആ വിശ്വാസങ്ങൾ സഹായകരമല്ലെങ്കിൽ പ്രത്യേകിച്ചും. നിങ്ങളീ ലോകത്തിലേക്ക് വരുമ്പോൾ നിങ്ങൾക്കൊരു വിശ്വാസവും ഇല്ലായിരുന്നു. നിങ്ങളെക്കുറിച്ചോ നിങ്ങളുടെ മതത്തെക്കുറിച്ചോ നിങ്ങളുടെ രാഷ്ട്രീയ പാർട്ടിയെക്കുറിച്ചോ മറ്റുള്ള മനുഷ്യരെക്കുറിച്ചോ മൊത്തത്തിൽ ലോകം എങ്ങനെയെന്നതിനെക്കുറിച്ചോ ഒരു ധാരണയുമുണ്ടായിരുന്നില്ല. ഇപ്പോൾ നിങ്ങൾ ഒരുപാട് കാര്യങ്ങളെക്കുറിച്ച് 'അറിവ്' ഉണ്ടാക്കിയിരിക്കുന്നു. ഹാസ്യരസപ്രധാനമായ എഴുത്തിലൂടെ പ്രശസ്തനായ ജോഷ് ബില്ലിങ്സ് ഇങ്ങനെ പറയുന്നു: ഒരാളെ മുറിവേൽപ്പിക്കുന്നത് എന്തെന്ന് അയാൾ അറിയുന്നില്ല, അറിയാവുന്നത് എന്താണ് സത്യമല്ലെന്നത് മാത്രമാണ്.

നിങ്ങളെക്കുറിച്ച് നിങ്ങൾക്കറിയാവുന്ന ഒരുപാട് കാര്യങ്ങൾ ലളിതമായി പറഞ്ഞാൽ സത്യമല്ല. ഇതെല്ലാം മിക്കവാറും സ്വയം ചുരുക്കുന്ന, പരിമിതപ്പെടുത്തുന്ന വിശ്വാസവുമായിരിക്കും. നിങ്ങളുടെ യഥാർഥകഴിവുകൾ ഉപയോഗിക്കുന്നതിന് ഒരു ചോദ്യം സ്വയം ചോദിക്കണം. നിങ്ങളെ ചെറുതാക്കി കാണുന്ന വിശ്വാസങ്ങൾ കണ്ടെത്തുക. എന്നിട്ട് ചോദിക്കുക: ഈ വിശ്വാസങ്ങൾ ഒട്ടും സത്യമല്ലെങ്കിൽ പിന്നെന്ത്?

നിങ്ങൾക്ക് അസാധാരണമായ കഴിവുകൾ ഉള്ള മേഖലയിൽ നിങ്ങൾക്കൊരു കഴിവും ഇല്ലെന്ന് കരുതുകയാണെങ്കിലോ? വിപണനം, സംരംഭകത്വം, പൊതുവേദിയിൽ സംസാരിക്കൽ, ധനസമ്പാദനം എന്നിവയിൽ കഴിവുണ്ടായിട്ടും കഴിവില്ലെന്ന് വിചാരിച്ചാലോ?

നിങ്ങളെ കുറിച്ച് വ്യത്യസ്തമായി ചിന്തിക്കൂ

ഞാനീ തത്വം ലോകമെങ്ങും പതിനായിരക്കണക്കിന് ആളുകളെ പഠിപ്പിച്ചിട്ടുണ്ട്. സ്വയം ചുരുക്കി കാണുന്ന വിശ്വാസങ്ങളെ പിന്തുടർന്നുപോന്ന അനേകായിരങ്ങൾ അയച്ച കത്തുകളും ഇ-മെയിലുകളുംകൊണ്ട് എന്റെ മേശയുടെ വലിപ്പ് നിറഞ്ഞിരിക്കുകയാണ്. അവർ ഇത്തരം ആശയങ്ങൾ മുമ്പ് കേട്ടിട്ടേയില്ല. എന്നാൽ ഈ ആശയങ്ങൾ കേട്ടതോടെ അവർ മൊത്തം ജീവിതത്തോടുള്ള മനോഭാവം മാറ്റികളഞ്ഞു. സുപ്രധാന മേഖലകളിൽ അവർ മുമ്പുണ്ടായിരുന്നതിനേക്കാൾ കൂടുതൽ കഴിവും പ്രാപ്തിയുമുള്ളവരാണെന്ന് അവർ തിരിച്ചറിയാൻ തുടങ്ങിയിരിക്കുന്നു.

വളരെ ചുരുങ്ങിയ സമയംകൊണ്ടുതന്നെ അവർക്ക് ജീവിതം മാറ്റിമറിക്കാൻ കഴിയുന്നു. സ്വാഭാവികമായും ഫലങ്ങളിലും നല്ല മാറ്റം വരുന്നു. അവരുടെ വരുമാനം ഇരട്ടിയായും രണ്ടിരട്ടിയായും മൂന്നിരട്ടിയായും നാലിരട്ടിയായും ഉയരുന്നു. അവരിൽ മിക്കവരും കോടീശ്വരന്മാരാകുന്നു. ജോലി ചെയ്യുന്ന കമ്പനികളിൽ അവർ താഴേത്തട്ടിൽ നിന്ന് ഉന്നതങ്ങളിലേക്കെത്തുന്നു. മോശം പ്രകടനം കാഴ്ചവയ്ക്കുന്നവരിൽനിന്ന് മികച്ച പ്രകടനം നടത്തുന്നവരാകുന്നു. ചിലപ്പോൾ ആ ബിസിനസ്സിൽ ഏറ്റവും കൂടുതൽ സമ്പാദിക്കുന്ന വ്യക്തികളിലൊരാളാകുന്നു.

സ്വയമേ തങ്ങളെക്കുറിച്ചുള്ള വിശ്വാസം മാറ്റുന്നതോടെ, വ്യക്തിഗത കഴിവുകളെക്കുറിച്ചുള്ള ധാരണ മാറ്റുന്നതോടെ അവർ പുതിയ കഴിവുകൾ നേടുന്നു. പുതിയ വെല്ലുവിളികൾ നേരിടുന്നു. അവർ കൂടുതൽ വലിയ ലക്ഷ്യങ്ങൾ മുന്നിൽവയ്ക്കുന്നു. അത്

നേടാൻ കൈയും മെയ്യും മറന്ന് പരിശ്രമിക്കുന്നു. സ്വയം രൂപപ്പെടുത്തിയ വിശ്വാസങ്ങൾ ചോദ്യം ചെയ്യാൻ തുടങ്ങുന്നതോടെ, ഏതെങ്കിലും മേഖലയിൽ കഴിവുകുറഞ്ഞതെന്ന വിശ്വാസം അംഗീകരിക്കാൻ മടിക്കുന്നതോടെ അവർ സ്വന്തം ജീവിതത്തിലും തൊഴിലിലും പൂർണനിയന്ത്രണം ഏറ്റെടുക്കുന്നു. അവരവർക്കായി പുതിയ യാഥാർത്ഥ്യങ്ങൾ കണ്ടെത്തുന്നു. മറ്റുള്ള അസംഖ്യം പേർക്ക് ഇത് സാധ്യമാണെങ്കിൽ നിങ്ങൾക്കും കഴിയുമെന്ന് തിരിച്ചറിയുന്നു.

നിങ്ങൾക്ക് വേണ്ട വിശ്വാസങ്ങൾ തിരഞ്ഞെടുക്കുക

കമ്പ്യൂട്ടർ സോഫ്റ്റ്‌വെയർ സ്റ്റോർപോലെ ഒരു വിശ്വാസത്തിന്റെ സ്റ്റോർ ഉണ്ടെന്ന് സങ്കൽപ്പിക്കൂ. അബോധമനസ്സിൽ പ്രോഗ്രാം ചെയ്യാൻ സാധിക്കുന്ന തരം വിശ്വാസം വാങ്ങാൻ കഴിയുന്ന സ്റ്റോർ. വിശ്വാസങ്ങൾ തിരഞ്ഞെടുക്കാൻ പറ്റുന്നുവെങ്കിൽ ഏതുതരം വിശ്വാസമായിരിക്കും നിങ്ങളെ ഏറ്റവും കൂടുതൽ സഹായിക്കുക? ഇതാണ് എന്റെ നിർദേശം. ഞാൻ വമ്പൻ ജീവിതവിജയം നേടാൻ വിധിക്കപ്പെട്ടിരിക്കുന്നു എന്ന വിശ്വാസമായിരിക്കണം തിരഞ്ഞെടുക്കേണ്ടത്.

നിങ്ങൾ വലിയ വിജയം നേടാനായി ജനിച്ചവനാണെന്ന് സ്വയം കരുതുകയാണെങ്കിൽ നിങ്ങളുടെ നടപ്പ്, സംസാരം, പ്രവൃത്തികൾ എന്നിവയും വലിയ വിജയം നേടിത്തരുന്നതിനുവേണ്ടിയുള്ള രീതിയിൽ മാറിയിരിക്കും. ഇങ്ങനെയാണ് ലോകത്തെ ഏറ്റവും വലിയ ആളുകൾ എല്ലാ മേഖലയിലും ചിന്തിക്കുക.

നല്ലതിനായി നോക്കുക

ഏത് സാഹചര്യത്തിലും വിജയികൾ നല്ലത് കാണുന്നു. അത് എല്ലായ്പ്പോഴും അവിടെ ഉണ്ടെന്ന് അവർക്കറിയാം. എത്ര തിരിച്ചടികൾ ഉണ്ടായാലും അവർക്ക് സംഭവിക്കുന്നതിന്റെ ഫലം നല്ലതായി വരുമെന്ന് അവർ പ്രതീക്ഷിക്കുന്നു. തിരിച്ചടികളെല്ലാം വമ്പൻ വിജയങ്ങൾ നേടാൻ കഠിനവഴികളിലൂടെയുള്ള കടന്നുപോക്കാണെന്നാണ് അവർ മനസ്സിലാക്കുക. ആ വിജയം അനിവാര്യമാണെന്നും അവർ കരുതുന്നു.

നിങ്ങളുടെ വിശ്വാസങ്ങൾ പോസിറ്റീവ് ആണെങ്കിൽ എല്ലാ തിരിച്ചടികളിലും ബുദ്ധിമുട്ടുകളിലും വിലയേറിയ പാഠം തിരയാൻ ശ്രമിക്കും. ആത്യന്തികവിജയം നേടാൻ ധാരാളം പാഠങ്ങൾ ഇനിയും പഠിക്കേണ്ടിയിരിക്കുന്നു എന്ന് നിങ്ങൾ ആത്മവിശ്വാസത്തോടെ വിശ്വസിക്കും. അതിനാൽ എല്ലാ തിരിച്ചടികളും പഠിക്കാനുള്ള അനു

ഭവമായാണ് കാണുക. നെപ്പോളിയൻ ഹിൽ എഴുതി: എല്ലാ ബുദ്ധിമുട്ടുകളിലും തടസ്സങ്ങളിലും അതിന് തുല്യമായതോ അതിലുമേറെയോ ഗുണങ്ങളുടെയോ ആനുകൂല്യങ്ങളുടെയോ വിത്തുകളുമുണ്ടാകും.

ഇത്തരം മനോഭാവം വഴി നിങ്ങൾക്ക് സംഭവിക്കുന്നതിലെല്ലാം നേട്ടമുണ്ടാകും. അത് പോസിറ്റീവോ നെഗറ്റീവോ ആയിക്കോട്ടെ, ആത്യന്തികമായി നിങ്ങളുടെ ലക്ഷ്യങ്ങൾ കണ്ടെത്താനായുള്ള നേർവഴി തേടിക്കൊണ്ടേയിരിക്കും.

അനുഭവവേദ്യമാകും വിധം 'അഭിനയിക്കുക'

സൈക്കോളജിയിലെയും മെറ്റാഫിസിക്സിലെയും നേർവിപരീതനിയമം ഒരു കാര്യം പറയുന്നുണ്ട്. നിങ്ങൾ വെറുതെ പ്രവർത്തിക്കാതെ ഏതെങ്കിലും പ്രത്യേകരീതിയിൽ കാര്യങ്ങൾ ഉൾക്കൊണ്ട് പ്രവർത്തിക്കുക.

പല കാര്യങ്ങളും തുടങ്ങുമ്പോൾ നിങ്ങൾ വലിയ വിജയങ്ങൾ നേടുമെന്ന് ചിലപ്പോൾ അനുഭവപ്പെട്ടെന്ന് വരില്ല. നിങ്ങൾക്ക് മതിയായ ആത്മവിശ്വാസം ഉണ്ടായിക്കൊള്ളണമെന്നില്ല. പലപ്പോഴും വിജയകരമായ നേട്ടങ്ങളിൽനിന്ന് മാത്രമായിരിക്കും ആത്മവിശ്വാസം ആർജിക്കുക. നിങ്ങളുടെ കഴിവുകളിൽ നിങ്ങൾക്കുതന്നെ സംശയമുയരാം. പരാജയബോധമുണ്ടാകാം. നിങ്ങൾക്ക് മതിയായ കഴിവ് ഇതുവരേക്കും ഇല്ലെന്ന് തോന്നാം.

എന്നാൽ നിങ്ങൾ ആയിത്തീരാൻ ആഗ്രഹിക്കുന്ന വ്യക്തിയായി നിങ്ങളൊന്ന് 'അഭിനയിച്ച്' നോക്കൂ. നിങ്ങൾ ആഗ്രഹിക്കുന്ന തരത്തിലുള്ള കഴിവുകളും ഗുണങ്ങളും ഉണ്ടെന്ന് ബോധ്യത്തിൽ സ്വയം 'അഭിനയിച്ച്' നോക്കൂ. നിങ്ങളുടെ പ്രവൃത്തികളും അവരുടേതിന് തുല്യമായി ഫീൽ ചെയ്യും. നേർവിപരീതനിയമപ്രകാരം നിങ്ങൾ യഥാർഥത്തിൽ അഭിനയിക്കുന്നത് നിങ്ങൾക്ക് ഫീൽ ചെയ്യാനാഗ്രഹിക്കുന്ന രീതിയിൽ മാറുകയാണ്.

നിങ്ങളുടെ ബിസിനസ്സിൽ ഏറ്റവും ഉയർന്ന വിജയംനേടിയവർക്കൊപ്പം നിങ്ങൾക്കും എത്തണമെങ്കിൽ ടോപ് ബിസിനസ്സുകാർ വസ്ത്രം ധരിക്കുന്നപോലെ നിങ്ങളും വസ്ത്രം ധരിക്കണം. അവരെപോലെ വളർന്ന് വരണം. അവർ ജോലി ആസൂത്രണം ചെയ്യുംപോലെ നിങ്ങളും ചെയ്യണം. നിങ്ങളുടെ മേഖലയിലെ ഏറ്റവും വിജയികളായവരെ തിരഞ്ഞെടുത്ത് അവരെ റോൾ മോഡലുകളാക്കണം. സാധ്യമെങ്കിൽ അവരെ സന്ദർശിച്ച് വേഗത്തിൽ വളർച്ച നേടുന്ന കാര്യത്തിൽ ഉപദേശം തേടണം. അവരെന്താണ് ഉപദേശം തരുന്നത് അത് എത്രയും വേഗം നടപ്പിലാക്കാനും കഴിയണം.

നിങ്ങൾ വിജയികളെപ്പോലെ നടക്കാനും സംസാരിക്കാനും വസ്ത്രം ധരിക്കാനും പെരുമാറാനും തുടങ്ങുമ്പോൾ അവർ അനുഭവിക്കുന്നതുപോലെയുള്ള വികാരം നിങ്ങൾക്കും അനുഭവപ്പെടാൻ തുടങ്ങും. ടോപ് ബിസിനസ്സുകാർ പ്രവർത്തിക്കുംപോലെ നിങ്ങളും ജോലി ചെയ്യാൻ തുടങ്ങും. അവർക്ക് ലഭിക്കുന്നതുപോലെയുള്ള ഫലം നിങ്ങൾക്കും ലഭിച്ചുതുടങ്ങും. ചുരുങ്ങിയ സമയംകൊണ്ട് നിങ്ങളും ടോപ് ബിസിനസ്സുകാർക്കിടയിൽ സ്ഥാനം പിടിക്കും. 'നിങ്ങൾ നേടും വരെ അനുകരിക്കൂ' എന്ന ചൊല്ല് പഴയതാണെങ്കിലും അതിൽ ഒരുപാട് സത്യമുണ്ട്.

സെയിൽസ് മാനേജരുടെ രഹസ്യം

എന്റെയൊരു സുഹൃത്ത് മികച്ച വിജയം നേടിയ സെയിൽസ് മാനേജരാണ്. വളരെ ശ്രദ്ധാപൂർവ്വം അഭിമുഖം നടത്തി കൂട്ടുകാരൻ പുതിയ സെയിൽസ്മാനെ തിരഞ്ഞെടുത്തു. അതിനുശേഷം പുതിയ സെയിൽസ്മാനെയും കൂട്ടി അദ്ദേഹം കാഡിലാക് ഷോറൂമിലേക്ക് പോയി. സെയിൽസ്മാന്റെ പഴയകാർ പുതിയ കാഡിലാക് കാറുമായി എക്സ്ചേഞ്ച് ചെയ്യാൻ ആവശ്യപ്പെട്ടു. തുടക്കത്തിൽ ഈ ആവശ്യം സെയിൽസ്മാൻ നിരസിച്ചു. കാഡിലാകിന്റെ വിലകേട്ട് പാവം ഞെട്ടിപ്പോയിരിക്കും. മാസംതോറുമുള്ള തിരിച്ചടവ് ആലോചിച്ചാൽ എങ്ങനെ ഞെട്ടാതിരിക്കും. എന്നാൽ കാഡിലാക് കാറുമായി എക്സ്ചേഞ്ച് ചെയ്താൽ മാത്രമേ പുതിയ ജോലി നൽകൂ എന്ന് സെയിൽസ് മാനേജർ ഉറച്ചുനിന്നു. എന്തായിരിക്കും ഇതിനുശേഷം സംഭവിച്ചിരിക്കുക എന്നാണ് നിങ്ങൾ കരുതുന്നത്? വീട്ടിലേക്ക് ആ പുതിയ വിലകൂടിയ കാറുമായി എത്തുമ്പോൾ ഭാര്യയ്ക്ക് ചെറിയ ഹൃദയസ്തംഭനംവരെ സംഭവിച്ചേക്കാം അല്ലേ? എന്നാൽ തുടക്കത്തിലെ സംഭ്രമത്തിനുശേഷം അവളെയും കൂട്ടി സെയിൽസ്മാൻ സമീപപ്രദേശങ്ങളിലേക്ക് ഒരു യാത്ര പോയാലോ? അവർ പുത്തൻ കാഡിലാകിൽ പോകുന്നത് അയൽക്കാർ അതിശയത്തോടെ കാണും. അവർക്കുനേരെ ഈ സെയിൽസ്മാൻ കൈവീശി കാണിക്കും. വീടിന് മുന്നിലോ വഴിയോരത്തോ കാഡിലാക് പാർക്ക് ചെയ്യുമ്പോഴോ നാട്ടുകാരെത്തി പ്രശംസ ചൊരിയാനും തുടങ്ങും. പതിയെ ഉപബോധമനസ്സിൽ അതിസൂക്ഷ്മമായി തന്നോടുതന്നെയുള്ള മനോഭാവത്തിൽ മാറ്റം വരാൻ തുടങ്ങും. സമ്പാദിക്കാനുള്ള തന്റെ കഴിവിലും മാറ്റം വരും.

ചുരുങ്ങിയ ദിവസങ്ങൾക്കുള്ളിൽ പുത്തൻ കാഡിലാക് ഓടിക്കാൻ തക്ക കഴിവുള്ള ആളായി സ്വയം കരുതാൻ തുടങ്ങും. തന്റെ

മേഖലയിൽ വലിയതോതിൽ പണം സമ്പാദിക്കുന്ന വ്യക്തിയായി തന്നെ കാണും. ഏറ്റവും മികച്ച പ്രകടനം കാഴ്ച വെച്ചയാളായി സ്വയം വിലയിരുത്തും. അധികകാലമൊന്നും കഴിയേണ്ട ഈ സ്ഥാപനത്തിലെ സെയിൽസിലെ ജോലിക്കാരെല്ലാം സൂപ്പർതാരങ്ങളായി പ്രകടനം കാഴ്ചവെച്ചിരിക്കും. അവരുടെ പ്രകടനം പതിന്മടങ്ങ് ഉയരും. മുമ്പുണ്ടായിരുന്നതിനേക്കാൾ അവർ സമ്പാദിക്കാൻ തുടങ്ങും. കാഡിലാകിന്റെ തിരിച്ചടവൊന്നും അവർക്ക് ഒരു പ്രശ്നമാകില്ല. കാരണം അവരുടെ സമ്പാദ്യം അതിനകം അത്രയും ഉയർന്നിരിക്കും.

മാനസികമായി തുല്യമൂല്യമുള്ളത് സൃഷ്ടിക്കുക

'നിങ്ങൾക്ക് പുറംലോകത്തിൽ ആനന്ദിക്കാൻ എന്താണ് വേണ്ടതെന്ന തിരിച്ചറിവോടെ അതിന് തുല്യമായ കാര്യങ്ങൾ നിങ്ങൾക്കുള്ളിൽത്തന്നെ രൂപീകരിക്കുക' എന്നാണ് എമ്മെറ്റ് ഫോക്സ് പറഞ്ഞിരിക്കുന്നത്.

പുറംലോകത്തിൽ നിങ്ങൾ കൈവരിക്കാൻ ആഗ്രഹിക്കുന്ന വലിയവിജയങ്ങൾക്കുവേണ്ട വിശ്വാസം നിങ്ങൾക്കുള്ളിൽത്തന്നെ സൃഷ്ടിക്കണം. അതിന് സ്ഥിരതയും വേണം. സ്വയം ചുരുങ്ങുന്ന വിശ്വാസങ്ങളെ വെല്ലുവിളിച്ചുകൊണ്ടാകും അതിൽ നിങ്ങൾ വിജയിക്കുക. അത്തരം നെഗറ്റീവ് ചിന്തകളെ തള്ളിക്കളഞ്ഞും അത്തരം ചിന്തകൾ നിലവിലില്ലെന്ന് വിശ്വസിച്ചുമാണ് നിങ്ങൾ മുന്നേറേണ്ടത്.

നിങ്ങൾ പ്രവർത്തിക്കുന്ന മേഖലയിൽ മികച്ച പ്രവർത്തനം കാഴ്ചവയ്ക്കാൻ തക്ക അറിവും കഴിവും ബലപ്പെടുത്തി വരണം. ഏതു വെല്ലുവിളികളും ആവശ്യങ്ങളും നേരിടാൻതക്കവിധം നിങ്ങൾ സജ്ജനായിരിക്കണം. പുതിയ പോസിറ്റീവ് വിശ്വാസങ്ങൾ അതിവേഗം വളർത്തിക്കൊണ്ടുവരണം. എല്ലാ മേഖലയിലും വലുതും ആവേശം കൊള്ളിക്കുന്നതുമായ ലക്ഷ്യങ്ങൾ സെറ്റ് ചെയ്യണം. തുടർച്ചയായി ഇത് പിന്തുടരുന്നതോടെ ഒടുവിൽ നിങ്ങളാഗ്രഹിക്കുന്ന വ്യക്തിയായി നിങ്ങൾ മാറുന്നത് കാണാം. വിജയത്തിനായി നിങ്ങളുടെ ഉപബോധമനസ്സിനെ റീപ്രോഗ്രാം ചെയ്യണം. നിങ്ങൾ ചെയ്യുന്നതിലും പറയുന്നതിലും അതിന് തുല്യമായ കാര്യങ്ങൾ സെറ്റ് ചെയ്തുകൊണ്ട് വേണം റീപ്രോഗ്രാമിങ് നടത്താൻ.

നിങ്ങളുടെ പുതിയ ഇമേജിന് അനുസൃതമായി തുടർച്ചയായി പെരുമാറുക

പുത്തൻ വിശ്വാസങ്ങൾ വികസിപ്പിക്കുക, അതിനായി തുടർച്ചയായി പ്രവർത്തിച്ചുകൊണ്ടിരിക്കുക. നിങ്ങളാഗ്രഹിക്കുന്ന വിധമുള്ള

കഴിവുകളും കാര്യക്ഷമതയും നിങ്ങൾക്കുള്ളതുപോലെതന്നെ നിങ്ങൾ ഇപ്പോൾ പ്രവർത്തിക്കണം. എല്ലാവരോടും പോസിറ്റീവായി, ശുഭാപ്തി വിശ്വാസിയായി സന്തോഷവാനായി പെരുമാറണം. നിങ്ങളുടെ വിജയം ഇതിനകം ഉറപ്പെന്ന മട്ടിൽവേണം പ്രവർത്തിക്കാൻ. ഉറപ്പുള്ള വിജയത്തിനായി നിങ്ങൾക്കായി മാത്രമറിയാവുന്ന രഹസ്യമുണ്ടെന്ന രീതിയിലാകണം പ്രവർത്തിക്കേണ്ടത്.

നിങ്ങളുടെ ഓരോ ദിവസമുള്ള പ്രവൃത്തിയിലും സംസാരത്തിലും നിങ്ങളുടേതായ വ്യക്തിത്വവും സ്വഭാവവും വളർത്തിക്കൊണ്ട് വരണം. സ്വഭാവരൂപീകരണത്തിലും വികസനത്തിലും നിയന്ത്രണത്തിലും നിങ്ങൾ മുന്നോട്ട് പോകുകയാണെന്ന് നിങ്ങൾ തിരിച്ചറിയാൻ തുടങ്ങും. നിങ്ങൾ ആഗ്രഹിക്കുന്ന രീതിയിൽ വളർന്നെന്ന് നിങ്ങൾക്ക് തോന്നിത്തുടങ്ങുമ്പോൾ അതിന് തക്കരീതിയിൽ മാത്രം സംസാരിക്കാനും പ്രവർത്തിക്കാനും ശ്രദ്ധിക്കണം. നിങ്ങൾ ആകാൻ ആഗ്രഹിക്കുന്ന വ്യക്തിയുടേതുപോലെയാകണം നിങ്ങളുടെ പെരുമാറ്റവും സംസാരവും ചിന്തകളും. അതെല്ലാം നീണ്ട കാലം നീണ്ടുനിൽക്കുകയും വേണം. നിങ്ങൾ ആകാൻ ആഗ്രഹിക്കുന്ന വ്യക്തിയെ പോലെതന്നെ പെരുമാറാൻ തുടങ്ങണം. അതേ കഴിവുകൾ ആർജ്ജിക്കാനും ശ്രമിക്കണം.

തീരുമാനം എടുക്കുക

നിങ്ങളെ പിന്നോട്ടടിക്കുന്ന ചിന്തകളും പ്രവൃത്തികളും ഉപേക്ഷിക്കാൻ ഇന്നുതന്നെ ഉറച്ച തീരുമാനമെടുക്കുക. നിങ്ങളിലേക്ക് തന്നെ നോക്കുക. നിങ്ങളുടെ കഴിവുകളിലും മികവുകളിലും സംശയം തോന്നുന്ന കാര്യങ്ങളെല്ലാം ചോദ്യം ചെയ്യുക. നിങ്ങളുടെ കുടുംബാംഗങ്ങളോടും സുഹൃത്തുക്കളോടും നിങ്ങളിലെന്തെങ്കിലും നെഗറ്റീവ് ചിന്തകളോ വിശ്വാസങ്ങളോ കാണുന്നുണ്ടോ എന്ന് ചോദിച്ചറിയാം. പലപ്പോഴും നിങ്ങൾക്ക് തിരിച്ചറിയാൻ കഴിയാതിരുന്ന നിങ്ങളിലെ നെഗറ്റീവ് ചിന്തകളും വിശ്വാസങ്ങളും അവർക്ക് പറഞ്ഞുതരാൻ കഴിഞ്ഞേക്കും. ഒരിക്കൽ നിങ്ങൾ ഇത്തരം നെഗറ്റീവ് ചിന്തകളും വിശ്വാസങ്ങളും തിരിച്ചറിഞ്ഞാൽ സ്വയം ചോദിക്കുക. ഇത്തരം കാര്യങ്ങൾക്ക് വിപരീതമായ കാര്യങ്ങൾ സത്യമായാലോ?

നിങ്ങൾക്ക് സ്വയം സംശയം തോന്നുന്ന കാര്യങ്ങളിൽ വളരെയധികം വിജയം നേടാൻ കഴിഞ്ഞാലെന്താണ്? ആ പ്രത്യേക മേഖലയിൽ ചെറുപ്പംമുതലേ അത്തരം കഴിവുകൾ പ്രോഗ്രാം ചെയ്തെങ്കിൽ എന്തായിരുന്നേനെ? നിങ്ങൾക്ക് ജീവിതത്തിൽവേണ്ട പണ

മെല്ലാം നേടാനും കാത്തുസൂക്ഷിക്കാനുമുള്ള കഴിവ് ഇപ്പോൾ തന്നെ ഉണ്ടായിരുന്നെങ്കിൽ? പണസമ്പാദനത്തിൽ നിങ്ങൾക്ക് 'സുവർണസ്പർശ'മുണ്ടായിരുന്നെങ്കിൽ? ഇത്തരം ചോദ്യങ്ങൾ സ്വയം ചോദിച്ചുകൊണ്ടിരിക്കുക.

വാക്കുകൾക്കൊപ്പം പ്രവൃത്തിയും

നിങ്ങളുടെ വിശ്വാസങ്ങൾ നിങ്ങളുടെ വാക്കുകളിലും പ്രവൃത്തികളിലും പ്രതിഫലിക്കും. ഒരു കാര്യം ശ്രദ്ധിക്കുക. നിങ്ങൾ ആയിത്തീരാൻ ആഗ്രഹിക്കുന്ന വ്യക്തിത്വത്തിന് അനുസരിച്ചാണോ നിങ്ങളുടെ സംസാരവും പ്രവൃത്തിയുമെന്ന് ഉറപ്പുവരുത്തുക. കാലം ചെല്ലുന്തോറും നിങ്ങളിലെ കൂടുതൽ നെഗറ്റീവ് കാര്യങ്ങൾ നിങ്ങളൊഴിവാക്കാൻ തുടങ്ങും. സ്വയം ചുരുക്കുന്ന കാര്യങ്ങൾക്കുപകരം കൂടുതൽ വളർന്ന് വികസിക്കുന്ന ചിന്തകളും പ്രവൃത്തികളും നിങ്ങളിൽനിന്നുണ്ടാകും. ഒട്ടുംവൈകാതെ നിങ്ങൾ വിജയം നേടാൻ തക്കവിധം പൂർണമായും പ്രോഗ്രാം ചെയ്യപ്പെട്ടിരിക്കും. അത് സംഭവിക്കുമ്പോൾ അതിൽനിന്നുള്ള മാറ്റം നിങ്ങളുടെ പുറംലോകത്തിൽ പ്രതിഫലിക്കുമ്പോൾ നിങ്ങൾ അത്ഭുതപ്പെടും. നിങ്ങൾക്ക് ചുറ്റുമുള്ളവർ ഇതുകണ്ട് കൺമിഴിക്കും.

വിശ്വാസങ്ങളെ വിശകലനം ചെയ്യുക

1. ആകാൻ ആഗ്രഹിക്കുന്നപോലെ അഭിനയിക്കുക. നിങ്ങളുടെ മേഖലയിൽ ഏറ്റവും കാര്യക്ഷമതയും ബഹുമാന്യതയും ഉള്ള വ്യക്തികളിലൊരാളാണ് നിങ്ങളെങ്കിൽ ഇപ്പോൾ ചെയ്യുന്നതിനേക്കാൾ എത്ര വിഭിന്നമായിട്ടായിരിക്കും നിങ്ങൾ ചിന്തിക്കുകയും പ്രവർത്തിക്കുകയും ചെയ്യുക?
2. പണസമ്പാദനത്തിൽ നിങ്ങൾക്ക് തൊട്ടതെല്ലാം പൊന്നാക്കാനുള്ള സുവർണസ്പർശമുണ്ടെന്നിരിക്കട്ടെ. ഏറ്റവും കാര്യക്ഷമതയോടെ പണം മാനേജ് ചെയ്യാനുള്ള കഴിവ് നിങ്ങൾക്കുണ്ടെങ്കിൽ നിങ്ങളെങ്ങനെയാകും പ്രവർത്തിക്കുക?
3. നമ്മെ പിന്നോട്ടടിക്കുന്ന, സ്വയം ചുരുക്കുന്ന വിശ്വാസങ്ങൾ ഏതെന്ന് കണ്ടെത്തുക. അതെല്ലാം പൂർണമായും അസത്യമെങ്കിൽ എങ്ങനെയായിരിക്കും നിങ്ങൾ പ്രവർത്തിക്കുക?
4. നിങ്ങളുടെ മനസ്സിന്റെ വളരെ ആഴത്തിൽ നിങ്ങൾ നേടാനാഗ്രഹിക്കുന്ന ഒരു വിശ്വാസം തിരഞ്ഞെടുക്കുക. അതെല്ലാം നിങ്ങളെ സംബന്ധിച്ച് സത്യമാണെന്ന മട്ടിൽ അഭിനയിക്കുക.
5. ഇപ്പോൾ നിങ്ങൾ നേരിടുന്ന ഏറ്റവും ബുദ്ധിമുട്ടുള്ള സാഹചര്യം എന്തെന്ന് കണ്ടെത്തുക. അതിൽ മൂല്യമേറിയ എന്ത് സന്ദേശമാണ് നിങ്ങൾക്ക് ഉൾക്കൊള്ളാനുള്ളതെന്ന് കണ്ടെത്തുക. ഭാവിയിൽ ആ സാഹചര്യം ഒഴിവാക്കാനുള്ള എന്ത് പാഠമാണ് ഉള്ളതെന്ന് മനസ്സിലാക്കുക.
6. നിങ്ങൾ ജീവിതത്തിൽ ജയിക്കാനായി ജനിച്ചവനാണെന്ന വിശ്വാസമുണ്ടെങ്കിൽ നിങ്ങൾ എന്ത് വേറിട്ട പ്രവൃത്തികളിലായിരിക്കും ഏർപ്പെടുക?
7. നിങ്ങളുടെ ജീവിതത്തിൽ നിർണായക സ്വാധീനം ചെലുത്താൻ കഴിയുന്ന, ജീവിത വിജയം നേടിയ മറ്റുള്ളവരെ കണ്ടെത്തുക. അവർ എത്രമാത്രം വിജയം കണ്ടെത്തുമെന്നാണ് നിങ്ങൾ കരുതുന്നത്?

5

ഭാവി സൃഷ്ടിക്കുക

നിങ്ങൾ ആഗ്രഹിക്കുന്നതിന്റെ ചെറിയയൊരു അംശം നിങ്ങളായിത്തീരുന്നു. എന്നാൽ തീവ്രമായി ആശിച്ചാലോ വലിയ കാര്യങ്ങൾ സംഭവിക്കുന്നു.

ജെയിംസ് അലൻ

കഴിഞ്ഞ കുറെ വർഷങ്ങളായി 3300-ലധികം നേതാക്കളെക്കുറിച്ച് പഠിച്ചതിൽ അവരിൽ മറ്റുള്ളവരിൽനിന്ന് ഒരു പ്രത്യേക ഗുണം വേറിട്ടുനിൽക്കുന്നു. അല്ലെങ്കിൽ ഒരു പ്രത്യേക ഗുണം എല്ലാ വലിയ നേതാക്കൾക്കെല്ലാം പൊതുവായി ഉണ്ട്. അതാണ് ഗുണപരമായ വീക്ഷണം. നേതാക്കൾക്ക് വീക്ഷണമുണ്ട്. മറ്റുള്ളവർക്ക് അതില്ല.

മനുഷ്യചരിത്രത്തിൽ ഒരുപക്ഷേ, ഏറ്റവും വലിയ കണ്ടുപിടുത്തമെന്നത് നിങ്ങളെന്താണോ കൂടുതൽ സമയവും ചിന്തിക്കുന്നത് അത് ആയിത്തീരും എന്നതാണ്. എങ്കിൽ എന്തായിരിക്കും നേതാക്കൾ കൂടുതൽ സമയവും ചിന്തിക്കുക? ഉത്തരമിതാണ്. നേതാക്കൾ ഭാവിയെപ്പറ്റിയാണ് കൂടുതൽ സമയവും ചിന്തിക്കുക. എവിടേക്കാണ് പോകേണ്ടത്, അവിടേക്കെത്താൻ അവർ എന്താണ് ചെയ്യേണ്ടത് എന്നതിനെക്കുറിച്ചായിരിക്കും ചിന്ത.

നേതാക്കളല്ലാത്ത സാധാരണക്കാരുടെ ചിന്തയെന്തായിരിക്കുമെന്നറിയുമോ? അവർ ഈ നിമിഷം അവർ അനുഭവിക്കുന്ന വിഷമങ്ങളെയും സന്തോഷങ്ങളെയും കുറിച്ചായിരിക്കും ചിന്തിക്കുക. അവർ കഴിഞ്ഞുപോയതിൽ ചിന്തിക്കുകയും വിഷമിക്കുകയും ചെയ്യും. കഴിഞ്ഞ കാര്യങ്ങൾ മാറ്റാൻ കഴിയില്ല.

ഭാവിയെപ്പറ്റി ചിന്തിക്കുക

ഭാവിയുടെ ക്രമീകരണം എന്നാണ് നേതാക്കളുടെ നേതൃപാടവത്തെ പറയുക. നേതാക്കൾ എപ്പോഴും ഭാവിയെ മുന്നിൽ കാണുന്നു. എന്താണ് അവർക്ക് നേടാനുള്ളതെന്ന് ആലോചിക്കുന്നു. എവിടേക്ക് എത്തിച്ചേരണമെന്നും അതിനായി എന്ത്

ചെയ്യണമെന്നും ചിന്തിക്കുന്നു. എന്നാൽ സാധാരണക്കാർക്കും ഒരു സന്തോഷവാർത്തയുണ്ട്. നിങ്ങളെപ്പോൾ നേതാക്കളെപ്പോലെ ചിന്തിക്കാൻ തുടങ്ങുന്നുവോ നേതാക്കൾക്ക് ലഭിക്കുന്ന അതേ ഫലം നിങ്ങൾക്കും ലഭിക്കും.

അമ്പത് വർഷത്തിലധികം കാലത്തെ ഗവേഷണത്തിനുശേഷം ഹാർവാർഡ് സർവകലാശാലയിലെ ഡോ. എഡ്വേഡ് ബാൻഫീൽഡ് പറയുന്നത് ഇപ്രകാരമാണ്. ദീർഘകാല വീക്ഷണമാണ് ജീവിതത്തിൽ സാമ്പത്തിക, വ്യക്തിഗത വിജയങ്ങൾക്ക് ഏറ്റവും നിർണായകമായിരിക്കുന്നത്. അടുത്ത നിരവധി വർഷങ്ങൾ മുന്നോട്ടുകണ്ട് ഇപ്പോൾ തീരുമാനമെടുക്കുക എന്നതാണ് ബാൻഫീൽഡ് ദീർഘകാലവീക്ഷണം എന്നതുകൊണ്ട് ഉദ്ദേശിച്ചിരിക്കുന്നത്.

ഇതാണ് ഇതുവരേക്കുമുള്ളതിൽ വച്ചേറ്റവും പ്രധാനപ്പെട്ട കണ്ടുപിടുത്തം. ഒന്ന് ആലോചിച്ച് നോക്കിയേ. ഭാവിയിലേക്ക് നിങ്ങൾ കൂടുതലായി നോക്കുന്നുവോ അപ്പോൾ കൂടുതൽ മികച്ച തീരുമാനങ്ങൾ വർത്തമാനകാലത്തിൽ നിങ്ങളെടുക്കും. ഭാവി യാഥാർത്ഥ്യമാക്കാൻ ഇപ്പോൾ നടത്തുന്ന ശ്രമങ്ങളാണത്.

അഞ്ചുവർഷത്തെ ഭാവനാലോകം സൃഷ്ടിക്കുക

വ്യക്തിഗതതന്ത്രപരമായ ആസൂത്രണത്തിൽ നിങ്ങളുടെ നീണ്ട കാലത്തെ ജീവിതം മുന്നിൽ കണ്ടുവേണം തുടങ്ങാൻ. നിങ്ങൾ ചെയ്യുന്നതിലെല്ലാം ആദർശവത്കരണം നടത്തണം. അടുത്ത അഞ്ചുവർഷത്തേക്കുള്ള ആദർശം നിറഞ്ഞ ജീവിതം നിങ്ങൾക്കായി സൃഷ്ടിക്കുക. എല്ലാം സമഗ്രമായ രീതിയിൽ സംഭവിക്കുകയാണെങ്കിൽ അഞ്ച് വർഷത്തിൽ എങ്ങനെയിരിക്കും നിങ്ങളുടെ ജീവിതമെന്ന് സങ്കൽപ്പിച്ചു നോക്കുക.

പരിമിതികളില്ലെന്ന് സങ്കൽപ്പിക്കുക

ആദർശവത്കരണവും ദീർഘകാല വീക്ഷണവും ഒത്തുചേർക്കുമ്പോൾ സ്വയം ചുരുക്കുന്ന പരിമിതികൾ റദ്ദ് ചെയ്യുകയോ നിർവീര്യമാക്കുകയോ ചെയ്യുകയാണ്. നിങ്ങൾക്ക് യാതൊരു പരിമിതികളും ഇല്ലെന്ന് സങ്കൽപ്പിച്ചുനോക്കുക. നിങ്ങൾക്ക് ഏതു ലക്ഷ്യവും നേടാൻ തക്കവിധം ഇഷ്ടംപോലെ സമയവും കഴിവും ശേഷിയും ഉണ്ടെന്ന് സങ്കൽപ്പിക്കുക. ജീവിതത്തിൽ നിങ്ങൾ എവിടെ നിൽക്കുന്നു എന്നതിൽ പ്രസക്തിയില്ല. നിങ്ങൾ ചിന്തിക്കുകയാണ് നിങ്ങൾക്ക് ഏത് വാതിൽ തുറക്കാനും എന്ത് ആഗ്രഹങ്ങൾ നേടാനും കഴിയുംവിധം ഇഷ്ടംപോലെ സുഹൃത്തുക്കളും ബന്ധങ്ങളും

ഉണ്ടെന്ന്. പ്രധാനപ്പെട്ടതായ ലക്ഷ്യങ്ങൾ നേടുന്നതിൽ ഒരിക്കലും ഒരു പരിമിതിയും നിങ്ങൾക്ക് ഇല്ലെന്ന് സങ്കൽപ്പിക്കുക.

നീലാകാശചിന്ത പരിശീലിക്കുക

ഏറ്റവും ഉയർന്ന പ്രകടനം നടത്തിയവരിൽ ചാൾസ് ഗാർഫീൽഡ് നടത്തിയ പഠനത്തിൽ രസകരമായ കണ്ടെത്തൽ നടത്തിയിട്ടുണ്ട്. വർഷങ്ങളായി ശരാശരി പ്രകടനം നടത്തുന്ന പുരുഷന്മാരും സ്ത്രീകളും, അവർ പെട്ടെന്ന് അസാമാന്യമായ വിസ്ഫോടന പ്രകടനത്താൽ വിജയവും നേട്ടവും കണ്ടെത്തുകയാണ്. അത്തരക്കാരെ ചാൾസ് ഗാർഫീൽഡ് നിരീക്ഷണവിധേയരാക്കി. കുതിപ്പിന്റെ ടേക്ക് ഓഫ് പോയിന്റിൽ ഇവരെല്ലാവരും 'നീലാകാശ ചിന്ത'കളുള്ളവരാണെന്നാണ് കണ്ടെത്തിയത്.

നീലാകാശ ചിന്തയിൽ നിങ്ങൾക്ക് അസാധ്യമായതൊന്നുമില്ലെന്ന് നിങ്ങൾ ഭാവനയിൽ കാണുകയാണ്. പരിമിതികളൊന്നുമില്ലാത്ത വളരെ ശുഭ്രമായ ആകാശത്തെ കാണുന്ന പോലെയാണത്. നിങ്ങൾ കുറേ വർഷങ്ങൾ കടന്നുചിന്തിക്കുകയാണ്. എല്ലാ രീതിയിലും നിങ്ങളുടെ ജീവിതം കുറ്റമറ്റതാണ്. അതിനുശേഷം നിങ്ങൾ വീണ്ടും ഇന്നിലേക്ക് തിരിച്ചെത്തി ഈ ചോദ്യം സ്വയം ചോദിക്കുന്നു: എല്ലാം തികഞ്ഞ ഭാവിയുടെ സൃഷ്ടിക്കായി എന്താണ് എന്നിൽ സംഭവിച്ചത്? അതിനുശേഷം ഈ ചോദ്യം കൂടി ചോദിക്കുക: ഭാവിയിൽ എല്ലാ ലക്ഷ്യങ്ങളും നേടാൻ ഇനിയെന്താണ് ഈ പോയിന്റ് മുതൽ എന്നിൽ സംഭവിക്കേണ്ടത്?

നിങ്ങളുടെ സ്വപ്നത്തിൽ വിട്ടുവീഴ്ചയരുത്

ആദർശവത്കരണവും ദീർഘവീക്ഷണവും പരിശീലിക്കുമ്പോൾ നിങ്ങളുടെ സ്വപ്നങ്ങളിലും വീക്ഷണങ്ങളിലും നിങ്ങൾക്കായും ഭാവിയിലേക്കും വിട്ടുവീഴ്ച ചെയ്യാതെ നോക്കുക. നിങ്ങളൊരിക്കലും ചെറിയ നേട്ടങ്ങളിലോ പകുതി വിജയങ്ങളിലോ തൃപ്തിപ്പെടരുത്. പകരം, നിങ്ങൾ വലിയ സ്വപ്നങ്ങൾ കാണുക. പ്രപഞ്ചത്തിൽ മാനസികമായി ഏറ്റവും കരുത്തുള്ള വ്യക്തിയായി നിങ്ങൾ നിങ്ങളെ മുന്നിൽ നിർത്തുക. അത്തരമൊരു വ്യക്തിയായി ലോകത്തിനുമുന്നിൽ നിങ്ങളെ പ്രക്ഷേപിക്കുക. നിങ്ങൾ നിങ്ങളുടെ എല്ലാം തികഞ്ഞ ഭാവി സൃഷ്ടിക്കുക. നിങ്ങളിലേക്കുതന്നെ തിരിച്ചെത്തും മുമ്പ്, നിലവിലെ സാഹചര്യത്തിൽ എന്താണ് നിങ്ങൾക്ക് കഴിയുകയെന്നും എന്താണ് നിങ്ങൾക്ക് യഥാർത്ഥത്തിൽ വേണ്ടതെന്നും തീരുമാനിക്കുക.

നിങ്ങളുടെ ബിസിനസ്സിൽനിന്നും കരിയറിൽനിന്നും തുടങ്ങുക. ഇപ്പോൾ മുതൽ അഞ്ചുവർഷത്തേക്ക് സമഗ്രമാണെന്ന് സങ്കൽപ്പിക്കുക. എന്നിട്ട് താഴെ പറയുന്ന ചോദ്യങ്ങൾക്ക് ഉത്തരം കണ്ടെത്തൂ.

1. എന്തായിരിക്കും എന്റെ അന്നത്തെ തൊഴിൽ സാഹചര്യം?
2. ഞാനെന്തായിരിക്കും അപ്പോൾ ചെയ്യുന്നുണ്ടാകുക?
3. എവിടെയായിരിക്കും ഞാൻ അതെല്ലാം ചെയ്യുന്നുണ്ടാകുക?
4. ആർക്കൊപ്പമായിരിക്കും ഞാൻ പ്രവർത്തിക്കുക? ഏത് ലെവൽ ഉത്തരവാദിത്വമായിരിക്കും എനിക്കുണ്ടാകുക?
5. എനിക്ക് എന്തെല്ലാം തരത്തിലുള്ള കഴിവുകളും ശേഷിയുമായിരിക്കും ഉണ്ടായിരിക്കുക?
6. എന്ത് തരത്തിലുള്ള ലക്ഷ്യങ്ങളായിരിക്കും ഞാൻ നേടിക്കൊണ്ടിരിക്കുക?
7. എന്റെ മേഖലയിൽ ഏത് പദവിയിലും അന്തസ്സിലുമായിരിക്കും ഞാൻ പ്രവർത്തിക്കുക?

പരിധികളില്ലാത്ത ചിന്ത പരിശീലിക്കുക

താഴെയുള്ള ചോദ്യങ്ങൾക്ക് ഉത്തരം കണ്ടെത്തുമ്പോൾ നിങ്ങളുടെ മുന്നിൽ പരിധികളൊന്നുമില്ലെന്ന് സങ്കൽപ്പിക്കണം. എല്ലാം നിങ്ങൾക്ക് സാധ്യമാണെന്ന് ചിന്തിക്കുക. പീറ്റർ ഡ്രക്കർ ഇങ്ങനെ പറയുന്നു: നമുക്ക് ഒരു വർഷത്തിൽ നേടാനാകുന്ന കാര്യത്തെക്കുറിച്ച് നമ്മൾ കണക്കിലേറെ മതിക്കും. എന്നാൽ അഞ്ചുവർഷത്തിൽ എന്തെല്ലാം നേടാമെന്നതിനെക്കുറിച്ച് നമുക്ക് വലിയ മതിപ്പൊന്നുമില്ല. അഞ്ചുവർഷത്തെ നേട്ടത്തെക്കുറിച്ച് തീരെ വില താഴ്ത്തി കാണാനാണ് നമ്മൾ ശ്രമിക്കുക.

ഇത് നിങ്ങൾക്ക് സംഭവിക്കാതിരിക്കട്ടെ. നിങ്ങളുടെ കഴിവുകളെ കുറച്ചു കാണരുത്.

ഇനി നിങ്ങളുടെ എല്ലാം തികഞ്ഞ അഞ്ചുവർഷത്തെ ഭാവി ഇന്നുമുതൽ ആദർശപരമായി മുന്നിൽകാണുക. നിങ്ങളുടെ സാമ്പത്തിക ജീവിതം സമഗ്രമാണെങ്കിൽ താഴെ പറയുന്ന ചോദ്യങ്ങൾക്ക് എന്തായിരിക്കും ഉത്തരങ്ങൾ?

1. എന്തുമാത്രമാണ് ഞാൻ സമ്പാദിക്കുക?
2. എന്തുതരത്തിലുള്ള ജീവിതശൈലിയാണ് എനിക്കുണ്ടാകുക?

3. എന്തുതരത്തിലുള്ള വീട്ടിലായിരിക്കും ഞാൻ താമസിക്കുന്നുണ്ടാകുക?
4. ഏതുതരത്തിലുള്ള കാർ ആയിരിക്കും എനിക്കുണ്ടാകുക?
5. എനിക്കും എന്റെ കുടുംബത്തിനും എന്തുതരത്തിലുള്ള ഭൗതികസമൃദ്ധിയായിരിക്കും നൽകുക?
6. എനിക്ക് ബാങ്കിൽ എത്ര നിക്ഷേപമുണ്ടായിരിക്കും?
7. ഓരോ മാസവും ഓരോ വർഷവും എത്ര പണമാണ് ഞാൻ മിച്ചംവച്ച് സമ്പാദിക്കുക?
8. ഞാൻ വിരമിക്കുമ്പോൾ എനിക്ക് എത്ര തുക കയ്യിലുണ്ടായിരിക്കണം?

നിങ്ങൾക്ക് ആഗ്രഹിക്കുന്ന എന്തും എഴുതാൻ കഴിയുന്ന മാജിക് സ്ലേറ്റ് ഉണ്ടെന്ന് വിചാരിക്കുക. കഴിഞ്ഞ കാലത്തിൽ സംഭവിച്ച എന്തും മായ്ച്ചുകളയാം. അതിനുപകരം ഭാവിയിൽ എന്താണ് വേണ്ടതെന്നതിന്റെ ചിത്രം സൃഷ്ടിക്കുകയുമാകാം. ഏതുസമയത്ത് വേണമെങ്കിലും സ്ലേറ്റ് വൃത്തിയാക്കാം. വീണ്ടും തുടങ്ങാം. നിങ്ങൾക്ക് മുന്നിൽ പരിധികളൊന്നുമില്ല.

നിങ്ങളുടെ എല്ലാം തികഞ്ഞ ഭാവി സങ്കൽപ്പിക്കുക

അടുത്ത അഞ്ച് വർഷത്തിൽ നിങ്ങളുടെ കുടുംബമൊത്തുള്ള എല്ലാം തികഞ്ഞ ഭാവി ജീവിതം സങ്കൽപ്പിക്കുക. നിങ്ങളുടെ ബന്ധങ്ങൾ വിലയിരുത്തുക. എന്നിട്ട് താഴെ പറയുന്ന ചോദ്യങ്ങൾക്ക് ഉത്തരം കണ്ടെത്തൂ.

1. നിങ്ങളുടെ കുടുംബജീവിതം എങ്ങനെയാണ്?
2. ആർക്കൊപ്പമാണ് നിങ്ങൾ? ആരൊക്കെ നിങ്ങളെ വിട്ടുപിരിഞ്ഞു?
3. എവിടെയാണ് നിങ്ങൾ ജീവിക്കുന്നത്? എങ്ങനെയാണ് ജീവിതം?
4. എന്തുതരത്തിലുള്ള വീടാണ് നിങ്ങൾക്കുള്ളത്?
5. എല്ലാം അതിന്റ സമഗ്രതയിൽ ആണെങ്കിൽ നിങ്ങളുടെ ജീവിതത്തിലെ ഏറ്റവും പ്രധാനപ്പെട്ട വ്യക്തികളുമായി നിങ്ങൾക്ക് എന്തുതരത്തിലുള്ള ബന്ധമായിരിക്കും അടുത്ത അഞ്ച് വർഷത്തിൽ ഉണ്ടാവുക?

നിങ്ങളുടെ എല്ലാം തികഞ്ഞ ഭാവിയെക്കുറിച്ച് ഭാവനയിൽ കാണു

മ്പോൾ സങ്കൽപ്പിക്കുമ്പോഴെല്ലാം ഒരൊറ്റ ചോദ്യമാണ് നിങ്ങളോടു തന്നെ ചോദിക്കേണ്ടത്. എങ്ങനെ? ഇതാണ് ഏറ്റവും ശക്തമായ ചോദ്യം. നിങ്ങളുടെ ക്രിയാത്മകതയെ ഉണർത്തി ലക്ഷ്യം കാണാനുള്ള ആശയങ്ങൾക്ക് ഉത്തേജനം നൽകുകയും ചെയ്യും.

പരാജിതർ എപ്പോഴും ഒരു പ്രത്യേക ലക്ഷ്യം സാധ്യമാകുമോ ഇല്ലയോ എന്നായിരിക്കും അത്ഭുതപ്പെട്ടുകൊണ്ടിരിക്കുക. എന്നാൽ വലിയ നേട്ടം വെട്ടിപ്പിടിക്കുന്നവർ അങ്ങനെയല്ല. അവരെപ്പോഴും ഒരു ചോദ്യം ചോദിച്ചുകൊണ്ടിരിക്കും. എങ്ങനെ? അവരുടെ വീക്ഷണവും ലക്ഷ്യങ്ങളും യാഥാർത്ഥ്യമാകാനുള്ള വഴികൾക്കായി പ്രയത്നിച്ചുകൊണ്ടിരിക്കും.

നിങ്ങളുടെ മികച്ച ആരോഗ്യവും ഫിറ്റ്നസും സങ്കൽപ്പിക്കുക

എല്ലാ മേഖലകളിലും നിങ്ങൾക്കുള്ള ആരോഗ്യ സ്ഥിതിയും ഫിറ്റ്നസ് ലെവലും ആലോചിക്കുക. അടുത്ത അഞ്ചുവർഷത്തിൽ നിങ്ങളുടെ ആരോഗ്യം മികച്ചതായിരിക്കും എന്ന അടിസ്ഥാനത്തിൽ താഴെ പറയുന്ന അഞ്ച് ചോദ്യങ്ങൾക്ക് ഉത്തരം കണ്ടെത്തൂ.

1. നിങ്ങളിപ്പോൾ കാണാൻ എങ്ങനെയിരിക്കുന്നു. എന്താണ് നിങ്ങളുടെ അനുഭവം?
2. എന്താണ് നിങ്ങളുടെ അനുയോജ്യമായ ശരീരഭാരം?
3. എല്ലാ ആഴ്ചയിലും നിങ്ങളെത്ര വ്യായാമം ചെയ്യുന്നു?
4. മൊത്തത്തിൽ നിങ്ങളുടെ ആരോഗ്യസ്ഥിതി ഇപ്പോൾ എങ്ങനെയുണ്ട്?
5. ഭാവിയിൽ മികച്ച ആരോഗ്യം ആസ്വദിക്കാൻ നിങ്ങളുടെ ഭക്ഷണരീതികളിൽ, വ്യായാമ ദിനചര്യകളിൽ ആരോഗ്യ ശീലങ്ങളിൽ എന്തു മാറ്റങ്ങളാണ് ഇന്നു മുതൽ കൊണ്ടുവരാൻ ഉദ്ദേശിക്കുന്നത്?

സാമൂഹ്യ പങ്കാളിത്തം സങ്കൽപ്പിക്കുക

അടുത്ത അഞ്ച് വർഷത്തിൽ നിങ്ങൾ സമൂഹത്തിൽ വളരെ സ്വാധീനശക്തിയുള്ള പ്രധാനപ്പെട്ട വ്യക്തിയായി മാറിയെന്ന് സങ്കൽപ്പിക്കുക. നിങ്ങൾ ചുറ്റുമുള്ളവർക്കായി വളരെ പ്രധാനപ്പെട്ട സംഭാവന നൽകിക്കൊണ്ടിരിക്കുകയാണ്. നിങ്ങളുടെയും ചുറ്റുമുള്ളവരുടെയും ജീവിതത്തിലൊരു മാറ്റം നിങ്ങൾ കൊണ്ടുവരികയാണ്. നിങ്ങളുടെ സാമൂഹ്യതലത്തിലുള്ള പദവിയും ഇടപെടലും മാതൃകാ

പരമെന്നുവയ്ക്കുക. എങ്കിൽ താഴെ പറയുന്ന ചോദ്യങ്ങൾക്ക് ഉത്തരം കണ്ടെത്തുക.

1. നിങ്ങളിപ്പോൾ എന്താണ് ചെയ്തുകൊണ്ടിരിക്കുന്നത്?
2. എന്ത് വ്യവസ്ഥിതിയിലാണ് നിങ്ങളിപ്പോൾ പ്രവർത്തിക്കുന്നത്, അല്ലെങ്കിൽ ഏത് മേഖലയിലാണ് നിങ്ങളിപ്പോൾ സംഭാവന നൽകിക്കൊണ്ടിരിക്കുന്നത്?
3. എന്ത് കാര്യങ്ങളാണ് പിന്തുണയ്ക്കേണ്ടതെന്ന് നിങ്ങൾ അടിയുറച്ച് വിശ്വസിക്കുന്നത്? അത്തരം മേഖലകളിൽ കൂടുതൽ പങ്കാളിത്തം എങ്ങനെയാണ് നേടുക?

ചുമ്മാ ചെയ്യൂന്നേ..

പ്രവർത്തനരീതിയാണ് വലിയ നേട്ടം കൈവരിക്കുന്നവരേയും ചെറിയ നേട്ടം കൈവരിക്കുന്നവരേയും വേർതിരിക്കുന്ന പ്രധാന വ്യത്യാസം. പുരുഷ-സ്ത്രീ ഭേദമെന്യേ വലിയ വിജയം നേടുന്നവർ എപ്പോഴും പ്രവർത്തിച്ചുകൊണ്ടിരിക്കുന്നവരായിരിക്കും. അവരെപ്പോഴും മുന്നോട്ടു ചലിക്കുന്നവരാകും. അവരെപ്പോഴും തിരക്കിലായിരിക്കും. ഒരു ആശയം കിട്ടുമ്പോൾ അപ്പോൾത്തന്നെ നടപ്പിലാക്കുന്നു.

മറിച്ച് ചെറിയനേട്ടമുണ്ടാക്കുന്നവരും നേട്ടമൊന്നും ഉണ്ടാക്കാത്തവരും എപ്പോഴും ആരെയെങ്കിലും പഴിപറഞ്ഞ് നടക്കുന്നവരായിരിക്കും. അവരുടെ ഉദ്ദേശ്യശുദ്ധി നന്നായിരിക്കും. എന്നാൽ ഇന്നുതന്നെ നടപടിയെടുക്കാത്തതിലും അവർക്കെപ്പോഴും ഒരു കാരണമുണ്ടായിരിക്കും. നല്ല ഉദ്ദേശ്യത്താൽ വിരിച്ചതാണ് നരകത്തിലേക്കുള്ള പാത എന്ന് പറയുന്നത് ഇതുകൊണ്ടാണ്.

നിങ്ങളുടെ കൈവശമുള്ള വ്യക്തിപരമായ കഴിവകളുടെ പട്ടിക നോക്കുക. നിങ്ങളുടെ അറിവുകൾ, ശേഷി, വിദ്യാഭ്യാസം, എന്നിവയുടെ പട്ടികയെടുക്കുക. പരിമിതികളില്ലാത്ത ആ മേഖലയിൽ നിങ്ങൾ അഞ്ചുവർഷത്തിൽ ഉന്നതിയിലെത്തിയെന്നും കരുതുക. എങ്കിൽ താഴെ പറയുന്ന ചോദ്യങ്ങൾക്ക് ഉത്തരം കണ്ടെത്തുക.

1. എന്താണ് നിങ്ങൾ അധികം നേടിയ അറിവും കഴിവുകളും?
2. നിങ്ങൾ ചെയ്യുന്നതിൽ ഏറ്റവും മികവുള്ള മേഖല ഏതാണ്?
3. വരുംകാലത്തിൽ നിങ്ങളുടെ പ്രവർത്തനമേഖലയിൽ ഏറ്റവും മികച്ച നേട്ടമുണ്ടാക്കുന്നതിന് ഓരോ ദിവസവും നിങ്ങൾ എന്തെല്ലാം അറിവുകളും കഴിവുകളുമാണ് വികസിപ്പിച്ചുവരുന്നത്?

ഇതിനെല്ലാം ഉത്തരം കണ്ടെത്തിയാൽ അടുത്ത ചോദ്യമിതാണ്. എങ്ങനെ? അടുത്ത വർഷങ്ങളിൽ ഇത്തരം കഴിവും അറിവും പ്രാഗത്ഭ്യവും എങ്ങനെ നേടും?

സമഗ്രമായ സമയപട്ടികയുടെ രൂപരേഖ തയ്യാറാക്കുക

ഓരോ ദിവസവും നിങ്ങളാഗ്രഹിക്കുന്ന ജീവിതശൈലി എങ്ങനെ രൂപീകരിക്കണമെന്ന് തീരുമാനിക്കുക. ജനുവരി ഒന്നു മുതൽ ഡിസംബർ 31 വരെയുള്ള സമഗ്രമായ കലണ്ടർ തയ്യാറാക്കുക.

1. നിങ്ങളുടെ വാരാന്ത്യങ്ങളും അവധികാലവും എങ്ങനെ ചെലവഴിക്കാനാണ് ഉദ്ദേശിക്കുന്നത്?
2. ഓരോ ആഴ്ചയിലും മാസത്തിലും വർഷത്തിലും എത്ര സമയമാണ് ഓഫായി എടുക്കാൻ ഉദ്ദേശിക്കുന്നത്?
3. എവിടേക്കാണ് നിങ്ങൾ പോകാൻ ഉദ്ദേശിക്കുന്നത്?
4. നിങ്ങൾക്ക് ഒരു പരിമിതിയുമില്ലെങ്കിൽ, നിങ്ങളുടെ സമയത്തിൽ പൂർണ നിയന്ത്രണമുണ്ടെങ്കിൽ ഒരു വർഷം നിങ്ങളെങ്ങനെയാകും ചിട്ടപ്പെടുത്തുക?

സുഭാഷിതങ്ങൾ 29: 18 പറയുന്നു: വീക്ഷണമില്ലാത്ത ജനങ്ങൾ നശിക്കുന്നു. എന്താണിതിന് അർത്ഥം? നിങ്ങളുടെ ഉള്ളിന്റെയുള്ളിൽ വേണ്ടത്ര ആവേശകരമായ വീക്ഷണം ഉണ്ടായിരിക്കണം. ഇല്ലെങ്കിൽ ചെയ്യുന്നതിലെല്ലാം പ്രചോദനവും ആവേശവും ഇല്ലാതെ നിങ്ങൾ നശിക്കും. മറിച്ച് ഓരോ ദിവസവും വളരെ ആവേശത്തോടെ, മികച്ച ദീർഘവീക്ഷണത്തോടെ, തുടർച്ചയായി പ്രചോദിതനായി നിങ്ങളുടെ കാഴ്ചപ്പാട് യാഥാർത്ഥ്യമാകാൻ പരിശ്രമിച്ചു കൊണ്ടിരിക്കണം.

നിങ്ങളുടെ മാതൃകാപരമായ ഭാവി സൃഷ്ടിക്കുക

“മികച്ച ലക്ഷ്യത്തിന്റെ പടിപടിയായുള്ള സാക്ഷാത്കാരമാണ് സന്തോഷം’ എന്ന് ഓർക്കുക. നിങ്ങൾക്ക് വളരെ വ്യക്തവും ആവേശകരവുമായ ലക്ഷ്യമുണ്ടെങ്കിൽ നിങ്ങൾക്ക് വളരെ സന്തോഷം അനുഭവപ്പെടും. നിങ്ങളോടുതന്നെ അഭിമാനം തോന്നും. കൂടുതൽ ശുഭാപ്തിവിശ്വാസിയാകും. കൂടുതൽ പോസിറ്റീവാകും. ആന്തരികമായി കൂടുതൽ പ്രചോദനം ലഭിച്ചുകൊണ്ടിരിക്കും. എല്ലാ പ്രഭാതങ്ങളിലും കൂടുതൽ ആവേശത്തോടെ ഉണർന്നെണീക്കാനും പ്രവൃത്തികളിൽ ഏർപ്പെടാനും തോന്നും. കാരണം, നിങ്ങൾക്ക് വളരെ

പ്രധാനപെട്ട കാര്യങ്ങൾ നടപ്പിലാകാനുള്ള ദിശയിലാണ് നിങ്ങൾ ഓരോ അടിയും വയ്ക്കുന്നത്.

കൂടുതൽ സമയവും നിങ്ങളുടെ മാതൃകാപരമായ ജീവിതത്തെക്കുറിച്ച് ചിന്തിച്ചുകൊണ്ടിരിക്കുക. നിങ്ങളുടെ നല്ലകാലം ഇനിയും മുന്നിൽ കിടക്കുകയാണെന്ന് സങ്കൽപ്പിക്കുക. നിങ്ങൾ അനുഭവിച്ചതിനേക്കാളും മികച്ച സന്തോഷം നിറഞ്ഞ നിമിഷങ്ങൾ ഇനിയും വരാനിരിക്കുന്നതേയുള്ളൂ. അടുത്ത മാസങ്ങളിലും വർഷങ്ങളിലുമാണ് നിങ്ങളിതുവരെ നേടിയതിനേക്കാൾ ഏറ്റവുമുയർന്ന വരുമാനവും സമ്പാദ്യവും നിങ്ങൾ നേടാൻ പോകുന്നത്. കഴിഞ്ഞ കാലത്തേക്കാൾ എന്തുകൊണ്ടും മികച്ച ഭാവിയാണ് ഇനി വരാൻ പോകുന്നത്. ഒന്നിനും പരിധിയില്ല.

നിങ്ങളുടെ ദീർഘകാല ഭാവിയെപ്പറ്റി തെളിച്ചമുണ്ടെങ്കിൽ അതിവേഗം നിങ്ങളാഗ്രഹിക്കുന്ന കാര്യങ്ങളും യാഥാർത്ഥ്യമാകും. നിങ്ങളുടെ വളർച്ചക്കാവശ്യമായ ആളുകളെയും സാഹചര്യങ്ങളെയും നിങ്ങളിലേക്ക് ആകർഷിക്കാൻ സാധിക്കും. നിങ്ങൾ സ്വപ്നം കണ്ട ഭാവി യാഥാർത്ഥ്യമാകാൻ സഹായിക്കുകയും ചെയ്യും. നിങ്ങളാരെന്നും എന്താണ് നിങ്ങൾക്കുവേണ്ടതെന്നും കൃത്യമായറിഞ്ഞാൽ അതിനനുസരിച്ച് നിങ്ങൾ കൂടുതൽ നേടും. ജീവിതത്തിന്റെ എല്ലാ മേഖലയിലും അതിവേഗം ഉദ്ദേശിക്കുന്ന കാര്യങ്ങൾ നടപ്പിലാകും.

നിങ്ങളുടെ സ്വന്തം ഭാവി സൃഷ്ടിക്കുക

1. എല്ലാ പ്രശ്നങ്ങൾക്കും ഒരു പരിഹാരമുണ്ടെന്ന് സങ്കൽപ്പിക്കുക. എല്ലാ പരിമിതികളെയും മറികടക്കാനൊരു പരിഹാരമുണ്ട്. നിങ്ങൾ സെറ്റ് ചെയ്യുന്ന ലക്ഷ്യങ്ങൾ നേടുന്നതിൽ നിങ്ങളെ പിന്നോട്ടടിക്കുന്ന ഒരു കാര്യവുമില്ല. എന്തൊക്കെ കാര്യങ്ങളിലാണ് നിങ്ങൾ വ്യത്യസ്തമായി പ്രവർത്തിക്കുക?
2. ഭാവിയുടെ പിന്നിൽനിന്നുവന്ന് ചിന്തിക്കുന്ന രീതി പരിശീലിക്കുക. അടുത്ത അഞ്ചുവർഷത്തിൽ നിങ്ങൾ എവിടെയെത്തിയെന്ന് സങ്കൽപ്പിക്കുക. അതിനുശേഷം ആ അവസ്ഥയിൽ നിന്ന് ഇപ്പോഴുള്ള അവസ്ഥയിലേക്ക് തിരിഞ്ഞുനോക്കുക. നിങ്ങളുടെ ജീവിതം മാതൃകാപരമായി തീരണമെങ്കിൽ എന്തൊക്കെ കാര്യങ്ങൾ സംഭവിക്കേണ്ടതുണ്ട്?
3. എല്ലാ തരത്തിലും നിങ്ങളുടെ സാമ്പത്തിക നില വളരെ മികച്ചതാണെന്ന് സങ്കൽപ്പിക്കുക. അങ്ങനെയെങ്കിൽ എത്രമാത്രം നിങ്ങൾ സമ്പാദിക്കണം. നിങ്ങൾക്ക് എത്രമാത്രം ആസ്തിയുണ്ടായിരിക്കണം? എന്ത് പ്രവർത്തനമാണ് അത് യാഥാർത്ഥ്യമാകാൻ നിങ്ങൾ ഇന്നുതന്നെ തുടങ്ങേണ്ടത്?
4. നിങ്ങളുടെ വ്യക്തിപരമായ ജീവിതവും കുടുംബജീവിതവും കുറവുകളില്ലാത്തതെന്ന് സങ്കൽപ്പിക്കുക. അങ്ങനെയെങ്കിൽ എങ്ങനെയിരിക്കുമത്? അതിനായി എന്തൊക്കെ കൂടുതലായി ഇന്നുതന്നെ തുടങ്ങണം? എന്തെല്ലാം നിർത്തണം?
5. സമഗ്രമായ സമയപട്ടിക തയ്യാറാക്കുക. ജനുവരി മുതൽ ഡിസംബർവരെയുള്ള കാര്യങ്ങൾ രൂപകൽപ്പന ചെയ്യുക. നിങ്ങൾക്കൊന്നിലും ഒരു പരിധിയും പരിമിതിയുമില്ലെന്ന രീതിയിലാകണം ഇത് തയ്യാറാക്കേണ്ടത്. എന്തു മാറ്റങ്ങളാണ് ഇന്നുതന്നെ തുടങ്ങുക?
6. എല്ലാ രീതിയിലും നിങ്ങളുടെ ആരോഗ്യവും ഫിറ്റ്നസും മികച്ചതെന്ന് സങ്കൽപ്പിക്കുക. അതിന്റെ പൂർത്തീകരണത്തിന് ഇന്നുതന്നെ എന്തുചെയ്ത് തുടങ്ങാനാണ് ഉദ്ദേശിക്കുന്നത്?
7. മുകളിൽ പറഞ്ഞ ചോദ്യങ്ങൾക്ക് ഉത്തരം നൽകിയെങ്കിൽ ഒരു കാര്യം. ആ ഉത്തരങ്ങളിൽനിന്ന് നിങ്ങൾ ഉടനടി നടപ്പിലാക്കാൻ പോകുന്ന ഒരൊറ്റ പ്രവൃത്തി ഏതായിരിക്കും?

6

യഥാർത്ഥ ലക്ഷ്യം തീരുമാനിക്കുക

നിങ്ങൾക്ക് യഥാർത്ഥത്തിൽ എന്താണ് വേണ്ടതെന്ന് തിരിച്ചറിയുക. വെറുതെ ശലഭങ്ങളെ പിന്തുടരുന്നതിൽനിന്ന് അത് നിങ്ങളെ തടയും. സ്വർണ്ണം കുഴിക്കുന്നതിലേക്ക് നയിക്കുകയും ചെയ്യും.

വില്യം മൗൾട്ടൺ മാർസ്ഡൻ

ലക്ഷ്യങ്ങൾ ഒരുക്കിയശേഷം അതിനായി എല്ലാദിവസവും പ്രവർത്തിക്കുക എന്നതിനേക്കാൾ സ്വയം അച്ചടക്കം ആവശ്യമുള്ള മറ്റ് മേഖലകളൊന്നും ജീവിതത്തിലില്ല.

നൂറ്റാണ്ടുകളായി നമുക്കറിയാം മനുഷ്യരുടെ എല്ലാ പ്രവൃത്തികളും ഉദ്ദേശ്യത്തോടെയുള്ളതാണെന്ന്. ആദ്യമേതന്നെ ലക്ഷ്യങ്ങൾ ഒരുക്കിയവർക്ക് സ്വയമേതന്നെ അതെല്ലാം വന്നുചേരുന്നു. നിങ്ങൾക്കുവേണ്ട ലക്ഷ്യങ്ങളെക്കുറിച്ച് വ്യക്തമായ ബോധ്യമുണ്ടാകുക എന്നതാണ് ഏറ്റവും പ്രധാനം. തുടർന്ന് അച്ചടക്കത്തോടെ അതിനായി കൂടുതലായി പ്രവർത്തിക്കുക. അത് നിങ്ങളെ ലക്ഷ്യത്തോട് കൂടുതൽ അടുപ്പിക്കും. നിങ്ങളുടെ ആത്യന്തിക ലക്ഷ്യം നിറവേറുമെന്ന് അതോടെ ഏറെക്കുറെ തീരുമാനമാകും.

എന്നാലൊരു ചോദ്യമുണ്ട്: സ്വയമേവയാണ് ലക്ഷ്യങ്ങൾ നിറവേറുന്നതെങ്കിൽ എന്തുകൊണ്ട് ചുരുക്കം ചിലയാളുകൾക്കു മാത്രം ലക്ഷ്യങ്ങളുണ്ടാകുന്നു? അധ്യായം ഒന്നിൽ പരാമർശിച്ചപോലെ പലയാളുകൾക്കും ലക്ഷ്യം എങ്ങനെ ഒരുക്കണമെന്ന് അറിയില്ല എന്നതാണ് പ്രധാന കാരണം. അക്കാര്യങ്ങളാണ് ഇനി പറയാൻ പോകുന്നത്.

ലക്ഷ്യങ്ങളൊരുക്കാൻ ഏഴ് തത്വങ്ങൾ

ഏത് ലക്ഷ്യങ്ങളൊരുക്കുന്നതിലും പൊതുവായി ഏഴ് വഴികളുണ്ട്. അത് എല്ലാ ലക്ഷ്യങ്ങൾക്കും പൊതുവായി ഉപയോഗിക്കാവുന്നതുമാണ്. ഒരു വ്യക്തി അയാളുടെ ലക്ഷ്യം കണ്ടെത്തുന്നതിൽ

പരാജയപ്പെടുന്നു എങ്കിൽ അതിനർഥം അയാൾ ഈ ഏഴ് വഴികളിലൊന്നിൽനിന്ന് മാറി നടന്നു എന്നതായിരിക്കും കാരണം. അല്ലെങ്കിൽ ഈ ഏഴ് വഴികളിലൊന്നിന്റെ അപര്യാപ്തതയായിരിക്കും കാരണം.

ലക്ഷ്യം വളരെ വ്യക്തവും സമഗ്രവും എഴുതിവെച്ചതുമായിരിക്കണം. ഇതാണ് ആദ്യത്തെ തത്വം. അവ്യക്തവും പൊതുവായതുമാകരുത് നിങ്ങളുടെ ലക്ഷ്യം. കൂടുതൽ പണമുണ്ടാക്കണം, സന്തോഷത്തിലായിരിക്കണം എന്നൊക്കെ പറയുന്നത് പൊതുവായ പറച്ചിലാണ്. വളരെ വ്യക്തവും പ്രത്യക്ഷമായതും കാണാൻ കഴിയുന്നതും നിങ്ങൾക്ക് കൃത്യമായി മനസ്സിൽ കാണാൻ കഴിയുന്നതുമായിരിക്കണം.

ലക്ഷ്യം അളക്കാൻ കഴിയുന്നതും വസ്തുനിഷ്ഠവുമായിരിക്കണമെന്നതാണ് രണ്ടാമത്തെ തത്വം. അത് മൂന്നാമതൊരാൾക്ക് വിശകലനം ചെയ്യാൻ കഴിയുന്നതും വിലയിരുത്താൻ കഴിയുന്നതുമായിരിക്കണം. ധാരാളം പണമുണ്ടാക്കണമെന്ന് പറയുന്നത് ഒരു ലക്ഷ്യമൊരുക്കൽ അല്ല. അതൊക്കെ ചുരുങ്ങിയ കാലത്തേക്കുള്ള വെറും ആഗ്രഹമോ ഭാവനയോ മാത്രമാണ്. അതെല്ലാവർക്കുമുള്ളതുമാണ്. എന്നാൽ ഇത്ര പണം ഇത്രകാലത്തിനുള്ളിൽ ഉണ്ടാക്കണം എന്നത് യഥാർഥ ലക്ഷ്യമാണ്.

ലക്ഷ്യം സമയബന്ധിതമായിരിക്കണമെന്നതാണ് മൂന്നാമത്തെ തത്വം. വിവിധ പട്ടിക ഒരുക്കിയതായിരിക്കണം. എത്രസമയത്തിനുള്ളിൽ തീർക്കാവുന്നതാണെന്ന് വ്യക്തമായിരിക്കണം. അനുബന്ധ പട്ടികയുമുണ്ടായിരിക്കണം. അയഥാർത്ഥമായ ലക്ഷ്യങ്ങളൊന്നുമില്ല. ഒരു ലക്ഷ്യം പൂർത്തീകരിക്കാൻ പ്രായോഗികമല്ലാതെ അന്തിമസമയം തീരുമാനിക്കുന്നതാണ് പ്രശ്നം. ലക്ഷ്യം പൂർത്തീകരിക്കാൻ ഒരിക്കൽ നിങ്ങൾ വളരെ വ്യക്തമായ പട്ടിക തയ്യാറാക്കിയാൽ അതിനുള്ളിൽ ലക്ഷ്യം നിറവേറ്റാൻ പ്രവർത്തിക്കുക. ആ സമയത്തിനകം തീർക്കാനോ പൂർത്തിയാക്കാനോ കഴിഞ്ഞില്ലെങ്കിൽ അടുത്ത അന്തിമസമയം നിശ്ചയിക്കുക. വേണമെങ്കിൽ അടുത്തതും. അന്തിമമായി വിജയം കണ്ടെത്തുംവരെ അതിനായി പരിശ്രമിച്ചുകൊണ്ടിരിക്കുക.

ലോകമെങ്ങുമായി വായുമാർഗ്ഗം ലക്ഷക്കണക്കിന് ആളുകളാണ് ഓരോ വർഷവും യാത്ര ചെയ്യുന്നത്. ആയിരക്കണക്കിന് വിമാനങ്ങൾ നൂറായിരം യാത്രക്കാരുമായി ആകാശത്തിൽ തലങ്ങും വിലങ്ങും സഞ്ചരിക്കുന്നു. ഭൂരിഭാഗം നഗരങ്ങളെയും ബന്ധിപ്പിച്ചുള്ള യാത്ര. വിമാനഗതാഗതം എന്നത് കോടിക്കണക്കിന് ഡോളർ വരു

മാനം നേടിത്തരുന്ന വ്യവസായമാണ്. നമ്മെ എല്ലാവരെയും സ്വാധീനിക്കുന്ന വ്യവസായം. കൃത്യമായ ലക്ഷ്യം സെറ്റ് ചെയ്യുന്നതുകൊണ്ടു മാത്രമാണ് വ്യോമഗതാഗതം വിജയമാകുന്നത്. ഓരോ യാത്രക്കാരനും കൃത്യസമയത്തിൽ അവർ ഉദ്ദേശിക്കുന്നിടത്ത് എത്തിച്ചേരുന്നത് ഈ ആസൂത്രണമികവുകൊണ്ടാണ്. ചിട്ടയായ, കമ്പ്യൂട്ടറധിഷ്ഠിത, ഓട്ടോമാറ്റിക് ആയ ലക്ഷ്യമൊരുക്കലാണ് ഇതിനു പിന്നിൽ. നിങ്ങളൊരു ട്രിപ്പ് പോകുമ്പോൾ പ്രത്യേകമായ ഒരു നഗരമോ ലക്ഷ്യമോ മനസ്സിലുണ്ടാകും. നിങ്ങൾ തീരുമാനിക്കുന്നു എനിക്ക് എപ്പോൾ യാത്ര പോകണമെന്ന്. എത്ര ദിവസം കൊണ്ടാണ് യാത്രയെന്നും നിങ്ങൾ തീരുമാനിക്കുന്നു. വീട്ടിൽ നിന്ന് വിമാനത്താവളത്തിലേക്കുള്ള ദൂരമെത്രയെന്ന് നിങ്ങൾ കണക്കുകൂട്ടുന്നു. ചെക്ക് ഇൻ നടത്താൻ എത്രസമയം വേണ്ടിവരുമെന്ന് കണക്ക് കൂട്ടുന്നു. നിങ്ങളുടെ ലക്ഷ്യത്തിൽ എത്തിച്ചേരാൻ എത്ര മണിക്കൂർ വേണ്ടിവരുമെന്ന് വിലയിരുത്തുന്നു. വിമാനമിറങ്ങിയ ശേഷം ഉദ്ദേശിച്ച ഇടത്തേക്ക് എത്രസമയം യാത്ര വേണ്ടിവരുമെന്ന് കണക്ക് കൂട്ടുന്നു. നിങ്ങൾ വളരെ വ്യക്തമായ ഒരു സമയവിവര പട്ടിക യാത്രയ്ക്കായി തയ്യാറാക്കുന്നു.

ദശലക്ഷക്കണക്കിന് ആളുകൾ ഇത് പ്രതിവർഷവും ചെയ്ത് വരുന്നതാണ്. അവിശ്വസനീയമായ കൃത്യതയോടെ സൂക്ഷ്മമായി എവിടേക്കാണോ പോകേണ്ടത് അവിടേക്ക് അവരെത്തുന്നു. ഇത് വലിയ രീതിയിലുള്ള ലക്ഷ്യം സെറ്റ് ചെയ്യലാണ്. ഇതേ പ്രക്രിയ വ്യക്തിപരമായി നിങ്ങളിലും നടപ്പാകും.

നിങ്ങളുടെ ലക്ഷ്യങ്ങൾ വെല്ലുവിളി നിറഞ്ഞതായിരിക്കണമെന്നതാണ് അഞ്ചാമത്തെ തത്വം. അത് നിങ്ങളെ അൽപ്പം കൂടുതൽ അധ്വാനിയാക്കുന്നു. കുറച്ച് കൂടുതൽ പരിശ്രമം ആവശ്യമായി വരുന്നു. കഴിഞ്ഞ കാലത്തിൽ നിങ്ങൾ നേടിയതിന് അപ്പുറമായിരിക്കണം പുതിയ ലക്ഷ്യം. കുറഞ്ഞത് അമ്പത് ശതമാനമെങ്കിലും വിജയസാധ്യതയുള്ളതായിരിക്കണം. ഇത് നിങ്ങളുടെ ലക്ഷ്യത്തിലേക്ക് കുറച്ചുകൂടുതൽ പരിശ്രമിക്കാൻ വഴിവയ്ക്കുന്നു. നിങ്ങളിലുള്ള പല നല്ല കഴിവുകളും കൂടുതലായി പുറത്തെടുക്കാൻ കാരണമാകുന്നു.

നിങ്ങളുടെ ലക്ഷ്യം നിങ്ങളുടെ മൂല്യവുമായി ഒത്തുപോകുന്നതായിരിക്കണമെന്നതാണ് അഞ്ചാം തത്വം. അത് പരസ്പരപൂരകമായിരിക്കണം. പരസ്പരവൈരുധ്യമുള്ള ലക്ഷ്യം നിങ്ങളൊരുക്കരുത്. ചിലയാളുകളെ ഞാൻ കണ്ടിട്ടുണ്ട്, ബിസിനസ്സിൽ വലിയ വിജയം വെട്ടിപ്പിടിക്കണമെന്നുണ്ടാകും. പക്ഷേ, എന്നും ഉച്ചതിരിഞ്ഞ്

ഗോൾഫ് കളിക്കുകയും വേണമവർക്ക്. ഈ രണ്ട് ലക്ഷ്യങ്ങളും ഒരേസമയം നിറവേറ്റാൻ സാധ്യമല്ലെന്നോർക്കുക.

നിങ്ങളുടെ ജീവിതവുമായി ഒത്തുപോകുന്നതായിരിക്കണം നിങ്ങളുടെ ലക്ഷ്യവും എന്നതാണ് ആറാം തത്വം. നിങ്ങളുടെ ജോലി, ബിസിനസ്, സാമ്പത്തിക ജീവിതം, നിങ്ങളുടെ കുടുംബം, ആരോഗ്യം, ആത്മീയജീവിതം, സാമൂഹ്യമായ ഇടപെടൽ എന്നിവ യുമായെല്ലാം ഒത്തുപോകുന്നതായിരിക്കണം നിങ്ങളുടെ ലക്ഷ്യവും. ഒരു ചക്രം സുഗമമായി കറങ്ങുന്നപോലെയാകണമത്. ഓരോ മേഖലയിലും സന്തോഷവും സംതൃപ്തിയും ലഭിക്കുംവിധം നിങ്ങ ളുടെ ജീവിതം രൂപപ്പെടുത്തിയിരിക്കണം.

നിങ്ങളുടെ ജീവിതത്തിൽ വളരെ വലിയതും സുനിശ്ചിതവു മായ ലക്ഷ്യമുണ്ടായിരിക്കണമെന്നതാണ് ഏഴാമത്തെ തത്വം. നിങ്ങളാലക്ഷ്യം നിറവേറ്റിയാൽ ജീവിതം കൂടുതൽ മെച്ചപ്പെടുന്ന തായിരിക്കുമെന്ന് ഉറപ്പുവരുത്തണം. അതായത് മറ്റു ലക്ഷ്യം പൂർത്തീകരിക്കുമ്പോൾ കിട്ടുന്ന സന്തോഷത്തേക്കാൾ കൂടുതൽ സന്തോഷം ലഭിക്കുന്ന ഒന്നായിരിക്കണം നിങ്ങൾ തിരഞ്ഞെടുക്കുന്ന ലക്ഷ്യം. അതോടുകൂടിയാണ് നിങ്ങളുടെ ജീവിതത്തിന് കൂടുതൽ മഹത്വം കൈവരാൻ തുടങ്ങുക.

മഹത്തായ ഒറ്റ ലക്ഷ്യം ഒരുക്കിയശേഷം അത് നേടാനായി നിങ്ങളുടെ എല്ലാ ഊർജവും വിനിയോഗിക്കുക. നിങ്ങൾ ഉന്നമിട്ട പ്രധാന ലക്ഷ്യം കൈവരിക്കാൻ പോകുന്നതിനിടെ പല ചെറിയ ചെറിയ ലക്ഷ്യങ്ങളും നേടുന്നത് നിങ്ങൾക്ക് അവിശ്വസനീയമായി കാണാം. പക്ഷേ, അതിനായി നിങ്ങൾക്ക് വളരെ പ്രധാനപ്പെട്ട ലക്ഷ്യം ഉണ്ടായിരിക്കണം. ഈ ഏഴ് തത്വങ്ങൾക്ക് പുറമെ നിങ്ങൾക്ക് ലക്ഷ്യം നേടാൻ പ്രത്യേക രീതികളുമുണ്ടായിരിക്കണം. നിങ്ങളുടെ ശിഷ്ടകാലത്ത് എന്തു ലക്ഷ്യവും നേടാൻ ഈ രീതി ഉപയോഗി ക്കുകയുമാകാം.

ലക്ഷ്യമേതുമായിക്കോട്ടെ, നേടാൻ പന്ത്രണ്ട് വഴികൾ

ലക്ഷ്യങ്ങൾ നേടാൻ പത്ത് ലക്ഷത്തിലധികം പേരെ പരിശീലി പ്പിച്ച വഴി പറയാം. അടുക്കളയിൽ ഒരു കറി തയ്യാറാക്കാനുള്ള ചേരുവപോലെയാണ് ഈ വഴികൾ. അതിന് പന്ത്രണ്ട് ചേരുവക ളുണ്ട്. നിങ്ങളുടെ മുന്നിലെ പ്രത്യേക സാഹചര്യങ്ങളും നിങ്ങ ളുടെ പ്രത്യേക ആവശ്യങ്ങളും കണക്കിലെടുത്ത് ചേരുവകളിൽ മാറ്റംവരുത്തി പ്രത്യേക ലക്ഷ്യങ്ങൾ പൂർത്തീകരിക്കാം. നിങ്ങളാ ഗ്രഹിക്കുന്ന ജീവിതവും കിട്ടും. എപ്പോഴും സന്തോഷംകൊണ്ട്

നടക്കുന്ന വിജയികളായ മനുഷ്യർ അറിഞ്ഞോ അറിയാതെയോ എല്ലായ്പ്പോഴും ഈ തത്വം ഉപയോഗിച്ചുവരുന്നു.

നേട്ടങ്ങളുമില്ലാത്തവരെ ശ്രദ്ധിച്ചിട്ടുണ്ടോ? ഈ ചേരുവകളി ലൊന്ന് നഷ്ടപ്പെട്ടവരോ വേണ്ടത്ര കിട്ടാത്തവരോ ആയിരിക്കും.

1. ഒരു ആഗ്രഹം ഉണ്ടായിരിക്കുക:
ശരിക്കും എന്താണ് നിങ്ങൾക്ക് വേണ്ടത്?

ലക്ഷ്യങ്ങളൊരുക്കുന്നതിൽ ആദ്യത്തേത് ഒരാഗ്രഹം സൃഷ്ടി ക്കുക എന്നതാണ്. അതിതീവ്രവും ജ്വലിക്കുന്നതുമായ ആഗ്രഹമായി രിക്കണം ആ പ്രത്യേക ലക്ഷ്യം പൂർത്തീകരിക്കാൻ വേണ്ടത്. ആ ലക്ഷ്യം തീർത്തും വ്യക്തിപരവും നിങ്ങൾക്ക് വേണ്ടതുമായിരി ക്കണം. മറ്റുള്ളവർക്കുവേണ്ടിയുള്ള ലക്ഷ്യമല്ല നിങ്ങൾ ആഗ്രഹി ക്കേണ്ടത്. മറ്റുള്ളവർ നിങ്ങൾക്കായി തീരുമാനിക്കുന്ന ലക്ഷ്യങ്ങ ളിലും നിങ്ങൾ ആവേശം കൊള്ളേണ്ടതില്ല.

വളരെ മഹത്വമേറിയ ഒരു ചോദ്യം നിങ്ങൾ നിങ്ങളോടുതന്നെ ആത്യന്തികമായി ചോദിച്ച് ഉത്തരം കണ്ടെത്തണം. അതിതാണ്. എന്റെ ജീവിതത്തിൽ യഥാർത്ഥത്തിൽ എന്തുചെയ്യാനാണ് ഞാൻ ആഗ്രഹിക്കുന്നത്? എന്താണ് ശരിക്കും വേണ്ടതെന്നാണ് നിങ്ങളുടെ ഹൃദയം പറയുന്നത്? വ്യക്തിപരമായി എന്ത് ലഭിച്ചാലാണ് നിങ്ങൾ കൂടുതൽ ആവേശം കൊള്ളുന്നതും ഉത്സാഹിയാകുന്നതും? ഈ ലോകമെങ്ങുമായി ഒരൊറ്റ ലക്ഷ്യമാണ് നിങ്ങൾക്ക് സഫലീകരി ക്കാനുള്ളതെങ്കിൽ ആ ഒരു ലക്ഷ്യം ഉറപ്പായും നേടാനാകുമെങ്കിൽ എന്തായിരിക്കുമത്? നിങ്ങളെടുക്കുന്ന തീവ്രമായ, വ്യക്തിപരമായ, ആഗ്രഹമായിരിക്കും കാര്യങ്ങൾ തീരുമാനിക്കുക. നിങ്ങൾ നിങ്ങൾ ക്കായി എടുക്കേണ്ട ഊർജത്തിന്റെയും നിശ്ചയദാർഢ്യത്തിന്റെയും അളവ് എന്തായിരിക്കുമെന്ന് ആ തീവ്രമായ ആഗ്രഹം തീരുമാ നിക്കും. എന്താണ് ശരിക്കും നിങ്ങൾക്കുവേണ്ടത്? എത്രമാത്രം ഉത്ക്കടമായി നിങ്ങളത് അഭിലഷിക്കുന്നുണ്ട്?

2. നിങ്ങളുടെ ലക്ഷ്യം നേടാനാകുമെന്ന് വിശ്വസിക്കുക

ലക്ഷ്യം ഒരുക്കുന്നതിൽ രണ്ടാമത്തെ പടിയെന്നത് വിശ്വാസം ഉണ്ടായിരിക്കുക എന്നതാണ്. ദൃഢമായിരിക്കണം ആ വിശ്വാസം. നിങ്ങളുടെ ലക്ഷ്യം പരിപൂർണമായും നിങ്ങൾക്ക് അർഹതപ്പെട്ട താണെന്നും, നിങ്ങൾക്കതിനുള്ള കഴിവുമുണ്ടെന്നുള്ളത് ആഴത്തിൽ വിശ്വസിക്കണം. ഹൃദയത്തിനുള്ളിൽ ആ വിശ്വാസം ഉണ്ടായിരി ക്കണം. മാനസികവും ശാരീരികവുമായ ശക്തികളെ ഉണർത്തി വിടുന്ന രാസത്വരകമാണ് വിശ്വാസം. ആത്മീയമായി വിശ്വാസത്തെ

ദൈവഭക്തിയെന്നും വിശേഷിപ്പിക്കാറുണ്ട്. ജീവിതത്തിന്റെ എല്ലാ മേഖലകളിലും വലിയനേട്ടം ഉണ്ടാക്കിയവരെല്ലാം സ്വന്തം കഴിവുകളിൽ വലിയ വിശ്വാസമുള്ളവരായിരുന്നു. ഉന്നമിട്ട ലക്ഷ്യങ്ങൾ നൂറ് ശതമാനവും നിറവേറ്റാനാകുമെന്ന് അവർ അതിതീവ്രമായി വിശ്വസിച്ചു.

നിങ്ങൾ വളരെ വ്യക്തമായ ലക്ഷ്യം സെറ്റ് ചെയ്തു എന്നിരിക്കട്ടെ. ആ ലക്ഷ്യം നിങ്ങൾക്ക് വളരെ വളരെ വേണ്ടതാണെങ്കിൽ ദിവസം ചെല്ലുംതോറും അതിനുവേണ്ടി അതിതീവ്രമായി പ്രവർത്തിക്കാൻ തുടങ്ങും. നിങ്ങളുടെ വിശ്വാസങ്ങൾക്ക് തീക്ഷ്ണതയേറും. ആഗ്രഹപൂർത്തീകരണത്തിനുള്ള തീവ്രമായ ആവേശം വന്നു നിറയും. നിങ്ങൾക്കിതുപറ്റും എന്ന് മുന്നോട്ടുള്ള ഓരോ കാൽ വയ്പ്പിലും ബോധ്യംവരും. ആയിരം മൈൽ നീളുന്ന ഒരു യാത്ര തുടങ്ങുന്നത് ഒരൊറ്റ കാൽവയ്പ്പിലാണെന്ന് പറയുന്നതിന്റെ സാരമിതാണ്.

നിങ്ങളുടെ വിശ്വാസത്തിന്റെ തോത് വളരെ പ്രധാനപ്പെട്ടതാണ്. തുടർച്ചയായി ആ ലക്ഷ്യത്തിലേക്ക് നീങ്ങാൻ, ആത്യന്തികവിജയം കാണാൻ കൂടിയ തോതിലുള്ള വിശ്വാസത്തിന്റെ തോത് സഹായിക്കുന്നു. നിങ്ങളുടെ വിജയത്തിന്റെ പ്രധാനഘടകം കൂടിയ വിശ്വാസംതന്നെ. അതിനാൽ നിങ്ങൾ ലക്ഷ്യമിടുന്നത് വിശ്വാസയോഗ്യവും നേടാനാകുന്നതുമായിരിക്കണം. പ്രത്യേകിച്ചും അതിന്റെ ആരംഭഘട്ടത്തിൽ.

ഉദാഹരണത്തിന് നിങ്ങൾക്ക് ഒറ്റവർഷംകൊണ്ട് ദാരിദ്ര്യത്തിൽ നിന്ന് സാമ്പത്തിക സ്വാശ്രയത്വം എന്ന സ്വപ്നം ലക്ഷ്യമിടാൻ കഴിയില്ല. ഇത്തരം ലക്ഷ്യം നിങ്ങളെ സ്വയം പറ്റിക്കുന്നതാണ്. കാരണം അത് നിങ്ങളുടെ കഴിവിന് അപ്പുറം നിൽക്കുന്ന കാര്യമാണ്. ആദ്യം നിങ്ങൾ നേടാനാകുന്ന ലക്ഷ്യം ഒരുക്കണം. അത് നേടിയശേഷം അടുത്തൊന്ന് സെറ്റുചെയ്യുക. അങ്ങനെ ഒരു സമയത്തിൽ ഒരു ചെറിയ ലക്ഷ്യം എന്ന മട്ടിൽ. അപ്പോൾ അതെല്ലാം യാഥാർത്ഥ്യമാകുമ്പോൾ നിങ്ങൾക്കുതന്നെ ആത്മവിശ്വാസമേറും. മുന്നോട്ട് കുതിക്കാനുള്ള അളവറ്റ ഊർജ്ജം നിങ്ങളിൽ വന്നുനിറയും. നിങ്ങൾക്ക് ബോധ്യമില്ലാത്ത, വ്യക്തമാകാത്ത ലക്ഷ്യങ്ങൾ നേടാനാകില്ലെന്ന് നിങ്ങൾക്ക് മനസ്സിലാകുന്ന ഒരു സമയം വരും. നീണ്ട കാലം, കഠിനമായി അധ്വാനിച്ചാൽ മാത്രമേ ആ ലക്ഷ്യം നേടാനാകൂ എന്നും തിരിച്ചറിയും. ലക്ഷ്യങ്ങൾ ഒരുക്കുമ്പോൾ ആദ്യം നടക്കാൻ പഠിക്കണം, എന്നിട്ടേ ഓടാൻ മുതിരാകൂ.

3. നിങ്ങളുടെ ലക്ഷ്യം എഴുതിവയ്ക്കുക

മൂന്നാമത്തെ പടിയെന്നത് നിങ്ങളുടെ ലക്ഷ്യം എഴുതി വയ്ക്കുക എന്നതാണ്. നിങ്ങൾ എഴുതി തയ്യാറാക്കാത്ത ലക്ഷ്യം ഒരു ലക്ഷ്യം എന്ന് പറയാനാകില്ല. വലിയ വിജയങ്ങൾ നേടിയവർ ലക്ഷ്യങ്ങൾ വളരെ വ്യക്തമായി എഴുതിവയ്ക്കുന്നവരായിരിക്കും. വളരെ സൂക്ഷ്മമായി വിശദാംശങ്ങളോടെ അത്തരം ലക്ഷ്യങ്ങളും ആസൂത്രണങ്ങളും എഴുതി നിശ്ചിതസമയങ്ങളിൽ അത് വിലയിരുത്താനും സമയം കണ്ടെത്തണം. ദിവസവും വിലയിരുത്തിയാൽ അത്രയും നന്ന്. നിങ്ങളുടെ ലക്ഷ്യങ്ങൾ, അതെല്ലാം എഴുതി മാറ്റിയെഴുതി വിലയിരുത്തുന്നത് ഒരോ ദിവസവും ഓരോ ആഴ്ചയും ഓരോ മാസവും വേണമെന്നാണ് എന്റെ വ്യക്തിപരമായ നിർദ്ദേശം. ഈ പ്രോഗ്രാം നിങ്ങളുടെ ഉപബോധമനസ്സിന്റെ അടിത്തട്ടിലേക്ക് ഇറങ്ങിച്ചെന്ന് ജീവൻവയ്ക്കാൻ തുടങ്ങും. അതിന് അതിന്റേതായ ശക്തിയും കൈവരും.

ഈ ലക്ഷ്യം നേടുന്നത് എങ്ങനെ ഞാൻ അളക്കും എന്ന് തുടർച്ചയായി നിങ്ങളോടുതന്നെ ചോദിച്ചുകൊണ്ടിരിക്കുക. ആ ലക്ഷ്യം നിറവേറ്റാൻ ഞാനെന്ത് നിലവാരം സൃഷ്ടിച്ചെടുക്കണം. ലക്ഷ്യത്തിലേക്കുള്ള പ്രയാണത്തെ എന്ത് മാനദണ്ഡംവെച്ച് അല്ലെങ്കിൽ ഏത് സ്കോർ കാർഡ് തയ്യാറാക്കിയാണ് അളക്കുക എന്ന് നിങ്ങളോട് തന്നെ ചോദിച്ചുകൊണ്ടിരിക്കണം.

4. തുടക്കം തീരുമാനിക്കുക

നിങ്ങളുടെ പ്രധാന ലക്ഷ്യം അല്ലെങ്കിൽ ലക്ഷ്യങ്ങൾ നേടാനായി ആദ്യപടിയെന്തായിരിക്കണമെന്നത് വിശകലനം ചെയ്ത് തീരുമാനിക്കുക എന്നതാണ് നാലാമത്തെ പടി. നിങ്ങളിപ്പോൾ എവിടെയാണ് നിൽക്കുന്നത്? നിങ്ങൾ ഭാരം കുറയ്ക്കാൻ ലക്ഷ്യമിടാൻ ഉദ്ദേശിക്കുന്നുവെങ്കിൽ ആദ്യം ഇപ്പോഴത്തെ നിങ്ങളുടെ തൂക്കമെത്രയെന്ന് അറിയണം, ശരിയല്ലേ? അതുപോലെ നിങ്ങൾ ഒരു പ്രത്യേക ലെവലിൽ സാമ്പത്തികമായി ഉയരണമെന്ന് ആഗ്രഹിക്കുമ്പോൾ നിങ്ങളുടെ ഇപ്പോഴത്തെ സാമ്പത്തികാവസ്ഥ എത്രയെന്ന് അറിയണം. അതിനായി വ്യക്തിഗത സാമ്പത്തികക്കുറിപ്പ് തയ്യാറാക്കേണ്ടിവരും. നിങ്ങൾക്ക് എത്ര ആസ്തിയും മൂല്യവുമുണ്ടെന്ന് അപ്പോഴേ മനസ്സിലാക്കാൻ പറ്റൂ.

ഒരു തുടക്കമിടാൻ ഒരുങ്ങുമ്പോൾ ആദ്യമേതന്നെ നിങ്ങളോട് പൂർണമായും സത്യസന്ധരായിരിക്കണം. എന്നാലേ നിങ്ങളുടെ ഇപ്പോഴത്തെ അവസ്ഥയിൽനിന്ന് കൂടുതൽ നേട്ടം കൈവരിക്കാൻ

കഴിയൂ. ഇങ്ങനെ സത്യസന്ധരായാൽ മാത്രമേ വിശ്വസനീയമായതും നേടാൻ കഴിയുന്നതുമായ ലക്ഷ്യങ്ങൾ ഒരുക്കാൻ സാധിക്കൂ.

5. എന്തുകൊണ്ട് നിങ്ങൾക്കിത് വേണമെന്നത് തീരുമാനിക്കുക

ഒരു പ്രത്യേക ലക്ഷ്യം എന്തുകൊണ്ട് ആദ്യഘട്ടമായി തിരഞ്ഞെടുത്തുവെന്ന് ആലോചിക്കണം. ആ ലക്ഷ്യം നേടുമ്പോൾ നിങ്ങൾക്ക് കൈവരുന്ന വ്യക്തിഗത നേട്ടങ്ങളുടെ കുറിപ്പ് തയ്യാറാക്കണം. നിങ്ങളുടെ ലക്ഷ്യം നേടുന്നതിന് കൂടുതൽ കാരണങ്ങളുണ്ടെങ്കിൽ അത്രയും തീക്ഷ്ണമായിരിക്കും അത് നേടാനുള്ള നിങ്ങളുടെ ആഗ്രഹവും. നേട്ടങ്ങളുടെ ചൂളയിൽ ഇന്ധനം കാരണങ്ങളാണ്.

നിങ്ങൾക്ക് ഒന്നോ രണ്ടോ കാരണങ്ങളാണ് ഒരു ലക്ഷ്യം നേടാനുള്ളതെങ്കിൽ കുറവ് പ്രചോദനമേയുണ്ടാകൂ. എന്നാൽ നാൽപ്പതോ അമ്പതോ കാരണങ്ങളുണ്ടെങ്കിലോ നിങ്ങൾ അത്രയും പ്രചോദിതരായി വിജയിക്കുമെന്ന് തീരുമാനിച്ചുറപ്പിച്ച് നീങ്ങും. ജീവിതത്തിൽ ഒരു കാര്യത്തിനും ഒരു വ്യക്തിക്കും നിങ്ങൾക്കിടയിൽ വിലങ്ങ് തടിയായി നിൽക്കാനാകില്ല.

ഇത്രയും കാലത്തെ ജീവിതത്തിൽ എനിക്ക് ഇത്തരത്തിലുള്ള ഒരുപാട് സുഹൃത്തുക്കളെ സമ്പാദിക്കാൻ കഴിഞ്ഞിട്ടുണ്ട്. അവരെല്ലാം ധാരാളം പണമുണ്ടാക്കി സാമ്പത്തിക സ്വാശ്രയത്വം നേടാൻ തീവ്രമായി ആഗ്രഹിച്ചവരായിരുന്നു. അവരെല്ലാം സമ്പാദിക്കാൻ പോകുന്ന പണംകൊണ്ട് ചെയ്യാവുന്ന നൂറ് കണക്കിന് കാര്യങ്ങൾ എഴുതിവയ്ക്കുമായിരുന്നു. ആ വ്യക്തികൾ അവരവരുടെ മേഖലയിൽ വിചാരിച്ചതിനേക്കാൾ അതിവേഗം അസാധാരണവിജയം നേടുകയും ചെയ്തു. കാരണം അവർക്ക് ലക്ഷ്യം നേടാൻ അത്രമേൽ കാരണങ്ങളുണ്ടായിരുന്നു. ലക്ഷ്യം നേടാനുള്ള കാരണങ്ങൾ എത്രകൂടുന്നുവോ, വിശ്വാസത്തിന് എത്ര ആഴം കൂടുന്നുവോ അത്രയും തീവ്രമായിരിക്കും അത് നേടാമെന്ന വിശ്വാസവും.

6. സമയപരിധി തീരുമാനിക്കുക

നിങ്ങളുടെ ലക്ഷ്യം എത്ര കാലയളവിനുള്ളിൽ നേടണമെന്നത് തീരുമാനിക്കുന്നതാണ് ആറാം പടി. നിങ്ങളുടെ ലക്ഷ്യം എന്ന് നേടാനാകുമെന്നതിന്റെ ഏറ്റവും നല്ല ഊഹമായിരിക്കും ആ സമയപരിധി. ഒരു ലക്ഷ്യത്തെ ഉന്നമിടുന്നപോലെയാണിത്. ചിലപ്പോൾ നിങ്ങളുടെ അമ്പ് ഒത്തനടുവിലെ 'ബുൾസ് ഐ'യിൽതന്നെ തറ

ച്ചേക്കാം. അല്ലെങ്കിൽ ഒരു വശത്താകാം. നിങ്ങൾ തീരുമാനിച്ച സമയപരിധിയിൽ ചിലപ്പോൾ പകുതി കാര്യങ്ങൾ മാത്രമേ പൂർത്തിയായെന്ന് വരികയുള്ളൂ. ചിലപ്പോൾ നൂറ് ശതമാനവും പൂർത്തിയായെന്നിരിക്കും. എന്തൊക്കെയായാലും സമയപരിധി വേണം. എയർലൈൻ ഫ്ളൈറ്റ് പറന്നുയരുന്നതിന് നിശ്ചിതസമയം ഉള്ളപോലെ. നിങ്ങളുടെ ബോർഡിങ് കാർഡിൽ പറഞ്ഞ കിറുകൃത്യം സമയത്ത് പറന്നാലും ഇല്ലെങ്കിലും അതിനൊരു നിശ്ചിത സമയം മുന്നേ തീരുമാനിച്ചിരിക്കും. നിങ്ങളുടേത് വമ്പൻ ലക്ഷ്യമാണെങ്കിൽ അത് പല ചെറിയ ലക്ഷ്യങ്ങളായി വിഭജിച്ച് നോക്കൂ.

പ്രധാന തലക്കെട്ടുകൾക്ക് താഴെ ഉപതലക്കെട്ടുകൾ കൊടുക്കുക. അത് നിങ്ങൾക്ക് വളരെ ഉപകാരപ്രദമായിരിക്കും. ചെറുപ്പക്കാരനായ എംബിഎക്കാരനെ ഞാൻ പ്രവർത്തിച്ചിരുന്ന കമ്പനിയിൽ ജോലിക്കെടുത്തിരുന്നു. ഫിനാൻഷ്യൽ അനാലിസിസ് & പ്ലാനിങ് വിഷയത്തിലായിരുന്നു അയാളുടെ എംബിഎ. അയാൾ വന്നപടി എന്താണെന്നോ ചെയ്തത്? അയാളുടെ ബിസിനസ് ലക്ഷ്യം പലതായി വിഭജിച്ചു. ഒരു വർഷത്തിൽ ഇത്രയും നേട്ടം, ഒരു മാസത്തിൽ ഇത്രയും നേട്ടം, ഒരു ആഴ്ചയിൽ, എന്തിന് ഓരോ ദിവസവും എത്രയായിരിക്കണം ലക്ഷ്യമെന്നുപോലും അയാൾ എഴുതിവെച്ചു. അയാളുടെ പ്രവൃത്തികൾ ഈ ലക്ഷ്യവുമായി ദിവസവും താരതമ്യം ചെയ്തു. ചിലപ്പോൾ ഒരു ദിവസം രണ്ടുവട്ടംവരെ താരതമ്യം നടത്തി. എന്തിന് പറയുന്നു, ആറു മാസംകൊണ്ട് കമ്പനിയിലെ ഏറ്റവും വിജയം കണ്ട സെയിൽസ്മാനായി മാറി. അദ്ദേഹത്തിന്റെ വിൽപ്പന സ്ഥിരമായി, പ്രവചിക്കാവുംവിധം പ്രതിമാസം ഉയർന്നുവന്നു.

നിങ്ങളുടെ ലക്ഷ്യം ഓരോ ദിവസത്തേക്കും മണിക്കൂറിലേക്കും ചുരുക്കിനോക്കൂ. നിങ്ങൾക്ക് ചെയ്യാവുന്ന കാര്യങ്ങളെക്കുറിച്ച് നിങ്ങൾ അത്ഭുതപ്പെടും.

7. വഴിയിലെ തടസ്സങ്ങൾ തിരിച്ചറിയുക

നിങ്ങൾക്കും നിങ്ങളുടെ ലക്ഷ്യത്തിനുമിടയിലെ തടസ്സമെന്തെന്ന് തീരുമാനിക്കുന്നതാണ് ഏഴാംപടി. എന്തുകൊണ്ടാണ് നിങ്ങൾക്ക് ലക്ഷ്യത്തിലേക്ക് ഇതുവരെ എത്താൻ കഴിയാതിരുന്നത്? എന്താണ് നിങ്ങളുടെ മുന്നിലെ തടസ്സം? എന്താണ് നിങ്ങളെ പിൻതിരിപ്പിക്കുന്നത്? ലക്ഷ്യങ്ങൾ നേടുന്നതിൽ നിങ്ങളെ പിന്നോട്ട് വലിക്കുന്ന തടസ്സങ്ങളിൽ ഏതാണ് ഏറ്റവും വലിയ ഒറ്റ തടസ്സം?

നിങ്ങളുടെ ലക്ഷ്യം നേടുന്നതിൽ തടസ്സമായി നിൽക്കുന്ന കാര്യങ്ങളെ 80/20 എന്ന നിയമം വഴി തീരുമാനിക്കാം. ഭൂരിഭാഗം കേസു

കളിലും നിങ്ങളുടെ ലക്ഷ്യം നേടാനാകാത്തതിലെ എൺപത് ശതമാനം കാരണങ്ങളും ആന്തരികമായിരിക്കും. ആ കാരണങ്ങൾ പുറംലോകത്തിന്റേയല്ല, തികച്ചും നിങ്ങളുടെ തന്നെയായിരിക്കും. വെറും ഇരുപത് ശതമാനം കാരണങ്ങൾ മാത്രമാണ് പുറംലോക സാഹചര്യം മൂലമോ വ്യക്തികളുടെ ഇടപെടൽ മൂലമോ ലക്ഷ്യം കാണാതെ വരുന്നത്. സാധാരണക്കാരായ ആളുകൾ എപ്പോഴും അവരുടെ കഴിവുകേട് മറ്റുള്ളവരിലും സാഹചര്യങ്ങളിലും ചാർത്തിക്കൊടുക്കും. എന്നാൽ ശ്രേഷ്ഠരായവർ അവരവരിലേക്കുതന്നെ നോക്കി എന്താണ് എന്നെ പിൻതിരിപ്പിക്കുന്ന കാരണം എന്ന് ചോദിക്കും.

8. എന്തെല്ലാം അധിക കഴിവുകളും അറിവുകളും സ്വായത്തമാക്കണം

ലക്ഷ്യം കാണാനായി ഇനിയെന്തെല്ലാം അധിക കഴിവുകളും അറിവുകളും വിവരങ്ങളും നേടണമെന്ന് തീരുമാനിക്കലാണ് എട്ടാം പടി. ആധുനികകാലത്തിൽ വിജയങ്ങൾ നേടാനുള്ള അസംസ്കൃത വസ്തു എന്നത് വിവരങ്ങളാണ്. നിങ്ങളിതുവരെ നേടാത്ത കാര്യങ്ങൾ നേടാനായി ശ്രമിക്കുമ്പോൾ ഇതുവരെ ചെയ്യാത്ത കാര്യങ്ങൾ ചെയ്യേണ്ടിയും വരും. നിങ്ങളിതുവരെ ആയിത്തീരാത്ത ആളായി മാറേണ്ടിയും വരും. ഇപ്പോഴത്തെ നേട്ടങ്ങളിൽനിന്ന് കൂടുതൽ ഉയരണമെങ്കിൽ നിങ്ങൾക്കിതുവരെ ഇല്ലാതിരുന്ന കൂടുതൽ അറിവുകളും കഴിവുകളും വികസിപ്പിച്ചെടുക്കേണ്ടിവരും.

എല്ലാ ലക്ഷ്യങ്ങൾക്കുമൊപ്പം പഠനലക്ഷ്യവും ഉണ്ടായിരിക്കണം. ലക്ഷ്യം എന്തുമായിക്കോട്ടെ, എന്താണ് നേടേണ്ടത്, എങ്ങനെ അതിൽ ഏറ്റവും മിടുക്കനാകാം എന്നൊക്കെ തീരുമാനിക്കണം. ഈ ലക്ഷ്യം നേടാൻ സഹായിക്കുന്ന ഒരൊറ്റ കാര്യമെന്തായിരിക്കുമെന്ന് സ്വയം ചോദിക്കുക. എന്താണ് നിങ്ങളുടെ ഉത്തരമെങ്കിലും അത് കുറിച്ചിടുക. ഒരു പദ്ധതിയുണ്ടായിരിക്കുക. എന്നിട്ട് അതിനനുസരിച്ച് ആ കഴിവ് വികസിക്കാൻ എല്ലാദിവസവും പ്രവർത്തിച്ചുകൊണ്ടിരിക്കുക. അതിൽ നിങ്ങൾ ഏറ്റവും മിടുക്കനാകും വരെ പ്രവർത്തിച്ചുകൊണ്ടേയിരിക്കുക. ഈ തീരുമാനം തന്നെ നിങ്ങളുടെ ജീവിതം മാറ്റിമറിക്കും.

9. ആരുടെ സഹായമാണ് നിങ്ങൾക്ക് വേണ്ടതെന്ന് തീരുമാനിക്കുക

ലക്ഷ്യം നേടാൻ ആരുടെയൊക്കെ സഹായം തേടണം, ആരുമായൊക്കെ സഹകരിക്കണം എന്നെല്ലാം തീരുമാനിക്കുന്നതാണ്

ഒമ്പതാമത്തെ പടി. കുടുംബത്തിൽനിന്നും ബോസിൽനിന്നും സഹ പ്രവർത്തകരിൽ നിന്നും അതിനായി തുടക്കമിടുക. നിങ്ങളുടെ ഉപ ഭോക്താക്കൾ, വിതരണക്കാർ, ബാങ്കർ എന്നിവരെ ഓർക്കുക. ആരുടെ സഹായമാണ് നിങ്ങൾക്ക് ആവശ്യമായുള്ളത്, അവർ സഹായിക്കുന്നതിനായി നിങ്ങൾ എന്താണ് ചെയ്യേണ്ടത്? ഏതെങ്കിലും വഴി അവരെ സഹായിച്ച് നിങ്ങൾക്കെങ്ങനെ അവരുടെ സഹകരണം നേടാം.

ബന്ധങ്ങളാണ് എല്ലാം. എന്തു കാര്യം നേടണമെങ്കിലും നിങ്ങൾക്ക് ഒരുപാട് പേരുടെ സഹായം ആവശ്യമായി വരും. എത്ര കൂടുതൽ മികച്ച ബന്ധങ്ങൾ എത്രയും വേഗം ഉണ്ടാക്കുന്നുവോ അത്രയും വേഗം നിങ്ങളുടെ ലക്ഷ്യവും നേടും, അതെല്ലാം ജീവിതത്തിൽ നല്ല രീതിയിൽ പ്രതിഫലിക്കുകയും ചെയ്യും. നിങ്ങളുടെ തൊഴിൽ സ്ഥലത്തെയും സ്വകാര്യജീവിതത്തിലെയും പ്രധാന വ്യക്തികൾ ആരൊക്കെയാണ്? അവരുടെയെല്ലാം സഹായവും സഹകരണവും ലഭിക്കാൻ എന്തുചെയ്യണം?

10. പ്ലാൻ ഉണ്ടാക്കുക, എല്ലാം ഒത്തിണക്കുക

നിങ്ങളുടെ ലക്ഷ്യം നേടുന്നതിനുള്ള പ്ലാൻ ഉണ്ടാക്കലാണ് പത്താം പടി. നിങ്ങൾ ഇപ്പോൾ ആയിരിക്കുന്നിടത്തുനിന്ന് ലക്ഷ്യം നേടാനുള്ള എല്ലാം അതിന്റെ ഓർഡറിൽ തയ്യാറാക്കണം. അതിനായി എന്തുചെയ്യണം, ആരെ സമീപിക്കണം എന്നെല്ലാം ആസൂത്രണം ചെയ്യണം. അവധികാലയാത്രയ്ക്കോ മറ്റ് ട്രിപ്പിനോ പോകുമ്പോൾ നമ്മൾ തയ്യാറെടുക്കുന്നപോലെ തന്നെയാണിതും. എന്തൊക്കെയാണ് നിങ്ങൾ കൈയിലെടുക്കേണ്ടത്? പോകുന്നതിനുമുമ്പ് ചെയ്യേണ്ട കാര്യങ്ങൾ എന്തൊക്കെ? അവിടെ ചെന്നിറങ്ങിയാൽ എന്തുചെയ്യണം? അത്തരം പ്ലാൻ ഇവിടെയും വേണം.

എന്താണ് നിങ്ങൾക്ക് വേണ്ടതെന്ന് കൃത്യമായും എഴുതിവെയ്ക്കണം. എവിടെയാണ് തുടക്കമിടേണ്ടതെന്ന് വിശകലനം ചെയ്യണം. ആ ലക്ഷ്യം നേടാനുള്ള കാരണം എന്തെന്ന് തീരുമാനിക്കണം. ലക്ഷ്യം പൂർത്തീകരിക്കാനുള്ള സമയപരിധിവയ്ക്കണം. സമയപരിധിയെ പലതായി വീണ്ടും വിഭജിക്കണം. എന്തൊക്കെ തടസ്സങ്ങളാണ് നേരിടാനുണ്ടാവുക എന്ന് കണ്ടെത്തണം. എന്തെല്ലാം പ്രശ്നങ്ങൾക്ക് പരിഹാരം കണ്ടെത്തണമെന്ന് ആലോചിക്കണം. എന്തെല്ലാം പുതിയ കഴിവുകൾ, അറിവുകൾ, വിവരം, നേടണമെന്ന് തീരുമാനിക്കണം. ആരുടെയെല്ലാം സഹായവും സഹകരണവും തേടണമെന്ന് അറിയണം. അതിനായി നിങ്ങളുടെ പക്ഷത്തുനിന്ന് എന്ത് ചെയ്യണമെന്നറിയണം. ഇതെല്ലാം ഒത്തിണക്കി വേണം പ്രവർത്തനപദ്ധതി രൂപീകരിക്കാൻ.

സമയം, തുടർച്ച, പ്രാധാന്യം എന്നീ പ്രവർത്തനങ്ങളെ അടിസ്ഥാനമാക്കി തയ്യാറാക്കുന്നതാണ് പ്ലാൻ. ആദ്യമെന്താണ് ചെയ്യേണ്ടത്? എന്താണ് രണ്ടാമത് ചെയ്യേണ്ടത്? എന്താണ് കൂടുതൽ പ്രാധാന്യമുള്ളത്? മറ്റുള്ള കാര്യങ്ങൾ ചെയ്യും മുമ്പേ ചെയ്യേണ്ടത് എന്തൊക്കെ? നിങ്ങളുടെ ലക്ഷ്യം നിറവേറ്റാൻ മറ്റുള്ള കാര്യങ്ങളേക്കാൾ കൂടുതൽ പ്രാധാന്യമുള്ള എന്ത് പ്രവർത്തനങ്ങളാണ് ചെയ്യേണ്ടത്?

11. തുടർച്ചയായി ലക്ഷ്യം ഭാവനയിൽ കാണുക

നിങ്ങളുടെ ലക്ഷ്യം ഇതിനകം പൂർത്തിയായെന്ന മട്ടിൽ ഓരോ ദിവസവും അത് ഭാവനയിൽ കാണുക. മനക്കണ്ണിൽ അത് വിശദാംശങ്ങളോടെ കണ്ടുനോക്കുക. അത് നിറവേറിയാൽ എങ്ങനെയിരിക്കുമെന്ന് സങ്കൽപ്പിച്ച് നോക്കുക. ആ ലക്ഷ്യം സാക്ഷാത്കരിക്കുമ്പോഴുണ്ടാകുന്ന സംതൃപ്തി, സന്തോഷം, അഭിമാനം എന്നിവ സങ്കൽപ്പിക്കുക.

ഓരോ നേരത്തെയും വികാരവിചാരങ്ങളോടെ ആ ഭാവന വീണ്ടും കണ്ട് നോക്കുക. ഓരോ ദിവസവും പലവട്ടം ഇങ്ങനെ ഭാവനയിൽ കാണുന്നത് തുടരുക. ഓരോ തവണയും നിങ്ങൾ ഇങ്ങനെ ഭാവനയിൽ കാണുകയും വൈകാരികമായി സമീപിക്കുകയും ചെയ്യുമ്പോൾ നിങ്ങളുടെ ലക്ഷ്യം മനസ്സിൽ ആഴത്തിൽ അടിയുറച്ച് വേരുപിടിക്കും. മാനുഷികബോധമണ്ഡലത്തിനപ്പുറത്തും ഉപബോധമനസ്സിലും ഇത് പ്രോഗ്രാം ചെയ്യപ്പെടും. പതിയേ നിങ്ങളുടെ ലക്ഷ്യം ഉപബോധമനസ്സിൽ വളരെ ശക്തമായി രൂപപ്പെടും. രാവും പകലും അത് നിങ്ങളെ പ്രേരിപ്പിക്കുകയും പ്രചോദിപ്പിക്കുകയും ചെയ്യും.

12. ഒരിക്കലും കൈവെടിയരുത്

നിങ്ങൾ അനവരതം ദൃഢചിത്തതയോടെ ചെയ്യുന്നതിലെല്ലാം മതിയായ പിന്തുണകൊടുക്കണം. ഒരിക്കലും പരാജയം സമ്മതിക്കില്ലെന്ന് ആദ്യമേ ദൃഢപ്രതിജ്ഞ ചെയ്യുക. എന്തുവന്നാലും എന്ത് സംഭവിച്ചാലും ലക്ഷ്യം കാണുംവരെ കഠിനമായ പരിശ്രമം തുടരുമെന്ന് തീരുമാനിക്കുക. ലക്ഷ്യം സെറ്റ് ചെയ്ത് വലിയ തടസ്സങ്ങൾ വരുംമുമ്പേ ഇത്തരം തീരുമാനമെടുക്കണം.

ഒരിക്കലും പിൻവാങ്ങില്ലെന്ന മുമ്പേയുള്ള മാനസികമായ തയ്യാറെടുപ്പുകൾ നിങ്ങളെ പലരീതിയിലും സഹായിക്കും. നിങ്ങൾ പ്രശ്നങ്ങളിൽപ്പെടുമ്പോൾ മറ്റുപല കാര്യങ്ങൾക്കും നിങ്ങളെ സഹായിക്കാൻപറ്റിയില്ലെന്നുവരും. എന്നാൽ ഒരു ശക്തിക്കും

നമ്മെ പിൻതിരിപ്പിക്കാൻ പറ്റില്ലെന്ന ഉറച്ച തീരുമാനവുമായി മുന്നോട്ടുപോയാൽ അത് നിങ്ങളെ വാടാതെ, വീഴാതെ, നീങ്ങാൻ സഹായിക്കും. നിങ്ങളുടെ ലക്ഷ്യത്തിലേക്കുള്ള പ്രയാണത്തിൽ ഒട്ടേറെ തടസ്സങ്ങളും തിരിച്ചടികളും നേരിട്ടേക്കാം. അതെല്ലാം അനിവാര്യവും ഒഴിവാക്കാൻ കഴിയാത്തതുമാണ്. എന്തുവന്നാലും പിന്തിരിയില്ലെന്ന് വേണം നിങ്ങൾ തീരുമാനിക്കാൻ. തുടർന്ന് എന്തു വന്നാലും നിങ്ങൾ മനഃശാസ്ത്രപരമായി ഒരുങ്ങിയിരിക്കും. നിങ്ങൾ തകർന്നുപോകുന്നതിനുപകരം തിരിച്ചുവരികയും ചെയ്യും.

ഇന്നുതന്നെ പ്രവർത്തിക്കാൻ തുടങ്ങുക

ഈ അധ്യായത്തിൽ പറഞ്ഞിട്ടുള്ള കാര്യങ്ങളെല്ലാം ഒത്തു കൂട്ടുന്ന ഒരു എക്സർസൈസ് പറയട്ടെ. അതൊരു ചെറിയ നട പടിയാണ്. നല്ലൊരു പേപ്പർ എടുത്ത് ഇന്നത്തെ തീയതി കുറിച്ച ശേഷം ലക്ഷ്യം എന്ന് എഴുതുക. അടുത്ത പന്ത്രണ്ട് മാസത്തിൽ പൂർത്തിയാക്കേണ്ട ചുരുങ്ങിയത് പത്ത് ലക്ഷ്യങ്ങളെങ്കിലും അതിന് താഴെ കുറിച്ചിടുക. ലക്ഷ്യം പൂർത്തിയാക്കിയശേഷം നിങ്ങളാ ലക്ഷ്യമെല്ലാം നിറവേറ്റി എന്ന മട്ടിൽ വർത്തമാനകാലത്തിൽ വേണം എഴുതാൻ. ഉദാഹരണമായി എനിക്ക് അറുപത് കിലോ യാണ് തൂക്കം. അടുത്ത പന്ത്രണ്ട് മാസത്തിൽ നിങ്ങൾക്ക് നിശ്ചിത തുകയാണ് വേണ്ടതെങ്കിൽ ഇങ്ങനെ എഴുതുക: ഞാൻ ഇത്ര തുക ഈ വർഷം സമ്പാദിച്ചു.

ഒരിക്കൽ നിങ്ങൾ പത്ത് ലക്ഷ്യവുമെഴുതി കഴിഞ്ഞാൽ അത് അവലോകനം ചെയ്യുക, വിശകലനം ചെയ്യുക. അതിനുശേഷം നിങ്ങളോടുതന്നെ ഈ ചോദ്യങ്ങൾ ചോദിക്കുക. ഇതിൽ ഒരൊറ്റ ലക്ഷ്യം, അത് പൂർത്തിയാക്കിക്കഴിഞ്ഞാൽ എന്റെ ജീവിതം മാറ്റി മറിയുമെങ്കിൽ, ആ ഒരൊറ്റ ലക്ഷ്യം എന്തായിരിക്കും? ലിസ്റ്റ് നന്നായി വായിക്കുക. എന്നിട്ട് നിങ്ങൾ തയ്യാറാക്കിയ ലിസ്റ്റിൽനിന്ന് ഈ ചോദ്യത്തിന് ഉത്തരം കിട്ടുന്ന ആ പ്രത്യേകലക്ഷ്യം തിരഞ്ഞെടു ക്കുക. ഇതായിരിക്കും വരുംഭാവിയിൽ ഏറ്റവും പ്രധാനപ്പെട്ട ഉറ പ്പുള്ള ഉദ്ദേശ്യം. ഇതായിരിക്കും നിങ്ങളുടെ പ്രാഥമികമായ തത്വം. മുകളിൽ പറഞ്ഞ പന്ത്രണ്ട് കാര്യങ്ങളെല്ലാം കാച്ചിക്കുറുക്കി ഇതിൽ പ്രതിഫലിക്കുന്നു.

പന്ത്രണ്ട് കാര്യങ്ങൾ നടപ്പിലാക്കുക

നിങ്ങൾക്ക് യഥാർത്ഥത്തിൽ വേണ്ട ഒരു ലക്ഷ്യം ഇപ്പോൾ നിങ്ങൾ തിരഞ്ഞെടുത്തു. നിങ്ങൾക്ക് ഈ ലക്ഷ്യം നേടാനാകുമെന്ന്

വിശ്വാസമുണ്ട്. ഈ ലക്ഷ്യം പ്രത്യേകമായി ഒരു പേപ്പറിൽ എഴുതിയിടണം. അതുനേടാൻ ഒരു സമയപരിധിയുംവയ്ക്കണം. തുടക്കമുണ്ടായിരുന്ന അവസ്ഥ വിശകലനം ചെയ്യുക. ഈ ലക്ഷ്യം എന്തുകൊണ്ട് തിരഞ്ഞെടുത്തു എന്നതിനുള്ള കാരണങ്ങൾ ലിസ്റ്റ് ചെയ്യുക.

ലക്ഷ്യം നേടുന്നതിൽ നിങ്ങൾക്കും ലക്ഷ്യത്തിനുമിടയിലുള്ള തടസ്സങ്ങൾ തിരിച്ചറിയുക. ആ ലക്ഷ്യം നേടുവാനുള്ള എന്ത് കഴിവുകളും വൈദഗ്ധ്യവുമാണ് നിങ്ങൾ വികസിപ്പിക്കേണ്ടതെന്ന് മനസ്സിലാക്കുക. ലക്ഷ്യം നിറവേറ്റാൻ ആരുടെയെല്ലാം സഹായവും സഹകരണവുമാണ് തേടേണ്ടതെന്ന് തിരിച്ചറിയുക.

ആ ലക്ഷ്യം നേടാനുള്ള പ്ലാൻ തയ്യാറാക്കുക. എന്നിട്ട് ആ പ്ലാനിലേക്ക് അടുപ്പിക്കുന്ന കാര്യങ്ങൾ ഓരോ ദിവസവും ചെയ്തുകൊണ്ടിരിക്കുക.

ലക്ഷ്യങ്ങൾ നിറവേറിയെന്നമട്ടിൽ നിങ്ങളുടെ ലക്ഷ്യങ്ങൾ തുടർച്ചയായി ഭാവനയിൽ കാണുക. ലക്ഷ്യം കാണുംവരെ അതിൽ നിന്ന് പിന്തിരിയില്ലെന്ന് ഉറച്ച് വിശ്വസിക്കുക.

നിങ്ങൾ നിങ്ങളെ അതിശയിപ്പിക്കും

ഈ തത്വങ്ങൾ ജീവിതത്തിൽ പ്രായോഗികമാക്കാൻ തുടങ്ങുന്നതോടെ നിങ്ങൾ നേടാൻ തുടങ്ങുന്ന കാര്യങ്ങളിൽ തികച്ചും അന്തംവിട്ടുപോകും. നിങ്ങൾ കൂടുതൽ പോസിറ്റീവായ, കൂടുതൽ ശക്തനായി ഫലപ്രദമായി കാര്യങ്ങൾ ചെയ്യാൻ കഴിയുന്ന വ്യക്തിയായി മാറും. ഉയർന്ന ആത്മാഭിമാനം കൈവരും. ആത്മവിശ്വാസമുയരും. ഒരോ ദിവസവും എല്ലാ മണിക്കൂറിലും നിങ്ങളൊരു വിജയിയെപോലെ അനുഭവപ്പെടും. വ്യക്തിപരമായ വലിയ നിയന്ത്രണവും ദിശാബോധവുമുള്ള വ്യക്തിയായി അനുഭവപ്പെടാൻ തുടങ്ങും. കൂടുതൽ ഊർജവും ഉന്മേഷവും കൈവരും. ഇതിന്റെ ഫലമായി സാധാരണക്കാരനായ മനുഷ്യൻ ചിലപ്പോൾ വർഷങ്ങൾ കൊണ്ട് നിറവേറ്റുന്ന കാര്യങ്ങളേക്കാൾ കൂടുതൽ കാര്യങ്ങൾ നിങ്ങൾ ആഴ്ചകൾകൊണ്ടോ മാസങ്ങൾകൊണ്ടോ നിറവേറ്റും.

ആജീവനാന്തം ലക്ഷ്യങ്ങൾ ഇങ്ങനെ പഠനങ്ങളാലും പരിശീലനങ്ങളാലും വീണ്ടും വീണ്ടും സെറ്റ് ചെയ്യാൻ തുടങ്ങുമ്പോൾ ഉപബോധമനസ്സിൽ വിജയത്തിന്റെ പരമോന്നത വൈദഗ്ധ്യം നിങ്ങളിലുണ്ടെന്ന് പ്രോഗ്രാം ചെയ്യും. സമൂഹത്തിലെ ഏറ്റവും ഉയർന്ന നേട്ടമുണ്ടാക്കുന്നവർക്കൊപ്പം നിങ്ങളുമുയരും. ജീവിച്ചിരിക്കുന്നവരിൽ ഏറ്റവും സന്തോഷവും വിജയവും നേടിയ വ്യക്തികളിലൊരാളായി മാറുകയും ചെയ്യും.

നിങ്ങളുടെ യഥാർത്ഥ ലക്ഷ്യം തീരുമാനിക്കുക

1. നിങ്ങൾ ജീവിതത്തിൽ എന്താണ് യഥാർത്ഥത്തിൽ ആഗ്രഹിക്കുന്നതെന്ന് തീരുമാനിക്കുക. മറ്റുള്ളവർക്ക് ഉള്ളതായ കാര്യം, അത് നിങ്ങൾക്കും നേടാൻ കഴിയുമെന്ന് കരുതുന്നെങ്കിൽ അതെന്തായിരിക്കും?
2. ഒരു വിശ്വാസം, അത് നിങ്ങൾക്കുണ്ടെങ്കിൽ നിങ്ങളുടെ ലക്ഷ്യം നിറവേറ്റാൻ ഏറ്റവുമധികം സഹായിക്കും. എങ്കിൽ ആ വിശ്വാസം എന്താണ്?
3. നിങ്ങളുടെ ജീവിതത്തെ ഏറ്റവുമധികം മാറ്റിമറിക്കാൻ, സഹായിക്കുന്ന ഒരൊറ്റ ലക്ഷ്യം എന്തായിരിക്കും?
4. നിങ്ങളുടെ പ്രധാനലക്ഷ്യം കൈവരിക്കുന്നതിൽ ഒരു കഴിവ് നിങ്ങളെ ഏറ്റവുമധികം സഹായിക്കുമെങ്കിൽ അതെന്തായിരിക്കും?
5. നിങ്ങളുടെ ഏറ്റവും പ്രധാനപ്പെട്ട ലക്ഷ്യം നിറവേറ്റാൻ സഹകരണം തേടേണ്ട ഏറ്റവും പ്രധാനപ്പെട്ട വ്യക്തി ആരാണ്?
6. നിങ്ങളും നിങ്ങളുടെ ലക്ഷ്യത്തിനുമിടയിലെ ഏറ്റവും വലിയ ഒരൊറ്റ തടസ്സമോ ബുദ്ധിമുട്ടോ എന്താണ്?
7. അടുത്ത വർഷം നിങ്ങൾക്ക് നേടേണ്ടതായ പത്ത് ലക്ഷ്യങ്ങളുടെ ലിസ്റ്റ് തയ്യാറാക്കുക. അതിലൊന്ന് തിരഞ്ഞെടുത്ത് എല്ലാ ദിവസവും അതിനായി പ്രവർത്തിച്ചുകൊണ്ടിരിക്കുക.

7

പ്രധാനപ്പെട്ട ഉറപ്പുള്ള ഉദ്ദേശ്യങ്ങൾ തീരുമാനിക്കുക

ഉദ്ദേശ്യങ്ങളിൽ ഉറപ്പുണ്ടായിരിക്കുക, എന്താണ് ഒരാൾക്ക് വേണ്ടതെന്ന കാര്യത്തിൽ അറിവുണ്ടായിരിക്കുക, അതു നേടാൻ അദമ്യമായ ആഗ്രഹം ഉണ്ടായിരിക്കുക, ഇതാണ് വിജയം സ്വന്തമാക്കാൻ കൈവശമാക്കേണ്ട ഗുണങ്ങളിലൊന്ന്.

നെപ്പോളിയൻ ഹിൽ

നിങ്ങൾ കൂടുതൽ സമയവും ചിന്തിക്കുന്ന കാര്യം നിങ്ങളായിത്തീരും. നിങ്ങൾ ഉണർന്നെണീക്കുന്ന സമയങ്ങളിലെല്ലാം പ്രധാനപ്പെട്ട, ഉറപ്പുള്ള ഉദ്ദേശ്യം നിങ്ങൾക്ക് വ്യക്തത സമ്മാനിക്കും. ഇങ്ങനെ പീറ്റർ ഡ്രക്കർ പറഞ്ഞപോലെയാണ് കാര്യം. എപ്പോഴാണോ ഒരു കാര്യം നിങ്ങൾക്ക് ചെയ്യണമെന്ന് വ്യക്തമാകുന്നത്, അപ്പോൾ മനസ്സിൽ ആ ഒറ്റ കാര്യം നടപ്പാക്കണമെന്നത് ദൗത്യമായി ഏറ്റെടുക്കുന്നു.

നിങ്ങളുടെ ജീവിതത്തിലെ ഏറ്റവും പ്രധാനപ്പെട്ട ഉറപ്പുള്ള ഉദ്ദേശ്യത്തെപ്പറ്റി ഏത്ര കൂടുതലായി ചിന്തിക്കുന്നുവോ, അത് എങ്ങനെ നേടാമെന്ന് കരുതുന്നുവോ അത്രയുമധികം നിങ്ങളുടെ ജീവിതത്തിൽ 'ആകർഷണനിയമം' പ്രാവർത്തികമാകും. നിങ്ങൾ കൂടുതലായി വ്യക്തികളെയും അവസരങ്ങളെയും ആശയങ്ങളെയും വിഭവങ്ങളെയും നിങ്ങളിലേക്ക് ആകർഷിക്കാൻ തുടങ്ങും. അതെല്ലാം നിങ്ങളുടെ ലക്ഷ്യത്തിലേക്ക് കൂടുതൽ വേഗത്തിൽ എത്താൻ സഹായിക്കും. നിങ്ങളുടെ ലക്ഷ്യങ്ങളെ നിങ്ങളിലേക്ക് കൂടുതൽ അടുപ്പിക്കുകയും ചെയ്യും. 'സാദൃശ്യനിയമപ്രകാരം' നിങ്ങളുടെ പുറത്തെ അനുഭവലോകം നിങ്ങളുടെ ആന്തരിക ജീവിതത്തിലെ ലക്ഷ്യങ്ങളോട് സമരസപ്പെട്ട് ഐക്യത്തോടെയിരിക്കും.

ഒരു പ്രധാനപ്പെട്ട ഉറപ്പുള്ള ഉദ്ദേശ്യം നിങ്ങൾ എപ്പോഴും ചിന്തിച്ചുകൊണ്ടും സംസാരിച്ചുകൊണ്ടും പ്രവർത്തിച്ചുകൊണ്ടുമിരിക്കുകയാണെങ്കിൽ അതെല്ലാം നിങ്ങളുടെ പുറംലോകത്തും

കണ്ണാടിയിലെപ്പോലെ വ്യക്തമായി പ്രതിഫലിച്ചിരിക്കും. അത്തരം ഉറപ്പുള്ള പ്രധാന ഉദ്ദേശ്യം നിങ്ങൾക്കുവേണ്ടി നിങ്ങളുടെ ഉപബോധമനസ്സിനെ പ്രചോദിപ്പിക്കുകയും ചെയ്യും. ഏത് ചിന്തയോ പദ്ധതിയോ ലക്ഷ്യമോ ആയിക്കോട്ടെ നിങ്ങളുടെ ബോധമനസ്സിൽ രൂപപ്പെടുത്തുന്നുവോ ഉപബോധമനസ്സിന്റെ (സൂപ്പർ കോൺഷ്യസ്മൈൻഡിന്റേയും. ഇക്കാര്യം പിന്നീട് ചർച്ച ചെയ്യുന്നുണ്ട്) പ്രവൃത്തിയാൽ ഉടനടി അതെല്ലാം യാഥാർത്ഥ്യമാകാൻ തുടങ്ങും.

റെറ്റികുലർ കോർട്ടക്സ് ഉദ്ദീപിപ്പിക്കുക

ഓരോ വ്യക്തിക്കും അവന്റെ അല്ലെങ്കിൽ അവളുടെ തലച്ചോറിനകത്തുള്ള പ്രത്യേക ഭാഗത്തിന്റെ പേരാണ് റെറ്റികുലർ കോർട്ടക്സ്. വലിയ ഓഫിസ് കെട്ടിടത്തിനകത്തെ ടെലിഫോൺ സ്വിച്ച് ബോർഡുപോലെയാണ് ഈ അവയവം പ്രവർത്തിക്കുക. വിരൽ പോലെയിരിക്കുന്നതാണ് ഈ ചെറിയ ഭാഗം. എല്ലാ ഫോൺ കോളുകളും സെൻട്രൽ സ്വിച്ച് ബോർഡിലെത്തുകയും തുടർന്ന് ശരിയായ സ്വീകർത്താവിലേക്ക് വഴിതിരിച്ചുവിടുകയുമാണല്ലോ ചെയ്യുക. അതുപോലെ നിങ്ങളുടെ പഞ്ചേന്ദ്രിയങ്ങൾ വഴി എത്തുന്ന വിവരങ്ങൾ റെറ്റികുലർ കോർട്ടക്സ് വഴി നിങ്ങളുടെ ബോധത്തിലേക്ക് അല്ലെങ്കിൽ തലച്ചോറിൽ എത്തേണ്ട പ്രധാന ഭാഗങ്ങളിലേക്ക് വഴിതിരിച്ച് വിടുന്നു.

റെറ്റികുലർ കോർട്ടക്സിൽ നിങ്ങളുടെ റെറ്റികുലർ ആക്ടിവേറ്റിങ് സിസ്റ്റവുമുണ്ട്. എപ്പോഴാണോ നിങ്ങൾ റെറ്റികുലർ കോർട്ടക്സിലേക്ക് ലക്ഷ്യപ്രാപ്തിക്കായുള്ള സന്ദേശം അയക്കുന്നത്. അപ്പോൾത്തന്നെ അതിതീവ്രമായ ജാഗ്രതാ നിർദ്ദേശം പുറപ്പെടുവിക്കുകയായി. നിങ്ങൾ ലക്ഷ്യമിടുന്ന കാര്യം നിറവേറ്റുവാനായി മറ്റുള്ളവരെ ജാഗരൂകരാക്കാനും വിവരം നൽകാനും തുടങ്ങും. നിങ്ങളുടെ പരിസരത്തുള്ള അവസരങ്ങൾ ഉപയോഗപ്പെടുത്തി നിങ്ങളുടെ ലക്ഷ്യം നിറവേറ്റാനായി സഹായിക്കുകയും ചെയ്യും.

ഒരു ചുവന്ന സ്പോർട്സ് കാർ

ഉദാഹരണത്തിന് നിങ്ങൾ ഒരു ചുവന്ന സ്പോർട്സ് കാർ ആഗ്രഹിക്കുന്നതായി ഭാവനയിൽ കാണുക. ഈ ആഗ്രഹം നിങ്ങളുടെ ലക്ഷ്യമായി എഴുതിയിടുക. നിങ്ങൾ ഒരു ചുവന്ന സ്പോർട്സ് കാർ ഭാവനയിൽ കാണാൻ തുടങ്ങുകയായി. ഈ പ്രക്രിയ നിങ്ങളുടെ റെറ്റികുലർ കോർട്ടക്സിലേക്ക് ഒരു സന്ദേശമയക്കും. ചുവന്ന സ്പോർട്സ് കാർ നിങ്ങൾക്കിപ്പോൾ വളരെ പ്രധാനപ്പെട്ട

താണെന്ന സന്ദേശമാണ് അയക്കുക. നിങ്ങളുടെ മെന്റൽ റഡാർ സ്ക്രീനിൽ ഒരു ചുവന്ന സ്പോർട്സ് കാറിന്റെ ചിത്രം എത്തുകയായി.

ആ നിമിഷം മുതൽ നിങ്ങൾ പോകുന്നിടത്തെല്ലാം ചുവന്ന കാറുകളെ നിങ്ങൾ ശ്രദ്ധിക്കാൻ തുടങ്ങും. പല സിഗ്നലുകൾക്കുമപ്പുറം ചുവന്ന കാറുകൾ ഡ്രൈവ് ചെയ്ത് പോകുന്നത് നിങ്ങൾ കാണും. പാർക്ക് ചെയ്തിടത്തും ഷോറൂമുകളിലും ചുവന്ന കാറുകളെ നിങ്ങൾ ശ്രദ്ധിക്കാൻ തുടങ്ങും. പോകുന്നിടത്തെല്ലാം നിങ്ങളുടെ ലോകം പൂർണമായും ആ ചുവന്ന കാറുകളെ ചുറ്റിപ്പറ്റിയാകും.

നിങ്ങളൊരു മോട്ടോർ സൈക്കിളാണ് വാങ്ങാൻ തീരുമാനിക്കുന്നതെങ്കിൽ നിങ്ങളെല്ലായിടത്തും മോട്ടോർ സൈക്കിളുകൾ കാണാൻ തുടങ്ങും. നിങ്ങൾ ഹവായിലേക്ക് ട്രിപ്പ് തീരുമാനിക്കുമ്പോൾ അതിനോട് ബന്ധപ്പെട്ട പോസ്റ്ററുകളും പരസ്യങ്ങളും ബ്രോഷറുകളും ചുറ്റും ശ്രദ്ധിക്കാൻ തുടങ്ങും. ടെലിവിഷനിലെ ഹവായിലെ അവധിക്കാല വിവരങ്ങളും കാണാൻ തുടങ്ങും. റെറ്റികുലർ കോർട്ടക്സിലേക്ക് നിങ്ങളുടെ ലക്ഷ്യത്തെക്കുറിച്ചുള്ള സന്ദേശം പാസ് ചെയ്താൽ റെറ്റികുലർ കോർട്ടക്സ് സിസ്റ്റം ആക്ടിവേറ്റ് ആകും. സാധ്യമായ എല്ലാ മാർഗ്ഗങ്ങളിലൂടെയും നിങ്ങളുടെ ലക്ഷ്യം പൂർത്തീകരിക്കാൻ നിങ്ങളെ ജാഗരൂകനാക്കുകയും ചെയ്യും.

സാമ്പത്തിക സ്വാതന്ത്ര്യം നേടുക

നിങ്ങൾ സാമ്പത്തികമായി സ്വതന്ത്രനാകാൻ തീരുമാനിച്ചാൽ ഉടനടി നിങ്ങൾക്ക് ചുറ്റുമുള്ള എല്ലാത്തരത്തിലുള്ള അവസരങ്ങളും സാധ്യതകളും ലക്ഷ്യപൂർത്തീകരണത്തിനായി പ്രവർത്തിക്കാൻ തുടങ്ങും. അതിനോട് ബന്ധപ്പെട്ട വാർത്തകൾ നിങ്ങൾ വർത്തമാനപത്രത്തിൽ ശ്രദ്ധിക്കാൻ തുടങ്ങും. നിങ്ങൾ പോകുന്നിടത്ത് ഇതിനോട് ബന്ധപ്പെട്ട പുസ്തകങ്ങൾ തിരിച്ചറിയാൻ തുടങ്ങും. മെയിലിൽ നിങ്ങൾക്ക് ആവശ്യമായ വിവരങ്ങളും അപേക്ഷകളും ലഭിക്കാൻ തുടങ്ങും. ധനസമ്പാദനത്തെക്കുറിച്ചും നിക്ഷേപത്തെക്കുറിച്ചും നിങ്ങൾ മറ്റുള്ളവരുമായി കൂടുതലായി സംസാരിക്കാൻ തുടങ്ങും. നിങ്ങൾക്ക് ചുറ്റും കുമിഞ്ഞുകൂടുന്ന ആശയങ്ങളും വിവരങ്ങളും നിങ്ങളുടെ ആത്യന്തിക ലക്ഷ്യമായ സാമ്പത്തിക സ്വാതന്ത്ര്യം നേടാൻ സഹായിക്കുകയും ചെയ്യും.

നിങ്ങൾ വ്യക്തമായ നിർദ്ദേശങ്ങൾ നിങ്ങളുടെ റെറ്റികുലർ കോർട്ടക്സിലേക്കും ഉപബോധമനസ്സിലേക്കും കൊടുക്കുന്നില്ലെങ്കിൽ കാര്യങ്ങൾക്ക് യാതൊരുവിധ വ്യക്തതയുമുണ്ടാകില്ല. കോട

നിറഞ്ഞ റോഡിലൂടെ കാറോടിക്കുന്നതിന് തുല്യമായിരിക്കും നിങ്ങളുടെ ജീവിതം. ചുറ്റുമുള്ള അവസരങ്ങളും സാധ്യതകളും നിങ്ങളറിയാതെ പോകും. നിങ്ങൾ ഒരിക്കലും അത്തരം സാധ്യതകൾ കാണുകയോ ശ്രദ്ധിക്കുകയോ ചെയ്യില്ല.

ശ്രദ്ധയാണ് ജീവിതത്തിന്റെ താക്കോൽ എന്നു പറയാറുണ്ട്. നിങ്ങളുടെ ശ്രദ്ധ എങ്ങോട്ട് പോകുന്നുവോ അവിടേക്ക് നിങ്ങളുടെ ജീവിതവും പോകും. എപ്പോഴാണോ നിങ്ങൾ ഉറപ്പുള്ള പ്രധാന ഉദ്ദേശ്യം തീരുമാനിക്കുന്നത് അപ്പോൾ നിങ്ങളുടെ ശ്രദ്ധ കൂടുതലായും ഉയരാൻ തുടങ്ങും. നിങ്ങളുടെ ലക്ഷ്യം വേഗത്തിൽ പൂർത്തീകരിക്കാൻ ഉതകുന്ന, നിങ്ങൾക്ക് ചുറ്റുമുള്ള എല്ലാ കാര്യങ്ങളിലും കൂടുതലായി ശ്രദ്ധാലുവായി തീരും.

നിങ്ങളുടെ പ്രധാനപ്പെട്ട ഉറപ്പുള്ള ഉദ്ദേശ്യങ്ങൾ

ഒരു സമയത്തിൽ നിങ്ങൾക്ക് ഏറ്റവും പ്രധാനപ്പെട്ട കാര്യമെന്താണോ അതായിരിക്കും നിങ്ങളുടെ ഏറ്റവും പ്രധാനപ്പെട്ട ഉറപ്പുള്ള ഉദ്ദേശ്യം. സാധാരണയായി അത് നിങ്ങളുടെ മറ്റ് ലക്ഷ്യങ്ങൾ നിറവേറ്റാൻ സഹായിക്കുന്നതുമായിരിക്കും.

അതിന് താഴെ പറയുന്ന ഗുണങ്ങൾ ഉണ്ടായിരിക്കും.

1. വ്യക്തിപരമായി നിങ്ങൾക്ക് ശരിക്കും ആവശ്യമുള്ളതായിരിക്കുമത്. അതിതീവ്രമായിരിക്കും ആ ലക്ഷ്യം നേടാനുള്ള ആഗ്രഹം. ആ ലക്ഷ്യം നേടാനുള്ള ആശയംപോലും നിങ്ങളെ ആവേശഭരിതനാക്കും, സന്തോഷവാനുമാക്കും.
2. അത് തെളിഞ്ഞതും സുവ്യക്തവുമായിരിക്കും. നിങ്ങൾക്കത് വാക്കുകളിൽ ആശയം വ്യക്തമാക്കാൻ സാധിക്കും. ഏത് കുഞ്ഞിനും വായിക്കാനും മനസ്സിലാക്കാനും സാധിക്കും വിധം വ്യക്തമായി എഴുതാൻ കഴിയുന്നതായിരിക്കും. അതിൽനിന്ന് നിങ്ങൾക്കെന്താണ് വേണ്ടതെന്നും അത് നിങ്ങൾക്ക് നേടാൻ കഴിയുന്നതാണോ എന്നും തീരുമാനിക്കാനും കഴിയും.
3. അത് നിങ്ങൾക്ക് അളക്കാനും തൂക്കാനും സാധിക്കുന്നതായിരിക്കും. എനിക്ക് ഒരുപാട് പണം ഉണ്ടാക്കണമെന്ന പോലെയായിരിക്കില്ല. ഞാൻ ഈ വർഷം ഇന്ന തീയതിക്കകം ഒരു ലക്ഷം ഡോളർ സമ്പാദിക്കും എന്നത് നിങ്ങളുടെ പ്രധാനപ്പെട്ട ഉറപ്പുള്ള ഉദ്ദേശ്യമാണ്.
4. വിശ്വസനീയവും നേടാൻ കഴിയുന്നതുമായിരിക്കും. നിങ്ങളുടെ പ്രധാനപ്പെട്ട ഉറപ്പുള്ള ഉദ്ദേശ്യം നേടാൻ കഴിയാത്ത അത്രയും വലുതോ അസംബന്ധമോ ആകരുത്.

5. നിങ്ങളുടെ പ്രധാനപ്പെട്ട ഉറപ്പുള്ള ഉദ്ദേശ്യം വിജയം കാണാൻ തക്ക യുക്തമായിരിക്കണം. നിങ്ങൾ അതിനായി തുടക്കമിടുമ്പോൾ തന്നെ അത് ഫിഫ്റ്റി ഫിഫ്റ്റിയെങ്കിലും വിജയസാധ്യത ഉള്ളതായിരിക്കണം. നിങ്ങൾ ഇതുവരെ ഇത്രയും പ്രധാനപ്പെട്ട ലക്ഷ്യം നേടിയിട്ടില്ലെങ്കിൽ ഒരു കാര്യം ചെയ്യുക. എൺപതോ തൊണ്ണൂറോ ശതമാനം സാധ്യതയുള്ള ലക്ഷ്യം ആദ്യം സെറ്റ് ചെയ്യുക. നിങ്ങൾക്ക് തുടക്കത്തിലെങ്കിലും ഇത് എളുപ്പമുള്ള ലക്ഷ്യമായിരിക്കണം. പിന്നീട് കുറഞ്ഞ വിജയസാധ്യതയുള്ള ലക്ഷ്യങ്ങൾ സെറ്റ് ചെയ്യുകയുമാകാം. അപ്പോഴും നിങ്ങൾ ആ ലക്ഷ്യങ്ങൾ നേടാൻ തക്കവിധം പ്രചോദിതനായിരിക്കുകയും ചെയ്യും. എന്നാൽ തുടക്കത്തിൽ നേടാൻ കഴിയുന്നത് മാത്രം സെറ്റ് ചെയ്യുക. എങ്കിൽ തുടക്കം മുതലേ ആ ലക്ഷ്യം നേടാൻ കഴിയുമെന്ന് നിങ്ങൾക്ക് ആത്മവിശ്വാസമുണ്ടാകുകയും ചെയ്യും.

6. നിങ്ങളുടെ പ്രധാനപ്പെട്ട ഉറപ്പുള്ള ഉദ്ദേശ്യം മറ്റ് ലക്ഷ്യങ്ങൾ നേടാൻ തക്ക പൊരുത്തമുള്ളതായിരിക്കണം. നിങ്ങളുടെ പ്രധാന ലക്ഷ്യം നിങ്ങളുടെ ചെറു ലക്ഷ്യങ്ങളോടും മൂല്യങ്ങളോടും ഐക്യപ്പെടുന്നതായിരിക്കണം.

തറയിൽ കാലുറപ്പിച്ച് നിൽക്കുക

ഒരിക്കൽ എന്റെ ഒരു സെമിനാറിനിടെ ഒരു വനിത എന്നെ സമീപിച്ച് അവർ പ്രധാനപ്പെട്ട ഉറപ്പുള്ള ഉദ്ദേശ്യം രൂപപ്പെടുത്തിയതായി പറഞ്ഞു. എന്താണെന്ന് ചോദിച്ചപ്പോൾ ഒരു വർഷത്തിനുള്ളിൽ അവർ മില്യനയർ ആകാൻ പോകുകയാണെ് പറഞ്ഞു. എനിക്ക് ആകാംക്ഷയായി. ഇപ്പോൾ എത്ര സമ്പാദ്യമുണ്ടെന്ന് ചോദിച്ചു. അത് കേട്ടതോടെ അവർ ആകെ തകർന്നു. എന്തുതരം ജോലിയാണ് ചെയ്യുന്നതെന്ന് ചോദിച്ചു. കഴിവുകേട് കാരണം അവരെ തൊട്ടുമുമ്പ് ജോലിയിൽനിന്ന് പിരിച്ചുവിട്ടകാര്യം പറഞ്ഞു. ഈ സാഹചര്യത്തിൽ എന്തുകൊണ്ടാണ് ഒരുവർഷം പത്ത് ലക്ഷം ഡോളർ എന്ന ലക്ഷ്യം സെറ്റ് ചെയ്തതെന്ന് ചോദിച്ചു. അപ്പോൾ അവർ പറയുകയാണ് ഞാൻ തൊട്ടുമുമ്പ് പറഞ്ഞ കാര്യം. അതായത് നിങ്ങൾക്ക് വളരെ തെളിഞ്ഞ ലക്ഷ്യമുണ്ടെങ്കിൽ അത് നേടാനാകും എന്ന് ഞാൻ പറഞ്ഞകാര്യം അവർ എടുത്ത് പറഞ്ഞു. അപ്പോൾ ആ വനിത വിചാരിച്ചു ഇങ്ങനെ മില്യനയർ ആകുന്നത് അവർക്ക് വളരെ തെളിഞ്ഞ ലക്ഷ്യമാണെന്ന്. ഞാനവർക്ക് കാര്യ

ങ്ങൾ വ്യക്തമായി പറഞ്ഞുകൊടുത്തു. തെറ്റിദ്ധാരണ മാറ്റിക്കൊടുത്തു. ഈ ലക്ഷ്യം ഇവരുടെ ഈ പ്രത്യേക സാഹചര്യത്തിൽ അയഥാർത്ഥവും നേടാൻ കഴിയാത്തതുമാണ്. ഇത് ലക്ഷ്യത്തിൽ നിന്ന് ബഹുദൂരം പിന്നിലാണെന്ന തിരിച്ചറിവ് അവരെ പിന്നീട് നിരുത്സാഹപ്പെടുത്തുകയും ചെയ്യും. സമീപവർഷങ്ങളിൽ ഈ തിരിച്ചറിവ് അവളെ പ്രചോദിപ്പിക്കേണ്ടതിനുപകരം തളർത്താൻ വഴി വെച്ചേക്കും.

നിങ്ങളെത്തന്നെ അട്ടിമറിക്കരുത്

ഞാൻ ചെറുപ്പമായിരിക്കുമ്പോൾ ഇതേ തെറ്റ് ചെയ്തിട്ടുണ്ട്. ലക്ഷ്യങ്ങൾ സെറ്റ് ചെയ്യുമ്പോൾ ജീവിതത്തിൽ അതുവരെ നേടിയതിന്റെ പത്തിരട്ടിയാണ് വരുമാന ലക്ഷ്യമായി സെറ്റ് ചെയ്തത്. കുറെ മാസങ്ങൾ കഴിഞ്ഞിട്ടും യാതൊരു പുരോഗതിയും ഉണ്ടാകാതെ വന്നപ്പോൾ എന്റെ ലക്ഷ്യങ്ങൾ എന്നെ സഹായിക്കുന്നതല്ലെന്ന് തിരിച്ചറിഞ്ഞു. കാരണം അത് ഒരിക്കലും എത്തിപ്പിടിക്കാൻ പറ്റാത്തവിധം ബഹുദൂരം അകലെയായിരുന്നു. അതിന് പ്രചോദനം തരാനുള്ള കഴിവുണ്ടായിരുന്നില്ല. കാര്യം ഞാൻ ആഗ്രഹിച്ചെങ്കിലും ഉള്ളിന്റെയുള്ളിൽ സാധ്യമാകുമെന്ന് ഞാൻ വിശ്വസിച്ചിരുന്നുമില്ല. എന്റെ ഉപബോധ മനസ്സ് അതിനെ തള്ളിക്കളഞ്ഞു. എന്റെ റെറ്റികുലർ കോർട്ടക്സ് പ്രവർത്തിക്കുന്നതിൽ എളുപ്പം പരാജയപ്പെട്ടു. ഇത് നിങ്ങൾക്ക് സംഭവിക്കാതിരിക്കട്ടെ.

മഹത്തായ ചോദ്യം

നിങ്ങളുടെ പ്രധാനപ്പെട്ട ഉറപ്പുള്ള ഉദ്ദേശ്യം തീരുമാനിക്കുന്നതിൽ പ്രധാനപെട്ട പോയിന്റ് പറയാം. നിങ്ങൾ പരാജയപ്പെടില്ലെന്ന ഉത്തമബോധ്യത്തോടെ നിങ്ങൾ സ്വപ്നം കാണാൻ ധൈര്യപ്പെടുന്ന ഒരു വലിയ കാര്യമെന്തായിരിക്കും?

ലക്ഷ്യം, അത് വലുതോ ചെറുതോ ആയിക്കോട്ടെ, ചെറിയ കാലയളവിലേക്കോ നീണ്ട കാലയളവിലേക്കോ ആയിക്കോട്ടെ, നിങ്ങൾക്ക് നേടാമെന്ന പരിപൂർണ ബോധ്യമുണ്ടായിരിക്കുന്ന ആ ഒറ്റ ലക്ഷ്യം എന്താണ്? ഇതിനുള്ള ഉത്തരം എന്തുമായിക്കോട്ടെ, അത് എഴുതാൻ കഴിയുന്നതാണെങ്കിൽ അത് നേടാനും സാധ്യതയുണ്ട്. അതിനെ തുടർന്ന് ഒരൊറ്റ ചോദ്യമാണ് നിങ്ങൾ ചോദിക്കേണ്ടത്. എങ്ങനെ? നിങ്ങൾക്ക് അത് നേടാനുള്ള യഥാർത്ഥ താൽപ്പര്യം പ്രധാനമാണ്. അതു നേടാൻവേണ്ടി നിങ്ങൾ എത്രകാലം പ്രവർത്തിക്കാൻ സന്നദ്ധനാണെന്നതും പ്രധാനം തന്നെ.

ഒരു നോബേൽ സമ്മാന ജേതാവ്

എന്റെ ഒരു സെമിനാറിൽ പങ്കെടുത്തത് ഒരു നോബേൽ സമ്മാനജേതാവായിരുന്നു. പ്രധാനപ്പെട്ട സർവകലാശാലയിൽ രസതന്ത്ര പ്രൊഫസർ. മറ്റ് രണ്ട് ശാസ്ത്രജ്ഞന്മാർക്കൊപ്പം അതിന് രണ്ടുവർഷംമുമ്പാണ് ഇദ്ദേഹം രസതന്ത്രത്തിൽ നോബേൽ സമ്മാനം നേടിയത്. യൂണിവേഴ്സിറ്റിയിൽ കരിയർ തുടങ്ങുമ്പോൾ ഇദ്ദേഹം ഒരു കാര്യം തീരുമാനിച്ചിരുന്നതായി എന്നോട് പറഞ്ഞു. രസതന്ത്ര ശാഖയിൽ വളരെ പ്രധാനപ്പെട്ട സംഭാവന നൽകുമെന്നതായിരുന്നു ആ തീരുമാനം. അതായിരുന്നു അദ്ദേഹത്തിന്റെ ഉറപ്പുള്ള പ്രധാനപ്പെട്ട തീരുമാനം. അക്കാര്യത്തിൽ അദ്ദേഹം ഇരുപത്തിയഞ്ച് വർഷത്തിലധികം മുഴുകി. ഒടുവിൽ വിജയം അദ്ദേഹത്തിന്റെ വഴിക്ക് വന്നു. അദ്ദേഹം എന്നോട് പറഞ്ഞു, തുടക്കം മുതലേ എനിക്കതിൽ വ്യക്തത ഉണ്ടായിരുന്നു. രസതന്ത്രത്തിൽ എന്റെ പ്രധാന സംഭാവന എനിക്ക് നോബേൽ സമ്മാനം നേടിത്തരുമെന്ന് എനിക്ക് സംശയമൊന്നും ഉണ്ടായിരുന്നില്ല. നോബേൽ സമ്മാനം നേടിയപ്പോൾ സന്തോഷം തോന്നി. എന്നാലതൊരു സർപ്രൈസ് ആയിരുന്നില്ല.

തക്ക വില കൊടുക്കാൻ സന്നദ്ധനായിരിക്കുക

എല്ലാവരും ലക്ഷാധിപതികളോ കോടീശ്വരന്മാരോ ആകാൻ ആഗ്രഹിക്കുന്നു. എന്നാൽ പ്രധാനപെട്ട ഒരു ചോദ്യം ശേഷിക്കുന്നു. ആ ലക്ഷ്യം നേടാൻ വേണ്ടതായ കാര്യങ്ങളെല്ലാം ചെയ്യാൻ നിങ്ങൾ സന്നദ്ധനാണോ? ആ സാമ്പത്തിക ലക്ഷ്യം നേടാൻ വേണ്ടതായ വർഷങ്ങൾ നീക്കിവയ്ക്കാൻ നിങ്ങൾ തയ്യാറാണോ? തയ്യാറാണെങ്കിൽ ഒന്നിനും നിങ്ങളെ തടയാനാകില്ല.

പത്ത് ലക്ഷ്യങ്ങളുടെ എക്സർസൈസ്

കഴിഞ്ഞ അധ്യായത്തിലെ ഈ എക്സർസൈസ് നിങ്ങൾ ഓർക്കുന്നുണ്ടാകും. ഒരു പേപ്പറെടുത്ത് സമീപഭാവിയിൽ നിങ്ങൾ നേടാൻ ആഗ്രഹിക്കുന്ന പത്ത് ലക്ഷ്യങ്ങൾ കുറിച്ചിടുക. പ്രസന്റ് ടെൻസിൽ വേണം എഴുതാൻ. ഉദാഹരണത്തിന് എനിക്ക് ഇത്ര കിലോ തൂക്കമുണ്ട്. അല്ലെങ്കിൽ ഞാൻ പ്രതിവർഷം ഇത്ര തുക സമ്പാദിക്കുന്നു എന്ന രീതിയിലാണ് എഴുതേണ്ടത്.

പത്ത് ലക്ഷ്യങ്ങളും എഴുതിക്കഴിഞ്ഞാൽ ഈ ചോദ്യം നിങ്ങളോടുതന്നെ ചോദിക്കണം. ഈ ലിസ്റ്റിൽ ഏത് ലക്ഷ്യമായിരിക്കും പെട്ടെന്നുതന്നെ നടപ്പിലാക്കിയാൽ എന്റെ ജീവിതത്തിൽ വളരെ വലിയ പോസിറ്റീവ് ഫലം ഉണ്ടാക്കുക?

മിക്കവാറും എല്ലാവരുടെയും കേസിൽ ഈ ഒറ്റലക്ഷ്യമായിരിക്കും ഏറ്റവും പ്രധാനപ്പെട്ട ഉറപ്പുള്ള ഉദ്ദേശ്യം. ഈ ലക്ഷ്യമായിരിക്കും നിങ്ങളുടെ ജീവിതത്തിൽ ഏറ്റവും ഫലമുണ്ടാക്കുന്നതും മറ്റ് ലക്ഷ്യങ്ങൾ നേടാൻ സഹായിക്കുന്നതും.

ഏത് ലക്ഷ്യമാണ് തിരഞ്ഞെടുക്കുന്നതെങ്കിലും അത് ഒരു പേപ്പറിൽ എഴുതാൻ മറക്കരുത്. ആ ലക്ഷ്യത്തെക്കുറിച്ചും അത് നേടാൻ എന്തു ചെയ്യണമെന്നതിനെക്കുറിച്ചും നിങ്ങൾക്ക് ചിന്തിക്കാൻ കഴിയുന്നതെല്ലാം എഴുതുക. എന്നിട്ട് ആ ലിസ്റ്റിൽ ചുരുങ്ങിയത് ഒന്നെങ്കിലും പ്രാവർത്തികമാക്കാൻ ശ്രമിക്കുക. 3/5 ഇഞ്ച് ഇൻഡക്സ് കാർഡിൽ ഈ ലക്ഷ്യം എഴുതി നിങ്ങൾ പോകുന്നിടത്തെല്ലാം അത് കൊണ്ടുപോകുക. അതിനെ ഇടയ്ക്കിടെ വിലയിരുത്തുക. ആ ലക്ഷ്യത്തെക്കുറിച്ച് രാവിലെയും ഉച്ചയ്ക്കും രാത്രിയും ചിന്തിക്കുക. അത് നേടാനായി തുടർച്ചയായി ചിന്തിച്ചുകൊണ്ടിരിക്കുക. അതിനായി ഒരേയൊരു ചോദ്യമാണ് ചോദിക്കേണ്ടത്. എങ്ങനെ?

ലക്ഷ്യത്തെക്കുറിച്ച് ചിന്തിക്കുക

നിങ്ങളുടെ ഒരു പ്രധാനപ്പെട്ട ഉറപ്പുള്ള ഉദ്ദേശ്യം, ആ ഒറ്റകാര്യത്തിൽ ശ്രദ്ധ കേന്ദ്രീകരിച്ച് മനസ്സർപ്പിച്ച് പ്രവർത്തിച്ചാൽ മറ്റ് ഏതു തീരുമാനം എടുത്തതിലും ഭംഗിയായി നിങ്ങളുടെ ജീവിതം മാറിമറിയും. ആ ലക്ഷ്യം നേടുംവരെ എന്ത് പ്രതിബന്ധങ്ങളും വിഷമതകളും ഉണ്ടായാലും മറികടക്കുമെന്ന ഉറച്ച തീരുമാനവും വേണം. ഉദ്ദേശ്യം എന്തായിരുന്നാലും എഴുതിവയ്ക്കുക, അതിൽ ഇന്നുതന്നെ പ്രവർത്തിക്കാൻ തുടങ്ങുക.

നിങ്ങളുടെ പ്രധാനപ്പെട്ട ഉറപ്പുള്ള ഉദ്ദേശ്യം തീരുമാനിക്കുക

1. നിങ്ങൾ പരാജയപ്പെടില്ലെന്ന് ഉറപ്പുള്ള ഏത് ഒറ്റകാര്യമാണ് നിങ്ങൾ സ്വപ്നം കാണാൻ ധൈര്യപ്പെടുക?
2. അടുത്ത മാസങ്ങളിൽ, വർഷങ്ങളിൽ നിങ്ങൾക്ക് നേടാനുള്ള പത്ത് ലക്ഷ്യങ്ങൾ പ്രസന്റ് ടെൻസിൽ ലിസ്റ്റ് എടുക്കുക. അതിൽനിന്ന് നിങ്ങളുടെ ജീവിതത്തിൽ ഏറ്റവും കൂടുതൽ പോസിറ്റീവായി സ്വാധീനമുണ്ടാക്കുന്ന ഒരു കാര്യം തിരഞ്ഞെടുക്കുക.
3. ഈ ലക്ഷ്യം കാണാനായി എടുക്കുന്ന ശ്രമങ്ങളുടെ പുരോഗതിയും വിജയവും എങ്ങനെയാണ് നിങ്ങൾ അളക്കാൻ പോകുന്നതെന്ന് തീരുമാനിക്കുക. അത് കുറിച്ചുവയ്ക്കുക.
4. നിങ്ങളുടെ ലക്ഷ്യത്തിലേക്ക് അടുക്കാൻ നിങ്ങൾക്കെടുക്കാൻ കഴിയുന്ന എല്ലാകാര്യങ്ങളുടെയും ലിസ്റ്റ് തയ്യാറാക്കുക. അതിലൊന്നിൽ ഉടനടി പ്രവൃത്തി ആരംഭിക്കുക.
5. ലക്ഷ്യപൂർത്തീകരണത്തിനായി നിങ്ങൾ അധികമായെടുക്കുന്ന ജോലി, സമയം, പ്രതിബദ്ധത എന്നിവയ്ക്കെല്ലാം വില കൊടുക്കാൻ തീരുമാനിക്കുക. തുടർന്ന് അത് നടപ്പാക്കുന്നതിൽ വ്യാപൃതനായിരിക്കുക.
6. എല്ലാ ദിവസവും നിങ്ങളുടെ ഏറ്റവും പ്രധാന ലക്ഷ്യം പൂർത്തീകരിക്കുന്നതിലേക്ക് ഒരു പടിയെങ്കിലും കടക്കാൻ വേണ്ട എന്തെങ്കിലും കാര്യം ചെയ്യുക.
7. നിങ്ങൾ ആത്യന്തികമായി വിജയം നേടുംവരെ പിൻവാങ്ങില്ലെന്ന് മുൻകൂറായി തീരുമാനിച്ചുറപ്പിക്കുക.

8

ആദ്യം മുതലേ തുടങ്ങുക

നിങ്ങൾ ഇപ്പോൾ ആയിരിക്കുന്നിടവും നിങ്ങൾ എത്തിച്ചേരാൻ ആഗ്രഹിക്കുന്ന ഇടവും തമ്മിലുള്ള വിടവാണ് നിങ്ങളുടെ പ്രശ്നം.

ഏൾ നൈറ്റിംഗേൽ

രാജ്യത്തിന്റെ അങ്ങേയറ്റത്തേക്ക് നിങ്ങളൊരു നീണ്ട യാത്ര ആസൂത്രണം ചെയ്യുന്നുവെന്നിരിക്കട്ടെ. ആദ്യമെന്തായിരിക്കും നിങ്ങളെടുക്കുക? ലക്ഷ്യം തീരുമാനിച്ചശേഷം അവിടേക്ക് എളുപ്പമെത്താനുള്ള റോഡ് മാപ്പ് തയ്യാറാക്കും, അല്ലേ? നിങ്ങൾ ആയിരിക്കുന്ന ഇടവും എത്തേണ്ട ഇടവും യാത്ര തുടങ്ങുംമുമ്പുള്ള ഓരോ ദിവസവും പരിശോധിച്ചറിയുകയും ചെയ്യും. ഇതുപോലെതന്നെയാണ് ജീവിതവും.

നിങ്ങളുടെ മൂല്യം, വീക്ഷണം, ദൗത്യം, ഉദ്ദേശ്യം, ലക്ഷ്യം എന്നിവ തീരുമാനിച്ചുകഴിഞ്ഞാൽ അടുത്തപടിയെന്നത് എവിടെനിന്ന് തുടങ്ങണമെന്ന വിശകലനമാകും. ഇന്ന് നിങ്ങൾ കൃത്യമായി എവിടെയാണ്, എന്താണ് നിങ്ങൾ ചെയ്യുന്നത്, നിങ്ങളുടെ ലക്ഷ്യവുമായി ബന്ധപ്പെട്ട കാര്യങ്ങൾ ജീവിതവുമായി എങ്ങനെ ബന്ധപ്പെട്ടിരിക്കുന്നു എന്നെല്ലാം പരിശോധിച്ചറിയും.

യാഥാർത്ഥ തത്വം പരിശീലിക്കുക

ജനറൽ ഇലക്ട്രിക് കമ്പനിയുടെ സി.ഇ.ഒ. ആയി ദീർഘകാലം പ്രവർത്തിച്ചിട്ടുള്ള ജാക് വെൽഷ് പറയുന്നത് ഇങ്ങനെയാണ്: നേതൃത്വത്തിന്റെ ഏറ്റവും പ്രധാനപ്പെട്ട ഗുണമെന്നത് യഥാർത്ഥ തത്വമാണ്. ലോകത്തെ നിങ്ങൾ ആഗ്രഹിക്കുന്നപോലെ നോക്കിക്കാണുകയല്ല, ലോകം യഥാർത്ഥത്തിൽ ഇപ്പോൾ എന്താണോ അത് നോക്കിക്കാണാനുള്ള കഴിവുണ്ടായിരിക്കുക എന്നതാണ്. അദ്ദേഹം എല്ലാ മീറ്റിങ്ങുകളും ഒരു ലക്ഷ്യത്തെ അല്ലെങ്കിൽ ഒരു പ്രശ്നത്തെ എന്താണ് യാഥാർത്ഥ്യമെന്ന് കൂട്ടിയിണക്കിയായിരിക്കും ചോദിച്ചു

തുടങ്ങുക. ബുദ്ധിപരമായ സത്യസന്ധത എന്നാണ് ഈ ഗുണത്തെ പീറ്റർ ഡ്രക്കർ വിശേഷിപ്പിച്ചത്. ഒരു പ്രശ്നം, അല്ലെങ്കിൽ ഒരു തീരുമാനം എന്നിവയെടുക്കുംമുമ്പ് എന്താണ് വസ്തുത എന്ന് വ്യക്തമായി മനസ്സിലാക്കിയിരിക്കുക എന്നതാണ് ആ ഗുണം. ഒരാൾക്ക് ആദ്യമേ ഉണ്ടായിരിക്കേണ്ട ഗുണം എന്നത് എബ്രഹാം മാസ്ലോ പറയുന്നത് ഇങ്ങനെ: അവനവനോട് പൂർണമായും സത്യസന്ധനായിരിക്കുക, വസ്തുനിഷ്ഠമായി പ്രവർത്തിക്കുക. ഇക്കാര്യം നിങ്ങൾക്കും ബാധകം തന്നെ.

നിങ്ങൾക്ക് യഥാർത്ഥത്തിൽ ഏറ്റവും ബെസ്റ്റ് നേടണമെങ്കിൽ നൂറ് ശതമാനവും നിങ്ങളോടുതന്നെ സത്യസന്ധനായിരിക്കണം. ലക്ഷ്യം തേടിയുള്ള യാത്രയ്ക്കുമുമ്പ് ആ സത്യസന്ധത കൈവരിക്കണം. ജീവിതത്തിന്റെ ഓരോ മേഖലയിലും ഇപ്പോൾ നിങ്ങളെവിടെ എത്തിനിൽക്കുന്നു എന്നത് വ്യക്തമായും എഴുതി വിശകലനം ചെയ്ത് തീരുമാനിക്കണം.

എവിടെയാണോ നിങ്ങൾ അവിടെനിന്ന് തുടങ്ങുക

ഉദാഹരണത്തിന് നിങ്ങൾ തൂക്കം കുറയ്ക്കണമെന്ന് തീരുമാനിക്കുകയാണെങ്കിൽ നിങ്ങളെടുക്കേണ്ട ആദ്യപടി നിങ്ങളുടെ തൂക്കം ഇപ്പോഴെത്ര എന്ന് നോക്കുക എന്നതാണ്. അവിടം മുതൽ നിങ്ങൾ തുടർച്ചയായി ആ മാനദണ്ഡംവെച്ചായിരിക്കും വിലയിരുത്തുക. നിങ്ങൾ ലക്ഷ്യം കാണുന്നുണ്ടെങ്കിലും ഇല്ലെങ്കിലും മാനദണ്ഡത്തിന് മാറ്റമില്ല. നിങ്ങൾ വ്യക്തിപരമായ വ്യായാമരീതി ശീലിക്കാൻ തീരുമാനിക്കുകയാണെങ്കിൽ, ഇപ്പോൾ നിങ്ങൾ എത്രമാത്രം വ്യായാമം ചെയ്യുന്നുണ്ട് എന്ന് കണ്ടെത്തണം. ഓരോ ദിവസവും ഓരോ ആഴ്ചയിലും എത്ര മിനിറ്റാണ് നിങ്ങൾ വ്യായാമം ചെയ്യുന്നത്? എത്രമാത്രം തീക്ഷ്ണമായാണ്, എന്തുതരം വ്യായാമമാണ് ചെയ്യുന്നത് എന്നെല്ലാം അറിയണം. എന്താണ് നിങ്ങളുടെ ഉത്തരമെങ്കിലും കഴിയുന്നിടത്തോളം കൃത്യത പാലിക്കാൻ ശ്രദ്ധിക്കുക. അതിനുശേഷം നിങ്ങൾ ഈ ഉത്തരം തുടക്കമെന്ന നിലയിൽ സ്വീകരിക്കുക. നിങ്ങളുടെ ഭാവിയിലെ വ്യായാമ പദ്ധതികൾ ഇതിനെ ആസ്പദമാക്കിയാകണം രൂപീകരിക്കേണ്ടത്.

നിങ്ങളുടെ മണിക്കൂറിലെ നിരക്ക് നിശ്ചയിക്കുക

നിങ്ങൾക്ക് കൂടുതൽ പണം സമ്പാദിക്കണമെങ്കിൽ ആദ്യ പടിയായി കുത്തിയിരുന്ന് നിങ്ങളിപ്പോൾ എത്ര സമ്പാദിക്കുന്നുണ്ടെന്ന് വ്യക്തമായി കണക്കുകൂട്ടി മനസ്സിലാക്കുക. കഴിഞ്ഞവർഷവും

അതിന് മുമ്പത്തെ വർഷവും നിങ്ങളെത്ര സമ്പാദിച്ചിരുന്നു എന്ന് നോക്കുക. നിങ്ങളെത്ര ഈ വർഷം സമ്പാദിക്കും? ഓരോ മാസവും എത്രയാണ് നിങ്ങൾ സമ്പാദിക്കുന്നത്? സമ്പാദ്യം ഏറ്റവും നന്നായി അളക്കുന്ന രീതി, മണിക്കൂറിൽ ഇപ്പോൾ എത്ര സമ്പാദിക്കുന്നു എന്ന് കണ്ടെത്തുന്നതാണ്.

നിങ്ങളുടെ മണിക്കൂറിലെ സമ്പാദ്യം കണ്ടുപിടിക്കാൻ വാർഷിക വരുമാനത്തെ 2080 കൊണ്ട് ഹരിച്ചാൽ മതി. ഓരോ വർഷവും നിങ്ങൾക്ക് മണിക്കൂറിൽ ലഭിക്കുന്ന വരുമാനം കിട്ടും. അതിലും മികച്ച രീതിയുണ്ട്. മാസവരുമാനത്തെ 173 കൊണ്ട് ഹരിച്ചാൽ മതി. ഒരു മാസം ശരാശരി നിങ്ങൾ വർക്ക് ചെയ്യാവുന്ന മണിക്കൂറാണ് 173.

ഞാൻ പരിശീലിപ്പിക്കുന്ന നിരവധി പേർ ഓരോ ആഴ്ചയിലും അവർക്ക് കിട്ടുന്ന വരുമാനം കണക്കുകൂട്ടും. അതിനുശേഷം അതിനുമുമ്പത്തെ ആഴ്ചയിലെ വരുമാനവുമായി അത് താരതമ്യം ചെയ്യും. തുടർന്ന് ഒരു മണിക്കൂറിൽ അവർ ചെയ്യുന്നതിന്റെ മൂല്യം വർധിപ്പിച്ചുകൊണ്ടുള്ള ലക്ഷ്യം അവർ സെറ്റ് ചെയ്യുന്നു. തീർച്ചയായും അവരുടെ വരുമാനവും അതിനനുസരിച്ച് കൂടും. നിങ്ങളും ഇതേരീതി ചെയ്യണം.

പ്രകടനം മെച്ചപ്പെടുത്താൻ സമയ, സാമ്പത്തിക നിയന്ത്രണം

നിങ്ങളുടെ വരുമാന കാര്യത്തിലോ മറ്റേന്ത് മേഖലയിലോ എടുക്കുന്ന കണക്കുകൂട്ടലുകൾ കൃത്യതയും നിയന്ത്രണവും ഉള്ളതായിരിക്കണം. എങ്കിൽ അത്രയും നന്നായി അതിവേഗം ഓരോ മേഖലയിലും കൂടുതൽ മികച്ച പ്രകടനം നടത്താൻ സാധിക്കും. ഉദാഹരണത്തിന് ഭൂരിഭാഗം വ്യക്തികളും മാസത്തെയോ വർഷത്തിലെയോ ശമ്പളം കണക്കുകൂട്ടുകയാകും പതിവ്. ഇത്തരം കണക്കുകൂട്ടലുകൾ കൃത്യമായി വിശകലനം ചെയ്യാനും വേണ്ട രീതിയിൽ കൂട്ടിവരുവാനും സാധിക്കില്ല. എന്നാൽ ഉയർന്ന പ്രകടനം നടത്തുന്നവർ മണിക്കൂറുകളിലെ നിരക്ക് കണക്കുകൂട്ടുന്നവരായിരിക്കും. ഇങ്ങനെ കണക്ക് കൂട്ടിയാൽ ഓരോ മിനിറ്റിലെയും പ്രകടനം മെച്ചപ്പെടുത്തുന്നത് എളുപ്പമായിരിക്കും.

നിങ്ങളുടെ വ്യക്തിഗത സേവന കോർപ്പറേഷന്റെ പ്രസിഡന്റ് നിങ്ങൾ തന്നെയാണെന്ന് അനുമാനിക്കുക. നിങ്ങൾക്ക് അതേ കമ്പനിയിൽനിന്ന് ശമ്പളം ലഭിക്കുന്നുണ്ടെന്ന് അനുമാനിക്കുക. എങ്കിൽ ഒരു മണിക്കൂറിൽ നിങ്ങൾക്കെത്ര പണം ലഭിക്കുമെന്ന്

കണക്കുകൂട്ടുക. നിങ്ങളുടെ കമ്പനിയിൽ പ്രവർത്തിക്കുന്ന മറ്റൊരു സ്റ്റാഫ് എന്ന നിലയിലാണ് നിങ്ങളെ നോക്കി കാണേണ്ടത്. നിങ്ങൾ ആഗ്രഹിക്കുന്നതരത്തിലുള്ള വേതനം മണിക്കൂറിൽ ലഭിക്കുന്നുവെന്ന് ഉറപ്പുവരുത്തുക. അതിലും കുറഞ്ഞ നിരക്കിൽ വിട്ടുവീഴ്ച ചെയ്യരുത്.

നിങ്ങളുടെ നിലവിലെ മൊത്തം മൂല്യം

നിങ്ങളൊരു ദീർഘകാല സാമ്പത്തിക ലക്ഷ്യം ഒരുക്കിയെന്ന് വയ്ക്കുക. എങ്കിൽ അടുത്ത പടിയെന്നത് സാമ്പത്തികമായി ഇപ്പോൾ നിങ്ങൾക്ക് എത്ര മൊത്തം മൂല്യമുണ്ടെന്ന് കണക്കാക്കലാണ്. അടുത്ത വർഷങ്ങളിൽ നിങ്ങൾക്കൊരു കോടീശ്വരൻ ആകണമെങ്കിൽ അതിനുവേണ്ടി ഇപ്പോൾമുതൽ എത്രമാത്രം സമ്പാദിച്ചു തുടങ്ങണമെന്ന് കണക്കുകൂട്ടുക.

ഭൂരിപക്ഷവും ഇക്കാര്യത്തിൽ സത്യസന്ധരാകാറില്ല. പലരും ആശയക്കുഴപ്പത്തിലായിരിക്കും. നിങ്ങളുടെ മൊത്തം മൂല്യം എങ്ങനെ കണക്കുകൂട്ടണമെന്ന് പറയാം. ഇപ്പോൾ നിങ്ങൾക്കുള്ളതെല്ലാം ഇന്നത്തെ വിപണിവിലയിൽ വിറ്റാൽ എന്ത് ശേഷിക്കുമെന്ന് നോക്കുക. അതിൽനിന്ന് നിങ്ങളുടെ കടങ്ങളെല്ലാം കുറയ്ക്കുക. ശേഷിക്കുന്നതാണ് നിങ്ങളുടെ മൊത്തം മൂല്യം.

കൂടുതൽ പേരും തങ്ങളുടെ സ്വകാര്യ വസ്തുവകകൾക്ക് വലിയ വിലയിടും. വസ്ത്രങ്ങൾ, കാറുകൾ, ഫർണീച്ചർ, ഇലക്ട്രോണിക്സ് വസ്തുക്കൾ എന്നിവയ്ക്കെല്ലാം വലിയ വിലയാകും ഇടുക. എന്നാൽ വാങ്ങിയ വിലയുടെ പത്തോ ഇരുപതോ ശതമാനം മാത്രമേ സാധാരണയായി യഥാർത്ഥ വില ഉണ്ടാകൂ.

ദീർഘകാല സാമ്പത്തിക പദ്ധതി വികസിപ്പിക്കുക

കൃത്യമായ സാമ്പത്തിക ആസൂത്രണത്തിന് നിങ്ങളുടെ നിലവിലെ മൊത്തം മൂല്യം കണക്കാക്കുക. ദീർഘകാല സാമ്പത്തിക ലക്ഷ്യത്തിൽനിന്ന് ആ തുക കുറയ്ക്കുക. ആ ലക്ഷ്യം കൈവരിക്കാൻ നിങ്ങളെടുക്കുന്ന വർഷംകൊണ്ട് ആ തുക ഹരിക്കുക. നിങ്ങൾ സാമ്പത്തികമായി സ്വതന്ത്രനാകാൻ ഓരോ വർഷവും എത്ര തുകയാണ് മിച്ചംപിടിക്കേണ്ടതെന്നും നിക്ഷേപിക്കേണ്ടതെന്നും സ്വരൂപിക്കേണ്ടതെന്നും കൃത്യമായി അറിയാൻ ഇതുമൂലമാകും.

നിങ്ങളുടെ ഇപ്പോഴത്തെ സ്ഥിതിവെച്ചുകൊണ്ട് ഒന്ന് ആലോചിച്ച് നോക്കുക. നിങ്ങളുടെ ലക്ഷ്യം യാഥാർത്ഥ്യത്തിന് നിരക്കുന്ന

താണോ? നിങ്ങൾ ആഗ്രഹിക്കുന്ന നേട്ടമുണ്ടാക്കുന്നതിന് നിങ്ങൾ മാറ്റിവെച്ച സമയം മതിയാകുമോ? നിങ്ങളുടെ ലക്ഷ്യം യാഥാർത്ഥ്യമല്ലെന്ന് കണ്ടാൽ നിങ്ങളോടുതന്നെ പൂർണമായും സത്യസന്ധനാകാൻ ശ്രമിക്കുക. അതിനനുസരിച്ച് നിങ്ങളുടെ കണക്കുകൂട്ടലുകളിലും ആസൂത്രണത്തിലും മാറ്റങ്ങൾ വരുത്തുക.

പൂജ്യത്തെ ആസ്പദമാക്കിയുള്ള ചിന്ത പരിശീലിക്കുക

നിങ്ങൾ ദീർഘകാല ഭാവി മുന്നിൽകണ്ട് പ്രവർത്തിക്കാൻ തുടങ്ങുമ്പോൾ പൂജ്യത്തെ അടിസ്ഥാനപ്പെടുത്തിയുള്ള ചിന്തയാകും ഏറ്റവും വിലപിടിച്ച എക്സർസൈസ്. എന്താണ് പൂജ്യത്തെ അടിസ്ഥാനമാക്കിയുള്ള ചിന്ത? അതിന് ഒരു ചോദ്യം തന്നോടുതന്നെ ചോദിക്കണം. മുൻകാല പ്രവർത്തനങ്ങളിൽനിന്ന് നമുക്ക് പല കാര്യങ്ങളും മനസ്സിലാക്കാൻ സാധിച്ചിട്ടുണ്ടാകും. അതിൽ വീണ്ടും ചെയ്യരുതാത്ത എന്ത് കാര്യങ്ങളാണ് നിങ്ങളിപ്പോൾ ചെയ്തുകൊണ്ടിരിക്കുന്നത്?

നിങ്ങളാരെന്നോ നിങ്ങളെന്ത് ചെയ്യുന്നുവെന്നോ പ്രസക്തമല്ല. നിങ്ങളുടെ ജീവിതത്തിൽ ചെയ്യരുതാത്ത പലകാര്യങ്ങളും സംഭവിച്ചതായി ഇപ്പോൾ നിങ്ങൾ തിരിച്ചറിയുന്നു. അതിൽ ചില കാര്യങ്ങൾ ഉൾപ്പെടാൻ പാടില്ലായിരുന്നു എന്ന് ഇപ്പോൾ നിങ്ങൾ തിരിച്ചറിയുന്നു. എങ്കിൽ എന്താണ് ആ ചില കാര്യങ്ങൾ?

നിങ്ങൾ മുൻകാലങ്ങളിലെടുത്ത തീരുമാനങ്ങൾ നിങ്ങളെ ഭരിക്കാൻ വിട്ടുകൊടുത്താൽ നിങ്ങൾക്ക് പുരോഗതി നേടാൻ ബുദ്ധിമുട്ടായിരിക്കും. അസാധ്യമല്ലെങ്കിൽ കൂടി. മുമ്പെടുത്ത കാര്യങ്ങളിൽ വീഴ്ച വന്നിട്ടുണ്ടെങ്കിൽ അടുത്ത ചോദ്യമിതാണ്. എങ്ങനെയാണ് നിങ്ങൾ അതിൽനിന്ന് മോചിതനാകുക. എത്രവേഗം കൊണ്ടാണ് അതിൽനിന്ന് പുറത്തുകടക്കുക.

ജീവിതത്തിലെ ഓരോ മേഖലയും വിലയിരുത്തുക

നിങ്ങളുടെ ബിസിനസ് ജീവിതത്തിലെയും വ്യക്തിഗത ജീവിതത്തിലെയും നിങ്ങൾക്ക് ചുറ്റുമുള്ളവരെ വിലയിരുത്തുക. നിങ്ങൾ സൗഹൃദം സ്ഥാപിച്ചവരിൽ, വേണ്ടായിരുന്നു എന്ന് ഇപ്പോൾ തിരിച്ചറിഞ്ഞവർ ആരൊക്കെ? അവരുമായി ഇനി ബന്ധം തുടരേണ്ടതില്ലെന്ന് ഇപ്പോൾ തിരിച്ചറിഞ്ഞവർ ആരൊക്കെ? ഇപ്പോൾ നിങ്ങൾക്കൊപ്പം പ്രവർത്തിച്ചുകൊണ്ടിരിക്കുന്ന വ്യക്തിയുമായി കൂടുതൽ ബന്ധം വേണ്ടെന്ന് മനസ്സിലാക്കിയിട്ടുണ്ടോ? അവരുമായി കൂടുതൽ ഇടപഴകേണ്ടതില്ല എന്ന് തിരിഞ്ഞിട്ടുണ്ടോ? ഇത്തരം ചോദ്യങ്ങൾക്ക് ഉത്തരം കണ്ടെത്തുമ്പോൾ പൂർണമായും സത്യസന്ധത പാലിക്കുക.

നിങ്ങളുടെ ഇപ്പോഴത്തെ ജോലിയിലെയും കരിയറിലെയും ഓരോ മേഖലയും പരിശോധിക്കുക. ഇതിൽ ഏതെങ്കിലും ജോലി നിങ്ങൾ ഇനി സ്വീകരിക്കില്ലെന്ന് ഇപ്പോൾ തിരിച്ചറിഞ്ഞിട്ടുണ്ടോ? നിങ്ങളുടെ ബിസിനസ്സിലെയോ ജോലിയിലെയോ ഏതെങ്കിലും കാര്യം വീണ്ടും തുടങ്ങേണ്ടതില്ല എന്ന് ഇപ്പോൾ നിങ്ങൾ കരുതുന്നുവോ? ഏതെങ്കിലും പ്രവൃത്തി, പ്രക്രിയ, ഉൽപ്പന്നം, സേവനം, ചെലവ് എന്നിവ ഇനി വീണ്ടും തുടങ്ങേണ്ടതില്ല എന്ന് തിരിച്ചറിഞ്ഞിട്ടുണ്ടോ?

വ്യക്തികൾ, തൊഴിൽ എന്നിവ വിലയിരുത്തി കഴിഞ്ഞാൽ ഇനി നിങ്ങളുടെ നിക്ഷേപത്തിന്റെ കാര്യമെടുക്കാം. നിക്ഷേപം ഇനി തുടരേണ്ടതില്ലെന്ന് കരുതുന്ന നിങ്ങളുടെ സമയം, പണം, വികാരം, എന്നിവ എന്തെങ്കിലുമുണ്ടോ? ഉണ്ടെന്നാണ് ഉത്തരമെങ്കിൽ അതിൽ നിന്ന് എങ്ങനെ, എത്ര വേഗം പുറത്ത് കടക്കാമെന്ന് നോക്കുക.

ആവശ്യമായ മാറ്റങ്ങൾ വരുത്താൻ തയ്യാറായിരിക്കുക

എനിക്കൊരു നല്ല സുഹൃത്തുണ്ട്. സ്കൂൾതലത്തിലും സർവകലാശാല തലത്തിലും വലിയ ഗോൾഫ് കളിക്കാരനായിരുന്നു. ഓരോ ആഴ്ചയിലും പലവട്ടം അദ്ദേഹം ഗോൾഫ് കളിക്കുമായിരുന്നു. അദ്ദേഹത്തിന്റെ ജീവിതം മുഴുവൻ ഗോൾഫ് തന്നെയായിരുന്നു. മഞ്ഞ് മൂടി കിടക്കുന്ന കാലാവസ്ഥയിൽ വിമാനത്തിൽ പോയി മറ്റിടങ്ങളിൽ ഗോൾഫ് കളിക്കുന്ന സ്വഭാവം. കാലം ചെന്നപ്പോൾ അദ്ദേഹം സ്വന്തമായി ബിസിനസ് തുടങ്ങി, വിവാഹം കഴിച്ചു. കുട്ടികളുണ്ടായി. അപ്പോഴും ആഴ്ചയിൽ പലവട്ടം ഗോൾഫ് കളിക്കണമെന്ന ആഗ്രഹം തുടർന്നു. അവസാനം നിയന്ത്രണമില്ലാത്ത, ഒരുപാട് സമയം അപഹരിക്കുന്ന ഈ ഗോൾഫ് പ്രേമം അദ്ദേഹത്തെ പ്രതികൂലമായി ബാധിക്കാൻ തുടങ്ങി. വിവാഹജീവിതത്തെ ബാധിച്ചു. കുട്ടികളുമായുള്ള ബന്ധത്തെ ബാധിച്ചു.

സമ്മർദ്ദമേറിയപ്പോൾ അദ്ദേഹം ഇരുന്ന് ആലോചിച്ചു. ജീവിതത്തിൽ ഇപ്പോൾ കൂടുതൽ പ്രാധാന്യം ഉള്ള മറ്റ് കാര്യങ്ങൾ ചെയ്യണമെങ്കിൽ ഇപ്പോഴത്തെ സാഹചര്യത്തിൽ ഗോൾഫിനായി മാറ്റിവയ്ക്കുന്ന സമയം കാര്യമായി കുറയ്ക്കണമെന്ന് അദ്ദേഹം തിരിച്ചറിഞ്ഞു. ഗോൾഫിന് മാറ്റിവയ്ക്കുന്ന സമയം കാര്യമായി കുറച്ചപ്പോൾ മൊത്തം ജീവിതം ആഴ്ചകൾകൊണ്ട് മാറി. എങ്ങനെയാണ് നിങ്ങളിൽ ഈ തത്വം പ്രവർത്തിക്കുക? നിങ്ങളുടെ സമയം ഒരുപാട് കളയുന്ന എന്ത് പ്രവർത്തനങ്ങളാണ് നിങ്ങൾ ചുരുക്കിക്കൊണ്ടുവരികയോ നിർത്തുകയോ ചെയ്യുക?

സാഹചര്യങ്ങൾ തുടർച്ചയായി മാറിക്കൊണ്ടിരിക്കുന്നു

പലതീരുമാനങ്ങളും കാലം ചെല്ലുമ്പോൾ തെറ്റായിരുന്നു എന്ന് കാണാം. ആ കാലത്തെ സാഹചര്യങ്ങൾക്കനുസരിച്ച് അന്ന് എടുത്ത തീരുമാനം അപ്പോൾ ശരിയായിരുന്നിരിക്കാം. എന്നാലിപ്പോൾ സാഹചര്യങ്ങൾ മാറിയിട്ടുണ്ടാകാം. അപ്പോൾ ആദ്യം മുതലേ ചിന്തിച്ച് തുടങ്ങണം. മുമ്പെടുത്ത എന്തെല്ലാം കാര്യങ്ങളാണ് ഇപ്പോൾ അസ്വസ്ഥതയ്ക്കും മാനസിക പിരിമുറുക്കത്തിനും കോപത്തിനും കാരണമാകുക എന്ന് ഇപ്പോൾ നിങ്ങൾക്ക് തിരിച്ചറിയാനാകും.

ചിലപ്പോൾ ജനങ്ങൾ ധാരാളം സമയം ബിസിനസ്സോ വ്യക്തിപരമായ ബന്ധങ്ങളോ വിജയിപ്പിക്കാൻ ചെലവാക്കും. അതെന്താണെന്ന് ഇപ്പോൾ നിങ്ങൾക്കറിയാം. അതിനാൽ എന്തെല്ലാം ഇനി ഒഴിവാക്കണമെന്ന് തിരിച്ചറിയാനാകും. നിങ്ങൾ മുമ്പെടുത്ത തീരുമാനങ്ങൾ തെറ്റായിരുന്നു എന്ന് അംഗീകരിക്കാനുള്ള മനസ്സാണ് വേണ്ടത്. എന്നിട്ട് അത് തിരുത്താനുള്ള മാർഗ്ഗങ്ങൾ സ്വീകരിക്കുകയും വേണം.

എന്താണ് നിങ്ങളെ പിന്തിരിപ്പിക്കുന്നത്?

നിങ്ങൾ ഒരു നിശ്ചിത തുക സമ്പാദിക്കാൻ തീരുമാനിക്കുന്നു എന്നിരിക്കട്ടെ, അപ്പോൾ നിങ്ങളോട് ഈ ചോദ്യം ചോദിക്കുക. ഇതിനകം ഈ തുക ഞാനെന്ത് കൊണ്ടാണ് സമ്പാദിക്കാതിരുന്നത്? എന്താണ് നിങ്ങളെ അതിൽനിന്നും പിന്തിരിപ്പിച്ചത്? നിങ്ങൾ ആഗ്രഹിച്ച തുക നേടാതിരിക്കുന്നതിന് എന്താണ് പ്രധാന കാരണം? ഒരിക്കൽക്കൂടി പറയട്ടെ, നിങ്ങൾ നിങ്ങളോട് പൂർണമായും സത്യസന്ധനായിരിക്കുക. നിങ്ങൾ ആഗ്രഹിച്ച തുക സമ്പാദിക്കുന്ന ചുറ്റുമുള്ളവരെ നിരീക്ഷിക്കൂ. അവരെ തിരിച്ചറിയൂ. നിങ്ങളിൽനിന്ന് വ്യത്യസ്തമായി അവരെന്താണ് ചെയ്യുന്നത്? നിങ്ങളിതുവരെ വികസിപ്പിക്കാത്ത എന്തുതരം കഴിവുകളും വൈദഗ്ധ്യവുമാണ് അവർ വികസിപ്പിച്ചിട്ടുള്ളത്? അവർ സമ്പാദിക്കുന്ന അത്രയും തുക നിങ്ങൾക്കും നേടണമെന്നുണ്ടെങ്കിൽ നിങ്ങൾ എന്തുതരം കഴിവുകളാണ് ഇനി നേടേണ്ടത്?

നിങ്ങൾക്കുള്ള കഴിവും വൈദഗ്ദ്ധ്യവും തീരുമാനിക്കുക

നിങ്ങളുടെ കഴിവുകളുടെ പട്ടിക തയ്യാറാക്കുക. ആദ്യം നിങ്ങളുടെ ജോലിയിലെ പ്രധാന ഫലം തരുന്ന കാര്യങ്ങൾ തിരിച്ചറിയുക.

നിങ്ങളുടെ ജോലി വളരെ ഭംഗിയായി നിറവേറ്റാൻ നിങ്ങൾ കൈ വശപ്പെടുത്തിയ കഴിവുകൾ ഏതൊക്കെയാണ്?

എല്ലാ ജോലിയിലും അഞ്ച് മുതൽ ഏഴുവരെയുള്ള സുപ്രധാന ഫലം തരുന്ന കാര്യങ്ങളുണ്ടാകും. ഇതാണ് വളരെ പ്രധാനപ്പെട്ട ദൗത്യങ്ങൾ. നിങ്ങൾക്ക് ശമ്പളം തരുന്ന ജോലി വളരെ ഭംഗിയായി നിറവേറ്റാൻ ഈ കഴിവുകളോരോന്നും നിങ്ങൾക്കുണ്ടായിരിക്കണം. അതിൽ നിങ്ങൾ വളരെ മിടുക്കരായിരിക്കണം.

ഇതാ വളരെ പ്രധാനപ്പെട്ട കണ്ടുപിടുത്തം. നിങ്ങളുടെ ഏറ്റവും ദുർബലമായ കഴിവ് നിങ്ങളുടെ മറ്റ് കഴിവുകൾ ഉപയോഗിക്കുന്ന തിൽ തടസ്സം നിൽക്കുന്നതായി കാണാം. അതായിരിക്കും നിങ്ങ ളുടെ വരുമാനം നിശ്ചയിക്കുന്നതിൽ നിർണായക സ്വാധീനം ചെലു ത്തുക. മറ്റെല്ലാ കഴിവുകളും ഉണ്ട്, ഒന്നിൽ മാത്രം ദുർബലനാണ് എങ്കിൽ നിങ്ങൾവയ്ക്കുന്ന ഓരോ പടിയിലും ആ കഴിവുകേട് നിങ്ങളെ പുറകോട്ട് വലിക്കും.

നിങ്ങളുടെ ജോലി വളരെ ഭംഗിയായി നിറവേറ്റാൻ എന്ത് പ്രത്യേക കഴിവാണ് നിങ്ങൾക്കുള്ളത്? ഇന്നേവരെ നിങ്ങളുടെ ജോലി മനോഹരമായി നിറവേറ്റാൻ എന്ത് കഴിവുകൾ, കഴിവു കളുടെ ഒത്തുചേരൽ ആണ് നിങ്ങൾക്കുള്ളത്? മറ്റുള്ളവർക്കില്ലാത്ത, മറ്റുള്ളവരേക്കാൾ ഭംഗിയായി ചെയ്യാൻ നിങ്ങൾക്കുള്ള ആ കഴിവ് എന്താണ്?

നിങ്ങളുടെ ദുർബലമായ മേഖലകൾ കണ്ടെത്തുക

ഒരിക്കൽ നിങ്ങൾ മേൽപ്പറഞ്ഞ ചോദ്യങ്ങൾക്ക് ഉത്തരം കണ്ടെ ത്തിയാൽ കണ്ണാടിയുടെ മുന്നിൽനിന്നുകൊണ്ട് ഈ ചോദ്യം ചോദി ക്കുക. എന്താണ് എന്റെ ഏറ്റവും വലിയ ദൗർബല്യം. നിങ്ങളുടെ മറ്റ് കഴിവുകൾ ഉപയോഗിക്കുന്നതിൽ തടസ്സം നിൽക്കുന്നതെന്ത്? നിങ്ങളേക്കാൾ മറ്റുള്ളവർ എന്ത് കാര്യത്തിലാണ് കൂടുതൽ മിടു ക്കർ? നിങ്ങളുടെ വിജയത്തിന് അത്യാവശ്യമായ എന്ത് പ്രധാന കഴിവുകളാണ് നിങ്ങൾക്ക് ഇല്ലാതെയിരിക്കുന്നത്? ഉത്തരം എന്താ യിരുന്നാലും അതെല്ലാം കൃത്യമായും സത്യസന്ധമായും കണ്ടെത്തി ഓരോ മേഖലയും മെച്ചപ്പെടുത്താൻ ഒരു പ്ലാൻ തയ്യാറാക്കുക. (മറ്റൊരു അധ്യായത്തിൽ ഇക്കാര്യം വിശദമായി ചർച്ചചെയ്യുന്നുണ്ട്)

വീണ്ടും തുടങ്ങുന്നതായി സങ്കൽപ്പിക്കുക

ജീവിതത്തിന്റെ ഏത് അവസ്ഥയിലും നിങ്ങളുടെ കരിയർ വീണ്ടും ആദ്യംമുതലേ തുടങ്ങാൻ സന്നദ്ധനായിരിക്കുക. ജീവിത

ത്തിൽ പ്രധാന ലക്ഷ്യം കൈവരിച്ചാലും ഏത് സന്ദർഭത്തിലും പുതിയതായി തുടങ്ങാൻ തക്ക മനസ്സുണ്ടായിരിക്കണം. മുൻകാലത്തെടുത്ത ഏതെങ്കിലും തീരുമാനത്തിൽ നിങ്ങളെ തളച്ചിടാനോ പെട്ടുപോകാനോ അനുവദിക്കരുത്. ഭാവിയിൽ ഫോക്കസ് ചെയ്യുക.

തങ്ങൾ ഇതുവരെ ചെയ്തതെല്ലാം വിട്ട് തീർത്തും പുതിയ മേഖലകൾ തുടങ്ങുന്ന ധാരാളം പേരുണ്ട്. നേടിയ വിദ്യാഭ്യാസം, ചെയ്ത ബിസിനസ്, നടത്തിയ വ്യവസായം, ഇതുവരെയുള്ള പരിചയം, ഇതെല്ലാം ഉപേക്ഷിച്ചാകും പുതിയതായി എന്തെങ്കിലും ചെയ്യാൻ ഇറങ്ങിയിരിക്കുക. അവർ ഇപ്പോൾ ചെയ്തുവരുന്നതിൽ വളരെ കുറഞ്ഞ സാധ്യതകളേ ഉള്ളൂയെന്ന തിരിച്ചറിവിലാകും അവർ പുതിയ മേഖലകളിലേക്ക് തിരിയുന്നത്. ഭാവിയിൽ കൂടുതൽ വലിയ സാധ്യതകൾ ഉണ്ടെന്ന തിരിച്ചറിവിൽ പ്രത്യേകമായി എന്തെങ്കിലും ചെയ്യാൻ അവർ നിശ്ചയദാർഢ്യമുള്ളവരായിക്കും. നിങ്ങളും അതുപോലെ ചെയ്യുക.

നിങ്ങളെയും നിങ്ങളുടെ ജീവിതത്തെയും സത്യസന്ധമായി വിലയിരുത്തുമ്പോൾ വസ്തുതകൾ അതെന്തുമായിക്കോട്ടെ, അതിന്റെ അടിസ്ഥാനത്തിലാകണം. 'വസ്തുതകൾ നുണ പറയാറില്ലെന്നാണ്, ഐടിടിയുടെ ഹാരോൾഡ് ജനീൻ പറയുക. സത്യമായേക്കാവുന്നതോ, സാധ്യതയുള്ളതോ, പ്രതീക്ഷിക്കുന്നതോ ആഗ്രഹിക്കുന്നതോ ആയ വസ്തുതയല്ല, മറിച്ച് യഥാർത്ഥ വസ്തുതകൾ തേടുക. നല്ല തീരുമാനമെടുക്കാൻ ശരിയായ വസ്തുതകൾ വേണം.

നിങ്ങളെ അഴിച്ചുപണി ചെയ്യാൻ തയ്യാറായിരിക്കുക

നിങ്ങളുടെ ഇപ്പോഴത്തെ ജോലിയുടെ അവസ്ഥയും കമ്പനിയും തൊഴിൽ മേഖലയും ആഴത്തിൽ വിലയിരുത്തുക. നിങ്ങളുടെ ജോലിയിലെ എതിരാളികളെ വിലയിരുത്തുക. നിങ്ങളുടെ ഇപ്പോഴത്തെ അറിവുവെച്ച് വീണ്ടുമൊരു അഴിച്ചുപണിക്ക് തയ്യാറായിരിക്കുക. ഇപ്പോഴത്തെ ജോലിയിൽനിന്ന് പിന്മാറി ഇന്നുമുതൽ തീർത്തും വ്യത്യസ്തമായ പുതിയ കരിയർ തുടങ്ങുന്നതായി സങ്കൽപ്പിക്കുക. ഒരൊറ്റ രാത്രിയിൽ നിങ്ങളുടെ ജോലിയും തൊഴിൽ മേഖലയും അപ്രത്യക്ഷമായെന്ന് കരുതുക. പുതിയ തൊഴിൽ കണ്ടെത്തേണ്ടിവരുമെന്ന് സങ്കൽപ്പിക്കുക. നിങ്ങളുടെ പലതരം കഴിവുകളും വൈദഗ്ധ്യവും സമന്വയിപ്പിച്ച് വീണ്ടും തുടങ്ങുകയാണെങ്കിൽ ഇപ്പോൾ ചെയ്യുന്നതിൽനിന്ന് എന്ത് വ്യത്യസ്തതയാകും തിരഞ്ഞെടുക്കുക?

നിങ്ങളുടെ ഏറ്റവും വിലയേറിയ ആസ്തി

നേടാനുള്ള ശേഷിയാണ് നിങ്ങളുടെ ഏറ്റവും മൂല്യമേറിയ സാമ്പത്തിക ആസ്തി. നിങ്ങളുടെ കഴിവും ശേഷിയും വിപണിയിൽ എങ്ങനെ പ്രയോഗിക്കാമെന്ന് നോക്കുക. ചിലപ്പോൾ നിങ്ങൾക്ക് വീട്, വാഹനം, ബാങ്ക് അക്കൗണ്ട്, വിലയേറിയ ഫർണീച്ചർ, തുടങ്ങി എല്ലാം നഷ്ടപ്പെട്ട് ഉടുവസ്ത്രം മാത്രമായി ശേഷിക്കാം. അപ്പോഴും നിങ്ങൾക്ക് നേടാനുള്ള ശേഷി ഭംഗിയായി ശേഷിക്കുന്നുണ്ടെങ്കിൽ അധികം വൈകാതെതന്നെ മികച്ച ജീവിതസൗകര്യം കെട്ടിയുയർത്താം.

നിങ്ങളുടെ സമ്പാദ്യശേഷി നിങ്ങൾക്ക് വളരെ വിലപ്പെട്ടതാണ്. അത് കൂടിയും കുറഞ്ഞും വരാം. ആ ശേഷിയിൽ തുടർച്ചയായി നിക്ഷേപിച്ചും വളർത്തികൊണ്ടും വരികയാണെങ്കിൽ നിങ്ങളുടെ നേടാനുള്ള ശേഷിയും വളർന്നുവരും. അതല്ല, നിങ്ങൾ മുമ്പുചെയ്തിരുന്നത് മാത്രം പറഞ്ഞുകൊണ്ടിരിക്കുകയാണെങ്കിൽ നേടാനുള്ള ശേഷി ക്രമേണ കുറഞ്ഞുവരും.

വിഭവങ്ങളുടെ സമൃദ്ധി

സമൃദ്ധമായ വിഭവങ്ങളാൽ സമ്പന്നമാണ് നിങ്ങളെന്ന് കാണുക. പലകാര്യങ്ങളും ചെയ്യാൻ തക്ക ശേഷിയുമുണ്ടെന്ന് സ്വയം വിലയിരുത്തുക. നിങ്ങൾക്ക് പലതരം കഴിവുകളും ശേഷിയും അറിവും വിദ്യാഭ്യാസവും പരിചയവും ഉണ്ട്. പലതരം ജോലികളും ചെയ്യാൻ തക്ക കഴിവുകൾ നിങ്ങൾക്കുണ്ട്. അല്ലെങ്കിൽ പലതരം ജോലികൾ ചെയ്തുപഠിക്കാനുള്ള കഴിവുകളുണ്ട്. ഒരിടത്തും തളയ്ക്കപ്പെട്ട പോലെ കിടക്കരുത്. നിങ്ങളുടെ ഇപ്പോഴത്തെ കരിയറിൽ തൃപ്തനല്ലെങ്കിൽ പ്രത്യേകിച്ചും.

എല്ലാം വീണ്ടും തുടങ്ങുന്നതായി നോക്കിക്കാണുമ്പോൾ ശരിക്കും നിങ്ങൾക്കുള്ള കഴിവുകൾ എന്താണെന്ന് വ്യക്തമായി മനസ്സിലാക്കുക. ആഴത്തിൽ വിലയിരുത്തുക. നിങ്ങളുടെ ലക്ഷ്യത്തിലേക്ക് അടുപ്പിക്കുന്ന എന്ത് നല്ല ശീലങ്ങൾ നിങ്ങൾക്കുണ്ട്? നിങ്ങളെ പിന്നോട്ടടിപ്പിക്കുന്ന എന്തെല്ലാം മോശമായ ശീലങ്ങളുണ്ട്? എന്താണ് നിങ്ങളുടെ ഏറ്റവും നല്ല ഗുണങ്ങളും സ്വഭാവസവിശേഷതകളും? ഏതാണ് നിങ്ങളുടെ ഏറ്റവും മോശം ഗുണങ്ങൾ? നിങ്ങളുടെ ഏറ്റവും നല്ല ഫലം ലഭിക്കുവാനായി എന്ത് പുതിയ ഗുണങ്ങളും ശീലങ്ങളുമാണ് വളർത്തിക്കൊണ്ടുവരേണ്ടത്? അത്തരം ശീലങ്ങളും ഗുണങ്ങളും വളർത്താൻ എന്താണ് നിങ്ങളുടെ പ്ലാൻ? എന്തൊക്കെ മോശം ശീലങ്ങളും ഗുണങ്ങളുമാണ് പുതിയ നല്ല ശീലങ്ങളുമായി വെച്ച് മാറേണ്ടത്?

നല്ലതിൽനിന്ന് മഹത്വത്തിലേക്ക് ഉയരുക

നിങ്ങളെ മുന്നോട്ടുനയിക്കുന്നതിൽനിന്ന് തടസ്സപ്പെടുത്തുന്ന കാര്യങ്ങൾ മാറ്റി മുന്നോട്ട് കുതിക്കുന്നതിന് നിങ്ങളോടും നിങ്ങളുടെ ബിസിനസ്സിനോടും ഏറ്റവും തുറന്ന ചോദ്യങ്ങൾ ചോദിക്കണമെന്നാണ് ജിം കോളിൻസ് തന്റെ ഏറ്റവും വിൽപ്പനയുള്ള ബിസിനസ് ബുക്ക് 'ഗുഡ് റ്റു ഗ്രേറ്റ്' എന്ന പുസ്തകത്തിൽ പറയുന്നത്. നിങ്ങളുടെ ലക്ഷ്യങ്ങൾ തുറന്ന ഹൃദയത്തോടെ സമീപിക്കുന്നതിനും തുടങ്ങുന്നതിനുംമുമ്പ് എന്തെല്ലാം തുറന്ന ചോദ്യങ്ങളാണ് നിങ്ങളോടുതന്നെ ചോദിക്കേണ്ടത്?

ഏതെങ്കിലും കമ്പനിക്കായി തന്ത്രപരമായ ആസൂത്രണം ചെയ്യുന്നവേളയിൽ ഞങ്ങൾ നാല് ചോദ്യങ്ങളിൽ നിന്നാണ് തുടങ്ങുക. നമ്മൾ ഇപ്പോൾ എവിടെ നിൽക്കുന്നു എന്നതാണ് ആദ്യചോദ്യം. കമ്പനിയുടെ എല്ലാ മേഖലകളിലെയും വേണ്ട വസ്തുതകളും വിവരങ്ങളും ശേഖരിച്ച് കമ്പനി തുടക്കമിടുന്നതിൽ സ്ഫടികസമാനമായ ചിത്രം വികസിപ്പിക്കും. വിൽപ്പന, വിപണിയിലെ അവസ്ഥ, ലാഭക്ഷമത എന്നിവയിൽ പ്രത്യേകിച്ചും.

രണ്ടാമതായി നമ്മൾ ചോദിക്കുന്നത്, നമ്മൾ ഭാവിയിൽ എവിടെ എത്താനാണ് ലക്ഷ്യമിടുന്നതെന്നാണ്. നമ്മൾ ഭാവിമുന്നിൽ കണ്ട് മാതൃകാപരമായി കാര്യങ്ങളെ സമീപിക്കുന്നു. വരും വർഷങ്ങളിൽ കമ്പനിയെ നമ്മൾ ആഗ്രഹിക്കുംപോലെ ഉയർത്തികൊണ്ടുവരാൻ സാധിക്കുമെന്ന് നമ്മൾ സങ്കൽപ്പിക്കുന്നു. നമ്മൾ എല്ലാ മേഖലയിലും വിജയം കാണുമെങ്കിൽ കമ്പനി എവിടെയെത്തുമെന്ന വ്യക്തമായ കാഴ്ചപ്പാട് നമ്മൾ സൃഷ്ടിക്കുന്നു.

മൂന്നാമതായി, നമ്മളിന്ന് എത്തിയിരിക്കുന്ന അവസ്ഥയിലേക്ക് നമ്മൾ എങ്ങനെയെത്തി? നമ്മളെന്തൊക്കെ ശരി ചെയ്തു? നമ്മളെന്തൊക്കെ വ്യത്യസ്തമായി ചെയ്യണം? നമ്മുടെ ഇതുവരെയുള്ള വിജയങ്ങളിൽ ഏറ്റവും വലുത് എന്തായിരിക്കും? എന്തുകൊണ്ടാണ് അത് സംഭവിച്ചത്? എന്തിലൊക്കെയാണ് നമുക്ക് തോൽവി സംഭവിച്ചത്? അതിനെന്തൊക്കെയാണ് കാരണം? ഭൂതകാലത്തെപ്പറ്റി ഓർക്കാൻ കഴിയാതിരിക്കുന്നവർ അത് വിനാശം വരുത്തുംവിധം ആവർത്തിക്കുമെന്നാണ് ജോർജ് സന്റായാന എഴുതിയിരിക്കുന്നത്. ഇപ്പോഴത്തെ അവസ്ഥയിൽനിന്ന് നമ്മൾ ഉദ്ദേശിക്കുന്നിടത്തേക്ക് എത്താൻ നമ്മളിപ്പോൾ എന്ത് ചെയ്യണം എന്നാണ് നാലാം ചോദ്യം. അനുഭവങ്ങളുടെ പശ്ചാത്തലത്തിൽ എന്തൊക്കെ കൂടുതൽ ചെയ്യണം, എന്തൊക്കെ ചെയ്യുന്നത് നിർത്തണം? നമ്മൾ ഇന്നു ചെയ്യാത്ത എന്തുകാര്യമാണ് തുടങ്ങിവയ്ക്കേണ്ടത്? നമ്മളെന്തൊക്കെ കാര്യങ്ങൾ മൊത്തമായി അവസാനിപ്പിക്കണം?

നിങ്ങളുടെ തന്ത്രപരമായ പ്ലാനുകൾ ഒത്തുചേർക്കുക

ആദ്യത്തെ മൂന്ന് ചോദ്യങ്ങൾക്ക് ഉത്തരം കൃത്യമായി കണ്ടെത്തുകയാണെങ്കിൽ തന്ത്രപരമായ പ്ലാൻ അല്ലെങ്കിൽ ബ്ലൂപ്രിന്റ് കൂടുതൽ എളുപ്പം ഉരുത്തിരിഞ്ഞ് വരും. നമ്മളിപ്പോൾ എവിടെയാണ് നിൽക്കുന്നത്, എങ്ങനെയാണ് നമ്മളിവിടെ എത്തിയത് എന്നീ കാര്യങ്ങളിൽ വ്യക്തതയില്ലാതെ പ്ലാൻ നടപ്പാക്കാൻ ശ്രമിക്കുന്നതിലും എളുപ്പമാണത്.

നന്നായി തുടങ്ങുന്നത് പകുതി ചെയ്തതിന് തുല്യമാണെന്ന് പഴമൊഴിയുണ്ട്. ഡോക്ടർമാർ പറയും കൃത്യമായ രോഗനിർണയം പകുതി രോഗശാന്തിയാണെന്ന്. ലക്ഷ്യം കണ്ടെത്തുന്നതിൽ നിങ്ങളുടെ സാഹചര്യം സത്യസന്ധമായി വിലയിരുത്താൻ സമയം കണ്ടെത്തുകയാണെങ്കിൽ നിങ്ങൾ അതിലേക്കുള്ള യാത്രയിൽ മാസങ്ങൾ ചിലപ്പോൾ വർഷങ്ങൾതന്നെ ലാഭിച്ചെന്നിരിക്കും. കൂടുതൽ മെച്ചപ്പെട്ട വിലയിരുത്തലിന്റെയും അറിവിന്റെയും വെളിച്ചത്തിൽ നിങ്ങളുടെ ലക്ഷ്യം പുനഃപരിശോധിക്കാൻ നിങ്ങളെ നിർബന്ധിതരാക്കും. നിങ്ങളുടെ ലക്ഷ്യം നടപ്പാക്കുന്നതിലെ വേഗം കൂടുകയും ചെയ്യും.

ആദ്യം മുതലേ തുടങ്ങുക

1. നിങ്ങളുടെ പ്രധാന ലക്ഷ്യങ്ങളോട് ബന്ധപ്പെട്ട് നിലവിലെ നിങ്ങളുടെ സാഹചര്യങ്ങളുടെ സത്യാവസ്ഥ തീരുമാനിക്കുക. നിങ്ങളിപ്പോൾ എവിടെ നിൽക്കുന്നു? എത്ര ദൂരം ഇനിയും പോകാനുണ്ട്?
2. നിങ്ങളുടെ ജീവിതത്തിലെ എല്ലാ മേഖലയിലും പൂജ്യത്തെ അടിസ്ഥാനമാക്കിയുള്ള ചിന്ത പ്രയോഗിക്കുക. മുൻകാല പ്രവർത്തനങ്ങളെ അടിസ്ഥാനമാക്കി, വീണ്ടും അതേ കാര്യങ്ങൾ ചെയ്യുകയാണെങ്കിൽ എന്തെല്ലാം ഒഴിവാക്കുമെന്ന് ചിന്തിക്കുക.
3. ജീവിതത്തിന്റെ സാമ്പത്തികാവസ്ഥ മൊത്തമായി വിശകലനം ചെയ്യുക. നിങ്ങളിപ്പോൾ എത്ര മാത്രം സമ്പാദിക്കുന്നു? നിങ്ങൾക്കെത്ര മൂല്യമുണ്ട്? എന്താണ് ഈ മേഖലയിലെ നിങ്ങളുടെ ലക്ഷ്യം?
4. നിങ്ങളുടെ തൊഴിലിൽ നിങ്ങൾക്കുള്ള പൂർണമായ വൈദഗ്ധ്യം വിലയിരുത്തുക. ഏത് മേഖലയിലാണ് നിങ്ങൾ കൂടുതൽ ശക്തരായിട്ടുള്ളത്? ഏതൊക്കെ മേഖലയിൽ നിങ്ങൾ മെച്ചപ്പെടണം?
5. ഓരോ മണിക്കൂറിലും നിങ്ങളെത്ര സമ്പാദിക്കുന്നുവെന്ന് കണ്ടെത്തുക. ആ തുക കണ്ടെത്തുന്നതിന് നിങ്ങളെന്താണ് ചെയ്യുന്നത്? അടുത്ത മാസങ്ങളിൽ മണിക്കൂറിലുള്ള നിരക്ക് വർധിപ്പിക്കാൻ നിങ്ങളെന്ത് ചെയ്യും?
6. നിങ്ങളുടെ ഏറ്റവും പ്രധാനപ്പെട്ട ലക്ഷ്യം തീരുമാനിച്ചതിനുശേഷം സ്വയം ചോദിക്കുക: ഞാനെന്തുകൊണ്ട് ഇതുവരെയും ആ ലക്ഷ്യത്തിലേക്ക് എത്തിയില്ല. എന്താണ് ആ ലക്ഷ്യം കൈവരിക്കുന്നതിൽനിന്നും എന്നെ തടയുന്നത്?
7. ഇപ്പോഴത്തെ നിങ്ങളുടെ തൊഴിൽ ഇല്ലാതാകുകയാണെങ്കിൽ മറ്റെന്ത് ജോലി ചെയ്യാൻ നിങ്ങൾ പ്രാപ്തനാണ്? എവിടെ? ആർക്കുവേണ്ടി?

9

നിങ്ങളുടെ എല്ലാ സാമ്പത്തിക ലക്ഷ്യങ്ങളും നേടൂ

ജീവിതത്തിൽ പണം ഏറ്റവും പ്രധാനപ്പെട്ടതായിരിക്കണമെന്നില്ല. എന്നാൽ ജീവിതത്തിലെ ഉയർച്ചയ്ക്ക് ജീവന് ഓക്സിജൻപോലെ പണം ആവശ്യമാണ്.

സിഗ് സിഗ്ലർ

നിങ്ങളുടെ ജീവിതകാലയളവിൽ നിങ്ങൾക്ക്, അതേ നിങ്ങൾക്ക് മാത്രമെടുക്കാവുന്ന ഉത്തരവാദിത്വമുണ്ട്. ജീവിതത്തിലെ ഏറ്റവും വലിയ ഉത്തരവാദിത്വങ്ങളിലൊന്ന്. അതാണ് പണം കൈകാര്യം ചെയ്യുന്നതിലെ മിടുക്ക്. നിങ്ങളുടെ പണം നിയന്ത്രിച്ച് ചെലവഴിക്കുന്നതും സാമ്പത്തിക സ്വാതന്ത്ര്യം നേടുന്നതും നിങ്ങൾക്ക് മാത്രമെടുക്കാവുന്ന ഉത്തരവാദിത്വമാണ്.

ഈ ഉത്തരവാദിത്വമെടുക്കൽ വരാനുള്ളതുവരും എന്ന മട്ടിൽ നിസ്സാരമായി എടുക്കരുത്. പണം സമ്പാദിക്കുന്നതും ചെലവഴിക്കുന്നതും പ്രത്യേകനിയമവും തത്വവും വകുപ്പുകളും വസ്തുതകളും അനുസരിച്ചായിരിക്കണം. അതെല്ലാം മാറ്റംവരാത്തതുമായിരിക്കണം. നിങ്ങൾക്ക് വൈദ്യശാസ്ത്രം, മെക്കാനിക്സ്, നിയമം എന്നിവയിൽ അവഗാഹം നേടാൻ നീണ്ടകാലം ആഴത്തിൽ പഠിക്കണമെന്നതുപോലെതന്നെയാണ് പണത്തിന്റെ വിനിയോഗത്തിന്റെ കാര്യവും. പണം സമ്പാദിക്കുന്നതും ചെലവഴിക്കുന്നതും നിക്ഷേപിക്കുന്നതും എല്ലാം ദീർഘവീക്ഷണത്തോടെയായിരിക്കണം. ഒരുപാട് ആലോചിച്ചുവേണം പണത്തെക്കുറിച്ച് തീരുമാനമെടുക്കാൻ. അല്ലെങ്കിൽ ജീവിതത്തിൽ പല വീഴ്ചകളും വന്ന് ബന്ധപ്പെട്ട മേഖലകളിലെല്ലാം പ്രശ്നങ്ങൾ ഉടലെടുക്കാൻ സാധ്യതയുണ്ട്.

സ്വയം കബളിപ്പിക്കരുത്

സ്വയം കബളിപ്പിക്കൽ ഒഴിവാക്കുക. പലരും ഇക്കാര്യത്തിൽ ഒരു കെണിയിൽ വീഴുക പതിവുണ്ട്. ജീവിതത്തിൽ ആഗ്രഹിച്ചത്

നേടാനാകാതെ വരുമ്പോൾ, ഉദ്ദേശിച്ച പണം നേടാനാകാതെ വരുമ്പോൾ, തങ്ങളുടെ പരാജയവും ഇച്ഛാഭംഗവും മറച്ചുവയ്ക്കാൻ പറയുന്ന കാര്യമുണ്ട്. 'ഞാൻ പണത്തെ അത്രയും വലിയ കാര്യമായൊന്നും എടുക്കാറില്ല. പണത്തേക്കാൾ മറ്റ് പലകാര്യങ്ങളും കാര്യമായെടുക്കുന്ന തരം ഉയർന്ന ചിന്താഗതിയുള്ള മനുഷ്യനാണ്.'

മില്യനയർ മൈൻഡ് എന്ന പുസ്തകമെഴുതിയ ഹാർവ് എക്കർ സെമിനാറുകളിൽ സ്ഥിരം കേൾക്കുന്നതാണിത്. പണം കാര്യമായെടുക്കുന്നില്ലെന്ന് പറയുന്നവരോട് അദ്ദേഹം പ്രതികരിക്കുന്നത് 'നിങ്ങൾ പാപ്പരായി അല്ലേ' എന്ന് പറഞ്ഞാണ്. ഇത്തരം ചിന്താഗതിയുമായി നടക്കുന്നവർ കുറച്ചുകഴിയുമ്പോൾ പാപ്പരായി മാറുന്നു എന്നതാണ് സത്യം. ദുരന്തമെന്താണെന്നുവെച്ചാൽ ഇത്തരം ആളുകൾ പണം നേടാനുള്ള ആഗ്രഹങ്ങളെല്ലാം പരിത്യജിച്ചിരിക്കും എന്നതാണ്. മാത്രവുമല്ല, സാമ്പത്തിക സ്വാതന്ത്ര്യം നേടാനുള്ള കഴിവുകൾ തനിക്ക് ഇല്ലെന്ന് ധരിക്കുകയും ചെയ്യും.

നിങ്ങളുടെ പണത്തിന്റെ കരുതലെടുക്കുക

നിങ്ങളുടെ പണത്തിൽ സമ്പൂർണ നിയന്ത്രണം കൊണ്ടുവരണമെങ്കിൽ ഹ്രസ്വകാല, മധ്യകാല, ദീർഘകാല സാമ്പത്തിക ലക്ഷ്യങ്ങളുടെ പരമ്പരതന്നെ രൂപീകരിക്കണം. അതിന്റെ പൂർത്തീകരണത്തിനായി പ്ലാനുകൾ തയ്യാറാക്കണം. ശേഷം അച്ചടക്കത്തോടെ അത്തരം പ്ലാനുകൾ പിന്തുടരണം. എത്ര ബുദ്ധിമുട്ടേറിയതാണെങ്കിലും. വിദൂരമാണെങ്കിൽ കൂടി.

സാമ്പത്തിക ലക്ഷ്യങ്ങൾ സെറ്റ് ചെയ്യുന്നതിലും നേടുന്നതിലും ആറാം അധ്യായത്തിൽ വിശദീകരിച്ച പന്ത്രണ്ട് പടികൾ ഉപയോഗിക്കുക. വിജയമന്ത്രങ്ങൾ, നേട്ടങ്ങൾ എന്ന വിഷയത്തിൽ ഞാൻ നടത്തിയ സെമിനാറുകളിൽ പങ്കെടുത്ത പത്ത് ലക്ഷത്തിലധികം പേരിൽ പരീക്ഷിച്ച് തെളിയിച്ചതാണ് പന്ത്രണ്ട് മന്ത്രങ്ങൾ. നിങ്ങളെക്കുറിച്ചും പണം, സാമ്പത്തികഭാവി എന്നതിലും നിങ്ങൾക്കൊരു പുതിയ കാഴ്ചപ്പാട് ഉണ്ടാകുമെന്നതാണ് ഈ മന്ത്രങ്ങളുടെ സഞ്ചിതഫലം. മറ്റുള്ളവർ ജീവിതകാലം മുഴുവൻ നേടുന്നതിനേക്കാൾ വലിയനേട്ടം അടുത്ത കുറച്ചുവർഷങ്ങളിൽത്തന്നെ നിങ്ങൾ നേടാൻ തുടങ്ങും. നമുക്ക് തുടങ്ങാം.

1. ആഗ്രഹമുണ്ടായിരിക്കുക. നിങ്ങൾക്കത് വേണമെന്ന് അതിയായി ആഗ്രഹിക്കുക

ജീവിതത്തിന്റെ എന്ത് മേഖലയിലുമായിക്കോട്ടെ, ആഗ്രഹമാണ് ലക്ഷ്യം നേടുന്നതിലെ സ്റ്റാർട്ടിങ് പോയിന്റ്. പണത്തിന്റെ കാര്യ

ത്തിലും അങ്ങനെതന്നെ. നിങ്ങൾ ചോദിക്കേണ്ട രണ്ട് ചോദ്യങ്ങളിതാ.

1. എന്താണ് നിങ്ങൾക്ക് ശരിക്കും വേണ്ടത്?
2. എത്രകണ്ട് നിങ്ങൾക്കത് ആവശ്യമുണ്ട്?

നിങ്ങൾക്ക് ജീവിതത്തിൽ ഒരു ഉദ്ദേശ്യം ഉണ്ടെങ്കിൽ എത്ര വലിയ ദുരിതവും താങ്ങാൻ കഴിവുണ്ടായിരിക്കുമെന്ന് ജർമൻ തത്വചിന്തകൻ ഫ്രെഡറിക് നീത്ഷെ പറഞ്ഞിട്ടുണ്ട്.

ആദർശവത്കരണം പരിശീലിക്കുക. വരുംവർഷങ്ങളിൽ നിങ്ങൾക്കുമുന്നിൽ യാതൊരു പരിമിതിയുമില്ലെന്ന് സങ്കൽപ്പിക്കുക. നിങ്ങൾക്ക് ചെയ്യാൻ കഴിയാത്തത് ഒന്നുമില്ല. നിങ്ങൾക്കുവേണ്ട സമയവും കഴിവും വിദ്യാഭ്യാസവും പരിചയവും സുഹൃത്തുക്കളും സ്നേഹിതരും എല്ലാമുണ്ട്. ഇതാണ് ഇപ്പോഴത്തെ നിങ്ങളുടെ സാഹചര്യമെങ്കിൽ എന്ത് സാമ്പത്തിക ലക്ഷ്യമായിരിക്കും നിങ്ങൾ നിങ്ങൾക്കായി സെറ്റ് ചെയ്യുക?

നിലവിലെ സാമ്പത്തിക സാഹചര്യത്തിൽ പെട്ടുകിടക്കുകയായിരിക്കും ഭൂരിഭാഗവും മനുഷ്യരും. കടം, പലതരം ബില്ലുകൾ, ചെലവുകൾ എന്നിവയിൽ കുരുങ്ങിക്കിടക്കുകയാകാം. ലഭിക്കുന്ന വരുമാനം ഒന്നിനും തികഞ്ഞെന്ന് വരില്ല. ഇതുമൂലമാണ് നിലവിലെ ചിന്തകൾക്കപ്പുറം പോകാൻ ഇവർക്ക് കഴിയാത്തത്. നിങ്ങൾ കടക്കെണിയിൽ അകപ്പെട്ടിരിക്കുകയാണെങ്കിൽ എങ്ങനെയാണ് ആവേശകരമായ സാമ്പത്തിക ലക്ഷ്യങ്ങൾ ഭാവിയിലേക്കായി ഒരുക്കാൻ നിങ്ങൾക്ക് സാധിക്കുക?

മാനസികമായ ഈ പരിമിതപ്പെടുത്തലിൽനിന്ന് മോചനം നേടണമെങ്കിൽ, ഭാവിയിൽ എല്ലാ സാമ്പത്തിക ലക്ഷ്യങ്ങളും നേടണമെങ്കിൽ നിങ്ങളൊരു മാന്ത്രികദണ്ഡ് ചുഴറ്റേണ്ടതുണ്ട്. എന്തായിരിക്കുമത്?

ചെലവുകൾ നിങ്ങളുടെ നിയന്ത്രണത്തിൽ കൊണ്ടുവന്ന് കടത്തിൽനിന്ന് പൂർണമായും പുറത്തുകടക്കുംവിധം ഹ്രസ്വകാല സാമ്പത്തിക ലക്ഷ്യം സെറ്റ് ചെയ്യുക. വരുമാനത്തിന്റെ പത്ത് മുതൽ ഇരുപത് ശതമാനംവരെ മിച്ചംപിടിച്ച് നിക്ഷേപിക്കാനും വീട് വാങ്ങാനും, കുട്ടികളുടെ വിദ്യാഭ്യാസത്തിനായി ട്രസ്റ്റ് ഫണ്ട് ഒരുക്കാനും മധ്യകാല സാമ്പത്തിക ലക്ഷ്യം സെറ്റ് ചെയ്യുക. ചെലവുകളെല്ലാം പൂർണമായും നിയന്ത്രണവിധേയമാക്കുക. സാമ്പത്തിക സ്വാതന്ത്ര്യം ലഭിക്കാൻ സഹായിക്കുന്ന നിക്ഷേപങ്ങളും മറ്റുമായി ദീർഘകാല സാമ്പത്തിക ലക്ഷ്യം സെറ്റ് ചെയ്യുക. പണത്തെക്കുറിച്ച് യാതൊരു വേവലാതിയും ഇനിയുമില്ലാത്ത പോയിന്റിൽ എത്തുക എന്നതായിരിക്കണം നിങ്ങളുടെ ആത്യന്തിക ലക്ഷ്യം.

2. നിങ്ങൾക്കത് കഴിയുമെന്ന് ഉറപ്പായും വിശ്വസിക്കുക

നിങ്ങളുടെ വിശ്വാസമാണ് നിങ്ങളുടെ യാഥാർത്ഥ്യമായി തീരുന്നത്. നിങ്ങളുടെ സാമ്പത്തിക ലക്ഷ്യം വിശ്വസനീയവും നേടാൻ കഴിയുന്നതും യാഥാർത്ഥ്യബോധമുള്ളതും നിങ്ങളുടെ മൂല്യങ്ങളോടുചേർന്ന് നിൽക്കുന്നതുമായിരിക്കണം.

നിങ്ങളുടെ സാമ്പത്തികലക്ഷ്യങ്ങൾ നിലവിലെ അവസ്ഥയോട് പൊരുത്തപ്പെടുന്നതും വിശ്വാസയോഗ്യവുമായിരിക്കണം. സുഖം പിടിച്ചിരിക്കുന്ന നിങ്ങളുടെ സുരക്ഷിതമേഖലയിൽനിന്ന് പുറത്ത് കടക്കാൻ നിർബന്ധിക്കുന്നവിധമുള്ള സാമ്പത്തിക ലക്ഷ്യമാണ് ഒരുക്കേണ്ടത്. എന്നാൽ മനസ്സ് അതിനെ ചുറ്റിപ്പറ്റി നിൽക്കുന്നതുമാകണം. ഉദാഹരണത്തിന് ഒരുവർഷത്തിൽ നിങ്ങളുടെ വരുമാനം ഇരട്ടിയാക്കുക എന്നതിനുപകരം അടുത്ത പന്ത്രണ്ട് മാസങ്ങളിൽ വരുമാനം ഇരുപത് മുതൽ മുപ്പത് ശതമാനംവരെ വർധിപ്പിക്കുക എന്ന് തീരുമാനിക്കണം. കാരണം ഇതാണ് വിശ്വസനീയവും യുക്തവുമായ ലക്ഷ്യം. അത് നിങ്ങളെ പ്രചോദിതരാക്കും. നിങ്ങളുടെ പ്രവൃത്തികളിൽ ശ്രദ്ധ കേന്ദ്രീകരിക്കാനും വഴിവെക്കും.

നിങ്ങളുടെ ലക്ഷ്യം നേടാൻ കഴിയുന്നതായിരിക്കണം. നിങ്ങളുടെ ലക്ഷ്യം നേടാൻ എന്തെല്ലാം കഴിവും ശേഷിയും അച്ചടക്കവും വേണമെന്ന് നിങ്ങൾക്കറിയാം. സ്വന്തം ബിസിനസ് തുടങ്ങി വിജയിപ്പിക്കുക എന്നത് സാധ്യമാണ്. എന്നാൽ അഞ്ചുമുതൽ ഏഴ് വർഷത്തെ കഠിനയത്നത്തിനും പരിചയത്തിനും ശേഷമാകും അതിൽ എന്തെല്ലാം നേട്ടങ്ങൾ നിങ്ങൾക്ക് സാധ്യമാകുക എന്ന് തിരിച്ചറിയുക.

നിങ്ങളുടെ നിലവിലെ സാഹചര്യം, അവസ്ഥ, കഴിവ്, ശേഷി, നിങ്ങൾക്ക് ചുറ്റുമുള്ള ലോകം എന്നിവയെ അടിസ്ഥാനപ്പെടുത്തി യാഥാർത്ഥ്യബോധത്തോടെയായിരിക്കണം ലക്ഷ്യം സെറ്റ് ചെയ്യേണ്ടത്.

അവസാനമായി, നിങ്ങളുടെ ലക്ഷ്യങ്ങൾ നിങ്ങളുടെ മൂല്യങ്ങളുമായി പൊരുത്തപ്പെടുന്നതായിരിക്കണം. നിങ്ങളുടെ മനസ്സിലുള്ള മൂല്യങ്ങൾക്കനുസരിച്ച് പ്രവർത്തിക്കുമ്പോൾ മാത്രമാണ് യഥാർത്ഥ സന്തോഷം അനുഭവിക്കൂ. ആന്തരികവും ബാഹ്യവുമായ ജീവിതം പൊരുത്തപ്പെടുന്നതായിരിക്കണം. അത് വളരെ പ്രധാനപ്പെട്ടതാണ്.

3. എഴുതിവയ്ക്കുക

നിങ്ങളുടെ ലക്ഷ്യങ്ങൾ എഴുതിവയ്ക്കുന്നത് സൈക്കോ ന്യൂറോ മോട്ടോർ പ്രവൃത്തിയാണ്. ഏതുതരത്തിലുള്ള ലക്ഷ്യവു

മായിക്കോട്ടെ, നിങ്ങളത് എഴുതിവയ്ക്കുകയാണെങ്കിൽ നിങ്ങളുടെ വികാരങ്ങളും ബുദ്ധിയും ശരീരംതന്നെയും കൂടുതൽ ചുറുചുറുക്കായി പ്രവർത്തിക്കാൻ തുടങ്ങും. പേപ്പറിൽ പേനകൊണ്ട് എഴുതുന്നതോടെ കാഴ്ചയുടെയും കേൾവിയുടെയും സ്പർശനത്തിന്റെയും ഇന്ദ്രിയങ്ങൾ ഉണരും. പേപ്പറിൽ എഴുതുന്നതോടെ ആ ലക്ഷ്യം നിങ്ങളുടെ ഉപബോധ മനസ്സിലേക്ക് പ്രോഗ്രാം ചെയ്യപ്പെടും. ആ പ്രോഗ്രാമിന് അതോടെ അതിന്റേതായ ജീവൻവയ്ക്കുകയായി. നിങ്ങൾക്കായി ഇരുപത്തിനാല് മണിക്കൂറും അത് പ്രവർത്തിക്കാൻ തുടങ്ങും.

ലക്ഷ്യങ്ങൾ വളരെ വ്യക്തമായിരിക്കണം. ഉദാഹരണത്തിന്, നിങ്ങൾക്ക് അടുത്തവർഷം ഇത്രയും തുക സമ്പാദിക്കണം, അടുത്ത അഞ്ച് വർഷത്തേക്ക് ഇത്രയും തുക സമ്പാദിക്കണം എന്നിങ്ങനെ വേണം ലക്ഷ്യം സെറ്റ് ചെയ്യാൻ. സമീപഭാവിയിൽ വർഷവും ഇരുപത്തഞ്ച് ശതമാനം വീതം വരുമാനം വർധിപ്പിക്കാൻ ലക്ഷ്യം സെറ്റ് ചെയ്യുകയാവാം.

നിങ്ങളുടെ ദീർഘകാല സാമ്പത്തിക ലക്ഷ്യം തീരുമാനിക്കുക. നിങ്ങളുടെ ആജീവനാന്ത പ്രവർത്തനകാലയളവിൽ എത്ര തുകയാണ് സമ്പാദിക്കേണ്ടത് എന്ന് തീരുമാനിക്കുക. നിങ്ങളുടെ ദീർഘകാല സാമ്പത്തിക ലക്ഷ്യത്തെ നമ്പർ എന്നാണ് വിളിക്കുക. ഈ നമ്പർ നേടുന്നതോടെ നിങ്ങൾക്ക് സുഖമായി ജോലിയിൽനിന്ന് വിരമിക്കാം. പിന്നീട് ജോലി ചെയ്യുകയോ ചെയ്യാതിരിക്കുകയോ ആവാം.

നിങ്ങൾക്ക് ഒരുമാസം യാതൊരു വരുമാനവും ഇല്ലെങ്കിൽ സുഖമായി ജീവിക്കാൻ എത്ര തുക വേണമെന്ന് കണ്ടെത്തുക. ഇതാണ് നിങ്ങളുടെ നമ്പർ കണക്ക് കൂട്ടാനുള്ള ഏറ്റവും നല്ല മാർഗ്ഗം. യാതൊരു ജോലിയും വരുമാനവും ഇല്ലാതെ ഒരു വർഷം സുഖമായി ജീവിക്കണമെങ്കിൽ എത്ര തുകവേണമെന്ന് കണ്ടെത്താൻ പന്ത്രണ്ടുകൊണ്ട് ആ നമ്പറിനെ ഗുണിച്ചാൽ മതി. വിരമിച്ചതിന് ശേഷം എത്രകാലത്തേക്ക് എന്ന കണക്കുകൂട്ടൽ നടത്തണം. എന്നിട്ട് ഇപ്പോൾ കിട്ടിയ നമ്പർകൊണ്ട് ആ സംഖ്യയെ വീണ്ടും ഗുണിക്കണം.

ഉദാഹരണത്തിന് നിങ്ങൾക്ക് ഒരു വരുമാനവും കൂടാതെ ഒരു മാസം സുഖമായി ജീവിക്കാൻ അയ്യായിരം ഡോളർ വേണമെന്നിരിക്കട്ടെ. ഇതിനെ പന്ത്രണ്ടുകൊണ്ട് ഗുണിക്കുമ്പോൾ അറുപതിനായിരം ഡോളർ എന്ന നമ്പർ കിട്ടുന്നു. ഇതാണ് ഒരു വർഷത്തിൽ മറ്റ് വരുമാനം കൂടാതെ ജീവിക്കാൻ വേണ്ടുന്ന നമ്പർ. ഇനി വിരമിച്ച്

കഴിഞ്ഞ് ഇരുപതുവർഷത്തെ സാമ്പത്തികലക്ഷ്യം പ്ലാൻ ചെയ്യാൻ ഈ നമ്പറിനെ ഇരുപതുകൊണ്ട് ഗുണിക്കുക. അപ്പോൾ 1.2 ദശ ലക്ഷം ഡോളർ എന്ന നമ്പർ കിട്ടുന്നു. ഇതാണ് നിങ്ങളുടെ ദീർഘകാല സാമ്പത്തികലക്ഷ്യമായി തീരുന്നത്. ഓരോ മാസവും ഓരോ വർഷവും നിങ്ങളുടെ സാമ്പത്തിക സാഹചര്യം വിലയിരു ത്തുക. നിങ്ങളുടെ ലക്ഷ്യത്തിലേക്ക് എത്ര അടുത്താണ്, അല്ലെങ്കിൽ എത്രമാത്രം അകലെയാണ് നിങ്ങളുടെ ദീർഘകാല ലക്ഷ്യമെന്ന് വിലയിരുത്തുക.

4. നിങ്ങളുടെ സ്റ്റാർട്ടിങ് പോയിന്റ് വിലയിരുത്തുക

നിങ്ങളുടെയും നിങ്ങളുടെ ജീവിതത്തിന്റെയും സമഗ്രമായ സാമ്പത്തിക വിശകലനം നടത്തിയാലേ നിങ്ങളുടെ ലക്ഷ്യം യാഥാർത്ഥ്യവും വിശ്വസനീയവും സാധ്യവുമായി തീരുന്നുള്ളു. ഇതാണ് നിങ്ങളുടെ ലക്ഷ്യം നിറവേറ്റാൻ അത്യാവശ്യമായ കാര്യം.

നിങ്ങളുടെ എല്ലാ സമ്പാദ്യവും വിറ്റ്, എല്ലാം പണമായി മാറ്റി നിങ്ങൾ മറ്റൊരു രാജ്യത്തേക്ക് കൂട് മാറുന്നുവെന്ന് കരുതുക. എങ്കിൽ എത്ര തുകയായിരിക്കും ഇന്ന് നിങ്ങളുടെ കൈയിലുണ്ടാ കുക?

സാമ്പത്തിക കുറിപ്പ് സൃഷ്ടിക്കുക. ഇത് വളരെ ലളിതമാണ്. നിങ്ങളുടെ ആസ്തികളുടെ ലിസ്റ്റ് തയ്യാറാക്കുക. അത് പണമാക്കുക യാണെങ്കിൽ എത്ര കാണുമെന്ന് നോക്കുക. തുടർന്ന് നിങ്ങളുടെ ബാധ്യത കണക്കാക്കുക. നിങ്ങളുടെ കടങ്ങൾ, തിരിച്ചടവ് എന്നിവ എല്ലാം തിരിച്ചടയ്ക്കുംവിധം കണക്ക് കൂട്ടുക. എന്നിട്ട് ബാധ്യത ആസ്തിയിൽനിന്ന് കുറയ്ക്കുക. അതാണ് നിങ്ങളുടെ മൊത്തം ആസ്തിമൂല്യം.

എന്താണോ നിങ്ങളുടെ ആസ്തിമൂല്യം (ധാരാളം പേർക്കിത് നെഗറ്റീവ് ആയിരിക്കും) അതാണ് സ്റ്റാർട്ടിങ് പോയിന്റ്. നിലവിലെ സാമ്പത്തിക അവസ്ഥയെക്കുറിച്ച് വളരെ കൃത്യവും സത്യസന്ധ വുമായ ബോധ്യമുണ്ടെങ്കിൽ മുന്നോട്ടുള്ള യാത്ര എളുപ്പമായി രിക്കും. ആവശ്യമായ മാറ്റം വരുത്താനും സാധിക്കും.

5. നിങ്ങൾക്ക് ഈ ലക്ഷ്യം എന്തിനെന്ന് തീരുമാനിക്കുക. എന്ത് ഗുണങ്ങളാണ് നിങ്ങൾക്ക് ലഭിക്കുക?

നേട്ടങ്ങൾ ഉരുക്കിയെടുക്കുന്നതിനുവേണ്ട ഇന്ധനമാണ് ചിന്ത കൾ. നിങ്ങളുടെ സാമ്പത്തിക ലക്ഷ്യങ്ങൾ നേടാൻ എത്രകൂടുതൽ കാരണങ്ങൾ ഉണ്ടോ അത്രയും കൂടുതൽ പ്രചോദിതനായി ലക്ഷ്യ ങ്ങളിലേക്ക് യാത്ര തുടങ്ങിവയ്ക്കാനും തുടരാനും സാധിക്കും.

എത്ര കൂടുതൽ കാരണങ്ങൾ ഉണ്ടോ അത്രയും സ്ഥിരതയും ദൃഢ നിശ്ചയവും ഉണ്ടാകും. എത്ര കൂടുതൽ കാരണങ്ങളുണ്ടോ അത്ര യും കൂടുതലായി നിങ്ങൾ സുഖം പിടിച്ചിരിക്കുന്ന മേഖലയിൽ നിന്ന് പുറത്തുകടക്കാൻ മനസ്സ് കാണിക്കും. സാഹസത്തിന് തുനി യും. കൂടുതൽ വീര്യത്തോടെ മുന്നേറും. ജീവിതം മുന്നോട്ടുകൊ ണ്ടുപോകുന്നതിൽ വലിയ, ആവേശകരമായ കാരണങ്ങൾ ഉണ്ടെ ന്നതാണ് ആളുകൾക്ക് ജീവിതത്തിൽ മികച്ച വിജയം നേടാൻ സഹായിക്കുന്നത്.

കൂടുതൽ പണം സമ്പാദിച്ച് എല്ലാകടങ്ങളിൽനിന്നും മോചിത നായി സാമ്പത്തിക സ്വാതന്ത്ര്യം നേടിയാൽ നിങ്ങൾക്കായും നിങ്ങ ളുടെ കുടുംബത്തിനായും എന്തെല്ലാം അതിശയകരമായ കാര്യങ്ങ ളാണ് ചെയ്യുകയെന്നതിന്റെ ലിസ്റ്റ് തയ്യാറാക്കുക.

എല്ലാ സാമ്പത്തിക ലക്ഷ്യവും സാക്ഷാത്കരിച്ചാൽ എന്തായി രിക്കും നിങ്ങളുടെ വികാരം? സന്തോഷവാനായിരിക്കുമോ? ആത്മ വിശ്വാസമുള്ളവനായിരിക്കുമോ? അഭിമാനിയായിരിക്കുമോ? സമാ ധാനം ലഭിക്കുമോ? ആവേശം ലഭിക്കുമോ? ഉല്ലാസവാനായിരി ക്കുമോ?

സാമ്പത്തിക ലക്ഷ്യം കൈവരിക്കുന്ന ചിന്തയും അപ്പോഴുണ്ടാ കുന്ന വികാരങ്ങളും ഒത്തിണക്കുമ്പോൾ അളവറ്റ പ്രേരകശക്തി നിങ്ങളിലുണ്ടാകുന്നു. ലക്ഷ്യം നേടാനായി രണ്ടിരട്ടിയായോ മൂന്നി രട്ടിയായോ പ്രചോദനം ചൊരിയും. എന്തെല്ലാം പ്രതിസന്ധികളിലും ഇച്ഛാഭംഗങ്ങളിലും തളരാതെ മുന്നോട്ട് നയിക്കുന്നതിൽ സഹായി ക്കുകയും ചെയ്യും.

6. സമയപരിധി തീരുമാനിക്കുക. ഉന്നമിടാൻ ലക്ഷ്യമുണ്ടാകണം

നിലവിലെ നിങ്ങളുടെ സാമ്പത്തിക വിശകലനത്തിന്റെയും സാഹചര്യങ്ങളുടെയും വെളിച്ചത്തിൽ നിങ്ങൾക്കിപ്പോൾ വളരെ പ്രായോഗികമായ സാമ്പത്തിക ലക്ഷ്യം ഒരുക്കാൻ സാധിക്കും. ദീർഘകാല ലക്ഷ്യത്തിന്റെ തീയതി തീരുമാനിക്കാനാകും. ആത്യ ന്തിക ലക്ഷ്യമായ സാമ്പത്തിക സ്വാതന്ത്ര്യം ഒരുക്കാൻ ഓരോ സാമ്പത്തിക ലക്ഷ്യവും സെറ്റ് ചെയ്യാം.

എല്ലാ കടങ്ങളിൽനിന്നും മോചിതനാകുന്ന കൃത്യമായ തീയതി തീരുമാനിക്കുക. ഓരോ മാസവും വരുമാനത്തിൽ നിന്ന് അഞ്ചു ശതമാനം, പത്തു ശതമാനം, ഇരുപതു ശതമാനം എന്ന രീതിയിൽ പണം മാറ്റിവയ്ക്കാനുള്ള തീയതികൾ കുറിക്കുക. ഹ്രസ്വകാല,

മധ്യകാല, ദീർഘകാല സാമ്പത്തിക ലക്ഷ്യങ്ങൾക്കുള്ള തീയതികൾ തീരുമാനിക്കുക. സമയപരിധി ഇല്ലാത്ത തീരുമാനം മിക്കവാറും സമയം പാഴാക്കലാണ്.

7. മറികടക്കാനുള്ള തടസ്സങ്ങളേതെന്ന് തീരുമാനിക്കുക

സാമ്പത്തിക ലക്ഷ്യങ്ങൾ നിറവേറ്റാൻ നിങ്ങൾക്ക് മുന്നിലുള്ള തടസ്സങ്ങൾ എന്തൊക്കെയാണ്? എന്തെല്ലാം കാര്യങ്ങളാണ് ഇന്ന് നിങ്ങളെ സാമ്പത്തിക ലക്ഷ്യങ്ങൾ നിറവേറ്റുന്നതിൽ പിറകോട്ട് വലിക്കുന്നത്? ഇങ്ങനെ പിറകോട്ട് വലിക്കുന്നതിൽ ഏതാണ് ഏറ്റവും വലുതും പ്രധാനപ്പെട്ടതും? നിങ്ങളെത്ര സമ്പാദിക്കുന്നു, മിച്ചംപിടിക്കുന്നു, സ്വരുക്കൂട്ടുന്നു എന്നതിൽ നിങ്ങളെ തടസ്സപ്പെടുത്തുന്ന, അല്ലെങ്കിൽ പരിമിതപ്പെടുത്തുന്ന പ്രധാന ഘടകങ്ങൾ എന്തൊക്കെയാണ്? നിങ്ങളുടെ സാമ്പത്തികലക്ഷ്യം കൈവരിക്കുന്നതിന് നിങ്ങൾ സെറ്റ് ചെയ്ത വേഗമായിരിക്കും ചിലപ്പോൾ ഒരു തടസ്സം. മറ്റെന്തിനേക്കാളും പിന്നോട്ടുവലിക്കുന്ന ഘടകമായിരിക്കുമിത്.

ഒരു പ്രത്യേകതരത്തിൽ നിങ്ങളുടെ ലക്ഷ്യങ്ങളെ തടസ്സപ്പെടുത്തുന്ന കാര്യങ്ങൾ 80/20 എന്ന നിയമത്തിലൂടെ വിലയിരുത്താം. നിങ്ങളുടെ സാമ്പത്തിക ലക്ഷ്യങ്ങൾ നിറവേറ്റുന്നതിലെ എൺപത് ശതമാനം കാരണങ്ങളും നിങ്ങളിൽ തന്നെയാണ് എതെങ്കിലും തരത്തിൽ അടങ്ങിയിരിക്കുന്നത്. മിക്കവാറും ആളുകളുടെയും കാര്യത്തിൽ ഏതെങ്കിലും കഴിവിന്റെ, കഴിവുകളുടെ കുറവ്, അച്ചടക്കക്കുറവ്, ഏതെങ്കിലും തരത്തിലുള്ള സ്വഭാവദൗർബല്യം എന്നിവയാകാം പിന്നോട്ടടിപ്പിക്കുന്ന കാരണങ്ങൾ. എന്താണ് നിങ്ങളുടെ കാര്യത്തിൽ?

ഈ ചോദ്യം ചോദിക്കുക. എന്തുകൊണ്ടാണ് ഞാനിതുവരെ എന്റെ സാമ്പത്തിക ലക്ഷ്യം കൈവരിച്ചില്ല? മറ്റൊരുവിധത്തിൽ പറഞ്ഞാൽ മതിയായ പണം കണ്ടെത്താത്തതിലെയും കടത്തിൽ കഴിയുന്നതിലെയും സാമ്പത്തികസ്വാതന്ത്ര്യം നേടാത്തതിലെയും നിങ്ങൾ പറയുന്ന ഒഴികഴിവുകൾ എന്തൊക്കെയാണ്? അതിന് നിങ്ങൾ നിരത്തുന്ന യുക്തിയും ന്യായീകരണവും എന്തൊക്കെയാണ്? ഈ ചോദ്യത്തിന് നിങ്ങൾക്കുള്ള ഉത്തരം ഒരുപാട് കാര്യങ്ങൾക്ക് വെളിച്ചം പകരും. ഇപ്പോൾ നിങ്ങളെവിടെ നിൽക്കുന്നു, നിങ്ങളാഗ്രഹിക്കുന്ന ഭാവിക്കായി നിങ്ങൾക്കെന്താണ് വേണ്ടതെന്ന് എല്ലാം ഉത്തരങ്ങളിൽ നിന്നറിയാം.

8. നിങ്ങൾക്കുവേണ്ട അറിവും ശേഷിയും തീരുമാനിക്കുക

നിങ്ങളിതിനുമുമ്പ് കൈവരിക്കാത്ത സാമ്പത്തിക ലക്ഷ്യം നേടുന്നതിന് നിങ്ങൾ നിങ്ങൾക്കിതുവരെയില്ലാത്ത അറിവും കഴിവും വികസിപ്പിക്കേണ്ടതുണ്ട്. അധികമായി നിങ്ങൾ വികസിപ്പിക്കേണ്ട അറിവ് എന്താണ്? എന്ത് അധിക കഴിവാണ് നിങ്ങൾ വികസിപ്പിക്കേണ്ടത്? നിങ്ങൾ നേടേണ്ട കഴിവുകളിൽ ഏറ്റവും പ്രധാനപ്പെട്ടത് ഏതാണ്? ഇത്തരം അറിവുകൾ നേടേണ്ടതിന് നിങ്ങൾ എന്ത് പ്ലാനാണ് സ്വീകരിക്കുക?

സമ്പാദിക്കാനുള്ള നിങ്ങളുടെ ശേഷി പരമപ്രധാനമാണ്. നിങ്ങൾക്ക് ചെയ്യാൻ കഴിയുന്ന കാര്യങ്ങളിൽ നല്ല ഫലമുണ്ടാക്കുമ്പോഴാണല്ലോ നിങ്ങളാഗ്രഹിക്കുന്ന നല്ല പ്രതിഫലം ലഭിക്കുക.

നിങ്ങളുടെ സാമ്പത്തിക ലക്ഷ്യം നേടുന്നതിൽ നെടുന്തൂണാണ് നിങ്ങളുടെ സമ്പാദിക്കാനുള്ള ശേഷി.

ചുറ്റും നോക്കുക. നിങ്ങളാഗ്രഹിക്കുന്ന തോതിൽ പണമുണ്ടാക്കുന്ന മറ്റുള്ളവർ ആരൊക്കെ? നിങ്ങളിൽനിന്ന് വ്യത്യസ്തമായി അവരെന്താണ് ചെയ്യുന്നത്? നിങ്ങൾക്കിപ്പോൾ ഇല്ലാത്ത എന്ത് പ്രത്യേക കഴിവും ശേഷിയുമാണ് അവർക്കുള്ളത്? അക്കാര്യത്തിൽ നിങ്ങൾക്ക് ഉറപ്പില്ലെങ്കിൽ അവരോട് നേരിട്ട് ചോദിക്കുക. അതെല്ലാം പറഞ്ഞ് തരുന്നതിൽ മിക്കവാറും അവർക്ക് സന്തോഷമായിരിക്കും.

നിങ്ങളുടെ മേഖലയിൽ നിങ്ങൾ ഏറ്റവും ഉയർന്ന വ്യക്തിയാണെങ്കിൽ, ഏറ്റവും കൂടുതൽ ശമ്പളം ലഭിക്കുന്ന വ്യക്തിയാണെങ്കിൽ നിങ്ങൾക്കെന്ത് പ്രത്യേക കഴിവുകളായിരിക്കും ഉണ്ടായിരിക്കുക എന്നതിന്റെ ലിസ്റ്റ് തയ്യാറാക്കുക. ഏറ്റവും പ്രധാനപ്പെട്ടതിൽ നിന്ന് ഏറ്റവും പ്രാധാന്യം കുറഞ്ഞതിലേക്ക് അതിന്റെ ഓർഡറിൽ മുൻഗണനാപട്ടിക തയ്യാറാക്കുക. അതിനനുസരിച്ച് ഇന്നുതന്നെ പ്രവർത്തിച്ചുതുടങ്ങുക. അറിവ് സമ്പാദിക്കാൻ തുടങ്ങുക. നിങ്ങൾ ഉന്നമിട്ട സാമ്പത്തിക ലക്ഷ്യം നേടാൻ വേണ്ട അറിവുകളും ശേഷിയും സമ്പാദിക്കാൻ ഇന്നുതന്നെ തുടങ്ങുക.

9. നിങ്ങൾക്ക് സഹകരണം വേണ്ട വ്യക്തികൾ, ഗ്രൂപ്പുകൾ, സംഘടനകൾ എന്നിവ തീരുമാനിക്കുക

നിങ്ങളെ തൊഴിലിടത്തിൽ ആർക്കൊക്കെ സഹായിക്കാനാകുമെന്നും ആർക്കൊക്കെ തിരിച്ച് സഹായം നൽകാനാകുമെന്നും കണ്ടെത്തുക. നിങ്ങളുടെ ബോസ്, സഹപ്രവർത്തകർ, കീഴിലുള്ളവർ

എന്നിവരുടെ ലിസ്റ്റ് തയ്യാറാക്കുക. നിങ്ങളുടെ ഉപഭോക്താക്കൾ, വിതരണക്കാർ, കച്ചവടക്കാർ, പണത്തിന്റെ സ്രോതസ്സ് എന്നിവയെക്കുറിച്ച് ലിസ്റ്റ് തയ്യാറാക്കുക.

ജീവിതത്തിൽ കാര്യമായ എന്തും നേടാൻ മറ്റുള്ളവരുടെ സഹായവും പിന്തുണയും അനിവാര്യമാണ്. മറ്റുള്ളവരെ സഹായിക്കുന്ന മനഃസ്ഥിതി വളർത്തിക്കൊണ്ടുവരാൻ ശ്രമിക്കുക. എന്നാലേ അവരുടെ പിന്തുണ ലഭിക്കുകയുള്ളൂ. അവരെ ഏതൊക്കെ സാഹചര്യങ്ങളിൽ സഹായിക്കാൻ കഴിയുമെന്ന് കണ്ടെത്തുക. അവരുടെ പിന്തുണയും സഹകരണവും ചോദിക്കാതെതന്നെ ലഭിക്കാൻ ഇതുമൂലമാകും.

കാര്യം നേടുക എന്ന തത്വം അനുസരിച്ച് ജീവിക്കുവരാണ് മിക്കവാറും ആളുകൾ. ഈ തത്വമനുസരിച്ച് ആളുകൾ എത്രയും വേഗം എളുപ്പത്തിൽ കാര്യങ്ങൾ നേടുക എന്ന് ചിന്തിക്കുന്നവരാണ്. ആ പ്രവൃത്തിയുടെ നീണ്ടകാല പ്രത്യാഘാതം മനസ്സിലാക്കാതെ അത് കണക്കിലെടുക്കാതെ പ്രവർത്തിക്കുന്നവരാകും.

മറ്റൊരുവിധത്തിൽ പറഞ്ഞാൽ ജനങ്ങൾ അവരുടെ കാര്യം എങ്ങനെ നന്നായി നടക്കും എന്ന് ചിന്തിക്കുന്നവരാകും. അവരെപ്പറ്റി മാത്രമാകും ചിന്ത. മിക്കവാറും സാഹചര്യങ്ങളിൽ അവരുടെ താൽപ്പര്യങ്ങൾക്ക് മാത്രമായിരിക്കും മുൻഗണന. മറ്റുള്ളവർ നിങ്ങളോട് സഹകരിച്ചാൽ അവർക്കെങ്ങനെ ഉപകാരപ്പെടും എന്നതിനെക്കുറിച്ച് ചിന്തിക്കുന്നതാകണം നിങ്ങളുടെ ജോലി. അതിലൂടെ വേണം നിങ്ങളുടെ ലക്ഷ്യം പൂർത്തീകരിക്കാൻ.

നിങ്ങളുടെ കുടുംബത്തിലെ അംഗങ്ങളുടെ സഹകരണവും പിന്തുണയും നിങ്ങൾക്കാവശ്യമാണ്. നീണ്ട ജോലികളിൽ ഏർപ്പെടുമ്പോഴും സാമ്പത്തിക ലക്ഷ്യത്തിനായി കഠിനമായി തുനിഞ്ഞിറങ്ങുമ്പോഴും കുടുംബാംഗങ്ങളോട് വിവരം ധരിപ്പിക്കുക. അവർക്ക് അതിൽനിന്ന് കിട്ടുന്ന ഗുണങ്ങൾ വിശദീകരിക്കുക. സാമ്പത്തിക ലക്ഷ്യം കൈവരിച്ചാലുള്ള സമ്മാനങ്ങൾ, നേട്ടങ്ങൾ, തുടങ്ങിയവ പ്ലാൻ ചെയ്യുക. നിങ്ങളുടെ സാമ്പത്തികലക്ഷ്യം കൈവരിക്കുന്നതിൽ മറ്റുള്ളവരെയെല്ലാം കൂടെ നിർത്തുന്നത് ഉറപ്പ് വരുത്തുക. മറ്റുള്ളവരുടെ സഹകരണം ലഭിക്കാൻ തുടർച്ചയായി ഓരോ വ്യക്തികളുടെയും ഇഷ്ടപെട്ട റേഡിയോ സ്റ്റേഷൻ (WIIFM– what's in it for me?) ട്യൂൺ ചെയ്തുകൊണ്ടിരിക്കുക. അതായത് ഇതിൽ നിന്ന് എനിക്കെന്താണ് ലഭിക്കുക? എന്ന്.

10. പ്ലാൻ ഉണ്ടാക്കുക: സഞ്ചരിക്കാൻ നിങ്ങൾക്കൊരു ട്രാക്ക് വേണം

എന്താണ് നിങ്ങൾക്ക് വേണ്ടതെന്നും എവിടെനിന്ന് തുടങ്ങേണ്ട തെന്നും ഓരോ ലക്ഷ്യവും എപ്പോഴാണ് നേടേണ്ടതെന്നും ഇപ്പോൾ നിങ്ങൾക്കറിയാം. നിങ്ങളുടെ മുന്നിൽ ഉണ്ടായേക്കാവുന്ന തടസ്സ ങ്ങൾ മറികടക്കുമെന്ന് തീരുമാനിച്ചു കഴിഞ്ഞു. അധികമായി വേണ്ട കഴിവുകളും അറിവുകളും നേടേണ്ടതിന്റെ പ്രാധാന്യം മനസ്സി ലാക്കി. ഏതൊക്കെ വ്യക്തികളുടെയും ഗ്രൂപ്പുകളുടെയും സഹ കരണം തേടേണ്ടതെന്ന് മനസ്സിലാക്കി. നിങ്ങളിപ്പോൾ ആക്ഷൻ പ്ലാൻ വികസിപ്പിക്കാൻ സജ്ജനാണ്.

മേൽപ്പറഞ്ഞ വിവരങ്ങളെ അടിസ്ഥാനമാക്കി നിങ്ങളുടെ സാമ്പ ത്തിക ലക്ഷ്യം നേടുന്നതിലെ ഓരോ സ്റ്റെപ്പുകളെയുംകുറിച്ച് ലിസ്റ്റ് തയ്യാറാക്കുക. അതിനെല്ലാം ഉചിതമായ ക്രമം ഉണ്ടായിരിക്കണം. എന്തു ചെയ്യുന്നതിനുംമുമ്പ് നിങ്ങളെന്തൊക്കെ ചെയ്യണം എന്ന തിൽ ഒരുക്കം വേണം. ഇതിന്റെ പ്രവർത്തനങ്ങൾ തുടങ്ങേണ്ടത് ആ ഓർഡർ അനുസരിച്ചായിരിക്കണം.

മുൻഗണന അനുസരിച്ചായിരിക്കണം ആ ലിസ്റ്റ് തയ്യാറേക്ക ണ്ടത്. 80/20 നിയമം അനുസരിച്ച് വേണം ഏതിനാണ് കൂടുതൽ പ്രാധാന്യമെന്നും ഏതിനാണ് കുറച്ച് പ്രാധാന്യമെന്നുമൊക്കെ ക്രമീകരിക്കാൻ. എല്ലാത്തിലും പ്രധാനപ്പെട്ടതായി ലിസ്റ്റ്ചെയ്ത കാര്യങ്ങൾ അച്ചടക്കത്തോടെ തുടങ്ങണം. അപ്രധാനമായ മറ്റ് കാര്യങ്ങൾ പിന്നീടത്തേക്ക് മാറ്റിവയ്ക്കുകയും വേണം.

ഇപ്പോൾ നിങ്ങൾക്കൊരു ലക്ഷ്യവും പ്ലാനുമുണ്ട്. മേൽപ്പറഞ്ഞ വിവരങ്ങൾ ശേഖരിച്ച് ചോദ്യങ്ങൾക്കുള്ള ഉത്തരങ്ങളിലൂടെ കടന്നു പോയി അതെല്ലാം പേപ്പറിൽ എഴുതിവെക്കുമ്പോൾ നിങ്ങളുടെ സാമ്പത്തിക ലക്ഷ്യം അതിവേഗം പൂർത്തീകരിക്കാനുള്ള സാധ്യത പത്തിരട്ടിയായി, ആയിരം ശതമാനത്തിലധികമായി ഉയർത്തു കയാണ്.

ഇപ്പോൾ നിങ്ങളുടെ മുന്നിൽ നിങ്ങളെ നയിക്കാനുള്ള റോഡ് മാപ്പും പട്ടികയും തയ്യാറാണ്. ഇതുവെച്ച് നിങ്ങളുടെ പ്രവർത്തന ങ്ങളും വിജയങ്ങളും താരതമ്യം ചെയ്യാനാകും.

സാമ്പത്തികലക്ഷ്യം ഉന്നമിട്ട് പ്രവർത്തിക്കാൻ തുടങ്ങുമ്പോൾ ആദ്യമെല്ലാം ഇത് വമ്പൻ ദൗത്യമായി തോന്നും. എന്നാൽ ദീർഘ കാല സാമ്പത്തിക ലക്ഷ്യത്തെ ചെറിയ തുണ്ടങ്ങളായി വിഭജിച്ചാൽ ദൗത്യം അതീവയാഥാർത്ഥ്യബോധമുള്ളതും വിശ്വാസയോഗ്യവും നേടാൻ കഴിയുമെന്ന തോന്നലുമുള്ളതാകും.

നിങ്ങൾക്ക് നിങ്ങളുടെ മൊത്തം ലക്ഷ്യം ഒറ്റയടിക്ക് നടപ്പാക്കാൻ സാധിക്കില്ല. എന്നാൽ അതിലേക്കായി ആദ്യ സ്റ്റെപ്പുവയ്ക്കാനാകും. അത് നിങ്ങളുടെ നടപ്പാക്കാനുള്ള മനസ്സാണ് സൂചിപ്പിക്കുക. ആദ്യ സ്റ്റെപ്പുവയ്ക്കുന്നത് എല്ലാം സാധ്യമാക്കുകയും ചെയ്യും.

11. സങ്കൽപ്പിക്കുക: നിങ്ങളുടെ ലക്ഷ്യം ഇതിനകം നിറവേറിയെന്ന രീതിയിൽ മനസ്സിൽ ചിത്രം വരച്ചിടുക

നിങ്ങൾ ലക്ഷ്യം നേടുംമുമ്പ് അതുകാണാൻ കഴിയണം. സാമ്പത്തിക സ്വാതന്ത്ര്യം നേടുമ്പോഴുള്ള കാര്യങ്ങൾ എത്ര വ്യക്തമായി മുൻകൂട്ടി കാണുന്നുവോ അത്രയും വ്യക്തതയിലും വേഗത്തിലും നിങ്ങൾ ലക്ഷ്യത്തോട് അടുക്കും. ലക്ഷ്യം അതിവേഗം നിങ്ങളിലേക്ക് അടുക്കുകയും ചെയ്യും.

നിങ്ങളുടെ സാമ്പത്തിക ലക്ഷ്യം കൈവരിക്കാൻ ഭാവനാലോകം വിപുലപ്പെടുത്തണം. അതിന് ചെയ്യാവുന്ന പല കാര്യങ്ങളുമുണ്ട്. സാമ്പത്തിക സ്വാതന്ത്ര്യ പോസ്റ്റർ ഉണ്ടാക്കുകയാണ് അതിലൊരു വഴി. വലിയൊരു പോസ്റ്റർ ബോർഡോ അല്ലെങ്കിൽ വൈറ്റ് ബോർഡോ സ്ഥാപിച്ച് അതിൽ നിങ്ങളുടെ ലക്ഷ്യം വരച്ചിടണം. ആ ബോർഡ് തുടർച്ചയായി കണ്ടുകൊണ്ടിരിക്കുകയും വേണം. നിങ്ങൾ ഇതിനകം സാമ്പത്തികമായി സ്വാതന്ത്ര്യം നേടിയാൽ എന്തൊക്കെ കാര്യങ്ങൾ നേടിയിട്ടുണ്ടാകുമോ അതിന്റെയെല്ലാം കട്ട്ഔട്ടുകൾ എടുത്ത് ബോർഡിൽ ഉൾപ്പെടുത്താനും ശ്രദ്ധിക്കണം.

വീടുകൾ, കാറുകൾ, ബോട്ടുകൾ, അവധികാല സ്ഥലങ്ങൾ, വസ്ത്രങ്ങൾ, ജുവൽറി, ഫർണീച്ചർ, തുടങ്ങി നിങ്ങൾ ആഗ്രഹിക്കുന്ന കാര്യങ്ങളുടെയെല്ലാം കട്ട്ഔട്ട് ചിത്രങ്ങൾ ബോർഡിൽ ഒരുക്കണം. നിങ്ങൾക്ക് സമീപഭാവിയിൽ സാമ്പത്തികപരിമിതികളൊന്നും ഇല്ലെങ്കിൽ എന്തെല്ലാം സ്വന്തമാക്കണം അതിന്റെയെല്ലാം ചിത്രങ്ങൾ ബോർഡിൽ സ്ഥാപിക്കണം. ആ പോസ്റ്ററിന് നടുവിൽ നിങ്ങളുടെയോ അല്ലെങ്കിൽ നിങ്ങളും കുടുംബാംഗങ്ങളും ഒത്ത് നിൽക്കുന്നതോ ആയ ചിത്രം സ്ഥാപിക്കണം. ഇതിന് ചുറ്റും വേണം നിങ്ങൾ സ്വന്തമാക്കാൻ ആഗ്രഹിക്കുന്ന കാര്യങ്ങളുടെ ചിത്രങ്ങൾ സ്ഥാപിക്കാൻ. ഈ ഫോട്ടോഗ്രാഫുകൾ തുടർച്ചയായി കണ്ടുകൊണ്ടിരിക്കണം. പോസ്റ്ററിൽ സ്ഥാപിച്ച കാര്യങ്ങളെല്ലാം ആത്യന്തികമായി നിങ്ങൾക്ക് നേടാൻ കഴിയുമെന്ന് സങ്കൽപ്പിക്കുക. ഇതൊക്കെ യാഥാർത്ഥ്യമാകാൻ അധികകാലമൊന്നും വേണ്ട. പോസ്റ്ററിൽ സ്ഥാപിച്ച ആ വീട് സ്വന്തമാക്കുമ്പോഴുള്ള സന്തോഷം സങ്കൽപ്പിച്ച്

നോക്കുക. അല്ലെങ്കിൽ ആഗ്രഹിച്ച അവധികാല യാത്ര മുൻകൂട്ടി കണ്ടുനോക്കുക. ആ ചിത്രങ്ങളിലൂടെ നിങ്ങളുടെ കണ്ണുകൾ ശാന്തമായി ചുറ്റി സഞ്ചരിക്കട്ടെ. എല്ലാം അതാതിന്റെ സമയത്തിൽ നടപ്പാകുമെന്ന മനോഭാവം നിങ്ങളുടെ ഉള്ളിന്റെയുള്ളിൽ വളർത്തുക.

12. അചഞ്ചലമായി സ്ഥിരോത്സാഹത്തോടെ നിലകൊള്ളുക: നിങ്ങളൊരിക്കലും ലക്ഷ്യം ഉപേക്ഷിക്കില്ലെന്ന് ദൃഢപ്രതിജ്ഞ ചെയ്യുക

ഒരിക്കൽ നിങ്ങൾ സാമ്പത്തികലക്ഷ്യത്തെക്കുറിച്ച് വ്യക്തമായ തീരുമാനമെടുത്താൽ വിജയം കാണുംവരെ അതിൽനിന്ന് പിന്മാറില്ലെന്ന് മുൻകൂറായി ഉറച്ച തീരുമാനമെടുക്കുക. നിങ്ങളുടെ സാമ്പത്തിക ലക്ഷ്യം കൈവരിക്കുംവരെ എന്തും നേരിടുമെന്ന പ്രതിജ്ഞയെടുക്കുക. സാമ്പത്തികലക്ഷ്യം നേടുന്നതിൽ വിജയം കാണുംവരെ എല്ലാ പ്രശ്നങ്ങളും തിരിച്ചടികളും ബുദ്ധിമുട്ടുകളും പ്രതിസന്ധികളും തരണം ചെയ്യുമെന്ന് തീരുമാനമെടുക്കുക.

നിങ്ങളൊരു കാര്യം ഓർക്കണം. നിങ്ങൾ വലിയ ലക്ഷ്യം, അല്ലെങ്കിൽ ലക്ഷ്യങ്ങൾ ഒരുക്കുമ്പോൾ കൂടെ തിരിച്ചടികളും ഉണ്ടാകും. താൽക്കാലികപരാജയവും ഉണ്ടായേക്കാം. ഇതൊക്കെ ഇതിനൊപ്പം പറഞ്ഞിട്ടുള്ളതാണ്. ഇത്തരം തിരിച്ചടികളും പരാജയങ്ങളും കൂടാതെ വിജയിക്കുക അസാധ്യമാണ്.

എന്നിരുന്നാലും ഓരോ തിരിച്ചടികളിലും തടസ്സങ്ങളിലും തുല്യമായതോ അതിലുമധികമോ ഗുണങ്ങളുടെയോ ആനുകൂല്യങ്ങളുടെയോ വിത്തുകളും ഉണ്ടായിരിക്കുമെന്ന് മനസ്സിലാക്കണം. നിങ്ങൾ നേരിടുന്ന ഓരോ ബുദ്ധിമുട്ടിലും പ്രശ്നത്തിലും ഓരോ പാഠം ഉൾക്കൊണ്ടിട്ടുണ്ട്. ഒരിക്കലത് മനസ്സിലാക്കിയാൽ ഭാവിയിൽ ലക്ഷ്യം കൂടുതൽ ഉറപ്പായി നേടാം. പ്രശ്നത്തെ ബുദ്ധിമുട്ടായി കാണാതെ അത് തരുന്ന പാഠം ഉൾക്കൊള്ളാൻ ശ്രമിക്കണം. അത്തരം തടസ്സങ്ങൾ നിങ്ങളെ എങ്ങനെ പിന്നോട്ടടിക്കുമെന്ന് നോക്കണം.

നിങ്ങൾക്ക് നേടാനാകുന്നതിൽ പരിമിതികളൊന്നുമില്ല. നിങ്ങൾ തന്നെ നിങ്ങളുടെ മനസ്സിൽ സൃഷ്ടിക്കുന്ന പരിമിതികൾ മാത്രമാണ് അതിനൊരു അപവാദം. ബുദ്ധിമുട്ടുകൾ തടസ്സപ്പെടുത്താനല്ല, പഠിപ്പിക്കാനാണ്. എല്ലാ അനുഭവങ്ങളിൽനിന്നും പാഠം ഉൾക്കൊള്ളുമെന്ന് മുൻകൂറായി പ്രതിജ്ഞ ചെയ്ത് മുന്നേറിയാൽ ആത്യന്തികമായ സാമ്പത്തിക വിജയം സംഭവിക്കുമെന്ന് തീർച്ചയാണ്. അനിവാര്യമായി അത് സംഭവിക്കും.

നിങ്ങളുടെ എല്ലാ സാമ്പത്തിക ലക്ഷ്യങ്ങളും നേടുക

1. നിങ്ങളുടെ കൃത്യമായ പരമമൂല്യം തീരുമാനിക്കുക. എവിടെ നിന്ന് തുടങ്ങണം എന്നതിന് അതോടെ ഉത്തരം ലഭിക്കും.
2. ഓരോ മണിക്കൂറിൽ, അടുത്ത ഒന്ന്, രണ്ട്, മൂന്ന്, നാല്, അഞ്ച് വർഷങ്ങളിൽ എത്രയാണ് കൃത്യമായി സമ്പാദിക്കേണ്ടത് എന്നത് തീരുമാനിക്കുക.
3. നിങ്ങൾ സമ്പാദിക്കുന്നതിനേക്കാൾക്കുറച്ച് ചെലവിട്ട് എങ്ങനെ നിങ്ങളുടെ കടങ്ങളിൽനിന്ന് പുറത്ത് കടക്കാമെന്നുള്ള പ്ലാൻ തയ്യാറാക്കുക.
4. നിങ്ങൾക്കൊരു വരുമാനവുമില്ലാത്ത അവസ്ഥയിൽ ഒരു മാസത്തിൽ സുഖമായി ജീവിക്കാൻ എത്രതുക വേണമെന്ന് തീരുമാനിക്കുക. ആ നമ്പർ നിങ്ങളുടെ സാമ്പത്തിക ആസൂത്രണത്തിന് വിനിയോഗിക്കുക.
5. പണത്തെപ്പറ്റി കൂടുതൽ പഠിക്കുകയും വിവരം നേടുകയും ചെയ്യുക. എങ്ങനെ കൂടുതൽ പണം കണ്ടെത്താം. എങ്ങനെ പണം നേടുന്നത് വളർത്തിക്കൊണ്ട് വരാം?
6. വിജയം കണ്ടവരോട് അഭിപ്രായം തേടുക. ബിസിനസ്സിലോ റിയൽ എസ്റ്റേറ്റിലോ നിങ്ങളുടെ പണം നിക്ഷേപിക്കുന്നതിനു മുമ്പ് പ്രത്യേകിച്ചും.
7. ഇനിയുള്ള നിങ്ങളുടെ പ്രവർത്തനകാലയളവിൽ നിങ്ങളുടെ വരുമാനത്തിന്റെ പത്ത് മുതൽ ഇരുപത് ശതമാനംവരെ മിച്ചം പിടിക്കുമെന്ന ലക്ഷ്യം സെറ്റ് ചെയ്യുക. സാമ്പത്തിക സ്വാതന്ത്ര്യത്തിന് മുന്തിയ പരിഗണന നൽകുക.

10

നിങ്ങളുടെ മേഖലയിൽ മിടുക്കനാകുക

കൂടുതൽ ഫലവത്തായ മേഖലകളിൽ വിജയത്തെക്കുറിച്ച് ചിന്തിക്കുകയും സ്വപ്നം കാണുകയും ചെയ്യുന്ന സാധാരണ ക്കാരൻ മാത്രമാണ് അസാധാരണ മനുഷ്യൻ.

മെൽവിൻ പവേഴ്സ്

വട്ടാളത്തിലേക്കുള്ള തിരഞ്ഞെടുപ്പ് പോസ്റ്റർപോലെ നിങ്ങളുടെ ലക്ഷ്യങ്ങളിലൊന്ന്, നിങ്ങൾക്ക് ആകാവുന്നിടത്തോളം ആയി ത്തീരുക എന്നതായിരിക്കണം. മികച്ച പ്രകടനത്തിനാണ് വിപണി മികച്ച പ്രതിഫലവും നൽകുക. ശരാശരി പ്രകടനത്തിന് ശരാശരി പ്രതിഫലമേ ലഭിക്കൂ. ശരാശരിയേക്കാൾ താഴ്ന്ന പ്രകടനത്തിന് അതിനനുസരിച്ചുള്ള കുറഞ്ഞ പ്രതിഫലവും ലഭിക്കും.

നമ്മളുടെ സാമ്പത്തിക സംവിധാനമനുസരിച്ച് നിങ്ങളുടെ വരു മാനം മൂന്ന് ഘടകങ്ങൾ തീരുമാനിക്കും. ഒന്നാമത്, എന്താണ് നിങ്ങൾ ചെയ്യുന്നത്? എത്ര ഭംഗിയായി നിങ്ങളത് ചെയ്യുന്നു, നിങ്ങൾക്കുപകരം ആളെവയ്ക്കുന്നതിൽ എന്തുമാത്രം ബുദ്ധിമുട്ട് ഉണ്ട്? ഇതാണ് ആ മൂന്ന് ചോദ്യങ്ങൾ.

വിജയം കണ്ട വ്യക്തികളിൽ പൊതുവായി ഒരു ഗുണം കണ്ടു വരാറുണ്ട്. ജോലിയിൽ പ്രത്യേകഘട്ടത്തിൽ അവർ മിന്നുന്ന പ്രക ടനം മാത്രം ലക്ഷ്യംവെച്ച് പ്രവർത്തിക്കാൻ തുടങ്ങും. അവർക്ക് ചെയ്യാൻ കഴിയുന്നതിലെ ഏറ്റവും ബെസ്റ്റ് മാത്രം ചെയ്യുമെന്ന് അവർ തീരുമാനിക്കും. അവർ തിരഞ്ഞെടുത്ത മേഖലയിലെ വളരെ മികച്ച പ്രകടനത്തിനായി എന്തുവില കൊടുക്കാനും അവർ തയ്യാ റാണ്. എന്ത് ത്യാഗം അനുഷ്ഠിക്കാനും ആവശ്യമായ എത്രസമയം വേണമെങ്കിലും മാറ്റിവെക്കാനും അവർ തയ്യാറാകുന്നു. ഈ തീരു മാനത്തിന്റെ ഫലമായി അവർ സാധാരണക്കാരിൽനിന്ന് ഉയരും. കൂടുതൽ വരുമാനം നേടുന്നവരുടെ ഗണത്തിലേക്ക് അവർ ഉയരും. ഈ തീരുമാനമെടുക്കാത്തവരേക്കാൾ മൂന്നോ നാലോ അഞ്ചോ പത്തോ ഇരട്ടിവരെ സമ്പാദിക്കാൻ ഇവർക്ക് കഴിയുന്നു.

80/20 നിയമം വീണ്ടും

വളരെമുമ്പ് ഞാൻ വിൽപ്പനരംഗത്ത് കരിയർ തുടങ്ങുമ്പോൾ ആരോ ഒരാൾ 80/20 എന്ന നിയമം വിൽപ്പനരംഗത്തും പ്രയോഗിക്കാമെന്ന് പറഞ്ഞുതന്നു. വിൽപ്പനരംഗത്തുള്ള ഇരുപത് ശതമാനം പേർ ആ മേഖലയിലെ എൺപത് ശതമാനം പണവും നേടുന്നതായി അയാൾ പറഞ്ഞു. അതിനർത്ഥം വിൽപ്പനരംഗത്തെ എൺപത് ശതമാനം പേർ മൊത്തം തുകയിലെ ഇരുപത് ശതമാനം പണമേ നേടുന്നുള്ളൂ. അതുതന്നെ അവർക്കിടയിൽ പങ്കുവെയ്ക്കുകയും വേണം. ആ ഒറ്റ പോയിന്റിലാണ് വർഷങ്ങൾക്കുമുമ്പ് ഞാനാ തീരുമാനമെടുത്തത്. ഞാൻ എൺപത് ശതമാനം പേരുടെ ഗ്രൂപ്പിൽ ചേരില്ല. എനിക്ക് ഇഷ്ടം ഇരുപത് ശതമാനം പേർക്കിടയിൽ പ്രവർത്തിക്കാനാണ്. ആ തീരുമാനം എന്റെ ജീവിതം എക്കാലത്തേക്കുമായി മാറ്റിമറിച്ചു.

എന്റെ ബാല്യം കഷ്ടപ്പാട് നിറഞ്ഞതായിരുന്നു. സ്കൂളിൽ വളരെ മോശം മാർക്കായിരുന്നു എനിക്ക് കിട്ടിയിരുന്നത്. വളരെ കുറഞ്ഞ ആത്മവിശ്വാസത്തോടെയും മോശം പ്രതിച്ഛായയോടെയും കൂടെയാണ് ഞാൻ വളർന്നത്. ഞാനെന്തെങ്കിലും കാര്യത്തിൽ നന്നാകുമെന്ന് എനിക്ക് വിശ്വാസമുണ്ടായിരുന്നില്ല. ഞാനെന്തെങ്കിലും ശ്രമിക്കുകയും അതിൽ മികച്ച ഫലം ഉണ്ടാവുകയും ചെയ്താൽ അത് തികച്ചും യാദൃച്ഛികമെന്നോ ആകസ്മികമായി സംഭവിച്ചതെന്നോ കരുതാനായിരുന്നു ഞാനിഷ്ടപ്പെട്ടത്. എന്റെ ജോലിയിൽ വർഷങ്ങളോളം ഞാൻ വെറും ശരാശരിക്കാരൻ മാത്രമെന്നായിരുന്നു എന്റെ വിലയിരുത്തൽ.

മഹത്വമുള്ള ഉൾക്കാഴ്ച

അങ്ങനെയിരിക്കെ എനിക്ക് പെട്ടെന്ന് ഉൾവിളിയുണ്ടായി. ഏറ്റവും മുകൾത്തട്ടിലെ പത്തുശതമാനത്തിൽ ഇപ്പോഴുള്ളവർ മുമ്പ് ഏറ്റവും താഴെത്തട്ടിലെ പത്ത് ശതമാനത്തിൽ കഴിഞ്ഞവരാണ്. ഇപ്പോൾ ഭംഗിയായി പ്രവർത്തിക്കുന്നവരെല്ലാം മുമ്പ് മോശം അവസ്ഥയിൽ ആയിരുന്നവരാണ്. ജീവിതത്തിന്റെ മുൻനിരയിൽ സ്ഥാനം പിടിച്ചിരുന്നവർ ഒരിക്കൽ വരിയുടെ അവസാനക്കാരായിരുന്നു. മറ്റുള്ളവർക്ക് ഇങ്ങനെ മാറാൻ കഴിയുമെങ്കിൽ എനിക്കും സാധിക്കുമെന്ന തിരിച്ചറിവ് എനിക്കുണ്ടായി എന്നതാണ് പ്രധാനം. ഇത് എല്ലാ കാര്യത്തിലും സത്യമായി മാറി. ആരും നിങ്ങളേക്കാൾ മികച്ചവരല്ല. ആരും നിങ്ങളേക്കാൾ മിടുക്കന്മാരും അല്ല. ഓരോ മനുഷ്യനും വ്യത്യസ്ത മേഖലകളിൽ മിടുക്കന്മാരായിരിക്കും. ഇതിനൊപ്പം ഒരു

കാര്യം. എല്ലാ ബിസിനസ് കഴിവുകളും നേടാവുന്നതാണ്. ബിസിനസ്സിന്റെ ഏതെങ്കിലും മേഖലയിൽ കൂടുതൽ മികവോടെ പ്രവർത്തിക്കുന്നവരെ ശ്രദ്ധിച്ചിട്ടുണ്ടോ? അത്യാവശ്യം വേണ്ട കഴിവുകൾ നേടിയവരായിരിക്കും അവർ. ഒപ്പം മറ്റ് കഴിവുകളും അവർ നിങ്ങൾക്കുമുമ്പേ സമ്പാദിച്ചിരിക്കും. മറ്റുള്ളവർ നേടിയത് നിങ്ങൾ നേടിയിട്ടില്ലെങ്കിൽ അതിന് വളരെ ലളിതമായ ഒരർത്ഥമേയുള്ളൂ. നിങ്ങൾ ആ കഴിവ് ഇതുവരെ നേടിയിട്ടില്ല.

സ്വയം വികസനത്തിനുള്ള ദൃഢമായ നിയമം

ഇവിടെ എനിക്ക് മറ്റൊരു തിരിച്ചറിവ് ലഭിച്ചു. നിങ്ങൾക്കായി വേണ്ട എന്തും നിങ്ങൾക്ക് നേടാനാകും. നിങ്ങൾക്ക് എന്തും പഠിക്കാനാകും. നിങ്ങളുടെ ലക്ഷ്യം കാണുന്നതിനായി വേണ്ടുന്ന എന്തും നിങ്ങൾക്ക് നേടാനാകും. അതിൽ യാതൊരു പരിമിതികളും ഇല്ല. നിങ്ങൾ മനസ്സിൽ കുറിക്കുന്ന പരിമിതികൾ മാത്രമാണ് അതിനൊരു അപവാദം. ഏറ്റവും മികച്ച പത്ത് ശതമാന ഗ്രൂപ്പിൽ നിങ്ങൾക്ക് എത്തണം എന്ന് നിങ്ങൾ തീരുമാനിക്കുകയാണെങ്കിൽ ഈ ഭൂമിയിലെ ഒരു ശക്തിക്കും നിങ്ങളെ തടയാനാകില്ല.

നിങ്ങളുടെ നെഗറ്റീവ് ചിന്തകൾ

മറ്റൊരു രീതിയിൽ പറഞ്ഞാൽ നിങ്ങൾ മാത്രമാണ് അത് നേടുന്നതിന് തടസ്സമാകുന്നുള്ളു.

അത് എളുപ്പമാണോ? ഒരിക്കലുമല്ല. ഈ പുസ്തകത്തിൽ പറയുന്ന കാര്യങ്ങൾ എളുപ്പം ചെയ്യാനാകുന്നതാണെന്ന് ഞാനൊരിക്കലും വാഗ്ദാനം ചെയ്യുകയില്ല. എല്ലാ കാര്യങ്ങളും നേടുന്നതിന് ഒരുപാട് സമയമെടുക്കാം. ഒരുപാട് കാര്യങ്ങൾ ചെയ്താൽ മാത്രമേ അതെല്ലാം പൂർത്തീകരിക്കാനാകൂ. എന്നാൽ എന്തായാലും നിങ്ങൾക്കത് വേണമെന്ന മനോഭാവവും നീണ്ടകാലം അതിനായി പ്രവർത്തിക്കാനുള്ള മനസ്സുമുണ്ടെങ്കിൽ ഇതെല്ലാം സാധ്യമാണ്. ഇതാണ് ലക്ഷ്യപൂർത്തീകരണത്തിന് ആവശ്യമായുള്ളത്. നിങ്ങൾ മുമ്പ് നേടാത്തത് ഇപ്പോൾ നേടണമെന്നുണ്ടെങ്കിൽ നിങ്ങൾ ഉറപ്പായും മുമ്പില്ലാത്ത ആളായി മാറണം എന്നാണ് മോട്ടിവേഷണൽ സ്പീക്കർ ലെസ് ബ്രൗൺ പറഞ്ഞിട്ടുള്ളത്. നിങ്ങൾക്ക് കൂടുതലായി വേണമെന്നുണ്ടെങ്കിൽ നിങ്ങളാദ്യം കൂടുതലായി മാറണമെന്നാണ് ജർമൻ തത്വചിന്തകനായ യൊഹാൻ വൂൾഫ്ഗാംഗ് വോ ഗോയ്ഥെ പറഞ്ഞിട്ടുള്ളത്.

നിങ്ങളുടെ മേഖലയിൽ ഏറ്റവും മികച്ച വ്യക്തികളായി ഉയരണമെന്ന് ഒരിക്കൽ നിങ്ങൾ തീരുമാനിച്ചാൽ ചോദിക്കേണ്ട ചോദ്യ

മിതാണ്. ഞാനെങ്ങനെ അത് നേടും? താഴേത്തട്ടിൽ നിന്ന് ആയിരക്കണക്കിന്, എന്തിന് ദശലക്ഷകണക്കിന് പേർ ഉയർന്ന് വന്നിട്ടുള്ളത് നിങ്ങൾക്കും അതിന് സാധിക്കുമെന്നതിന് തെളിവാണ്. നിങ്ങൾക്കുള്ളപോലെ നൈസർഗ്ഗികമായ കഴിവുകളും ശേഷിയും ഇവരിൽ കൂടുതൽ പേർക്കും ഉണ്ടാകണമെന്നില്ല. കൂടുതൽ മികവിലേക്കും വിജയത്തിലേക്കും ഉയരാൻ ജന്മനായുള്ള കഴിവിനേക്കാൾ പ്രതിബദ്ധതയും കഠിനാധ്വാനവുമാണ് വേണ്ടതെന്നാണ് മിക്കവരുടെയും ജീവിതം തെളിയിക്കുക.

വിജയത്തിന് വിദ്യാഭ്യാസം അനിവാര്യമാണോ?

വർഷങ്ങൾക്കുമുമ്പ് ഫോബ്സ് മാസിക അമേരിക്കയിലെ ഏറ്റവും ധനികരായ നാനൂറ് പുരുഷന്മാരെയും വനിതകളെയും കുറിച്ച് വിശകലനം നടത്തി. വളരെ രസകരമായ ചില കണ്ടെത്തലുകളാണ് വിശകലനത്തിൽ വ്യക്തമായത്. ഹൈസ്കൂൾ വിദ്യാഭ്യാസം പൂർത്തിയാക്കാതെ ഇടയ്ക്ക് കൊഴിഞ്ഞുപോയ ഒരാൾ ഫോബ്സ് 400-ൽ ഇടം പിടിച്ചിട്ടുണ്ടെങ്കിൽ അയാൾ കോളേജ്, യൂണിവേഴ്സിറ്റി വിദ്യാഭ്യാസം പൂർത്തിയാക്കിയവരേക്കാൾ ശരാശരി 333 ദശലക്ഷം ഡോളർ കൂടുതൽ മൂല്യമുള്ളവരെന്നാണ് കണ്ടെത്തൽ.

പലരും വിചാരിച്ചിരിക്കുന്നത് സ്കൂളിൽ നല്ല ഗ്രേഡ് കിട്ടിയില്ലെങ്കിൽ പിന്നീടുള്ള ജീവിതത്തിലൊരിക്കലും വലിയ വിജയങ്ങൾ നേടാനാകില്ലെന്നാണ്. അവർ എക്കാലവും പരാജയം രുചിക്കുന്നവരെന്നാണ് പലരും വിലയിരുത്തിയിട്ടുള്ളത്. എന്നാൽ സത്യം മറിച്ചാണ്. അമേരിക്കയിലെ സമ്പന്നന്മാരിൽ പലരും സ്കൂളിൽ മോശം പ്രകടനം കാഴ്ചവെച്ചവരാണ്.

ഈ ചോദ്യം ഓർക്കുക. എങ്ങനെയാണ് ആനയെ ഭക്ഷിക്കുക? ഉത്തരമിതാണ്. ഒറ്റസമയം ഒരു കടി. അങ്ങനെയാണ് ആനയെ മൊത്തം ഭക്ഷിക്കുക. മൊത്തമായല്ല കഴിക്കുക. നിങ്ങൾ ചെയ്യുന്നതിലും കൂടുതൽ മികവ് കൈവരിക്കുന്നതും ഇങ്ങനെ തന്നെ. ഒറ്റസമയം ഒരു ചുവട്, ഏതെങ്കിലും ഒരു കഴിവ്, ഒരു ചെറിയ മെച്ചപ്പെടുത്തൽ. ഇതുമതിയാകും മുകളിലേക്ക് ഉയരാൻ.

നിങ്ങൾ മൂല്യമേറുന്ന ആസ്തിയോ അതോ മൂല്യം നശിക്കുന്ന ആസ്തിയോ?

നിങ്ങളുടെ നിലവിലുള്ള അറിവും ശേഷിയും മുമ്പൊരിക്കലുമില്ലാത്തവിധം വേഗത്തിൽ കാലഹരണപ്പെട്ട് വരികയാണ്. നിങ്ങ

ളുടെ മനോഭാവമനുസരിച്ചായിരിക്കും ഇത് സംഭവിക്കുക. നിങ്ങളുടെ കഴിവുകൾ നശിക്കാൻ അനുവദിച്ചുകൊടുക്കുകയാണെങ്കിൽ അതങ്ങനെ തന്നെ സംഭവിക്കും. മൂല്യം നശിക്കുന്ന ആസ്തിയായി മാറും. അതല്ല കഴിവുകളും ശേഷിയും വളർത്തിക്കൊണ്ടുവരികയാണെങ്കിൽ നിങ്ങൾ മൂല്യമേറുന്ന ആസ്തിയായി മാറും. ഇത് നിങ്ങളുടെ തിരഞ്ഞെടുപ്പാണ്. ഓരോ ദിവസവും നിങ്ങൾ ഉയർച്ചക്കായി ശ്രമിക്കുകയാണെങ്കിൽ മൂല്യമേറും. പരാജയപ്പെടുകയാണെങ്കിൽ മൂല്യം നശിച്ച ആസ്തിയായി മാറും.

ഇതിനോട് ബന്ധപ്പെട്ട ഒരു നല്ല കാര്യം പറയട്ടെ, നിങ്ങളുടെ മേഖലയിൽ നിങ്ങൾ ഏറ്റവും മികച്ച വ്യക്തികളിലൊരാളാകാൻ തീവ്രമായി പരിശ്രമിക്കുകയാണെങ്കിൽ നിങ്ങളൊരു മത്സരയോട്ടത്തിലാണെന്ന് പറയാം. ഈ മത്സരത്തിൽ നിങ്ങൾ മാത്രമാണ് യഥാർത്ഥത്തിൽ ഓടാനായിട്ടുള്ളൂ. ആ മത്സരത്തിൽ അതിവേഗം നിങ്ങൾ മുന്നിലെത്തും. നിങ്ങളുടെ എതിരാളികളിൽ ഭൂരിഭാഗവും വെറുതെ ലാത്തിയടിച്ച് നടക്കുകയായിരിക്കും. അവരുടെ ജോലിയോട് ബന്ധപ്പെട്ട കാര്യങ്ങൾ മാത്രമായിരിക്കും അവർ ചെയ്യുന്നുണ്ടാകുക. ജോലിയിൽ ഉയർന്ന മികവ് സമ്പാദിക്കുക എന്നത് അവർ വലിയ കാര്യമായി എടുക്കുന്നുണ്ടാകില്ല.

എന്തൊക്കെ അറിവുകൾ നേടണമെന്ന് കണ്ടെത്തുക

ചില ചോദ്യങ്ങൾ ചോദിച്ചുകൊണ്ടായിരിക്കണം നിങ്ങൾ യാത്ര തുടങ്ങേണ്ടത്. എന്ത് അധിക അറിവുകൾ, കഴിവുകൾ, വിവരങ്ങൾ ആണ് നിങ്ങളുടെ മേഖലയിൽ അടുത്ത മാസങ്ങളിൽ, വർഷത്തിൽ നേടേണ്ടത്?

അടുത്ത മൂന്ന് മുതൽ അഞ്ച് വർഷത്തേക്കുള്ള ജീവിതം മുന്നിൽ കാണുക. നിങ്ങൾ നിങ്ങളുടെ ജോലിയിൽ ഏറ്റവും കൂടുതൽ ശമ്പളം വാങ്ങുന്ന വ്യക്തിയായി സങ്കൽപ്പിക്കുക. അതിന് എന്താണ് സംഭവിക്കേണ്ടത്? എന്താണ് നിങ്ങൾ ചെയ്യേണ്ടത്? എന്ത് അറിവുകളാണ് നേടേണ്ടത്? ഒരു പ്രത്യേകപോയിന്റിലെത്താൻ എന്തൊക്കെ പൂർത്തിയാക്കണം? നിങ്ങളുടെ മേഖലയിൽ എന്ത് കഴിവുകളിലാണ് നിങ്ങൾ കൂടുതൽ മിടുക്കനാകേണ്ടത്?

പറ്റിയ തൊഴിലിനുവേണ്ടി നീങ്ങുക

എനിക്ക് വക്കീലായ സുഹൃത്തുണ്ടായിരുന്നു. ചെറിയ സ്ഥാപനത്തിൽ ജോലി. അയാളുടെ അച്ഛനും വക്കീലായിരുന്നു. അങ്ങനെയാണ് വക്കീൽ പണി തന്നെ മകനും തിരഞ്ഞെടുക്കേണ്ടിവന്നത്.

വക്കീൽ വിദ്യാഭ്യാസത്തിനുശേഷം ഇരുപതാം വയസ്സിൽ ഇദ്ദേഹം കൂട്ടുകാർക്കിടയിലും മറ്റും വക്കീൽ വേഷം കെട്ടി, പ്രാക്ടീസും തുടങ്ങി. എന്നാൽ അധികം വൈകാതെ നിയമം തന്റെ മാർഗ്ഗമല്ലെന്ന് അയാൾ തിരിച്ചറിഞ്ഞു. പകരം ബിസിനസ്സിൽ കരിയർ കണ്ടെത്താൻ തീരുമാനിച്ചു. ഈ സമയം ഇദ്ദേഹത്തിന് ഇരുപത്താറ് വയസ്സായി. ഈ സമയത്ത് വലിയ വെല്ലുവിളികളാണ് ഇദ്ദേഹത്തിന് നേരിടേണ്ടി യിരുന്നത്. തന്റെ എല്ലാ വിഭവങ്ങളും ഒത്തുകൂട്ടി ഒറ്റകാര്യത്തിൽ ശ്രദ്ധ കേന്ദ്രീകരിച്ചു. ഹാർവാർഡ് യൂണിവേഴ്സിറ്റിയിൽ എം.ബി.എ. പഠിക്കുക, ഇതായിരുന്നു ലക്ഷ്യം. രണ്ടുവർഷം അതിനായി പരി ശ്രമിച്ചു. ഒടുവിൽ വിജയം കണ്ടു. പഠനം പൂർത്തിയാക്കാൻ വീണ്ടും രണ്ടുവർഷം കൂടിയെടുത്തു. അങ്ങനെ പ്രശസ്തമായ ഹാർവാർഡ് യൂണിവേഴ്സിറ്റിയിൽനിന്ന് എം.ബി.എ. പൂർത്തിയാക്കി പുറത്തി റങ്ങി. തുടർന്ന് സ്വദേശത്തേക്കുമടങ്ങി. പല ജോലികളുടെയും ഇന്റർവ്യൂവിൽ പങ്കെടുത്തു. ഒടുവിൽ കുതിപ്പിനൊരുങ്ങുന്ന എയർ ലൈൻ കമ്പനിയിൽ മാനേജ്മെന്റ് വിഭാഗത്തിൽ തുടക്കക്കാര നായി ജോലിയിൽ പ്രവേശിച്ചു. അത് ഉചിതമായ തൊഴിൽ പ്രവേശം തന്നെയായിരുന്നു. പത്തുവർഷത്തിനുള്ളിൽ ആ എയർലൈനിന്റെ പ്രസിഡന്റായി അദ്ദേഹം ഉയർന്നു. കുറച്ച് വർഷങ്ങൾക്കുമുമ്പ് തന്റെ യൊപ്പം പ്രവർത്തിച്ചിരുന്ന എല്ലാ വക്കീലന്മാരേക്കാളും പത്തിരട്ടി കൂടുതൽ സമ്പാദ്യവുമുണ്ടായി. ആ രാജ്യത്തെ പ്രമുഖ കമ്പനിയുടെ തലപ്പത്തേക്ക് ഉയർന്ന ഏറ്റവും ചെറുപ്പം നിറഞ്ഞ വ്യക്തിയായി അദ്ദേഹം. ഏറ്റവും ബഹുമാനം പിടിച്ചുപറ്റിയ എക്സിക്യൂട്ടീവുമായി മാറി. നിങ്ങൾ കൂടുതൽ വളരുമ്പോഴും പക്വത പ്രാപിക്കുമ്പോഴും നിങ്ങൾ കരിയർ മാറേണ്ടിവരുമെന്നത് ഏറെക്കുറെ അനിവാര്യമായ കാര്യമാണ്. വരുംവർഷങ്ങളിൽ നിങ്ങൾ ആഗ്രഹിക്കുന്ന തരത്തിൽ സമ്പാദിക്കുന്നതിനായി നിങ്ങൾ തുടർച്ചയായി വീക്ഷിച്ചുകൊണ്ടി രിക്കണം. എന്തുതരത്തിലുള്ള കഴിവുകളും ശേഷിയുമാണ് അതി നായി നേടേണ്ടതെന്ന് എപ്പോഴും ആലോചിക്കുകയും വേണം.

ഫലം കണ്ടെത്തുന്ന സുപ്രധാന മേഖലകൾ കണ്ടെത്തുക

മുമ്പ് പരാമർശിച്ചപോലെ എല്ലാ ജോലിയും ഫലം കണ്ടെത്തുന്ന അഞ്ചുമുതൽ ഏഴുവരെയുള്ള ഘടകങ്ങൾ അടങ്ങിയതായിരിക്കും. ഉദാഹരണത്തിന് വിൽപ്പനമേഖലയിൽ ആദ്യം വേണ്ടത് ദൂരക്കാഴ്ച യാണ്. രണ്ടാമത് മറ്റുള്ളവരുമായി യോജിപ്പും പിന്തുണയും കണ്ടെ ത്തുക എന്നതാണ്. മൂന്നാമത് ആവശ്യം കണ്ടെത്തുക എന്നതാണ്.

പ്രശ്നപരിഹാരം അവതരിപ്പിക്കുക എന്നത് നാലാമത്തെ ഘടകമാണ്. എതിർപ്പുകളിൽ ഉത്തരം പറയുക എന്നത് അഞ്ചാമത്തേതും വിൽപ്പന നടത്തുക എന്നത് ആറാമത്തേതുമാണ്. സംതൃപ്തരായ ഉപഭോക്താക്കളിൽനിന്ന് വീണ്ടും വിൽപ്പനയും മറ്റുള്ളവരിലേക്ക് ശുപാർശയും നേടുക എന്നത് അവസാന ഘടകവുമാണ്. ഓരോ ഘടകങ്ങളുടെയും പ്രവർത്തനങ്ങളിൽ ഒന്ന് മുതൽ പത്ത് വരെ ഗ്രേഡ് നിങ്ങൾക്കായി നൽകുകയും വേണം. ഏറ്റവും മോശം പ്രകടനത്തിന് ഒന്നും ഏറ്റവും കൂടുതൽ മികവിന് പത്തും ഗ്രേഡ് നൽകുക. നിങ്ങളുടെ മേഖലയിൽ ഏറ്റവും മികച്ച ഇരുപത് ശതമാനത്തിൽ എത്തണമെങ്കിൽ ഈ ഏഴ് ഘടകങ്ങളിൽ സ്കോർ ശരാശരി ഏഴെങ്കിലും നേടിയിരിക്കണം.

നിങ്ങൾ നിങ്ങൾക്കുതന്നെ ഗ്രേഡ് നൽകുക. അടുത്തപടി മറ്റുള്ളവരെക്കൊണ്ട് നിങ്ങൾക്ക് ഗ്രേഡ് നിശ്ചയിക്കുക . ഈ ലിസ്റ്റുമായി നിങ്ങളുടെ ബോസിനെ സമീപിക്കുക. എന്നിട്ട് നിങ്ങളുടെ പ്രവർത്തനങ്ങൾക്ക് ഗ്രേഡ് സമ്മാനിക്കാൻ ആവശ്യപ്പെടുക. അല്ലെങ്കിൽ നിങ്ങളുടെ ഉപഭോക്താവിനെ സമീപിച്ച് അവരോടും നിങ്ങൾക്ക് ഗ്രേഡ് നൽകാൻ ആവശ്യപ്പെടുക. ഇത് നിങ്ങളുടെ കണ്ണ് ശരിക്കും തുറപ്പിക്കും. നിങ്ങൾ നിങ്ങൾക്ക് ഗ്രേഡ് നൽകിയ വിലയിരുത്തലിനേക്കാൾ വ്യത്യസ്തവും ഉയർന്നതുമായിരിക്കും മറ്റുള്ളവരുടേത്.

അവസാന ഗ്രേഡ് എന്തായിരുന്നാലും നിങ്ങളുടെ ഏറ്റവും ദുർബലമായ കഴിവ് ഏതെന്ന് കണ്ടെത്തുക. എന്നിട്ട് അത് മെച്ചപ്പെടുത്താനായി പരിശ്രമിച്ചുകൊണ്ടിരിക്കുക. മറ്റുള്ളവർക്കൊപ്പമോ അവരേക്കാൾ ഉയർന്നതോ ആകണം നിങ്ങളുടെ ആ മേഖലയിലെ കഴിവ്. നിങ്ങളുടെ ഏറ്റവും ദുർബലമായ കണ്ണിയാണ് നിങ്ങളുടെ കരിയറിന്റെ ഭാവി തീരുമാനിക്കുക. നിങ്ങൾക്കെത്ര വരുമാനം നേടിത്തരുമെന്നും എത്ര വേഗത്തിൽ അത് നേടുമെന്നും നിങ്ങളുടെ ദുർബലമായ കണ്ണി നിശ്ചയിക്കും.

അതിവേഗ പാതയിൽ മുന്നോട്ട്

ശേഷിക്കുന്ന തൊഴിൽജീവിതത്തിൽ നിങ്ങളോട് ചോദിക്കേണ്ട പ്രധാനചോദ്യം പറയട്ടെ. ഒരൊറ്റ കഴിവിന് നിങ്ങളുടെ കരിയറിൽ ഏറ്റവും പോസിറ്റീവായ മാറ്റം വരുത്താൻ കഴിയുമെങ്കിൽ അതേതാണ്? ഇതായിരിക്കും നിങ്ങളുടെ വ്യക്തിപരവും പ്രൊഫഷണലും ആയ വികസനത്തിൽ ശ്രദ്ധാകേന്ദ്രമായി തീരുക.

മേൽപറഞ്ഞ ചോദ്യത്തിന് നിങ്ങൾക്ക് ഉത്തരമില്ലെങ്കിൽ നിങ്ങളുടെ ബോസിന്റെ സഹായം തേടാം. സഹപ്രവർത്തകരോട്

ചോദിക്കാം. നിങ്ങളുടെ സ്റ്റാഫിനോട് ചോദിക്കാം. നിങ്ങളുടെ ജീവിതപങ്കാളിയോടും സുഹൃത്തുക്കളോടും ചോദിക്കാം. ഇതിന് ഉത്തരം കണ്ടെത്തിയേ തീരൂ എന്നുള്ളത് അത്യാവശ്യം തന്നെ. എന്നിട്ട് വേണം നിങ്ങളുടെ എല്ലാ ഊർജവും ഈ പ്രത്യേക മേഖല യിൽ കേന്ദ്രീകരിച്ച് നിങ്ങളുടെ പ്രവർത്തനം മെച്ചപ്പെടുത്താൻ.

നിങ്ങളുടെ വ്യക്തിപരവും പ്രൊഫഷണലും ആയ വളർച്ചയ്ക്ക് ഇതാണ് പ്രധാന ഉറപ്പുള്ള ഉദ്ദേശ്യം. എഴുതിവയ്ക്കുന്നു. സമയ പരിധി നിശ്ചയിക്കുന്നു. ഒരു പ്ലാൻ ഉണ്ടാക്കുന്നു, ആ പ്ലാനിൽ പ്രവർത്തിക്കുന്നു. എല്ലാദിവസവും ആ പ്രത്യേക കഴിവ് വളർത്താൻ എന്തെങ്കിലും ചെയ്തുകൊണ്ടിരിക്കുന്നു.

ഒരിക്കൽ നിങ്ങളുടെ ഏറ്റവും ദൗർബല്യം കണ്ടെത്തി അതിൽ വളരെയധികം മിടുക്ക് കൈവരിച്ചാൽ ഈ ചോദ്യം വീണ്ടും ചോദി ക്കുക. ഏതൊരു ഒറ്റ കഴിവാണ് എന്നെ ഏറ്റവുമധികം സഹായി ക്കുക. ആ ചോദ്യത്തിന് ഉത്തരമെന്തായിരുന്നാലും അതിൽ കഴിവ് നേടുംവരെ പ്രവർത്തിച്ചുകൊണ്ടിരിക്കുക.

ഏറ്റവും ഫലം കണ്ടെത്തേണ്ട മേഖലയിൽ മികച്ച ജീവിത വിജയം നേടിയവർ എട്ടും ഒമ്പതും പത്തും ഗ്രേഡ് നേടിയിട്ടുണ്ടാകും. ഇതുതന്നെയാകട്ടെ നിങ്ങളുടെ ലക്ഷ്യവും.

മിടുക്കനായ എക്സിക്യൂട്ടീവ്

നിങ്ങൾ മാനേജ്മെന്റ് ശാഖയിൽ ജോലിചെയ്യുകയാണെങ്കിൽ നിങ്ങളുടെ ജോലിയിൽ വിജയമോ പരാജയമോ നിശ്ചയിക്കുന്നത് ഏഴ് സുപ്രധാന മേഖലകളായിരിക്കും. 1. ആസൂത്രണം, 2. സംഘ ടിപ്പിക്കൽ 3. സ്റ്റാഫിനെ നിയമിക്കൽ, 4. അധികാരമേൽപ്പിക്കൽ. 5. മേൽനോട്ടം. 6. പുരോഗതി അളക്കൽ 7. റിപ്പോർട്ടിങ്.

വിജയംകണ്ട എല്ലാ എക്സിക്യൂട്ടീവുമാരും ഇതിലെല്ലാം മികവ് നേടിയവരാകും. പരാജിതരായ എക്സിക്യൂട്ടീവുമാർ ഈ മേഖലകളിൽ ഒന്നിലോ ഒന്നിലധികത്തിലോ ദുർബലരായിരിക്കും. ഇതിലൊന്നിലുള്ള വൻവീഴ്ച നിങ്ങളുടെ തൊഴിലിൽ കാര്യമായ തിരിച്ചടിയുണ്ടാക്കിയേക്കും.

നിങ്ങൾ മറ്റെല്ലാ മേഖലയിലും മികവ് തെളിയിച്ചവരാണെങ്കിലും അധികാരമേൽപ്പിക്കലിൽ പരാജയമാണെങ്കിൽ അത് നിങ്ങളുടെ തൊഴിലിനെ ഓരോ ദിവസവും പിന്നോട്ട് വലിക്കും. ഇത്തരം മാനേ ജർമാർക്കൊപ്പം ഞാൻ പ്രവർത്തിച്ചിട്ടുണ്ട്. ബിസിനസ്സിന്റെ ബാക്കി യുള്ള മേഖലകളിൽ ഇവർ വരുത്തുന്ന നഷ്ടങ്ങൾ കണക്കിലെടുത്ത് ഇവർക്ക് ആത്യന്തികമായി തൊഴിൽ നഷ്ടപ്പെടുകയായിരുന്നു.

മേൽപ്പറഞ്ഞ സുപ്രധാന മേഖലകളിൽ നിങ്ങൾക്ക് ഒന്നുമുതൽ പത്ത് വരെയുള്ള ഗ്രേഡുകൾ കൊടുക്കുക. നിങ്ങൾക്ക് ചുറ്റിലുമുള്ളവരോടും നിങ്ങൾക്ക് ഗ്രേഡ് നൽകാൻ ആവശ്യപ്പെടുക. സത്യസന്ധനായിക്കുക. മര്യാദയുള്ള സഹപ്രവർത്തകരിൽനിന്ന് നയതന്ത്രപരമായ ഉത്തരത്തിനുപകരം സത്യസന്ധമായ ഉത്തരം തേടുക.

360 ഡിഗ്രി വിശകലനം നടപ്പിലാക്കുക

നിലവിൽ ഏറ്റവും പ്രചാരമുള്ള മാനേജ്മെന്റ് ഉപകരണമായി ഉപയോഗിക്കുന്നത് 360 ഡിഗ്രി വിശകലനമാണ്. ഇതൊരു തരത്തിലുള്ള വിശകലനമാണ്. ഒരു മാനേജരുടെ കീഴിൽ നിരവധിപേർ പ്രവർത്തിക്കുന്നുണ്ടാകും. മാനേജർ റിപ്പോർട്ട് ചെയ്യുന്ന മാനേജരുണ്ടായിരിക്കും. ഒപ്പം മാനേജരുടെ അതേനിലയിൽ പ്രവർത്തിക്കുന്ന മറ്റ് സഹപ്രവർത്തകരുമുണ്ടാകും. ഇവർക്കെല്ലാം മേൽപ്പറഞ്ഞ മാനേജരുടെ ഗുണദോഷങ്ങൾ വിലയിരുത്താൻ സർവേ നടത്തും. ആരുടെയും പേരില്ലാതെയാകും സർവേ നടത്തുക. സത്യസന്ധമായ ഉത്തരം ലഭിക്കാൻ വേണ്ടിയാണ്. ഈ സർവേ ഫലം പുറത്തുള്ള കൺസൾട്ടന്റിനെ ഏൽപ്പിക്കും. അവർ ഉത്തരങ്ങൾ സംഗ്രഹിക്കും. ഇത് മാനേജർക്ക് കൈമാറും. ഇതിലൂടെ തന്നെ മറ്റുള്ളവർ എങ്ങനെയാണ് വിലയിരുത്തിയിട്ടുള്ളതെന്ന് ആ മാനേജർക്ക് വ്യക്തമായി മനസ്സിലാക്കാൻ സാധിക്കും. ഇത് പലപ്പോഴും ആ മാനേജർക്ക് ഒരു ഷോക്ക് സമ്മാനിച്ചേക്കാനും വഴിയുണ്ട്.

ഉദാഹരണത്തിന്, മാനേജർ ചിലപ്പോൾ പറഞ്ഞേക്കും ഞാൻ വളരെ ശ്രദ്ധാപൂർവം ചിന്തിച്ചാണ് തീരുമാനങ്ങളെടുക്കുക എന്ന്. എന്നാൽ അദ്ദേഹം വളരെ ദുർബലമായ തീരുമാനമെടുക്കുന്ന വ്യക്തിയാണ്, ശക്തമായ തീരുമാനമെടുക്കാൻ കഴിവില്ലാത്തവനാണ്, തീരുമാനമെടുക്കേണ്ടുന്ന നേരത്ത് അരക്ഷിതനായി പെരുമാറുന്നു എന്നായിരിക്കാം മറ്റുള്ളവർ മാനേജരെ വിലയിരുത്തി പറയുക.

നമ്മൾ നമ്മെത്തന്നെ വളരെ ഉയർത്തി വിലയിരുത്തുന്ന പ്രവണതയുണ്ട്. നമ്മുടെ ഗുണമോ സ്വഭാവസവിശേഷതയോ വിശകലനം ചെയ്യാതെയാകും ഈ വിലയിരുത്തൽ. അതിനാൽ സത്യസന്ധമായ വിലയിരുത്തൽ മറ്റുള്ളവരിൽനിന്ന് തുടർച്ചയായി ലഭിക്കുന്നത് ഗുണം ചെയ്യും.

വ്യക്തിപരമായി മെച്ചപ്പെടുത്തൽ ലക്ഷ്യമാക്കുക

ജീവിതത്തിൽ മെച്ചപ്പെടുത്തേണ്ടതെന്ന് തിരിച്ചറിയുന്ന ചില സുപ്രധാനമായ മേഖലകളുണ്ട്. അത്തരം ഫലം ഉണ്ടാക്കേണ്ടുന്ന

മേഖല തിരിച്ചറിഞ്ഞാൽ പിന്നെ അതിന്റെ പൂർത്തീകരണത്തിനാകണം പിന്നീടുള്ള ശ്രമങ്ങൾ. ഈ മേഖല മെച്ചപ്പെടുത്തുന്നത് ലക്ഷ്യമാക്കണം. അതിനായി പ്ലാൻ മെനയണം. ഒരു നിലവാരം സെറ്റ് ചെയ്യണം. നിശ്ചിത സമയപരിധിയും തീരുമാനിക്കണം. തുടർന്ന് എല്ലാദിവസവും അതിന്റെ പൂർത്തീകരണത്തിന് ശ്രമിക്കണം. ഒരാഴ്ചയിൽ, ഒരു മാസത്തിൽ, ഒരു വർഷത്തിൽ ആ മികവ് വേണ്ടുന്ന മേഖലയിൽ നിങ്ങൾ തികച്ചും മിടുക്കനായി മാറിയിരിക്കും. നിങ്ങളൊരു വിദഗ്ദ്ധനായി മാറിയിരിക്കും.

നിങ്ങളെങ്ങനെയോ അങ്ങനെ തന്നെയായി അംഗീകരിക്കുക

'Now, Discover Your Strengths' (ഇപ്പോൾ, നിങ്ങളുടെ കരുത്ത് കണ്ടുപിടിക്കുക) എന്നതും 'First Break All the Rules!' എന്നതും വൻതോതിൽ വിറ്റുപോയ ബിസിനസ് പുസ്തകങ്ങളാണ്. രണ്ടിന്റെയും ഉപസംഹാരം ഇങ്ങനെയാണ്. 'മനുഷ്യർ മാറില്ല.'

നിങ്ങൾ ജനിച്ചു വീഴുന്നതേ ചില സ്വതസിദ്ധമായ കഴിവുകളോടെയാണ്. ചില പ്രത്യേക മികവുകൾ, ചോദനകൾ, പ്രവണതകൾ, കരുത്ത്, ദൗർബല്യം, മിടുക്ക് എന്നിവയോടെ. ഇത് നിങ്ങളുടെ ആദ്യകാലത്തിൽ തന്നെ കാണാറാകും. പിന്നീടിത് നിങ്ങളുടെ കൗമാരത്തിൽ കൂടുതൽ സുവ്യക്തമായി കാണാറാകും. അത് നിങ്ങളുടെ ജീവിതാന്ത്യംവരെ വലിയ മാറ്റമൊന്നും വരുത്താൻ പോകുന്നില്ല.

നിങ്ങളേതിലാണ് കൂടുതൽ മികവുള്ളതെന്ന് കണ്ടെത്തുക എന്നതാണ് പരമപ്രധാനം. നിങ്ങളുടെ കരിയറിൽ എടുക്കേണ്ട ഏറ്റവും പ്രധാനപ്പെട്ട ചുവടുവയ്പ് ഇതായിരിക്കണം. എന്തിലായിരിക്കണം നിങ്ങൾക്ക് കൂടുതൽ മികവ് കണ്ടെത്താനാകുക എന്ന് തിരിച്ചറിയണം. അതിനുശേഷം നിങ്ങൾ പരിപൂർണ അർപ്പണത്തോടെ ആ മേഖലയിൽ തിളങ്ങാൻ പരിശ്രമിച്ചുകൊണ്ടിരിക്കുക.

1920-കളിൽ അറിയപ്പെടുന്ന മാനേജ്മെന്റ് കൺസൽട്ടന്റായിരുന്ന മേരി പാർക്കർ ഫോളെറ്റ് ഒരിക്കലെഴുതി 'ഒരു കുതിരയെ സവാരിചെയ്യിക്കേണ്ട മികച്ച ദിശ എന്നത് അത് പോകുന്ന വഴിക്ക് തെളിക്കുക എന്നതാണ്.' വ്യക്തിപരമായ വികസനത്തിന് ഏറ്റവും നല്ലത് നിങ്ങളുടെ നൈസർഗ്ഗികമായ കഴിവുകളും താൽപ്പര്യങ്ങളും തിരിച്ചറിഞ്ഞ് പ്രവർത്തിക്കുന്നതാണ്. വാഗ്മിയും എഴുത്തുകാരനുമായ ജിം കാത്കാർട്ട് പറയുന്നത്, 'നിങ്ങളുടെ പ്രകൃതം വളർത്തിക്കൊണ്ട് വരിക' എന്നാണ്. നിങ്ങളുടെ ജീവിതം മുഴുവൻ പിന്തുടരേണ്ട വളരെ പ്രധാനപ്പെട്ട ഉപദേശമാണിത്.

ഇതുവരെ ജീവിച്ച മറ്റുള്ളവരിൽനിന്ന് വ്യത്യസ്തനാക്കുന്ന പ്രത്യേക കഴിവുകളും ശേഷിയുമായാണ് നിങ്ങളീ ഭൂമിയിൽ ജനിച്ചുവീഴുന്നത്. അത്തരം പ്രത്യേകം സിദ്ധികൾ നിങ്ങൾക്ക് കൂടുതൽ നേട്ടം കൈവരിക്കാൻ സഹായിക്കുമെന്ന് നിങ്ങളുടെ ജീവിതകാലം മുഴുവൻ കണ്ടെത്തിക്കൊണ്ടിരിക്കും. മറ്റെന്തിനേക്കാളുമുപരി ഇത്തരം കഴിവുകളാണ് നിങ്ങൾക്ക് കൂടുതൽ നേട്ടവും സന്തോഷവും കൊണ്ടുവരുന്നതെന്നും തിരിച്ചറിയും. മറ്റെന്തിനേക്കാളുമുപരി നിങ്ങൾക്ക് ശോഭിക്കാൻ കഴിയുന്ന ഒന്നോ രണ്ടോ കാര്യങ്ങൾ കണ്ടെത്തുക എന്നതാണ് ഏറ്റവും വലിയ ലക്ഷ്യങ്ങളൊന്നായി സെറ്റ് ചെയ്യേണ്ടത്. അതായിരിക്കും നിങ്ങൾക്ക് ഭംഗിയായി ചെയ്യാൻ കഴിയുക. അത് ചെയ്യുമ്പോഴായിരിക്കും കൂടുതൽ സന്തോഷം ലഭിക്കുക. അതിൽ കൂടുതൽ ശ്രദ്ധ കേന്ദ്രീകരിച്ച് മികവിന്റെ പടവുകൾ കയറാൻ പരിശ്രമിച്ചുകൊണ്ടിരിക്കുക.

നിങ്ങളുടെ കഴിവുകൾ വികസിപ്പിക്കുക

പ്രസിദ്ധ ബാസ്കറ്റ്ബോൾ കളിക്കാരനായ മൈക്കേൽ ജോർദാൻ ഒരിക്കൽ പറഞ്ഞു; എല്ലാവർക്കും കഴിവുകളുണ്ട്. എന്നാൽ കഠിനാധ്വാനത്തിലൂടെ മാത്രമേ കഴിവുകൾ വികസിക്കൂ. കവി ലോങ്ഫെല്ലോ ഒരിക്കലെഴുതി: ശരാശരിക്കാരനായ ഒരാളെ സംബന്ധിച്ച ഏറ്റവും വലിയ ദുരന്തം എന്നത് അയാൾ തന്റെ കുഴിമാടത്തിലേക്ക് പോകുന്നത് അയാളിൽ അപ്പോഴും കുടിക്കൊള്ളുന്ന സംഗീതത്തോടെയാണെന്നതാണ്.

നിങ്ങൾക്ക് ചേരാത്ത ജോലിയിൽ നിങ്ങൾ വർഷങ്ങളോളം കഷ്ടപ്പെടുകയായിരിക്കും. അതിൽനിന്ന് മാറി നിങ്ങൾക്ക് ഏറ്റവും യോജിക്കുന്ന മേഖലയിലെത്തി എന്നു കരുതുക. ചുരുങ്ങിയ വർഷങ്ങൾകൊണ്ട് നിങ്ങൾ വലിയ നേട്ടങ്ങൾ കൈവരിക്കും. ആദ്യത്തെ മേഖലയിൽ ചിലപ്പോൾ ഇരുപത് വർഷം ജോലി ചെയ്താൽ കിട്ടാത്ത വളർച്ചയായിരിക്കും ഇവിടെ കിട്ടുക.

നെപ്പോളിയൻ ഹിൽ ഒരിക്കലെഴുതി; അമേരിക്കയിൽ നിങ്ങൾക്ക് വിജയിക്കണമെങ്കിൽ നിങ്ങളാദ്യം എന്താണ് അവിടെ ഇഷ്ടത്തോടെ ചെയ്യേണ്ടതെന്ന് കണ്ടെത്തണം. മനസ്സിനിഷ്ടമായ കാര്യം ഭംഗിയായി ചെയ്താൽ വളരെ മികച്ച ജീവിതവും കൂടെ പോരും.

സ്വന്തപ്രയത്നത്താൽ വളർന്ന എല്ലാ കോടീശ്വരന്മാരും പൊതുവായി പറയുന്ന കാര്യമുണ്ട്. ഞാനൊരിക്കലും എന്റെ ജീവിതത്തിൽ ജോലി ചെയ്തിട്ടില്ല. ഈ പറഞ്ഞതിനർത്ഥം അവർ വെറുതെയിരുന്നു എന്നല്ല. അവർ ഏറ്റവും ആസ്വദിക്കുന്ന കാര്യങ്ങൾ

കണ്ടെത്തി അത് കൂടുതൽ കൂടുതലായി ചെയ്യാൻ തുടങ്ങി എന്നാണ്.

നിങ്ങളുടെ പ്രത്യേക കഴിവുകൾ കണ്ടെത്തുക

നിങ്ങളുടെ പ്രത്യേക കഴിവ് അല്ലെങ്കിൽ കഴിവുകൾ എന്നിവ കണ്ടെത്താനും തീരുമാനിക്കാനും എട്ടുവഴികളുണ്ട്. നിങ്ങൾ വളരെ സവിശേഷമായി ചേർന്നുപോകുന്ന മേഖല ഈ എട്ടുവഴിയിലൂടെ കണ്ടെത്താം. ഇതാണ് ആ എട്ടുവഴികൾ:

ഒന്നാമത്തേത് ഇതാണ്. നിങ്ങൾ ചെയ്യാൻ ഇഷ്ടപ്പെടുന്നത് ചെയ്യുമ്പോൾ നിങ്ങൾക്ക് വളരെയധികം സന്തോഷം തോന്നും. നിങ്ങളത് ചെയ്യുമ്പോൾ ഏറ്റവും ബെസ്റ്റ് തന്നെയായിരിക്കുമത്. നിങ്ങൾക്കത് താങ്ങാനാകുന്നതാണെങ്കിൽ പ്രതിഫലമില്ലാതെയും ചെയ്യാൻ നിങ്ങൾ മടിക്കുകയില്ല. നിങ്ങളിലെ ഏറ്റവും ബെസ്റ്റായിരിക്കും പുറത്തുവരിക. പറഞ്ഞറിയിക്കാനാവാത്തവിധം വളരെയധികം സന്തോഷവും സംതൃപ്തിയും ആ പ്രത്യേക പ്രവൃത്തി ചെയ്യുമ്പോൾ നിങ്ങൾക്ക് ലഭിക്കും.

രണ്ടാമത്തേത്, നിങ്ങളത് ഭംഗിയായി ചെയ്യും. ആ മേഖലയിൽ നന്നായി പ്രവർത്തിക്കാൻ തക്ക ജന്മസിദ്ധ കഴിവ് നിങ്ങൾക്കുണ്ട്.

മൂന്നാമത്തേത് ആ കഴിവാണ്, നിങ്ങളുടെ ഇതുവരേക്കുമുള്ള വിജയത്തിന്റെയും സന്തോഷത്തിന്റെയും പിന്നിലുള്ളത്. നിങ്ങളുടെ ചെറുപ്പംമുതലേ ഇത് ചെയ്യാനാണ് നിങ്ങൾ കൂടുതലായി ആഗ്രഹിച്ചത്. അത് ചെയ്യുമ്പോഴായിരുന്നു കുട്ടിക്കാലത്ത് നിങ്ങളേറ്റവും ആനന്ദിച്ചിരുന്നത്. മറ്റുള്ളവരിൽനിന്ന് ഏറ്റവും കൂടുതൽ പ്രശംസയും സമ്മാനവും ലഭിച്ചത് ഈ കാര്യം ചെയ്തതിലായിരിക്കും.

നാലാമത്തെ കാര്യം, ഇത് നിങ്ങൾക്ക് എളുപ്പം പഠിക്കാൻ കഴിയുന്നതായിരിക്കും. എളുപ്പം ചെയ്യാനും കഴിയുന്നതായിരിക്കും. എപ്പോഴാണ് എങ്ങനെയാണ് നിങ്ങൾ ആ കഴിവ് നേടിയതെന്ന് പോലും നിങ്ങൾ മറന്നുപോയിരിക്കും. നിങ്ങളാ കഴിവ് ഭംഗിയായി ഉപയോഗിക്കുന്നു എന്ന് ഒരിക്കൽ മനസ്സിലാക്കുക മാത്രമാണ്.

അഞ്ചാമതായി അത് നിങ്ങളുടെ ശ്രദ്ധയാകർഷിക്കുന്നതായിരിക്കും. അത് നിങ്ങളെ സ്വാംശീകരിക്കും. അത്ഭുതപ്പെടുത്തും. നിങ്ങളതിനെക്കുറിച്ച് ചിന്തിക്കാനും വായിക്കാനും സംസാരിക്കാനും ഇഷ്ടപ്പെടും. അതിനെക്കുറിച്ച് കൂടുതൽ കണ്ടെത്താനും പരിശ്രമിക്കും. ഒരു വണ്ടിനെ വിളക്കിലേക്ക് ആകർഷിക്കും പോലെയിരിക്കുമത്.

ആറാമതായി അത് നേടാൻ നിങ്ങൾക്കിഷ്ടമായിരിക്കും. അക്കാര്യത്തിൽ കൂടുതൽ മികവ് നേടാൻ ശ്രമിക്കുകയും ചെയ്യും. ആ

പ്രത്യേക മേഖലയിൽ വളരെയധികം മികവ് പുറത്തെടുക്കാൻ ഹൃദയത്തിന്റെ ഉള്ളിന്റെയുള്ളിൽ അതിതീവ്രമായ ആഗ്രഹം ഉണ്ടായിരിക്കും.

ഏഴാമതായി നിങ്ങളത് ചെയ്യുമ്പോൾ കാലം നിലച്ചുപോകും. നിങ്ങൾക്ക് പ്രത്യേക കഴിവുകളുള്ള മേഖലയിൽ എത്ര സമയവും വേണമെങ്കിലും ഉണ്ണാതെ ഉറങ്ങാതെ പ്രവർത്തിക്കാൻ നിങ്ങൾക്ക് സാധിക്കും. കാരണം നിങ്ങളത്രമാത്രം അതിൽ വ്യാപൃതനാണ്.

അവസാനമായി എട്ടാമത്തെ കാര്യം. നിങ്ങൾക്ക് ഏറ്റവും ഇഷ്ടപ്പെട്ട മേഖലയിൽ മികച്ചുനിൽക്കുന്നവരെ നിങ്ങൾ ആരാധിക്കുകയും ബഹുമാനിക്കുകയും ചെയ്യും. നിങ്ങൾക്കും അവരെ പോലെയാകണമെന്ന് ആഗ്രഹമുണ്ടായിരിക്കും. അവരെ ചുറ്റിപ്പറ്റി ജീവിക്കാൻ നിങ്ങൾക്കിഷ്ടമാണ്. എല്ലാ മാർഗ്ഗങ്ങളിലും അവരെ അനുകരിക്കാനും ശ്രമിക്കും.

മേൽപ്പറഞ്ഞ വിശദീകരണങ്ങൾ നിങ്ങളുടെ ജീവിതത്തിൽ ഇപ്പോൾ ചെയ്തുകൊണ്ടിരിക്കുന്ന കാര്യങ്ങളിൽ പ്രയോഗിക്കാൻ സാധിക്കുമോ? മുമ്പുചെയ്തിരുന്ന കാര്യങ്ങളുമായി ബന്ധപ്പെടുത്താൻ കഴിയുമോ? അതായിരിക്കും നിങ്ങൾക്ക് ഈ ഭൂമിയിൽ ഭംഗിയായി ചെയ്യാൻ കഴിയുന്ന കാര്യം. അതായിരിക്കും നിങ്ങളുടെ ഹൃദയത്തിന്റെ ആഗ്രഹമനുസരിച്ച് പ്രവർത്തിക്കാൻ നിങ്ങളെ നയിച്ചേക്കുക.

ജയിക്കാനായി ജനിച്ചവൻ

നിങ്ങളുടെ പ്രത്യേക കഴിവുകൾ ജന്മസിദ്ധമാണ്. എളുപ്പം വികസിപ്പിക്കാവുന്നതുമാണ്. അത് നിങ്ങളുടെ ഉപബോധമനസ്സിൽ പ്രോഗ്രാം ചെയ്യപ്പെട്ടിരിക്കുന്നു. നിങ്ങളീ ഭൂമിയിൽ അക്കാര്യം ചെയ്യാനാണ് സൃഷ്ടിക്കപ്പെട്ടിരിക്കുന്നതുതന്നെ. നിങ്ങൾ നിങ്ങളുടെ ജന്മസിദ്ധ കഴിവും ശേഷിയും കണ്ടെത്തുകയാണ് ആദ്യം ചെയ്യേണ്ടത്. തുടർന്ന് ജീവിതകാലം മുഴുവൻ ആ സിദ്ധി വളർത്താൻ പരിശ്രമിച്ചുകൊണ്ടിരിക്കുകയും ചെയ്യുക.

പല കഴിവുകളും പരിപൂരകമാണ്. അത് മറ്റൊന്നിനോട് പരസ്പരം സ്വതന്ത്രമായി നിലകൊള്ളുന്നു. അതിനർത്ഥം നിങ്ങൾക്ക് ഒരു കഴിവ് ഒരു നിശ്ചിത നിലവാരത്തിൽ ഉണ്ടായിരിക്കണം എന്നതാണ്. ഇതരകഴിവുകൾ വളരെ മികച്ചരീതിയിൽ ഉപയോഗിക്കാൻ ഇത് അനിവാര്യമാണ്. ചിലപ്പോൾ നിങ്ങൾക്ക് ഇഷ്ടമില്ലാത്തതും ആസ്വദിക്കാൻ പറ്റാത്തതുമായ കഴിവുകൾ നേടാനും വികസിപ്പിക്കാനും നിർബന്ധിതനായേക്കും. എന്നാൽ ഇത് നിങ്ങളുടേതായ

പ്രത്യേക മേഖലയിൽ വളരെ മികച്ച പ്രകടനം കാഴ്ചവെയ്ക്കുന്നതിന് നിങ്ങൾ നൽകുന്ന വിലയായിരിക്കും.

ഒരു കഴിവിനപ്പുറം

ഇതാണ് അക്കാര്യത്തിൽ നിയമം. നിങ്ങളുടെ പ്രവർത്തനക്ഷമത, പ്രകടനം, വരുമാനം എന്നിവ ഇരട്ടിയാക്കാൻ വെറും ഒരു കഴിവുകൂടി വികസിപ്പിച്ചാൽ മതിയാകും. അതിന് തൊട്ടടുത്താണ് വിജയമിരിക്കുന്നത്. ചിലപ്പോൾ നിങ്ങൾക്ക് മറ്റുള്ള മേഖലയിൽ മിന്നുന്ന പ്രകടനം കാഴ്ചവയ്ക്കാൻ ഒരു പ്രത്യേക മേഖലയിൽ കൂടി കഴിവ് വളർത്തുക മാത്രമേ ആവശ്യം വരൂ.

ഓർക്കുക, എല്ലാ ബിസിനസ് കഴിവുകളും വളർത്താൻ കഴിയുന്നതാണ്. ബിസിനസ് കഴിവുകൾ ജനിതകമായി തീരുമാനിക്കപ്പെടുന്നതല്ല. നിങ്ങൾക്ക് ഏതെങ്കിലും ബിസിനസ് കഴിവുനേടി നിങ്ങളുടെ മുഴുവൻ കഴിവും പുറത്തെടുക്കേണ്ടതുണ്ടെങ്കിൽ പരിശീലനവും ആവർത്തനവും കൊണ്ട് നേടാവുതേയുള്ളൂ.

മോശം പ്രകടനം കാഴ്ചവെയ്ക്കുന്നയാൾ എന്ന കെണി ഒഴിവാക്കുക

നിങ്ങൾക്കേതെങ്കിലും പ്രത്യേക കഴിവ് കുറവാണെങ്കിൽ അക്കാര്യത്തിൽ എന്തെങ്കിലും ചെയ്യാൻ നിങ്ങൾ മടിക്കുമെന്നത് പൊതുവായ കാര്യമാണ്. തുടർന്ന് നിങ്ങൾ നിസ്സഹായതയിലേക്ക് വീഴുകയായി. നിങ്ങൾ പറയും: 'എനിക്ക് ആ മേഖലയിൽ അത്ര കഴിവില്ല'. അല്ലെങ്കിൽ പറയും 'ആ മേഖലയിൽ എനിക്ക് ജന്മസിദ്ധ കഴിവോ ശേഷിയോ ഇല്ല.' ഇത് വെറും ഒഴിവുകഴിവ് പറച്ചിലാണ്. വെറുതെയുള്ള ന്യായീകരണം. ആ കഴിവ് നിങ്ങൾക്ക് പ്രധാനപ്പെട്ടതാണെങ്കിൽ നിങ്ങൾക്ക് അത് നേടാവുന്നതേയുള്ളൂ. പ്രതിബദ്ധതയും ദൃഢനിശ്ചയവുമുണ്ടെങ്കിൽ നിങ്ങൾക്ക് എളുപ്പം നേടാവുന്ന ഒറ്റ കഴിവായിരിക്കും ചിലപ്പോൾ നിങ്ങളെ മാസങ്ങളോ വർഷങ്ങളോ പിന്നോട്ടടിപ്പിക്കുക. ആ കഴിവുനേടാതെ ഒഴിവുകഴിവുകൾക്ക് വിട്ടുകൊടുക്കുന്നതായിരിക്കും എല്ലാത്തിലുംവെച്ച് ഏറ്റവും മോശം തീരുമാനം. അത് നിങ്ങൾക്ക് സംഭവിക്കാതെ നോക്കുക.

മികവ് എന്നത് ഒരു യാത്ര

ഒരു പഴമൊഴിയുണ്ട്. എന്തെങ്കിലും കാര്യം നന്നായി ചെയ്യണമെന്നുണ്ടെങ്കിൽ ആദ്യമേ മോശമായിട്ടെങ്കിലും ചെയ്യുക എന്നതാണ്. പരിശീലനമല്ല നിങ്ങളെ മികവുറ്റവനാക്കുന്നത്. ന്യൂനത

യോടെയുള്ള പരിശീലനമാണ് ആത്യന്തികമായി നിങ്ങളെ പൂർണ വാനാക്കുന്നത്.

എന്തെങ്കിലും നിങ്ങൾ പുതിയതായി ചെയ്യാൻ തുടങ്ങുമ്പോൾ മോശം ഫലം പ്രതീക്ഷിക്കാവുന്നതാണ്. ആദ്യമത് അവലക്ഷണവും അരോചകവുമായിരിക്കാം. നിങ്ങൾ അപര്യാപ്തതയുള്ളവനോ ഗുണം കുറഞ്ഞവനോ എന്ന് സ്വയം തോന്നിയേക്കാം. നിങ്ങൾക്ക് നിസ്സാരത അനുഭവപ്പെടാം. അന്തിച്ചുനിന്ന് പോകാം. എന്നാൽ നിങ്ങളുടെ മേഖലയിൽ ഉന്നതിയിലേക്ക് ഉയരുന്നതിന് നിങ്ങൾ നൽകുന്ന വിലയാണ് അത്. നിങ്ങൾ എല്ലായ്പ്പോഴും വിജയത്തിന് ഒരു വില നൽകേണ്ടിവരും. നിങ്ങളുടെ മേഖലയിൽ ഉന്നതിയിലേക്ക് ഉയരുന്നതിന് ബുദ്ധിമുട്ട് നിറഞ്ഞ കഴിവ് പഠിച്ചെടുക്കേണ്ടിവരും. അതിന് തക്ക വിലയും നിങ്ങൾ നൽകേണ്ടി വരും.

മാന്ത്രികദണ്ഡ് വീശുക

മാന്ത്രികദണ്ഡ് ടെക്നിക് ഉപയോഗിക്കുക. നിങ്ങൾക്ക് മാന്ത്രികദണ്ഡ് വീശാനുള്ള കഴിവുണ്ടെന്ന് സങ്കൽപ്പിക്കുക. ഏതെങ്കിലും ഒരു കഴിവ് മാന്ത്രികദണ്ഡ് വീശി നേടാനാകുമെങ്കിൽ എന്തായിരിക്കും അത്? നിങ്ങളുടെ കഴിവും ശേഷിയും ഉയർത്തുന്നതിനോട് ബന്ധപ്പെട്ട് ആഗ്രഹിക്കാമെങ്കിൽ നിങ്ങളെന്ത് ആഗ്രഹിക്കും?

മേൽപ്പറഞ്ഞ ചോദ്യങ്ങൾക്കുള്ള നിങ്ങളുടെ ഉത്തരം എന്തൊക്കെ കഴിവുകൾ നിങ്ങൾ ഇനി നേടേണ്ടതെന്നതിൽ വ്യക്തമായ സൂചന നൽകും. നിങ്ങൾ ചെയ്യുന്നതിൽ ഏറ്റവും മികവ് കൈവരിക്കാൻ ആ കഴിവുകൾ വികസിപ്പിക്കേണ്ടിവരും.

നിങ്ങൾക്കായി ചെയ്തുകൊണ്ടിരിക്കുന്ന പ്രോജക്ടിൽ ജീവിതകാലം മുഴുവൻ ആയിരിക്കുക. വളരെ നിർണായകമായ മേഖലയിലെ മികവിന് നിങ്ങൾ ഒന്നോ രണ്ടോ മൂന്നോ വർഷങ്ങൾ നിക്ഷേപിക്കാൻ തയ്യാറായിരിക്കുക. നിങ്ങൾ ചെയ്യുന്നതിൽ ഏറ്റവും മികവ് കൈവരിക്കാൻ എന്തു വിലകൊടുക്കാനും തയ്യാറായിരിക്കുക. എന്ത് ത്യാഗത്തിനും സന്നദ്ധനായിരിക്കുക.

ത്രീ പ്ലസ് വൺ ഫോർമുല

ഏതെങ്കിലും കഴിവിനെ വശത്താക്കണമെങ്കിൽ ത്രീ പ്ലസ് വൺ ഫോർമുല ഫലപ്രദമാണ്. അതു വളരെ ലളിതമാണ്. എല്ലായ്പ്പോഴും അത് ഫലിക്കും. ഫോർമുലയിൽ ആദ്യത്തേത്: കഴിവ് വികസിപ്പിക്കേണ്ട മേഖലയിൽ എന്നും എന്തെങ്കിലും വായിച്ചുകൊണ്ടിരിക്കുക. പതിനഞ്ചോ മുപ്പതോ മിനിറ്റ് മാത്രമേയുള്ളൂവെങ്കിൽ

അത്രയും മതി. അറിവ് എന്നത് കൂടിക്കൂടി വരുന്നതാണ്. എത്ര മാത്രം നിങ്ങൾ കൂടുതലായി വായിക്കുകയും ഗ്രഹിക്കുകയും ചെയ്യുന്നുവോ അത്രയും ആത്മവിശ്വാസം നിങ്ങൾക്ക് ലഭിക്കും. നിങ്ങൾ ഏർപ്പെട്ടിരിക്കുന്ന ജോലിയിൽ വളരെ മികച്ച പ്രകടനം കാഴ്ച വയ്ക്കാനും കഴിയും.

രണ്ടാമതായി നിങ്ങളുടെ കാറിൽ നിങ്ങൾ കരഗതമാക്കാൻ ഉദ്ദേശിക്കുന്ന വിഷയത്തിൽ അറിവ് നേടാനുതകുന്ന ഓഡിയോ പ്രോഗ്രാം കേട്ടുകൊണ്ടിരിക്കുക. ശരാശരി ഡ്രൈവർമാർ വർഷത്തിൽ അഞ്ഞൂറ് മുതൽ ആയിരം മണിക്കൂർവരെ കാർ ഡ്രൈവ് ചെയ്യുന്നുവെന്നാണ് കണക്ക്. ഡ്രൈവ് ചെയ്യുന്ന സമയം പഠിക്കാനുമായി ചെലവഴിക്കുക. കാറിൽ സംഗീതത്തിനുപകരം വിദ്യാഭ്യാസ പരിപാടികൾ കേട്ടുകൊണ്ടിരുന്നാൽ മാത്രം നിങ്ങളുടെ മേഖലയിലെ ഏറ്റവും മിടുക്കന്മാരിലൊരാളാകാം.

നിങ്ങളുടെ മേഖലയിൽ ശിൽപ്പശാലകളിലും സെമിനാറുകളിലും പങ്കെടുക്കുക. സുപ്രധാന വിഷയത്തിൽ ഏകദിന, ദ്വിദിന സെമിനാറുകളിൽ പങ്കെടുക്കുന്നതുകൊണ്ടുമാത്രം എത്രയോ പേരുടെ ജീവിതമാണ് മാറിയിരിക്കുന്നത്. അതിനെ തുടർന്ന് ആ മേഖലയിൽ അവർ പൂർണമായും മാറുന്നു, എക്കാലത്തേക്കുമായി.

പരിശീലിക്കുക, പരിശീലിക്കുക, പരിശീലിക്കുക

നിങ്ങളുടെ മേഖലയിൽ എത്ര കൂടുതൽ നിങ്ങൾ പരിശീലിക്കുന്നുവോ അത്രയും വേഗം നിങ്ങൾ സമർത്ഥനായി തീരും. എത്രയും കൂടുതൽ നിങ്ങൾ പരിശീലിക്കുന്നുവോ അത്രയും ആത്മവിശ്വാസം നിങ്ങളിൽ വികസിക്കും. നിങ്ങളുടെ മേഖലയിലുണ്ടായിരുന്ന അപര്യാപ്തത അത്രയും വേഗം നിങ്ങൾ മറിക്കടക്കും. അതിൽ ഏറ്റവും മികവും കൈവരും. നിങ്ങളുടെ മനസ്സിലെ ടൂൾബോക്സിൽ ആ കഴിവും കൂട്ടിച്ചേർക്കുന്നതോടെ ജീവിതകാലം മുഴുവനും അത് നിലനിൽക്കുകയും ചെയ്യും.

നിങ്ങളുടെ മേഖലയിലെ ഏറ്റവും ഉയർന്ന പത്തുപേരിലൊരാളാകാൻ ഇന്നുതന്നെ ദൃഢനിശ്ചയം ചെയ്യുക. ആരൊക്കയാണവർ? എന്തുമാത്രമാണ് അവർ സമ്പാദിക്കുന്നത്? നിങ്ങളിൽനിന്ന് വ്യത്യസ്തമായി അവരെന്താണ് ചെയ്തുകൊണ്ടിരിക്കുന്നത്? അവരെന്താണ് പ്രത്യേകം നേടിയ കഴിവുകൾ, അത് നിങ്ങളും നേടുമെന്ന് ദൃഢനിശ്ചയം ചെയ്യുക. മറ്റുള്ളവർക്ക് ചെയ്യാൻ കഴിയുമെങ്കിൽ നിങ്ങൾക്കുമത് സാധിക്കുമെന്ന് മനസ്സിലാക്കുക. ആരും നിങ്ങളേക്കാൾ വലിയവരല്ല. ആരും നിങ്ങളേക്കാൾ സ്മാർട്ടുമല്ല.

നിങ്ങൾ ഉള്ളപ്പോൾ ആ മേഖലയിൽ ഇല്ലാത്തവരായിരിക്കാം ചില പ്പോൾ ഇപ്പോൾ ഉന്നതിയിൽ നിൽക്കുന്നത്. അവർ നേടിയത് നിങ്ങൾക്കും സാധിക്കുമെന്നതിന്റെ തെളിവാണ്. നിങ്ങളതൊരു ലക്ഷ്യമായി സെറ്റുചെയ്ത് പ്രവർത്തിക്കണമെന്ന് മാത്രം. നീണ്ട കാലം, കഠിനമായി അതിനായി യത്നിച്ചുകൊണ്ടിരിക്കണം. പരി മിതികളൊന്നുമില്ലെന്ന് അറിയുക.

വ്യക്തിഗത മികവിന് പന്ത്രണ്ട് ഇന പദ്ധതികൾ

നിങ്ങളുടെ ജീവിതത്തിലെ ഏത് രംഗത്തായാലും നിങ്ങൾ ശീലിക്കേണ്ട പന്ത്രണ്ട് പദ്ധതികളുടെ ചുരുക്കം:

1. ആഗ്രഹമുണ്ടായിരിക്കുക. ഏത് ഒരൊറ്റ മേഖലയിലാണ് നിങ്ങൾ തികച്ചും മികവ് കാംക്ഷിക്കുന്നത്?
2. വിശ്വസിക്കുക: പുതിയ കഴിവിൽ പൂർണമായ മികവ് കൈ വരിക്കുന്നതിന് വ്യക്തിഗത വികസനം നടത്തുന്നതിന് എന്തു നടപടികളാണ് സ്വീകരിക്കുക? അത് നിങ്ങളുടെ വിശ്വാസവും ആത്മവിശ്വാസവും ഉയർത്തുന്നതായിരിക്കും.
3. എഴുതിവയ്ക്കുക: സുപ്രധാനമായ കഴിവ് നേടിയാൽ നിങ്ങളുടെ രൂപം, ഭാവം, പെരുമാറ്റം എന്നിവയെല്ലാം എങ്ങനെയായിരിക്കുമെന്ന് എഴുതിവയ്ക്കുക.
4. സ്റ്റാർട്ടിങ് പോയിന്റ് വിശകലനം ചെയ്യുക: നിലവിൽ നിങ്ങൾക്കുള്ള കരുത്തും ദൗർബല്യവും വിലയിരുത്തുക
5. ഒരു പ്രത്യേക മേഖലയിൽ എന്തുകൊണ്ട് നിങ്ങൾ മികവ് നേടാൻ ആഗ്രഹിക്കുന്നുവെന്ന് തീരുമാനിക്കുക: ഒരു പ്രത്യേക കഴിവ് നേടിയാൽ നിങ്ങളുടെ ജീവിതത്തിലുണ്ടാ കുന്ന അഞ്ച് പോസിറ്റീവ് കാര്യങ്ങളുടെ ലിസ്റ്റ് തയ്യാറാ ക്കുക.
6. സമയപരിധി തീരുമാനിക്കുക: നിങ്ങൾ മികവ് നേടാൻ ലക്ഷ്യമിടുന്ന കാര്യം എന്ന് നേടാനാകുമെന്ന് സമയപരിധി വയ്ക്കുക. ഓരോ ദിവസം, ആഴ്ച, മാസം എന്നിങ്ങനെ സമയപരിധിയെ പല ഉപവിഭാഗങ്ങളായി തിരിക്കുക.
7. തടസ്സങ്ങൾ കണ്ടെത്തുക: നിങ്ങൾ ലക്ഷ്യമിടാൻ ഉദ്ദേശി ക്കുന്ന നേട്ടത്തിനും നിങ്ങൾക്കുമിടയിൽ നിൽക്കുന്ന തടസ്സ ങ്ങൾ ഏതെന്ന് തീരുമാനിക്കുക. പ്രത്യേകിച്ചും നിങ്ങൾ ക്കുള്ളിലെ തടസ്സങ്ങൾ.

8. എന്തൊക്കെ അധിക കഴിവുകളും അറിവുകളും നേടണമെന്ന് തീരുമാനിക്കുക: എന്തൊക്ക അധികവിഭവങ്ങൾ ലക്ഷ്യപ്രാപ്തിക്കായി നിങ്ങൾ നേടണം, എന്തൊക്കെ പുസ്തകങ്ങൾ വായിക്കണം, എന്തൊക്കെ ഓഡിയോ പ്രോഗ്രാം കേൾക്കണം, ഏതെല്ലാം സെമിനാർ, പഠനശിൽപ്പശാലകൾ എന്നിവയിൽ പങ്കെടുക്കണം എന്നെല്ലാം തീരുമാനിക്കുക.

9. ആരുടയെല്ലാം സഹായം വേണ്ടിവരുമെന്ന് തീരുമാനിക്കുക: ആരുടെയെല്ലാം സഹായവും സഹകരണവും നിങ്ങൾക്ക് ആ പ്രത്യേകകഴിവുകൾ നേടാൻ ആവശ്യം വരുമെന്ന് കണ്ടെത്തുക.

10. പ്ലാൻ തയ്യാറാക്കുക: ആ പ്രത്യേക മേഖലയിൽ എന്തെല്ലാം ചെയ്യണം എന്നതിന്റെ വ്യക്തവും പൂർണവുമായ പ്ലാൻ തയ്യാറാക്കുക.

11. ഭാവനയിൽ കാണുക: നിങ്ങൾ ലക്ഷ്യമിടുന്ന മേഖലയിൽ നിങ്ങൾ വളരെ മികവ് നേടിയെന്ന രീതിയിൽ നിങ്ങളുടെ അകക്കണ്ണാടിയിൽ ഭാവനയിൽ കാണുക. അത് ആവർത്തിച്ചുകാണുക. നിങ്ങളുടെ ഉപബോധമനസ്സ് ഒരു കമാൻഡ് ആയി സ്വീകരിക്കും വരെ തുടരുക.

12. ഒരിക്കലും ഉപേക്ഷിക്കരുത്: നിങ്ങൾ ഒരു പ്രത്യേക കഴിവ് വികസിപ്പിക്കാൻ ഇറങ്ങിപ്പുറപ്പെട്ടാൽ അത് നേടുംവരെ അതിൽനിന്ന് പിന്തിരിയരുത്. ആ മേഖലയിൽ നിങ്ങളെ ലോകം അംഗീകരിക്കും വരെ പിന്മാറരുത്.

നിങ്ങൾ ഈ പന്ത്രണ്ട് പടികൾ കയറുകയാണെങ്കിൽ ഉറപ്പായും വിജയത്തിലേക്കെത്തും. വിജയംകണ്ട ചില ഫോർമുലകളോ ചേരുവകളോ പിന്തുടർന്ന് ലക്ഷ്യപ്രാപ്തിയിൽ എത്തുന്നപോലെയായിരിക്കും നിങ്ങൾ ഈ പന്ത്രണ്ട് കാര്യങ്ങൾ പിന്തുടർന്നാൽ ലഭിക്കുക. തുടർച്ചയായി ഇക്കാര്യം ശീലിച്ചുവരിക, നിങ്ങൾ ലക്ഷ്യമിടുന്ന കാര്യം നിറവേറുംവരെ.

നിങ്ങളുടെ മേഖലയിൽ മിടുക്കനാകുക

1. നിങ്ങളുടെ മേഖലയിലെ ഏറ്റവും ഉന്നതിയിൽ നിൽക്കുന്ന പത്ത് ശതമാനം പേർക്കൊപ്പം ചേരുമെന്ന് ഇന്നുതന്നെ ദൃഢ നിശ്ചയം ചെയ്യുക. ശ്രേഷ്ഠമായ നിലവാരത്തിനായി ആജീവ നാന്തം പ്രതിജ്ഞാബദ്ധനായിരിക്കുക.
2. നിങ്ങളുടെ ജോലിയിലെ അതീവ പ്രാധാന്യമേറിയ മേഖലകൾ തിരിച്ചറിയുക. നിങ്ങളുടെ മേഖലയിൽ വിജയം കാണുന്നതിന് എന്തെല്ലാം കാര്യങ്ങളാണ് കൂടുതൽ മികവോടെ, ഉറപ്പായും തീർച്ചയായും ചെയ്യേണ്ടതെന്ന് തിരിച്ചറിയുക.
3. നിങ്ങളുടെ ഏറ്റവും ദുർബലമായ മേഖല തിരിച്ചറിയുക. ആ മേഖലയിൽ മികവ് നേടുന്നതിനായി നിങ്ങൾതന്നെ മുന്നിട്ടി റങ്ങി ചെയ്യേണ്ട പദ്ധതികൾ തുടങ്ങിവയ്ക്കുക.
4. നിങ്ങളുടെ മേഖലയിൽ ഏറ്റവും ഉന്നതിയിലെത്താൻ എന്തൊ ക്കെ അധിക അറിവുകൾ നിങ്ങളിനിയും നേടേണ്ടതുണ്ടെന്ന് തീരുമാനിക്കുക. അത്തരം അറിവുകൾ നേടുന്നതിന് തക്ക തായ പ്ലാൻ വികസിപ്പിക്കുക.
5. ആജീവനാന്ത പഠനത്തിന് പ്രതിജ്ഞാബദ്ധനായിരിക്കുക. നന്നായി വായിക്കുക. ഓഡിയോ പ്രോഗ്രാമുകൾ കേൾക്കുക. ബന്ധപ്പെട്ട കോഴ്സുകളിലും സെമിനാറുകളിലും പങ്കെടു ക്കുക. പഠിച്ച കാര്യങ്ങൾ, നിങ്ങൾക്ക് കഴിയാവുന്നതിൽ അത്രയും വേഗം പ്രായോഗികമാക്കുക.

11

കുടുംബജീവിതവും ബന്ധങ്ങളും മെച്ചപ്പെടുത്തുക

ശരാശരി മനുഷ്യന്റെ സാധ്യതകൾ എന്നത് കപ്പൽയാത്ര നടത്താത്ത വമ്പൻ കടൽ പോലെയും ചെന്നെത്തിയിട്ടില്ലാത്ത ഭൂഖണ്ഡം പോലെയും നല്ലത് സംഭവിക്കുന്നതിനായി ഒരുങ്ങിനിൽക്കുന്ന സാധ്യതകൾ പോലെയുമാണ്.

ബ്രയാൻ ട്രേസി

നിങ്ങളുടെ കുടുംബജീവിതത്തിലെയും ബന്ധങ്ങളിലെയും മേന്മയായിരിക്കും നിങ്ങളുടെ സന്തോഷവും ദുഃഖവും തീരുമാനിക്കുക. നിങ്ങളുടെ വ്യക്തിജീവിതത്തിലെ പ്രധാനപ്പെട്ട ഏടായ ഇക്കാര്യം അവഗണിക്കരുത്.

ബന്ധങ്ങളോടുള്ള മനോഭാവം ആണുങ്ങളുടെയും പെണ്ണുങ്ങളുടെയും വ്യത്യസ്തമായിരിക്കും. ആയിരക്കണക്കിന് വർഷങ്ങൾ പിറകോട്ട് സഞ്ചരിച്ചാൽ ആണുങ്ങൾ വേട്ടയാടുന്നവരും പെണ്ണുങ്ങൾ കുടുംബത്തിലേക്കൊതുങ്ങി കുഞ്ഞുങ്ങളെ നോക്കി ജീവിക്കുന്നവരുമായിരുന്നു.

വേട്ടക്കാരനായി തന്റെ കഴിവുകൾ പ്രദർശിപ്പിച്ചതിന്റെ ആത്മാഭിമാനമായിരിക്കാം പുരുഷന്മാർക്ക് ലഭിച്ചിരിക്കുക. അതായിരിക്കും അവർ വീട്ടിലും പുറത്തെടുക്കുക. മറ്റുള്ള പുരുഷന്മാരെ താരതമ്യം ചെയ്യുമ്പോൾ എത്ര നല്ല വേട്ടക്കാരനായിരുന്നു എന്നതായിരുന്നു ഗോത്രങ്ങളിൽ ഒരു പുരുഷന്റെ അന്തസ്സ് തീരുമാനിക്കുക. അവിടെ നിന്ന് ഇരുപത്തൊന്നാം നൂറ്റാണ്ടിലേക്ക് എത്തിയപ്പോഴും കാര്യങ്ങളിൽ വലിയ വ്യത്യാസമൊന്നുമില്ല. പുരുഷന്മാരിപ്പോഴും അവരുടെ വേട്ടയാടൽ ശേഷിയും കുടുംബത്തെ പോറ്റാനുള്ള കഴിവുമനുസരിച്ച് ആത്മാഭിമാനം കണ്ടെത്തുന്നു. പുരുഷന്മാരിപ്പോഴും മറ്റുള്ളവരുമായി വേട്ടയാടൽ ശേഷി താരതമ്യം ചെയ്യുന്നു. അവർ വിജയത്തിന്റെ ചിഹ്നങ്ങൾ തേടുന്നു, അതിനെ ആരാധിക്കുന്നു. താൻ നല്ല

വേട്ടക്കാരനാണെന്നും കുടുംബത്തിന് നല്ലകാര്യങ്ങൾ ചെയ്ത് കൊടുക്കുന്നതായും അവർ മറ്റുള്ളവരോട് പറയുന്നു. കാർ, വസ്ത്രങ്ങൾ, വിലപിടിച്ച വാച്ചുകൾ, വീടുകൾ, മറ്റ് ഭൗതിക വസ്തുക്കൾ എന്നിവ നേടുന്നവരായി അവർ വിളിച്ചുപറയുന്നു.

മാറിയ കൂടുതൽ കാര്യങ്ങൾ

സ്ത്രീകൾ വ്യത്യസ്തരാണ്. അവരുടെ വിജയത്തിന്റെയും സന്തോഷത്തിന്റെയും അടിസ്ഥാനം എന്നത് കുടുംബവുമൊത്തുള്ള മികച്ച ബന്ധമാണ്. പ്രത്യേകിച്ചും ഭർത്താവും കുട്ടികളുമൊത്തുള്ളത്. ബന്ധങ്ങൾ മെച്ചപ്പെടുത്താനും കുടുംബജീവിതം സന്തോഷമാക്കാനും അവർ തുടർച്ചയായി ശ്രമിച്ചുകൊണ്ടിരിക്കുന്നു. മിക്കവാറും സ്ത്രീകൾക്ക് ബന്ധങ്ങളാണ് പ്രധാനം.

പുരുഷന്മാർക്കും സ്ത്രീകൾക്കും കുടുംബവും കുട്ടികളും തന്നെയായിരിക്കും മുഖ്യം. പുരുഷന്മാർ ചിലപ്പോഴെല്ലാം ഇത് മറന്ന് കൂടുതൽ നേടാൻ തിരക്കുള്ള ജീവിതത്തിനായി ശ്രമിച്ചുകൊണ്ടിരിക്കുന്നവരാകും. ഇക്കാര്യത്തിൽ അവർക്ക് കാഴ്ചപ്പാട് നഷ്ടപ്പെടുന്നു. എന്നാൽ സ്ത്രീകൾ പൊതുവായി ഇങ്ങനെ പെരുമാറുന്നവരല്ല.

എല്ലാവർക്കും കുടുംബവും ബന്ധങ്ങളും വളരെ പ്രധാനപ്പെട്ടതാണ്. മാനസികവും വൈകാരികവും ശാരീരികവുമായ ആരോഗ്യത്തിന് മികച്ച കുടുംബജീവിതവും ബന്ധങ്ങളും ആവശ്യമാണ്. നീണ്ടകാല സന്തോഷവും തൃപ്തിയും സാഫല്യവും ലഭിക്കുന്നതിന് സന്തോഷം നിറഞ്ഞ കുടുംബജീവിതം വേണം. അതിനായി പ്രത്യേക പ്ലാനുകളും പദ്ധതികളും ഒരുക്കുകയും വേണം.

മാതൃകാപരമായ കുടുംബജീവിതവും ബന്ധങ്ങളും രൂപകൽപ്പന ചെയ്യുക

നിങ്ങളുടെ കുടുംബം, മറ്റ് ബന്ധുക്കൾ, അടുത്ത സുഹൃത്തുക്കൾ എന്നിവരുമായി വളരെ നല്ല ബന്ധം തുടരുന്നതിന് പന്ത്രണ്ട് ഇന പടികൾ പിന്തുടരാം.

1. ഒരു ആഗ്രഹമുണ്ടായിരിക്കുക: എന്താണ് നിങ്ങൾക്ക് ശരിക്കും വേണ്ടത്?

ഒന്നുമാറിയിരുന്ന് ഇക്കാര്യം ഭാവനയിൽ കാണുക. നിങ്ങളുടെ കുടുംബജീവിതം, ബന്ധങ്ങൾ എന്നിവ എല്ലാരീതിയിലും മികച്ചതാണെന്ന് സങ്കൽപ്പിക്കുക. എങ്കിൽ അതെങ്ങനെയുള്ളതാകും?

നിങ്ങളുടെ ഇന്നുള്ള കുടുംബജീവിതത്തിൽനിന്ന് എത്രമാത്രം വ്യത്യസ്തമായിരിക്കുമത്? നിങ്ങൾക്കൊരു മാന്ത്രിക ദണ്ഡ് ഉണ്ടെന്നും അത് വീശിയാൽ പരിപൂർണമായ ജീവിതശൈലി ലഭിക്കുമെന്നും കരുതുക. എങ്കിൽ അത് എത്തരമുള്ളതായിരിക്കും?

നിങ്ങൾ സിംഗിളാണെന്ന് കരുതുക. നിങ്ങളുടെ ഇണയെ കണ്ടെത്താൻ ഇപ്പോൾ ഉദ്ദേശിക്കുന്നുണ്ടെങ്കിൽ ഒരു എക്സർസൈസ് ഇതാ. ഒരു കഷണം പേപ്പറെടുത്ത് നിങ്ങൾ ആഗ്രഹിക്കുന്ന എല്ലാംതികഞ്ഞ ഇണയ്ക്ക് വേണ്ട ഗുണങ്ങൾ എല്ലാം എഴുതിയിടുക. എല്ലാം തികഞ്ഞ ഇണകളെ സൃഷ്ടിക്കുന്ന ഫാക്ടറിയുണ്ടെന്ന് വെറുതെ സങ്കൽപ്പിക്കുക. നിങ്ങൾ പേപ്പറിൽ എഴുതിനൽകുന്നതുപോലെ നൂറ് ശതമാനവും പൂർണമായ ഇണയെ നൽകുന്ന ഫാക്ടറിയാണത്. എങ്കിൽ വിശദമായി ഓരോ കാര്യങ്ങളും എഴുതുക. നിങ്ങളുടെ എല്ലാം തികഞ്ഞ ഇണ എങ്ങനെയുള്ളതായിരിക്കണമെന്ന് നിങ്ങളുടെ അനുഭവംവെച്ച് എഴുതുക. സ്വഭാവം, മറ്റ് ഘടകങ്ങൾ, വേണ്ടതായ മറ്റ് ഗുണങ്ങൾ എന്നിവയെല്ലാം വ്യക്തമായി എഴുതുക. വയസ്സ്, വിദ്യാഭ്യാസം, ആരോഗ്യം, രൂപം, മൂല്യങ്ങൾ, നർമ്മബോധം, ജീവിതാനുഭവം, താൽപ്പര്യങ്ങൾ, ഇഷ്ടങ്ങൾ, അനിഷ്ടങ്ങൾ, കുടുംബപശ്ചാത്തലം, സുഹൃത്തുക്കൾ, ഹോബികൾ, കുട്ടികൾ, പണം, യാത്ര തുടങ്ങിയവയോടുള്ള മനോഭാവം എന്നിവയെല്ലാം എഴുതുക.

വ്യക്തത വളർത്തുക

ഞാനിത് എന്റെ സെമിനാറുകളിൽ പങ്കെടുക്കുന്നവരോട് പറയുമ്പോൾ, ഓ... അതെല്ലാം വെറും യാന്ത്രികം മാത്രമെന്ന് പറയുന്ന ധാരാളം പേരുണ്ട്. യഥാർത്ഥ റൊമാൻസ് കണ്ടെത്താൻ സഹായിക്കാത്ത തണുപ്പൻ രീതിയാണെന്നാണ് പലരും അഭിപ്രായപ്പെട്ടത്. എന്നാൽ ഇണയിൽ നിന്നാഗ്രഹിക്കുന്ന കാര്യങ്ങൾ എഴുതിവയ്ക്കുമ്പോൾ നിങ്ങൾക്ക് കൂടുതൽ വ്യക്തത കൈവരിക്കാൻ സഹായിക്കുമെന്നതിൽ സംശയമില്ല. അത്തരം വ്യക്തത നിങ്ങൾ ഇതുവരെ അനുഭവിച്ചിട്ടുണ്ടാകില്ല. ഇത് നിങ്ങളുടെ ഉപബോധമനസ്സിൽ ഇണയെക്കുറിച്ചുള്ള ആദർശപരമായ ചിത്രം പ്രോഗ്രാം ചെയ്യാൻ സഹായിക്കും. അത് നിങ്ങളുടെ ബോധമണ്ഡലത്തിനപ്പുറത്തുള്ള ശക്തി പുറപ്പെടുവിക്കും. നിങ്ങൾ യഥാർത്ഥത്തിൽ ആഗ്രഹിക്കുന്ന വ്യക്തിയെക്കുറിച്ച് പേപ്പറിൽ എഴുതുമ്പോൾ നിങ്ങളൊരു ഊർജം ഈ പ്രപഞ്ചത്തിലേക്ക് വിടും. അത് ആ വ്യക്തിയെ നിങ്ങളുടെ ജീവിതത്തിലേക്ക് ആകർഷിക്കുകയും ചെയ്യും. മിക്കവാറും വളരെ നല്ല രീതിയിലാകും അത് സംഭവിക്കുക.

ഒരിക്കൽ ഈ എക്സർസൈസ് ഞാനും എന്റെ ജീവിതത്തിൽ പരീക്ഷിച്ചുനോക്കി. ഞാൻ ആഗ്രഹിക്കുന്ന ഇണയെക്കുറിച്ച് ഒരു പേപ്പറിൽ എല്ലാമെഴുതി. കുറെ കാലം കഴിഞ്ഞ് പ്രാദേശിക സർവ കലാശാലയിൽ പ്രവർത്തിക്കുമ്പോൾ ഞാൻ ഒരു ചെറുപ്പക്കാരിയെ കണ്ടുമുട്ടി. പരിപൂർണമായി മനപ്പൊരുത്തമുള്ള ഒരാളെ എങ്ങനെ കണ്ടെത്താമെന്ന് അവൾ ചോദിച്ചു. ഇതേ എക്സർസൈസ് ഞാൻ അവൾക്കും കൊടുത്തു. ഇണയിൽ ഉണ്ടായിരിക്കേണ്ട ഗുണഗണ ങ്ങൾ വിശദമായി എഴുതുവാൻ ഞാനവളോട് ആവശ്യപ്പെട്ടു. ഉചിത മായ സമയം പ്രപഞ്ചം യഥാർത്ഥ വ്യക്തിയെ മുന്നിൽ കൊണ്ട് തരുമെന്ന് ഞാൻ പറഞ്ഞു.

ചില മാസങ്ങൾ കഴിഞ്ഞു. ഒരിക്കൽ ഞങ്ങൾ വീണ്ടും കണ്ടു മുട്ടി. ഒത്തൊരുമിച്ചിരുന്ന് ഞങ്ങൾ ആഗ്രഹിക്കുന്ന ഇണകളെപ്പറ്റി എഴുതിയത് താരതമ്യം ചെയ്തു. പരസ്പരം ഏറ്റവും മികച്ച ഇണ കളാണ് ഞങ്ങളെന്ന് അപ്പോൾ തിരിച്ചറിഞ്ഞു. നല്ല ചേർച്ച. മുപ്പത് വർഷത്തിലധികമായി ആ പെൺകുട്ടി ബാർബരയുമായി എന്റെ വിവാഹജീവിതം തുടങ്ങിയിട്ട്. വളർന്നുവലുതായ നാല് കുട്ടികൾ ഞങ്ങൾക്കുണ്ട്. ഈ രീതി ഫലിച്ചോ എന്ന് ചോദിച്ചാൽ അതേ, അത് ഞങ്ങൾക്ക് ഫലിച്ചെന്ന് നിസ്സംശയം പറയാം.

ഇതാണ് പ്രധാനം. വേണ്ടത് ഒരു കഷണം പേപ്പറും നിങ്ങളുടെ കുറച്ച് സമയവും മാത്രം. ജീവിതത്തിൽ സാധ്യമായ അനന്തരഫല ങ്ങൾ പരിഗണിക്കുമ്പോൾ ഇത് നിങ്ങളുടെ ജീവിതത്തിൽ മിക ച്ചൊരു നിക്ഷേപമാണോ? ഉറപ്പായും അതെ!

ജീവിതത്തെ മാറ്റൂ

വർഷങ്ങളായി എണ്ണമറ്റ വ്യക്തികൾ എന്റെയടുത്ത് വന്ന് ഈ രീതി ഫലം കണ്ടെന്ന് പറഞ്ഞിട്ടുണ്ട്. വിവാഹം കഴിഞ്ഞ് വളരെ യധികം സന്തോഷത്തിലും സ്നേഹത്തിലും കഴിയുന്ന ദമ്പതികൾ. അവരുടെ ജീവിതത്തെ ഈ എക്സർസൈസ് മാറ്റിമറിച്ചുവെന്നാണ് അവർ പറഞ്ഞത്. ചിലപ്പോൾ ഏകാകിയായി മാസങ്ങൾ, എന്തിന് വർഷങ്ങൾവരെ കഴിഞ്ഞവരായിരിക്കും. ഒരു പേപ്പറിൽ ഇഷ്ടങ്ങൾ എഴുതിവെച്ചതിനുശേഷം വെറും മൂന്ന് ദിവസങ്ങൾക്കുള്ളിൽ തന്നെ അവർ ആഗ്രഹിച്ച ഇണയെ കണ്ടെത്തിയിരിക്കും. നിങ്ങളും ഇതൊന്ന് പരീക്ഷിച്ച് നോക്കൂ. എന്നിട്ട് ഫലമെന്താണെന്ന് നോക്കൂ. മറ്റുള്ള സുഹൃത്തുക്കളോടും ഈ രീതി പറഞ്ഞ് പ്രോത്സാഹിപ്പി ക്കുക. ഇത് ഫലിക്കുമെങ്കിൽ ജീവിതം മാറിമറിയും. നിങ്ങളുമൊന്ന് മാറ്റിമറിക്കൂ. എക്സർസൈസുകളിൽ ഏറ്റവും ശ്രേഷ്ഠമായ ഒന്നാ യിരിക്കുമിത്, സംശയമില്ല.

നിങ്ങളിപ്പോൾ വിവാഹിതനോ പ്രണയത്തിൽ അകപ്പെട്ട ആളോ ആണെന്നിരിക്കട്ടെ. മാറിയിരുന്ന് ഒന്നാലോചിക്കുക. എല്ലാ അർത്ഥത്തിലും തികഞ്ഞ ഫലം തരുന്ന മാന്ത്രികദണ്ഡ് നിങ്ങൾക്കുണ്ടെന്നിരിക്കട്ടെ. എങ്കിൽ നിങ്ങൾക്ക് ഇപ്പോഴുള്ളതിൽനിന്നും എന്ത് വ്യത്യാസമായിരിക്കും അപ്പോഴുണ്ടായിരിക്കുക? എന്തൊക്കെയാകും കൂടുതലായി നിങ്ങൾ ചെയ്യുക? എന്തൊക്കെയാകും നിങ്ങൾ ചെയ്യാതിരിക്കുക? നിങ്ങളിത് വരെ തുടങ്ങാത്ത എന്ത് കാര്യമായിരിക്കും ഇപ്പോൾ തുടങ്ങുക? സാധ്യമായ രീതിയിൽ നിങ്ങളുടെ ജീവിതം പൂർണമായിരിക്കണമെന്ന ആഗ്രഹത്തിൽ എന്തെല്ലാം കാര്യങ്ങളായിരിക്കും നിങ്ങൾ ജീവിതത്തിൽ എക്കാലത്തേക്കുമായി നിർത്തുക?

2. വിശ്വസിക്കൂ: നിങ്ങൾ വിശ്വസിക്കാൻ തുടങ്ങുമ്പോൾ നിങ്ങളത് കാണും

നിങ്ങളെക്കുറിച്ചും നിങ്ങളുടെ ബന്ധങ്ങളെക്കുറിച്ചും നിങ്ങൾക്കുള്ള വിശ്വാസങ്ങൾ നിങ്ങളുടെ യാഥാർത്ഥ്യങ്ങളായി തീരും. നിങ്ങളുടെ ഉത്തരവാദിത്വങ്ങളുടെയും ചുമതലകളുടെയും വിശ്വാസം രൂപപ്പെടുന്നത് ബാല്യകാലത്തിന്റെ തുടക്കത്തിൽ നിന്നായിരിക്കും. അത്തരം വിശ്വാസം അനുഭവങ്ങളുമായി ജീവിതകാലം മുഴുവൻ പാകപ്പെട്ടുവരും. അതെല്ലാം വസ്തുതയെ അടിസ്ഥാനപ്പെടുത്തി ആകണമെന്നില്ല. ചിലപ്പോൾ ഒരു ബന്ധത്തിൽ എന്തെല്ലാം നടക്കണം, എന്തെല്ലാം നടക്കരുത് എന്നത് വാസ്തവമാകണമെന്നില്ല. ഒരുതരത്തിൽ നിങ്ങൾ കുത്തിപ്പൊക്കിയെടുക്കുന്ന 'വാസ്തവം' മാത്രമാണത്. മറ്റൊരു വ്യക്തിയെ സംബന്ധിച്ചിടത്തോളം അത് സത്യമായിരിക്കണമെന്നില്ല.

ഒരു ബന്ധത്തിൽ, പ്രത്യേകിച്ചും ദാമ്പത്യത്തിൽ സന്തോഷത്തോടെയായിരിക്കാൻ നിങ്ങളുടെ വിശ്വാസങ്ങൾ യുക്തിസഹമായിരിക്കണം. നേടാൻ കഴിയുന്നതായിരിക്കണം, ജീവിതത്തെ സുഗമമായി ഒഴുകാൻ സഹായിക്കുന്നതുമാകണം. ഓരോ വ്യക്തിക്കും കൂടുതൽ കൂടുതൽ സന്തോഷം പകരുന്നതായിരിക്കണം. നിങ്ങളുടെ മൂല്യങ്ങളോടും തത്വങ്ങളോടും ഒത്തുപോകുന്നതുമാകണം.

കാലങ്ങളെ അതിജീവിക്കും തത്വങ്ങൾ

ആയിരക്കണക്കിന് പുസ്തകങ്ങളും ലേഖനങ്ങളും ബന്ധങ്ങളെക്കുറിച്ചുണ്ട്. ചില ബന്ധങ്ങൾ കാലാതിവർത്തിയാണ്. അതെങ്ങനെയാണെന്ന് പറയാം.

1. മറ്റുള്ള വ്യക്തിയുമായി ബന്ധം ആയിരിക്കുന്ന അവസ്ഥയിൽ നിരുപാധികം പോസിറ്റീവായി അയാളെ അംഗീകരി

ക്കുക. ഇതാണ് നല്ല ബന്ധങ്ങൾക്കുള്ള അടിസ്ഥാനം. മറ്റുള്ള വ്യക്തിയുടെ എല്ലാ കുറവുകളോടെയും അംഗീകരിക്കുക. അയാളുടെ അടിസ്ഥാന സ്വഭാവമോ വ്യക്തിത്വമോ മാറ്റാനുള്ള ശ്രമമോ ആഗ്രഹമോ നിങ്ങളുടെ പക്ഷത്തുനിന്ന് ഉണ്ടായിരിക്കരുത്. നിരുപാധികമായി അംഗീകരിക്കുക എന്നതാണ് ഒരു വ്യക്തിക്ക് മറ്റൊരു വ്യക്തിക്ക് നൽകാനുള്ള വലിയ സമ്മാനം.

2. സന്തോഷകരമായ ബന്ധത്തിൽ നിങ്ങൾ മറ്റൊരാളുടെ സന്തോഷത്തിന് കൂടുതൽ പ്രാധാന്യം കൊടുക്കും. ഒരു പക്ഷേ, നിങ്ങൾക്കായി ചെയ്യുന്നതിനേക്കാൾ പ്രാധാന്യം കൊടുക്കുക മറ്റൊരാൾക്കുവേണ്ടിയായിരിക്കും. പരസ്പരം ഇഷ്ടപ്പെടുന്ന ദമ്പതികൾ അവരുടെ സ്വന്തം ഇഷ്ടം മറന്നുകൊണ്ടായിരിക്കും ഇണയെയും കുട്ടികളെയും സന്തോഷിപ്പിക്കാൻ ശ്രമിച്ചുകൊണ്ടിരിക്കുക. ആ ബന്ധം നിലനിർത്താനും സംരക്ഷിക്കാനും എന്ത് ത്യാഗവും ചെയ്യാൻ അവർ സദാ സന്നദ്ധരുമായിരിക്കും.

3. ഒരു നല്ല ബന്ധത്തെ ശരിയായി അളക്കണമെങ്കിൽ അവർ ഒത്തുചേർന്ന് ചിരിക്കുന്ന വേളകൾ വിലയിരുത്തണം. അവരൊത്ത് ചേർന്ന് എത്ര സമയം ചിരിക്കുന്നു, എത്ര തവണ എന്നതായിരിക്കണം നല്ല ബന്ധമളക്കാനുള്ള യഥാർത്ഥ മാനദണ്ഡം. മനസ്സിനുള്ളിലെ ചിന്തകളിൽ നിന്നാണ് ചിരി പുറപ്പെടുക. ആന്തരിക സന്തോഷത്തിൽ നിന്നാണ് ബാഹ്യമായ ചിരി ഉണ്ടാവുക. ചിരി വ്യാജമായി ഉണ്ടാക്കുന്നതല്ല. അത് സന്തോഷം നിറഞ്ഞ മനസ്സിന്റെ പ്രതിഫലനമാണ്.

നിങ്ങളുടെ വിശ്വാസങ്ങളെ ചോദ്യം ചെയ്യൽ

ബന്ധങ്ങളിൽ പ്രശ്നങ്ങൾ പരിഹരിക്കുന്നതിന്റെയും സൃഷ്ടിക്കുന്നതിന്റെയും തുടക്കമെന്നത് നിങ്ങളുടെ വിശ്വാസങ്ങളെ പ്രത്യേകിച്ചും സ്വയം പരിമിതപ്പെടുത്തുന്ന വിശ്വാസങ്ങളെ ചോദ്യം ചെയ്യുമ്പോഴാണ്. നല്ല വിശ്വാസങ്ങൾ ജീവിതത്തെ സുഗമമാക്കുന്നതാണ്. എന്നാൽ മോശം വിശ്വാസങ്ങൾ സന്തോഷം കവരുന്നതും.

നിങ്ങൾക്ക് ബന്ധങ്ങളിൽ സന്തോഷവും ആഹ്ലാദവും ലഭിക്കുന്നില്ലെങ്കിൽ അതിന്റെ കാരണമാരായുക. ചിലപ്പോൾ നിങ്ങളുടെ ആശയങ്ങളോ വിശ്വാസങ്ങളോ സ്വീകാര്യമോ അസ്വീകാര്യമോ ആയിരിക്കാം. തെറ്റോ ശരിയോ ആയിരിക്കാം. ഉചിതമോ അനുചിതമോ ആയിരിക്കാം. ബന്ധങ്ങളെ അതെങ്ങനെ ബാധിക്കുമെന്ന്

പരിശോധിച്ചറിയുക. അത് ചോദ്യം ചെയ്യുക. നിങ്ങളുടെ ഭാഗത്താ യിരിക്കാം തെറ്റ് എന്നത് സ്വീകരിക്കാനുള്ള സന്നദ്ധതയോടെയാ യിരിക്കണം ഈ പരിശോധന നടത്തേണ്ടത്.

3. എഴുതിവയ്ക്കുക: പേപ്പറിൽ നിങ്ങളുടെ ലക്ഷ്യം വ്യക്തതയോടെ എഴുതൂ

നിങ്ങൾ സ്വപ്നം കാണുന്ന മാതൃകാപരമായ ജീവിതം എഴുതി വയ്ക്കണം. വളരെ പോസിറ്റീവായി വ്യക്തിഗത വിവരങ്ങളോടെ ജീവിതവും ജീവിതരീതികളും എഴുതുക. എല്ലാ അർത്ഥത്തിലും അത് സമഗ്രമാണെന്ന രീതിയിൽ 'പ്രസന്റ് ടെൻസിൽ' വേണം എഴു താൻ. നിങ്ങളുടെ കുടുംബത്തിലെയും ബന്ധങ്ങളിലെയും പ്രധാന പ്പെട്ട വ്യക്തികളെയെല്ലാം ലിസ്റ്റ് ചെയ്യുക. അവരുമായുള്ള ബന്ധം എല്ലാ രീതിയിലും വളരെ മാതൃകാപരമെങ്കിൽ അത് എങ്ങനെ യായിരിക്കുമെന്ന് വിശദീകരിക്കുക.

നിങ്ങൾ ആഗ്രഹിക്കുന്ന ജീവിതശൈലി എന്താണ്? എങ്ങനെ യായിരിക്കും നിങ്ങളുടെ രാവിലെ മുതൽ വൈകിട്ട് വരെയുള്ള ജീവിതശൈലി? തിങ്കൾ മുതൽ ഞായർ വരെ, ജനുവരി മുതൽ ഡിസംബർ വരെ? നിങ്ങൾ സ്വപ്നം കണ്ട ജീവിതശൈലിയിലാണ് കുടുംബവുമൊത്ത് ജീവിക്കുന്നതെങ്കിൽ എന്തായിരിക്കും നിങ്ങൾ ഒരുമിച്ച് ചെയ്യുക? എങ്ങനെയായിരിക്കും നിങ്ങൾ സായാഹ്നങ്ങൾ ചെലവഴിക്കുക. എങ്ങനെയാണ് വാരാന്ത്യങ്ങൾ, അവധിക്കാലം ചെലവിടുക? എവിടേക്കാകും നിങ്ങൾ പോകുക? നിങ്ങളവിടെ എത്തിയാൽ എന്തായിരിക്കും ചെയ്യുക?

പരിമിതികളൊന്നുമില്ലെന്ന് സങ്കൽപ്പിക്കുക. നിങ്ങളുടെ ജീവിതം കുറ്റമറ്റതാണെങ്കിൽ എവിടെയാകും നിങ്ങൾ ജീവിക്കുക? എത്തരമുള്ള വീടായിരിക്കും നിങ്ങൾക്കുണ്ടാകുക? എന്തൊക്കെ ഭൗതിക സൗകര്യങ്ങളാകും നിങ്ങൾ കുടുംബത്തിന് ഒരുക്കിക്കൊ ടുക്കുക? ഏത് സ്കൂളിലായിരിക്കും നിങ്ങളുടെ മക്കളെ പഠിപ്പി ക്കുക? ഏത് കോളേജിൽ പഠിപ്പിക്കാൻ കഴിയും? ഇതെല്ലാം സാധ്യ മാകാൻ നിങ്ങളെന്ത് ചെയ്യും? എന്തുതരം വസ്ത്രങ്ങൾ, കാറുകൾ, മറ്റ് ഭൗതിക സാഹചര്യങ്ങൾ ആണ് നിങ്ങൾ കുടുംബാംഗങ്ങൾ ക്കായി ഒരുക്കുക?

ഇത്തരം കാര്യങ്ങൾ പേപ്പറിൽ എഴുതിവെച്ചാൽ അത് നടപ്പി ലാകാനുള്ള സാധ്യത വല്ലാതെ കൂടും. ഓർക്കുക, എന്താണ് സാധ്യ മെന്ന് വിചാരിക്കുന്നതിനുമുമ്പേ, എന്താണ് ശരിയെന്ന്. ഓർക്കുക, എന്താണ് താങ്ങാൻ കഴിയുന്നതെന്ന് തീരുമാനിക്കുംമുമ്പ് എന്താണ് മാതൃകാപരമെന്ന്.

എല്ലാത്തിലുമുപരി, കുടുംബാംഗങ്ങൾക്കൊപ്പമിരുന്ന് ഈ ഘടകങ്ങൾ ചർച്ച ചെയ്യുക. കുടുംബജീവിതം നിങ്ങളാഗ്രഹിക്കും പോലെ പോകുന്നുവെങ്കിൽ കുടുംബാംഗങ്ങളോരോരുത്തർക്കും എന്തായിരിക്കും വേണ്ടതെന്ന് ചോദിച്ചറിയുക. ഇത്തരം ആഗ്രഹങ്ങളും ലക്ഷ്യങ്ങളും എഴുതിവയ്ക്കുക. അത് കുടുംബമെന്ന സംരംഭത്തിന്റെ അടിസ്ഥാനമെന്ന രീതിയിൽ ഉപയോഗിക്കുക.

4. സ്റ്റാർട്ടിങ് പോയിന്റ് വിശകലനം ചെയ്യുക. നിങ്ങളെവിടെയാണ് നിൽക്കുന്നത്?

നിങ്ങളുടെ നിലവിലെ അവസ്ഥ സത്യസന്ധമായി വിലയിരുത്തുക. നിങ്ങളുടെ കുടുംബത്തിലെ വളരെ പ്രധാനപ്പെട്ട വ്യക്തികളുമായും നിങ്ങളുടെ പരിചയക്കാരുടെ ഇടയിലും ഇക്കാര്യം സംസാരിക്കുക. അവർ ഇക്കാര്യത്തിൽ എങ്ങനെയാണ് ചിന്തിക്കുന്നതെന്ന് ചോദിച്ചറിയുക. അവരെങ്ങനെയാണ് നിങ്ങളുടെ നിലവിലെ അവസ്ഥയിൽ സ്വാധീനിക്കാൻ പോകുന്നതെന്ന് മനസ്സിലാക്കുക.

കുറച്ച് വർഷങ്ങൾക്കുമുമ്പ് എന്റെ സെമിനാറിൽ പങ്കെടുക്കുന്നവർക്കായി ഒരു എക്സർസൈസ് നൽകിയാണ് പഠിപ്പിക്കാൻ തുടങ്ങിയത്. നാലുതരത്തിൽ മാത്രമാണ് അവർക്ക് ജീവിതം മാറ്റിമറിക്കാൻ കഴിയൂ എന്ന് ഞാൻ പറഞ്ഞു.

1. അവർ ചെയ്തുകൊണ്ടിരിക്കുന്ന കാര്യങ്ങളിൽ കുറച്ച് കാര്യങ്ങൾ കൂടുതലായി ചെയ്യാൻ കഴിയുക.
2. അവർ ചെയ്തുകൊണ്ടിരിക്കുന്ന കാര്യങ്ങളിൽ ഫലം കാണാത്ത ചില കാര്യങ്ങൾ കുറച്ചുകൊണ്ടുവരാൻ ശീലിക്കുക.
3. അവർ മുമ്പ് ചെയ്തിട്ടില്ലാത്ത കാര്യങ്ങൾ ചെയ്ത് തുടങ്ങുക. എന്തെങ്കിലും പുതിയ കാര്യങ്ങൾ ചെയ്യാൻ തുടങ്ങിവയ്ക്കുക.
4. മൊത്തത്തിൽ ചില കാര്യങ്ങൾ എക്കാലത്തേക്കുമായി നിർത്തുക.

ഓരോ വിദ്യാർത്ഥികളുടെയും ജീവിതത്തിൽ ഇക്കാര്യങ്ങൾ എങ്ങനെ പ്രാവർത്തികമാക്കുമെന്ന് ഞാൻ ചോദിച്ചു. സെമിനാർ കഴിഞ്ഞ് വീട്ടിലെത്തുമ്പോൾ താഴെപറയുന്ന കാര്യങ്ങൾ കുടുംബാംഗങ്ങളോട് ചോദിക്കണമെന്ന് അഭിപ്രായപ്പെടുകയും ചെയ്തു.

1. ഞാൻ ചെയ്തുകൊണ്ടിരിക്കുന്ന കാര്യങ്ങളിൽ ഇനിയും കൂടുതൽ ചെയ്യണമെന്ന അഭിപ്രായമുണ്ടോ?

2. ഞാൻ ചെയ്തുകൊണ്ടിരിക്കുന്ന കാര്യങ്ങളിൽ ഏതെങ്കിലും കാര്യം കുറച്ച് ചെയ്യണമെന്ന അഭിപ്രായമുണ്ടോ?
3. ഞാനിപ്പോൾ ചെയ്യാത്ത കാര്യമെന്തെങ്കിലും തുടങ്ങേണ്ടതുണ്ടോ?
4. ഞാനിപ്പോൾ ചെയ്യുന്ന കാര്യമെന്തെങ്കിലും നിർത്തേണ്ടതുണ്ടോ?

ക്ലാസിൽ പങ്കെടുത്തവർക്ക് ഈ ചോദ്യങ്ങൾ ചോദിക്കാൻ മനസ്സുണ്ടെങ്കിൽ അത്ഭുതപ്പെടുത്തുന്ന ഉത്തരങ്ങൾ ലഭിക്കുമെന്ന് ഞാൻ അഭിപ്രായപ്പെട്ടു. ചില മറുപടികൾ അവർക്ക് ഷോക്ക് പോലുമായേക്കും.

ഒരു സായാഹ്നത്തിൽ ഞാൻ എന്റെ വീട്ടിൽ ഭാര്യയ്ക്കും മക്കൾക്കുമൊപ്പം ഈ പരിശീലനം നടത്തി. അവർ പറഞ്ഞ കാര്യങ്ങൾ എന്നെ അത്ഭുതപ്പെടുത്തി. ഞാനുടനെ അവരുടെ അഭിപ്രായങ്ങളും നിർദേശങ്ങളും പ്രായോഗികമാക്കി. ചില കാര്യങ്ങൾ കൂടുതലായി ചെയ്യാൻ തുടങ്ങി. ചില കാര്യങ്ങൾ ചെയ്യുന്നത് കുറച്ചു. ചെയ്യാൻ തുടങ്ങാത്ത കാര്യങ്ങൾ ചിലത് തുടങ്ങി. ചെയ്തു തുടങ്ങിയ ചില കാര്യങ്ങൾ നിർത്തുകയും ചെയ്തു. ഇത് എന്റെ കുടുംബജീവിതത്തിൽ അത്യഗാധമായ വ്യത്യാസം കൊണ്ടുവന്നു. നിങ്ങളും ഇത് പരിശീലിക്കൂ, മാറ്റങ്ങൾ നേരിൽ കാണൂ.

5. ഈ ലക്ഷ്യം എന്തിന് എന്ന് തീരുമാനിക്കുക: അതിൽ നിന്നുള്ള നേട്ടമെന്ത്?

എല്ലാ അർത്ഥത്തിലും നിങ്ങളുടെ കുടുംബജീവിതം എല്ലാം തികഞ്ഞതാണെന്ന് സങ്കൽപ്പിക്കുക. എങ്കിൽ എന്തെല്ലാം നേട്ടങ്ങളാണ് നിങ്ങൾ അനുഭവിക്കുക. നിങ്ങളുടെ കുടുംബാംഗങ്ങളെല്ലാം സന്തോഷവാന്മാരും സംതൃപ്തരുമാണെങ്കിൽ, നിങ്ങൾക്ക് ധാരാളം സാമ്പത്തിക സ്രോതസ്സുകൾ ഉണ്ടെങ്കിൽ, എന്തെല്ലാം വ്യത്യാസങ്ങളാണ് അത് നിങ്ങളുടെയും കുടുംബാംഗങ്ങളുടെയും ജീവിതത്തിൽ കൊണ്ടുവരിക?

കുടുംബത്തിലെ ഓരോരുത്തർക്കും എന്തെല്ലാം നേട്ടങ്ങളായിരിക്കും ഒഴുകിയെത്തുക എന്ന് ലിസ്റ്റ് തയ്യാറാക്കുക. പ്രത്യേകിച്ചും ഓരോ വ്യക്തിക്കും എങ്ങനെ ഗുണം ചെയ്യുന്നുവെന്ന് എഴുതുക.

മാതൃകാപരമായ കുടുംബജീവിതം നയിക്കുന്നതിന് എത്ര കൂടുതൽ കാരണങ്ങളുണ്ടോ അത്രമാത്രം ആവേശം നിറഞ്ഞതും ഉറച്ച തീരുമാനമുള്ളതുമായിരിക്കും വിജയിക്കാനും ലക്ഷ്യം പൂർത്തീകരിക്കാനുമുള്ള നിങ്ങളുടെ ദൃഢനിശ്ചയം.

6. സമയപരിധി തീരുമാനിക്കുക: നിങ്ങളുടെ ലക്ഷ്യം എന്ന് നേടാനാണ് ആഗ്രഹിക്കുന്നത്?

നിങ്ങൾക്കും കുടുംബത്തിനും എന്താണ് വേണ്ടതെന്നും അതിന് പിന്നിലെ യുക്തിയും വ്യക്തമായാൽ സമയപരിധി നിശ്ചയിക്കുക. ചിലപ്പോൾ ഒരു ദിവസമെന്ന ഹ്രസ്വകാലസമയപരിധിയാകാം. ചിലത് ദീർഘകാലത്തേക്കുള്ളതായിരിക്കും. പൂർത്തിയാക്കാൻ മാസങ്ങളോ വർഷങ്ങളോ വേണ്ടിവരുന്നതായിരിക്കും. ചിലപ്പോൾ കുടുംബാംഗങ്ങളോടൊത്ത് നിശ്ചിതസമയം ചെലവിട്ട് നേടേണ്ടതായിരിക്കും. സായാഹ്നങ്ങളിലോ വാരാന്ത്യങ്ങളിലോ ഹ്രസ്വകാല പ്രവൃത്തികൾ വേണ്ടിവരുന്നതായിരിക്കും. ഹ്രസ്വമോ നീണ്ട കാലത്തേക്ക് ഉള്ളതോ ആയാലും എല്ലാം നേരത്തേ ആസൂത്രണം ചെയ്യണം. അല്ലെങ്കിൽ കൂടുതൽ സമ്മർദ്ദം ചെലുത്തുന്ന കാര്യങ്ങൾ വന്നാൽ ഇക്കാര്യം മാറ്റിവെയ്ക്കേണ്ടിവന്നേക്കാം.

കുടുംബമൊത്ത് വിനോദയാത്ര ആസൂത്രണം ചെയ്യുമ്പോൾ ഒരു വർഷം മുന്നേ എല്ലാ കാര്യങ്ങളും ബുക്ക് ചെയ്യുന്നതാണ് ഏറ്റവും നല്ലതെന്ന് നമ്മൾ കണ്ടിട്ടുണ്ട്. ടിക്കറ്റ്, റൂം ബുക്കിങ് എന്നിവയെല്ലാം നേരത്തേ ചെയ്യുന്നതാണ് കൂടുതൽ നല്ലത്. ഒരിക്കൽ നമ്മൾ ബുക്കിങ്ങും പണമടവും ചെയ്യുന്നതോടെ യാത്ര എന്തായാലും പോകാൻ നമ്മൾ ശ്രദ്ധിക്കും. ബുക്ക് ചെയ്യുന്നില്ലെങ്കിൽ എല്ലായ്പ്പോഴും കൂടുതൽ സൗകര്യമുള്ള മറ്റൊരവസരത്തിലേക്ക് മാറ്റിവയ്ക്കാനുള്ള പ്രലോഭനം നമുക്കുണ്ടാകും.

നിങ്ങളുടെ കുടുംബത്തിന് മികച്ച ഭൗതികസാഹചര്യങ്ങൾ ഒരുക്കിക്കൊടുക്കുന്ന കാര്യമാണെന്നിരിക്കട്ടെ. വലിയ വീട്ടിലേക്ക് മാറുന്നതോ മറ്റൊരു അയൽപ്രദേശത്തേക്ക് കൂട് മാറുന്നതോ, കാറോ കമ്പ്യൂട്ടറോ വാങ്ങുന്നതോ ആകട്ടെ, കുട്ടികൾക്ക് മികച്ച വിദ്യാഭ്യാസം നൽകുന്നതിലാകട്ടെ, എല്ലാം വളരെ ആസൂത്രിതമായി നേരത്തേ കണ്ട് ചെയ്യണം. സാമ്പത്തികമായി വേണ്ടതെല്ലാം ഒരുക്കിവയ്ക്കുകയും വേണം.

നിങ്ങൾക്ക് കുട്ടികളുണ്ടെങ്കിൽ അവർക്കുവേണ്ടി വളരെക്കാലം മുന്നിൽ കണ്ടുകൊണ്ടുള്ള ലക്ഷ്യം സെറ്റ് ചെയ്യണം. കുറച്ച് വർഷങ്ങൾക്കുമുമ്പ് എന്റെയൊരു സ്നേഹിതൻ എന്നോടൊരു ചോദ്യം ചോദിച്ചു. അദ്ദേഹം എന്റെ സമപ്രായക്കാരനാണ്. നാല് കുട്ടികളുടെ പിതാവും. നിങ്ങളുടെ കുട്ടികളെ കോളേജിൽ ചേർക്കാനാണോ ഉദ്ദേശിക്കുന്നത് എന്നായിരുന്നു അദ്ദേഹത്തിന്റെ ചോദ്യം. ഉറപ്പായും അതെ എന്ന് ഞാൻ മറുപടി കൊടുത്തു. എങ്കിൽ നിങ്ങൾ പല തരത്തിലുള്ള ചെലവുകളും കുറച്ച്, കുട്ടികൾ യോഗ്യത നേടുന്ന

ഏറ്റവും നല്ല കോളേജിൽ പ്രവേശനം നേടാൻ പണം കരുതലായി സൂക്ഷിക്കണമെന്ന് നിർദ്ദേശിച്ചു.

അക്കാലത്ത് എന്റെ കുട്ടികൾ പത്തു വയസ്സിന് താഴെയുള്ളവരായിരുന്നു. ഇത്രയും നേരത്തേ ഇത്തരം ആസൂത്രണം എന്നത് കേട്ട് ഞാൻ അമ്പരന്നുപോയി. ഇക്കാര്യമൊന്നും ഇതേവരെ ആലോചിച്ചിട്ടില്ല എന്ന് ഞാൻ പറഞ്ഞു. കോളേജ് വിദ്യാഭ്യാസത്തിന്റെ കാലമാകുമ്പോൾ മാത്രം അക്കാര്യം ആലോചിച്ചാൽ മതിയെന്ന ചിന്തയായിരുന്നു എനിക്ക്.

എന്റെ മറുപടി കേട്ട് അദ്ദേഹം ചിരിച്ചു. അദ്ദേഹം തന്റെ മക്കൾക്കായി എല്ലാം കരുതിവെച്ചിട്ടുണ്ടായിരുന്നു. കോളേജ് ഫണ്ട് എന്ന ഉറപ്പുള്ള നിക്ഷേപമായി അതെല്ലാം സുരക്ഷിതമായി കരുതിവെച്ചു. വരും വർഷങ്ങളിൽ അദ്ദേഹത്തിന് എന്തു സംഭവിച്ചാലും കുട്ടികളുടെ വിദ്യാഭ്യാസത്തിന് അതൊന്നും തടസ്സമാകാത്തവിധം.

ഇതായിരുന്നു ഞാൻ ശരിക്കും കേൾക്കേണ്ടിയിരുന്നത്. അഞ്ചു വർഷത്തിനകം എന്റെ മക്കൾക്കെല്ലാം ഇത്തരം കോളേജ് ട്രസ്റ്റ് ഫണ്ടുകൾ ഞാൻ ഒരുക്കി. അതൊരു വിലയേറിയ നിർദ്ദേശമായിരുന്നു.

പല കുടുംബങ്ങളും ഇത്തരം കാര്യങ്ങളിൽ കാര്യമായ പ്രാധാന്യം കൊടുക്കാറില്ല. കുട്ടികളുടെ ഉപരിപഠനത്തിന് വലിയ തുക ആവശ്യം വരുമ്പോൾ നിസ്സഹായരായി പോകുന്ന നിരവധി കുടുംബങ്ങളെ കണ്ടിട്ടുണ്ട്.

നിങ്ങൾക്കോ നിങ്ങളുടെ കുടുംബത്തിനോ ചെയ്തുകൊടുക്കേണ്ട കാര്യങ്ങളിൽ ഒരിക്കലും ഉപേക്ഷ കാണിക്കരുത്. അക്കാര്യം മാറ്റിവയ്ക്കരുത്. അക്കാര്യം നേടുന്നതിനായി നന്നായി ആസൂത്രണം ചെയ്യുക. സമയപരിധി നിശ്ചയിക്കുക. അതിന്റെ പൂർത്തീകരണത്തിനായി എത്രയും വേഗം കരുതലെടുക്കുക. അത് നിങ്ങളിൽ പിന്നീടുള്ള വലിയ തോതിലുള്ള സമ്മർദ്ദങ്ങളുടെ കെട്ടഴിച്ചുവിടാൻ സഹായിക്കും. നിങ്ങൾ ചെയ്ത എല്ലാ കാര്യങ്ങളിലും ഏറ്റവും സ്മാർട്ടായിരിക്കുമത്.

7. മാതൃകാപരമായ കുടുംബജീവിതത്തിന് മുന്നിലുള്ള തടസ്സങ്ങൾ കണ്ടെത്തുക

കുടുംബവുമൊത്തുള്ള ജീവിതവും ജീവിതശൈലികളും എന്തുകൊണ്ടാണ് ഇതിനകം എല്ലാം തികഞ്ഞതായി മാറാത്തത്? നിങ്ങൾ ആഗ്രഹിക്കുന്ന ജീവിതശൈലി നേടുന്നതിൽനിന്ന് എന്താണ് നിങ്ങളെ പിന്നോട്ടുവലിക്കുന്നത്?

നിങ്ങളിലേക്കുതന്നെ നോക്കുക. സന്തോഷം നിറഞ്ഞ കുടുംബജീവിതം നയിക്കാൻ നിങ്ങളുടെ വിശ്വാസങ്ങളോ ആശയങ്ങളോ മനോഭാവമോ തടസ്സം നിൽക്കുന്നുണ്ടോ?

നിങ്ങൾക്ക് ചുറ്റുമുള്ള ലോകത്തെ കാണുക. പുറംലോകത്തെ എന്തെങ്കിലും കാര്യങ്ങൾ നിങ്ങളുടെ സന്തോഷം നിറഞ്ഞ ജീവിതത്തിൽ വിലങ്ങ് തടിയായി നിൽക്കുന്നുണ്ടോ? നിങ്ങളുടെ ജോലി, നിങ്ങളുടെ സാമ്പത്തിക സാഹചര്യം, നിങ്ങളുടെ സാധ്യതകൾ എന്നിവയിലേതെങ്കിലും പിറകോട്ട് വലിക്കുന്നുണ്ടോ?

'നിങ്ങളുടെ സന്തോഷം നിറഞ്ഞ കുടുംബജീവിതം തടസ്സപ്പെടുത്തുന്ന ഏറ്റവും വലിയ ഒരൊറ്റ പ്രശ്നം എന്താണ്? ആ തടസ്സം ഒഴിവാക്കാൻ നിങ്ങൾ ഉടനടി എന്തുചെയ്യും? എന്താണ് ഇവിടെ യഥാർത്ഥത്തിൽ കൂടുതൽ പ്രാധാന്യം ഉള്ളത്?' ഈ ചോദ്യമായിരിക്കും ഒരുപക്ഷേ, സമാധാനവും സന്തോഷവും നേടാൻ നിങ്ങൾ നിങ്ങളോടുതന്നെ ചോദിക്കേണ്ടുന്ന ഏറ്റവും പ്രധാനപ്പെട്ട ചോദ്യം. വിവാഹത്തിലും കുടുംബജീവിതത്തിലും നിങ്ങൾക്ക് നിരവധി പ്രശ്നങ്ങൾ നേരിടേണ്ടിവരുന്നത് ഈ കാഴ്ചപ്പാട് നഷ്ടപ്പെടുന്നത് മൂലമാണ്. ഏതിനാണ് കൂടുതൽ പ്രാധാന്യമെന്ന് തിരിച്ചറിയാതെ പോകുന്ന അവസ്ഥ.

നിങ്ങൾക്ക് ചുറ്റുമുള്ള വ്യക്തികളുടെ സന്തോഷവും അവരുടെ സൗഖ്യവും കൂടുതൽ പ്രാധാന്യമർഹിക്കുന്നതും ആത്യന്തികലക്ഷ്യമെന്നതും നിങ്ങൾ മറന്നുപോകുന്നു. ഇതാണ് പ്രശ്നം. കുടുംബബന്ധങ്ങളിൽ ഉയർന്നുവരുന്ന അതി തീവ്രമായ വികാരങ്ങളാകാം നിങ്ങളെ ഏറ്റവും പ്രധാന കാര്യങ്ങളിൽനിന്ന് അകറ്റി നിർത്തുക. എപ്പോഴും ഞാൻ ചെയ്യുന്നത് ശരിയെന്ന ഈഗോയാകാം മറ്റൊരു കാരണം. ഏതുതരത്തിലുള്ള വാദപ്രതിവാദം നടത്തുമ്പോഴും വിയോജിപ്പ് രേഖപ്പെടുത്തുമ്പോഴും നിങ്ങളോടുതന്നെ ഈ ചോദ്യം ചോദിക്കാൻ മറക്കരുത്: എന്താണ് ഇവിടെ കൂടുതൽ പ്രധാനം?

8. മാതൃകാപരമായ കുടുംബജീവിതത്തിന് എന്ത് കഴിവുകളും ശേഷിയുമാണ് നിങ്ങൾ നേടേണ്ടതെന്ന് തീരുമാനിക്കുക

ഓർക്കുക, നിങ്ങൾ ഇതുവരെ നേടാത്ത ഒരു കാര്യമാണ് നേടേണ്ടതെങ്കിൽ നിങ്ങളും ഉറപ്പായും മുമ്പില്ലാത്ത വിധം മറ്റൊരാളായി മാറണം. നിങ്ങൾ പ്രത്യേക ഗുണങ്ങളും സ്വഭാവസവിശേഷതകളും കഴിവുകളും വികസിപ്പിക്കണം. അത് നിങ്ങൾക്ക് ചിലപ്പോൾ മുമ്പൊരിക്കലും ഇല്ലാത്തതായിരിക്കും.

കുടുംബജീവിതത്തിന്റെ ഓരോ ഘട്ടത്തിലും പുതിയ കാര്യങ്ങൾ പഠിക്കുന്നതിൽ നിങ്ങൾ തുറന്ന മനോഭാവമുള്ളയാളായിരിക്കണം. പുതിയ വിഷയങ്ങൾ പഠിക്കാനും സ്വീകരിക്കാനും സന്നദ്ധനായിരിക്കണം. വിവാഹജീവിതം പുരോഗമിക്കുന്നതോടെ നിങ്ങളും വളരണം, പുതിയ കാര്യങ്ങൾ പഠിക്കണം. നിങ്ങളുടെ മക്കൾ വളർന്ന് പക്വത നേടുന്നതോടെ അവർക്കൊപ്പം നിൽക്കാൻ പുതിയ ആശയങ്ങളും മനോഭാവങ്ങളും സ്വീകരിക്കണം. നിങ്ങളുടെ മൂല്യങ്ങൾ നിലനിർത്തികൊണ്ട് വേണം അത്തരം ആശയങ്ങളും മനോഭാവങ്ങളും വികസിപ്പിച്ച് കുട്ടികളുമായി പങ്കിടാൻ.

കുടുംബത്തിലെ മറ്റ് അംഗങ്ങൾ അവരുടേതായ മേഖലകളിൽ വ്യാപൃതരാകുമ്പോൾ അതെല്ലാം ഉൾക്കൊണ്ട് പരമാവധി ആ പുതിയ മേഖലയിൽ നമ്മളും അറിവ് സമ്പാദിക്കാൻ ശ്രമിക്കണം. എങ്കിലേ അവർ വളർന്ന് പക്വത നേടി പല ദിശകളിലേക്കും ചലിക്കുമ്പോൾ അവർക്കൊപ്പം പിടിച്ച് നിൽക്കാനാകൂ.

ഞങ്ങളുടെ കുട്ടികൾ ചെറുതായിരുന്നപ്പോൾ സ്കീയിങ് ക്ലാസ് ഞങ്ങൾ കുടുംബമായി പഠിക്കാൻ തീരുമാനിച്ചു. കൊളറാഡോയിലെ ബീവർ ക്രീക്കിലേക്ക് ഞങ്ങൾ എല്ലാവരും പോയി. ഒരാഴ്ച ഞങ്ങൾ സ്കീയിങ് പഠിച്ചു. അതിനുശേഷം സ്കീയിങ്ങിന് കുടുംബമായി പങ്കെടുക്കാൻ തുടങ്ങി. അമേരിക്കയിലും കാനഡയിലും സ്കീയിങ്ങിനായി പോകാൻ തുടങ്ങി. ഞങ്ങളൊരുമിച്ചുള്ള ഏറ്റവും സന്തോഷം നിറഞ്ഞ നാളുകളായിരുന്നു അത്. ഒരു കുട്ടി എങ്ങനെയാണ് സ്നേഹം എന്നെഴുതുക? സമയം കൊണ്ടായിരിക്കും എഴുതുക. ഒത്തൊരുമിച്ചുള്ള ഏറ്റവും മികച്ച സമയമായിരിക്കും അവർക്ക് ഏറ്റവും സ്നേഹവും തോന്നുക.

എന്റെ മകൾ കാതറീന് കുതിര സവാരി ചെയ്യണമെന്ന ആഗ്രഹം പറഞ്ഞപ്പോൾ ഭാര്യ ബാർബര ചെയ്തത് അശ്വാഭ്യാസം മൊത്തത്തിൽ പഠിക്കുകയായിരുന്നു. മത്സരങ്ങൾക്കും പ്രദർശനങ്ങൾക്കും വേണ്ട എല്ലാ കാര്യങ്ങളിലും ബാർബര അറിവുനേടി. കുതിരയുടെ വാങ്ങലും വിൽക്കലും തുടങ്ങി സവാരി പാഠങ്ങൾ, കുതിര പ്രദർശനങ്ങൾ, അതിനുവേണ്ട സാമഗ്രികൾ, തുടങ്ങി എണ്ണിയാലൊടുങ്ങാത്ത കാര്യങ്ങളെല്ലാം ബാർബര പഠിച്ചു. കാതറീന്റെ കുതിരസവാരി കരിയറിൽ ഇത് ഞങ്ങളെയെല്ലാം സഹായിച്ചു.

ബന്ധങ്ങളിൽ കൂടുതൽ ആഴവും മൂല്യവും കൊണ്ടുവരണമെങ്കിൽ അവരുമായി കൂടുതൽ സമയം ചെലവിടണം. എത്ര സമയം കൂടുതൽ നിങ്ങൾ ഒരാളുമായി ചെലവിടുന്നുവോ അത്രയും ആഴമേറിയാതായിരിക്കും ബന്ധങ്ങളും. മറ്റൊരു വ്യക്തി അയാൾക്കിഷ്ട

പ്പെട്ട മേഖലയിലായിരിക്കും സമയം ചെലവിടുക. എങ്കിലും നിങ്ങൾ അതിനൊപ്പം സമയം ചെലവിടാൻ ശ്രമിക്കണം.

9. പങ്കാളിയായി, ഇണയായി, രക്ഷിതാക്കളായി നിങ്ങൾ പൂർണമായും വളരണമെങ്കിൽ എന്ത് അധിക ഗുണങ്ങളാണ് വികസിപ്പിക്കേണ്ടത്?

നിങ്ങൾക്കൊരു മാന്ത്രികദണ്ഡ് വീശി നിങ്ങളുടെ ഏറ്റവും പ്രധാനപ്പെട്ട ബന്ധങ്ങളിൽ ഏറ്റവും തികഞ്ഞ വ്യക്തിയായി മാറിയെങ്കിൽ അതെങ്ങനെ വിവരിക്കുമെന്ന് നോക്കുക. നിങ്ങൾ കരുണയുള്ളവനെന്ന് മറ്റുള്ളവർ പറയുമോ? ക്ഷമ, സഹനം, സഹാനുഭൂതി, അനുകമ്പ, സൗഹൃദം, എന്നിവയുള്ള വ്യക്തിയായി നിങ്ങൾ വിലയിരുത്തപ്പെടുമോ? നിങ്ങൾ മതിയായ പിന്തുണ നൽകുന്നയാളായി മറ്റുള്ളവർ പറയുമോ? പ്രചോദനവും പ്രോത്സാഹനവും നൽകുന്ന വ്യക്തിയാണോ നിങ്ങൾ? ഇതിൽ എന്ത് സ്വഭാവഗുണത്തിലാണ് നിങ്ങൾ അറിയപ്പെടുക?

നിങ്ങൾക്കൊരു സ്വഭാവഗുണം വികസിപ്പിക്കണമെന്നുണ്ടെങ്കിൽ ആ ഗുണം ആവശ്യമുള്ള ഇടങ്ങളിലെല്ലാം അത് നിങ്ങൾക്കുണ്ടെന്ന രീതിയിൽ പെരുമാറുക എന്നാണ് അരിസ്റ്റോട്ടിൽ പറഞ്ഞിരിക്കുന്നത്. അതായത് നേടുംവരെ അനുകരിക്കുക. അവബോധം, കരുതൽ, ക്ഷമ, സൗഹൃദം, കരുണ എന്നീ ഗുണങ്ങൾ പരിശീലിക്കണമെന്നുണ്ടെങ്കിൽ അതെല്ലാം നിങ്ങളുടെ വ്യക്തിത്വത്തിൽ പ്രോഗ്രാം ചെയ്യുക. തുടർന്ന് അത്തരം ഗുണങ്ങൾ ആവശ്യം വരുന്ന സാഹചര്യങ്ങളിൽ തനിയേ ആ ഗുണം വെളിവാകുന്ന രീതിയിൽ നിങ്ങൾ പ്രതികരിക്കാൻ തുടങ്ങും.

10. പ്ലാൻ ഉണ്ടാക്കുക: ലക്ഷ്യപൂർത്തീകരണത്തിനായി കുടുംബാംഗങ്ങളെ എല്ലാം ഉൾപ്പെടുത്തുക.

നിങ്ങൾക്ക് ചുറ്റുമുള്ളവർക്ക് എന്തെല്ലാം വേണമെന്ന് കണ്ടെത്തുക. അവരുടെ ആവശ്യം കണ്ടറിഞ്ഞ് അതു നിറവേറ്റാൻ പരിശ്രമിക്കുക. ആശയവിനിമയത്തിന് വേണ്ടതെല്ലാം തുറന്നിടുക. അവരിൽനിന്ന് ആശയങ്ങളും നിർദേശങ്ങളും ആവശ്യപ്പെടുക. അവർ സംസാരിക്കാൻ ആഗ്രഹിക്കുമ്പോൾ അത് പൂർണമായും ചെവി കൊടുക്കാൻ സന്നദ്ധത കാണിക്കുക. നിങ്ങളുടെ മാതൃകാപരമായ കുടുംബജീവിതശൈലിക്ക് കുടുംബത്തിന് പുറത്തുള്ള ആരുടെയെല്ലാം സഹായവും സഹകരണവും തേടേണ്ടതുണ്ടെന്ന് കണ്ടെത്തുക. നിങ്ങളുടെ ഉറ്റ ബന്ധുക്കൾ, മാതാപിതാക്കൾ, സഹോദരന്മാർ,

സഹോദരിമാർ, തുടങ്ങിയവർ നിങ്ങളുടെ ജീവിതത്തിൽ കാര്യമായ സ്വാധീനം ചെലുത്താൻ കഴിയുന്നവരാണ്.

ബന്ധങ്ങളിലെ വിജയത്തിന് റോഡ് മാപ്പ് ഉണ്ടാക്കുന്നതിനായി ഒരു ലിസ്റ്റ് തയ്യാറാക്കണം. ഉത്തമമായ കുടുംബബന്ധം രൂപപ്പെടുത്തുന്നതിന് വേണ്ടതായ എല്ലാ കുഞ്ഞുകാര്യങ്ങളും അതിൽ ഉണ്ടായിരിക്കണം. നിങ്ങളുടെ കുടുംബത്തിനായി ഒരുക്കേണ്ട കാര്യങ്ങളുടെ ലിസ്റ്റ് തയ്യാറാക്കുക. അവർക്കൊപ്പം പോകേണ്ട സ്ഥലങ്ങളുടെ ലിസ്റ്റ് തയ്യാറാക്കുക. പുതിയ വിഷയങ്ങൾ പഠിക്കാനുള്ളത് ലിസ്റ്റ് ചെയ്യുക. അവധിക്കാലം എവിടെ ചെലവിടണമെന്ന് എഴുതി വയ്ക്കുക.

11. ഭാവനയിൽ ചിത്രീകരിക്കുക: എല്ലാ അർത്ഥത്തിലും നിങ്ങളുടെ കുടുംബജീവിതം സമ്പൂർണമാണ്

നിങ്ങളുടെ മാതൃകാ കുടുംബത്തെയും ജീവിത ശൈലിയെയും വളരെ കൃത്യമായി ഭാവനയിൽ ചിത്രീകരിക്കുക. നിങ്ങൾക്ക് പ്രധാനപ്പെട്ട വ്യക്തികളുമായി നിങ്ങൾ ജീവിതം വളരെ ഭംഗിയായി ആസ്വദിക്കുന്നതായി കാണുക. നിങ്ങളുടെ മനസ്സിന്റെ സ്ക്രീനിൽ ഈ ചിത്രം ഇടയ്ക്കിടെ കാണുക. നിങ്ങളുടെ സ്വപ്നത്തിനനുസരിച്ച് ജീവിക്കുകയാണെങ്കിൽ നിങ്ങൾക്കെങ്ങനെ അനുഭവപ്പെടുമെന്ന് ഭാവനയിൽ കാണുക.

നിങ്ങൾക്ക് വളരെ വ്യക്തമായ ലക്ഷ്യം ഉണ്ടാകുമ്പോൾ, നിങ്ങളുടെ ലക്ഷ്യം വളരെ വ്യക്തമായി ഭാവനയിൽ കാണാൻ കഴിയുമ്പോൾ കുടുംബാംഗങ്ങളോട് ഇക്കാര്യം പറഞ്ഞുകഴിയുമ്പോൾ പിന്നീട് വെച്ചുതാമസിക്കരുത്. എത്രയും വേഗം അക്കാര്യം പ്രാവർത്തികമാക്കാൻ ശ്രമിക്കണം. കുറച്ചെങ്കിലും ചെയ്യുക, അതിനോട് ബന്ധപ്പെട്ട് എന്തെങ്കിലും ചെയ്യുക. നിങ്ങൾക്കായും നിങ്ങളുടെ ചുറ്റുമുള്ളവർക്കുമായും നല്ലൊരു ജീവിതം സൃഷ്ടിക്കുവാൻ നിങ്ങളുടെ പ്രതിബദ്ധത പ്രദർശിപ്പിക്കൂ. നിങ്ങളുടെ ജീവിതം കൂടുതൽ മുന്നോട്ടുപോകുന്നതിന് സഹായിക്കുന്ന കുറച്ചെന്തെങ്കിലും ചെയ്യുക. ഇങ്ങനെ ചെയ്യുന്നതിലൂടെ നിങ്ങളുടെ ഉദ്യമം ലോകത്തോട് വ്യക്തമാക്കൂ.

12. ഒരിക്കലും നിർത്തരുത്: മികച്ച ജീവിതശൈലി രൂപപ്പെടുത്തുന്നതിന് ലളിതമായ ഉപായം – മുന്നോട്ടുപോകുക, പോയിക്കൊണ്ടിരിക്കുക

മുൻകൂറായി തീരുമാനമെടുക്കുക. നിങ്ങൾക്കായും നിങ്ങൾക്കൊപ്പമുള്ളവർക്കായും മികച്ച ജീവിതശൈലി രൂപപ്പെടുത്തു

ന്നതിൽ വിജയം കാണുംവരെ ഉണ്ടാകുന്ന എല്ലാ ഉയർച്ച താഴ്ച കൾക്കുമൊപ്പം തുടർച്ചയായി നിലകൊള്ളുമെന്ന് ദൃഢനിശ്ചയം ചെയ്യുക.

ജീവിതത്തിന്റെ എല്ലാ മേഖലകളിലും നീണ്ടകാലബന്ധങ്ങൾ കെട്ടിപ്പടുക്കുന്നതിലും അത് തുടർന്നുകൊണ്ട് പോകുന്നതിലും കാര്യമായ ക്ഷമയും സ്ഥിരതയും ദീർഘദൃഷ്ടിയും ആവശ്യമാണ്. ഈ പ്രക്രിയ ദുരിതപൂർണവും തിരിച്ചടികളും വെല്ലുവിളികളും വിപത്തും നിറഞ്ഞതുമായിരിക്കും.

എന്നാൽ അതേസമയം, മികച്ച ബന്ധങ്ങൾ കെട്ടിയുയർത്തു ന്നതും ആ ബന്ധം തുടരുന്നതും ജീവിതത്തിൽ സാധ്യമായ എല്ലാ അർത്ഥവത്തായ സന്തോഷവും ആഹ്ലാദവും നിങ്ങൾക്ക് വാഗ്ദാനം ചെയ്യുന്നു.

നിങ്ങളുടെ കുടുംബജീവിതവും ബന്ധങ്ങളും മെച്ചപ്പെടുത്തുക

1. നിങ്ങൾ മാന്ത്രികദണ്ഡ് വീശി എല്ലാം തികഞ്ഞ കുടുംബ ജീവിതം സൃഷ്ടിക്കുന്നതായി ഭാവനയിൽ കാണുക. എങ്കിൽ ആ ജീവിതം ഇന്നു നിങ്ങളുടെ ഇപ്പോഴുള്ള ജീവിതവുമായി എങ്ങനെ വ്യത്യാസപ്പെട്ടിരിക്കും?
2. നിങ്ങളുടെ ജീവിതത്തിലേക്ക് തിരിഞ്ഞ് നോക്കുക. നിങ്ങ ളുടെ ജീവിതത്തിൽ കുടുംബാംഗങ്ങളൊത്തുള്ള ഏറ്റവും സന്തോഷം നിറഞ്ഞ നിമിഷങ്ങൾ തിരിച്ചറിയുക. അതിനായി നിങ്ങളെന്താണ് ചെയ്യുന്നത്?
3. ജീവിതത്തിൽ വിജയം ഉറപ്പുള്ള ഒരു ലക്ഷ്യം എന്തായിരിക്കും നിങ്ങൾ കുടുംബത്തിനായി സെറ്റ് ചെയ്യുക?
4. നിങ്ങളുടെ ബന്ധങ്ങൾ മെച്ചപ്പെടുത്താൻ നിങ്ങളെന്താണ് കൂടുതലായി ചെയ്യുക?
5. നിങ്ങളുടെ ബന്ധങ്ങൾ മെച്ചപ്പെടുത്താൻ നിങ്ങളെന്താണ് കുറച്ച് ചെയ്യുക?
6. നിങ്ങളുടെ ജീവിതം മെച്ചപ്പെടുത്താൻ ഇന്നു നിങ്ങൾ ചെയ്യാത്ത എന്ത് കാര്യമാണ് ഇനി ചെയ്യാൻ തുടങ്ങുക?
7. എന്ത് കാര്യമാണ് നിങ്ങൾ എക്കാലത്തേക്കുമായി നിർത്തുക?

12

മികച്ച ആരോഗ്യം, സുഖജീവിതം

ജീവിച്ചിരിക്കുന്ന ഏറ്റവും ദുർബലമായ ജീവി ഒരു വസ്തുവിൽ മാത്രം ശ്രദ്ധകേന്ദ്രീകരിക്കുകയാണെങ്കിൽ എന്തെങ്കിലും നേടാൻ കഴിയും. എന്നാൽ അതീവ ബലവാന്മാർ പല കാര്യങ്ങളിലും ശ്രദ്ധ ചിതറിച്ച് പ്രവർത്തിക്കുമ്പോൾ ഒന്നും നേടാനാകാതെ പോകുന്നു.

തോമസ് കാർലൈൽ

ഉയർന്ന രീതിയിലുള്ള ആരോഗ്യം, ഫിറ്റ്നസ്, പ്രസരിപ്പ് എന്നിവ ആസ്വദിക്കുന്നതാകണം നിങ്ങളുടെ ലക്ഷ്യം. എങ്കിൽ നിങ്ങളെക്കുറിച്ച് നല്ല മതിപ്പുണ്ടായിരിക്കും, ദീർഘകാലം വളരെ സന്തോഷത്തോടെ വേദനയില്ലാതെ ജീവിക്കുകയും ചെയ്യും.

ഭാഗ്യവശാൽ ഈ ഇരുപത്തൊന്നാം നൂറ്റാണ്ടിൽ നിങ്ങളുടെ ആരോഗ്യംകൊണ്ട് നേടാവുന്നതും നേടാൻ കഴിയാത്തതുമായ കാര്യങ്ങളെല്ലാം നിങ്ങളുടെ നിയന്ത്രണത്തിലാണ്. നിങ്ങൾ വളർത്തുന്ന ജീവിതരീതികളും ശീലങ്ങളുമാണ് നിങ്ങളുടെ ഗുണകരമായ ജീവിതത്തിൽ ആത്യന്തികമായ സ്വാധീനം ചെലുത്തുക. എത്രകാലം സുഖജീവിതം തുടരുമെന്നതും ആ ശീലങ്ങൾ തീരുമാനിക്കും.

വളരെ കുറച്ച് കാര്യങ്ങൾ മാത്രമേ ചാൻസ് മൂലം സംഭവിക്കുന്നുള്ളൂ. അതുതന്നെയാണ് നിങ്ങളുടെ ആരോഗ്യത്തിന്റെയും ഫിറ്റ്നസിന്റെയും കാര്യം. നിങ്ങളുടെ സജീവമായ ഇടപെടലില്ലാതെ സാമ്പത്തികസ്ഥിരതയും ബന്ധങ്ങളും വളരുകയില്ല. അതുപോലെ നിങ്ങളുടെ സജീവമായ ഇടപെടലും പങ്കാളിത്തവുമില്ലാതെ ആരോഗ്യവും ഫിറ്റ്നസും ഉയർന്ന നിലവാരത്തിലെത്തുകയില്ല.

ആ മേഖലയിലേക്ക് പ്രവേശിക്കുക

'ദ സോൺ' എന്ന പേരിൽ 1990-ൽ ബാരി സിയേഴ്സ് പോഷകാഹാരത്തെപ്പറ്റി വളരെ മികച്ച ഒരു പുസ്തകം എഴുതിയിട്ടുണ്ട്.

നിങ്ങളുടെ ശരീരം വ്യവസായശാലയായി ഇദ്ദേഹം ചിത്രീകരിച്ചിരിക്കുന്നു. നിങ്ങൾ കഴിക്കുന്ന ഭക്ഷണം വ്യവസായ ശാലയിലെ അസംസ്കൃതവസ്തുവായ കെമിക്കൽപോലെ വിവിധ ഉൽപ്പാദന യൂണിറ്റുകളിലൂടെ കടന്നുപോകുന്നു. ഭക്ഷണം അല്ലെങ്കിൽ ആ കെമിക്കൽ നിങ്ങൾ മാറ്റുന്നതിലൂടെ ആ പ്രക്രിയയും ഫലവും മാറ്റാം.

മികച്ച ഊർജം നേടിത്തരുന്നതും എന്നാൽ ശരീരഭാരം കുറയ്ക്കുന്നതുമായ ഭക്ഷണത്തിലൂടെ എങ്ങനെ ആരോഗ്യകരമായി ജീവിക്കാമെന്ന് ബാരി സിയേഴ്സ് 'ദ സോൺ' എന്ന പുസ്തകത്തിൽ പറയുന്നു. പുസ്തകത്തിന്റെ ഒടുവിൽ വായനക്കാരുടെ സ്ഥിരമുള്ള ചോദ്യങ്ങൾക്ക് മറുപടിയുമുണ്ട്. അതിലൊരു ചോദ്യം എനിക്കിഷ്ടപ്പെട്ടു. നമ്മൾ ചിട്ടയായ ജീവിതത്തിൽനിന്ന് പുറത്തുകടന്ന് വാരിവലിച്ചുകഴിച്ചാൽ എന്തുചെയ്യും എന്നതായിരുന്നു ചോദ്യം. ബാരി സിയേഴ്സിന്റെ ഉത്തരം ക്ലാസിക്കാണ്. ഭക്ഷിച്ചതിനെപ്പറ്റി ചിന്തിച്ച് വിഷമിക്കേണ്ട. കഴിഞ്ഞത് കഴിഞ്ഞു. ഇനി ആ മേഖലയിൽനിന്ന് പുറത്തുകടക്കാൻ വീണ്ടുമൊരു ശരിയായ ഭക്ഷണത്തിന്റെ ആവശ്യമേയുള്ളൂ. നിങ്ങളുടെ ശരീരത്തിന് ചേരാത്ത മോശം ഭക്ഷണമായിരിക്കും നിങ്ങൾ കഴിഞ്ഞ കാലത്തിൽ കഴിച്ചിരിക്കുക. പക്ഷേ, ഏതുസമയത്തും അത് മാറ്റാവുന്നതേയുള്ളൂ. നിങ്ങൾക്കീ ക്ഷണം തന്നെ ആ രീതി മാറ്റാം. ഈ നിമിഷം മുതൽ നിങ്ങൾ ശരിയായ ഭക്ഷണം, ശരിയായ പാനീയങ്ങൾ, മാത്രമേ കഴിക്കൂ എന്ന് തീരുമാനിച്ച് നടപ്പാക്കാം. മതിയായ വ്യായാമം ചെയ്യാൻ തുടങ്ങാം. നന്നായി ഉറങ്ങാൻ തുടങ്ങാം. ഏതു നിമിഷവും നിങ്ങൾക്ക് ഉചിതമായ ജീവിതരീതി കൊണ്ടുവരാനുള്ള സ്വാതന്ത്ര്യമുണ്ട്. ആരോഗ്യകരമായ ജീവിതം നയിക്കുന്നതിന് മുന്നോട്ട് പോയിക്കൊണ്ടേയിരിക്കുക. അത് നിങ്ങളെ മാത്രം ആശ്രയിച്ചിരിക്കുന്നു.

നിങ്ങൾക്ക് ഉത്തരവാദിത്വമുണ്ട്

മോശം ശീലങ്ങൾ, വ്യായാമം ഇല്ലായ്മ, പോഷകാഹാരക്കുറവ്, മാനസിക കാരണങ്ങളാൽ ഉണ്ടാകുന്ന ശാരീരിക രോഗങ്ങൾ എന്നിവയാണ് ഭൂരിഭാഗം പേരുടെയും ആയുർദൈർഘ്യം കുറയ്ക്കുന്നതെന്ന് ചില വിദഗ്ദ്ധർ പറഞ്ഞിട്ടുണ്ട്. നിങ്ങളുടെ ആരോഗ്യത്തെ സംബന്ധിക്കുന്ന എല്ലാ ഘടകങ്ങളും നിങ്ങൾക്ക് നിയന്ത്രിക്കാൻ കഴിഞ്ഞേക്കില്ല. എന്നാൽ മിക്ക കാര്യങ്ങളിലും നിങ്ങൾക്ക് വലിയ തോതിലുള്ള നിയന്ത്രണമുണ്ടെന്ന കാര്യം മറക്കരുത്.

ഏറ്റവും മികച്ച ശാരീരികാവസ്ഥ ഉണ്ടാക്കുമെന്ന് തീരുമാനമെടുക്കുക എന്നതാണ് മാതൃകാപരമായ ആരോഗ്യവും ഫിറ്റ്നസ് ലെവലും ഒരുക്കാൻ വേണ്ട ആദ്യപടി. തുടർന്ന് ആ രീതി എക്കാലവും നിലനിർത്തുക. ഇത്തരം ഉറച്ച തീരുമാനങ്ങളില്ലാതെ ഒന്നും സംഭവിക്കില്ല. നിങ്ങൾ ഇത്തരം തീരുമാനങ്ങളിൽ ഉറച്ചുനിന്നാൽ നിങ്ങൾക്കെല്ലാം സാധ്യമാകും.

പന്ത്രണ്ടിന പ്രോഗ്രാം

നിങ്ങളുടെ ആരോഗ്യം ഫിറ്റ്നസ് എന്നിവയോട് ബന്ധപ്പെട്ട് പന്ത്രണ്ടിന പ്രോഗ്രാമുകൾ പങ്കുവയ്ക്കാം.

1. ആഗ്രഹമുണ്ടായിരിക്കുക: എത്ര കണ്ട് നിങ്ങൾക്കത് വേണം?

ആരോഗ്യം, ഫിറ്റ്നസ് എന്നിവയിൽ നിങ്ങൾക്ക് യഥാർത്ഥത്തിൽ എന്താണ് വേണ്ടത്? ശാരീരികമായി വളരെ ഉയർന്ന നിലയിൽ തുടരുക എന്ന തീവ്രമായ ആഗ്രഹമാണ് മികച്ച ആരോഗ്യത്തിന് പരമപ്രധാനമായ തുടക്കം. നീണ്ടകാലത്തേക്കുള്ള ആരോഗ്യത്തിനായി കഠിനമായി ശ്രമിക്കാൻ തയ്യാറായാൽ ഒന്നിനും നിങ്ങളെ തടയാനാകില്ല. ആത്യന്തികമായി വളരെ നല്ല ശാരീരികാവസ്ഥ നിങ്ങൾക്ക് വന്നുചേരും.

നിങ്ങൾക്കൊരു മാന്ത്രികദണ്ഡ് വീശാനുള്ള കഴിവുണ്ടെന്നിരിക്കട്ടെ. ആ ദണ്ഡ് വീശി എല്ലാ അർത്ഥത്തിലും സമഗ്രമായ ആരോഗ്യം ആസ്വദിക്കുന്നുവെന്നും കരുതുക. എങ്കിൽ നിങ്ങൾ എങ്ങനെയിരിക്കും? എന്തായിരിക്കും നിങ്ങളുടെ അനുഭവം? നിങ്ങൾക്കെത്ര തൂക്കമുണ്ടായിരിക്കും? നിങ്ങളുടെ ഇപ്പോഴുള്ള ശരീരത്തിൽനിന്ന് എത്രമാത്രം വ്യത്യസ്തമായിരിക്കും അപ്പോഴുണ്ടായിരിക്കുക. എല്ലാം തികഞ്ഞ ആരോഗ്യവും മികച്ച ഊർജവും കൈവരിക്കാൻ ജീവിത രീതികളിൽ എന്തുമാറ്റം കൊണ്ടുവരാനായിരിക്കും നിങ്ങൾ ആഗ്രഹിക്കുക?

വ്യക്തത വളരെ പ്രധാനമാണ്. നിങ്ങളായി തീരാൻ ആഗ്രഹിക്കുന്ന വ്യക്തിയെക്കുറിച്ചും നിങ്ങൾ ആസ്വദിക്കാൻ ആഗ്രഹിക്കുന്ന ജീവിതശൈലിയെക്കുറിച്ചും നിങ്ങൾക്കെത്രമാത്രം വ്യക്തത ഉണ്ടോ അത്രയും എളുപ്പം തീരുമാനം എടുക്കാം. തുടർന്ന് ആ ലക്ഷ്യം നിറവേറ്റാൻ വേണ്ട നടപടികളെടുക്കാം.

2. വിശ്വസിക്കുക: നിങ്ങൾക്ക് മികച്ച ആരോഗ്യം സാധ്യമാണെന്ന് പരിപൂർണവിശ്വാസം ഉണ്ടായിരിക്കുക

കഴിഞ്ഞ കാലത്തിൽ നിങ്ങൾ എന്താണ് ചെയ്തതെന്നൊന്നും കാര്യമാക്കേണ്ടതില്ല. നിങ്ങളെന്ത് ചെയ്തു, എന്തിൽ പരാജയപ്പെട്ടു എന്നതൊന്നും വിഷയമല്ല. മറ്റുള്ളവർക്ക് മികച്ച ഫിറ്റ്നസ് നേടാൻ കഴിഞ്ഞാൽ അത് നിങ്ങൾക്കും നേടാവുന്നതേയുള്ളൂ. നിങ്ങൾ മുമ്പ് വലിയ വണ്ണക്കാരനും ഒട്ടും ഫിറ്റുമല്ലാത്ത ആളായിരുന്നേക്കാം. അത് പണ്ട്. അതിപ്പോൾ കണക്കിലെടുക്കേണ്ടതില്ല. നിങ്ങൾക്ക് ശരിയായ തൂക്കവും ഫിറ്റ്നസും വീണ്ടെടുക്കാൻ സാധിക്കും. ചിലപ്പോൾ വളരെ മുമ്പായിരിക്കും നിങ്ങൾക്ക് മികച്ച ആരോഗ്യസ്ഥിതി ഉണ്ടായിരിക്കുക. എന്നാൽ കഴിഞ്ഞ കാലത്ത് അത് സാധിച്ചിട്ടുണ്ടെങ്കിൽ ഭാവിയിലും ആവർത്തിക്കുന്നത് ഉറപ്പായും സാധ്യമാണെന്ന് ഓർക്കുക.

പല ആളുകളുടെയും വിചാരം തങ്ങളുടെ ശാരീരിക അവസ്ഥകൾ മാറ്റാൻ കഴിയാത്തതാണെന്നാണ്. നല്ല ഫിറ്റ്നസ് ഉള്ളതും ഇല്ലാത്തതും മാറ്റാൻ കഴിയില്ലെന്ന് വിശ്വസിക്കുന്നവർ. അവരിങ്ങനെ ശരീരം മാറ്റാൻ കഴിയില്ലെന്ന വിശ്വാസത്തോടെ കാലം കുറെയായിട്ടുണ്ടാകും ജീവിക്കാൻ തുടങ്ങിയിട്ട്. ചിലർ അവരുടെ പാരമ്പര്യഘടകങ്ങളെ കൂട്ടുപിടിച്ചിട്ടാകും അത്തരം വിശ്വാസത്തിൽ എത്തിച്ചേരുക. ഇതിനെ കൂട്ടുപിടിച്ച് യഥാർത്ഥത്തിലുള്ള മാറ്റങ്ങളൊന്നും നമ്മൾ മാത്രമായി കൊണ്ടുവരാൻ കഴിയില്ലെന്ന് അവർ ന്യായീകരണത്തിലെത്തുന്നു.

പ്രചോദനമോ കഴിവോ?

അടുത്ത പന്ത്രണ്ട് മാസങ്ങളിൽ നിങ്ങൾ ഏറ്റവും മികച്ച ആരോഗ്യം കൈവരിക്കുകയും ഫിറ്റായി മാറുകയും ശരീരത്തെ മികച്ച രൂപത്തിൽ മാറ്റുകയും ചെയ്താൽ പത്തുലക്ഷം ഡോളർ ഒരാൾ വാഗ്ദാനം ചെയ്യുന്നുവെന്ന് സങ്കൽപ്പിക്കുക. ഒരു കാര്യം കൂടി വാഗ്ദാനമുണ്ട്. നിങ്ങൾക്ക് വ്യക്തിപരമായ പരിശീലനത്തിന് ട്രെയിനർമാരെ തരും. പ്രൊഫഷണൽ ഷെഫുമാരെ തരും. ഫിറ്റ്നസ് ക്ലബ് മെമ്പർഷിപ്പ് തരും. വ്യായാമം ചെയ്യാനുള്ള ഉപകരണങ്ങളും തരും. അത്തരം സാഹചര്യത്തിൽ പത്തുലക്ഷം ഡോളറിന്റെ സമ്മാനം തലയ്ക്ക് മുകളിൽ തൂങ്ങുമ്പോൾ എന്താ നിങ്ങൾ ശാരീരികാവസ്ഥ മാറ്റി ലക്ഷ്യം പൂർത്തീകരിക്കാൻ തയ്യാറാകുമോ?

ഉത്തരം അതേ എന്നാണെങ്കിൽ പിന്നെ ആരോഗ്യം മെച്ചപ്പെടുത്താൻ കഴിവില്ല എന്ന വാദമുഖത്തിന് അർത്ഥമില്ല. ശരിക്കും

നിങ്ങൾക്ക് പ്രചോദനത്തിന്റെ കുറവാണ്. നിങ്ങൾ പറയേണ്ടത് ഇതാണ്. ഉയർന്നതോതിലുള്ള പ്രചോദനം ഉണ്ടെങ്കിൽ ആരോഗ്യം മെച്ചപ്പെടുത്താൻ വേണ്ട ശീലങ്ങളോ പെരുമാറ്റമോ വളർത്തിക്കൊണ്ടുവരാൻ കഴിയും. നിങ്ങൾക്ക് വളരെ മികച്ച ആരോഗ്യസ്ഥിതി സാധിക്കുമോ എന്ന് ചോദിച്ചുകൊണ്ടിരിക്കാതെ എത്രമാത്രം തീവ്രമായി ഞാനിത് ആഗ്രഹിക്കുന്നു എന്ന് ചോദിക്കുക.

ശരിയായ ഉത്തേജനം

എന്റെ സുഹൃത്ത് വർഷങ്ങളായി അധികഭാരമുള്ളയാളാണ്. അദ്ദേഹത്തിന് ഭാരം കുറയ്ക്കാതിരിക്കാൻ ഒരു കാരണമോ ഒഴിവുകഴിവോ സ്ഥിരമായുണ്ട്. അങ്ങനെയിരിക്കെ ഒരു ദിവസം ചങ്ങാതിക്ക് ഹൃദയസ്തംഭനം വന്നു. ഉണർന്നെണീറ്റപ്പോൾ ഡോക്ടർ ആ കാര്യം പറഞ്ഞു. അടുത്ത ആറ് മാസങ്ങളിൽ അമ്പത് പൗണ്ട് തൂക്കം കുറച്ചില്ലെങ്കിൽ ഒരു വർഷത്തിനപ്പുറം ജീവിച്ചിരിക്കാനിടയില്ലെന്ന ദുഃഖസത്യം.

ആ ഭീഷണി തലയ്ക്ക് മുകളിൽ നിൽക്കുന്ന കാരണം പെട്ടെന്ന് തന്നെ ചങ്ങാതി ഭക്ഷണക്രമം മാറ്റി. അനാരോഗ്യകരമായ ഭക്ഷണങ്ങളെല്ലാം ഒഴിവാക്കി. എല്ലാ ദിവസവും വ്യായാമം തുടങ്ങി. അടുത്ത ആറ് മാസങ്ങൾക്കുള്ളിൽ അമ്പത് പൗണ്ടിനേക്കാൾ തൂക്കം കുറച്ചു. പിന്നീടൊരിക്കലും ആ തൂക്കം തിരിച്ചുവന്നതുമില്ല. വർഷങ്ങളായുള്ള ഒഴിവുകഴിവുകളും തെറ്റായ ശീലങ്ങളും മരണഭയംകൊണ്ട് മാറ്റി. മരണഭയം ഇവിടെ തെറ്റായ ശീലങ്ങൾ ഒഴിവാക്കാൻ പ്രചോദനമായി.

ശീലങ്ങളാണ് പ്രധാനമായും നിങ്ങളുടെ ആരോഗ്യവിഷയത്തിലും ഫിറ്റ്നസിലും വിജയവും പരാജയവും തീരുമാനിക്കുന്നത്. ആരോഗ്യമുള്ള വ്യക്തികൾക്ക് ഉറപ്പായും മികച്ച ആരോഗ്യ ശീലങ്ങളും കാണും. സ്വാഭാവികമായും ആരോഗ്യമില്ലാത്തവർക്ക് അനാരോഗ്യ ശീലങ്ങളും കാണും. മോട്ടിവേഷണൽ സ്പീക്കർ എഡ് ഫോർമാൻ പറഞ്ഞു: മോശം ശീലങ്ങൾ രൂപപ്പെടാൻ എളുപ്പമാണ്. എന്നാൽ അതിനൊത്തുള്ള ജീവിതം ബുദ്ധിമുട്ടായിരിക്കും. എന്നാൽ നല്ല ശീലങ്ങൾ ബുദ്ധിമുട്ടിയാലേ രൂപപ്പെടൂ. എന്നാൽ രൂപപ്പെട്ടാലോ എളുപ്പമാണ് അതിനൊപ്പം ജീവിക്കാൻ.

ഈ സമയംതന്നെ നല്ല ശീലങ്ങൾ നടപ്പാക്കാനുള്ള ഇച്ഛാശക്തിയുണ്ടായിരിക്കുക എന്നതാണ് ആരോഗ്യസ്ഥിതി മെച്ചപ്പെടുത്തി ആജീവനാന്തം സുഖമായി ജീവിക്കാൻ നിങ്ങൾ വികസിപ്പിക്കേണ്ട ഏറ്റവും പ്രധാനപ്പെട്ട വിശ്വാസം.

3. എഴുതിവയ്ക്കുക: നിങ്ങളുടെ ഉപബോധമനസ്സിൽ പ്രോഗ്രാം ചെയ്യുക

നിങ്ങളുടെ മാതൃകാപരമായ ആരോഗ്യകാര്യത്തിൽ എല്ലാ വശവും വിലയിരുത്തി വളരെ വ്യക്തവും പ്രത്യേകവുമായ വിവരണം എഴുതുക. എത്ര കിലോ തൂക്കം നിങ്ങൾക്കുണ്ടായിരിക്കണമെന്ന് വ്യക്തമായി നിശ്ചയിക്കുക. അരക്കെട്ടിന്റെ സൈസ് എത്ര വേണമെന്ന് വ്യക്തമായി തീരുമാനിക്കുക. എത്ര മിനിറ്റുകളും മണിക്കൂറുകളുമാണ് നിങ്ങൾ എല്ലാ ദിവസവും ആഴ്ചയും വ്യായാമം ചെയ്യാൻ മാറ്റിവയ്ക്കുന്നതെന്ന് വ്യക്തമായി തീരുമാനിക്കുക. നിങ്ങളുടെ പൂർണമായ ആരോഗ്യത്തിന് എന്തെല്ലാം കൃത്യമായി വേണമെന്ന് മനസ്സിലാക്കുക.

4. നിങ്ങളുടെ തുടക്കം വിലയിരുത്തുക

നിങ്ങളുടെ ഇപ്പോഴത്തെ ആരോഗ്യസ്ഥിതി വ്യക്തമായറിയാൻ പൂർണമായ മെഡിക്കൽ ചെക്കപ്പ് ചെയ്യുക. എങ്കിലേ നിങ്ങളുടെ നിലവിലെ ആരോഗ്യസ്ഥിതി വ്യക്തമായി അറിയാൻ കഴിയൂ. നിങ്ങളുടെ ഇപ്പോഴത്തെ തൂക്കമെത്രയാണ്. നിലവിലെ ശാരീരിക ജീവിതശൈലി എന്തെന്ന് കുറിപ്പെഴുതുക. ഓരോ ആഴ്ചയിലും നിങ്ങളെത്ര വ്യായാമം ചെയ്യുന്നു? ഓരോ രാത്രിയിലും നിങ്ങളെത്ര മണിക്കൂർ ഉറങ്ങുന്നു? എത്ര നന്നായി നിങ്ങൾക്ക് ഉറങ്ങാൻ കഴിയുന്നു? നിങ്ങളുടെ ഇപ്പോഴത്തെ ഡയറ്റ് എങ്ങനെയുള്ളതാണ്? എത്രമാത്രം പോഷകം ലഭിക്കുന്ന ഡയറ്റാണ് നിങ്ങൾ പിന്തുടരുന്നത്? നിങ്ങൾ തുടർച്ചയായി കഴിക്കുന്ന ഭക്ഷണമെന്തൊക്കെയാണ്? ദിവസവും നിങ്ങളുടെ ശരീരത്തിന്റെ ഉള്ളിൽ ചെല്ലുന്ന വിറ്റാമിനും മിനറൽ സപ്ലിമെന്റും എന്തൊക്കെ?

എന്ത് ശാരീരിക ഫിറ്റ്നസ് പ്രോഗ്രാമും തുടങ്ങുംമുമ്പ് ഡോക്ടറുടെ ഉപദേശം തേടുക. ഫിസിക്കൽ ഫിറ്റ്നസ് സ്പെഷ്യലിസ്റ്റിനെ കൺസൽട്ട് ചെയ്യുക. പേഴ്സണൽ ട്രെയിനറോട് സംസാരിക്കുക. ഓർക്കുക; എവിടെനിന്ന് നിങ്ങൾ വരുന്നു എന്നതിന് പ്രാധാന്യമില്ല. എവിടേക്ക് പോകുന്നു എന്നതിലാണ് കാര്യം.

5. എന്തുകൊണ്ട് നിങ്ങൾക്കിത് വേണമെന്ന് തീരുമാനിക്കുക: നിങ്ങൾ മികച്ച ആകാരവുമായി ജീവിക്കുമ്പോൾ ലഭിക്കുന്ന ഗുണങ്ങൾ തീരുമാനിക്കുക

നിങ്ങളുടെ ജീവിതത്തിലെ ഏറ്റവും മികച്ച ശാരീരിക അവസ്ഥ കൈവരിച്ചാൽ എന്തൊക്കെ ഗുണങ്ങൾ നിങ്ങളിലേക്കൊഴുകിയെത്തുന്നുവെന്ന് നോക്കുക.

ആ അവസ്ഥയിൽ നിങ്ങൾക്കെത്ര തൂക്കം കാണും? നിങ്ങൾ കാണാൻ എങ്ങനെയിരിക്കും? ഇപ്പോഴുള്ളതിൽനിന്ന് വ്യത്യസ്ത മായി നിങ്ങളുടെ ശാരീരിക അവസ്ഥ എങ്ങനെയിരിക്കും? നിങ്ങ ളെങ്ങനെ നിങ്ങളെ നോക്കികാണും? മികച്ച ആരോഗ്യത്തോ ടെയാണെങ്കിൽ ആത്മാഭിമാനവും ആത്മവിശ്വാസവും എങ്ങനെ യിരിക്കും? നിങ്ങൾ മറ്റുള്ളവരുടെ കണ്ണിൽ എങ്ങനെയിരിക്കും? എതിർലിംഗത്തിൽപ്പെട്ടവരിൽ നിങ്ങൾ എന്തുമാത്രം അധികം ആകർഷണീയനായിരിക്കും?

എന്റെ ഓഡിയോ പ്രോഗ്രാമിൽ പങ്കെടുത്ത വിദ്യാർത്ഥി ഒരി ക്കൽ എനിക്ക് അയാളുടെ കഥ എഴുതിയയച്ചു. എന്റെ പ്രോഗ്രാമു കളിൽ അയാൾ സജീവമായി പങ്കെടുത്തിരുന്നു. ലക്ഷ്യങ്ങൾ ഒരു ക്കൽ, വിൽപ്പന, വ്യക്തിപരമായ വിജയം എന്നിവയെല്ലാം കേട്ട അയാൾ ധാരാളം പണമുണ്ടാക്കി. എന്നാൽ അദ്ദേഹത്തിന്റെ പ്രായ പൂർത്തിയായ ശേഷമുള്ള ജീവിതത്തിൽ മുപ്പതിനോടടുത്തപ്പോൾ ഇരുപത്തഞ്ച് പൗണ്ട് അധികതൂക്കമുണ്ടായി. ഇത് അയാളുടെ ആത്മവീര്യവും ആത്മവിശ്വാസവും തകർക്കാൻ ഇടയാക്കി. പ്രത്യേ കിച്ചും സ്ത്രീകളുമായുള്ള ബന്ധത്തിൽ.

പിന്നീട് അദ്ദേഹം മൂന്ന് വെളുത്ത വിഷത്തെക്കുറിച്ച് എന്റെ പ്രോഗ്രാമിൽനിന്ന് മനസ്സിലാക്കി. വെള്ള ധാന്യം, വെള്ള ഉപ്പ്, പഞ്ചസാര. ഒരാളുടെ ഡയറ്റിൽനിന്ന് ഈ മൂന്നും ഒഴിവാക്കാൻ ഞാൻ ആവശ്യപ്പെട്ടിരുന്നു. അക്കാര്യം അദ്ദേഹം നിറവേറ്റി. വെറും തൊണ്ണൂറ് ദിവസങ്ങളിൽ ഇരുപത്തിരണ്ട് പൗണ്ട് തൂക്കം അദ്ദേഹം കുറച്ചു. ഇത് വർഷത്തിലധികം പാലിക്കുകയും ചെയ്തു. തുടർന്ന് അദ്ദേഹം കൂടുതൽ ആകർഷണീയനായി. ഇത് അദ്ദേഹത്തിൽ കാര്യമായ മാറ്റങ്ങൾ വരുത്തി. കൂടുതൽ ആത്മവിശാസം വന്നു. അദ്ദേഹത്തിന്റെ സാമൂഹ്യ ജീവിതം പ്രകടമായി മെച്ചപ്പെട്ടു. പഞ്ച സാര, ഉപ്പ്, വെള്ളധാന്യം എന്നിവ ഒഴിവാക്കിയതിലൂടെ മാത്രം തൂക്കം കുറയ്ക്കാൻ അദ്ദേഹത്തിന് കഴിഞ്ഞു. തൂക്കം കുറയ്ക്കാൻ കഴിഞ്ഞതിലൂടെ താനെത്ര വ്യത്യസ്തനായെന്നും മെച്ചപ്പെട്ടു വെന്നും അദ്ദേഹം തിരിച്ചറിഞ്ഞു.

6. സമയപരിധി തീരുമാനിക്കുക: ആരോഗ്യ, ഫിറ്റ്നസ് ലക്ഷ്യം കൈവരിക്കാൻ പ്രത്യേകസമയപരിധി തീരുമാനിക്കുക

നിങ്ങളുടെ സ്റ്റാർട്ടിങ് പോയിന്റ് അനുസരിച്ച് നിങ്ങളുടെ ജീവി തത്തിൽ മൊത്തത്തിൽ അഴിച്ചുപണി വേണ്ടിവന്നേക്കും. ചില

പ്പോഴത് പലമാസങ്ങളോ അതിലുമധികമോ നീളുന്നതുമായിരിക്കും. അതിനെല്ലാം സമയപരിധി തീരുമാനിക്കുക. പുതിയ പെരുമാറ്റ രീതികൾ തുടങ്ങാൻ നിശ്ചിത തീയതികൾ തീരുമാനിക്കുക. ചില അളവുകോലുകൾ നേടുക.

പുതിയ രീതികൾ തുടങ്ങുമ്പോൾ നിങ്ങളോട് തന്നെ വളരെ ക്ഷമയുള്ളവനായിരിക്കണം. ചിലപ്പോൾ വളരെയധികം വർഷങ്ങൾ കൊണ്ടായിരിക്കാം നിങ്ങൾ വളരെ മോശമായ ആരോഗ്യശീലങ്ങൾ വളർത്തികൊണ്ടുവന്നിരിക്കുക. അത് നിർത്താനും അതിനുപകരം നല്ല ശീലം കൊണ്ടുവരാനും ചിലപ്പോൾ വളരെ കാലം വേണ്ടി വന്നേക്കും. എത്ര അച്ചടക്കമുള്ള ആളാണെങ്കിലും ചിലപ്പോൾ നിങ്ങൾ കൂടുതലായി കഴിച്ചെന്നിരിക്കും. കൂടുതൽ മദ്യപിച്ചെന്നിരിക്കും. വ്യായാമം തീരെ ചെയ്തെന്നും വരില്ല. അല്ലെങ്കിൽ ചുരുങ്ങിയ വേളകളിലേ നിങ്ങൾ വ്യായാമം ചെയ്യുന്നുണ്ടാകുകയുള്ളൂ. എന്നാൽ ഒന്നോർക്കുക: അതെല്ലാം മാറ്റാൻ ഒരു ചുവട് മാത്രം മതിയാകും. ഒരു പ്രവൃത്തി, ഒരു ലളിത ഭക്ഷണം എന്നിവയാൽ നല്ലതിനെ തിരിച്ചുപിടിക്കാനാകും. നല്ല മേഖലയിലേക്ക് എപ്പോൾ വേണമെങ്കിലും നിങ്ങൾക്ക് തിരിച്ചെത്താവുന്നതേയുള്ളൂ.

ഒരു കാര്യം ഉറപ്പിക്കുക. നിങ്ങളുടെ സമയപരിധി യുക്തിസഹമായിരിക്കണം. വിശ്വാസയോഗ്യമായിരിക്കണം. നേടാവുന്നതുമായിരിക്കണം. ഉയർന്ന നിലവാരമുള്ള ഭക്ഷണം ചെറിയതോതിൽ കഴിക്കുന്നതും ഭക്ഷണശേഷം വിളമ്പുന്ന മധുരപലഹാരം ഒഴിവാക്കുന്നതും ഓരോ ദിവസവും കുറച്ചുകൂടി വ്യായാമം ചെയ്യുന്നതും മൂലം നിങ്ങൾക്ക് എളുപ്പം ഒരു ഔൺസ് വീതം ഒരോ ദിവസം തൂക്കം കുറയ്ക്കാം.

ഒരു ഔൺസ് ദിവസവും എന്നാൽ മാസത്തിൽ രണ്ട് പൗണ്ട് കുറയുന്നു എന്നർത്ഥം. രണ്ട് പൗണ്ട് മാസം എന്നാൽ ഇരുപത്തിനാല് പൗണ്ട് വർഷത്തിൽ കുറയ്ക്കാൻ സാധിക്കുന്നു. അല്ലെങ്കിൽ അതിൽ കൂടുതൽ സ്ഥിരമായി കുറയ്ക്കാൻ സാധിക്കുന്നു.

നീണ്ട കാലയളവിൽ ശരീരഭാരം കുറയ്ക്കുന്നതോടെ അടിക്കടിയുള്ള വണ്ണം കുറയ്ക്കലും കൂടലും ഒഴിവാക്കാൻ സാധിക്കും. പതിയേ പുതിയ ശീലങ്ങൾ വളർത്തി സ്ഥിരമായ ആരോഗ്യശീലങ്ങൾ കൊണ്ടുവരണം. അത് നിങ്ങളുടെ ശരീരഭാരം കുറയ്ക്കാൻ സഹായിക്കും. നിങ്ങൾ കാലക്രമേണ ശാരീരികമായി ഫിറ്റ്നസ് വീണ്ടെടുക്കും. തുടർച്ചയായി അത് പരിപാലിക്കുകയും ചെയ്യും.

7. ഏറ്റവും മികച്ച രീതിയിലുള്ള ഫിറ്റ്നസും ഊർജവും കൈവരിക്കുന്നതിലെ തടസ്സങ്ങൾ കണ്ടെത്തുക

നിങ്ങൾ ആഗ്രഹിക്കുന്ന വിധമുള്ള ആരോഗ്യവും ഫിറ്റ്നസും കൈവരിക്കുന്നതിലുള്ള പ്രധാന തടസ്സം നിങ്ങൾക്കുള്ളിൽ തന്നെയാണ്. അത് നിങ്ങളുടെ പെരുമാറ്റത്തിലും മനോഭാവത്തിലും പ്രത്യേകിച്ചും നിങ്ങളുടെ സ്വയമുള്ള അച്ചടക്കത്തിലും അടങ്ങിയിരിക്കുന്നു.

ഭാഗ്യവശാൽ എല്ലാ ശീലങ്ങളും നേടുന്നവയാണ്. ചീത്ത ശീലങ്ങൾ മറക്കാവുന്നതാണ്. പകരം പുതിയശീലങ്ങൾ കൊണ്ടുവരികയും ചെയ്യാം. സ്വയമുള്ള അച്ചടക്കം ആവശ്യം വരുന്ന സന്ദർഭങ്ങളിൽ നിങ്ങൾക്കത് കൊണ്ടുവരാം. അങ്ങനെ ആ സ്വഭാവം വളർത്തിക്കൊണ്ട് വരികയും ആകാം.

സ്വയമുള്ള അച്ചടക്കത്തിനും ആത്മാഭിമാനത്തിനും തമ്മിൽ നേരിട്ട് ബന്ധമുണ്ടെന്ന് കാണാം. നിങ്ങളുടെ ലക്ഷ്യങ്ങളിലൊന്നായി സ്വയമുള്ള അച്ചടക്കം ശീലിക്കുകയാണെങ്കിൽ നിങ്ങളുടെ ആത്മാഭിമാനവും ഉയരും. പ്രലോഭനങ്ങൾ ഉയരുകയോ പ്രതിസന്ധികൾ കടന്നുവരികയോ ചെയ്യുമ്പോൾ സ്വയമുള്ള അച്ചടക്കം ശീലിക്കുന്ന സ്വഭാവമുണ്ടെങ്കിൽ നിങ്ങൾ നിങ്ങളെത്തന്നെ കൂടുതൽ ഇഷ്ടപ്പെടാനും ബഹുമാനിക്കാനും തുടങ്ങും. അതോടെ നിങ്ങൾക്ക് നിങ്ങളോടുത്തന്നെയുള്ള അച്ചടക്കം കൂടുകയും ചെയ്യും. സ്വയമുള്ള അച്ചടക്കത്തിനുള്ള ഓരോ എക്സർസൈസും നിങ്ങളുടെ ആത്മാഭിമാനം വളർത്തും. അതിനെത്തുടർന്ന് നിങ്ങളുടെ സ്വയമുള്ള അച്ചടക്കം ഉയരുകയും ചെയ്യും. നിങ്ങൾ ജീവിതത്തിന്റെ ഉയർച്ചയിലേക്ക് ചവിട്ടുപടികൾ കയറും.

8. കുടുതൽ മികച്ച ഫിറ്റ്നസിന് വേണ്ട അധികമറിവുകൾ കണ്ടെത്തുക

ചിലപ്പോൾ പോഷകാഹാരം സംബന്ധിച്ച ഒരു പുസ്തകം തന്നെ നിങ്ങളുടെ കണ്ണ് തുറപ്പിച്ചേക്കാം. നിങ്ങളുടെ ശിഷ്ടമുള്ള കാലം ഭക്ഷണത്തോടുള്ള മനോഭാവം തന്നെ മാറ്റാൻ അത് മൂലമായേക്കും. ചിലപ്പോൾ ഒരു എക്സർസൈസ് പ്രോഗ്രാംതന്നെ നിങ്ങളുടെ ശിഷ്ടകാലം മുഴുവൻ കൂടുതൽ ഉയർന്ന ഫിറ്റ്നസ് ആസ്വദിക്കാൻ നിങ്ങളെ സഹായിച്ചേക്കും. ശരീരത്തിന്റെ മുകൾഭാഗമോ താഴ്ഭാഗമോ അത് ഇടവിട്ടോ ശക്തി, വഴക്കം, സഹനശക്തി എന്നിവ വളർത്തുന്ന തരം വ്യായാമം പരിശീലിക്കുക വഴി നിങ്ങളുടെ ജീവിതംതന്നെ മാറിപ്പോയേക്കാം.

പോഷകാഹാരം, ഭക്ഷണക്രമം, വ്യായാമം എന്നിവയെപ്പറ്റി നിങ്ങൾ കൂടുതലായി എത്ര അറിയുന്നുവോ അത്രയും എളുപ്പം നിങ്ങൾക്കുവേണ്ട ഫിറ്റ്നസും ഊർജവും ലഭിക്കാനുള്ള ശരിയായ തീരുമാനം എടുക്കാൻ സാധിക്കുന്നു. ഒരു ആപ്പിൾ ഒരു ദിവസം കഴിച്ചാൽ നിങ്ങൾക്ക് ശരീരഭാരം കുറയ്ക്കാൻ സാധിക്കുമെന്ന് നിങ്ങൾക്കറിയാമോ? എല്ലാദിവസവും രാവിലെ ഉയർന്ന പ്രോട്ടീൻ ഉള്ള പ്രഭാതഭക്ഷണം കഴിക്കുന്നതിന് അരമണിക്കൂറിനുമുമ്പ് ഒരു ആപ്പിൾ കഴിച്ചാൽ ശരീരത്തിന് വേണ്ടതായ ആന്റി ഓക്സിഡന്റ്സ് ലഭിക്കുന്നു. കുടുതൽ വാരിവലിച്ച് കഴിക്കാത്തതിനാൽ ശരീരഭാരം കുറയ്ക്കാനും സാധിക്കുന്നു. ഒരു ദിവസം ഒരു ആപ്പിൾ ഡോക്ടറെ ഒഴിവാക്കുന്നു എന്ന ചൊല്ല് ഇവിടെ വളരെ ശരിയായി വരുന്നു.

തലച്ചോറിലെ ഹൈപ്പോതലാമസാണ് നമ്മുടെ ഭക്ഷണത്തോടുള്ള ആഗ്രഹം നിയന്ത്രിക്കുന്നത്. വിശക്കുന്നു എന്ന തോന്നൽ ഉണ്ടായി ഇരുപത് മിനിറ്റിനുശേഷമാണ് നിങ്ങൾ ഭക്ഷണം കഴിക്കുന്നതെങ്കിൽ നിങ്ങളുടെ വിശപ്പ് കെട്ടുപോകുമെന്ന് അറിയാമോ? കുറച്ച് ഭാഗങ്ങളായി വളരെ സാവധാനം കഴിക്കുക, ഇരുപത് മിനിറ്റിനുശേഷം നിർത്തുക. എങ്കിൽ നിങ്ങൾക്ക് ശരീരഭാരം കുറയ്ക്കാനാകും. കൂടുതൽ ഊർജം ലഭിക്കും. കുടുതൽ മികച്ച ഉറക്കവും ലഭിക്കും. വേണ്ടതായ എല്ലാ പോഷകവും ലഭിക്കും.

9. മികച്ച ഫിറ്റ്നസിന് ആരുടെ സഹായം വേണ്ടിവരുമെന്ന് കണ്ടെത്തുക

നിങ്ങൾ ഫിറ്റ്നസ് ലക്ഷ്യമിടുന്നുവെങ്കിൽ ഡോക്ടർ, ട്രെയിനർ, കോച്ച് തുടങ്ങിയവരെ കാണേണ്ടി വന്നേക്കും. നിങ്ങൾക്ക് തനിയെ നേടാവുന്നതിനേക്കാളും അതിവേഗത്തിൽ വിദഗ്ദ്ധർക്ക് ഫിറ്റ്നസ് മന്ത്രങ്ങൾ നിങ്ങളെ പരിശീലിപ്പിക്കുവാൻ കഴിയും. ആരൊക്കെയാണ് ആ വിദഗ്ദ്ധർ?

10. കർമ്മപദ്ധതി ഉണ്ടാക്കുക

വിസ്മയകരമായ ജീവിതം, ഫിറ്റ്നസ്, സൗഖ്യം എന്നിവയ്ക്കായി എന്തെല്ലാം നടപടികളെടുക്കണമെന്ന് വ്യക്തമാക്കുന്ന ഓരോ ചുവടുകളും ലിസ്റ്റ് തയ്യാറാക്കുക. തുടർന്ന് അതിന് വ്യക്തമായ ക്രമം നിശ്ചയിക്കുക. ഏതിനാണ് മുൻഗണന കൊടുക്കേണ്ടതെന്ന് തീരുമാനിക്കുക. ഏതായിരിക്കും ആദ്യം തുടങ്ങുക. ഏതായിരിക്കും രണ്ടാമത് തുടങ്ങുക? ഏതിനാണ് കൂടുതൽ പ്രാധാന്യം? ഏതിനാണ് കുറച്ച് മാത്രം പ്രാധാന്യം?

ഭക്ഷണക്രമം വ്യക്തമായി എഴുതി തയ്യാറാക്കുക. ഓരോ ആഴ്ചയിലെയും മാസത്തിലെയും ഫിറ്റ്നസ് പ്ലാൻ എഴുതുക. ഓരോ ദിവസവും ചെയ്യേണ്ട വ്യായാമത്തിനായി നിങ്ങളുമായി തന്നെ അപ്പോയ്മെന്റ് എടുക്കുക. ചിലപ്പോഴത് രാവിലെ നടക്കാൻ പോകുന്ന കാര്യമായിരിക്കാം. വ്യായാമം, ഫിറ്റ്നസ്, തൂക്കം നിയന്ത്രിക്കൽ എന്നിവയിൽ ഓരോ ആഴ്ചത്തേക്കും മാസത്തേക്കും ലക്ഷ്യം ഒരുക്കുക. എന്നിട്ട് അതിൽ ഉറച്ചുനിൽക്കുക.

നിങ്ങളുടെ ഓരോ ആരോഗ്യലക്ഷ്യത്തിനൊപ്പവും കർമ്മപദ്ധതികൾ ചേർക്കുക. ലക്ഷ്യം നേടാൻ എന്താണ് ചെയ്യുന്നത് എന്നതിൽ വളരെ വ്യക്തത ഉണ്ടാക്കുക. ലക്ഷ്യംനേടാൻ എന്താണ് നിങ്ങൾ ചെയ്യാൻ ഉദ്ദേശിക്കുന്നത്? എന്താണ് നിങ്ങൾ ചെയ്യാൻ ഉദ്ദേശിക്കാത്തത് എന്നതിലെല്ലാം വ്യക്തത ഉണ്ടാക്കുക. തുടർന്ന് അച്ചടക്കമാർന്ന പ്രവർത്തനത്താൽ അതെല്ലാം നടപ്പാക്കാൻ പരിശ്രമിക്കുക.

11. ഭാവനയിൽ കാണുക: ഏതൊരു വ്യക്തിയെ ആണോ നിങ്ങൾ നിങ്ങളിൽ കാണുന്നത്, അതുതന്നെയായിരിക്കും നിങ്ങളായി തീരുക

നിങ്ങളുടെ മനസ്സിൽ കുറിച്ചിടുന്ന ചിത്രമനുസരിച്ചായിരിക്കും നിങ്ങളുടെ ബാഹ്യജീവിതം മെച്ചപ്പെട്ടുവരിക. നിങ്ങളെക്കുറിച്ച് വളരെ വ്യക്തവും പോസിറ്റീവും ആവേശകരവുമായ വീക്ഷണം ഉണ്ടാക്കിയെടുക്കുക. നിങ്ങളുടെ ജീവിതകാലം മുഴുവൻ ഉയർന്ന തോതിലുള്ള ആരോഗ്യവും ഊർജവും ആസ്വദിക്കാൻ തക്കവിധമുള്ള വീക്ഷണമായിരിക്കണമത്.

നിങ്ങൾക്കുണ്ടാകാൻ ആഗ്രഹിക്കുന്ന തരം ശാരീരിക മികവുള്ള ഒരാളുടെ പടം ഏതെങ്കിലും മാഗസിനിൽ നിന്നെടുക്കുക. ആ പടം മുറിച്ചെടുത്ത് വീട്ടിലെ റഫ്രിജറേറ്ററിൽ ഒട്ടിക്കുക. ആ വ്യക്തിയുടെ മുഖത്തിനുപകരം നിങ്ങളുടെ മുഖത്തിന്റെ പടം ഒട്ടിക്കുക. ഓരോ വട്ടവും റഫ്രിജറേറ്ററിന് അടുത്തേക്ക് പോകുമ്പോഴെല്ലാം നിങ്ങളീ പടം കാണും.

നിങ്ങൾ നന്നായി സ്ഥിരമായി വ്യായാമം ചെയ്യുന്നതും മിതമായി ഭക്ഷണം കഴിക്കുന്നതുമായ ചിത്രം ഓരോ ദിവസവും മനസ്സിൽ കുറിച്ചിടുക. നിങ്ങൾക്ക് ശാരീരികമായും മാനസികമായും നല്ല സുഖമാണെന്ന രീതിയിലാകണം ആ ചിത്രം സൃഷ്ടിക്കേണ്ടത്. ഉറങ്ങുംമുമ്പായി നിങ്ങളീ ചിത്രം മനസ്സിലേക്ക് കൊണ്ടുവരിക. എങ്കിൽ ആ ചിത്രം നിങ്ങളുടെ ഉപബോധമനസ്സിൽ രാത്രിയിൽ പ്രവർത്തിക്കും. നിങ്ങൾ രാവിലെ എണീക്കുമ്പോൾ മെലിഞ്ഞ്

വളരെ ആരോഗ്യമുള്ള, ഫിറ്റ്നസ് ഉള്ള ആളായി ചിന്തിക്കുക. ഭക്ഷണം കഴിക്കാൻ തിരഞ്ഞെടുക്കുമ്പോൾ നിങ്ങളോടുതന്നെ ചോദിക്കുക. വളരെ ആരോഗ്യമുള്ള ഫിറ്റായ അച്ചടക്കമുള്ള അതീവ പ്രസന്നതയുള്ള വ്യക്തി എന്തായിരിക്കും ഈ സമയം കഴിക്കുക?

12. ഒരിക്കലും പിന്മാറരുത്: നിങ്ങളുടെ ആരോഗ്യ ഫിറ്റ്നസ് ലക്ഷ്യങ്ങൾ ഫലമണിയുംവരെ പിന്മാറില്ലെന്ന് ദൃഢനിശ്ചയം ചെയ്യുക

ജീവിതരീതി മാറ്റുക എന്നാൽ രണ്ട് ചുവട് മുന്നോട്ടും ഒരു ചുവട് പിന്നോട്ടും എന്ന പ്രക്രിയ ആണെന്ന് അംഗീകരിക്കുക. നിങ്ങളുടെ ആരോഗ്യകാര്യങ്ങളിലെ ചിട്ടകൾ അനായാസവും സ്വാഭാവികവുമായി തീരുംവരെ കഠിനമായി അതിനായി നില കൊള്ളുമെന്ന് ദൃഢനിശ്ചയം ചെയ്യുക.

ആരോഗ്യം, ഫിറ്റ്നസ് എന്നിവയിൽ അത്യുന്നത നിലവാര ത്തിലെത്തി ഉയർന്ന ജീവിതശൈലി ആസ്വദിക്കുക എന്ന ലക്ഷ്യ മാണെങ്കിൽ ഉടനെ, ഈ ദിവസംതന്നെ അതിനായി പ്രവർത്തിക്കാൻ തുടങ്ങുക. അതിനായി എന്തെങ്കിലും ചെയ്യാൻ തുടങ്ങുക. വലിയ അളവിലുള്ള ഭക്ഷണത്തിനുപകരം സലാഡ് പോലുള്ള മിത ഭക്ഷണം കഴിച്ചുനോക്കൂ. ദാഹിക്കുമ്പോൾ കൃത്രിമ ശീതളപാനീയ ങ്ങൾക്കുപകരം ശുദ്ധജലം കുടിച്ചുനോക്കൂ. ടിവിക്ക് മുന്നിൽ മടി പിടിച്ചിരിക്കാതെ നിങ്ങളുടെ വീടിനടുത്ത് ഒന്നു നടന്നു നോക്കൂ. വളരെ ആരോഗ്യമുള്ള വ്യക്തി ചെയ്യുന്ന കാര്യങ്ങൾ നിങ്ങളുടെ ജീവിതത്തിന്റെ എല്ലാ മേഖലയിലും പ്രാവർത്തികമാക്കാൻ നോക്കൂ. നല്ല ശീലങ്ങളിൽ ഉറച്ചുനിൽക്കുന്നതുവരെ ആ പ്രവർത്തനങ്ങൾ തുടരൂ. അത് നിങ്ങളുടെ ജീവിതകാലം മുഴുവൻ നീണ്ടുനിൽക്കട്ടെ.

നിങ്ങളുടെ ആരോഗ്യവും സൗഖ്യവും മികച്ചതാക്കുക

1. നിങ്ങളെങ്ങനെ കാണാൻ ഇഷ്ടപ്പെടുന്നുവെന്ന് തീരുമാനിക്കുക. നിങ്ങളുടെ ആരോഗ്യം പൂർണമാണെങ്കിൽ നിങ്ങൾക്ക് എങ്ങനെ അനുഭവപ്പെടുന്നുവെന്ന് നോക്കുക
2. നിങ്ങളുടെ മാതൃകാപരമായ തൂക്കമെത്രയായിരിക്കുമെന്ന് തീരുമാനിക്കുക. നിശ്ചിത സമയത്തിനുള്ളിൽ ആ ലെവലിൽ എത്തുവാൻ പ്ലാൻ ഉണ്ടാക്കുക.
3. മാതൃകാപരമായ ഫിറ്റ്നസ് ലെവൽ തീരുമാനിക്കുക. അത് നേടുന്നതിന് പ്ലാൻ തയ്യാറാക്കുക.
4. എല്ലാ മേഖലയിലും കൂടി മികച്ച ആരോഗ്യവും ഫിറ്റ്നസും നേടാൻ നിങ്ങളെന്തൊക്കെ കൂടുതലായി ചെയ്യണം?
5. എല്ലാ മേഖലയിലും കൂടി മികച്ച ആരോഗ്യവും ഫിറ്റ്നസും നേടാൻ നിങ്ങളെന്തൊക്കെ കുറയ്ക്കണം?
6. കൂടുതൽ ഉയർന്ന ആരോഗ്യത്തിനും ഫിറ്റ്നസ്സിനുമായി നിങ്ങൾ എന്ത് പുതിയ കാര്യങ്ങളാണ് തുടങ്ങേണ്ടത്?
7. നിങ്ങൾ ആഗ്രഹിക്കുംപോലെ ആരോഗ്യത്തോടെയും ഫിറ്റ്നസ്സോടെയും ഇരിക്കാൻ എന്തെല്ലാം കാര്യങ്ങളാണ് നിങ്ങൾ എന്നന്നേക്കുമായി നിർത്തേണ്ടത്?

13

വളർച്ച അളക്കുക

അകാരണമായ തിടുക്കമില്ലാതെ അനവരതം മനഃപൂർവം മുന്നോട്ട് പോകുന്നയാൾക്ക് ഒരു പാതയും നീളമേറിയതായിരിക്കില്ല. ക്ഷമയോടെ സ്വയം തയ്യാറെടുത്ത് ചരിക്കുന്നയാൾക്ക് അംഗീകാരങ്ങളും അകലെയല്ല.

ഷോൺ ഡി ലാ ബ്രുയെറേ

നിങ്ങൾക്ക് അവിശ്വസനീയമാംവിധം മാനസിക കഴിവുകളുണ്ട്. എന്നാൽ ശീലങ്ങൾ അതിനെ പൂർണമാംവിധം ഉപയോഗിക്കുന്നതിനെ തടയുന്നു. ജീവിതത്തിന് ചിട്ടയോടെ ലക്ഷ്യങ്ങൾ ഒരുക്കിയാൽ അതിനുവേണ്ടി വിശദമായ പ്ലാനുകൾ തയ്യാറാക്കിയാൽ അതിൽ വിജയം കാണുന്നതിൽ നിങ്ങൾ നിരവധി വർഷങ്ങൾ ലാഭിക്കും. ലക്ഷ്യമൊരുക്കിയാൽ ഒരു ഗുണമുണ്ട്. മറ്റുള്ളവരേക്കാളും കൂടുതലായി നിങ്ങൾക്ക് ചിന്താശക്തി ഉപയോഗിക്കാൻ സഹായിക്കും.

നിങ്ങളുടെ ജീവിതത്തിന്റെ മുഖ്യ ഓഫീസ് എന്നത് ബോധമനസ്സാണ്. നിങ്ങളുടെ പരിസരത്തെ വിവരങ്ങൾ ശേഖരിക്കുകയും അതിനെ മറ്റുള്ള വിവരവുമായി വിലയിരുത്തി താരതമ്യം ചെയ്യും. ഇനിയെന്ത് നടപടിയെടുക്കണമെന്ന് തീരുമാനിക്കുകയും ചെയ്യുന്നു.

എന്നാൽ നിങ്ങളുടെ ഉപബോധമനസ്സിന് അസാമാന്യമായ ശക്തിയുണ്ട്. നിങ്ങളിതുവരെ നേടിയതിനേക്കാൾ അനേകമടങ്ങ് കാര്യങ്ങൾ ചെയ്യാൻ അത് നിങ്ങളെ സഹായിക്കും. ഉപരിതലത്തിന് താഴെയാണ് ഭൂരിഭാഗം മാനസിക കഴിവുകളുമെന്ന് പറയേണ്ടിവരും. അതിനെ യഥാവിധി കണ്ടെത്തി ഉപയോഗിച്ചാൽ മാത്രമേ നിങ്ങളുടെ ലക്ഷ്യം നേടുന്നതിലേക്ക് പ്രചോദിപ്പിക്കാനും ഉത്തേജിപ്പിക്കാനും ചലിപ്പിക്കാനും കഴിയൂ.

നിങ്ങളുടെ ലക്ഷ്യം പ്രോഗ്രാം ചെയ്യുക

നിങ്ങളുടെ ഉപബോധമനസ്സ് കൂടുതൽ നന്നായി പ്രവർത്തിക്കുന്നത് കാര്യങ്ങളിൽ വ്യക്തതയുള്ളപ്പോഴാണ്. വ്യക്തമായ ലക്ഷ്യം. പ്രത്യേകമായ ദൗത്യങ്ങൾ, മനഃപൂർവമുള്ള നടപടികൾ, ഉറച്ച സമയപരിധി എന്നിവ ഉപബോധമനസ്സ് മികച്ചരീതിയിൽ പ്രവർത്തിക്കാൻ സഹായിക്കുന്നതാണ്. ഇതിൽ എത്രമാത്രം വ്യക്തമായി നിങ്ങൾ ഉപബോധമനസ്സിന്റെ കമ്പ്യൂട്ടറിൽ പ്രവേശിപ്പിക്കുന്നുവോ അത്രയും മികച്ച രീതിയിൽ അത് പ്രവർത്തിക്കും. കുറഞ്ഞ സമയത്തിനുള്ളിൽ കൂടുതൽ കാര്യങ്ങൾ പൂർത്തീകരിക്കുകയും ചെയ്യും.

നിങ്ങൾ ലക്ഷ്യങ്ങൾ ഒരുക്കി അത് നേടാനായി പ്രവർത്തിക്കുമ്പോൾ അതിന്റെ പ്രവർത്തനപുരോഗതി ദിവസവും മണിക്കൂറിലും വിലയിരുത്താൻ നിരവധി സംവിധാനങ്ങളൊരുക്കേണ്ടത് അത്യാവശ്യമാണ്. എത്രമാത്രം വ്യക്തവും കാര്യമാത്ര പ്രസക്തവുമാണ് നിങ്ങളൊരുക്കുന്ന സംവിധാനം അത്രയും കൃത്യമായിരിക്കും സമയത്തുതന്നെ നിങ്ങൾ ലക്ഷ്യം കാണുന്നതും.

നിങ്ങളുടെ ഉപബോധമനസ്സിന് തീരുമാനമെടുക്കാൻ നിർബന്ധിക്കുന്ന സിസ്റ്റം ആവശ്യമാണ്. ദൗത്യനിർവഹണത്തിനും ലക്ഷ്യപൂർത്തീകരണത്തിനും നിങ്ങളിൽത്തന്നെ ചുമത്തിയിട്ടുള്ള സമയപരിധി ആവശ്യമാണ്. നിങ്ങളെ നിർബന്ധിച്ച് ചെയ്യാൻ സംവിധാനമില്ലെങ്കിൽ നിങ്ങൾക്കത് എളുപ്പം മാറ്റിവയ്ക്കാൻ കഴിയുന്നു. പ്രധാനദൗത്യങ്ങൾ കാലങ്ങളോളം വൈകിപ്പിക്കാനും എന്തിന് ചിലപ്പോൾ മാറ്റിവയ്ക്കാനും തോന്നിയേക്കും.

ഏറ്റവും മികച്ച പ്രകടനത്തിന് മൂന്ന് വഴികൾ

ഉയർന്ന പ്രകടനത്തിലൂടെ നിങ്ങളുടെ ലക്ഷ്യം നിറവേറ്റാൻ സഹായിക്കുന്ന മൂന്ന് സുപ്രധാന കാര്യങ്ങൾ ഇതാണ്: പ്രതിബദ്ധത, പൂർത്തിയാക്കൽ, പരിസമാപ്തി.

പ്രതിബദ്ധത

ഒരു പ്രത്യേക ലക്ഷ്യപൂർത്തീകരണത്തിനായി മറ്റെല്ലാ കാര്യങ്ങളും മാറ്റിവെച്ച് ഉറച്ച പ്രതിബദ്ധതയോടെ പ്രവർത്തിക്കുമ്പോൾ ഉപബോധമനസ്സിന്റെ ആക്സിലറേറ്ററിൽ കാൽവെച്ചപോലെയാകും. നിങ്ങൾ കൂടുതൽ ക്രിയാത്മകമായി പ്രവർത്തിക്കാൻ തുടങ്ങും. തീരുമാനിച്ചുറപ്പിച്ചയാളാകും. മുമ്പെങ്ങുമില്ലാത്തവിധം കാര്യങ്ങളിൽ കൂടുതൽ ഫോക്കസ് കൈവരും. വളരെ ഉറച്ച തീരുമാനങ്ങളെടുക്കുന്നവരും സ്പഷ്ടമായ പ്രതിബദ്ധതയുള്ളവരും എന്തുവന്നാലും അഭിപ്രായം മാറ്റാത്തവരുമാണ് മഹാന്മാർ.

പൂർത്തിയാക്കൽ

മികച്ച പ്രകടനത്തിന് പൂർത്തിയാക്കൽ രണ്ടാമത്തെ പ്രധാനപ്പെട്ട സംഗതിയാണ്. ഒരു ദൗത്യത്തിന്റെ 95 ശതമാനം ചെയ്യുന്നതും നൂറ് ശതമാനം പൂർത്തിയാക്കുന്നതും തമ്മിൽ കാര്യമായ വ്യത്യാസമുണ്ട്. മനുഷ്യന്മാർക്ക് പൊതുവായി കണ്ടുവരുന്ന ദുശ്ശീലമുണ്ട്. അവർ തൊണ്ണൂറ് ശതമാനമോ തൊണ്ണൂറ്റിയഞ്ച് ശതമാനമോ പ്രവൃത്തികൾ വളരെ കഠിനമായി ചെയ്യും. എന്നാൽ അവസാന ഭാഗം ചെയ്യുന്നതിൽ വീഴ്ച വരുത്തും. ഈ പ്രലോഭനത്തെ അതിജീവിക്കാൻ പഠിക്കണം. നിങ്ങൾ മനഃപൂർവം ബലംപിടിച്ചെങ്കിലും ഈ ദുഃശ്ശീലത്തെ ഒഴിവാക്കാൻ ശ്രമിക്കണം. പ്രകൃതിവാസനയായ ഈ പ്രവണതയെ അച്ചടക്കത്തോടെ അതിജീവിച്ച് പൂർത്തിയാക്കുന്നതിലേക്ക് മുന്നേറണം.

പ്രകൃതിയുടെ അത്ഭുതമരുന്ന്

നിങ്ങൾ ഓരോ ദൗത്യവും പൂർത്തിയാക്കുമ്പോൾ നിങ്ങളുടെ തലച്ചോറ് ഒരു ചെറിയ അളവ് എൻഡോർഫിൻ പുറപ്പെടുവിക്കും. പ്രകൃതിസിദ്ധമായ വേദനാസംഹാരിയെന്ന വണ്ണമുള്ള ഈ സംയുക്തം നിങ്ങൾക്ക് സുഖമുള്ള വികാരവും ആഹ്ലാദവും സമ്മാനിക്കും. അത് നിങ്ങൾക്ക് സന്തോഷവും സമാധാനവും നൽകും. ക്രിയാത്മകതയെ ഉദ്ദീപിപ്പിക്കും. നിങ്ങളുടെ വ്യക്തിത്വം ശക്തിപ്പെടുത്തും. ഇതാണ് പ്രകൃതിയുടെ അത്ഭുതമരുന്ന്.

എത്ര പ്രധാനപ്പെട്ട ദൗത്യമാണോ നിങ്ങൾ പൂർത്തിയാക്കുന്നത് അത്രയും കൂടുതൽ എൻഡോർഫിൻ നിങ്ങളുടെ തലച്ചോറ് പുറപ്പെടുവിക്കും. വിജയത്തിനും നേട്ടത്തിനും സമ്മാനം ലഭിക്കുന്നതുപോലെയാണിത്. ഈ എൻഡോർഫിൻ ഇരച്ചുകയറ്റം മൂലം കാലം ചെല്ലുംതോറും ഇതിനോട് ഒരു ആസക്തി വളർത്താൻ കഴിയും.

എന്തിന്, ചെറിയൊരു ദൗത്യം നിറവേറ്റുമ്പോൾപോലും നിങ്ങൾ സന്തോഷവാനായിരിക്കും. വലിയ ദൗത്യം നിറവേറ്റുമ്പോഴും സന്തോഷവാൻ തന്നെ. വലിയ ദൗത്യത്തിലേക്കുള്ള നിരവധി പടികളിൽ ഓരോന്നും പൂർത്തിയാക്കുമ്പോഴും എൻഡോർഫിൻ ഇരച്ചുകയറ്റമുണ്ടാകും. നിങ്ങൾക്ക് തുടർച്ചയായി സന്തോഷം ലഭിച്ചുകൊണ്ടിരിക്കും. വളരെ പ്രധാനപ്പെട്ട ജോലി ചാഞ്ചാട്ടമില്ലാതെ പൂർത്തിയാക്കുമ്പോൾ അളവില്ലാത്ത സന്തോഷം കൈവരുന്നു.

വിജയിയുടെ മനോഭാവം സൃഷ്ടിക്കുക

വിജയിയെപ്പോലെ സന്തോഷിക്കുന്നവരാകണമെന്നാണ് എല്ലാവരും ആഗ്രഹിക്കുന്നത്. എന്നാൽ വിജയിയെപ്പോലെ സന്തോഷി

ക്കണമെങ്കിൽ നിങ്ങൾ വിജയിക്കണം. നിങ്ങളൊരു ദൗത്യം നൂറ് ശതമാനം പൂർത്തിയാക്കുമ്പോഴാണ് നിങ്ങൾക്ക് വിജയിയുടെ വികാരം ലഭിക്കുക. ഈ സ്വഭാവം തുടർച്ചയാക്കുകയാണെങ്കിൽ ആത്യന്തികമായി നിങ്ങൾ തുടങ്ങിവെച്ച ദൗത്യങ്ങൾ പൂർത്തിയാക്കുന്ന ശീലം വികസിപ്പിച്ചുവരും. ഈ ശീലം തുടർച്ചയാക്കുമ്പോൾ നിങ്ങളുടെ ജീവിതം നിങ്ങൾക്കിന്ന് സങ്കൽപ്പിക്കാനാകാത്തവിധം മാറിമറിയാൻ തുടങ്ങും.

സൈക്കോളജിയിൽ എന്തിനുമൊരു വിപരീതം നിലവിലുണ്ടെന്ന് പറയും. പൂർത്തീകരിക്കാത്ത ദൗത്യങ്ങൾ നിങ്ങൾക്ക് വലിയതോതിൽ സമ്മർദ്ദവും ഉത്കണ്ഠയും സമ്മാനിക്കും. ഉത്തരവാദിത്വമുള്ള ദൗത്യനിർവഹണത്തിൽ അച്ചടക്കമില്ലാതെ പ്രവർത്തിച്ച് പൂർത്തിയാക്കാൻ സാധിക്കാത്തതുകൊണ്ടാണ് പ്രധാനമായും അസന്തുഷ്ടി മനുഷ്യർക്കുണ്ടാകുന്നത്.

മാറ്റിവയ്ക്കുന്നതിന്റെ വേദന

എപ്പോഴെങ്കിലും നിങ്ങളെ ഏൽപ്പിച്ച വലിയ ചുമതലയിൽ നിന്നും മാറി നിന്നിട്ടുണ്ടോ? എങ്കിൽ എന്താണ് ഞാൻ ഉദ്ദേശിച്ചതെന്ന് മനസ്സിലാക്കും. ആ ചുമതല തുടങ്ങാൻ കൂടുതൽ കാലം എടുക്കുകയും പിന്നീട് സമയപരിധി തീരാൻ പോകുകയും ചെയ്യുമ്പോൾ വലിയ മാനസിക സമ്മർദ്ദം നേരിടും, അല്ലേ? ആ ചിന്ത രാത്രിയിൽ നിങ്ങളെ വേട്ടയാടും, ഉറപ്പാണ്. എന്നാൽ ഒടുവിൽ നിങ്ങളാ ദൗത്യം പൂർത്തിയാക്കാൻ തുടങ്ങുകയും അതിനടുത്ത് എത്തുകയും ചെയ്യുമ്പോൾ എന്തെന്നില്ലാത്ത സന്തോഷവും ആശ്വാസവും അനുഭവപ്പെടും.

നിങ്ങൾ ചെയ്യുന്ന നല്ല പോസിറ്റീവ് പ്രവൃത്തികൾക്കെല്ലാം പ്രകൃതി പ്രതിഫലം തരും. അതെല്ലാം ജീവിതം കൂടുതൽ സുഗമമാക്കുകയും ചെയ്യും. ലക്ഷ്യം കാണാൻ നിങ്ങളെ മുന്നോട്ട് നയിക്കേണ്ടതും അതിന്റെ ഫലം വളരെ പ്രധാനപ്പെട്ടതും ആയിരിക്കെ ഏൽപ്പിച്ച ദൗത്യം മറന്ന് പ്രവർത്തിച്ചാലോ പ്രകൃതി നിങ്ങളെ സമ്മർദ്ദവും അസംതൃപ്തിയും തന്ന് ശിക്ഷിക്കും.

സന്തുലിതമായ സ്കോർ കാർഡ്

ആധുനിക മാനേജ്മെന്റിലെ വളരെ ജനകീയമായ മുന്നേറ്റങ്ങളിലൊന്നാണ് സന്തുലിതമായ സ്കോർ കാർഡ് ഉപയോഗം. വിജയത്തിന് ആസ്പദമായ സുപ്രധാന മേഖലകൾ കണ്ടെത്തി അതിലോരോന്നിനും പ്രതിദിനവും പ്രതിവാരവും സ്കോർ നൽകുക

എന്നതാണ് ഈ രീതി. ബിസിനസ്സിലെ എല്ലാ തട്ടിലുമുള്ള വ്യക്തികളും ഈ രീതി ചെയ്യാൻ പ്രോത്സാഹിപ്പിക്കുന്നു.

ഇവിടെയൊരു പ്രധാന പോയിന്റുണ്ട്. ഓരോ മേഖലയെയും സൂക്ഷ്മമായി വിലയിരുത്തി അതിനൊരു സ്കോർ കൊടുക്കുന്നതിലൂടെ ആ മേഖലയിൽ നിങ്ങളുടെ പ്രവർത്തനം മെച്ചപ്പെടുത്താൻ സാധിക്കുന്നു. ഉദാഹരണത്തിന് ഒരു മീറ്റിങ്ങിനുമുമ്പ് നിങ്ങളോട് പറയുകയാണ്, നിങ്ങളെ ഈ മീറ്റിങ്ങിൽ വിലയിരുത്തുന്നത് നിങ്ങൾ എത്ര നല്ല ശ്രോതാവാണ് എന്നതിന്റെ അടിസ്ഥാനത്തിലാണ് എന്ന്. ചുരുങ്ങിയ നിമിഷങ്ങൾക്കകം നിങ്ങളുടെ കേൾക്കാനുള്ള കഴിവ് പ്രകടമായി വർധിക്കും, സംശയമില്ല. നിങ്ങൾ കൂടുതൽ ശ്രദ്ധാപൂർവം മീറ്റിങ് മുഴുവൻ കേട്ടിരിക്കും. കാരണം, നിങ്ങൾക്കറിയാം ഈ പെരുമാറ്റമാണ് നിങ്ങളെ നിരീക്ഷിച്ച് വിലയിരുത്താൻ പോകുന്നതെന്ന്.

അതുപോലെ തന്നെ, നിങ്ങൾക്ക് പ്രധാനപ്പെട്ടതായ ഒരു ലക്ഷ്യമോ നടപടിയോ പ്രവൃത്തിയോ തിരഞ്ഞെടുത്ത് ദൈനംദിന ജീവിതത്തിൽ അതിൽ പൂർണശ്രദ്ധ കൊടുക്കുമ്പോൾ ആ മേഖലയിൽ നിങ്ങളുടെ പ്രകടനം വലിയ രീതിയിൽ മെച്ചപ്പെടുന്നു.

നിങ്ങളുടെ ലക്ഷ്യങ്ങളിലൊന്നിലേക്കുള്ള വഴിയിൽ നിങ്ങൾ ഏറ്റെടുക്കുന്ന ദൗത്യങ്ങളിൽ കൃത്യമായ സമയപരിധി നിശ്ചയിക്കുക. അത് അളക്കാനുള്ള മാർഗ്ഗങ്ങൾ തീരുമാനിക്കുക. അതിന് കൃത്യമായ സ്കോർ നൽകുക. ഇതാണ് നിങ്ങളുടെ കരിയർ മെച്ചപ്പെടുന്നതിന് സഹായകമായ പ്രധാന പ്രവൃത്തി. ഈ രീതിയിൽ നിങ്ങളുടെ ഉപബോധമനസ്സിന്റെ ആജ്ഞാസ്വഭാവം നിങ്ങൾ പ്രവർത്തിപ്പിക്കാൻ തുടങ്ങുകയാണ്. ഇങ്ങനെ നിങ്ങളെ നിർബന്ധിപ്പിക്കുന്ന സംവിധാനം തുടർന്ന് നിങ്ങളെ പ്രചോദിപ്പിക്കാനും തുടങ്ങും. അത് നിങ്ങളെ അബോധാവസ്ഥയിൽത്തന്നെ കൂടുതൽ മുന്നോട്ടുനയിക്കും. നേരത്തെ തുടങ്ങാൻ, കഠിനമായി യത്നിക്കാൻ, ആ ജോലി സമയത്തുതന്നെ പൂർത്തിയാക്കാൻ നിങ്ങളെ സഹായിക്കും.

പരിസമാപ്തി

പ്രതിബദ്ധത, പൂർത്തിയാക്കൽ എന്നിവയ്ക്കുശേഷമുള്ള മൂന്നാമത്തെ പോയിന്റാണ് പരിസമാപ്തി. ഇവിടെ നിങ്ങൾ ഓപ്പൺ ലൂപ് സിസ്റ്റവും ക്ലോസ്ഡ് ലൂപ് സിസ്റ്റവും തമ്മിലുള്ള വ്യത്യാസമറിയണം. ഓപ്പൺ ലൂപ് സിസ്റ്റത്തിൽ നിങ്ങൾ നൽകുന്ന ഇൻപുട്ടിനാണ് പ്രാധാന്യം. ഔട്ട്പുട്ട് നിങ്ങളുടെ കൺട്രോൾ ആക്ഷനെ

തീരുമാനിക്കുന്നില്ല. എന്നാൽ ക്ലോസ്ഡ് ലൂപ്പിൽ നിങ്ങൾക്ക് മതിയായ ഔട്ട്പുട്ട് കിട്ടുംവരെ മാറ്റങ്ങൾ വരുത്തികൊണ്ടിരിക്കും.

നിങ്ങളുടെ വ്യക്തിജീവിതത്തിലെയോ ബിസിനസ് ജീവിതത്തിലെയോ ഒരു പ്രശ്നം തീർക്കാൻ കഴിയുമ്പോഴേ നിങ്ങൾക്ക് യഥാർത്ഥ സന്തോഷം ലഭിക്കുകയുള്ളൂ. ആ സാഹചര്യത്തിൽ നിങ്ങൾക്ക് നിയന്ത്രണം ലഭിക്കുകയും ചെയ്യും. ഇങ്ങനെ പ്രശ്നം പരിഹരിക്കേണ്ടത് നിങ്ങൾക്ക് വളരെ അനിവാര്യമാണ്.

ദൗത്യം സമയത്തിൽ തീർക്കാതിരിക്കൽ, ഏതെങ്കിലും തരത്തിലുള്ള മുഴുമിപ്പിക്കാത്ത പ്രവൃത്തി തുടങ്ങിയവയാണ് നിങ്ങളുടെ ജീവിതത്തിൽ കൂടുതൽ സമ്മർദ്ദവും അസംതൃപ്തിയും എന്തിന് ബിസിനസ്സിൽ പരാജയംപോലും കൊണ്ടുവരുന്നത്. ശാരീരികവും വൈകാരികവുമായി വൻതോതിലുള്ള ഊർജം അതിനായി ചെലവിടേണ്ടിവരുന്നു.

സുപ്രധാനമായ കഴിവുകൾ

ഒരുപക്ഷേ, ഈ പ്രവർത്തനലോകത്തിലെ ഏറ്റവും പ്രധാനപ്പെട്ട കഴിവ് എന്നത് ആശ്രയിക്കാവുന്ന അവസ്ഥയാണ്. ദൗത്യം അതിവേഗവും നന്നായും ചെയ്യുമെന്ന പ്രശസ്തിയാണ് കരിയറിൽ മറ്റെന്തിനേക്കാളും പ്രധാനം. നിങ്ങൾക്ക് കരിയറിൽ പ്രമോഷൻ കിട്ടുന്നതിനും കൂടുതൽ ശമ്പളം ലഭിക്കുന്നതിനും മാനദണ്ഡമാക്കുന്നതും ഇക്കാര്യങ്ങൾ തന്നെ.

നിങ്ങൾക്കൊരു ലക്ഷ്യം പൂർത്തീകരിക്കാനുണ്ടെങ്കിൽ അതിന്റെ ഓരോ ഘട്ടത്തിലും നിറവേറ്റാനുള്ള കർത്തവ്യങ്ങളുടെയെല്ലാം ലിസ്റ്റ് തയ്യാറാക്കുക. അതിനെല്ലാം സമയപരിധി നിശ്ചയിക്കുക. ശേഷം എല്ലാ ദിവസവും എല്ലാ മണിക്കൂറിലും സമയപരിധിക്കകം തീർക്കാൻ പരിശ്രമിച്ചുകൊണ്ടിരിക്കുക. എല്ലാ ദിവസവും അതിന്റെ പുരോഗതി വിലയിരുത്തുക. ആവശ്യാനുസരണം വേഗം കൂട്ടുകയോ കുറയ്ക്കുകയോ ചെയ്യുക. പക്ഷേ, ഒരു കാര്യം. നിങ്ങൾക്ക് കാണാൻപറ്റാത്ത ലക്ഷ്യം നിങ്ങൾക്ക് നേടാനും പറ്റില്ല. സമയപരിധിയെക്കുറിച്ചും പുരോഗതിയെക്കുറിച്ചും എത്രമാത്രം വ്യക്തത ഉണ്ടോ അത്രയും അധികം അതിവേഗം നിങ്ങളത് നേടും.

സമയപരിധിയില്ലാത്ത ലക്ഷ്യമോ തീരുമാനമോ വെറും ആഗ്രഹം മാത്രമാണ്. അതിനുപിന്നിൽ ചലിക്കാനുള്ള ഊർജമില്ല. വെടിമരുന്നില്ലാത്ത ഉണ്ടപോലെയാണ്. നിങ്ങൾ പ്രതിബദ്ധതയോടെ ഏറ്റെടുത്ത കാര്യത്തിൽ സമയപരിധി നിശ്ചയിച്ചില്ലെങ്കിൽ

ജീവിതത്തിലും ജോലിയിലും ലക്ഷ്യമില്ലാതെ വെടിയുതിർക്കുന്നതുപോലെയാകും.

ചിലപ്പോൾ ചിലർ ചോദിക്കും 'ലക്ഷ്യത്തിന് ഒരിക്കൽ സമയപരിധി നിശ്ചയിച്ചശേഷം പാലിക്കാൻ കഴിഞ്ഞില്ലെങ്കിലോ?'

ഉത്തരം ലളിതമാണ്. മറ്റൊരു സമയപരിധിവയ്ക്കുക. ആവശ്യമെങ്കിൽ മറ്റൊന്നുമാകാം. ഒരു ദൗത്യം എന്നു തീർക്കാൻ സാധിക്കുമെന്നതിന്റെ ഏറ്റവും നല്ല ഊഹമാണ് സമയപരിധി. എത്രയധികം സെറ്റ് ചെയ്യുകയും സമയപരിധി പാലിക്കാൻ പ്രവർത്തിക്കുകയും ചെയ്യുന്നുവോ അത്രയും കൃത്യമായി നിങ്ങൾക്ക് എത്രകാലം കൊണ്ട് ദൗത്യം പൂർത്തിയാക്കാമെന്ന് പ്രവചിക്കാനും കഴിയും. എങ്കിൽ ലക്ഷ്യങ്ങൾ നേടുന്നതിൽ നിങ്ങൾ കുടുതൽ മെച്ചപ്പെട്ടു വരും. എല്ലാസമയവും നിങ്ങളുടെ ലക്ഷ്യം നിശ്ചിതസമയത്തിനുള്ളിൽ തീരുകയും ചെയ്യും.

ആനയെ തിന്നുന്നത്

നിങ്ങൾ ഒരുപക്ഷേ, ഈ ചോദ്യം കേട്ടിരിക്കും 'എങ്ങനെയാണ് ഒരു ആനയെ തിന്നുക?' ഉത്തരമിതാണ്. ഒരു സമയം ഒരു കടിവീതം കഴിക്കും. ഈ ചൊല്ലിന് വലിയ അർത്ഥമുണ്ട്. വലിയ ലക്ഷ്യം എങ്ങനെ നേടാമെന്നതിന്റെ ഉത്തരം ഇതിലൊളിച്ചിരിപ്പുണ്ട്. നിങ്ങളെങ്ങനെ വലിയ ലക്ഷ്യം നേടും? അതിനായി ഒരു ചുവട്, ഒരു ദൗത്യം ഒരു അളവ് എന്നിവ വഴി ആ വലിയ ലക്ഷ്യം പൂർത്തീകരിക്കും.

നീണ്ടകാലത്തെ ലക്ഷ്യത്തെ ചെറുതാക്കി നോക്കൂ. ഒരു വർഷത്തെ, മാസത്തെ, ആഴ്ചയിലെ, മണിക്കൂറിലെ ലക്ഷ്യമായി ചെറുതാക്കി നോക്കൂ. നിങ്ങൾക്ക് നേടേണ്ടതായ സാമ്പത്തിക ലക്ഷ്യമാണെങ്കിൽക്കൂടി ഈ രീതി ഫലവത്തായിരിക്കും. വരും ദിവസങ്ങളിൽ ഓരോ മണിക്കൂറിലും ലക്ഷ്യമിട്ടത് നേടാനായി എന്തു ചെയ്യണമെന്നത് ഉപയോഗിച്ചാൽ നീണ്ടകാലത്തെ സാമ്പത്തിക സ്വാതന്ത്ര്യം അടിക്കടി യാഥാർത്ഥ്യമായിത്തീരും.

നിങ്ങൾക്ക് കൂടുതൽ വരുമാനം ഉണ്ടാക്കണമെന്നിരിക്കട്ടെ, നിങ്ങൾക്കറിയാം എല്ലാ വരുമാനവും മൂല്യവർധിതമാണെന്ന്. നിങ്ങൾ ചെയ്യുന്നതെല്ലാം കാണുക. എന്നിട്ട് ചോദിക്കുക. എങ്ങനെയാണ് നിങ്ങൾക്കതിൽ കൂടുതൽ മൂല്യം കൊണ്ടുവരാൻ കഴിയുക? അങ്ങനെ നിങ്ങൾക്ക് പ്രവൃത്തിയിൽ കൂടുതൽ മൂല്യം നൽകുക വഴി കൂടുതൽ വരുമാനം നേടാനുമാകും.

നിങ്ങളുടെ ഏറ്റവും വിലയേറിയ ദൗത്യമെന്തെന്ന് കണ്ടെത്തുക

ബോസിനോട് ചോദിക്കുക. മറ്റെന്തിനേക്കാളും കൂടുതൽ വിലയേറിയ ഒരു കാര്യം ഞാനെന്താണ് ചെയ്യേണ്ടത്? ബോസിന്റെ ഉത്തരം എന്തുമായിക്കോട്ടെ, നിങ്ങൾതന്നെ എങ്ങനെ കൂടുതൽ ഭംഗിയായി ദൗത്യങ്ങൾ ചെയ്യാൻ പറ്റുമെന്ന് വഴി തിരഞ്ഞുകൊണ്ടിരിക്കുക. നിങ്ങൾ ദൗത്യത്തെ ചെറുകഷണങ്ങളാക്കി സമയ പരിധി തീരുമാനിച്ചാൽ എത്ര അത്ഭുതകരമായി നിങ്ങൾക്കത് നിറവേറ്റാൻ കഴിയുമെന്ന് കാണാം. ഇങ്ങനെ ലക്ഷ്യങ്ങളെ ചെറുതാക്കി സമയപരിധി നിശ്ചയിച്ച് ഒരു വട്ടം ഒരു കാര്യം എന്ന മട്ടിൽ ഓരോ ദിവസവുംചെയ്യുക. പഴമൊഴി നിങ്ങൾ കേട്ടിരിക്കും. അടിക്കണക്കിന് നോക്കിയാൽ കഠിനമെന്ന് തോന്നും, എന്നാൽ ഇഞ്ച് കണക്കിന് നോക്കിയാൽ എളുപ്പം തോന്നിക്കുകയും ചെയ്യും.

തുടർച്ചയായ, ഒരിക്കലും അവസാനിക്കാത്ത മെച്ചപ്പെടുത്തൽ

നിങ്ങളുടെ മണിക്കൂറിലെ വേതനവും വരുമാനവും ഉയർത്തണമെന്നിരിക്കട്ടെ. എങ്കിൽ നിങ്ങളുടെ പ്രവർത്തനമേഖലയിൽ എല്ലാ ദിവസവും കുറച്ചുകൂടി മെച്ചപ്പെടുത്താൻ നോക്കണം. നിങ്ങളുടെ മേഖലയെക്കുറിച്ച് എല്ലാ ദിവസവും ഒരു മണിക്കൂറെങ്കിലും വായിക്കാൻ മാറ്റിവയ്ക്കുക. ജോലിക്ക് പോകുമ്പോഴും വരുമ്പോഴും ജോലിയോട് ബന്ധപ്പെട്ട ഓഡിയോ പ്രോഗ്രാം കേൾക്കുക. കഴിയും വിധം അധികകോഴ്സുകളിൽ പങ്കെടുക്കുക. ഇത്തരം പ്രവർത്തികൾ നിങ്ങളുടെ മൊത്തത്തിലുള്ള കരിയറിനെ ഉയരങ്ങളിലേക്ക് പറപ്പിക്കും. നിങ്ങളുടെ സ്വയം മെച്ചപ്പെടുത്തലിന് ദിവസവും അധികമായി ഒന്നോ രണ്ടോ മണിക്കൂർ മാറ്റിവയ്ക്കൂ, അതിന്റെ ഉത്തരോത്തരമുള്ള ഫലം അത്ഭുതാവഹമായിരിക്കും.

നിങ്ങൾ മിച്ചംപിടിക്കുന്ന 'പെനി' നിങ്ങൾക്കായി സമ്പാദിക്കാൻ തുടങ്ങും

നിങ്ങൾക്ക് ധനികനാകണമെന്നുണ്ടെങ്കിൽ നിങ്ങളുടെ എല്ലാ ചെലവുകളെയും ചോദ്യം ചെയ്യാൻ തുടങ്ങുക. എല്ലാ ദിവസവും മൂന്ന്, അഞ്ച്, പത്ത് എന്നിങ്ങനെ ഡോളർ മിച്ചം പിടിക്കാൻ ലക്ഷ്യമിടുക. അത് സേവിങ്സ് ബാങ്ക് അക്കൗണ്ടിലിടുക. അതിൽനിന്ന് ഒന്നും എടുക്കരുത്. അത് കുറച്ച് വലിയ തുകയാകുമ്പോൾ നല്ല വണ്ണം തിരഞ്ഞെടുത്ത മ്യൂച്ചൽ ഫണ്ടിലോ ഷെയറിലോ നിക്ഷേ

പിക്കുക. ദിവസം, ആഴ്ച, മാസം ഇങ്ങനെ മിച്ചംപിടിച്ച് നിക്ഷേപിക്കുന്നത് ശീലമാക്കി നോക്കൂ. നിങ്ങളുടെ ജോലിക്കാലം മുഴുവൻ ഇങ്ങനെ തുടരുക.

നിങ്ങളിപ്പോൾ ചെലവാക്കുന്നതിൽ അൽപ്പം കുറവുവരുത്തുന്നതിലൂടെ അധികം വൈകാതെ നല്ല ജീവിതം കൈവരുന്നതായി കാണാം. നിങ്ങളുടെ വരുമാനം കൂടുന്നതോടെ നിങ്ങൾ മിച്ചം പിടിക്കുന്നതിന്റെ തോതും കൂട്ടണം. ചുരുങ്ങിയ ആഴ്ചകളിൽ, മാസങ്ങളിൽ, വർഷങ്ങളിൽ നിങ്ങൾ കടക്കെണിയിൽനിന്ന് രക്ഷ നേടും. വളരെയധികം തുക നിങ്ങൾക്കായി പ്രവർത്തിക്കാൻ തുടങ്ങും. കുറച്ച് വർഷങ്ങളിൽത്തന്നെ നിങ്ങൾ സാമ്പത്തികമായി സ്വാതന്ത്ര്യത്തിലേക്ക് എത്തിയിരിക്കും.

പഠിച്ച വ്യക്തിയായി മാറുക

ടെലിവിഷൻ കാണുന്നതിനുപകരം പതിനഞ്ച് മിനിറ്റെങ്കിലും നിങ്ങൾ വായിക്കാൻ മാറ്റിവയ്ക്കുകയാണെങ്കിൽ വർഷംതോറും പതിനഞ്ച് പുസ്തകമെങ്കിലും വായിച്ച് തീർക്കാനാകും. ഇംഗ്ലീഷ് സാഹിത്യത്തിലെ മഹത്തായ കൃതികൾ എല്ലാദിവസവും പതിനഞ്ച് മിനിറ്റുവീതം വായിക്കുകയാണെങ്കിൽ ഏഴ് വർഷത്തിനകം എക്കാലത്തുമെഴുതിയതിൽ നൂറ് മഹത്തായ പുസ്തകങ്ങൾ വായിച്ചുതീർക്കാൻ കഴിഞ്ഞേക്കും. നിങ്ങളുടെ തലമുറയിലെ ഏറ്റവും നന്നായി അറിവുനേടിയ പണ്ഡിതന്മാരിലൊരാളായി മാറാൻ കഴിയും. നിങ്ങൾ ഉറങ്ങാൻ പോകുംമുമ്പ് എല്ലാദിവസവും വെറും പതിനഞ്ച് മിനിറ്റ് വായിക്കുന്നതിലൂടെ മാത്രമാണിത് നേടുകയെന്ന് ഓർക്കണം.

വരുമാനം വർധിപ്പിക്കുക

നിങ്ങൾ വിൽപ്പനരംഗത്തുള്ള ആളാണെന്നിരിക്കട്ടെ. നിങ്ങൾക്ക് വരുമാനം കൂട്ടണമെന്നുണ്ട്. എങ്ങനെ നേടും? ഒരു ദിവസം നിങ്ങളെത്ര ഫോൺ കോളുകൾ ബിസിനസ്സിനായി ചെയ്യുന്നുണ്ടെന്ന് നോക്കുക. എത്ര ബിസിനസ് പ്രസന്റേഷൻ ചെയ്യുന്നുണ്ട്? എത്ര പ്രപ്പോസൽ നൽകുന്നുണ്ട്? ഓരോദിവസവും ആഴ്ചയും മാസവും നിങ്ങളെത്ര വിൽപ്പന നേടുന്നുണ്ട്? അതിനുശേഷം ഈ പറഞ്ഞതെല്ലാം കൂട്ടുന്നതിന് ലക്ഷ്യം സെറ്റ് ചെയ്യുക. ഫോൺ കോളുകൾ, പ്രസന്റേഷൻ, പ്രപ്പോസൽ തുടങ്ങിയവയെല്ലാം കൂട്ടുക. നിങ്ങളുടെ നിലവാരം എല്ലാദിവസവും അളക്കുക. വിൽപ്പനയുടെ അളവ് കൂട്ടുന്നതിൽ ലക്ഷ്യം സെറ്റ് ചെയ്യുക.

നിങ്ങൾക്ക് അളക്കാൻ കഴിയുമെങ്കിൽ കൈകാര്യം ചെയ്യാനുമാകും

ജിവിതത്തിന്റെ എല്ലാ മേഖലകളിലും നിങ്ങളുടെ പ്രവൃത്തികൾ ശ്രദ്ധാപൂർവ്വം വിശകലനം ചെയ്യുക. എന്നിട്ട് ആ പ്രവൃത്തികളുടെ ഒരു പ്രത്യേക നമ്പർ അതിൽനിന്ന് തിരഞ്ഞെടുക്കുക. മറ്റെന്തിനേക്കാളുമുപരി നിങ്ങളുടെ മേഖലയിൽ വിജയം കൊണ്ടുവരിക ആ പ്രത്യേക നമ്പറായിരിക്കും. തുടർന്ന് എല്ലാ ശ്രദ്ധയും ദിവസം മുഴുവൻ ആ പ്രത്യേക നമ്പറിൽ കൊടുക്കുക. വളരെ ഫോക്കസ് ചെയ്ത നിങ്ങളുടെ ശ്രദ്ധ കൂടുതൽ മികച്ച പ്രവർത്തനം കാഴ്ച വെക്കുന്നതിന് സഹായിക്കും. ബോധപൂർവ്വമായും അബോധ പൂർവ്വമായും.

നിങ്ങൾക്ക് മികച്ച ആരോഗ്യം വേണമെന്നുണ്ടെങ്കിൽ ആഴ്ചയിൽ നിങ്ങളെത്രതവണ വ്യായാമം ചെയ്യുന്നുണ്ടെന്നതിന്റെയും നിങ്ങൾ കഴിക്കുന്നതിലെ കലോറിയുടെ എണ്ണവും എടുക്കുക. അതല്ല, നിങ്ങൾക്ക് പണക്കാരനാകണമെന്നുണ്ടെങ്കിൽ ഓരോ മണിക്കൂറിലും നിങ്ങൾ മിച്ചം പിടിക്കുന്ന പണത്തിന്റെ അളവെടുക്കുക. വിൽപ്പനയിൽ നിങ്ങൾ കൂടുതൽ വിജയം കാണണമെങ്കിൽ ഓരോ ദിവസം ഓരോ മാസം നിങ്ങൾ വിളിക്കേണ്ട കോളുകളിലും വിൽപ്പനവ്യാപ്തത്തിലും ശ്രദ്ധ കേന്ദ്രീകരിക്കുക. ബന്ധങ്ങൾ മെച്ചപ്പെടുത്തുന്നതിന് നിങ്ങളുടെ ജീവിതത്തിലെ ഏറ്റവും പ്രധാനപ്പെട്ട വ്യക്തികളുമായി ഓരോദിവസവും ഓരോ ആഴ്ചയിലും മുഖാമുഖം ഇരിക്കേണ്ട മിനിറ്റുകളിൽ ശ്രദ്ധ കേന്ദ്രീകരിക്കുക.

നിങ്ങളീ പഴമൊഴി കേട്ടിരിക്കും. നിങ്ങൾക്ക് അളക്കാൻ കഴിയുന്നത് നിങ്ങൾക്ക് ചെയ്യാനും കഴിയും. മറ്റൊന്ന് ഇങ്ങനെ: നിങ്ങൾക്ക് അളക്കാൻ കഴിയാത്തത് കൈകാര്യം ചെയ്യാനുമാകില്ല. നിങ്ങളുടെ ലക്ഷ്യം വളരെ വ്യക്തമായി അളക്കാനുള്ള നിങ്ങളുടെ കഴിവ്, കൃത്യമായ റെക്കോർഡ് സൂക്ഷിക്കൽ, എല്ലാ ദിവസവും നിങ്ങളുടെ പ്രകടനം ട്രാക്ക് ചെയ്യൽ. ഇതെല്ലാം നടന്നാൽ നിങ്ങൾ ഉദ്ദേശിച്ച ലക്ഷ്യം തീരുമാനിച്ചപോലെതന്നെ നടക്കും. ചിലപ്പോൾ അതിന് മുമ്പേ നടന്നെന്നിരിക്കും.

വളർച്ച അളക്കുക

1. നിങ്ങളുടെ വളർച്ചയും വിജയവും അളക്കാൻ ഉപയോഗിക്കാവുന്ന ഒരു കൃത്യമായ മാർഗ്ഗം കണ്ടെത്തുക. അത് ഉപയോഗിച്ച് നിങ്ങളുടെ ജീവിത്തിലെ എല്ലാ മേഖലയിലെയും വളർച്ചയും വിജയവും ദിവസവും അളക്കുക.
2. നിങ്ങളുടെ ജോലിയിലെ ഏറ്റവും പ്രധാനപ്പെട്ട ഘടകമേതെന്ന് തീരുമാനിക്കുക. ജീവിതത്തിലെ ദൈനംദിന പ്രവർത്തികളിൽ നിങ്ങളുടെ വരുമാനത്തെ ബാധിക്കുന്ന കാര്യങ്ങൾ ദിവസവും അളക്കുക.
3. ദിവസം, ആഴ്ച, മാസം നിങ്ങൾ മിച്ചം പിടിക്കേണ്ട തുകയും നിക്ഷേപിക്കേണ്ട തുകയും നിശ്ചയിക്കുക. വളരെ അച്ചടക്കത്തോടെ അതിൽ ഉറച്ച് നിൽക്കുക.
4. വലിയ ലക്ഷ്യങ്ങൾ അളക്കാൻ കഴിയും വിധം ചെറിയ ഭാഗങ്ങളായി മാറ്റുക. നിശ്ചിത സമയപരിധിയിൽ അതെല്ലാം പൂർത്തീകരിക്കാൻ ഫോക്കസ് ചെയ്യുക.
5. ലക്ഷ്യങ്ങളുടെയെല്ലാം മാനദണ്ഡങ്ങൾ തീരുമാനിക്കുന്നതിലും അളക്കുന്നതിലും സ്കോർ കാർഡ് നിശ്ചയിക്കുന്നതിലും സമയപരിധി തീരുമാനിക്കുന്നതിലും നിങ്ങളോടുതന്നെ ഒരു ഗെയിം സെറ്റ് ചെയ്യുക. തുടർന്ന് ആ നമ്പറിലും തീയതിയിലും ശ്രദ്ധ കേന്ദ്രീകരിക്കുക. ലക്ഷ്യങ്ങൾ തനിയേ അതിന്റെ പണി നോക്കികൊള്ളും.
6. വലിയ ലക്ഷ്യത്തിന്റെ ഒരു ചെറിയ നിശ്ചിത ഭാഗമെങ്കിലും നേടുമെന്ന് ദൃഢനിശ്ചയം ചെയ്യുക. ഒരു ദിവസവും അതിൽ വീഴ്ച വരുത്തരുത്.

14

മാർഗ്ഗതടസ്സം ഒഴിവാക്കുക

വിജയത്തിൽ താൽപ്പര്യമുള്ള മനുഷ്യൻ പരാജയത്തെ ആരോഗ്യകരമായി കാണാൻ പഠിക്കണം. മികച്ച നേട്ടങ്ങളിലേക്ക് ഉയരാൻ പരാജയം അനിവാര്യമായ ഭാഗമാണെന്ന് മനസ്സിലാക്കണം.

ജോയ്സ് ബ്രദേഴ്സ്

ആദ്യവട്ടത്തെ ശ്രമത്തിന് മുമ്പേതന്നെ പലരും ലക്ഷ്യങ്ങൾ ഉപേക്ഷിക്കാറുണ്ട്. എല്ലാതരത്തിലുമുള്ള തടസ്സങ്ങൾ, ബുദ്ധിമുട്ടുകൾ, പ്രശ്നങ്ങൾ, വഴിതടസ്സങ്ങൾ എന്നിവ ലക്ഷ്യം സെറ്റ് ചെയ്യുമ്പോഴേ പ്രത്യക്ഷപ്പെടാൻ തുടങ്ങും.

വസ്തുത എന്താണെന്നുവെച്ചാൽ ജീവിതവിജയം കാണാത്തവരേക്കാൾ കൂടുതൽ തോൽക്കുന്നത് വിജയികളാണെന്നതാണ്. വിജയികൾ കൂടുതൽ കാര്യങ്ങൾ പരീക്ഷിച്ച് നോക്കുന്നു. അതിൽ പരാജയപ്പെട്ട് താഴെ വീഴുന്നു. വീണ്ടുമെണീൽക്കുന്നു. വീണ്ടും ശ്രമിക്കുന്നു. വീണ്ടും വീണ്ടും ശ്രമിക്കുന്നു. ഒടുവിൽ അവർ വിജയം കാണുന്നു. ജീവിതവിജയം കാണാത്തവരോ, കുറച്ച് കാര്യങ്ങൾ മാത്രം പരീക്ഷിക്കുന്നു. തുടങ്ങുമ്പോഴേ വളരെ വേഗത്തിൽ തന്നെ അവർ ഉദ്യമം വേണ്ടെന്നുവയ്ക്കുന്നു. മുമ്പ് ചെയ്തിരുന്ന കാര്യങ്ങളിലേക്ക് വേഗം മടങ്ങിപ്പോകുകയും ചെയ്യുന്നു.

താൽക്കാലിക പരാജയങ്ങൾ എപ്പോഴും വിജയത്തിന്റെ മുന്നോടിയാണ്

നിങ്ങൾ വിജയം കാണുംമുമ്പ് പലവട്ടം വീഴുമെന്ന് പ്രതീക്ഷിക്കണം. ചിലപ്പോൾ വിജയത്തിന്റെ തൊട്ടുമുമ്പായിരിക്കും വീണുപോകുന്നത്. വിജയത്തിലേക്കുള്ള പാതയായി വേണം നിങ്ങൾ താൽക്കാലിക പരാജയങ്ങളെയും വീഴ്ചകളെയും കാണാൻ. നിങ്ങൾ കൈവരിക്കാൻ പോകുന്ന വിജയത്തിന് നിങ്ങൾ നൽകുന്ന വിലയാണ് പരാജയം. ഹെൻറി ഫോർഡ് ഒരിക്കൽ പറഞ്ഞു;

കൂടുതൽ ബുദ്ധിയോടെ വീണ്ടും തുടങ്ങാനുള്ള അവസരമാണ് പരാജയം.

നിങ്ങളുടെ ലക്ഷ്യത്തെക്കുറിച്ച് തീരുമാനമായാൽ ഈ ചോദ്യം നിങ്ങളോടുതന്നെ ചോദിക്കുക. ഞാനെന്തുകൊണ്ട് ഇതുവരെ അവിടം എത്തിയില്ല. എന്താണ് നിങ്ങളെ പിന്നോട്ടുവലിക്കുന്നത്? ഇതുവരെ നിങ്ങളെന്തുകൊണ്ട് ആ ലക്ഷ്യം നേടിയില്ല.

നിങ്ങൾക്കും ലക്ഷ്യങ്ങൾക്കുമിടയിലെ തടസ്സങ്ങൾ കണ്ടെത്തുക. നിങ്ങളുടെ മുന്നോട്ടുള്ള യാത്രയെ തടസ്സപ്പെടുത്തുന്നതോ വേഗം കുറയ്ക്കുന്നതോ ആയി നിങ്ങൾ കരുതുന്ന കാര്യങ്ങളുടെ പൂർണമായ വിശദാംശങ്ങൾ കുറിച്ചിടുക.

പ്രശ്നപരിഹാരത്തിന്റെ കണ്ണിൽ ചിന്തിക്കുക

നിങ്ങൾ കൂടുതലായി ചിന്തിക്കുന്നതായിരിക്കും നിങ്ങൾ ആയിത്തീരുക. പ്രശ്നങ്ങൾക്കും ബുദ്ധിമുട്ടുകൾക്കുമിടയിൽ വിജയികൾക്ക് എപ്പോഴും പ്രത്യേകരീതിയിലുള്ള ചിന്താരീതിയുണ്ടായിരിക്കും. അതിനെ നമ്മൾ പരിഹാരം ഉന്നമിട്ടുള്ളത് എന്ന് വിളിക്കുന്നു.

വിജയികൾ എപ്പോഴും പരിഹാരത്തെക്കുറിച്ച് കൂടുതലായും ആലോചിക്കുന്നു. എന്നാൽ പരാജിതർ എപ്പോഴും പ്രശ്നങ്ങളെയും ബുദ്ധിമുട്ടുകളെയുംകുറിച്ച് കൂടുതലായി ചിന്തിക്കുന്നു. പരിഹാരം ആലോചിക്കുന്ന വ്യക്തികൾ എപ്പോഴും പ്രശ്നങ്ങളെ എങ്ങനെ നേരിട്ട് അതിൽനിന്ന് ഊരിപ്പോരാമെന്ന് ചിന്തിക്കും. അവരുടെ വഴിയിലെ തടസ്സങ്ങൾ മറികടക്കുന്നതെങ്ങനെയെന്നായിരിക്കും അവരുടെ ചിന്ത. പ്രശ്നങ്ങളെ കൊണ്ടുനടക്കുന്നവർ എപ്പോഴും തുടർച്ചയായി അവരുടെ ദുരിതങ്ങൾ പാടിനടക്കും. തങ്ങൾക്ക് ഈ ഗതി വന്നതിന് പിന്നിലെ വ്യക്തികൾ, സാഹചര്യങ്ങൾ എന്നിവയെക്കുറിച്ചാകും അവരുടെ സംസാരം മുഴുവൻ. എത്ര അസന്തുഷ്ടിയുള്ളവരും കോപാകുലരുമാണെന്നും അവർ പറഞ്ഞ് കൊണ്ടിരിക്കും. എത്ര ഭാഗ്യമില്ലാത്ത ജന്മങ്ങളാണ് തങ്ങളുടേതെന്ന് അവർ പരിതപിക്കും. എന്നാൽ പരിഹാരം കാണുന്ന വിഭാഗം ആളുകൾ വളരെ ലളിതമായ ചോദ്യം ചോദിക്കും: നമുക്കെങ്ങനെ ഇത് പരിഹരിക്കാം? അവർ തുടർന്ന് പ്രശ്നത്തെ നേരിടാൻ വേണ്ട വഴികൾ തേടുന്നു.

നിങ്ങൾ ഒരു കാര്യം ചെയ്യാൻ പുറപ്പെടുമ്പോൾ നൂറായിരം പ്രശ്നങ്ങൾ നേരിടേണ്ടതായി വരും. അതുകൊണ്ടാണ് പലപ്പോഴും പ്രശ്നങ്ങളെ തരണം ചെയ്യാനുള്ള ശേഷിയായി വിജയത്തെ നിർവചിക്കുന്നത്. വ്യക്തിഗത നേതൃത്വം പ്രശ്നങ്ങൾക്ക് പരിഹാരം

കണ്ടെത്താനുള്ള കഴിവായി കണക്കാക്കുന്നു. അത് ഫലപ്രദമായിരിക്കണം. ആൺ-പെൺ ഭേദമെന്യേ വിജയം കണ്ടവരെല്ലാം അവർക്കും ലക്ഷ്യങ്ങൾക്കുമിടയിലെ പ്രശ്നങ്ങൾ പരിഹരിക്കാനുള്ള കഴിവ് വികസിപ്പിച്ചവരായിരിക്കും.

പ്രശ്നം പരിഹരിക്കൽ ഒരു കഴിവാണ്

സൈക്കിൾ അഭ്യാസം പരിശീലിക്കുന്നതുപോലെയോ കീബോർഡിൽ ടൈപ്പ് ചെയ്യുന്നതുപോലെയോ ഒരു കഴിവാണ് പ്രശ്നം പരിഹരിക്കലും. നിങ്ങൾക്കത് പഠിക്കാവുന്നതേയുള്ളൂ. നിങ്ങളെത്ര മാത്രം പരിഹാരത്തിൽ ഫോക്കസ് ചെയ്യുന്നുവോ അത്രയും കൂടുതൽ പരിഹാരം നിങ്ങളിലേക്ക് എത്തിച്ചേരും. പ്രശ്നപരിഹാരത്തിൽ നിങ്ങളെത്ര മിടുക്കനാകുന്നുവോ അത്രയും വേഗത്തിൽത്തന്നെ തുടർപ്രശ്നങ്ങൾക്കും പരിഹാരം കണ്ടെത്താൻ നിങ്ങൾക്ക് കഴിയുന്നു. പ്രശ്നപരിഹാരത്തിൽ നിങ്ങൾ കൂടുതൽ മിടുക്കും വേഗവും ആർജിക്കുമ്പോൾ കൂടുതൽ വലിയ വിലയേറിയ പ്രശ്നങ്ങളും പരിഹരിക്കാൻ തുടങ്ങും. ആത്യന്തികമായി നിങ്ങൾക്കും മറ്റുള്ളവർക്കും വലിയ തോതിൽ സാമ്പത്തിക മെച്ചമുണ്ടാക്കുന്നവിധം പ്രശ്നപരിഹാര സിദ്ധി നിങ്ങൾക്കുണ്ടാകുന്നു. ഇങ്ങനെയാണ് ലോകം പ്രവർത്തിക്കുന്നത്.

പ്രശ്നങ്ങൾ തീർക്കുന്നത് നിങ്ങൾ അതിതീവ്രമായി ആഗ്രഹിച്ചാൽ ഏത് തടസ്സവും പ്രശ്നവും പരിഹരിക്കുന്നതിനുള്ള കഴിവ് വന്നുചേരുമെന്നതാണ് വസ്തുത. നിങ്ങളെ പിന്നോട്ടടിക്കുന്ന ഏത് പ്രശ്നവും പരിഹരിക്കാനുള്ള കഴിവും ബുദ്ധിയും നിങ്ങളിലുള്ളിൽത്തന്നെയുണ്ട്.

പരിമിതികളുടെ തിയറി

ഇലിയാഹു ഗോൾഡ്റാറ്റ് 'ദ ഗോൾ' എന്ന പുസ്തകത്തിൽ പരിമിതികളുടെ തിയറി എഴുതിവെച്ചു. കഴിഞ്ഞ കുറച്ച് ദശകങ്ങളായി ചിന്തയുടെ ലോകത്തെ പ്രതിബന്ധങ്ങളെ തകർത്ത് മുന്നേറാൻ സഹായിച്ച കാര്യം അദ്ദേഹം ആ പുസ്തകത്തിൽ വിവരിച്ചിട്ടുണ്ട്. ഈ തിയറിപ്രകാരം നിങ്ങൾക്കും നിങ്ങൾ പൂർത്തീകരിക്കാൻ ഉദ്ദേശിക്കുന്ന കാര്യങ്ങൾക്കും ഇടയിൽ എപ്പോഴും തടസ്സങ്ങൾ ഉണ്ടായിരിക്കും. നമ്മെ തന്നെ പരിമിതപ്പെടുത്തുന്ന ഒന്ന്. ആ പരിമിതികൾ തീരുമാനിക്കും നിങ്ങൾ എത്രവേഗം നിങ്ങളാഗ്രഹിക്കുന്ന ഇടത്തേക്ക് എത്തുമെന്ന്.

ഉദാഹരണത്തിന്, നിങ്ങളൊരു പൊതുവഴിയിലൂടെ സഞ്ചരിക്കുകയാണെന്ന് കരുതുക. റോഡിൽ പണി നടക്കുന്നതിനാൽ

എല്ലാ കാറുകളും ഒരു പാതയിലൂടെ കടന്നുപോകണം എന്ന് കരുതുക. ഇങ്ങനെയുണ്ടാകുന്ന ഗതാഗത സ്തംഭനം നിങ്ങൾ എത്ര വേഗത്തിൽ ലക്ഷ്യസ്ഥാനത്ത് എത്തുമെന്ന് തീരുമാനിക്കും. ഈ ബ്ലോക്ക് ഉണ്ടാക്കുന്ന ഭാഗത്ത് യാത്ര ചെയ്യുമ്പോഴുണ്ടാകുന്ന കാലതാമസമായിരിക്കും പ്രധാനമായും നിങ്ങളുടെ മൊത്തം യാത്രയുടെയും വേഗം നിശ്ചയിക്കുക.

ഏത് പ്രധാന ലക്ഷ്യവും പൂർത്തീകരിക്കുമ്പോൾ ഇത്തരം ഗതാഗത സ്തംഭനം ഉണ്ടാക്കുന്ന ഇടങ്ങളിലൂടെ നിങ്ങൾ കടന്നുപോകേണ്ടി വരും. അത് വ്യക്തമായും കൃത്യമായും കണ്ടെത്തുക എന്നത് നിങ്ങളുടെ ജോലിയാണ്. അതിനുശേഷം നിങ്ങളുടെ എല്ലാ ഊർജവും ആ സുപ്രധാനമായ തടസ്സം പരിഹരിക്കുന്നതിനായി മാറ്റിവയ്ക്കുക. ആ ഗതാഗത തടസ്സം നീക്കുന്നതിലുള്ള നിങ്ങളുടെ വൈദഗ്ധ്യം, അല്ലെങ്കിൽ നിങ്ങളെ പരിമിതപ്പെടുത്തുന്ന ആ തടസ്സം നേരിടുന്നതിലുള്ള മിടുക്ക് എന്നതായിരിക്കും വേഗത്തിൽ സഞ്ചരിക്കാൻ ഒരുപക്ഷേ, മറ്റെന്ത് ഘടകങ്ങളേക്കാളും നിങ്ങളെ സഹായിക്കുക.

അകത്തും പുറത്തുമുള്ള പരിമിതികൾ

എന്റെ 80/20 എന്ന നിയമം നിങ്ങളുടെയും നിങ്ങളുടെ ലക്ഷ്യങ്ങളുടെയും ഇടയിലുള്ള പരിമിതികളിൽ പ്രയോഗിക്കാവുന്നതാണ്. ഈ നിയമപ്രകാരം എൺപതുശതമാനം പരിമിതികളും നിങ്ങൾക്കുള്ളിൽത്തന്നെയാണ്. വെറും ഇരുപത് ശതമാനം മാത്രമാണ് വ്യക്തികളായും സാഹചര്യങ്ങളായും നിങ്ങൾക്ക് പുറത്തുള്ളത്. ചുരുക്കി പറഞ്ഞാൽ നിങ്ങൾ നിങ്ങൾക്കായി ഒരുക്കുന്ന ലക്ഷ്യം നേടുന്നതിന് നിങ്ങൾ തന്നെയാണ് പ്രധാന റോഡ് ബ്ലോക്ക്. അത് മറികടക്കുന്നതിനനുസരിച്ചായിരിക്കും ലക്ഷ്യം പൂർത്തീകരിക്കുന്നതിലെ വേഗം നിശ്ചയിക്കുക.

ഭൂരിഭാഗം പേർക്കും ഇത് അംഗീകരിക്കാൻ ബുദ്ധിമുട്ടാണ്. എന്നാൽ വിജയികളായവർ കൂടുതൽ ആശങ്കപ്പെടുക എന്താണ് ശരിയെന്ന് ആലോചിച്ചിട്ടാകും. ആരാണ് ശരിയെന്നല്ല അവർ ആലോചിക്കുക. തങ്ങളുടെ ഈഗോയെ വെറുതെ സംരക്ഷിക്കുന്നതിനുപകരം സാഹചര്യങ്ങളുടെ സത്യാവസ്ഥയും അത് എങ്ങനെ പരിഹരിക്കാമെന്ന ചിന്തയുമായിരിക്കും അവർക്കുണ്ടാകുക.

നിങ്ങളിലേക്ക് നോക്കുക

സ്വയം ചോദിക്കുക: എന്നെ പിന്നോട്ടടിപ്പിക്കുന്ന എന്ത് കാര്യമാണ് എന്നിലുള്ളത്? നിങ്ങളിലേക്ക് ആഴത്തിൽ നോക്കുക. നിങ്ങ

ളുടെ വ്യക്തിത്വം, വികാരങ്ങളെയും പ്രവൃത്തിയെയും നിയന്ത്രി ക്കുന്ന പ്രകൃതിഗുണം, കഴിവുകൾ, ശേഷികൾ, ശീലം, വിദ്യാ ഭ്യാസം അല്ലെങ്കിൽ പരിചയം എന്നിവയിലെ പിന്നോട്ടടിപ്പിക്കുന്ന പരിമിതികൾ ഏതൊക്കെയെന്ന് കണ്ടെത്തുക. ആ ബലഹീനത യായിരിക്കും നിങ്ങളുടെ ലക്ഷ്യങ്ങളിലേക്കെത്തുന്നതിൽ നിങ്ങളെ പിന്നോട്ട് വലിക്കുന്നത്. വളരെ ക്രൂരമായ ചോദ്യം നിങ്ങളോട് ചോദിക്കുക. നിങ്ങളോട് പൂർണമായ സത്യസന്ധത പുലർത്തുക.

നിങ്ങൾക്കും നിങ്ങളുടെ ലക്ഷ്യങ്ങൾക്കുമിടയിലെ പ്രധാന തടസ്സം എന്നത് മിക്കവാറും മാനസികമായിരിക്കും. അത് മനഃസംബ ന്ധിയായതും വൈകാരികവുമായിരിക്കും. അത് നിങ്ങൾക്കുള്ളിൽ തന്നെയാണ്. മറിച്ച് നിങ്ങളുടെ സാഹചര്യങ്ങളുടെ ചുറ്റുമല്ല. നിങ്ങൾക്ക് എന്തും സാധ്യമാകണമെങ്കിൽ ഇത്തരം മാനസികമായ തടസ്സങ്ങളോടെയായിരിക്കണം തുടങ്ങേണ്ടത്.

വിജയത്തിലേക്കുള്ള വഴിയിലെ രണ്ട് പ്രധാന തടസ്സങ്ങൾ

ഭയവും സംശയവുമാണ് വിജയത്തിനും നേട്ടത്തിനുമിടയിലെ രണ്ട് പ്രധാന തടസ്സങ്ങൾ. പരാജയഭീതി, ദാരിദ്ര്യം, നഷ്ടബോധം, സംഭ്രമം, നിരസനം എന്നീ കാരണങ്ങളാണ് ശ്രമിച്ചുനോക്കുക പോലും ചെയ്യാതെ ആദ്യമേതന്നെ പലരെയും വേണ്ടെന്നുവെപ്പി ക്കുന്നത്. ആളുകളെക്കൊണ്ട് എളുപ്പം ഉപേക്ഷിക്കാൻ പ്രേരിപ്പി ക്കുന്ന ഘടകങ്ങളാണിത്. ലക്ഷ്യത്തെക്കുറിച്ചുള്ള ചിന്ത വരുമ്പോ ഴെല്ലാം ഈ ഭയങ്ങൾ അവരെ മൂടിക്കളയുന്നു. ചെറുതീയിൽ ഒരു ബക്കറ്റ് വെള്ളമൊഴിച്ചാൽ എങ്ങനെയിരിക്കും. അതുപോലെ ആ ലക്ഷ്യത്തെ പൂർണമായി കെടുത്തി കളയും.

സ്വയമേയുള്ള സംശയമാണ് ഭയവുമായി അടുത്ത ബന്ധം പുലർത്തുന്ന രണ്ടാമത്തെ മാനസിക തടസ്സം. നമ്മൾ നമ്മുടെ കഴി വുകളെ സംശയിക്കുന്നു. മറ്റുള്ളവരുമായി താരതമ്യം ചെയ്യുന്നു. അവർക്ക് നമ്മെക്കാൾ കൂടുതൽ കഴിവുകളുണ്ടെന്ന് വെറുതെ തോ ന്നുന്നു. അവർ കൂടുതൽ സ്മാർട്ടാണെന്നും കൂടുതൽ കാര്യക്ഷമത യുള്ളവരെന്നും വെറുതെ ധരിച്ചുവശാകുന്നു. ഞാനത്ര പോരാ എന്നാണ് നമ്മുടെയെല്ലാം ധാരണ. നമ്മൾ വലിയതോതിൽ ആഗ്ര ഹിക്കുന്ന വലിയ ലക്ഷ്യങ്ങൾ നേടുന്നതിന് നമ്മൾ അപര്യാപ്ത രാണെന്നും താണവരാണെന്നും വിചാരിക്കുന്നു.

പഠിച്ച നെഗറ്റീവ് വിചാരങ്ങൾ മറക്കാം

ഭാഗ്യവശാൽ പഠിച്ചെടുത്ത വികാരങ്ങളാണ് സംശയവും ഭയവും എന്നതാണ് അതിനെക്കുറിച്ചുള്ള നല്ല കാര്യം. കാര്യമെന്തെന്ന് വെച്ചാൽ പഠിച്ചെടുത്ത കാര്യങ്ങൾ നമുക്ക് മറന്ന് കളയാനും കഴിയും. നിങ്ങളൊന്ന് ആലോചിച്ച് നോക്കിയേ, നെഗറ്റീവ് ബേബിയെ നിങ്ങളെവിടെയും കണ്ടിട്ടുണ്ടോ? ഈ ലോകത്ത് കുട്ടികൾ പിറന്ന് വീഴുന്നത് സംശയങ്ങളോ ഭയമോ ഒട്ടുമില്ലാതെയാണ്. പിന്നീട് പഠിച്ച കാര്യങ്ങൾ പരിശീലനത്തിലൂടെയും ആവർത്തനത്തിലൂടെയും മറന്ന് കളയാവുന്നതാണ്.

സംശയം, ഭയം എന്നിവയ്ക്കുള്ള ആദ്യത്തെ മറുമരുന്നാണ് ധൈര്യവും ആത്മവിശ്വാസവും. ഏതെങ്കിലും തരത്തിലുള്ള അപര്യാപ്തതയിൽനിന്നും അജ്ഞതയിൽനിന്നുമാണ് ഭൂരിഭാഗം ഭയങ്ങളും സംശയങ്ങളും ഉടലെടുക്കുന്നത്. നിങ്ങളുടെ ലക്ഷ്യം പൂർത്തീകരിക്കാൻ നിങ്ങളെത്ര കൂടുതൽ പഠിക്കുന്നുവോ അത്രയും ഭയം നിങ്ങളിൽനിന്ന് വിട്ടകലും. അത്രയും ധൈര്യവും ആത്മവിശ്വാസവും നിങ്ങളിൽ വന്നു നിറയും.

നിങ്ങളാദ്യമായി ഡ്രൈവ് ചെയ്യാൻ പഠിക്കുന്നത് ഒന്നാലോചിച്ച് നോക്കൂ. നിങ്ങൾ വളരെയധികം മാനസിക സംഘർഷവും വികാരവിവശനുമായിരിക്കാം. ഒരുപാട് തെറ്റുകളും സംഭവിക്കാം.

യുക്തിഹീനമായുള്ള നിങ്ങളുടെ ഡ്രൈവ് നിങ്ങൾക്കും മറ്റുള്ളവർക്കും അപകടകരമായി തീർന്നേക്കാം. എന്നാൽ കുറച്ച് കഴിയുമ്പോഴേക്കും ഡ്രൈവ് ചെയ്യാനുള്ള കഴിവ് നിങ്ങൾ നേടിയിരിക്കും. നിങ്ങൾ അതിൽ മികവ് പ്രകടിപ്പിക്കുന്നതോടെ ആത്മ വിശ്വാസവും കൂടിവരും.

ഇപ്പോൾ നിങ്ങൾക്ക് ഭയമേതുമില്ലാതെ കാറിൽ കയറാം. രാജ്യത്തുടനീളം ഒരു ഭയവും വേവലാതിയും കൂടാതെ ഡ്രൈവും ചെയ്യാം. നിങ്ങൾ ഡ്രൈവിങ്ങിൽ മിടുക്കരാകുന്നതോടെ ഡ്രൈവ് ചെയ്യുമ്പോൾ അതിനെക്കുറിച്ച് ഓർക്കാൻ പോലും കഴിഞ്ഞേക്കില്ല. ഈ തത്വം തന്നെ നിങ്ങൾക്കായി ഒരുക്കുന്ന ലക്ഷ്യം നേടുന്നതിലും പ്രയോഗിക്കാം.

ശക്തിയുള്ളവരും ഇല്ലാത്തവരും

പെൻസിൽവേനിയ സർവകലാശാലയിലെ ഡോ. മാർട്ടിൻ സെലിഗ്മാൻ നീണ്ട ഇരുപത്തഞ്ചു വർഷം പഠിച്ചതാണ് അറിവുള്ള നിസ്സഹായവസ്ഥ എന്ന പ്രതിഭാസം. ആയിരക്കണക്കിനുപേരെ അഭിമുഖം നടത്തി അദ്ദേഹമെത്തിയ നിഗമനം ഇപ്രകാരമാണ്.

ജനസംഖ്യയിൽ എൺപത് ശതമാനത്തിലുമധികംപേർ ഇത്തരം നിസ്സഹായവസ്ഥയുടെ ഏതെങ്കിലും അവസ്ഥയിലുള്ളവരാണ്. ചിലർ കുറഞ്ഞ അവസ്ഥയിലാണെങ്കിൽ ചിലർ വളരെ കൂടിയ അളവിലുള്ളവരാണ്.

ജീവിതം കൂടുതൽ മെച്ചപ്പെടുത്താനോ ലക്ഷ്യം പൂർത്തീകരിക്കാനോ തങ്ങളെക്കൊണ്ട് കഴിയില്ലെന്ന് കരുതുന്നവരാണ് ഇത്തരം നിസ്സഹായാവസ്ഥയിൽ കഴിയുന്നത്. ഇത്തരം നിസ്സഹായാവസ്ഥയുടെ സ്പഷ്ടമായ ഉദാഹരണമാണ് എനിക്ക് കഴിയില്ല എന്ന ഇവരുടെ വാക്കുകൾ. അവർക്ക് പുതിയ അവസരമോ സാധ്യതകളോ പുതിയ ലക്ഷ്യമോ ഒരുക്കിക്കൊടുത്താൽ അവരുടനെ എനിക്കതിന് കഴിയില്ല എന്നു പറയും. തുടർന്ന് ആ പ്രത്യേക ലക്ഷ്യം നേടാൻ കഴിയാത്തതിന് അവർ നിരവധി കാരണങ്ങളും നിരത്തും.

എനിക്ക് കരിയറിൽ മുന്നേറാൻ കഴിഞ്ഞില്ല. എനിക്ക് നല്ല ജോലി കണ്ടെത്താൻ കഴിഞ്ഞില്ല. പഠിക്കാൻ എനിക്ക് വേണ്ടത്ര സമയം കിട്ടിയില്ല. എനിക്ക് പണം മിച്ചംപിടിക്കാൻ കഴിഞ്ഞില്ല. എനിക്ക് തൂക്കം കുറയ്ക്കാൻ കഴിഞ്ഞില്ല. എനിക്ക് സ്വന്തം ബിസിനസ് തുടങ്ങാൻ കഴിഞ്ഞില്ല. എനിക്ക് രണ്ടാമതൊരു വരുമാനം ലഭിക്കുന്ന ബിസിനസ് തുടങ്ങാൻ കഴിഞ്ഞില്ല. എനിക്ക് ബന്ധങ്ങൾ മെച്ചപ്പെടുത്താനോ മാറ്റാനോ കഴിഞ്ഞില്ല. ഇങ്ങനെ പോകും അവരുടെ ന്യായീകരണങ്ങൾ.

എന്തൊക്കെയായാലും സ്വയം ചുരുക്കുന്ന കാരണങ്ങളാകും അവർ നിരത്തുക. അതവരുടെ സാധ്യതകളെ ഇല്ലാതാക്കും. ലക്ഷ്യങ്ങൾ നേടാനുള്ള ശ്രമങ്ങളെ അത് ഇല്ലായ്മ ചെയ്യും. അത്തരം ആഗ്രഹങ്ങളെ തല്ലിക്കെടുത്തും. ഹെൻറി ഫോർഡിന്റെ മറ്റൊരു പ്രസിദ്ധ നിരീക്ഷണമുണ്ട്. നിങ്ങൾക്കൊരു കാര്യം ചെയ്യാൻ കഴിയുമെന്ന വിശ്വാസവും നിങ്ങൾക്ക് ആ കാര്യം ചെയ്യാനാകില്ലെന്ന വിശ്വാസവും രണ്ടും ഒരേപോലെ ശരിയാകാൻ സാധ്യതയുണ്ട്.

നിസ്സഹായാവസ്ഥ മറക്കൽ

കുട്ടിക്കാലത്തെ നിശിതമായ വിനാശകരമായ വിമർശനം, വളർന്നുവന്നപ്പോഴുള്ള നെഗറ്റീവ് അനുഭവങ്ങൾ, പ്രായപൂർത്തിയായതിനുശേഷമുള്ള പരാജയാനുഭവങ്ങൾ എന്നിവയെല്ലാമായിരിക്കും മിക്കവാറും പലരുടെയും നിസ്സഹായാവസ്ഥയുടെ കാരണം. ഇതിനെ എങ്ങനെ മറിക്കടക്കാമെന്ന് പറഞ്ഞുതരാം. ചെറിയ ലക്ഷ്യങ്ങൾ ഒരുക്കുക എന്നതാണ് അതിലൊന്ന്. ആസൂത്രണം ചെയ്യുക, എന്നിട്ട് അതിനായി ദിവസവും പ്രവർത്തിച്ചുകൊണ്ടിരിക്കുക. ഇപ്ര

കാരം നിങ്ങൾക്ക് പടിപടിയായി വലിയ ധൈര്യവും ആത്മവിശ്വാസവും കൈവരും. പേശീബലം കൂട്ടുന്നതുപോലയാണിത്. നിങ്ങളുടെ കഴിവുകളിൽ നിങ്ങൾക്ക് കൂടുതൽ ആത്മവിശ്വാസം കൈവരുമ്പോൾ നിങ്ങൾക്ക് കൂടുതൽ വലിയ ലക്ഷ്യങ്ങളൊരുക്കാൻ സാധിക്കും. കാലക്രമേണ സംശയവും ഭയവുമെല്ലാം ദുർബലമാകാൻ തുടങ്ങും. ധൈര്യവും ആത്മവിശ്വാസവും വളരാനും നിങ്ങളുടെ ചിന്താമേഖലയിൽ കൂടുതൽ ആധിപത്യം സ്ഥാപിക്കാനും സാധിക്കും. നിരവധി വിജയങ്ങളുടെ റെക്കോർഡ് പുറകിലുള്ളപ്പോൾ അധികം വൈകാതെതന്നെ നിങ്ങളെ ആർക്കും തടയാനാകാതെ വരും.

സുഖം തരുന്ന മേഖലയിൽ ചടഞ്ഞുകൂടുക എന്ന കെണി

മറ്റൊരു തരത്തിലുള്ള മാനസികമായ കെണിയാണ് സുഖം പിടിച്ചിരിക്കൽ. നിലവിലെ അവസ്ഥയിൽ അലംഭാവമുള്ളവരാണ് അധികവും. ഒരു പ്രത്യേക ജോലിയിലോ ബന്ധങ്ങളിലോ മാത്രം സുഖംപിടിച്ചവർ. നിശ്ചിത ശമ്പളത്തിൽ അവർ തൃപ്തരാണ്. ഏറ്റെടുക്കുന്ന ഉത്തരവാദിത്വത്തിന്റെ കാര്യത്തിൽ അവർ വൈമനസ്യമുള്ളവരായിരിക്കും. അതിലൊന്നും മാറ്റംവരുത്താൻ അവർക്ക് ഇഷ്ടമില്ല. ഇതൊന്നും നിങ്ങൾക്ക് സംഭവിക്കാതിരിക്കട്ടെ.

വെല്ലുവിളി നിറഞ്ഞ, വലിയ ലക്ഷ്യം ഒരുക്കുക

സുഖം പിടിച്ച നിലവിലെ അവസ്ഥകളിൽനിന്ന് പുറത്ത് കടക്കാനും നിസ്സഹായാവസ്ഥയിൽനിന്ന് രക്ഷപ്പെടാനും വലിയ വെല്ലുവിളി നിറഞ്ഞ ലക്ഷ്യങ്ങൾ സെറ്റ് ചെയ്താൽ മതി. അതിനുശേഷം ഈ ലക്ഷ്യങ്ങൾ പ്രത്യേകമായ ദൗത്യങ്ങളാക്കി വിഭജിക്കണം. അതിനൊരു സമയപരിധി നിശ്ചയിക്കണം. എല്ലാ ദിവസവും അതിന്റെ പൂർത്തീകരണത്തിനായി പ്രവർത്തിച്ചുകൊണ്ടിരിക്കണം. വസന്തകാലത്ത് ഹിമപാളികൾ ഉരുകാൻ തുടങ്ങുന്നതുപോലെ അലസതയും മയക്കവും കൈവിട്ട് സുഖം പിടിച്ചിരിക്കുന്ന ഇടത്തുനിന്ന് വിട്ടുമാറി കൂടുതൽ വേഗത്തിൽ നിങ്ങൾക്ക് സാധ്യമായത് നേടുന്നതിലേക്ക് നിങ്ങൾ ചലിക്കാൻ തുടങ്ങും.

നിങ്ങളുടെ മുന്നിലെ തടസ്സങ്ങൾ ഒഴിവാക്കുന്നതിൽ മുൻഗണനവയ്ക്കൂ

പ്രധാന ലക്ഷ്യങ്ങൾ നേടുന്നതിൽ നിങ്ങൾക്ക് മുന്നിലെ പ്രധാന തടസ്സങ്ങൾ ലിസ്റ്റ് ചെയ്ത് കഴിഞ്ഞാൽ അതിനൊരു

മുൻഗണനാക്രമം കൊടുക്കുക. ഏതാണ് ഏറ്റവും വലിയ ഒരു തടസ്സം? നിങ്ങൾക്കൊരു മാന്ത്രികദണ്ഡ് വീശി മുന്നിലെ പ്രധാന തടസ്സങ്ങളിലൊന്ന് നീക്കാൻ കഴിവ് തരികയാണെങ്കിൽ ഏത് ഒരു തടസ്സം മാറ്റിയാലാണ് കൂടുതൽ വേഗത്തിൽ നിങ്ങളെ മുന്നേറാൻ സഹായിക്കുക?

പ്രശ്നപരിഹാരത്തിനും തടസ്സങ്ങൾ നീക്കുന്നതിലും മാനേജ്മെന്റ് കൺസൾട്ടന്റ് ഇയാൻ മിത്രോഫ് രസകരമായ ചില നിരീക്ഷണങ്ങൾ പങ്കുവെച്ചിട്ടുണ്ട്. പ്രശ്നമെന്തായാലും പരിഹരിക്കാൻ തുനിയുംമുമ്പ് അതിനെ പല വഴികളിൽ നിർവചിക്കുക. ഏതെങ്കിലും പ്രശ്നങ്ങൾക്ക് ഒരു നിർവചനവും ഒരു പരിഹാരവും മാത്രമുള്ളതെങ്കിൽ അതിൽ കരുതിയിരിക്കുക.

നിങ്ങളുടെ ലക്ഷ്യവുമായി ബന്ധപ്പെട്ട് ഞാനെന്തുകൊണ്ട് അവിടെ ഇതിനകം എത്തിയില്ലെന്ന ചോദ്യത്തിന് എന്ത് ഉത്തരമാണ് നിങ്ങളുടെ മനസ്സിൽ വരുന്നത്? എന്താണ് നിങ്ങളെ പിന്നോട്ട് വലിക്കുന്നത്? എന്താണ് നിങ്ങളുടെ മുന്നിൽ നിൽക്കുന്നത്? മുന്നിലെ തടസ്സങ്ങൾ നീക്കുന്നതിനുമുമ്പ് വളരെ വ്യക്തമായി ശരിയായ തടസ്സം കണ്ടെത്തണം.

പ്രശ്നത്തെ പലരീതിയിലും നിർവചിച്ചശേഷം ഈ ചോദ്യം ചോദിക്കുക. മറ്റെന്തായിരിക്കാം പ്രശ്നം?

വിൽപ്പന വിശകലനം നടത്തുക

കോർപ്പറേഷനുകളോടും വ്യക്തികളോടും ബന്ധപ്പെട്ട് പ്രവർത്തിക്കുമ്പോൾ ഉയർന്നുവരുന്ന കാര്യമാണ് വരുമാനം ഇരട്ടിപ്പിക്കൽ. ഞാനെപ്പോഴും ഒരു കാര്യം പറയാറുണ്ട്. പങ്കെടുക്കുന്നവർ തന്നെ ഇക്കാര്യം തന്നോടുതന്നെ ചോദിക്കണം. എന്തുകൊണ്ട് ഇതിനകം നമ്മുടെ വരുമാനം ഇരട്ടിയായില്ല? ആവർത്തിച്ചുള്ള ചോദ്യം ചെയ്യലിൽ ഞങ്ങൾ പലപ്പോഴും ഒരു ഉത്തരത്തിലെത്തും. അതു പലപ്പോഴും സ്പഷ്ടമായ ഉത്തരത്തിൽ നിന്ന് വ്യത്യസ്തമായിരിക്കും.

ഇതാ ഒരു ചോദ്യം ചെയ്യൽ പ്രക്രിയയുടെ ഉദാഹരണം:

'നമ്മൾ വേണ്ടത്ര വിൽപ്പന നേടിയില്ല.' മറ്റെന്തായിരിക്കാം പ്രശ്നം?

'ഓരോ ഉപഭോക്താവിനും അനുസൃതമായി വ്യക്തഗത വിൽപ്പന മതിയായി ഉണ്ടായില്ല.' മറ്റെന്തായിരിക്കും പ്രശ്നം?

'നമ്മുടെ പരസ്യം വേണ്ടത്ര ഉപഭോക്താക്കളെ ആകർഷിച്ചില്ല.'

മറ്റെന്തായിരിക്കും പ്രശ്നം?

ഇതിൽ ഏത് പ്രശ്നമാണ് അസാധാരണമായ നടപടിയിലൂടെ പരിഹരിക്കേണ്ടതെന്ന് കണ്ടെത്തുക. നമുക്ക് വിൽപ്പന കുറവാണെങ്കിൽ വിൽപ്പന കൂട്ടുക എന്നതാണ് പരിഹാരം. ഓരോ ഉപഭോക്താവിനും അനുസരിച്ച് വിൽപ്പന കുറവാണെങ്കിൽ അതിനനുസരിച്ച് വിൽപ്പന കൂട്ടാൻ നടപടി വേണം. നമ്മുടെ പരസ്യം മതിയായ ഉപഭോക്താക്കളെ ആകർഷിക്കാൻ പര്യാപ്തമല്ലെങ്കിൽ നമ്മുടെ പരസ്യത്തിന്റെ ഗുണം ഏതെങ്കിലും രീതിയിൽ മെച്ചപ്പെടുത്തണം.

ആഴത്തിൽ തുരന്നുകൊണ്ടിരിക്കുക

നിങ്ങൾ പറയാം 'ഞങ്ങളിൽനിന്ന് ഉപഭോക്താക്കൾ കൂടുതലായി വാങ്ങുന്നില്ല' മറ്റെന്തായിരിക്കും പ്രശ്നം?

'ഞങ്ങളുടെ ഉപഭോക്താക്കൾ പതിവായി ഞങ്ങളിൽനിന്ന് വാങ്ങുന്നില്ല' മറ്റെന്താകാം പ്രശ്നം?

'ഞങ്ങളുടെ വിൽപ്പനക്കാർ മതിയായ തോതിൽ വിൽപ്പന നടത്തുന്നില്ല' പുതിയ നിയമനം, പരിശീലനം, മാനേജ്മെന്റ് എന്നിവയിലൂടെ വിൽപ്പന വിഭാഗത്തിന്റെ ഗുണനിലവാരമുയർത്താനുള്ള മൊത്തം അഴിച്ചുപണിയിലേക്ക് ഇത് കൊണ്ടെത്തിക്കാം. മറ്റെന്താകാം പ്രശ്നം?

ഞങ്ങളുടെ എതിരാളികൾ ഞങ്ങളേക്കാൾ കൂടുതൽ ഉൽപ്പന്നങ്ങൾ ഞങ്ങളുടെ ഉപഭോക്താക്കൾക്ക് കൊടുക്കുന്നു.

ഈ ചോദ്യം മറ്റൊരു ചോദ്യത്തിലേക്ക് നയിക്കുന്നു. നമ്മുടെ എതിരാളിയിൽനിന്ന് ഭാവിയിലുള്ള നമ്മുടെ ഉപഭോക്താക്കൾ വാങ്ങുമ്പോൾ എന്താണ് അവർക്ക് ലഭിക്കുന്ന കൂടുതൽ മൂല്യം അല്ലെങ്കിൽ ആനുകൂല്യം? അതങ്ങനെ നമുക്ക് തട്ടിക്കിഴിക്കാനാവും? മറ്റെന്താകാം പ്രശ്നം?

'ഞങ്ങൾ വേണ്ടത്ര ലാഭം വിൽപ്പനയിലൂടെ നേടുന്നില്ല' മറ്റെന്താകാം പ്രശ്നം?

'ഓരോ വിൽപ്പനയിലും ഞങ്ങൾക്ക് കൂടുതൽ ചെലവാകുന്നു.' മറ്റെന്താകാം പ്രശ്നം? അങ്ങനെ പോകുന്നു ചോദ്യോത്തരങ്ങൾ. പ്രശ്നത്തിലുള്ള ഓരോ പുതിയ നിർവചനവും വിൽപ്പന കൂട്ടാനോ ലാഭക്ഷമത കൂട്ടാനോ വ്യത്യസ്തമായ രീതികൾ നിർദ്ദേശിക്കുന്നു.

ശരിയായ പരിഹാരം ശരിയായ പ്രശ്നത്തിന്

മക്കെൻസി ആന്റ് കമ്പനിയുടെ മാനേജ്മെന്റ് കൺസൾട്ടൻസി പ്രാക്ടീസ് ബിസിനസ് പുസ്തകമായ 'ദ മക്കെൻസി വേ' എന്ന പുസ്തകത്തിൽ പ്രതിപാദിക്കുന്നുണ്ട്. തെറ്റായ പരിഹാരം തെറ്റായ

പ്രശ്നങ്ങൾക്ക് ആദ്യമേ പ്രയോഗിക്കുന്നതാണ് ഏറ്റവും വലിയ സമയനഷ്ടത്തിനും ധനനഷ്ടത്തിനും ഇടയാക്കുന്ന കാരണങ്ങളിലൊന്നെന്ന് ഈ പുസ്തകത്തിൽ പറയുന്നു. ഇതു തന്നെ നിങ്ങളുടെ പ്രശ്നങ്ങളിലും തടസ്സങ്ങളിലും പ്രയോഗിക്കാവുന്നതാണ്.

നിങ്ങളുടെ തടസ്സങ്ങൾ തിരിച്ചറിയുമ്പോൾ, നിങ്ങളുടെ വ്യക്തിഗത വരുമാന ലക്ഷ്യം നേടാതെ വരുമ്പോൾ, ഓരോ നിർവചനവും വ്യത്യസ്തതരം പരിഹാരങ്ങളിലേക്ക് നയിക്കുന്നു. നിങ്ങൾക്ക് വ്യത്യസ്തരീതിയിൽ ചിന്തിക്കാനുള്ള കഴിവിനനുസരിച്ചായിരിക്കുമിത്.

നിങ്ങളുടെ വ്യക്തിപരമായ ജീവിതത്തിലും ഇത് അങ്ങനെ തന്നെ. നിങ്ങളെ പിന്നോട്ടുവലിക്കുന്ന തടസ്സങ്ങളെയും കുരുക്കുകളെയും തിരിച്ചറിയുന്നതിലെ കൃത്യതയായിരിക്കും ആ തടസ്സങ്ങളെ നേരിടാൻ എടുക്കേണ്ട വിവിധ പദ്ധതികളുടെ ഔചിത്യം തീരുമാനിക്കുക.

വരുമാനം വർദ്ധിപ്പിക്കൽ

നിങ്ങൾക്ക് വരുമാനം വർധിപ്പിക്കണമെന്നുണ്ടെങ്കിൽ നിങ്ങളുടെ പ്രശ്നങ്ങളെ ഇങ്ങനെ സമീപിക്കാം. 'ഞാൻ വേണ്ടുവോളം പണം ഉണ്ടാക്കുന്നില്ല.' മറ്റെന്തായിരിക്കും പ്രശ്നം?

'ഞാൻ കൂടുതൽ പണമുണ്ടാക്കാൻ മതിയായ മൂല്യം കൊണ്ടുവരുന്നില്ല' മറ്റെന്തായിരിക്കും പ്രശ്നം?

'ഇന്ന് നേടുന്നതിനേക്കാൾ കൂടുതൽ ഫലം കൊയ്യേണ്ടതായ മേഖലകളിൽ ഞാൻ ചെയ്യുന്ന കാര്യങ്ങൾ അത്ര പോര.' മറ്റെന്തായിരിക്കും പ്രശ്നം?

'ഞാൻ എന്റെ പ്രവൃത്തിദിനത്തിൽ കാര്യക്ഷമമായി സമയം ഉപയോഗിക്കുന്നില്ല.'

'ഞാനെന്റെ സായാഹ്നം ടെലിവിഷൻ കാണാൻ ഉപയോഗിക്കുന്നു. വാരാന്ത്യങ്ങളിൽ സുഹൃദ്സമ്മേളനങ്ങൾക്കായി മാറ്റിവെയ്ക്കുന്നു. ജോലിയിൽ കൂടുതൽ മികവ് പുറത്തെടുക്കാൻ തക്കവിധം വായനയോ പഠിക്കലോ ഇല്ല' ആഹാ... ഇവിടെ നിങ്ങൾ യഥാർത്ഥ പ്രശ്നം കണ്ടെത്തിയിരിക്കുന്നു. നിങ്ങൾ ഒറിജിനൽ പ്രശ്നം പരിഹരിക്കാൻ പോകുകയാണെങ്കിൽ നിങ്ങളെന്താണ് വ്യത്യസ്തമായി ചെയ്യേണ്ടതെന്നതിൽ വളരെ വ്യക്തമായ ആശയം ലഭിക്കുന്നു. നിങ്ങൾക്ക് കൂടുതൽ പണം നേടിത്തരുന്നതിൽ ഇത് സഹായിക്കുകയും ചെയ്യും.

തടസ്സങ്ങളെ ലക്ഷ്യമായി നിർവചിക്കുക

ഒരിക്കൽ നിങ്ങളെ പിന്നോട്ട് വലിക്കുന്ന പ്രശ്നം കണ്ടെത്തിയാൽ ആ തടസ്സം പോസിറ്റീവ് ലക്ഷ്യമായി മാറ്റിയെഴുതുക. ഉദാഹരണത്തിന് നിങ്ങളിപ്പോൾ പറയുകയാണ് 'എന്റെ ലക്ഷ്യമെന്നത് എന്റെ കഴിവുകളും ശേഷിയും തുടർച്ചയായി പുതുക്കിപണിത് എന്റെ മേഖലയിലെ ടോപ് 10 ധനസമ്പാദകരുടെ ഒപ്പമെത്തുക യെന്നതാണ്.'

തുടർന്ന് നിങ്ങളുടെ അറിവും കഴിവും ഉയർത്തുന്ന കാര്യങ്ങൾ ലിസ്റ്റ് ചെയ്യുക. സമയം ഉപയോഗിക്കുന്നതിൽ കാര്യക്ഷമതകൊണ്ട് വരിക. പ്രവർത്തനക്ഷമതയും ഫലപ്രാപ്തിയും ഉയർത്തുക. നിങ്ങളുടെ കമ്പനിക്ക് കൂടുതൽ വിൽപ്പന കൊണ്ട് വരിക.

എല്ലാ സ്റ്റെപ്പുകൾക്കും സമയപരിധി നിശ്ചയിക്കുക. ഉടനടി ഒരു സുപ്രധാന ദൗത്യം തിരഞ്ഞെടുത്ത് അതിന്റെ പൂർത്തീകരണത്തിന് നടപടി തുടങ്ങുക. പിന്നീട് പിന്തിരിഞ്ഞ് നോക്കേണ്ടിവരില്ല. നിങ്ങളുടെതന്നെ ബോസായി നിങ്ങൾ മാറും. നിങ്ങൾ ഒരുക്കിയ ലക്ഷ്യം അച്ചടക്കത്തോടെ നിറവേറ്റാൻ ചെയ്യേണ്ട കാര്യങ്ങളെല്ലാം ഉറപ്പായും ചെയ്യുക.

നിങ്ങളെ പിന്നോട്ടടിപ്പിക്കുന്ന കാര്യങ്ങൾ കണ്ടെത്തി അത് തിരുത്താനുള്ള വളരെ വ്യക്തമായ എഴുതി തയ്യാറാക്കിയ ലക്ഷ്യം ഉണ്ടാക്കിയാൽ ജീവിതത്തിന്റെ നിയന്ത്രണം നിങ്ങളിലേക്കെത്തും.

നിങ്ങളുടെ പ്രതിജ്ഞ പിന്തുടരുന്നതോടെ നിങ്ങൾ ആത്യന്തിക വിജയം ഉറപ്പ് വരുത്തുകയാണ് ചെയ്യുന്നത്. നിങ്ങൾ ഉന്നമിടുന്ന ഏത് ലക്ഷ്യവും നടപ്പിലാകുകയും ചെയ്യും.

കൃത്യതയ്ക്കായി യത്നിക്കുക

നിങ്ങളുടെ പ്രശ്നങ്ങളിലുള്ള നിർവചനത്തിൽ നിങ്ങൾക്കുള്ള സംശയങ്ങളും വേവലാതികളും അടുത്തറിയുന്ന, വിശ്വസിക്കാവുന്ന സുഹൃത്തുക്കളുമായി ചർച്ച ചെയ്യുക. നിങ്ങളുടെ ഈഗോ മാറ്റിവെച്ചുകൊണ്ടായിരിക്കണം ചർച്ച ചെയ്യേണ്ടത്. ആത്മാർത്ഥമായ പ്രതികരണവും വിമർശനവും തേടുക. നിങ്ങളുടെ മുഴുവൻ കഴിവും പുറത്തെടുക്കുന്നതിൽ നിങ്ങൾക്ക് അടിസ്ഥാനപരമായ വീഴ്ചകളും ദൗർബല്യങ്ങളുമുണ്ടെന്ന് തുറന്ന മനസ്സുണ്ടായിരിക്കുക. നിങ്ങൾ നിങ്ങളോട് വളരെ സത്യസന്ധരായിരിക്കുക.

ഒരിക്കൽ നിങ്ങളുടെ പ്രശ്നവും തടസ്സങ്ങളും വ്യക്തമായി കഴിഞ്ഞാൽ പല സ്രോതസ്സുകളിൽനിന്നും ആശയങ്ങളും അവസരങ്ങളും ഉത്തരങ്ങളുമെത്താൻ തുടങ്ങും. നിങ്ങൾ ഇത്തരം

സ്രോതസ്സുകളെ നിങ്ങളിലേക്ക് ആകർഷിക്കുകയാണ്. നിങ്ങളുടെ തടസ്സങ്ങളും ബുദ്ധിമുട്ടുകളും അത് ചിലപ്പോൾ നിങ്ങൾക്കുള്ളിൽ തന്നെയുള്ളതാകാം, ചിലപ്പോൾ സാഹചര്യങ്ങളോട് ചുറ്റിപ്പറ്റിയുള്ള താകാം, അതെല്ലാം നീക്കാനും നിങ്ങളുടെ ലക്ഷ്യത്തോട് കൂടുതൽ അടുക്കാനും സഹായിക്കും.

മിക്കവാറും എല്ലാ പ്രശ്നങ്ങളും പരിഹരിക്കാം

ഓർമ്മിക്കുക ഈ പഴയ കവിത. 'സൂര്യന് കീഴിലെ എല്ലാ പ്രശ്നങ്ങൾക്കും ഒരു പരിഹാരമുണ്ട്. അല്ലെങ്കിൽ ഒന്നുമില്ല. പരി ഹാരമുണ്ടെങ്കിൽ പോയി കണ്ടുപിടിക്കുക. പരിഹാരമില്ലെങ്കിൽ വിട്ടുകളയുക.'

നിങ്ങൾക്കും നിങ്ങളുടെ ലക്ഷ്യങ്ങൾക്കുമിടയിലുള്ള എല്ലാ പ്രശ്നങ്ങൾക്കും തടസ്സങ്ങൾക്കും ഏതെങ്കിലും തരത്തിലുള്ള പരി ഹാരം ഒളിച്ചിരുപ്പുണ്ടാകും. ലക്ഷ്യം പൂർത്തിയാക്കുന്നത് നിങ്ങളുടെ ജോലിയുടെ വേഗതയനുസരിച്ചാണ്. തടസ്സങ്ങളെ മുന്നിൽകണ്ട് അത് മാറ്റാൻ പ്രയത്നിക്കുക. പ്രധാന തടസ്സം മാറ്റുന്നതോടെ നിങ്ങൾ മാസങ്ങൾക്കുള്ളിൽ കൂടുതൽ വളർച്ച നേടുന്നു. മറ്റുള്ള വർക്ക് ഇതിന് ചിലപ്പോൾ പല വർഷങ്ങൾത്തന്നെ വേണ്ടിവരുന്നി ടത്താണിത്.

മാർഗ്ഗതടസ്സങ്ങൾ ഒഴിവാക്കുക

1. ഒരു പ്രധാന ലക്ഷ്യം കണ്ടെത്തുക. എന്നിട്ട് ചോദിക്കുക: ഞാനെന്തുകൊണ്ട് ഇതിനകം അവിടെയെത്തിയില്ല? എന്താണ് എന്നെ പിന്നോട്ട് വലിക്കുന്നത്? നിങ്ങൾക്ക് ചിന്തിക്കാൻ കഴിയുന്നതെല്ലാം ലിസ്റ്റ് ചെയ്യുക.
2. നിങ്ങളിലേക്കുതന്നെ നോക്കുക. നിങ്ങളുടെതന്നെ സംശയങ്ങളും ഭയവുമാണ് വിജയത്തിലേക്കുള്ള ഏറ്റവും വലിയ മാർഗ്ഗതടസ്സമെന്ന് തിരിച്ചറിയുക
3. നിങ്ങളെ തടയുന്നതോ അല്ലെങ്കിൽ പരിമിതപ്പെടുത്തുന്നതോ ആയ ഘടകങ്ങൾ തിരിച്ചറിയുക. അല്ലെങ്കിൽ നിങ്ങളുടെ ലക്ഷ്യം വേഗം നേടുന്നതിൽ സാഹചര്യങ്ങൾക്കുള്ള പങ്ക് തിരിച്ചറിയുക.
4. നിങ്ങളുടെ പ്രധാന പ്രശ്നങ്ങൾക്കോ തടസ്സങ്ങൾക്കോ പലതരം നിർവചനങ്ങൾ വികസിപ്പിക്കുക. ചോദിക്കുക: 'മറ്റെന്തായിരിക്കാം പ്രശ്നം.'
5. നിങ്ങളുടെ ഏറ്റവും മികച്ച പരിഹാരം ലക്ഷ്യമായി നിർവചിക്കുക. അതിനൊരു സമയപരിധി നിശ്ചയിക്കുക. കർമ്മപദ്ധതി തീരുമാനിക്കുക. തുടർന്ന് നിങ്ങളുടെ പ്ലാൻ നടപ്പാക്കുന്നതിൽ തിരക്കുള്ളവരായിരിക്കുക. പ്രശ്നം തീരുന്നതുവരെയോ അല്ലെങ്കിൽ തടസ്സം മാറുന്നതുവരെയോ എല്ലാദിവസവും അതിനുവേണ്ടി പ്രവർത്തിക്കുക.

15

അനുയോജ്യരായ ആളുകളുമായി കൂട്ടുകൂടുക

നിങ്ങളുടെ ജീവിതവീക്ഷണങ്ങൾക്കും നിങ്ങളോടുള്ള മതിപ്പിനും നിങ്ങളുടെ മൂല്യങ്ങളോടുള്ള മതിപ്പിനും നിറം ചാർത്തുന്നത് നിങ്ങളുടെ സാഹചര്യങ്ങളാണ്. നിങ്ങളുടെ മൊത്തം കരിയർ പുതുക്കുന്നതും രൂപം കൊടുക്കുന്നതും ഒതുക്കമുള്ളതുമാക്കുന്നതും നിങ്ങളുടെ ചുറ്റുപാടുകളാണ്. ദിവസവും നിങ്ങൾ ബന്ധപ്പെടുന്ന ആളുകളുടെ സ്വഭാവം നിങ്ങളിലും സ്വാധീനമുണ്ടാക്കുന്നു.

ഒറിസൺ സ്വെറ്റ് മാർഡൻ

ജീവിതത്തിലും ബിസിനസ്സിലുമെല്ലാം ബന്ധങ്ങളാണ് പ്രധാനം. നിങ്ങൾ നേടുന്നതെല്ലാം, പരാജയപ്പെടുന്നതെല്ലാം മറ്റുള്ളവരുമായി ഏതെങ്കിലും തരത്തിൽ ബന്ധപ്പെട്ടിരിക്കുന്നു. ജീവിതത്തിന്റെയും കരിയറിന്റെയും എല്ലാ കാലത്തും ശരിയായ മനുഷ്യരുമായി ശരിയായ ബന്ധം രൂപപ്പെടുത്താനുള്ള നിങ്ങളുടെ കഴിവാണ് നിങ്ങളുടെ വിജയത്തിനും നേട്ടത്തിനും പിന്നിലെ വളരെ നിർണായക ഘടകം. നിങ്ങളുടെ ലക്ഷ്യം അതിവേഗം കൈവരിക്കുന്നതിൽ ക്രമാതീതമായ സ്വാധീനം ചെലുത്തും.

നല്ല രീതിയിൽ നിങ്ങൾ മറ്റുള്ളവരെ എത്ര കൂടുതൽ അറിയും, മറ്റുള്ളവരിൽ എത്രപേർക്ക് നിങ്ങളെ അറിയും എന്നതിന്റെ അടിസ്ഥാനത്തിലാകും നിങ്ങൾ നടത്തുന്ന ഏത് ഉദ്യമങ്ങൾക്കും കൂടുതൽ വിജയം കൈവരിക. ശരിയായ സമയത്തിൽ ശരിയായ സ്ഥലത്ത്, നിങ്ങൾക്കായി ഒരു വ്യക്തി വാതിൽ തുറന്ന് തരും. അത് നിങ്ങളുടെ ജീവിതംതന്നെ മാറ്റിയേക്കും. വർഷങ്ങളുടെ കഠിന പ്രയത്നം തന്നെ ഒഴിവാക്കാനുമായേക്കും.

ആരും ഒറ്റയ്ക്ക് ചെയ്യുന്നില്ല

നിങ്ങളുടെ ലക്ഷ്യം നേടാൻ ഏത് വ്യക്തികളുടെയും ഗ്രൂപ്പുകളുടെയും സംഘടനകളുടെയും സഹായമാണ് വേണ്ടതെന്ന് തിരിച്ചറിയുക എന്നത് വളരെ പ്രധാനമാണ്. നിങ്ങളുടെ ഏതുതരം ലക്ഷ്യവുമായിക്കോട്ടെ, അത് പൂർത്തീകരിക്കാൻ ഒരുപാട് ആളുകളുടെ സഹായം നിങ്ങൾക്കാവശ്യമാണ്. ആരൊക്കെയാണവർ?

വരുംവർഷങ്ങളിൽ മൂന്നുതരം ആളുകളുടെ സഹായവും സഹകരണവും നിങ്ങൾക്ക് ആവശ്യമാണ്. നിങ്ങളുടെ ബിസിനസ്സിന് അകത്തും ചുറ്റുമുള്ളവർ, നിങ്ങളുടെ ബിസിനസ്സിനോ സാമൂഹ്യവൃത്തത്തിനോ പുറത്ത് ഗ്രൂപ്പുകളിലും സംഘടനകളിലുമുള്ളവർ, നിങ്ങളുടെ കുടുംബവും സുഹൃത്തുക്കളും. നിങ്ങളിതിൽ ഓരോ ഗ്രൂപ്പുമായി ഫലപ്രദമായി ഇടപെടാൻ മതിയായ തന്ത്രങ്ങൾ രൂപീകരിക്കേണ്ടിയിരിക്കുന്നു.

നിങ്ങളുടെ സുപ്രധാനമായ ബിസിനസ് ബന്ധങ്ങൾ

നിങ്ങളുടെ ബിസിനസ്സിൽനിന്ന് തുടങ്ങുക. നിങ്ങളുടെ ബിസിനസ് ജീവിതത്തിൽ ഏറ്റവും പ്രധാനപ്പെട്ട വ്യക്തികൾ ആരൊക്കെയാണ്? അവരുമായി ഉയർന്നതരം ബന്ധങ്ങൾ വികസിപ്പിക്കാൻ നിങ്ങളുടെ പ്ലാൻ എന്താണ്? നിങ്ങളുടെ ബിസിനസ്സിന് അകത്തും പുറത്തുമുള്ള എല്ലാ വ്യക്തികളുടെയും ലിസ്റ്റ് തയ്യാറാക്കുക. നിങ്ങളുടെ ബോസ്, സഹപ്രവർത്തകർ, കീഴുദ്യോഗസ്ഥർ, ഉപഭോക്താക്കൾ, സപ്ലയേഴ്സ്, കച്ചവടക്കാർ എന്നിവരുടെയെല്ലാം ലിസ്റ്റ് തയ്യാറാക്കുക. നിങ്ങളുടെ ബിസിനസ് അല്ലെങ്കിൽ കരിയർ ലക്ഷ്യങ്ങൾ നേടുന്നതിൽ ഇവരിലാരാണ് ഏറ്റവും കൂടുതൽ നിങ്ങളെ സഹായിക്കാനാകുക? ആർക്കൊക്കെയാണ് നിങ്ങൾക്ക് ഏറ്റവും മനോവേദനയുണ്ടാക്കാനാകുക?

ചിലപ്പോൾ ഞാൻ സദസ്സിനോട് നിങ്ങളിലാരൊക്കെ ഉപഭോക്തൃസേവനരംഗത്ത് പ്രവർത്തിക്കുന്നവരുണ്ടെന്ന് ചോദിക്കും. കുറച്ചുപേർ മാത്രം കൈപൊക്കും. അവരെന്ത് പേരിലാണെങ്കിലും ശരി, എന്ത് ചെയ്യുന്നവരാണെങ്കിലും ശരി, ബിസിനസ് രംഗത്താണെങ്കിൽ അവരെല്ലാവരും ഉപഭോക്തൃ സേവനരംഗത്ത് പ്രവർത്തിക്കുന്നവർ തന്നെയാണെന്ന് ഞാനപ്പോൾ ചൂണ്ടികാണിക്കും.

ഉപഭോക്താക്കളെ തിരിച്ചറിയുക

നിങ്ങളുടെ ജോലിയിലോ ബിസിനസ്സിലോ വിജയമോ മുന്നേറ്റമോ കൊണ്ടുവരുന്നവരെയാണ് ഉപഭോക്താവ് എന്ന് നിർവചി

ക്കുന്നത്. അവരെ ആശ്രയിച്ചാണ് നിങ്ങളുടെ ജീവിതം. നിങ്ങളെ ഏതെങ്കിലും തരത്തിൽ ആശ്രയിക്കുന്നവർ കൂടിയാണ് ഉപഭോക്താവ്. ഈ രണ്ട് നിർവചനങ്ങളുമെടുത്താൽ നിങ്ങൾക്ക് ചുറ്റിലുമുള്ള മിക്കവാറും എല്ലാവരും ഒരുതരത്തിൽ ഉപഭോക്താക്കൾ തന്നെയാണ്.

ഉദാഹരണത്തിന് നിങ്ങളുടെ ബോസ് ജോലിയിൽ ഒന്നാമത്തെ ഉപഭോക്താവാണ്. നിങ്ങൾക്കുള്ള ഏത് കഴിവിനേക്കാളും കൂടുതൽ ശക്തമായ സ്വാധീനം ചെലുത്താൻ കഴിവുള്ളത് നിങ്ങളുടെ ബോസിനെ തൃപ്തിപ്പെടുത്താനുള്ള കഴിവുതന്നെയാണ്. നിങ്ങളുടെ ഭാവി, നിങ്ങളുടെ വരുമാനം, കരിയർ എന്നിവയിൽ എല്ലാം ഇക്കാര്യമാണ് പ്രാധാന്യമർഹിക്കുന്നത്. നിങ്ങൾ മറ്റെല്ലാവരിലും മുഷിച്ചിലുണ്ടാക്കിയാലും ബോസ് നിങ്ങളുടെ ജോലിയിൽ സന്തോഷവാനാണെങ്കിൽ നിങ്ങൾ ജോലിയിൽ സുരക്ഷിതനാണ്. കമ്പനിയിലെ അകത്തും പുറത്തുമുള്ളവരെയെല്ലാം നിങ്ങൾ സന്തോഷിപ്പിക്കുന്നു എന്നാൽ ബോസിനെ മാത്രം സന്തോഷിപ്പിക്കുന്നില്ലെങ്കിൽ ആ ഒറ്റ പ്രശ്നം കൊണ്ടുമാത്രം നിങ്ങളുടെ ഭാവി തുലഞ്ഞ് പോയേക്കാം.

നിങ്ങളുടെ ഉപഭോക്തൃ സേവനതന്ത്രം

എന്തുകൊണ്ട് എന്നെ തൊഴിലിനെടുത്തു എന്ന് എഴുതി വയ്ക്കുന്നത് തന്ത്രങ്ങളിലൊന്നാണ്. ഉത്തരം കണ്ടെത്തുക. ഞാനെന്തുകൊണ്ട് ഈ സ്ഥാപനത്തിന്റെ പേ റോളിൽ ഉൾപ്പെട്ടു? ഉത്തരം വിശദമായി എഴുതുക. ശേഷം ഈ ലിസ്റ്റുമായി ബോസിനെ സമീപിക്കുക. എന്നിട്ട് ബോസിന്റെ മുൻഗണനാ പ്രകാരം ക്രമീകരിക്കാൻ ആവശ്യപ്പെടുക. എന്തായിരിക്കും ബോസിന്റെ ഏറ്റവും പ്രധാനപ്പെട്ട മുൻഗണന. എന്തായിരിക്കും ബോസിന്റെ രണ്ടാമത്തെ മുൻഗണന? എന്തായിരിക്കും മൂന്നാമത്തെ മുൻഗണന? അങ്ങനെ കണ്ടെത്തുക.

ആ നിമിഷം മുതൽ ബോസിന്റെ മുൻഗണനക്കനുസരിച്ച് അച്ചടക്കത്തോടെ ദിവസവും മുഴുവൻ പ്രവർത്തിക്കുക. ബോസ് നോക്കുമ്പോഴും നിങ്ങളുമായി സംസാരിക്കുമ്പോഴും അദ്ദേഹം നിശ്ചയിച്ച മുൻഗണനയ്ക്കനുസൃതമായാണ് നിങ്ങൾ പ്രവർത്തിക്കുന്നതെന്ന് എപ്പോഴും ഉറപ്പുവരുത്തുക. നിങ്ങളുടെ കരിയറിൽ മറ്റെന്ത് തീരുമാനത്തേക്കാളും ഈ രീതി പ്രയോജനപ്പെടും.

പ്രമോഷൻ നേടാനുള്ള രണ്ട് സുപ്രധാന ഗുണങ്ങൾ

കുറച്ച് വർഷങ്ങൾക്കുമുമ്പ് 'സക്സസ് മാഗസിൻ' മാതൃകാ തൊഴിലാളിയുടെ ഇരുപത് ഗുണങ്ങളെക്കുറിച്ച് 104 ചീഫ് എക്സി

ക്യൂട്ടീവുമാർ പ്രസന്റേഷൻ നടത്തിയതിനെപ്പറ്റി ഒരു സർവേ റിപ്പോർട്ട് പ്രസിദ്ധീകരിച്ചു. അതിൽനിന്ന് ഏറ്റവും പ്രധാനപ്പെട്ടത് തിരഞ്ഞെടുക്കാൻ ആവശ്യപ്പെട്ടു. കരിയറിലെ വിജയത്തിനും മുന്നേറ്റത്തിനും എൺപത്തിയാറ് ശതമാനം സീനിയർ എക്സിക്യൂട്ടീവുമാരും തിരഞ്ഞെടുത്തത് രണ്ട് ഗുണങ്ങളായിരുന്നു. അപ്രധാനമായതിൽനിന്ന് പ്രധാനപ്പെട്ടത് വേർതിരിച്ച് മുൻഗണന ക്രമീകരിക്കാനുള്ള കഴിവ്, അതിവേഗം ജോലി ചെയ്തുതീർക്കാനുള്ള കഴിവ് എന്നിവയായിരുന്നു ആ രണ്ട് ഗുണങ്ങൾ.

വേഗത്തിൽ പ്രധാനപ്പെട്ട ജോലി ചെയ്യുന്നു എന്ന പ്രശസ്തിയായിരിക്കും നിങ്ങളെ മറ്റെന്തിനേക്കാളും സഹായിക്കുക.

തെറ്റായ ദൗത്യനിർവഹണത്തിന് കഠിനപ്രയത്നം?

പലരും കഠിനാധ്വാനികളായിരിക്കും. പക്ഷേ, ബോസ് പരിഗണിക്കുന്ന ഏറ്റവും പ്രധാനപ്പെട്ട ജോലി ആയിരിക്കില്ല അവർ ചെയ്യുന്നത്. ദുഃഖകരമായ കാര്യമെന്തെന്നുവെച്ചാൽ അപ്രധാനമായ കാര്യം വളരെ ഭംഗിയായി ചെയ്തുകൊണ്ടിരുന്നാൽ നിങ്ങളുടെ കരിയറിനും തൊഴിലിനുവരെയും അത് ഭീഷണിയായി മാറും.

സാഹചര്യങ്ങൾ മാറാം. അതുകൊണ്ട് ബോസുമായി ഇടയ്ക്കിടെ ഇക്കാര്യത്തിൽ ആശയവിനിമയം നടത്തണം. നിങ്ങളിന്ന് ചെയ്തുകൊണ്ടിരിക്കുന്നത് ഇപ്പോഴും ബോസിന്റെ മുൻഗണനയിലുള്ളതെന്ന് ഉറപ്പാക്കണം. തുടർന്ന് ആ ജോലി വളരെ വേഗം ചെയ്യുകയും വേണം.

നിങ്ങളുടെ മറ്റ് സുപ്രധാന ഉപഭോക്താക്കൾ

നിങ്ങളുടെ ജോലിയുമായി ബന്ധപ്പെട്ട് പ്രവർത്തിക്കുന്ന സഹപ്രവർത്തകരും നിങ്ങളുടെ ഉപഭോക്താക്കളാണ്. അവരോരുത്തരുടെയും സമീപംചെന്ന് എന്തെങ്കിലും അവർക്കായി ചെയ്ത് തരാനുണ്ടോയെന്ന് ചോദിക്കണം. അവർക്കായി എന്തെങ്കിലും കൂടുതലായോ കുറവായോ ചെയ്യേണ്ടതുണ്ടോ എന്ന് അന്വേഷിക്കണം. അവർക്കായി നിങ്ങൾ എന്തെങ്കിലും കാര്യം തുടങ്ങിവെയ്ക്കേണ്ടതുണ്ടോ എന്നും അവസാനിപ്പിക്കേണ്ടതുണ്ടോ എന്നും ആരായുക.

കാര്യമെന്തെന്നുവെച്ചാൽ മനുഷ്യർ എപ്പോഴും അവരെക്കുറിച്ചും അവരുടെ ജോലിയെക്കുറിച്ചുമായിരിക്കും ദിവസം മുഴുവനും ചിന്തിക്കുക. എപ്പോഴെങ്കിലും മറ്റുള്ളവരുടെ ജോലി കൂടുതൽ മികച്ചതായി വേഗം തീർക്കാൻ നിങ്ങൾ സഹായിച്ചിട്ടുണ്ടെങ്കിൽ പിന്നീട് നിങ്ങൾക്കതിന്റെ പതിന്മടങ്ങ് സഹായം തിരിച്ചുതരുവാൻ അവർ മനസ്സ് കാണിക്കും.

വിതയ്ക്കുക, കൊയ്യുക എന്നതാണ് നിയമം. അല്ലാതെ കൊയ്യുക, വിതയ്ക്കുക എന്നല്ല. അതിനൊരു പ്രത്യേക ക്രമമുണ്ട്. ആദ്യം നിങ്ങൾ നിക്ഷേപിക്കുന്നു, പിന്നീട് പുറത്തെടുക്കുന്നു. ആദ്യം വിതയ്ക്കുന്നു, പിന്നീട് മാത്രം കൊയ്യുന്നു.

നിങ്ങളുടെ ജോലിയിൽ മറ്റുള്ളവരെ സഹായിക്കാൻ ലഭിക്കുന്ന അവസരങ്ങളൊന്നും പാഴാക്കരുത്. മറ്റുള്ളവർക്കായി നല്ലത് ചെയ്യുക. മറ്റുള്ളവരെ സഹായിക്കുന്ന നിങ്ങളുടെ സത്യസന്ധമായ ശ്രമം ഏതെങ്കിലും സമയം, ഏതെങ്കിലും വഴി തിരിച്ചുകിട്ടും. പലപ്പോഴും നിങ്ങളൊരിക്കലും പ്രതീക്ഷിക്കാത്ത സമയത്തായിരിക്കും അത് തിരിച്ചുകിട്ടുക. എല്ലാ സ്ഥാപനത്തിലും ഏറ്റവും സഹായങ്ങൾ നൽകുന്ന വ്യക്തിയായിരിക്കും ഏറ്റവും അറിയപ്പെടുന്ന വ്യക്തി .

നിങ്ങൾക്ക് അടുത്തുള്ള ആളും മുകളിലുള്ള ആളും താഴെയുള്ള ആളും നിങ്ങളെ എത്രകണ്ട് പിന്തുണയ്ക്കുന്നുവോ അത്രയും കൂടുതൽ നിങ്ങൾക്ക് ശമ്പളമായോ മറ്റോ ലഭിക്കും. അതിവേഗം നിങ്ങൾക്ക് പ്രമോഷൻ ലഭിക്കുകയും ചെയ്യും. കാര്യം നേടുന്നയാൾ എന്നതിനൊപ്പം കാര്യം നടത്തിക്കൊടുക്കുന്നയാൾ എന്ന പ്രശസ്തി വികസിപ്പിക്കുക.

നിങ്ങൾക്ക് ചുറ്റുമുള്ളവർക്ക് വിലയേറിയ സ്രോതസ്സായി മാറുക. നിങ്ങൾക്ക് വളരെ ആവശ്യം വരുന്ന നേരം അവർ സ്വാഭാവികമായും നിങ്ങളെ സഹായിക്കാനും പിന്തുണയ്ക്കാനും നോക്കും.

ടീം പ്ലെയർ ആയിരിക്കുക

ബിസിനസ്സിൽ നീണ്ടകാല വിജയം നേടുന്നതിന് ഏറ്റവും പ്രധാനപ്പെട്ട വികസിപ്പിക്കേണ്ടതായ ഗുണമെന്നത് നിങ്ങളൊരു ടീം പ്ലെയർ ആയിരിക്കുക എന്നതാണ്. ഫലപ്രദമായ നല്ല ടീം പ്ലെയർ ആകുന്നതിന് ചില കാര്യങ്ങൾ ചെയ്യണം. നന്നായി തയ്യാറെടുത്ത് മീറ്റിങ്ങുകളിൽ പങ്കെടുക്കുക. മീറ്റിങ് നടത്തുന്ന ആളിന്റെ നേരിട്ടുള്ള നോട്ടമെത്തുന്നവിധം എതിർസ്ഥാനത്തിരിക്കുക. ആദ്യം തന്നെ സംസാരിക്കുക. ചോദ്യങ്ങൾ ചോദിക്കുക. ജോലികൾ സ്വമേധയാ ഏറ്റെടുക്കുക. നിങ്ങളെന്തെങ്കിലും കാര്യം ഏറ്റെടുക്കുന്നുവെങ്കിൽ ഉടനടി അത് നന്നായി ചെയ്ത് തീർക്കുക. അതോടെ കമ്പനിയിലോ ഡിപ്പാർട്ട്മെന്റിലോ ആരെയാണ് പെട്ടെന്നോർമ്മ വരിക യെന്നോ ആരാണ് കൂടുതൽ വിശ്വസ്തൻ എന്നോ വ്യക്തമാകും.

ആശ്രയിക്കുന്ന വ്യക്തിയായി മാറുക

ഒരു ജോലി ചെയ്യുമെന്ന് ഏവർക്കും നൂറുശതമാനം ആശ്രയിക്കാവുന്ന വ്യക്തിയായി മാറുക. അതിനുവേണ്ട ഊർജം പ്രവഹിപ്പിക്കുക. അതിന്റെ ഫലമായി ജോലിയോട് ബന്ധപ്പെട്ട കൂടുതൽ വലിയ ജോലികളും സമ്മാനങ്ങളും ലഭിക്കും. കോർപ്പറേറ്റ് ഘടനയിൽ കൂടെ പ്രവർത്തിക്കുന്നവരെയും കീഴിലുള്ളവരെയും സമയമെടുത്ത് മനസ്സിലാക്കുക. അവരോട് ചോദ്യങ്ങൾ ചോദിക്കുക. അവരോട് സംസാരിക്കുക. നിങ്ങൾക്ക് കഴിയുംവിധം സഹായം വാഗ്ദാനം ചെയ്യുക. അവരോട് കരുണയും മര്യാദയുമുള്ളവരായിരിക്കുക. അവരുടെ നല്ല പ്രവർത്തനങ്ങൾക്ക് അവരുടെ അരികിൽ ചെന്ന് അനുമോദിക്കുക. അംഗീകരിക്കുക. നിങ്ങളുടെ കരിയറിൽ ഇതുകൊണ്ട് വരുന്ന മാറ്റങ്ങൾ അത്ഭുതാവഹമായിരിക്കും.

ബന്ധങ്ങൾ വികസിപ്പിക്കുന്നതിൽ നിക്ഷേപിക്കുക

ഒരു സ്ഥാപനത്തിൽ ഏറ്റവുമധികം പേർ അറിയുന്നയാൾ ക്രീം പോലെ മുകളിലേക്കുയരും. തുടക്കത്തിൽ ബന്ധങ്ങൾ കെട്ടിപ്പടുക്കുവാൻ ഒരുപാട് സമയം എടുത്തേക്കും. എന്നാൽ വരും മാസങ്ങളിലും വർഷങ്ങളിലും അത് നിങ്ങൾക്ക് തുടർച്ചയായി തിരിച്ച് തന്നുകൊണ്ടിരിക്കും.

ബിസിനസ്സിന് പുറത്ത് നിങ്ങളുടെ വ്യവസായവുമായും അതിനോട് ബന്ധപ്പെട്ട അസോസിയേഷനുകളുമായും ബന്ധപ്പെട്ടുകൊണ്ടിരിക്കുക. ഏറ്റവും കൂടുതൽ വിജയം കണ്ട എക്സിക്യൂട്ടീവുമാരും സെയിൽസ് പ്രൊഫഷണൽസും മറ്റ് ബിസിനസ്സുകാരുമായും ബിസിനസ് ഗ്രൂപ്പുകളുമായും കൂടുതൽ ബന്ധങ്ങൾ വികസിപ്പിക്കുന്നവരായിരിക്കും. അവർ പ്രൊഫഷണൽ ബന്ധങ്ങളും സൗഹൃദങ്ങളും വികസിപ്പിച്ചുകൊണ്ടേയിരിക്കും.

നിങ്ങളുടെ കമ്യൂണിറ്റിയിലെ ബിസിനസ് സംരംഭങ്ങളെ നോക്കൂ. വരുംവർഷങ്ങളിൽ നിങ്ങളെ സഹായിക്കുമെന്ന് കരുതുന്ന വ്യക്തികളടങ്ങിയ ഒന്നോ രണ്ടോ സംരംഭങ്ങളെ തിരഞ്ഞെടുക്കുക. അവരുടെ യോഗങ്ങളിൽ പങ്കെടുത്ത് നിങ്ങളെ പരിചയപ്പെടുത്തുക. ആ സംരംഭങ്ങളിൽ ചേരുന്നത് നിങ്ങൾക്ക് പ്രയോജനകരമാകുമെന്ന് തിരിച്ചറിയുമ്പോൾ അതിലൊന്നിൽ അംഗത്വമെടുക്കുക. അവരുടെ എല്ലാ മീറ്റിങ്ങുകളിലും മുടങ്ങാതെ പങ്കെടുക്കുക.

പ്രൊഫഷണൽ നെറ്റ്‌വർക്ക്

നെറ്റ്‌വർക്കിങ്ങിനുവേണ്ട ഏറ്റവും മികച്ച തന്ത്രങ്ങൾ പറയാം. നല്ലൊരു സംഘടനയിലെ പ്രധാന കമ്മിറ്റിയിൽ അംഗമാകുക. ആ

കമ്മിറ്റിയിൽ സ്വമേധയാ പ്രവർത്തിക്കാൻ തുടങ്ങുക. പിന്നീട് പരിചയപ്പെടാൻ താൽപ്പര്യമുള്ളവർ അംഗങ്ങളായ കമ്മിറ്റിയിൽ ചേരുക. സംഘടനയ്ക്ക് അകത്തും പുറത്തും മറ്റുള്ള സുപ്രധാന വ്യക്തികളുമായി ബന്ധം സ്ഥാപിക്കാൻ സഹായിക്കുന്ന കമ്മിറ്റികളിൽ ചേരുക. മറ്റുള്ള പ്രധാന വ്യക്തികളുമായി ബന്ധം സ്ഥാപിക്കാൻ സഹായിക്കുന്ന പ്രവൃത്തികൾ ചെയ്യുന്ന കമ്മിറ്റികളിൽ ചേരുക. ഒരിക്കൽ കമ്മിറ്റിയിൽ അംഗത്വം എടുത്താൽ അതിനായി സ്വമേധയാ ചുമതലകൾ ഏറ്റെടുത്ത് പ്രവർത്തിച്ചുതുടങ്ങുക. പ്രതിഫലമില്ലെങ്കിലും സാരമില്ല. അത്തരം പ്രവർത്തനങ്ങൾ സുപ്രധാനമായ വ്യക്തികളുമായി പ്രവർത്തിക്കാനുള്ള അവസരം നിങ്ങൾക്ക് നൽകും. പിന്നീട് ഇവർക്ക് നിങ്ങളുടെ കരിയറിൽ ഏതെങ്കിലും തരത്തിൽ സഹായിക്കാനുമായേക്കും.

അമേരിക്കയിൽ പുതിയ തൊഴിലുകളിൽ നിയമനം നടക്കുന്നത് വ്യക്തിഗത ബന്ധങ്ങളിൽ കൂടിയും പറഞ്ഞറിഞ്ഞുമാണ്. നിങ്ങളുടെ വ്യവസായത്തിൽ ഏത്രയധികം കൂടുതൽ പേരെ നിങ്ങളറിയും, എത്ര പേർക്കൊപ്പം പ്രവർത്തിക്കാൻ കഴിയുന്നു അതിനനുസരിച്ച് കൂടുതൽ അവസരങ്ങളുടെ വാതിലുകൾ സമയമാകുമ്പോൾ നിങ്ങൾക്ക് മുന്നിൽ തുറന്നുവരും.

നീണ്ടകാലത്തേക്കുള്ള ചിന്തയും ആസൂത്രണവും

നിങ്ങളുടെ കരിയറിൽ നീണ്ടകാലത്തേക്കുള്ള കാഴ്ചപ്പാട് ഒരുക്കണം. പ്രാദേശിക പത്രങ്ങൾ വായിക്കുമ്പോൾ അതിൽ നിന്ന് സമൂഹത്തിലെ ഉയർന്ന തട്ടിൽ പ്രവർത്തിക്കുന്നവരുടെ ലിസ്റ്റ് തയ്യാറാക്കണം. നിങ്ങളുടെ പ്രദേശത്തെ ഇത്തരം നൂറുപേരെ അവരുടെ പ്രവർത്തനമേഖല സഹിതം എഴുതിവയ്ക്കുക. പേരുകൾ സമാഹരിക്കുന്നതിനൊപ്പം ഇവർക്കോരോരുത്തർക്കും കത്തെഴുതുകയും വേണം. ബിസിനസ് കാര്യങ്ങളായിരിക്കരുത് കത്തിൽ പരാമർശിക്കേണ്ടത്. ആ വ്യക്തിക്ക് താൽപ്പര്യമുള്ള പത്രകട്ടിങ്ങായിരിക്കാം. പുസ്തകമാകാം, കവിതയാകാം. ആ വ്യക്തിയെ നിങ്ങൾ മനസ്സിലാക്കിയതിൽനിന്ന് വേണം എന്താണ് അയക്കേണ്ടതെന്ന് തീരുമാനിക്കാൻ.

ഓരോ വ്യക്തിയോടും സംസാരിക്കാനും ആശയവിനിമയം നടത്താനും അവസരമുണ്ടാക്കികൊണ്ടിരിക്കുക. ബിസിനസ് പത്രങ്ങളിൽ മികച്ച പ്രവർത്തനം നടത്തിയ വ്യക്തികളുടെ വിവരം വരുമ്പോൾ ഞാനവരെ വിളിക്കുകയോ എഴുതുകയോ ചെയ്യാറുണ്ട്. ചിലപ്പോൾ ആ അവസരത്തിൽ നേരിട്ട് ബന്ധം സ്ഥാപിക്കാൻ കഴി

ഞ്ഞെന്ന് വരില്ല. എന്നാൽ വിത്തുകൾ വിതച്ചുകൊണ്ടിരിക്കുക. പിന്നീട് അവരുമായി നേരിട്ട് ബന്ധം സ്ഥാപിക്കാൻ അവസരം വരും. പിന്നീട് ഇവരെ നേരിൽ കാണുമ്പോൾ ഞാൻ ഒരാഴ്ച മുമ്പോ ഒരു മാസം മുമ്പോ ഒരു വർഷം മുമ്പോ അയച്ച കത്തിന്റെ കാര്യം ഓർക്കും. ഒരിക്കൽ ബിസിനസ് കൺവെൻഷനിൽ എന്റെ ഏറ്റവും പ്രധാനപ്പെട്ട ക്ലയന്റുമാരിൽ ഒരാളെ ആദ്യമായി കണ്ടുമുട്ടി. ഞാൻ മൂന്ന് വർഷത്തിലധികം കാലംമുമ്പ് അയച്ച കത്ത് അവർ ഓർത്തെടുത്തു. അവർ പറഞ്ഞു, 'നിങ്ങളല്ലേ ഇന്നയിന്ന കാര്യങ്ങളുമായി ആ കത്തെഴുതിയ ആൾ?' ആ കൂടികാഴ്ച സംസാരത്തിലേക്ക് കടന്നു. മീറ്റിങ്ങിലേക്ക് കടന്നു, പിന്നീടത് അവരുടെ സ്ഥാപനവുമായി നീണ്ടകാലം പ്രവർത്തിക്കുന്നതിൽ വരെയെത്തി.

നൽകുന്നതിൽ ശ്രദ്ധിക്കുക

നിങ്ങൾ തിരിച്ചുകിട്ടുമെന്ന് പ്രതീക്ഷിക്കാതെ കൊടുത്തുകൊണ്ടിരിക്കുക, അപ്രതീക്ഷിത സ്രോതസ്സുകളിൽനിന്ന് അതിലുമധികം നിങ്ങളിലേക്ക് എത്തിക്കൊണ്ടിരിക്കും. ഇതൊരു നിയമമാണ്. നിങ്ങൾ ബന്ധങ്ങൾ വലുതാക്കാൻ നടത്തിയ ശ്രമങ്ങൾ ഒരിക്കലും പൂർണമായും നശിച്ചുപോകില്ല. ബന്ധങ്ങൾ വിത്തുകൾ പോലെയാണ്. ചിലത് എളുപ്പം മുളയ്ക്കുന്നതായിരിക്കും. പല ബന്ധങ്ങളും പലസമയത്താകും മുളച്ച് വളർന്ന് പന്തലിക്കുക. ചിലത് പെട്ടെന്ന് ഫലം തരും. ചിലത് മാസങ്ങളോ ചിലപ്പോൾ വർഷങ്ങളോ കഴിഞ്ഞാകും ഫലം തരിക. നല്ല ക്ഷമയോടെ തയ്യാറായിരിക്കണം.

ഹാർവാർഡ് സർവകലാശാലയിലെ ഡോ. ഡേവിഡ് മക്ക്ലെലന്റ് സമൂഹത്തിലെ ഉയർന്ന നേട്ടക്കാരെക്കുറിച്ച് ഗവേഷണം നടത്തി അവരുടെ ഗുണങ്ങളും സ്വഭാവസവിശേഷതകളും വിലയിരുത്തിയിട്ടുണ്ട്. നിങ്ങൾ പതിവായി ബന്ധപ്പെടുന്ന ഗ്രൂപ്പുകളെ റഫറൻസ് ഗ്രൂപ്പുകളായാണ് ഇദ്ദേഹം വിശേഷിപ്പിക്കുന്നത്. ഇത്തരം റഫറൻസ് ഗ്രൂപ്പുകളായിരിക്കും മറ്റേതൊരു ഒറ്റ ഘടകത്തേക്കാളും നിങ്ങളുടെ വിജയവും പരാജയവും നിർണയിക്കുകയെന്ന് അദ്ദേഹം പറയുന്നു.

അതുകൊണ്ടാണ് സിഗ് സിഗ്ലർ ഇങ്ങനെ പറയുന്നത്. 'കഴുകന്മാർക്കൊപ്പം പറക്കാൻ ഉദ്ദേശിക്കുന്നുവെങ്കിൽ തുർക്കികോഴിക്കൊപ്പമുള്ള സഹവാസം നിർത്തണം.'

ശരിയായ വ്യക്തികൾക്ക് ചുറ്റും ഉണ്ടായിരിക്കുക

നിങ്ങൾ ഇഷ്ടപ്പെടുന്ന, ആരാധിക്കുന്ന, ബഹുമാനിക്കുന്ന, ഭാവിയിൽ നിങ്ങളായി തീരാൻ ആഗ്രഹിക്കുന്ന വ്യക്തികളുമായി സഹ

കരിക്കാൻ വഴികണ്ടെത്തുക. നിങ്ങളുടെ സുഹൃത്തുക്കൾക്കും സഹായികൾക്കും അഭിമാനപൂർവ്വം പരിചയപ്പെടുത്താൻ ആഗ്രഹിക്കുന്ന വ്യക്തികളുമായി ബന്ധം സ്ഥാപിക്കുക. പോസിറ്റീവായ ലക്ഷ്യോന്മുഖമായ റഫറൻസ് ഗ്രൂപ്പുകളുടെ തിരഞ്ഞെടുപ്പ് മറ്റേതൊരു ഘടകത്തേക്കാളും നിങ്ങളുടെ കരിയറിനെ സൂപ്പർചാർജ് ചെയ്യാൻ സഹായിച്ചേക്കും.

വിജയികൾക്കൊപ്പം പ്രവർത്തിക്കുക

ശരാശരിയുള്ള ജോലി, ശരാശരിയുള്ള റിസൾട്ട്, ശരാശരി ശമ്പളം എന്നിങ്ങനെയായി പ്രവർത്തിച്ച വ്യക്തി പിന്നീട് വളരെ പുരോഗതി നേടിയ കമ്പനിയിലേക്ക് ജോലി മാറുമ്പോഴുള്ള കാര്യമായ മാറ്റത്തിന് എണ്ണമറ്റ ഉദാഹരണങ്ങളുണ്ട്. ആഴ്ചകൾക്കുള്ളിൽ ആ വ്യക്തിയുടെ മനോഭാവം അപ്പാടെ മാറിയിട്ടുണ്ടാകും. ശുഭാപ്തിവിശ്വാസമുള്ള ലക്ഷ്യം മുന്നിൽ കണ്ടുള്ള പോസിറ്റീവ് മനുഷ്യരുമായുള്ള തുടർച്ചയായ സഹവാസം അയാളെ അടിമുടി മാറ്റി മറിക്കും. അതാണ് നിങ്ങളുടെ ജീവിതത്തിലെ മിക്കവാറും എല്ലാ പ്രധാന മാറ്റങ്ങൾക്കും പിന്നിൽ നിങ്ങൾ പ്രവർത്തിക്കുന്ന മേഖലയിലെ ആളുകളുടെ സ്വാധീനമുണ്ടായിരിക്കുമെന്ന് പറയുന്നത്.

വഴിത്തിരിവുകൾ

ജീവിതത്തിലെ എല്ലാവഴിത്തിരിവുകളിലും ആരെങ്കിലും ഒരു ദിശയിലേക്കോ മറുദിശയിലേക്കോ നയിക്കാനുണ്ടാകും. വാതിൽ തുറക്കാനോ അടയ്ക്കാനോ ഒരാളുണ്ടാകും. അല്ലെങ്കിൽ എന്തെങ്കിലും സഹായം നൽകാനുണ്ടാകും. ബാരോൺ ഡി റോത്സ് ചൈൽഡ് ഒരിക്കൽ എഴുതിയിട്ടുണ്ട്: 'ഒരിക്കലും ഉപയോഗ്യശൂന്യമായ പരിചയം ഉണ്ടാക്കരുത്.' നിങ്ങളുടെ മേഖലയിൽ ഉയർന്ന് പോകണമെന്ന് വളരെ ഗൗരവമായി ചിന്തിക്കുന്ന വ്യക്തിയാണെങ്കിൽ ജീവിതത്തിൽ എങ്ങുമെത്താത്ത ആളുകളുമായി വെറുതെ സമയം കളയരുത്. അവർ എത്ര നല്ല മനുഷ്യരാണെങ്കിൽ കൂടി നിങ്ങൾക്ക് വെറുതെ സമയം കളയാനില്ലെന്ന് മനസ്സിലാക്കുക. ഭാവി ശോഭനമാക്കണമെന്ന് ചിന്തയുള്ളതിനാൽ ഇക്കാര്യത്തിൽ നിങ്ങളൽപ്പം സ്വാർത്ഥനാണെന്ന് വെച്ചോളൂ. നിങ്ങളുടെ സുഹൃത്തുക്കളെയും കൂട്ടാളികളെയും തിരഞ്ഞെടുക്കുമ്പോൾ ഉയർന്ന നിലവാരം സെറ്റ് ചെയ്യണം. അതിൽ ഒരു വിട്ടുവീഴ്ചയും ചെയ്യരുത്.

കരിയറിന്റെ തുടക്കത്തിൽ പലരും വളരെ മോശവും ഉപയോഗശൂന്യവുമായ സൗഹൃദങ്ങളിൽപ്പെട്ടുപോകാറുണ്ട്. ഇത് വളരെ

സ്വാഭാവികവും സാധാരണവുമാണ്. നിങ്ങൾ ചെറുപ്പവും അനുഭവ ജ്ഞാനമില്ലാത്തവരുമാണെങ്കിൽ തെറ്റുവരുത്തുന്നതിൽ കുറ്റം പറയാനൊക്കില്ല. എന്നാൽ നിങ്ങളുടെ ജീവിതത്തിലെ മുഴുവൻ സാധ്യതകളും ഉപയോഗിക്കാൻ പറ്റാതെ പിന്നോട്ട് വലിക്കുന്ന താണ് ആ സൗഹൃദമെങ്കിൽ ആ ബന്ധം തുടരുന്നത് ശരിയായി രിക്കില്ല. മറ്റേതൊരു ഘടകത്തെക്കാളും നിങ്ങൾ തിരഞ്ഞെടുക്കുന്ന സുഹൃത്തുക്കൾ നിങ്ങളുടെ ജീവിതത്തിൽ നിർണായക സ്വാധീനം ചെലുത്തും.

നിങ്ങളുടെ ഏറ്റവും പ്രധാനപ്പെട്ട ബന്ധങ്ങൾ

നമുക്കെല്ലാം കുടുംബത്തിന്റെയും സുഹൃത്തുക്കളുടെയും പിന്തുണ ആവശ്യമാണ്. ഉയർന്ന നിലവാരമുള്ള കുടുംബജീവിതം കെട്ടിയുയർത്താൻ സമയവും മതിയായ വൈകാരിക പിന്തുണയും നൽകേണ്ടത് അത്യാവശ്യമാണ്. നിങ്ങളുടെ കുടുംബജീവിതം സുദൃഢവും സുരക്ഷിതവുമെങ്കിൽ, സ്നേഹാർദ്രമാണെങ്കിൽ അത് നിങ്ങളുടെ പുറംജീവിതത്തിലും പ്രതിഫലിക്കും. നിങ്ങളുടെ പ്രവൃത്തി മികച്ചതായിരിക്കും.

എന്നാൽ അവഗണനയും അശ്രദ്ധയും മൂലം കുടുംബജീവിതം അവതാളത്തിലാണെങ്കിൽ നിങ്ങളുടെ ജോലിയിലും മോശമായി പ്രതിഫലിക്കും. കുടുംബത്തിലെ പ്രശ്നങ്ങൾ ജോലിയിൽ നിങ്ങ ളുടെ ശ്രദ്ധ ചിതറിക്കും. ഊർജം കാര്യമായി കുറയ്ക്കുകയും ചെയ്യും. അത് നിങ്ങളുടെ കരിയർ അട്ടിമറിച്ചേക്കാനും സാധ്യത യുണ്ട്.

കരുതിക്കൂട്ടിയുള്ള അങ്ങേയറ്റത്തെ പരിശ്രമം

നിങ്ങൾക്ക് നല്ല തുടക്കം ലഭിക്കുന്നതിന് ചിലപ്പോൾ കഠിന പ്രയത്നംതന്നെ വേണ്ടിവരും. നീണ്ട മണിക്കൂറുകൾ ഒറ്റയിരുപ്പിൽ ജോലി ചെയ്യേണ്ടിവരും. എന്നാൽ ഈ അവസ്ഥ കുടുംബത്തിലുള്ള വരെ പറഞ്ഞ് മനസ്സിലാക്കണം. അപ്പോഴേ എന്താണ് സംഭവിക്കുന്ന തെന്ന് അവർക്ക് മനസ്സിലാകൂ. നിങ്ങളുടെ കരിയറിലുടനീളം ഇത്തരം കരുതിക്കൂട്ടിയുള്ള അങ്ങേയറ്റത്തെ പരിശ്രമം ആവശ്യ മുള്ള ജോലിയായിരിക്കും ചെയ്യുക. ബ്രേക്കുകൾ കൂടാതെ നീണ്ട മണിക്കൂറുകളോ പലദിവസങ്ങളോ ജോലി ചെയ്യേണ്ടിവരും. അവധി ക്കാലമില്ലാത്ത തുടർച്ചയായി ജോലി ചെയ്യേണ്ടി വന്നേക്കും. ഇതെ ല്ലാം അടിയന്തിരമായി ഒരു പ്രോജക്ട് തീർക്കാനായിരിക്കും. അല്ലെ ങ്കിൽ നിലവിലെ അനുകൂല സാഹചര്യം മുതലെടുക്കാനായി രിക്കാം.

അത്തരം കാര്യങ്ങൾ കുടുംബത്തിൽ മുൻകൂറായി ചർച്ച ചെയ്യുക. എങ്കിലേ അവർക്ക് സാഹചര്യങ്ങളുടെ കിടപ്പ് പിടികിട്ടുകയുള്ളൂ. എന്നാൽ ഇത്തരം അടിയന്തിരസാഹചര്യം തീർന്നാൽ ഇതിന് പ്രായശ്ചിത്തം ചെയ്യണം. ജോലിയിൽനിന്ന് ചെറിയ ബ്രേക്കെടുക്കണം. കുടുംബവുമൊത്ത് വിനോദയാത്ര പോകണം. ജോലിയും കുടുംബജീവിതവും ബാലൻസ് ചെയ്യണം.

ബന്ധങ്ങൾ കാത്തുസൂക്ഷിക്കുന്നതിൽ വിദഗ്ദ്ധനാകുക

നിങ്ങളുടെ ലക്ഷ്യം നേടാൻ വ്യക്തികളുടെ, ഗ്രൂപ്പിന്റെ, സംരംഭങ്ങളുടെ സഹായമാണ് വേണ്ടതെന്ന് തീരുമാനിച്ചാൽ ആ മേഖലയിൽ നിങ്ങൾ ബന്ധങ്ങൾ സൂക്ഷിക്കുന്നവരാകുമെന്ന് ദൃഢനിശ്ചയം ചെയ്യണം. എല്ലായ്പ്പോഴും മനുഷ്യരോട് കരുണയോടെ ഇടപഴകണം. മര്യാദ, ദയാവായ്പ് എന്നിവയോടെയാകണം മറ്റ് മനുഷ്യരോട് പെരുമാറേണ്ടത്. ഇക്കാര്യത്തിൽ ആ സുവർണനിയമം പരിശീലിക്കൂ: നിങ്ങളോട് മറ്റുള്ളവർ എങ്ങനെ പെരുമാറണമെന്ന് ആഗ്രഹിക്കുന്നുവോ അതുപോലെ മറ്റുള്ളവരോടും ചെയ്യുവിൻ.

നിങ്ങളുടെ 'ദശലക്ഷം ഡോളറിന്റെ ഉപഭോക്താവ്' എന്ന മട്ടിൽ നിങ്ങൾ പരിചയപ്പെടുന്നവരെയും കുടുംബത്തിലുള്ളവരെയും ജോലി സ്ഥലത്തുള്ളവരെയും പരിചരിക്കുക എന്നതാണ് ഏറ്റവും ലളിതമായ തന്ത്രം. ലോകത്തെ ഏറ്റവും വിലയേറിയ ആളുകളായി മറ്റുള്ളവരെ കണക്കിലെടുക്കുക. നിങ്ങളുടെ ദശലക്ഷം ഡോളറിന്റെ ഉൽപ്പന്നങ്ങളോ സേവനങ്ങളോ വാങ്ങുന്നവരായി അവരെ കരുതുക.

എല്ലാ ദിവസവും എല്ലാ രീതിയിലും മറ്റുള്ളവരെ സഹായിച്ച് അവരുടെ ജീവിതം എളുപ്പമുള്ളതാക്കൂ. ഇത് നിങ്ങളുടെ ജീവിതത്തിൽ പോസിറ്റീവ് വികാരങ്ങളുടെ അണക്കെട്ടുപോലെ നിലകൊള്ളും. വർഷാവർഷം അത് നിങ്ങൾക്ക് നല്ലതുകൊണ്ട് വരും.

ശരിയായ വ്യക്തികളുമായി കൂട്ടുകൂടുക

1. ബിസിനസ്, ജോലി മേഖലകളിൽ ഏറ്റവും പ്രധാനപ്പെട്ട വ്യക്തികളുടെ ലിസ്റ്റ് തയ്യാറാക്കുക. ഏതെങ്കിലും തരത്തിൽ ആ ലിസ്റ്റിലെ വ്യക്തികളെയെല്ലാം സഹായിക്കാനുള്ള പ്ലാൻ വികസിപ്പിക്കുക.
2. നിങ്ങളുടെ സ്വകാര്യ ജീവിതത്തിലെ ഏറ്റവും പ്രധാനപ്പെട്ട വ്യക്തികളുടെ ലിസ്റ്റ് തയ്യാറാക്കുക. ഇപ്പോൾ അവരുമായുള്ള ബന്ധമെങ്ങനെയെന്ന് തീരുമാനിക്കുക. കൂടുതൽ നല്ല ബന്ധം സ്ഥാപിക്കാൻ എന്തു ചെയ്യണമെന്ന് തീരുമാനിക്കുക.
3. നിങ്ങളുടെ സമൂഹത്തിൽ നിങ്ങളെ സഹായിച്ചേക്കാവുന്ന ഗ്രൂപ്പുകളെയും സംരംഭങ്ങളെയും കണ്ടെത്തുക. ഇന്നുതന്നെ ഫോൺ ചെയ്ത് അടുത്ത മീറ്റിങ്ങിൽ പങ്കെടുക്കാനുള്ള സൗകര്യം ഒരുക്കൂ.
4. നിങ്ങളുടെ സമൂഹത്തിലെ ഏറ്റവും ഉയർന്ന വ്യക്തികളുടെ ലിസ്റ്റ് തയ്യാറാക്കുക. അവരെ വ്യക്തിപരമായി അറിയാനുള്ള പ്ലാൻ തയ്യാറാക്കുക.
5. നിങ്ങളുടെ സാമൂഹ്യ, ബിസിനസ് വൃത്തങ്ങൾ വിപുലീകരിക്കാനുള്ള എല്ലാ അവസരങ്ങളും ഉപയോഗിക്കുക. അത്തരം വ്യക്തികൾക്ക് കത്തുകൾ, കാർഡുകൾ, ഫാക്സ്, ഇ-മെയിൽ എന്നിവ അയയ്ക്കുക. കിട്ടുന്ന അവസരങ്ങളിലെല്ലാം നിങ്ങളും അവരും തമ്മിലുള്ള അന്തരം കുറയ്ക്കാനുള്ള അവസരം ഉപയോഗിക്കുക.

16

കർമ്മപദ്ധതി തയ്യാറാക്കുക

സമഗ്രമായ വിശേഷഗുണങ്ങൾ വിജയികളിൽ അടങ്ങിയിരിക്കുന്നു. പ്രതിഭ എന്നത് അനന്തമായ വേദനകൾ ഏറ്റെടുക്കുന്ന കലയാണ്. എല്ലാ മഹത്തായ നേട്ടങ്ങളും അതീവ ശ്രദ്ധ, അനന്തമായ കഠിനാധ്വാനം എന്നിവ സ്വഭാവമാക്കിയവയാണ്. സൂക്ഷ്മമായ വിശദാംശങ്ങളിൽ അധിഷ്ഠിതവുമാണ്.

എൽബർട്ട് ഹുബാർഡ്

ലക്ഷ്യങ്ങൾ ഒരുക്കുന്നതിലും അതിന്റെ പൂർത്തീകരണത്തിനായി ആസൂത്രണമൊരുക്കുന്നതുമാണ് വിജയത്തിനുവേണ്ട അതിപ്രധാന കഴിവ്. മറ്റൊരു കഴിവിനും നിങ്ങളുടെ സാധ്യതകൾ പുറത്തുകൊണ്ടുവരാൻ കഴിയില്ല. നിങ്ങൾക്ക് നേടാൻ കഴിയുന്ന കാര്യങ്ങൾ പോലും നടപ്പാക്കാൻ പറ്റാതെ വരും.

പുതിയകാലത്ത് പ്രധാന നേട്ടങ്ങളെല്ലാം ഒരേസമയം ഒന്നിൽ കൂടുതൽ ജോലികൾ ആവശ്യപ്പെടുന്നതാണ്. പ്രാധാന്യമുള്ള ഫലം ഉണ്ടാക്കാൻ പ്രത്യേകമായി തുടർച്ചയായ ചുവടുകൾവയ്ക്കേണ്ടി വരും. അതീവലളിതമെന്ന് തോന്നാമെങ്കിലും ഒരു കറി തയ്യാറാക്കുന്നതിന് പിന്നിൽപ്പോലും ഒരേസമയം ഒന്നിൽ കൂടുതൽ ജോലികൾ ആവശ്യമാണ്. ബഹുമുഖങ്ങളായ കാര്യങ്ങൾ ആസൂത്രണം ചെയ്യുന്നതിലും നടത്തുന്നതിലും നിങ്ങൾക്കുള്ള കഴിവ് മറ്റ് വ്യക്തികളേക്കാൾ കൂടുതൽ കാര്യങ്ങൾ നേടുവാൻ നിങ്ങളെ സഹായിക്കുന്നു. നിങ്ങളുടെ വിജയത്തിന് പിന്നിലെ പ്രധാന ഘടകമാണിത്.

നിങ്ങളുടെ പ്രധാന ഉദ്ദേശ്യം ആസൂത്രിതമായി ഒരേ സമയം പലവിധ ജോലികളുമായി വ്യക്തമായ ചുവടുകളോടെ നടപ്പാക്കാൻ ആസൂത്രണം സഹായിക്കുന്നു. കൃത്യമായ സമയപരിധിയും ഉപസമയപരിധിയുമായി അതിനൊരു തുടക്കവും മധ്യവും അവസാനവുമുണ്ടായിരിക്കും. ഭാഗ്യവശാൽ ഈ കഴിവ് പരിശീലനത്തിലൂടെ നിങ്ങൾക്ക് നേടാനും അധീനമാക്കാനുമാകും. നിങ്ങളുടെ ബിസിന

സ്സിലും സംരംഭത്തിലും ഈ കഴിവ് നിങ്ങളെ വളരെ സ്വാധീന ശക്തിയുള്ള വ്യക്തിയായി മാറ്റാൻ സഹായിക്കും. എത്ര കൂടുതൽ പരിശീലിക്കുന്നുവോ അത്രയും കൂടുതലായി നിങ്ങൾക്ക് ലഭിക്കും.

പ്ലാനുകൾ ഒത്തുകൂട്ടുക

കഴിഞ്ഞ അധ്യായങ്ങളിൽ നിങ്ങളുടെ ലക്ഷ്യം അല്ലെങ്കിൽ ലക്ഷ്യങ്ങൾ നേടുന്നതിനുവേണ്ട ചേരുവകൾ കണ്ടെത്തി ഒത്തു ചേർത്ത് പ്ലാൻ തയ്യാറാക്കുന്നത് കണ്ടു.

1. നിങ്ങൾക്കിപ്പോൾ അവസാനം ലഭിക്കുന്ന ഫലം, മൂല്യത്തിൽ അധിഷ്ഠിതമായ ലക്ഷ്യം എന്നിവയിൽ വ്യക്തമായ ചിത്രമുണ്ട്. നിങ്ങൾക്കെന്താണ് വേണ്ടതെന്നും എന്തുകൊണ്ട് വേണമെന്നും അറിയാം.
2. നിങ്ങൾ ലക്ഷ്യം എഴുതിവെച്ചു. മുൻഗണനാപ്രകാരം ഒരുക്കി. പ്രധാന ഉറപ്പുള്ള ഉദ്ദേശ്യം തിരഞ്ഞെടുക്കുകയും ചെയ്തു.
3. നിങ്ങളുടെ വളർച്ച അളക്കാനുള്ള മാനദണ്ഡങ്ങളും നിലവാരവുമൊരുക്കി. സമയപരിധിയും ഉപസമയപരിധിയും ഒരുക്കി ലക്ഷ്യമായി അതിനെ ഉന്നംവെച്ചു.
4. നിങ്ങൾക്കും നിങ്ങളുടെ ലക്ഷ്യങ്ങൾക്കുമിടയിലെ പ്രധാന തടസ്സങ്ങളും ബുദ്ധിമുട്ടുകളും തടസ്സങ്ങളും നിങ്ങൾ തിരിച്ചറിഞ്ഞു. അത് മുൻഗണനാപ്രകാരം ക്രമീകരിച്ചു.
5. നിങ്ങളുടെ ലക്ഷ്യം നേടുന്നതിനുള്ള അത്യാവശ്യം അറിവുകളും കഴിവുകളും തിരിച്ചറിഞ്ഞു.
6. നിങ്ങൾ നേടാൻ തീരുമാനിച്ച കാര്യങ്ങൾക്കായി ഈ അറിവുകളും കഴിവുകളും മുൻഗണനാപ്രകാരം ഒരുക്കി പ്ലാൻ വികസിപ്പിച്ചു.
7. നിങ്ങളുടെ ബിസിനസ്സിന്റെ അകത്തും പുറത്തും ആരുടെയൊക്കെ സഹായവും സഹകരണവും തേടേണ്ടതെന്ന് തിരിച്ചറിഞ്ഞു. വ്യക്തികൾ, ഗ്രൂപ്പുകൾ, സംഘടനകൾ തുടങ്ങിയവയുടെയെല്ലാം പ്രത്യേകിച്ചും. നിങ്ങളുടെ ലക്ഷ്യം നേടുന്നതിന് ആവശ്യമായ വ്യക്തമായ ചുവടുകളാൽ വേണ്ടപ്പെട്ടവരുടെ പിന്തുണ നേടാൻ തീരുമാനിച്ചു.

ഈ പ്രക്രിയയുടനീളം നിങ്ങൾ വേണ്ട കുറിപ്പുകൾ എഴുതിയെടുക്കണം. നിങ്ങളുടെ ആസൂത്രണങ്ങളുടെ പൂർത്തീകരണത്തിന്

വേണ്ട അസംസ്കൃത വസ്തുക്കളും ഉപകരണങ്ങളുമാണിത്. ഇപ്പോൾ നിങ്ങൾ ഇതെല്ലാം ഒത്തുകൂട്ടി കർമ്മപദ്ധതിക്ക് തയ്യാറാണ്.

ആസൂത്രണ പ്രക്രിയ പരമപ്രധാനം

Inc. മാഗസിൻ ഒരിക്കൽ അമ്പത് സ്റ്റാർട്ടപ്പ് കമ്പനികളെക്കുറിച്ച് പഠനം നടത്തി. ഇതിൽ പകുതി കമ്പനികളും തുടങ്ങുന്നതിനുമുമ്പ് നിരവധി മാസങ്ങളെടുത്ത് പൂർണമായ ബിസിനസ് പ്ലാൻ വികസിപ്പിച്ചെടുത്തിരുന്നു. മറ്റു പകുതി കമ്പനികളും വിശദമായ ബിസിനസ് പ്ലാനുകൾ കൂടാതെയാണ് തുടങ്ങിയത്. വന്നുചേരുന്ന ദൈനംദിന പ്രവൃത്തികൾക്കനുസൃതമായി വെറുതെ പ്രതികരിക്കുക എന്നതുമാത്രമായിരുന്നു ഇവരുടെ പ്രവർത്തനരീതി.

രണ്ടുമുതൽ മൂന്നുവർഷങ്ങൾക്കുശേഷം ഈ ഗവേഷകർ വീണ്ടും ഈ കമ്പനികളുടെ വിജയവും ലാഭക്ഷമതയും അറിയാനെത്തി. അവർ താൽപ്പര്യമുണർത്തുന്ന കാര്യങ്ങളാണ് കണ്ടെത്തിയത്. വ്യക്തമായ ബിസിനസ് പ്ലാനോടെ തുടങ്ങിയ കമ്പനികൾ കൂടുതൽ വിജയം കണ്ടിരിക്കുന്നു. അവർ കൂടുതൽ ലാഭം നേടുന്നു. എന്നാൽ യാതൊരുവിധ ആസൂത്രണവുമില്ലാതെ തുടങ്ങിയ കമ്പനികളുടെ നില പരിതാപകരമായിരുന്നു. ഭൂരിഭാഗവും പാപ്പരായി കഴിഞ്ഞിരുന്നു. അവർ ബിസിനസ്സിൽനിന്ന് പുറത്താക്കപ്പെട്ടുകഴിഞ്ഞു.

അതിൽ നിന്നുള്ള രസകരമായ കണ്ടെത്തൽ ഇപ്രകാരമാണ്. ബിസിനസ് സ്ഥാപകരോട് റിസർച്ച് നടത്തിയവർ ഒരു ചോദ്യം ചോദിച്ചു. നിങ്ങളുടെ ബിസിനസ്സിന്റെ ദൈനംദിന പ്രവർത്തനങ്ങൾക്കിടയിൽ നിങ്ങളെപ്പോഴെല്ലാം തന്ത്രപരമായ ബിസിനസ് പ്ലാൻ സംശയം തീർക്കാൻ നോക്കാറുണ്ടോ എന്നായിരുന്നു ചോദ്യം. മിക്കവാറും കേസുകളിൽ വ്യവസായസംരംഭകരും എക്സിക്യൂട്ടീവുമാരും ബിസിനസ് പ്ലാൻ പൂർത്തിയാക്കിയശേഷം അത് തിരിഞ്ഞ് നോക്കാറുണ്ടായിരുന്നില്ല. അത് പൂർത്തിയാക്കിയശേഷം മേശവലിപ്പിൽ ഇട്ട് പൂട്ടിവയ്ക്കുകയായിരുന്നു. അടുത്തവർഷം തന്ത്രപരമായ പ്ലാനുകളുടെ മീറ്റിങ്ങിൽ മാത്രമാണ് വീണ്ടും അത് എടുക്കുക.

ഏറ്റവും പ്രധാനപ്പെട്ട കണ്ടെത്തൽ ഇതായിരുന്നു: തയ്യാറാക്കിയ പ്ലാൻ പോലും എടുത്ത് നോക്കിയില്ലെങ്കിലും ബിസിനസ്സിന്റെ സുപ്രധാനമായ കാര്യങ്ങളിലൂടെ ചിന്തകൾ കടത്തിവിടുന്ന രീതി ബിസിനസ്സിന്റെ വിജയത്തിന് വളരെ പ്രധാനമാണ്.

ആസൂത്രണം വിജയം കാണുന്നു

രണ്ടാം ലോകമഹായുദ്ധത്തിൽ നോർമാണ്ടിയുടെ വിജയകരമായ കടന്നുകയറ്റത്തിനുശേഷം ജനറൽ ഡ്വൈറ്റ് ഡി ഐസൻഹോവറിനോട് വിശദമായ ആസൂത്രണ പ്രക്രിയയെപ്പറ്റി ചോദിച്ചു. അദ്ദേഹം പറഞ്ഞു: 'പ്ലാനുകൾ ഉപയോഗശൂന്യമാണ്. എന്നാൽ ആസൂത്രണം ഒഴിച്ചുകൂടാനാകാത്തതും.' ബിസിനസ് തുടങ്ങുന്നതിനുമുമ്പ് എന്തെങ്കിലും ചുവടുകൾവയ്ക്കുന്നതിനുപകരം സുപ്രധാനമായ കാര്യങ്ങളിലൂടെ ചർച്ച ചെയ്ത് കടന്നുപോകുന്നതാണ് പ്രധാനം. ഇതാണ് മാനേജ്മെന്റ് വിദഗ്ദ്ധനായ അലെക് മക്കെൻസി പറഞ്ഞത്: 'എല്ലാ പരാജയങ്ങൾക്കും കാരണം പ്ലാനിങ്ങില്ലാത്ത പ്രവർത്തനമാണ്.'

ഒരു പട്ടാളപഴമൊഴിയുണ്ട്, 'ശത്രുവിനെ നേരിടാൻ തുടങ്ങുമ്പോൾ ഒരു പ്ലാനിനും അതിജീവിക്കാനായിട്ടില്ല.'

നിങ്ങൾ ശരിയായ ബിസിനസ് പ്രവർത്തനം തുടങ്ങുമ്പോഴേക്കും സാഹചര്യം അതിവേഗം മാറിയിരിക്കും. പലരീതിയിലും നിങ്ങളുടെ പ്ലാൻ ദിവസങ്ങൾക്കുള്ളിലോ എന്തിന് മണിക്കൂറുകൾക്കുള്ളിലോ കാലഹരണപ്പെട്ടിരിക്കും. എന്നാൽ ആസൂത്രണത്തിന്റെ പ്രക്രിയകൾ വളരെ പ്രധാനപ്പെട്ടതാണ്. സൺ മൈക്രോസിസ്റ്റംസിന്റെ സ്കോട്ട് മക്കെൻസി പറഞ്ഞു, 'സ്റ്റാർട്ട് അപ്പ് ബിസിനസ്സിൽ ഓരോ മൂന്ന് ആഴ്ചയിലും നിങ്ങൾ അനുമാനങ്ങൾ വലിച്ചെറിയേണ്ടതുണ്ട്.'

എല്ലാ മഹത്തായ നേട്ടങ്ങളുടെയും അടിസ്ഥാനം

വിജയം കണ്ട എല്ലാവരും എഴുതി തയ്യാറാക്കിയ പ്ലാനുമായി പ്രവർത്തിക്കുന്നവരാണ്. മനുഷ്യചരിത്രത്തിലെ ഏറ്റവും വലിയ നേട്ടങ്ങളായ പിരമിഡ് നിർമ്മാണം മുതൽ ആധുനികകാലത്തെ വ്യവസായങ്ങളുടെ നടത്തിപ്പുവരെയുള്ള വിപ്ലവങ്ങൾ ആരംഭിക്കും മുമ്പ് വളരെ വിശദമായ പ്ലാനുകൾവെച്ച് ശ്രദ്ധാപൂർവ്വം രൂപകൽപ്പന ചെയ്തിരുന്നു. ആരംഭിക്കുംമുമ്പ് ആരംഭം മുതൽ പൂർത്തിയാകും വരെയുള്ള ഓരോ ഘട്ടങ്ങളും വിശദമായി കടന്നുപോയിരുന്നു.

ചുരുക്കത്തിൽ പ്ലാനിങ്ങിന് നിങ്ങൾ കൊടുക്കുന്ന അഞ്ച് മിനിറ്റ് കൃത്യനിർവഹണത്തിൽ നിങ്ങളെ പത്ത് മിനിറ്റ് ലാഭിക്കാൻ വഴിവയ്ക്കും. എന്തും ആരംഭിക്കുന്നതിനുമുമ്പ് പ്ലാനിങ്ങിനും ചിന്തയ്ക്കും സമയം മാറ്റിവെച്ചാൽ നിങ്ങളുടെ സമയം, പണം, ഊർജം എന്നിവ ലാഭിക്കാൻ സഹായിക്കും. അതുകൊണ്ടാണ് ഇങ്ങനെ പറയുന്നത്: 'പ്ലാൻ ചെയ്യാൻ പരാജയപ്പെടുന്നത്, പരാജയപ്പെടാനുള്ള പ്ലാനിങ്ങാണ്.'

പ്ലാനിങ് സമയവും ചെലവും ലാഭിക്കുന്നു

പ്ലാനിങ്ങില്ലാത്ത പ്രവർത്തനമാണ് പരാജയത്തിന്റെ ഒന്നാം കാരണം. തിരക്ക് മൂലം ഒന്നും മുൻകൂട്ടി പ്ലാൻ ചെയ്യാറില്ല എന്ന് പറയുന്നവർ അനാവശ്യമായ അബദ്ധങ്ങൾക്കും വലിയ സമയ, ഊർജ നഷ്ടങ്ങൾക്കും ഉറപ്പായും ഒരുങ്ങിക്കോളൂ. സമയത്തിനെ തിരെയുള്ള പന്തയഓട്ടമാണ് പുതിയ സ്റ്റാർട്ടപ്പുകൾ. ആദ്യദിവസം മുതലേ അതിന്റെ ഉടമകൾ ബിസിനസ്സിൽ നിലനിൽക്കാൻ ശ്രമിക്കുന്നതിനുപകരം കൂടുതൽ പണം കണ്ടെത്താൻ വെപ്രാളപ്പെടുന്നു. ഇങ്ങനെ പണം ഉണ്ടാക്കാനുള്ള വ്യഗ്രതയ്ക്കുപകരം ഉള്ള പണം ചോർന്ന് പോകുന്നതിനുമുമ്പ് ചെലവുകളേക്കാൾ കൂടുതൽ വരുമാനം ഉണ്ടാക്കാൻ തുടങ്ങിയാൽ ബിസിനസ് പച്ചപിടിച്ചേക്കും. എന്നാൽ പണമെല്ലാം ചോർന്നുപോകുന്നതിനുമുമ്പ് നഷ്ടത്തിന് പകരം കൂടുതൽ ലാഭമുണ്ടാക്കാൻ സാധിക്കാതെ വരുമ്പോൾ തകരാറിലായ പ്ലെയിൻ മൂക്കുകുത്തി വീഴുമ്പോലെ തകർന്ന് നശിക്കും.

വിജയത്തിന്റെ ഫോർമുല

വ്യക്തിപരവും ബിസിനസ് സംബന്ധവുമായ വിജയത്തിന് ആറ് പി ഫോർമുല ഉണ്ട്. 'Proper, Prior, Planning, Prevents, Poor, Performance.' അതായത് മുന്നേയുള്ള ശരിയായ പ്ലാനിങ് മോശം പ്രകടനത്തെ തടയുന്നു എന്നർത്ഥം. മുന്നേയുള്ള ശരിയായ പ്ലാനിങ്ങിന് ഏഴ് ഗുണങ്ങളുണ്ട്. പ്ലാനിങ് പ്രക്രിയ നിങ്ങളെ ചിന്താരീതികളെ ക്രമീകരിക്കാൻ നിർബന്ധിതമാക്കുന്നു. ആത്യന്തികമായി നിങ്ങൾ വിജയത്തിലേക്ക് നീങ്ങുന്നതിന് എന്തെല്ലാം വിഷയങ്ങളാണ് സുപ്രധാന മേഖലകളിൽ കൈകാര്യം ചെയ്യേണ്ടതെന്ന് കണ്ടെത്തുന്നു.

രണ്ടാമത്തെ കാര്യമിതാണ്. തുടങ്ങുന്നതിന് മുമ്പുതന്നെ ലക്ഷ്യങ്ങൾ പൂർത്തീകരിക്കാനുള്ള കാര്യങ്ങളിലൂടെ സൂക്ഷ്മമായി ചിന്തിക്കുന്നു. ശ്രദ്ധാപൂർവ്വം പ്ലാൻ ചെയ്യാൻ ഇതു നിങ്ങളെ സഹായിക്കും. ഇതുമൂലം വലിയതോതിൽ ചെലവ് ചുരുക്കാൻ സാധിക്കുന്നു. സമയം, പണം, വ്യക്തികൾ എന്നിവയോട് ബന്ധപ്പെട്ട് ധാരാളം ചെലവുകൾ ചുരുക്കാൻ സാധിക്കുന്നു.

മൂന്നാമതായി, വിശദമായി ചർച്ച ചെയ്ത് വിലയിരുത്തിയ പ്ലാൻ പിന്നീട് വരുന്ന വീഴ്ചകളെയും തെറ്റുകളെയും കണ്ടെത്താൻ സഹായിക്കും. ബിസിനസ്സിനെ വലിയ പ്രതിസന്ധിയിലാഴ്ത്താവുന്ന തെറ്റുകളെയും വീഴ്ചകളെയുമാണ് നേരത്തെ കണ്ടെത്തുക. 'എങ്കിൽ എന്ത്' എന്ന രീതിയിൽ ചോദ്യങ്ങൾ ചോദിക്കാൻ അതു

നിങ്ങളെ സഹായിക്കും. ഉദാഹരണത്തിന് 'നിങ്ങളൊരു പ്രത്യേക നടപടിയെടുത്താൽ എന്തായിരിക്കും അതുമൂലമുണ്ടായേക്കാവുന്ന ഏറ്റവും മോശമായ പ്രത്യാഘാതം?'

പ്ലാനിലെ ദൗർബല്യം കണ്ടെത്തി അത് മറികടക്കാൻ തക്കതായ മുൻകരുതലെടുക്കാൻ സഹായിക്കുമെന്നതാണ് ശരിയായ രീതിയിലുള്ള മുന്നേയുള്ള പ്ലാനിങ് കൊണ്ടുള്ള നാലാമത്തെ ഗുണം. പിന്നീടുണ്ടായേക്കാവുന്ന ഗുരുതരമായ വീഴ്ച നേരത്തേതന്നെ കണ്ടെത്താൻ പലപ്പോഴും നിങ്ങൾക്ക് കഴിയുന്നു. അത് നിങ്ങളുടെ സംരംഭം തന്നെ തകർക്കുന്നതായിരിക്കാം. ആസൂത്രണ പ്രക്രിയയിലൂടെ മാത്രമേ ഇത് സാധ്യമാകൂ.

ശക്തിയും ഉയർന്നു വന്നേക്കാവുന്ന അവസരങ്ങളും കണ്ടെത്തി അതിനെയെല്ലാം വിജയത്തിലേക്ക് വഴിതിരിച്ചുവിടാൻ ആസൂത്രണം സഹായിക്കുമെന്നതാണ് അഞ്ചാമത്ത ഗുണം. പലപ്പോഴും നിങ്ങൾക്ക് നിങ്ങളുടെ പ്രത്യേക കഴിവുകളും കരുത്തും തിരിച്ചറിയാൻ കഴിയാറുണ്ടാകാറില്ല. വിവിധ സാഹചര്യങ്ങളിൽ നിന്നുണ്ടാകുന്ന അവസരങ്ങൾ തിരിച്ചറിഞ്ഞിട്ടുണ്ടാകില്ല. ആസൂത്രണ പ്രക്രിയയിലൂടെ കടന്നുപോകുമ്പോൾ മാത്രമേ ഇതെല്ലാം നിങ്ങൾക്ക് തിരിച്ചറിയാനാകൂ.

ഒരു സംരംഭം വിജയകരമാക്കുന്നതിന് തക്കരീതിയിൽ നിങ്ങളുടെ സമയത്തിലേക്കും പണത്തിലേക്കും കൂടുതൽ ഫോക്കസ് ചെയ്യാൻ സഹായിക്കുമെന്നതാണ് ആറാമത്തെ ഗുണം. ഒന്നോ രണ്ടോ കാര്യങ്ങളിലേക്ക് നിങ്ങളുടെ എല്ലാ വിഭവങ്ങളുടെയും ശ്രദ്ധകേന്ദ്രീകരിച്ച് പ്രവർത്തിക്കാൻ സാധിക്കുന്നു. മതിയായ ഫോക്കസും ശ്രദ്ധ കേന്ദ്രീകരണവുമില്ലെങ്കിൽ നിങ്ങളുടെ ഊർജം വിപുലമായി പല വഴിക്ക് തിരിയുന്നതിനാൽ കാര്യമായി ഒന്നും നേടാനാകാതെ പോകുന്നു.

ശരിയായ ആസൂത്രണത്തിലൂടെ മണിക്കൂറുകൾ, ആഴ്ചകൾ, മാസങ്ങൾ നീളുന്ന നിങ്ങളുടെ ആശയക്കുഴപ്പങ്ങൾ, തെറ്റുകൾ, പണത്തിന്റെയും ഊർജത്തിന്റെയും നഷ്ടം എന്നിവ മാറ്റാനാകുന്നു. ഇതാണ് ഏഴാമത്തെ ഗുണം.

ഇവിടെനിന്ന് അവിടേക്ക് എളുപ്പമെത്താൻ കഴിയില്ല

ശ്രദ്ധാപൂർവ്വമുള്ള ആസൂത്രണം, വിശകലനം എന്നിവയിലൂടെ മാത്രമേ ശരിയായ ബിസിനസ് സാഹചര്യങ്ങൾ മനസ്സിലാക്കിയെടുക്കാൻ സാധിക്കൂ. ഒരു പ്രത്യേക ലക്ഷ്യം നേടാൻ നമുക്കുള്ള സമയം, വിഭവം എന്നിവയിലൂടെ സാധിക്കില്ലെന്ന് തിരിച്ചറിയുന്നു.

അല്ലെങ്കിൽ നിലവിലെ സാഹചര്യം കണക്കിലെടുത്ത് ആ ലക്ഷ്യം നേടാൻ സാധിക്കില്ലെന്ന് ആസൂത്രണത്തിലൂടെ മനസ്സിലാകുന്നു. പലപ്പോഴും നിങ്ങളുടെ കരിയറിലെ ഏറ്റവും നല്ല ബിസിനസ് ഇടപാടുകൾ ആദ്യംതന്നെ നേടിയെടുത്തവയല്ല എന്ന് കാണാം.

ഞാനൊരു ധനികനുവേണ്ടി പ്രവർത്തിച്ചിട്ടുണ്ട്. അദ്ദേഹം നൽകിയ ഒരു ചെറു ഉപദേശം ഞാനൊരിക്കലും മറക്കില്ല. അദ്ദേഹം പറഞ്ഞു, 'ഒരു കാര്യത്തിൽനിന്ന് പുറത്തുപോകുന്നതിനേക്കാൾ എളുപ്പമാണ് അതിലേക്കുള്ള പ്രവേശനം.' എന്താണ് ഇതിന്റെ അർത്ഥം? വിഭവങ്ങളൊരുക്കാനും ആളുകളെ നിയമിക്കാനും പോകുന്നതിനുമുമ്പാണ് നിങ്ങൾ ശ്രദ്ധാപൂർവ്വമുള്ള ചിന്തകൾ നടത്തേണ്ടത് എന്നാണ്. അതിനുശേഷമല്ല.

സുപ്രധാനമായ അച്ചടക്കം

ആസൂത്രണം എന്നത് അച്ചടക്കവും കലയുമാണ്. അത് ശീലവും ശേഷിയും ഒത്തുചേർന്നതാണ്. ആവർത്തനം, പരിശീലനം എന്നിവയാൽ നേടാവുന്നതാണ് ആസൂത്രണം എന്ന കല. നിങ്ങൾ ചിന്തിക്കുന്നതിലും എളുപ്പത്തിൽ നേടാവുന്നതാണീ രണ്ട് കാര്യവും.

എല്ലാ ദൗത്യവും പ്രവൃത്തിയും ലിസ്റ്റ് ചെയ്യുക

ഒരു പ്രത്യേക ലക്ഷ്യം, അല്ലെങ്കിൽ ഉദ്ദേശ്യം നേടാൻ ആദ്യം മുതൽ അവസാനം വരെ കടന്നുപോകേണ്ടതായ എല്ലാ പ്രവൃത്തികളുടെയും ലിസ്റ്റാണ് പ്ലാൻ. ആസൂത്രണം എന്ന പ്രക്രിയയുടെ തുടക്കമെന്നത് ഒരു കഷണം പേപ്പറെടുത്ത് നിങ്ങൾ നേടേണ്ട ലക്ഷ്യത്തോട് ബന്ധപ്പെട്ട് നിങ്ങൾക്ക് ചിന്തിക്കാൻ കഴിയുന്ന എല്ലാ കാര്യങ്ങളും എഴുതിയിടുക എന്നതാണ്.

പുതിയ കാര്യങ്ങൾ കിട്ടുമ്പോൾ അതെല്ലാം ചേർക്കുക. കൂടുതൽ വിവരങ്ങൾ ലഭിക്കുന്നതിനായി തുടർച്ചയായി നിങ്ങളാ ലിസ്റ്റ് പുതുക്കിക്കൊണ്ടിരിക്കുക. ഒടുവിൽ ഈ ലിസ്റ്റായിരിക്കും നിങ്ങളുടെ സ്വപ്നഭവനത്തിന്റെയോ മാതൃകാപരമായ ലക്ഷ്യത്തിന്റെയോ ഫലത്തിന്റെയോ ബ്ലൂപ്രിന്റായി മാറുക.

മുൻഗണനയും ക്രമവും തീരുമാനിക്കുക

ദൗത്യങ്ങളുടെയും പ്രവൃത്തികളുടെയും പ്രാധാന്യമനുസരിച്ച് ലിസ്റ്റ് ക്രമീകരിക്കുക. മുൻഗണനയും ക്രമവും കൊടുക്കുക. ഏറ്റവും പ്രധാനപ്പെട്ടത് ഒന്നാമതായും പിന്നീട് പ്രാധാന്യം കുറഞ്ഞതിന്റെ ക്രമമനുസരിച്ചും ലിസ്റ്റ് തയ്യാറാക്കുക. മറ്റുള്ള പ്രവൃത്തി

കളിൽ ഏറ്റവുമാദ്യം ഏതാണ് ചെയ്യേണ്ടതെന്ന് നോക്കുക. മിക്കപ്പോഴും ഒരു ദൗത്യം പൂർത്തിയാക്കാതെ മറ്റൊരു ദൗത്യം പൂർത്തിയാക്കാൻ സാധിക്കില്ല. ചിലപ്പോൾ ഒരു ദൗത്യത്തിന്റെ പൂർത്തീകരണം മാത്രമായിരിക്കും പ്രശ്നം. എല്ലാ പ്രക്രിയകൾക്കും കീറാമുട്ടിയായി ആ ഒറ്റപ്രശ്നം നിലകൊള്ളാം.

സ്വയം പരിമിതപ്പെടുത്തുന്ന ഘടകം തിരിച്ചറിയുക

ആസൂത്രണത്തിൽ ചിലപ്പോൾ ഒരു പ്രത്യേക ലക്ഷ്യത്തിന്റെ പൂർത്തീകരണമോ അല്ലെങ്കിൽ ഒരു പ്ലാനിനുള്ളിലെ ഉദ്ദേശ്യം നടപ്പിൽ വരുന്നതോ ആയിരിക്കും ഒരു പ്ലാനിന്റെ വിജയത്തിൽ നിർണായക സ്വാധീനം ചെലുത്തുക. അത് ചിലപ്പോൾ പുതിയ ഓഫീസിന്റെയോ സ്റ്റോറിന്റെയോ ഫാക്ടറിയുടെയോ നിർമാണ പ്രവൃത്തി പൂർത്തിയാകുന്നതാ ആയിരിക്കാം. അതു ചിലപ്പോൾ ഉൽപ്പാദനം പൂർത്തിയാക്കി ആദ്യമായി വിതരണത്തിന് എത്തിക്കുന്ന തീയതിയാകാം, സേവനമാകാം, വിൽപ്പനയിലെ പ്രത്യേക നേട്ടമാകാം. അത്യാവശ്യമുള്ള ജോലിയിൽ പ്രധാനപ്പെട്ട ഒരാളെ നിയമിക്കുന്നതാകാം. പ്ലാനിന്റെ സുപ്രധാന ഘടകങ്ങൾ തിരിച്ചറിയാൻ ആസൂത്രണ പ്രക്രിയ സഹായിക്കും. തുടർന്ന് വിലപിടിച്ച സമയത്തിൽ കൂടുതൽ ഫോക്കസ് ചെയ്ത് പ്രധാന ദൗത്യങ്ങളിൽ കൂടുതൽ ശ്രദ്ധ കൊടുക്കാൻ സാധിക്കും. വിജയത്തിന് ഇത്തരം പ്രവൃത്തികളുടെ മുൻകൂട്ടിയുള്ള പൂർത്തീകരണം അനിവാര്യമായിരിക്കും.

ആദ്യമേ തോൽവി പ്രതീക്ഷിക്കുക

സൃഷ്ടിക്കുമ്പോൾതന്നെ ഒരു പ്ലാനും സമഗ്രമായിരിക്കില്ല. പുതുതായി എന്തെങ്കിലും നടപ്പാക്കാൻ ലക്ഷ്യമിടുന്ന പ്ലാനുകളിൽ ഭൂരിഭാഗവും തുടക്കത്തിൽ പലവട്ടം പരാജയപ്പെട്ടതായിരിക്കും. അത് പ്രതീക്ഷിക്കാവുന്നതാണ്. പ്രതികരണം സ്വീകരിക്കാനുള്ള നിങ്ങളുടെ കഴിവും പ്ലാനിൽ വരുത്തുന്ന കൂടുതൽ തിരുത്തലുകളും നിങ്ങളുടെ വിജയത്തിന് സുപ്രധാനമാണ്.

ചോദിച്ചുകൊണ്ടിരിക്കുക: എന്താണ് നടക്കുന്നത്, എന്താണ് നടക്കാത്തത്? ആരുടെ ശരി എന്നതിനുപകരം എന്താണ് ശരി എന്നതിന് കൂടുതൽ പ്രാധാന്യം കൊടുക്കുക.

പഴമൊഴി ഓർക്കുക: 'വീണ്ടും ചിത്രംവരയ്ക്കാനുള്ള ബോർഡിലേക്ക് തിരിച്ചുപോകുക'. കാര്യങ്ങൾ ഒന്നും ശരിയായില്ലെങ്കിൽ വീണ്ടും തുടങ്ങുക എന്നാണ് ഇതിനർത്ഥം. വരച്ച ചിത്രം ശരിയായില്ലെങ്കിൽ വീണ്ടും വരച്ച് തുടങ്ങുക.

എപ്പോഴെല്ലാം നിങ്ങളുടെ പ്ലാൻ ശരിയാകാതെ വരുന്നുവോ അപ്പോഴെല്ലാം മനസ്സിനെ ശാന്തമാക്കുക. റിലാക്സ്, ദീർഘശ്വാസ മെടുക്കുക, വീണ്ടും തിരിച്ചുവരിക.

പരിഹാരങ്ങളിൽ ഫോക്കസ് ചെയ്യുക

നിങ്ങൾക്കൊരു പ്രശ്നം നേരിടുമ്പോൾ അത് പരിഹരിക്കുമെന്ന് ദൃഢനിശ്ചയം ചെയ്യുക. കാര്യങ്ങൾ നടത്തുമ്പോൾ അതിന്റെ ഭാഗ മായി ബുദ്ധിമുട്ടുകളും പ്രതീക്ഷിക്കണം. അതെല്ലാം ഭംഗിയായി പരിഹരിക്കുമെന്ന് തീരുമാനിക്കുകയും വേണം. സമയത്തിൽ നിങ്ങൾക്ക് ലക്ഷ്യം പൂർത്തിയാക്കാൻ കഴിയുന്നില്ലെങ്കിൽ, സ്വയം ചോദിക്കുക: എന്താണ് പ്രശ്നം? മറ്റെന്തായിരിക്കാം പ്രശ്നം? അതി നെന്താണ് പരിഹാരം? മറ്റെന്തായിരിക്കാം പരിഹാരം? നമുക്കിപ്പോ ളെന്ത് ചെയ്യാം? അടുത്ത ചുവട് എന്താണ്?

പുതിയ ലക്ഷ്യത്തിന്റെ പൂർത്തീകരണത്തിനായി തുടക്കമിടു മ്പോൾ നിങ്ങളുടനെ തിരിച്ചടികളും തടസ്സങ്ങളും ബുദ്ധിമുട്ടുകളും അനുഭവിക്കാൻ തുടങ്ങും. താൽക്കാലിക പരാജയങ്ങളുമുണ്ടാകും. ഇത് പ്രതീക്ഷിക്കാവുന്നതാണ്. അത് തീർത്തും സ്വാഭാവികവും സാധാരണവുമാണ്. എന്തെങ്കിലും പുതിയത് തുടങ്ങി വിജയിപ്പി ക്കാൻ ഉറപ്പായും അതിശക്തമായ പ്രയത്നം ആവശ്യമാണ്. നിങ്ങൾ ക്കായി ഒരുക്കിയ ആ ലക്ഷ്യം നിറവേറ്റുന്നതിന് നിങ്ങൾ കൊടു ക്കുന്ന വിലയാണത്.

എഴുതി തയ്യാറാക്കുന്നതിനെക്കുറിച്ച് ചിന്തിക്കൂ

എപ്പോഴും പേപ്പറിൽ കുറിക്കൂ. എല്ലാ പ്രക്രിയകളുടെയും എല്ലാ ചുവടുകളുടെയും ലിസ്റ്റും ഉപലിസ്റ്റും തുടർച്ചയായി തയ്യാ റാക്കിക്കൊണ്ടിരിക്കുക. പ്ലാൻ പുതുക്കികൊണ്ടിരിക്കുക. ദേദപ്പെടു ത്തുക. കൂടുതൽ കൂടുതൽ മെച്ചപ്പെടുത്തി വരിക. സമഗ്രമായി തീരുംവരെ മെച്ചപ്പെടുത്തുക.

ഓർക്കുക, ആസൂത്രണം ഒരു കഴിവാണ്. കാരണം ഈ കഴിവ് പൂർണമായും നേടാവുന്നതാണ്. ലക്ഷ്യത്തിലേക്ക് ചിന്തിക്കാനും ആസൂത്രണം ചെയ്യാനും ഒരുക്കാനും തുടങ്ങിവയ്ക്കാനുമുള്ള നിങ്ങളുടെ കഴിവ് ആത്യന്തികമായി നിങ്ങളുടെ മേഖലയിലെ ഏറ്റവും ഉയർന്ന പത്ത് ശതമാനക്കാരുടെ ഗ്രൂപ്പിലെത്തിക്കും. എന്നാൽ അതിന് സമയമെടുക്കും.

ഒരേ സമയം പൂർത്തിയാക്കേണ്ട ബഹുവിധ ലക്ഷ്യത്തിനായി നിങ്ങൾക്ക് പ്രോജക്ട് പ്ലാനിങ് ഷീറ്റ് ഉപയോഗിച്ച് നോക്കാം. ഇതു പയോഗിച്ചാൽ ലക്ഷ്യത്തിന്റെ വ്യക്തമായ ചിത്രം ലഭിക്കും. ആ

ലക്ഷ്യം നേടാൻ നിങ്ങളെന്ത് നടപടിയെടുക്കണമെന്ന് വ്യക്തമായി മനസ്സിലാക്കാൻ സാധിക്കും. ആസൂത്രണ പ്രക്രിയയിൽ നിങ്ങളുടെ ശക്തിയും ദൗർബല്യവും പൂർണമായും മനസ്സിലാക്കാൻ ഈ രീതി സഹായിക്കും.

പ്രോജക്ട് പ്ലാനിങ് മോഡൽ

എന്താണ് പ്രോജക്ട് പ്ലാനിങ് മോഡൽ? ഈ രീതിയിൽ, പ്രോജക്ട് പൂർത്തിയാക്കാൻ വേണ്ട സമയത്തെക്കുറിച്ച് മനസ്സിലാക്കാൻ പേജിന് മുകളിൽ അതിനുവേണ്ട തീയതി, ആഴ്ചകൾ, മാസങ്ങൾ എന്നിവയെഴുതുന്നു. പ്രോജക്ട് പൂർത്തിയാകാൻ പന്ത്രണ്ട് മാസമെടുക്കുമെങ്കിൽ നിങ്ങൾ ഈ മാസം തുടങ്ങി പന്ത്രണ്ട് മാസങ്ങളും പേപ്പറിൽ എഴുതുന്നു. പ്രോജക്ടിനുവേണ്ട സമയപരിധി അതോടെ ലഭിക്കുന്നു.

ആത്യന്തിക ലക്ഷ്യം നിറവേറ്റുന്നതിനായി കൃത്യമായ ക്രമത്തിൽ എന്തെല്ലാം ദൗത്യങ്ങളുണ്ടോ അതിന്റെയെല്ലാം ലിസ്റ്റ് പേപ്പറിന്റെ താഴെ ഇടത്ത് കോളത്തിൽ എഴുതുക. തുടങ്ങിവയ്ക്കാൻ നിങ്ങൾക്കെന്ത് വേണം? അതിൽ ആദ്യം തുടങ്ങേണ്ടത് എന്താണ്? രണ്ടാമതായി തുടങ്ങേണ്ടത് എന്താണ്? അങ്ങനെ ക്രമത്തിൽ എഴുതുക.

എങ്ങനെയായിരിക്കും നിങ്ങളുടെ മാതൃകാപരമായ ഫൈനൽ ഫലം കാഴ്ചയിൽ ഇരിക്കുക എന്ന് താഴെ വലത്ത് വശത്തെ മൂലയിൽ വ്യക്തമായി എഴുതുക. നിങ്ങൾ ആഗ്രഹിക്കുന്ന ലക്ഷ്യത്തിനായി എത്ര വ്യക്തത ഉണ്ടോ അത്രയും എളുപ്പം അത് നേടുവാനുമാകുന്നു.

ഒരു പ്രത്യേക ദൗത്യത്തിന് ആദ്യംമുതൽ അവസാനം വരെ എത്ര സമയമെടുക്കുന്നു എന്നത് സമാന്തരമായി തീർത്ത കളങ്ങളിൽ എഴുതുക. ഇതിൽ ചില ദൗത്യങ്ങൾ ഒരേസമയം പൂരിപ്പിച്ച് പോകാവുന്നതേയുള്ളൂ. എന്നാൽ ചില ദൗത്യങ്ങൾ വളരെ പ്രധാനപ്പെട്ടതായിരിക്കും. ചിലത് വളരെ കുറഞ്ഞ പ്രാധാന്യമുള്ളതായിരിക്കും. ഇത്തരം പ്രോജക്ട് പ്ലാനിങ് ഷീറ്റിലൂടെ നിങ്ങൾക്കിപ്പോൾ സമഗ്രമായി, വളരെ വ്യക്തതയോടെ നിങ്ങളുടെ ലക്ഷ്യം മുന്നിൽ കാണാം.

നിങ്ങളുടെ ടീമിനെ ഒത്തുകൂട്ടുക

പ്ലാനിൽ ഭാഗമായ, ഏതെങ്കിലും കാര്യത്തിൽ ഉത്തരവാദികളായ എല്ലാവരെയും ഉൾപ്പെടുത്തി കൊണ്ടായിരിക്കണം ആസൂത്രണ

പ്രക്രിയ രൂപപ്പെടുത്തേണ്ടത്. ഏതെങ്കിലും പ്രത്യേക ദൗത്യം അതിവേഗം എളുപ്പം തീർക്കാമെന്ന തെറ്റിദ്ധാരണ സാധാരണയായി കാണാറുണ്ട്. എന്നാൽ നമ്മൾ എളുപ്പമെന്ന് വിധിയെഴുതിയ ദൗത്യമായിരിക്കും ചിലപ്പോൾ ഏറ്റവും കൂടുതൽ സമയമെടുക്കുക. ചിലപ്പോൾ പലമാസങ്ങൾ വേണ്ടിവരും ആ ദൗത്യം പൂർത്തീകരിക്കാൻ. സുപ്രധാനമായ ഭാഗം തീർക്കാൻ കൂടുതൽ കാലമെടുത്താൽ ചിലപ്പോൾ ആ പ്ലാൻ മൊത്തമായി തന്നെ നവീകരിക്കാൻ നിർബന്ധിതരാകും.

ഞങ്ങളുടെ ബിസിനസ്സിൽ വന്ന ഒരു പുതിയ കാര്യം എല്ലാ ഉപഭോക്താക്കളെയും ന്യൂസ് ലെറ്റർ വഴി അറിയിക്കാൻ മാനേജർമാരിലൊരാൾ തീരുമാനിച്ചു. അതിന്റെ ഭാഗമായി കൊമേഴ്സ്യൽ മാനേജറെ വിളിച്ച് ന്യൂസ് ലെറ്റർ ഒരാഴ്ചക്കകം തയ്യാറാക്കാൻ നിർദേശം കൊടുത്തു.

എന്നാൽ പ്രൊഫഷണൽ രീതിയിൽ എഴുതി ഡിസൈൻ ചെയ്ത് പ്രിന്റ് ചെയ്ത് അയയ്ക്കാൻ ചുരുങ്ങിയത് ആറ് മുതൽ എട്ട് ആഴ്ചകൾ വരെയെടുക്കുമെന്നും രണ്ടായിരം ഡോളറിന് മീതെ ചെലവും വരുമെന്നുംകേട്ട് മാനേജർ ഞെട്ടിപോയി. ആ പ്രോജക്ട് ഉടനെ റദ്ദാക്കുകയും ചെയ്തു.

എല്ലാ സ്റ്റെപ്പുകളും വളരെ കൃത്യമായി കണ്ടെത്തേണ്ടത് പ്രധാനമാണ്. ആസൂത്രണ പ്രക്രിയ തുടങ്ങുമ്പോൾ ഇതെത്രമാത്രം കൃത്യമായി ചെയ്യാമെന്നതിലായിരിക്കും ഉത്കണ്ഠ. ഓരോ സ്റ്റെപ്പും പൂർത്തിയാക്കാൻ കൃത്യമായി എത്ര സമയമെടുക്കുമെന്നും അറിയണം. ലക്ഷ്യങ്ങൾ പൂർത്തീകരിക്കുന്നതിനിടയിൽ ചിലപ്പോൾ ശുഭാപ്തി വിശ്വാസത്തിന്റെ സമയമുണ്ടാകും. ചിലപ്പോൾ യാഥാർത്ഥ്യം തിരിച്ചറിയുന്ന സമയമുണ്ടാകും. നിങ്ങളോടുതന്നെ പൂർണമായും സത്യസന്ധനായിരിക്കുക. ഒരിക്കലും ഭാഗ്യത്തിന്റെ പങ്ക് അന്വേഷിക്കാതിരിക്കുക. അല്ലെങ്കിൽ പ്രകൃതി നിയമം നിങ്ങൾക്ക് അനുകൂലമായി പ്രവർത്തിക്കുമെന്നും പ്രതീക്ഷിക്കരുത്.

സാധ്യതയുള്ള ബുദ്ധിമുട്ടുകൾ തിരിച്ചറിയുക

ആസൂത്രണത്തിന്റെ പ്രക്രിയയിൽ സാധാരണയായി പല പ്രശ്നങ്ങളും പരിഹരിക്കുന്നതിനുമുമ്പ് ഒരു വലിയ പ്രശ്നം ഉറപ്പായും പരിഹരിക്കേണ്ടിവരും. സാധാരണയായി മറ്റുപല ലക്ഷ്യങ്ങളും നേടുന്നതിനുമുമ്പ് ഒരു പ്രധാന ലക്ഷ്യം നേടേണ്ടതുണ്ടാകും. അല്ലെങ്കിൽ പ്ലാനിന്റെ മറ്റുപല കാര്യങ്ങളും വിജയിപ്പിക്കും മുമ്പ് ഒരു സുപ്രധാന ഘടകം കൈകാര്യം ചെയ്യേണ്ടതുണ്ടാകും.

ഉദാഹരണത്തിന് ചില കമ്പനികൾ തുടങ്ങുന്ന കാര്യം പറയാം. എല്ലാ സൂക്ഷ്മമായ കാര്യങ്ങളും പാലിച്ചായിരിക്കും കമ്പനികൾ തുടങ്ങുന്നത്. എന്നാൽ വരുമാനം ഉണ്ടാക്കേണ്ട പ്രൊഫഷണൽ സെയിൽസ് പ്രോസസ് മാത്രം ഒരുക്കാൻ കഴിഞ്ഞിട്ടുണ്ടാകില്ല. തന്ത്രപരമായ ആസൂത്രണ പ്രക്രിയയിലൂടെ കമ്പനി കടന്നുപോയിട്ടുണ്ടാകും. വാടകയ്ക്കോ പാട്ടത്തിനോ ഓഫീസ് എടുത്തിട്ടുണ്ടാകും. ഫർണീച്ചർ വാങ്ങിയിട്ടുണ്ടാകും. ആവശ്യമായ കമ്പ്യൂട്ടറുകളും മറ്റ് ഉപകരണങ്ങളും വാങ്ങിയിരിക്കും. ഭരണനിർവഹണ മേഖലയിലേക്കും വിൽപ്പനയിലേക്കും ആളുകളെ നിയമിച്ചിരിക്കും. ശാസ്ത്രീയമായ കണക്കെഴുത്ത് സംവിധാനം തുടങ്ങിയിരിക്കും. പരസ്യം ചെയ്തിരിക്കും. എന്നാൽ ഒന്നാംകിട സെല്ലിങ് പ്രോസസ് അതുവരെ സ്ഥാപിച്ചിട്ടുണ്ടാകില്ല. ചുരുങ്ങിയ മാസങ്ങൾക്കകം എന്തിന് ചിലപ്പോൾ ആഴ്ചക്കൾക്കകം വിൽപ്പനയിലൂടെ വരുമാനം ഇല്ലാതെ കമ്പനി പൂട്ടിപ്പോയേക്കും. ഒരുസമയം ധാരാളമായി തുടങ്ങിയ ഡോട്ട് കോം കമ്പനികൾ ഷട്ടറിട്ടത് ഇക്കാരണത്താലാണ്.

നിർണായകമായ ഫലങ്ങൾ തീരുമാനിക്കുക

വഴിയിൽ ഓരോ ചുവടുകളിലും എന്ത് നിർണായകമായ ഫലങ്ങൾ ഉണ്ടാക്കിയാണ് നിങ്ങൾ ആത്യന്തിക ലക്ഷ്യത്തിലേക്ക് നടന്നടുക്കേണ്ടത്? ലക്ഷ്യം സമയബന്ധിതമായി പൂർത്തിയാക്കാൻ നിങ്ങൾക്കെങ്ങനെ അത് പ്ലാൻ ചെയ്യാം? മുൻഗണന നിശ്ചയിക്കാം? കാര്യങ്ങൾ കൈവിട്ടുപോകുകയാണെങ്കിൽ എന്തായിരിക്കും നിങ്ങളുടെ പ്ലാൻ? സുപ്രധാനമായ ഉദ്ദേശ്യം നേടി ലക്ഷ്യം കാണുന്നതിലേക്ക് നീങ്ങുമ്പോൾ പ്രതീക്ഷിച്ചതിലും കൂടുതൽ സമയവും ചെലവുമാകുകയാണെങ്കിൽ നിങ്ങളെന്തുചെയ്യും? എന്തെങ്കിലും തകരാറിലായാൽ എന്താണ് ബദൽ പ്ലാൻ? ചിലപ്പോൾ ഇതിനോട് ബന്ധപ്പെട്ട് ഈ വരി നിങ്ങൾ കേട്ടിരിക്കും. വലിയ കപ്പൽപോലെയാണ് മഹത്തായ ജീവിതവും. ഒരിക്കലുമത് ഒറ്റ പ്രതീക്ഷയിൽ മാത്രം താങ്ങിനിർത്തിയതാകില്ല, ഒരു കയർകൊണ്ട് പിടിച്ചതുമാകില്ല.

ആസൂത്രണമാണ് വിജയത്തിലേക്കുള്ള താക്കോൽ

ലക്ഷ്യം നേടുന്നതിൽ ആസൂത്രണം മാത്രം മതിയാകും ലക്ഷ്യപൂർത്തീകരണത്തിലെ എല്ലാ പ്രക്രിയയും മെച്ചപ്പെടുത്താനും സ്വാഭാവികഗതി ഉറപ്പുവരുത്താനും. തുടങ്ങുന്നതിനുമുമ്പ് നിങ്ങൾക്കെത്ര കൂടുതൽ പതിവായി ശ്രദ്ധാപൂർവം പ്ലാൻ ചെയ്യാമോ അത്രയും നന്നായി മൊത്തത്തിൽ അതായിത്തീരും. ആസൂത്രണം

നിങ്ങൾക്കെത്ര മെച്ചപ്പെടുത്താൻ കഴിയുമോ അത്രയും കൂടുതൽ ആശയങ്ങളും അവസരങ്ങളും നിങ്ങൾ പ്ലാനിലേക്ക് ആകർഷിക്കും. തുടർന്ന് കൂടുതൽ വലിയ കാര്യങ്ങൾ നേടാനുമാകും.

നിങ്ങൾക്കെന്താണ് വ്യക്തമായും വേണ്ടത്, അത് എഴുതി വയ്ക്കുക. പ്ലാൻ ഉണ്ടാക്കുക. അത് കൃത്യമായി നടപ്പാക്കുക. ഇത് വ്യക്തിഗത ഫലപ്രാപ്തിക്കും ഉയർന്ന നേട്ടങ്ങൾക്കും സുപ്രധാനമാണ്. ഇതെല്ലാം നേടാവുന്ന കഴിവുകളാണ്. അതിൽ നിങ്ങൾക്ക് മികവ് നേടാനുമാകും. അധികസമയം വേണ്ട, നിങ്ങൾക്ക് ജീവിതമോ ബിസിനസ്സോ കാര്യമായി പരിവർത്തനം ചെയ്യാനാകും. വിൽപ്പനയും ലാഭക്ഷമതയും ഇരട്ടിയാക്കാനാകും. ലക്ഷ്യം പൂർത്തീകരിക്കാനാകും. നിങ്ങളുടെ യഥാർത്ഥ അന്തർലീനശക്തി സഫലീകരിക്കാനുമാകും.

കർമപദ്ധതി രൂപീകരിക്കുക

1. നിങ്ങളുടെ ലക്ഷ്യം നേടാൻ വേണ്ടതെന്ന് നിങ്ങൾക്ക് തോന്നുന്നതായ എല്ലാ കാര്യങ്ങളുടെയും ലിസ്റ്റ് തയ്യാറാക്കുക. ഒന്നും വിട്ടുപോകരുത്.
2. മുൻഗണനാപ്രകാരം ഒരുക്കുക. എന്താണ് ഏറ്റവും കൂടുതൽ പ്രാധാന്യമുള്ള ദൗത്യം അല്ലെങ്കിൽ പ്രവൃത്തി? എന്താണ് രണ്ടാമത് പ്രാധാന്യമുള്ള ദൗത്യം, അങ്ങനെ ക്രമം സൂക്ഷിക്കുക.
3. ക്രമമനുസരിച്ച് ലിസ്റ്റ് ഒരുക്കുക. എന്താണ് മുമ്പ് ചെയ്യേണ്ടത്? എന്താണ് ശേഷം ചെയ്യേണ്ടത്?
4. നിങ്ങളുടെ ലക്ഷ്യം നേടാനും ദൗത്യം പൂർത്തിയാക്കാനും എത്രമാത്രം സമയവും പണവും വേണ്ടിവരുമെന്ന് തീരുമാനിക്കുക. നിങ്ങൾക്ക് വിജയം കാണുന്നതിനാവശ്യമായ മതിയായ സമയവും വിഭവങ്ങളും ഉണ്ടോ?
5. നിങ്ങളുടെ പ്ലാൻ തുടർച്ചയായി പുനർസന്ദർശനം നടത്തുക. പരിഷ്കരിക്കുക. നിങ്ങൾക്ക് പുതിയ അറിവുകൾ ലഭിക്കുമ്പോൾ പ്രത്യേകിച്ചും. അല്ലെങ്കിൽ കാര്യങ്ങൾ നിങ്ങൾ പ്രതീക്ഷിക്കുമ്പോൾ പോകാതെ വരുമ്പോൾ. ആവശ്യമെങ്കിൽ മാറ്റാൻ തയ്യാറായിരിക്കുക.

17

ഭംഗിയായി സമയം കൈകാര്യം ചെയ്യുക

മണൽപൊടികൾ എന്നപോലെ നമ്മുടെ കൈകളിൽനിന്ന് സമയം ചോരുന്നു. അതൊരിക്കലും തിരിച്ചുവരുന്നില്ല. സമയത്തെ നല്ലവണ്ണം കൈകാര്യം ചെയ്യുന്നവർക്ക് സമ്പത്തും ഗുണഫലങ്ങളും സംതൃപ്തിയും പ്രതിഫലമായി ലഭിക്കുന്നു.

റോബിൻ ശർമ

നിങ്ങളുടെ ലക്ഷ്യങ്ങളെല്ലാം നേടാനും നിങ്ങൾക്ക് ആകാൻ കഴിയുന്നതെല്ലാം ആയിത്തീരാനും വേണ്ടത് സമയത്തെ നിയന്ത്രണത്തിൽ കൊണ്ടുവരിക എന്നതാണ്. എന്തും നിയന്ത്രിക്കാനുള്ള വിവേകം നമുക്കുണ്ടെങ്കിൽ സന്തോഷം, ആത്മവിശ്വാസം, അധികാരം, വ്യക്തിഗത സൗഖ്യം എന്നീ വികാരങ്ങൾ കൈവരുമെന്ന് മനഃശാസ്ത്രജ്ഞർ പൊതുവേ അംഗീകരിച്ചിട്ടുള്ള കാര്യമാണ്. വിശിഷ്ടമായി സമയം കൈകാര്യം ചെയ്യാനുള്ള കഴിവ് പരിശീലിക്കുന്നതുകൊണ്ട് മാത്രമേ നിയന്ത്രിക്കാനുള്ള കഴിവും ലഭിക്കൂ.

നല്ല വാർത്ത എന്തെന്നാൽ സമയം കൈകാര്യം ചെയ്യൽ എന്നത് ഒരു കഴിവാണ്. മറ്റേതൊരു കഴിവുംപോലെ ഇതും നേടാവുന്നതാണ്. കഴിഞ്ഞ കാലത്തിൽ നിങ്ങൾ എത്ര ക്രമരഹിതമായി ജീവിച്ചിരുന്നു എന്നതൊന്നും പ്രശ്നമല്ല. എത്ര മാത്രം നിങ്ങൾ കാര്യങ്ങൾ മാറ്റിവെച്ചു എന്നതും പ്രശ്നമല്ല. അല്ലെങ്കിൽ ഒട്ടും മൂല്യമില്ലാത്ത കാര്യങ്ങളെ ചുറ്റിപ്പറ്റി ജീവിച്ചു എന്നതും പ്രശ്നമല്ല. നിങ്ങൾക്ക് മാറാം. നിങ്ങളുടെ മേഖലയിൽ ഏറ്റവും കാര്യശേഷിയുള്ള ഫലപ്രദമായി കാര്യങ്ങൾ ചെയ്യാൻ കഴിയുന്ന ഗുണഫലങ്ങളുണ്ടാക്കുന്ന വ്യക്തിയായി മാറാൻ നിങ്ങൾക്ക് സമയത്തെ ഭംഗിയായി കൈകാര്യം ചെയ്യാൻ പഠിക്കുന്നതിലൂടെ കഴിയും. ആശയക്കുഴപ്പത്തിൽനിന്ന് വ്യക്തതയിലേക്ക്, നിരാശയിൽനിന്ന് ഫോക്കസ് ചെയ്യുന്നതിലേക്ക് മറ്റുള്ളവർ എങ്ങനെ മാറിയെന്ന് മനസ്സിലാക്കുക.

ആവർത്തനങ്ങളിലൂടെയും പരിശീലനത്തിലൂടെയും നിങ്ങൾക്കും നിങ്ങളുടെ മേഖലയിൽ ഏറ്റവും ഫലപ്രാപ്തിയുള്ള വ്യക്തികളിലൊരാളായി മാറാം.

തിരഞ്ഞെടുപ്പും തീരുമാനങ്ങളും

നിങ്ങൾക്ക് വ്യക്തമായ ലക്ഷ്യങ്ങൾ ഒരുക്കാനുള്ള കഴിവാണ് നാണയത്തിന്റെ മുൻവശത്തെ ഭാഗമെങ്കിൽ ഓരോ ദിവസത്തെയും എല്ലാ മിനിറ്റും നിങ്ങളെ പ്രവർത്തനക്ഷമമാക്കുകയും ഏറ്റവും പ്രധാനപ്പെട്ട ദൗത്യങ്ങളിൽ പ്രവർത്തിപ്പിക്കുകയും ചെയ്യുന്നതാണ് നാണയത്തിന്റെ മറുഭാഗം. നിങ്ങളുടെ തിരഞ്ഞെടുപ്പും തീരുമാനങ്ങളും ഒത്തുചേർന്നതാണ് നിങ്ങളുടെ ഇതുവരെയുള്ള ജീവിതം. ജീവിതത്തിൽ ഏതെങ്കിലും തരത്തിലുള്ള മാറ്റമോ മെച്ചപ്പെടുത്തലോ വേണമെങ്കിൽ നിങ്ങൾ പുതിയ തിരഞ്ഞെടുപ്പും തീരുമാനങ്ങളും സ്വീകരിക്കണം. ഇത്തരം തിരഞ്ഞെടുപ്പും തീരുമാനങ്ങളും നിങ്ങളുടെ സത്തയ്ക്ക് അനുസൃതമായിരിക്കണം. നിങ്ങൾക്ക് എന്താണ് വേണ്ടതെന്നതിന്റെ അടിസ്ഥാനത്തിലുമാകണമിത്.

സമയത്തെ ഭംഗിയായി കൈകാര്യം ചെയ്യുന്നതിന്റെ സ്റ്റാർട്ടിങ് പോയിന്റ് എന്നത് നിങ്ങളുടെ ലക്ഷ്യം തീരുമാനിക്കുക എന്നതും പിന്നീട് ആ ലക്ഷ്യങ്ങളെ മുൻഗണനയും മൂല്യവും പ്രകാരം ഒരുക്കുക എന്നതുമാണ്. ഏത് നിമിഷത്തിലും നിങ്ങൾക്കെന്താണ് ഏറ്റവും കൂടുതൽ പ്രാധാന്യമുള്ളതെന്ന് ആ സമയം തികഞ്ഞ വ്യക്തത ഉണ്ടായിരിക്കണം.

ഒരു സമയം അത് ബിസിനസ്, സാമ്പത്തികം, കരിയർ മുന്നേറ്റം എന്നിവയാകാം. പിന്നീടത് കുടുംബം, ബന്ധങ്ങൾ എന്നിവയോട് ബന്ധപ്പെട്ടതാകാം. മറ്റൊരവസരത്തിൽ ആരോഗ്യം അല്ലെങ്കിൽ ഫിറ്റ്നസ് വിഷയമാകാം. ഓരോ കേസിലും നിങ്ങൾ സൂക്ഷ്മമായി ഫോക്കസ് ചെയ്യുന്ന ആളാകണം. ഒളിഞ്ഞിരുന്ന് വെടിയുതിർക്കുന്നയാളിനെ പോലെയാകണം. ആ നിമിഷത്തിലെ ഉയർന്ന പ്രാധാന്യം മനസ്സിലാക്കി വേണം പ്രവർത്തിക്കേണ്ടത്. ഒരേസമയം നിരവധി കാര്യങ്ങൾ ചെയ്യുന്ന ആളെ പോലെയാകരുത്. മെഷിൻ ഗണ്ണുകൊണ്ട് തോന്നിയ ഇടത്തേക്ക് വെടിയുതിർക്കുന്ന പോലെയാകരുത്.

ശരിയായ കാര്യം ചെയ്യാം

ഒരിക്കൽ മെറ്റാഫിസിഷ്യനും തത്വചിന്തകനുമായ പീറ്റർ ഔസ്പെൻസ്കിയോട് വിദ്യാർത്ഥി ചോദിച്ചു: 'ഞാനെന്താണ് ശരിക്കും

ചെയ്യേണ്ടതെന്ന് എനിക്കെങ്ങനെ അറിയാനാകും?' ഔസ്പെൻസ്കി മറുപടി പറഞ്ഞു: 'നിങ്ങളുടെ ഉന്നം എന്താണെന്ന് എന്നോട് പറയുക. എങ്കിൽ നിങ്ങളെന്താണ് ശരിക്കും ചെയ്യേണ്ടതെന്ന് പറഞ്ഞുതരാം. ഇതൊരു പ്രധാന പോയിന്റാണ്. എന്താണ് ശരിയും തെറ്റും, എന്താണ് കൂടുതൽ പ്രധാനം, എന്താണ് കുറച്ച് പ്രധാനം, എന്തിനാണ് കൂടുതൽ മുൻഗണന, എന്തിനാണ് കുറച്ച് മുൻഗണന എന്നിവയെല്ലാം തീരുമാനിക്കാനുള്ള ഒരേയൊരു വഴി എന്നത് ആ പ്രത്യേക നിമിഷത്തിലെ നിങ്ങളുടെ ഉന്നം, അല്ലെങ്കിൽ ലക്ഷ്യം എന്നിവ കണ്ടെത്തുക എന്നതാണ്. ആ പോയിന്റ് മുതൽ നിങ്ങളുടെ പ്രവൃത്തികളെല്ലാം A കർമം എന്നും B കർമം എന്നും വിഭജിക്കാം.

നിങ്ങളുടെ ലക്ഷ്യത്തിലേക്ക് കൂടുതൽ വേഗത്തിൽ നേരിട്ട് നയിക്കുന്നതാണ് A കർമം. എന്നാൽ B എന്ന കർമം നിങ്ങളുടെ പ്രധാന ലക്ഷ്യത്തിലേക്ക് നിങ്ങളെ നയിക്കുന്നില്ല.

സാമർത്ഥ്യത്തിന്റെ വേഷം

ജീവിതത്തിലും ജോലിയിലുമുള്ള വിജയത്തിന്റെ അടിസ്ഥാന കാരണം കണ്ടെത്താൻ ആയിരക്കണക്കിന് സ്ത്രീപുരുഷന്മാരെ ഗാലപ് അഭിമുഖം നടത്തി. അവരെല്ലാവരും സാമർത്ഥ്യം അല്ലെങ്കിൽ ബുദ്ധിശക്തിയുടെ പ്രാധാന്യമാണ് എടുത്ത് പറഞ്ഞത്. എന്നാൽ ഗവേഷകർ ബുദ്ധിശക്തിയുടെ കാര്യം സൂക്ഷ്മമായി ചോദിച്ചപ്പോൾ അവർക്കൊരു രസകരമായ ഉത്തരം ലഭിച്ചു. സ്കൂളിലെ ഉയർന്ന ഗ്രേഡോ ഉയർന്ന ഐ ക്യു വോ അല്ല ബുദ്ധിശക്തിയായി അവർ വിശേഷിപ്പിച്ചത്. ഒരുതരം അഭിനയമെന്നാണ് അവർ ബുദ്ധിശക്തിയെ വിശേഷിപ്പിച്ചത്.

മറ്റൊരു തരത്തിൽ പറഞ്ഞാൽ നിങ്ങൾ ബുദ്ധിമാനെപ്പോലെ അഭിനയിച്ചാൽ നിങ്ങൾ ബുദ്ധിമാൻ. നിങ്ങൾ ബുദ്ധിയില്ലാത്ത ആളെപോലെ അഭിനയിച്ചാൽ ബുദ്ധിഹീനൻ. നിങ്ങൾക്ക് ലഭിച്ച ബിരുദമോ ഗ്രേഡുകളോ ഇവിടെ പ്രാധാന്യമർഹിക്കുന്നില്ല.

എങ്കിൽ എന്താണ് ബുദ്ധി സാമർത്ഥ്യത്തോടെയുള്ള അഭിനയം?

നിങ്ങൾക്കായി ഒരുക്കിയ ലക്ഷ്യം നേടുന്നതിനായി തുടർച്ചയായി ചെയ്യുന്നതാണ് ബുദ്ധിസാമർത്ഥ്യത്തോടെയുള്ള അഭിനയം. ഓരോസമയവും നിങ്ങൾ ചെയ്യുന്ന എന്തുകാര്യങ്ങളും നിങ്ങളുടെ ലക്ഷ്യത്തിലേക്ക് കുറച്ചെങ്കിലും അടുപ്പിക്കുന്നുണ്ടെങ്കിൽ ബുദ്ധിസാമർത്ഥ്യത്തോടയുള്ള അഭിനയമെന്ന് പറയാം. മറിച്ച് ബുദ്ധി

ശൂന്യതയോടെയുള്ള അഭിനയം നിങ്ങളുടെ ലക്ഷ്യത്തിലേക്ക് ഒട്ടും അടുപ്പിക്കുന്നില്ല. ചിലപ്പോൾ ലക്ഷ്യത്തിൽനിന്ന് അകറ്റികളയുകയും ചെയ്യുന്നു.

ചുരുക്കി പറയുകയാണെങ്കിൽ നിങ്ങൾ ചെയ്യുന്ന കാര്യം നിങ്ങളുടെ ലക്ഷ്യം കാണാൻ സഹായിക്കുന്നതല്ലെങ്കിൽ അത് വെറും ബുദ്ധിശൂന്യമായ നീക്കംമാത്രമാണ്. ലോകം മുഴുവൻ എല്ലാ ദിവസവും ബുദ്ധി ശൂന്യമായി പ്രവർത്തിക്കുന്നവരുടെ കൂട്ടമാണ്. ഇത്തരം പ്രവൃത്തി അവരുടെ ജീവിതത്തിൽ നെഗറ്റീവ് ഫലം ഉണ്ടാക്കുന്നുവെന്ന് അവർക്ക് ധാരണയില്ല.

നിങ്ങളുടെ നീണ്ടകാല ലക്ഷ്യം തീരുമാനിക്കുക

സമയപരിപാലനം തുടങ്ങുന്നത് വ്യക്തതയിലാണ്. നിങ്ങളുടെ ജീവിതത്തിന്റെ ഓരോ മേഖലയിലും നിങ്ങൾക്കെന്താണ് നേടാനുള്ളതെന്ന് സമയം എടുത്തിരുന്ന് ആലോചിച്ച് കണ്ടെത്തി അത് ഒരു പേപ്പറിൽ കുറിക്കുക. നിങ്ങളുടെ നീണ്ടകാല ആത്യന്തികലക്ഷ്യങ്ങൾ അത് ചിലപ്പോൾ സാമ്പത്തിക വിജയമായിരിക്കാം, കുടുംബപരമായ വിജയം ആയിരിക്കാം, വ്യക്തിഗത ആരോഗ്യ, ഫിറ്റ്നസ് പ്രശ്നമായിരിക്കാം. ഒരിക്കൽ നിങ്ങൾ ഉന്നമിടുന്ന ലക്ഷ്യത്തെക്കുറിച്ച് വ്യക്തത ലഭിക്കുമ്പോൾ നിങ്ങൾ വർത്തമാന കാലത്തേക്ക് തിരിച്ചെത്തി ദിവസത്തിലെ എല്ലാ മിനിറ്റിലെയും മണിക്കൂറിലെയും കാര്യങ്ങൾ പ്ലാൻ ചെയ്യുക. നിങ്ങൾക്ക് ലഭിച്ച സമയത്തിൽ സാധ്യമായതെല്ലാം നടപ്പാക്കാൻ ഇത് നിങ്ങളെ സഹായിക്കും.

ലിസ്റ്റുമായി തുടങ്ങുക

മുൻഗണനാപ്രകാരം ഒരുക്കിയ ലിസ്റ്റാണ് സമയപരിപാലനത്തിന്റെ പ്രാഥമിക ഉപകരണം. അതുപയോഗിച്ചാണ് വ്യക്തിപരമായ നടത്തിപ്പ്. വസ്തുത എന്തെന്നാൽ നിങ്ങൾക്കൊരിക്കലും സമയം മാനേജ് ചെയ്യാൻ പറ്റില്ല. നിങ്ങൾക്ക് നിങ്ങളെ മാത്രമേ മാനേജ് ചെയ്യാൻ പറ്റൂ. അതുകൊണ്ടാണ് ടൈം മാനേജ്മെന്റിന് സ്വയമുള്ള അച്ചടക്കം, സ്വയം നിയന്ത്രണം, സ്വയം നിയന്ത്രണശക്തി എന്നിവ ആവശ്യമായുള്ളത്. മികച്ച തിരഞ്ഞെടുപ്പും തീരുമാനങ്ങളുമെടുത്ത് ജീവിതവും ജോലിയും ഗുണപരമാക്കുക എന്നതാണ് ടൈം മാനേജ്മെന്റ് ആവശ്യപ്പെടുന്നത്. അതിനാൽ തീരുമാനങ്ങളെ പിന്തുടരുക.

ദീർഘകാല, മധ്യകാല, ഹ്രസ്വകാല ലക്ഷ്യങ്ങളും പദ്ധതികളുമായി നിങ്ങൾ ജീവിതത്തെ ആസൂത്രണം ചെയ്യണം. ഓരോ

മാസവും എന്തെല്ലാം കാര്യങ്ങൾ ഒരേസമയം ചെയ്ത് തീർക്കുവാനായി എടുക്കണമെന്ന് കണ്ടെത്തുക. അതിലെ ഓരോ കാര്യങ്ങളുടെയും ലിസ്റ്റ് തയ്യാറാക്കുക. മുൻഗണനയും ക്രമവും വെച്ചായിരിക്കണം ആ ലിസ്റ്റ് ഒരുക്കേണ്ടത്.

മുൻകൂട്ടിയുള്ള ആസൂത്രണം ഉപയോഗിക്കുക

എല്ലാ ആഴ്ചയും മുൻകൂട്ടി ആസൂത്രണം ചെയ്യാൻ തുടങ്ങുക. അടുത്തയാഴ്ചയിലെ ജോലി ഞായറാഴ്ച ആസൂത്രണം ചെയ്യുന്നതാകും നല്ലത്. എല്ലാദിവസത്തെയും കാര്യങ്ങൾ തലേന്നുതന്നെ ആസൂത്രണം ചെയ്യുക.

അടുത്ത ദിവസത്തെ കാര്യങ്ങൾ തലേന്ന് ആസൂത്രണം ചെയ്യുന്നതോടെ രാത്രി മുഴുവൻ നിങ്ങളുടെ ഉപബോധമനസ്സ് ആ ലിസ്റ്റിനെ ചുറ്റിപ്പറ്റി പ്രവർത്തിക്കും. നിങ്ങളുടെ ലിസ്റ്റിലെ കാര്യങ്ങൾ ചെയത് തീർക്കാനുള്ള ആശയങ്ങളും ഉൾകാഴ്ചകളും രാവിലെ ഉണരുമ്പോൾ നിങ്ങൾക്ക് ലഭിക്കും. നിങ്ങൾ പ്ലാനുകൾ എഴുതി വയ്ക്കുന്നതോടെ നിങ്ങൾ ആകർഷണനിയമം പ്രയോഗക്ഷമമാക്കുന്നു. നിങ്ങളുടെ ലക്ഷ്യം സാധ്യമായ ഏറ്റവും നല്ല രീതിയിൽ പൂർത്തീകരിക്കാൻ വ്യക്തികൾ, അവസരങ്ങൾ, വിഭവങ്ങൾ എന്നിവയെ നിങ്ങളിലേക്ക് ആകർഷിക്കാൻ തുടങ്ങും.

പ്രധാനപ്പെട്ടതിൽ നിന്ന് അടിയന്തിരമായത് വേർപ്പെടുത്തുക

നിങ്ങളുടെ സമയം മാനേജ് ചെയ്യുന്നതിൽ പ്രധാനപ്പെട്ട ദൗത്യങ്ങളിൽനിന്ന് അടിയന്തിരമായത് ഉറപ്പായും വേർപ്പെടുത്തണം. അടിയന്തര ദൗത്യങ്ങൾ തീരുമാനിക്കപ്പെടുന്നത് ബാഹ്യ സമ്മർദ്ദങ്ങളും ആവശ്യങ്ങളുമാണ്. ഭൂരിഭാഗം ആളുകളും ദിവസം മുഴുവൻ അടിയന്തിരമായ കാര്യങ്ങൾ ചെയ്യാനാണ് സമയം ഉപയോഗിക്കുന്നത്. ടെലിഫോൺ വിളികൾ, ബോസിന്റെ വിളികൾക്ക് മറുപടി നൽകൽ, ഉപഭോക്താക്കളുടെ ആവശ്യങ്ങൾക്ക് മറുപടി നൽകൽ, മറ്റ് തടസ്സങ്ങൾ ഒഴിവാക്കൽ, അത്യാവശ്യകാര്യങ്ങൾ നിർവഹിക്കൽ എന്നിങ്ങനെയാണ് അവരുടെ സമയം ചെലവഴിക്കുന്നത്.

എന്നാൽ നിങ്ങളുടെ ദീർഘകാല ഭാവിക്കുവേണ്ടിയുള്ളതാണ് പ്രധാനപ്പെട്ട ദൗത്യങ്ങൾ. ആസൂത്രണം, സംഘടിപ്പിക്കൽ, പഠിക്കൽ, ഉപഭോക്താക്കളെ സൂക്ഷ്മനിരീക്ഷണം നടത്തൽ, കാര്യങ്ങൾ തുടങ്ങുന്നതിനുമുമ്പ് മുൻഗണന ഒരുക്കൽ എന്നിവയാണ് ചില പ്രധാനപ്പെട്ട ദൗത്യങ്ങളുടെ ഉദാഹരണങ്ങൾ.

അടിയന്തിരമായി വേണ്ടതും എന്നാൽ പ്രധാനപ്പെട്ടതുമായ ദൗത്യങ്ങളുടെ കാര്യം എടുക്കാം. ടെലിഫോണിൽ സംസാരിക്കൽ, സഹപ്രവർത്തകനുമായുള്ള ഇടപെടൽ എന്നിവയെല്ലാം ഇതിൽപ്പെടും. ഇതെല്ലാം പ്രവൃത്തിസമയത്തിൽ നടക്കുന്നതായതിനാൽ യഥാർത്ഥ ജോലികളായി എളുപ്പം തെറ്റിദ്ധരിക്കപ്പെടും. വ്യത്യാസം എന്തെന്നാൽ ഈ പ്രവൃത്തികളൊന്നും ഒരു ഫലവും കൊണ്ടുവരുന്നില്ല. അപ്രധാനമായ ഒരുപാട് അടിയന്തിരകാര്യങ്ങൾ ചെയ്തിട്ട് നിങ്ങളുടെ ജോലിക്കും കമ്പനിക്കും കാര്യമൊന്നുമുണ്ടാകാൻ പോകുന്നില്ല.

നാലാമതൊരു ദൗത്യമുണ്ട്. പ്രധാനമോ അടിയന്തിരമോ അല്ലാത്തത്. ജോലി സ്ഥലത്തിരുന്ന് പത്രംവായിക്കൽ, ഉച്ചഭക്ഷണത്തിനുള്ള ബ്രേക്കിന് കൂടുതൽ സമയം ചെലവഴിക്കൽ എന്നിവയെല്ലാം ഇതിൽപ്പെടും. ഇത്തരം പ്രവൃത്തികൾ നിങ്ങളുടെ കരിയറിന് ദോഷം വരുത്താൻ സാധ്യതയുണ്ട്. കാരണം നിങ്ങളുടെ പ്രവൃത്തി മൂലമുണ്ടാകുന്ന ഫലത്തിനാണ് കമ്പനി നിങ്ങൾക്ക് ശമ്പളം തരുന്നത്. നിങ്ങളുടെ ഭാവിയും നിങ്ങളുടെ പ്രവർത്തനത്തെ ആശ്രയിച്ചിരിക്കുന്നു.

പ്രത്യാഘാതം പരിഗണിക്കുക

ഒരു പ്രത്യേക ദൗത്യം അല്ലെങ്കിൽ പ്രവൃത്തി എന്നതിൽ ഏറ്റവും പ്രധാനപ്പെട്ട വാക്ക് എന്നത് പ്രത്യാഘാതം എന്നതാണ്. ഒരു ദൗത്യം വിലയേറിയതോ പ്രധാനപ്പെട്ടതോ എന്ന് എങ്ങനെ തിരിച്ചറിയാം? ഗുരുതരമായ പ്രത്യാഘാതമുണ്ടാക്കുമോ എന്നതിലാണ് കാര്യം. എത്രയധികം പ്രത്യാഘാതമുണ്ടാക്കുന്നുവോ അത്രയും പ്രാധാന്യം അതിനുണ്ടായിരിക്കും.

വളരെ കുറച്ച് പ്രത്യാഘാതമുണ്ടാക്കുന്നതോ ഒട്ടും പ്രത്യാഘാതമുണ്ടാക്കാത്തതോ ആയ ദൗത്യങ്ങൾ പ്രധാനപ്പെട്ടതല്ല. നിങ്ങളുടെ ജീവിതത്തിലും ജോലിയിലും ഏറ്റവും കൂടുതൽ പ്രത്യാഘാതമുണ്ടാക്കുന്ന കാര്യങ്ങൾക്കായി കൂടുതൽ സമയം വിനിയോഗിക്കുക എന്നതായിരിക്കണം പേഴ്സണൽ മാനേജ്മെന്റിൽ നിങ്ങളുടെ ഉന്നം.

80/20 നിയമം പ്രയോഗിക്കുക

വരുംദിവസത്തേക്കായി നിങ്ങൾ ചെയ്തുതീർക്കാനുള്ള ദൗത്യങ്ങളുടെ ലിസ്റ്റ് തയ്യാറാക്കിയെന്ന് കരുതുക. അതിൽ തുടക്കമിടുന്നതിനുമുമ്പ് 80/20 നിയമം പ്രയോഗിക്കുക. നിങ്ങളുടെ കേവലം

ഇരുപത് ശതമാനം പ്രവൃത്തികളായിരിക്കും നിങ്ങളുടെ ബാക്കിയുള്ള മൊത്തം എൺപത് ശതമാനം പ്രവൃത്തികളുടെയും മൂല്യം നിർണയിക്കുക. നിങ്ങൾക്ക് പത്ത് കാര്യങ്ങൾ ചെയ്ത് തീർക്കാനുണ്ടെന്നിരിക്കട്ടെ, അതിൽ രണ്ട് കാര്യങ്ങളായിരിക്കും മറ്റ് എട്ട് കാര്യങ്ങളെക്കാൾ വിലയേറിയത്. അതായത് ദൗത്യത്തിൽ ഈ രണ്ട് കാര്യങ്ങൾക്കായിരിക്കും മറ്റ് എട്ടു കാര്യങ്ങളേക്കാൾ പ്രബലമായ പ്രത്യാഘാതമുണ്ടാക്കാനാകുക.

ചിലപ്പോൾ ഈ സമവാക്യം 90/10 എന്ന രീതിയിലും മാറും. അതായത് മൊത്തം പത്ത് കാര്യങ്ങളുള്ളതിൽ കേവലം ഒരു കാര്യമായിരിക്കും മറ്റുള്ള ഒമ്പത് കാര്യവും ഒത്തൊരുമിച്ചുള്ളതിനേക്കാളും പ്രധാനം. ദൗർഭാഗ്യവശാൽ ഈ ഒരു കാര്യമായിരിക്കും നിങ്ങൾ എളുപ്പം മാറ്റിവയ്ക്കുക.

സൃഷ്ടിപരമായ മാറ്റിവയ്ക്കൽ ശീലിക്കുക

നിങ്ങൾ ഇരുപത് ശതമാനം പ്രധാന ദൗത്യങ്ങളും തിരിച്ചറിഞ്ഞാൽ പിന്നീട് മറ്റ് എൺപത് ശതമാനത്തിൽ സൃഷ്ടിപരമായ മാറ്റിവയ്ക്കൽ ശീലിക്കാം. നിങ്ങൾക്കെല്ലാം ചെയ്ത് തീർക്കാൻ കഴിയില്ലെങ്കിൽ ചിലത് മാറ്റിവയ്ക്കുകയാകാം. അതിൽ ഒരൊറ്റ ചോദ്യമാണുള്ളത്. നിങ്ങളുടെ ദൗത്യങ്ങളിൽ ഏതാണ് നിങ്ങൾ മാറ്റിവയ്ക്കാൻ പോകുന്നത്?

ഉത്തരം ലളിതമാണ്. നിങ്ങൾ ആഗ്രഹിക്കുന്ന ലക്ഷ്യങ്ങൾക്കും ഫലങ്ങൾക്കും വളരെ കുറച്ചുമാത്രം സംഭാവന നൽകുന്ന ആ എൺപത് ശതമാനം ദൗത്യങ്ങളായിരിക്കണം നിങ്ങൾ മാറ്റിവയ്ക്കേണ്ടത്. വളരെ വ്യത്യാസമുണ്ടാക്കുന്ന ഒന്നോ രണ്ടോ കാര്യങ്ങളിൽ മാത്രം കൂടുതൽ സമയവും ശ്രദ്ധയും കൊടുക്കുക.

എബിസിഡിഇ രീതി ശീലിക്കുക

മുൻഗണന ഒരുക്കുന്നതിൽ മറ്റൊരു രീതിയാണ് എബിസിഡിഇ രീതി. നിങ്ങളൊരു കാര്യം ചെയ്യാൻ തുടങ്ങുകയാണെന്നുവയ്ക്കുക. അതിനുവേണ്ട ദൗത്യങ്ങൾ ലിസ്റ്റ് ചെയ്തുകഴിഞ്ഞു. ഇനി ദൗത്യം പൂർത്തിയാക്കാൻ തുടങ്ങുംമുമ്പ് ഓരോ ദൗത്യവും വിലയിരുത്തുക. ഓരോന്നിന്റെയും മുൻഗണന പ്രകാരം എബിസിഡിഇ എന്ന് നൽകുക. ഈ രീതി വർക്ക് തുടങ്ങുന്നതിനുമുമ്പ് ശീലിക്കുകയാണെങ്കിൽ വർക്ക് തുടങ്ങുമ്പോൾ തീർച്ചയായും നിങ്ങളുടെ കാര്യക്ഷമതയും ഫലപ്രാപ്തിയും ഗണ്യമായി ഉയരും.

1. വളരെ പ്രധാനപ്പെട്ടതായിരിക്കും A എന്ന ദൗത്യം. പൂർത്തിയാക്കുന്നതിലോ പൂർത്തിയാക്കാതിരിക്കുന്നതിലോ വളരെ

നിർണായക പങ്കാണ് A എന്ന ദൗത്യത്തിനുള്ളത്. നിങ്ങളത് ചെയ്യുന്നുവോ ചെയ്യാതിരിക്കുന്നുവോ എന്നത് ഫലത്തെയും വിജയത്തെയും കാര്യമായി സ്വാധീനം ചെലുത്തും. മറ്റെന്തിനേക്കാളും എപ്പോഴും A ദൗത്യം ചെയ്യുക.

ഒന്നിലധികം A ദൗത്യമുണ്ടെങ്കിൽ A-1, A-2, A-3, എന്നിങ്ങനെ മുൻഗണന പ്രകാരം ഒരുക്കുക. നിങ്ങളീ അഭ്യാസം പൂർത്തിയാക്കി കഴിഞ്ഞാൽ പിന്നീട് എല്ലാ ശ്രദ്ധയും ഊർജവും മറ്റെന്തിനേക്കാളും ഈ ജോലി തുടങ്ങിവയ്ക്കുന്നതിലും പൂർത്തിയാക്കുന്നതിലും ആയിരിക്കുക.

2. നിങ്ങൾ ചെയ്യേണ്ട കാര്യമായിരിക്കും B എന്ന ദൗത്യം. അത് പൂർത്തിയാക്കിയാലോ പൂർത്തിയാക്കാതിരുന്നാലോ വളരെ ചെറിയ അനന്തരഫലമായിരിക്കും ഉണ്ടാകുക. ഉദാഹരണത്തിന് സുഹൃത്തിനെ വിളിക്കൽ. സഹപ്രവർത്തകർക്കൊപ്പം ഉച്ചഭക്ഷണം കഴിക്കാൻ പോകൽ, ഇ-മെയിൽ ചെക്ക് ചെയ്യൽ എന്നിങ്ങനെ. ഇത് ചെയ്യുകയോ ചെയ്യാതിരിക്കുകയോ ഉണ്ടായാൽ ചെറിയ ചില അസൗകര്യങ്ങളുണ്ടാകും. അല്ലാതെ ജീവിതത്തിൽ വലിയ പ്രത്യാഘാതമൊന്നും ഉണ്ടാക്കാൻ പോകുന്നില്ല.

3. ഒരു C ദൗത്യം ചെയ്താൽ നല്ലതായിരിക്കും. എന്നാൽ അനന്തരഫലമൊന്നും ഉണ്ടാകാൻ പോകുന്നില്ല. സഹപ്രവർത്തകനൊപ്പം സംസാരം, മറ്റൊരു കോഫി കുടിക്കൽ, വർത്തമാനപത്രം വായിക്കൽ, ഷോപ്പിങ്ങിന് പോകൽ തുടങ്ങിയവയെല്ലാം C ദൗത്യത്തിന് ഉദാഹരണങ്ങളാണ്. നിങ്ങളുടെ ജീവിതത്തിലോ ജോലിയിലോ ഒരു മാറ്റവും കൊണ്ട് വരാൻ കഴിയാത്തതാണിത്.

നിയമമിതാണ്: ഒരു A ദൗത്യം ചെയ്യാൻ കിടക്കുന്നുണ്ടെങ്കിൽ ഒരിക്കലും അതൊഴിവാക്കി B ദൗത്യം ചെയ്യാൻ മുതിർന്നേക്കരുത്. B ദൗത്യം ചെയ്യാൻ കിടക്കുമ്പോൾ ഒരിക്കലും C ദൗത്യം ചെയ്യാൻ പോകരുത്. ദിവസവും മുഴുവൻ A ദൗത്യം ചെയ്യുന്നതിൽ ശ്രദ്ധ കേന്ദ്രീകരിക്കുക.

4. ഒരു D ദൗത്യമെന്നത് നിങ്ങൾക്ക് കീഴിലെ ആർക്കെങ്കിലും ചുമതലയേൽപ്പിക്കാൻ കഴിയുന്നതാണ്. നിങ്ങളേക്കാൾ മണിക്കൂറിന് കുറഞ്ഞ പ്രതിഫലം വാങ്ങുന്നയാളെ ഏൽപ്പിക്കാം. നിയമമിതാണ്: നിങ്ങൾക്ക് കഴിയാവുന്ന ഇത്തരം ചുമതലകളെല്ലാം മറ്റുള്ളവരെ ഏൽപ്പിക്കുക. അങ്ങനെയാണെങ്കിൽ നിങ്ങൾക്ക് A ദൗത്യത്തിൽ കൂടുതൽ സമയം

ചെലവിടാൻ സാധിക്കും. ജീവിതത്തിൽ ഏറ്റവും കൂടുതൽ വിജയവും സന്തോഷവും തീരുമാനിക്കാൻ കഴിയുന്നതാണ് A ദൗത്യത്തിന്റെ വിജയകരമായ പൂർത്തീകരണം.

5. ഒരു E ദൗത്യം നിങ്ങൾക്ക് ഒഴിവാക്കാൻ സാധിക്കുന്നതാണ്. നിങ്ങളുടെ ഇന്നത്തെ ലക്ഷ്യങ്ങൾ നടപ്പാക്കുന്നതിന് ഇനി പ്രാധാന്യം ഇല്ലാത്ത പഴയതാണ് C ദൗത്യം. ഒരു അനന്തര ഫലവും ഉണ്ടാക്കാത്ത C ദൗത്യം നിങ്ങൾക്ക് എളുപ്പം ഒഴിവാക്കാം. ദിവസവും കൂടുതലായി ഇത്തരം ഒഴിവാക്കാൻ കഴിയുന്ന കാര്യങ്ങളായിരിക്കും ചിലപ്പോൾ ചെയ്യുന്നുണ്ടാകുക.

ഒഴിവാക്കുന്ന മറ്റൊരുവഴിയുടെ നിയമം

നിങ്ങൾക്ക് സ്വതന്ത്രമായി തിരഞ്ഞെടുക്കാം. ഓരോ മണിക്കൂറുംവെച്ച്, ഓരോ മിനിറ്റുംവെച്ച് നിങ്ങൾ തിരഞ്ഞെടുത്ത് ചെയ്യുന്ന അല്ലെങ്കിൽ ചെയ്യാതിരിക്കുന്ന കാര്യങ്ങളാണ് നിങ്ങളുടെ മുഴുവൻ ജീവിതവും. ഒഴിവാക്കുന്ന മറ്റൊരു വഴിയുടെ നിയമം എന്നത് ഒരു കാര്യം ചെയ്യുക എന്നതിനർത്ഥം മറ്റുചില കാര്യങ്ങൾ ചെയ്യാതിരിക്കുക എന്നാണ്. ഏതെങ്കിലും ഒരു കാര്യം നിങ്ങൾ ചെയ്യാൻ തുടങ്ങുമ്പോൾ തന്നെ മറ്റൊരുകാര്യം ചെയ്യാതിരിക്കാൻ ബോധപൂർവ്വമോ അബോധപൂർവ്വമോ ആയി തീരുമാനിക്കുന്നു. ആദ്യം ഏത് ചെയ്യണം, രണ്ടാമത് ഏത് ചെയ്യണം, എന്താണ് ചെയ്യേണ്ടതില്ലാത്തത് എന്നെല്ലാമുള്ള നിങ്ങളുടെ തിരഞ്ഞെടുക്കാനുള്ള കഴിവാണ് നിങ്ങളുടെ മൊത്തം ജീവിതം തീരുമാനിക്കുക.

ഏറ്റവും വിലയേറിയ ദൗത്യം തിരഞ്ഞെടുക്കുക

വിജയം കണ്ട, ഉയർന്ന ശമ്പളം വാങ്ങുന്ന ആളുകൾ വിജയം വരിക്കാത്ത, കുറഞ്ഞ ശമ്പളം വാങ്ങുന്ന ആളുകളേക്കാൾ കൂടുതൽ ബുദ്ധിയോ കഴിവോ ഉള്ളവരല്ല. പ്രധാന വ്യത്യാസമെന്നത് വിജയികൾ എല്ലായ്പ്പോഴും ഉയർന്ന മൂല്യമുള്ള കാര്യങ്ങൾ ചെയ്യുന്നു. വിജയം കാണാത്ത ആളുകൾ എല്ലായ്പ്പോഴും ചെറിയ മൂല്യമുള്ള കാര്യങ്ങൾ ചെയ്ത് സമയം കൊല്ലുന്നു. എന്ത് ചെയ്യണമെന്ന് നിങ്ങൾക്ക് തിരഞ്ഞെടുക്കാം.

എന്തെല്ലാം കൂടുതൽ ചെയ്യണമെന്നോ എന്തെല്ലാം കുറവ് ചെയ്യണമെന്നോ നിങ്ങൾക്ക് സ്വതന്ത്രമായി തിരഞ്ഞെടുക്കാം. നിങ്ങളുടെ തിരഞ്ഞെടുപ്പായിരിക്കും ആത്യന്തികമായി നിങ്ങൾക്ക് സംഭവിക്കുന്നതെല്ലാം തീരുമാനിക്കുന്നത്.

ഓരോ ദൗത്യവും ഒറ്റയ്ക്ക് ശീലിക്കുക

സമയം, പേഴ്സണൽ മാനേജ്മെന്റ് എന്നിവയിൽ ഏറ്റവും ശക്തമായതാണ് ഒറ്റയ്ക്ക് ചെയ്യുക എന്നത്. ഒരിക്കൽ നിങ്ങൾ A-1 ദൗത്യം തിരഞ്ഞെടുത്താൽ പിന്നീട് ഒരേ മനസ്സോടെ, ഏകാഗ്രതയോടെ നൂറ് ശതമാനവും പൂർത്തിയാക്കുംവരെ ആ ജോലി ചെയ്യുക എന്നതാണ്. വഴിതിരിഞ്ഞുപോകാതെ, പതറാതെ നിങ്ങൾ പൂർണമായും അച്ചടക്കം പാലിച്ച് ഏകാഗ്രതയോടെ മുന്നേറണം.

നിങ്ങൾക്കെപ്പോഴെങ്കിലും ശ്രദ്ധ ചിതറിപ്പോയെന്നുതോന്നിയാൽ, അല്ലെങ്കിൽ ഒരു ബ്രേക്ക് എടുക്കണമെന്ന് തോന്നിയാൽ അല്ലെങ്കിൽ എന്തെങ്കിലും ചെയ്യാതിരിക്കാൻ തോന്നിയാൽ അപ്പോഴെല്ലാം സ്വയം പ്രചോദനം ഉൾക്കൊള്ളണം. ആ സമയങ്ങളിലെല്ലാം 'വീണ്ടും ജോലിയിലേക്ക്' 'വീണ്ടും ജോലിയിലേക്ക്'എന്ന് സ്വയം പറയുക. തുടർന്ന് നിങ്ങളെടുക്കേണ്ട ശ്രമങ്ങളെല്ലാം വീണ്ടും തുടങ്ങുക.

തോമസ് എഡിസൻ ഒരിക്കൽ എഴുതി: 'എന്റെ വിജയകാരണം മറ്റെന്തിനേക്കാളും ഒരു കാര്യത്തിൽ തുടർച്ചയായി, നിർത്താതെ ജോലി ചെയ്യാനുള്ള കഴിവാണ്.' നിങ്ങളും ഈ തത്വം പരിശീലിക്കണം.

ധാരാളം സമയം സൃഷ്ടിക്കുക

നിങ്ങളുടെ ഓരോ ദിവസവും നേരത്തെ പ്ലാൻ ചെയ്യുക. മുപ്പത്, അറുപത്, തൊണ്ണൂറ് മിനിറ്റ് എന്നിങ്ങനെയുള്ള തടസ്സം കൂടാതെയുള്ള ജോലിസമയം കണ്ടെത്തുക. ഇങ്ങനെയുള്ള സമയത്തിന്റെ ബ്ലോക്കുകൾ തടസ്സം കൂടാതെ മുടക്കം കൂടാതെ ഉപയോഗിക്കുക. ഏതൊരു വലിയ പ്രാധാന്യമുള്ള ദൗത്യത്തിന്റെയും പൂർത്തീകരണത്തിന് ഇത്തരം സമയക്രമീകരണം അനിവാര്യമാണ്.

ജോലി സമയം കൂടുതലായി കണ്ടെത്താനുള്ള ഒരു മാർഗ്ഗമെന്നത് നേരത്തെ എണീക്കുകയും പ്രധാന ദൗത്യങ്ങളിലോ പ്രോജക്ടിലോ പ്രപോസലിലോ തടസ്സം കൂടാതെ പ്രവർത്തിക്കുകയും എന്നതാണ്. ചിലപ്പോൾ നിങ്ങൾക്ക് വൈകിട്ടോ വാരാന്ത്യങ്ങളിലോ ആകാം ഇങ്ങനെ സമയം കണ്ടെത്താൻ കഴിയുക. എന്നാൽ, വളരെ പ്രധാനപ്പെട്ട ഗൗരവമായ പ്രത്യാഘാതമുണ്ടാക്കുന്ന ജോലികൾക്ക് ഇങ്ങനെ ഒരേ മനസ്സോടെ സമയത്തിലും ഊർജത്തിലും ശ്രദ്ധ കേന്ദ്രീകരിച്ച് പ്രവർത്തിക്കാനാകണം.

ഏൾ നൈറ്റിംഗേൽ ഒരിക്കൽ പറഞ്ഞു: 'മാനവരാശിയുടെ എല്ലാ മഹത്തായ നേട്ടങ്ങളുടെയും മുന്നോടിയായി നീണ്ട

കാലത്തെ പ്രവർത്തനമുണ്ട്. ചിലപ്പോൾ വർഷങ്ങൾ നീണ്ട ശ്രദ്ധ കേന്ദ്രീകരിച്ച പ്രയത്നം.'

ട്രാക്ക് കൈവിടാതെ നോക്കുക

എല്ലാ ദിവസവും തുടങ്ങുംമുമ്പ് അഞ്ച് ചോദ്യങ്ങൾ നിങ്ങൾ തുടർച്ചയായി ചോദിച്ച് ഉത്തരം കണ്ടെത്തിക്കൊണ്ടിരിക്കണം. ആദ്യത്തെ ചോദ്യമിതാണ്: ഞാനെന്തുകൊണ്ടാണ് ശമ്പളപ്പട്ടികയിൽ ഇടംപിടിച്ചിരിക്കുന്നത്? എന്ത് കാര്യം നേടാനാണ് നിങ്ങളെ ജോലിക്കെടുത്തിരിക്കുന്നത്? നിങ്ങളുടെ ബോസ് ഇങ്ങനെ ചോദിക്കുന്നതായി സങ്കൽപ്പിക്കുക: ഞങ്ങളെന്തിനാണ് നിങ്ങൾക്ക് ഇവിടെ ശമ്പളം തരുന്നത്? എന്തായിരിക്കും നിങ്ങളുടെ ഉത്തരം?

നിങ്ങളുടെ കമ്പനിക്ക് പ്രത്യേക സാമ്പത്തിക ഗുണങ്ങളുണ്ടാക്കാൻ വേണ്ടിയാണ് നിങ്ങളെ തൊഴിലിനെടുത്തിരിക്കുന്നത്. നിങ്ങളുടെ ഫലങ്ങളിൽ ഇരുപത് ശതമാനമായിരിക്കും മറ്റ് എൺപത് ശതമാനത്തിന്റെ നിങ്ങളുടെ മൂല്യം തീരുമാനിക്കുക. നിങ്ങളെ എന്തിനാണ് കമ്പനി തൊഴിലിനെടുത്തിരിക്കുന്നതെന്ന് കൃത്യമായി അറിയണം. അതിനുശേഷം നിങ്ങളുടെ സമയവും ശ്രദ്ധയും ദിവസം മുഴുവൻ ആ ദൗത്യത്തിന്റെ ശരിയായ കാര്യത്തിനായി ഉപയോഗിക്കണം. അക്കാര്യം നിങ്ങളുടെ ബിസിനസ്സിനോ സംരംഭത്തിനോ വലിയ വ്യത്യാസം കൊണ്ടുവരുന്നതുമാകണം.

ഉയർന്ന മൂല്യമുള്ള പ്രവൃത്തികളിൽ ശ്രദ്ധ കേന്ദ്രീകരിക്കുക

ദിവസം മുഴുവൻ നിങ്ങൾ ചോദിക്കേണ്ട രണ്ടാമത്തെ ചോദ്യമെന്നത്: എന്താണ് എന്റെ ഉയർന്ന മൂല്യമുള്ള പ്രവൃത്തി? നിങ്ങളുടെ ഏറ്റവും മികച്ച കഴിവും ശേഷിയും പരിചയവും എല്ലാം പുറത്തെടുക്കാൻ കഴിയുന്നതാകണം ഉയർന്ന മൂല്യമുള്ള പ്രവൃത്തി. അതെല്ലാം കമ്പനിക്ക് ഏറ്റവും നല്ല രീതിയിൽ ഉപകാരപ്പെടുന്നതുമാകണം. അതെന്തെല്ലാമാണ്?

ഇതിന്റെ ഉത്തരം നിങ്ങൾക്ക് പൂർണമായും അറിയുമെന്ന് ഉറപ്പില്ലെങ്കിൽ ബോസിന്റെ അടുത്തേക്ക് പോകുക. നിങ്ങളുടെ ഏറ്റവും ഉയർന്ന മൂല്യമുള്ള പ്രവൃത്തിയായി ബോസ് എന്താണ് കാണുന്നതെന്ന് ചോദിച്ചറിയുക. എന്താണ് ഉത്തരമെങ്കിലും ദിവസം മുഴുവൻ ആ പ്രത്യേകദൗത്യത്തിനായി പ്രവർത്തിക്കാൻ പ്രതിബദ്ധത കാണിക്കുക.

സുപ്രധാന ഫലം തരുന്ന മേഖലകളിൽ പ്രവർത്തിക്കുക

നിങ്ങളോട് ചോദിക്കേണ്ട മൂന്നാമത്തെ ചോദ്യമിതാണ് 'എന്താണ് എന്റെ സുപ്രധാന ഫലമുണ്ടാക്കുന്ന മേഖല?' മുമ്പ് പറഞ്ഞിട്ടുള്ളപോലെ നിങ്ങളുടെ സുപ്രധാന ഫലമുണ്ടാക്കുന്ന മേഖല എന്നാൽ നിങ്ങളുടെ ജോലിയിൽ വളരെ പ്രധാനപ്പെട്ട ഫലം ഉണ്ടാക്കാനായി വളരെ മികച്ച രീതിയിൽ പോസിറ്റീവായി നിങ്ങൾ ചെയ്തുതീർക്കേണ്ട ദൗത്യമാണ്. ആ ദൗത്യമായിരിക്കും നിങ്ങളുടെ ജോലിയിലെ വിജയവും പരാജയവും തീരുമാനിക്കുക.

ഇത്തരം ഓരോ ദൗത്യവും നിങ്ങൾ വ്യക്തമായി തിരിച്ചറിയണം. അതിലോരോന്നിലും ഏറ്റവും നന്നായി പ്രവർത്തിക്കുക മാത്രമല്ല ചെയ്യേണ്ടത്, സുപ്രധാന ഫലമുണ്ടാക്കുന്ന ഓരോ മേഖലയും എല്ലാ ദിവസവും മെച്ചപ്പെടുത്തിക്കൊണ്ടിരിക്കുക. ഓർക്കുക, മറ്റ് കഴിവുകളുടെ മികച്ച പ്രകടനത്തിന് നിങ്ങളുടെ ദുർബലമായ സുപ്രധാനമായ കഴിവുകൾ വളർത്തേണ്ടത് അത്യാവശ്യമായിരിക്കും. ഏതെങ്കിലും മേഖലയിലുള്ള ദൗർബല്യം നിങ്ങളെ ഒന്നിലും തളച്ചിടാൻ അനുവദിക്കരുത്. പ്രത്യേകിച്ചും ആ പ്രത്യേകമേഖലയിൽ മികവ് നേടാൻ നിങ്ങൾക്ക് എന്തും പഠിച്ചെടുക്കാൻ സാധിക്കുമ്പോൾ.

വ്യത്യാസം ഉണ്ടാക്കുക

ദിവസം മുഴുവൻ ചോദിച്ചുകൊണ്ടിരിക്കേണ്ട നാലാമത്തെ ചോദ്യമിതാ: എനിക്ക് മാത്രം ചെയ്യാൻ കഴിയുന്ന എന്ത് കാര്യമാണുള്ളത്. അത് ഭംഗിയായി ചെയ്താൽ കമ്പനിക്ക് കാര്യമായ വ്യത്യാസം വരുമെങ്കിൽ അത് എന്തായിരിക്കും?

മറ്റെല്ലാ ചോദ്യങ്ങളിൽ വെച്ചേറ്റവും മികച്ച ചോദ്യങ്ങളിലൊന്നാണിത്. ഈ ചോദ്യം നിങ്ങളെ ശ്രദ്ധ കേന്ദ്രീകരിച്ച് പ്രവർത്തിക്കാനും ലക്ഷ്യമിടുന്ന ട്രാക്കിൽ തുടരാനും വഴിവയ്ക്കുന്നു. നിങ്ങളുടെ കരിയറിൽ നിങ്ങളുടെ ഒരു പ്രവൃത്തിക്ക് കാര്യമായ വ്യത്യാസം കൊണ്ടുവരാൻ കഴിയുമെങ്കിൽ അതെന്തായിരിക്കും? ഇതിൽ നിങ്ങൾക്ക് ശരിയായ ഉത്തരം കിട്ടാൻ ബുദ്ധിമുട്ടാണെങ്കിൽ ബോസിനെ സമീപിക്കുക. ചിലപ്പോൾ ബോസ് ഇത്തരം കാര്യങ്ങളിലൂടെ കൂടുതൽ ആലോചിച്ചിട്ടുണ്ടാകില്ല. ചിലപ്പോൾ ബോസ് ഇക്കാര്യം ആലോചിച്ചിട്ടുപോലുമുണ്ടാകില്ല.

എന്നാൽ ഒരിക്കൽ നിങ്ങളുടെ ബോസും അക്കാര്യത്തിൽ തീരുമാനമായെന്ന് കരുതുക. അപ്പോൾ മുതൽ മറ്റെന്തിനേക്കാളും വ്യത്യാസം വരുത്താൻ കഴിയുന്ന ആ ഒന്നോ രണ്ടോ ദൗത്യം അതി

വേഗം വളരെ നന്നായി നടപ്പിലാക്കാൻ എല്ലാ ഊർജവുമെടുത്ത് ശ്രദ്ധ കേന്ദ്രീകരിക്കുക.

എല്ലാത്തിലും പ്രധാനപ്പെട്ട ചോദ്യം

സമയം കൈകാര്യം ചെയ്യലിൽ ഒരുപക്ഷേ, ഏറ്റവും പ്രധാനപ്പെട്ട ചോദ്യം ഈ അഞ്ചാമത്തെ ചോദ്യമായിരിക്കാം. ഇപ്പോൾ ഈ സമയം എന്താണ് സമയത്തിന്റെ ഏറ്റവും വിലയേറിയ ഉപയോഗം? ലക്ഷ്യമൊരുക്കാനുള്ള സാങ്കേതികവശങ്ങൾ, രീതികൾ, വ്യക്തിഗത ആസൂത്രണം, സമയപരിപാലനം എന്നിവയെല്ലാം ഈ ചോദ്യത്തിന് കൃത്യമായ ഉത്തരം നൽകാൻ എല്ലാ ദിവസവും എല്ലാ മിനിറ്റിലും സഹായിക്കുന്നു.

ഈ ചോദ്യം നിങ്ങൾ അച്ചടക്കത്തോടെ തുടർച്ചയായി ചോദിക്കാൻ തുടങ്ങുമ്പോൾ നിങ്ങൾ ചെയ്യുന്നതെല്ലാം ഈ ചോദ്യത്തിനുള്ള ഉത്തരമായി മാറുന്നുവെന്ന് നിങ്ങൾക്ക് ഉറപ്പാകുന്നു. നിങ്ങൾക്ക് ചുറ്റുമുള്ളവരിൽനിന്ന് രണ്ടോ മൂന്നോ ഇരട്ടി കൂടുതൽ പ്രകടനം നിങ്ങളുടെ ഭാഗത്ത് ഉണ്ടാകുകയും ചെയ്യുന്നു. നിങ്ങൾ കൂടുതൽ കൂടുതൽ ഉൽപ്പാദനക്ഷമതയുള്ള വ്യക്തിയായി മാറുന്നു. കൂടുതൽ ഉയർന്ന മൂല്യമുള്ള കൂടുതൽ ജോലികൾ നിങ്ങൾ ഉഴുതുമറിക്കുന്നു. നിങ്ങൾക്ക് ചുറ്റിലുമുള്ളവരേക്കാൾ മഹത്തായ ഫലവുമുണ്ടാക്കുന്നു. ഈ സമയം ഏറ്റവും നന്നായി വളരെ അച്ചടക്കത്തോടെ ഉപയോഗിക്കുക. നിങ്ങൾ വിജയിയായിരിക്കും.

തീവ്രമായി ഫലം ഉണ്ടാക്കിക്കൊണ്ടിരിക്കുക

അവസാന വിലയിരുത്തലിൽ ഉയർന്ന ഉൽപ്പാദനക്ഷമതയും പ്രകടനവും ഉണ്ടാക്കുന്നതിൽ സുപ്രധാനമായ കാര്യമിതാണ്: ചുരുക്കം ചില നിർണായക ദൗത്യങ്ങളിൽ കൂടുതൽ പ്രകടനത്തിനായി സ്വയം അർപ്പിക്കുക. പ്രതിബദ്ധതയോടെ പ്രവർത്തിക്കുക. നിങ്ങളിത് ചെയ്യുന്നതായിരിക്കും മിക്ക ഫലങ്ങളുമുണ്ടാക്കുക. ഒപ്പം തന്നെ ഫലം കാണാത്തതോ വളരെ നിസ്സാരമായ ഫലമുണ്ടാക്കുന്നതോ ആയ കാര്യങ്ങൾ ഒന്നുകിൽ താഴെത്തട്ടിലേക്ക് കൈമാറുക. പുറംപണിയേൽപ്പിക്കുക, അതുമല്ലെങ്കിൽ ഒഴിവാക്കുക.

ഗോയ്ഥെ പറഞ്ഞിട്ടുണ്ട്: 'ഏറ്റവും പ്രാധാന്യമർഹിക്കുന്ന കാര്യങ്ങൾ ഒരിക്കലും അപ്രധാനമായ കാര്യങ്ങളുടെ ഔദാര്യത്തിൽ നിൽക്കേണ്ടയവയല്ല.' ചിലപ്പോൾ സമയം മികച്ച രീതിയിൽ കൈകാര്യം ചെയ്യുന്നതിൽ ഉപയോഗിക്കേണ്ട ഒരു വാക്ക് 'ഇല്ല' എന്നായിരിക്കും. ആ നിമിഷം വളരെ അപ്രധാനമായതെന്ന് തോന്നുന്ന ആവശ്യത്തിൽ നിങ്ങൾ പറയുക: ഇല്ല.

സമയം മികച്ച രീതിയിൽ കൈകാര്യം ചെയ്യാൻ നല്ല ശീലങ്ങൾ വികസിപ്പിക്കുക

സമയത്തെ മികച്ച രീതിയിൽ കൈകാര്യം ചെയ്യൽ ഒരു കഴിവാണ്, അച്ചടക്കമാണ്. നല്ല വാർത്ത എന്തെന്നാൽ ഇത് നിങ്ങൾക്ക് പരിശീലനത്തിലൂടെ നേടാൻ കഴിയുമെന്നതാണ്. വിജയത്തിനുള്ള ഒരു നിയമമിതാണ്: നല്ല ശീലങ്ങൾ വളർത്തുക, അത് നിങ്ങളിൽ ഉയർന്നുനിൽക്കട്ടെ.

ദൈനംദിനമുള്ള പരിശീലനത്തിലൂടെ നിങ്ങൾക്ക് മികച്ച രീതിയിൽ സമയം കൈകാര്യം ചെയ്യാനുള്ള കഴിവ് ലഭിക്കും. നിങ്ങളുടെ ദൗത്യങ്ങൾ തുടങ്ങുംമുമ്പ് അതിന്റെയെല്ലാം ലിസ്റ്റ് എല്ലാദിവസവും ഉണ്ടാക്കുക. മുൻഗണനാപ്രകാരം അത് തരംതിരിക്കുക. അടിയന്തിരമായത് വളരെ പ്രധാനപ്പെട്ടതിൽനിന്ന് വേർതിരിക്കുക. 80/20 രീതിയോ എബിസിഡിഇ രീതിയോ പ്രയോഗിക്കുക. ഏറ്റവും പ്രധാനപ്പെട്ട ദൗത്യമേതെന്ന് തിരിച്ചറിഞ്ഞ് അതിലുടൻ പ്രവർത്തിക്കാനാരംഭിക്കുക. ഏകമനസ്സോടെ ആ ഒറ്റ ദൗത്യം ശ്രദ്ധാപൂർവം നൂറ് ശതമാനം പൂർത്തിയാക്കാൻ അച്ചടക്കം കാണിക്കുക.

ഒരു പ്രധാന ദൗത്യം ഓരോ വട്ടവും നിങ്ങൾ പൂർത്തിയാക്കുമ്പോഴും നിങ്ങളിൽ അത്യാഹ്ലാദമുണ്ടാകുന്നു. ആവേശമുണ്ടാകുന്നു. ആത്മാഭിമാനം അളവറ്റരീതിയിലുയരുന്നു. നിങ്ങൾ കൂടുതൽ സന്തോഷവാന്മാരാകുന്നു. ജീവിതത്തിൽ കൂടുതൽ നിയന്ത്രണം വന്നതായി അനുഭവപ്പെടുന്നു. നിങ്ങളുടെ ജോലിയിൽ കൂടുതൽ ഉന്നതിയിലെത്തിയതായി അനുഭവപ്പെടുന്നു. നിങ്ങളുടെ അടുത്ത ജോലി കൂടുതൽ പ്രചോദിതനായി ചെയ്ത് പൂർത്തിയാക്കാനും ആവേശം ലഭിക്കുന്നു.

എപ്പോഴെല്ലാം നിങ്ങൾ മെല്ലെ പോകുന്നുവോ, അല്ലെങ്കിൽ പ്രചോദനം നഷ്ടപ്പെടുന്നുവോ മാറ്റിവയ്ക്കാൻ തോന്നുവോ അപ്പോഴെല്ലാം സ്വയം പ്രചോദനം കണ്ടെത്തണം. തുടർച്ചയായി നിങ്ങളിത് പറയുക: ഇപ്പോൾതന്നെ ചെയ്യുക, ഇപ്പോൾതന്നെ ചെയ്യുക. അത്യാവശ്യമെന്ന തോന്നൽ ഉണ്ടാക്കുക. ചെയ്യാനുള്ള പ്രവണത സൃഷ്ടിക്കുക. ചെയ്ത് തുടങ്ങുക, മുന്നോട്ടുപോകുക, അതിവേഗം ജോലി ചെയ്യുക. നിങ്ങളുടെ ഏറ്റവും പ്രധാനപ്പെട്ട ദൗത്യം കണ്ടെത്തുന്നതിൽ അച്ചടക്കം പാലിക്കുക. അത് അതിവേഗം നടപ്പാക്കുക. അത് ചെയ്തുതീർക്കുംവരെ അതിൽത്തന്നെ മനസ്സർപ്പിക്കുക. നിങ്ങളുടെ ജീവിതത്തിൽ മികച്ചപ്രകടനം കാഴ്ചവയ്ക്കാൻ സമയം മികച്ച രീതിയിൽ കൈകാര്യം ചെയ്യുന്ന പരിശീലനം പിന്തുടരുക. അതാണ് സുപ്രധാനം.

നിങ്ങളുടെ സമയം മികച്ച രീതിയിൽ കൈകാര്യം ചെയ്യുക

1. വരും മാസങ്ങളിലോ വർഷങ്ങളിലോ നിങ്ങൾ ആയിത്തീരേണ്ടതിന്റെയോ ചെയ്യേണ്ടതിന്റെയോ സ്വന്തമാക്കേണ്ടതിന്റെയോ പരിപൂർണ ലിസ്റ്റ് തയ്യാറാക്കുക. ലിസ്റ്റ് വിശകലനം ചെയ്യുക. ജീവിതത്തിൽ ഏറ്റവും പ്രത്യാഘാതമുണ്ടാക്കുന്ന കാര്യങ്ങൾ അതിൽനിന്ന് തിരഞ്ഞെടുക്കുക.
2. അടുത്ത ദിവസത്തേക്ക് വേണ്ട കാര്യങ്ങൾ തലേന്നുതന്നെ തയ്യാറാക്കുക. ഉറങ്ങുമ്പോൾ ഉപബോധമനസ്സ് അക്കാര്യത്തിൽ പ്രവർത്തിക്കാൻ വഴിവെയ്ക്കുക.
3. 80/20 എന്ന നിയമമോ എബിസിഡിഇ എന്ന രീതിയോ പ്രയോഗിച്ച് ലിസ്റ്റ് മുൻഗണനാപ്രകാരം ഒരുക്കുക. തുടങ്ങിവയ്ക്കും മുമ്പ് പ്രധാനപ്പെട്ട കാര്യത്തിൽനിന്ന് അപ്രധാനമായ കാര്യവും അടിയന്തിരമായ കാര്യവും വേർതിരിക്കുക.
4. അതിൽ നിന്ന് ഏറ്റവും പ്രധാനപ്പെട്ട ഒരു ദൗത്യം തിരഞ്ഞെടുക്കുക. അത് പൂർത്തിയാക്കിയാലോ പൂർത്തിയാക്കാതിരുന്നാലോ ഏറ്റവും വലിയ പരിണതഫലമുണ്ടാക്കുന്ന ഒന്ന്. അത് മാത്രമെടുക്കുക. അത് നിങ്ങളുടെ A1 ജോലിയായി എടുക്കുക.
5. ഏറ്റവും പ്രധാനപ്പെട്ട ദൗത്യത്തിൽ ഉടനടി പ്രവർത്തനം ആരംഭിക്കുക. അച്ചടക്കത്തോടെ ഏകാഗ്രമായി ഏകമനസ്സോടെ ആ ദൗത്യം നൂറ് ശതമാനവും പൂർത്തിയാക്കുന്നതിൽ മുഴുകുക.

18

ലക്ഷ്യം ദിവസവും വിലയിരുത്തുക

എന്താണ് നിങ്ങൾക്ക് പൂർത്തീകരിക്കാനുള്ളത് അക്കാര്യം ഉപബോധമനസ്സിൽ മതിപ്പുണ്ടാക്കിക്കുക.

ഓറിസൺ സ്വെറ്റ് മാർഡൻ

ചിലപ്പോൾ ഞാൻ സദസ്സിനോട് ചോദിക്കാറുണ്ട്: 'ഇവിടെയുള്ള തിൽ എത്ര പേർക്കാണ് വരുമാനം ഇരട്ടിയാക്കാൻ ആഗ്രഹമുള്ളത്?' അത്ഭുതമൊന്നുമില്ല, എല്ലാവരും കൈപൊക്കും. അപ്പോൾ ഞാന വരോട് പറയും, നിങ്ങളോട് എനിക്ക് നല്ല വാർത്ത പറയാനുണ്ട്. ഇവിടെ ഇരിക്കുന്ന എല്ലാവരുടെയും വരുമാനം ഇരട്ടിക്കും. നിങ്ങൾ നീണ്ടകാലം ജീവിച്ചിരിക്കുമെങ്കിൽ ഗ്യാരന്റിയാണത്!

നിങ്ങളുടെ വരുമാനം പ്രതിവർഷം മൂന്ന് മുതൽ നാല് ശത മാനംവരെ വർധിക്കുകയാണെങ്കിൽ ഇരുപത് മുതൽ മുപ്പത് വർഷ ത്തിനുള്ളിൽ നിങ്ങളുടെ വരുമാനം ഇരട്ടിയാകും. പക്ഷേ, അതൊരു നീണ്ട കാലമാണ്. ശരാശരി ജീവിതച്ചെലവും കൂടിയിരിക്കും.

അപ്പോൾ യഥാർത്ഥ ചോദ്യം എന്നത് വരുമാനം ഇരട്ടിപ്പിക്കുന്ന തല്ല. യഥാർത്ഥ ചോദ്യമെന്നത് എത്ര വേഗം നിങ്ങൾക്കത് നേടാ നാകുമെന്നതാണ്.

ലക്ഷ്യം നേടുന്നതിന്റെ വേഗം ഇരട്ടിയാക്കുക

നിങ്ങളുടെ വ്യക്തിഗത, സാമ്പത്തിക ലക്ഷ്യങ്ങൾ നേടാൻ നിരവധി ടെക്നിക്കുകൾ സഹായിക്കും. ഈ അധ്യായത്തിൽ പ്രത്യേക രീതി നിങ്ങളോട് പങ്കുവയ്ക്കാം. ഈ രീതി ശീലിക്കുന്ന തോടെ ഒന്നുമില്ലായ്മയിൽനിന്ന് സമ്പത്തിലേക്ക് ധാരാളം പേർക്ക് എത്താൻ കഴിയും. ഇതുവരെ കണ്ടുപിടിച്ച ഒറ്റ രീതിയും ഇതിനേ ക്കാൾ ഫലപ്രദമായിട്ടില്ല.

പോസിറ്റീവ് ചിന്തയും പോസിറ്റീവ് അറിയലും

ഇന്നത്തെകാലത്ത് നിരവധിപേർ പോസിറ്റീവ് ചിന്തയുടെ പ്രാധാന്യത്തെപ്പറ്റി സംസാരിക്കുന്നു. പോസിറ്റീവ് ചിന്ത പ്രാധാന്യമുള്ളത് തന്നെയാണ്, സംശയമില്ല. എന്നാലത് മതിയാകില്ല. സംവിധാനം ചെയ്യാത്ത, നിയന്ത്രിക്കാത്ത പോസിറ്റീവ് ചിന്ത വളരെ വേഗം നശിച്ചുപോകും. അത് പോസിറ്റീവായ ആഗ്രഹമോ പോസിറ്റീവായ പ്രത്യാശയോ മാത്രമായി ഒടുങ്ങും. പ്രചോദനവും ഉയർന്ന നേട്ടവുമുണ്ടാക്കാൻ ഊർജശക്തിയാകേണ്ടതിനുപകരം പോസിറ്റീവ് ചിന്ത ജീവിതത്തോട് അൽപ്പമധികം സന്തോഷകരമായ മനോഭാവം സൃഷ്ടിക്കുന്ന കാര്യമായി മാത്രം ഒതുങ്ങും, പോസിറ്റീവായോ നെഗറ്റീവായോ എന്ത് സംഭവിച്ചാലും.

കൂടുതൽ ഫോക്കസ് ചെയ്ത, ഫലപ്രദമായ ലക്ഷ്യപൂർത്തീകരണത്തിന് പോസിറ്റീവ് ചിന്തയെ പോസിറ്റീവ് അറിവായി പരിവർത്തനം ചെയ്യണം. നിങ്ങൾ ആയിരിക്കുന്നതിന്റെ ആഴത്തിൽ നിന്നുകൊണ്ട് നിങ്ങളൊരു പ്രത്യേക ലക്ഷ്യം വിജയകരമായി നേടാൻ പോകുകയാണെന്ന് ഉറപ്പായും അറിയുകയും വിശ്വസിക്കുകയും വേണം. ഒരു സംശയവും കൂടാതെ ഉറപ്പായും തുടരണം. ആത്യന്തിക ലക്ഷ്യം നേടുന്നതിൽ നിശ്ചയദാർഢ്യം വേണം. തീരുമാനിച്ചുറപ്പിച്ചിരിക്കുകയും വേണം. ഒന്നിനും നിങ്ങളെ തടയാനാകില്ലെന്ന് ഉറച്ച് വിശ്വസിക്കണം.

ഉപബോധമനസ്സ് പ്രോഗ്രാം ചെയ്യുക

വിജയം നേടുമെന്നതിൽ ഇളകാത്ത മനസ്സോടെ ഉപബോധമനസ്സിനെ പ്രോഗ്രാം ചെയ്യാൻ നിങ്ങൾ നടത്തുന്ന ശ്രമങ്ങളെല്ലാം നിങ്ങളുടെ ലക്ഷ്യം അതിവേഗം നേടാൻ നിങ്ങളെ സഹായിക്കുന്നു. നിങ്ങളുടെ കഴിവുകളും ശേഷിയും പലമടങ്ങ് ഇരട്ടിപ്പിക്കുന്ന രീതിയാണ് ഞാനിവിടെ പറഞ്ഞ് തരുന്നത്. നിങ്ങളായിരിക്കുന്ന ഇടത്ത് നിന്ന് നിങ്ങളെത്താൻ ആഗ്രഹിക്കുന്നിടത്തേക്ക് പോകുന്നതിന് വേഗം കൂട്ടാൻ വലിയ രീതിയിൽ സഹായിക്കുകയും ചെയ്യുന്നു.

വളരെ പ്രധാനപ്പെട്ട മനഃശക്തിപരമായ നിയമമുണ്ട്. എന്താണ് മനസ്സിനെ സ്വാധീനിക്കുന്നത്, അത് പുറത്തേക്ക് ആവിഷ്കരിക്കും. എന്താണ് നിങ്ങൾ നിങ്ങളുടെ ഉപബോധമനസ്സിനെ ആഴത്തിൽ സ്വാധീനിക്കുന്നത് അത് ആത്യന്തികമായി നിങ്ങളുടെ പുറംലോകത്ത് പ്രകടമാകും. നിങ്ങളുടെ ലക്ഷ്യങ്ങളെ വളരെ ആഴത്തിൽ ഉപബോധമനസ്സിൽ മുദ്രവയ്ക്കുന്ന മാനസിക പ്രോഗ്രാമിങ് നടത്തുക. അത് അവിടെ കിടന്ന് സ്വയം ശക്തിപ്രാപിക്കും. ഈ രീതി നിങ്ങളെ അതിന് സഹായിക്കും.

ചിട്ടയോട് കൂടിയതും തോന്നിയപാടുമുള്ള ലക്ഷ്യങ്ങൾ ഒരുക്കൽ

പല വർഷങ്ങളായി എന്റെ ലക്ഷ്യങ്ങൾ സെറ്റ് ചെയ്യുന്നതിൽ ഒരു രീതി പിന്തുടരാറുണ്ട്. വർഷത്തിൽ ഒന്നോ രണ്ടോ തവണ ഞാനെന്റെ ലക്ഷ്യങ്ങൾ എഴുതിയിടും. എപ്പോഴെല്ലാം അവസരം ലഭിക്കുന്നുവോ അപ്പോഴെല്ലാം ഞാനത് പുനഃപരിശോധന നടത്തും. ഇതുമാത്രം മതി എന്റെ ജീവിതത്തിൽ അവിശ്വസനീയമായ മാറ്റം വരുത്താൻ. പലപ്പോഴും ജനുവരിയിൽ അടുത്തവർഷത്തേക്ക് വേണ്ട ഒരു ലിസ്റ്റ് ലക്ഷ്യങ്ങൾ എഴുതിയിടും. ഡിസംബറിൽ ആ ലിസ്റ്റ് ഞാൻ പുനഃപരിശോധന നടത്തുമ്പോൾ ഭൂരിഭാഗം ലക്ഷ്യ ങ്ങളും പൂർത്തിയായിട്ടുണ്ടാകും. ലിസ്റ്റിലെ വലുതും അവിശ്വസനീ യമായ ലക്ഷ്യങ്ങൾ വരെ നിറവേറിയിട്ടുണ്ടാകും.

അതിൽ പിന്നെ ഞാൻ മനസ്സിലാക്കി ടെക്നിക്കുകൾ എന്റെ ജീവിതം മാറ്റിയെന്ന്. വർഷത്തിലൊരിക്കൽ ലക്ഷ്യം എഴുതിയിട്ടതു കൊണ്ട് ഇത്രയും ശക്തി ചെലുത്താൻ കഴിഞ്ഞെങ്കിൽ അതിൽ കൂടുതൽ തവണ എഴുതാൻ കഴിഞ്ഞാൽ അതിലുമധികം സ്വാധീന മുള്ള ഫലമുണ്ടാകുമെന്നതിൽ സംശയമില്ല.

ചില ഗ്രന്ഥകാരന്മാർ പറയുന്നത് ലക്ഷ്യം മാസത്തിലൊരിക്കൽ എഴുതി പുനഃപരിശോധന നടത്തണമെന്നാണ്. ചിലർ ആഴ്ചയി ലൊരിക്കൽ നടത്തണമെന്ന് പറയുന്നു. എന്നാൽ ഞാൻ പഠിച്ചത് ഇത് ദിവസവും എഴുതി മാറ്റിയെഴുതണമെന്നാണ്.

എല്ലാ ദിവസവും നിങ്ങളുടെ ലക്ഷ്യം എഴുതുക

ഇതാ അതിനുള്ള ടെക്നിക്ക്. ഒരു സ്പൈറൽ നോട്ട് ബുക്ക് വാങ്ങി അത് നിങ്ങളെപ്പോഴും സൂക്ഷിക്കുക. എല്ലാദിവസവും ആ നോട്ടുബുക്ക് തുറന്ന് പത്ത് മുതൽ പതിനഞ്ചുവരെ നീളുന്ന പ്രധാന ലക്ഷ്യങ്ങൾ ലിസ്റ്റ് ചെയ്യുക. മുമ്പേയുള്ള ലിസ്റ്റിനെ അടിസ്ഥാനത്തി ലായിരിക്കരുത് ഇത് തയ്യാറാക്കേണ്ടത്. ഇത് എല്ലാ ദിവസവും ചെയ്തുകൊണ്ടിരിക്കുക. നിങ്ങളിത് ചെയ്തുകൊണ്ടിരിക്കുമ്പോൾ പല സ്തുത്യർഹമായ കാര്യങ്ങളും നടന്നിരിക്കും.

ആദ്യദിനം നിങ്ങളുടെ ലക്ഷ്യങ്ങൾ ലിസ്റ്റ് ചെയ്യുമ്പോൾ നിങ്ങൾ കൂടുതൽ ചിന്തയും മനനവും കൊടുക്കേണ്ടിവരും. ഭൂരിഭാഗം പേരും അവരുടെ ജീവിതകാലം മുഴുവനും പത്ത് ലക്ഷ്യങ്ങൾ ഒരിക്കലും ലിസ്റ്റ് ചെയ്യാത്തവരാണ്.

മുമ്പത്തെ ലിസ്റ്റിന്റെ റഫറൻസ് കൂടാതെ രണ്ടാം ദിവസം ലിസ്റ്റ് തയ്യാറാക്കുക. അത് എളുപ്പമായിരിക്കും. എന്നിരുന്നാലും

നിങ്ങളുടെ പത്ത് മുതൽ പതിനഞ്ചുവരെയുള്ള ലക്ഷ്യങ്ങൾ മാറും. അതിന്റെ വിവരണത്തിലും ക്രമത്തിലും മുൻഗണനയിലും മാറ്റങ്ങൾ വരും. ചിലപ്പോൾ നിങ്ങൾ ഒരു ദിവസമെഴുതിയ ഒരു ലക്ഷ്യം അടുത്ത ദിവസം വന്നുകൊള്ളണമെന്നില്ല. അത് ചിലപ്പോൾ എക്കാലത്തേക്കുമായി മറന്നുപോകാം. ഒരിക്കലും തിരിച്ചുവരാതിരിക്കാം. അല്ലെങ്കിൽ പിന്നീട് ഉചിതമായ സമയം വീണ്ടും പ്രത്യക്ഷപ്പെടാം.

എല്ലാ ദിവസവും നിങ്ങൾ പത്ത് മുതൽ പതിനഞ്ച് ലക്ഷ്യങ്ങൾ എഴുതിയിടുമ്പോൾ നിങ്ങളുടെ നിർവചനം കൂടുതൽ വ്യക്തവും മൂർച്ചയേറിയതുമായിത്തീരുന്നു. പിന്നീട് നിങ്ങൾ ആത്യന്തികമായി ഒരേ വാക്കുകൾ എല്ലാ ദിവസവും എഴുതാൻ തുടങ്ങും. നിങ്ങൾക്ക് ചുറ്റും ജീവിതം മാറുന്നപോലെ നിങ്ങളുടെ മുൻഗണനാക്രമവും മാറിയേക്കാം. എന്നാൽ എല്ലാ ദിവസവും ഒരേ ലക്ഷ്യങ്ങളാണ് എഴുതുന്നതും മാറ്റിയെഴുതുന്നതെന്നും നിങ്ങൾ മുപ്പത് ദിവസങ്ങൾക്കു ശേഷം കണ്ടെത്തും.

നിങ്ങളുടെ ജീവിതം പറക്കട്ടെ

ഈ സമയമാകുമ്പോഴേയ്ക്കും ചില പ്രശംസനീയമായ കാര്യങ്ങൾ നിങ്ങളുടെ ജീവിതത്തിൽ നടക്കും. അത് പറക്കാൻ തുടങ്ങും! റൺവേയിൽനിന്ന് പറക്കാനൊരുങ്ങുന്ന ജെറ്റിൽ നിങ്ങളൊരു യാത്രികനായി ഇരിക്കുന്നപോലെ അനുഭവപ്പെടാൻ തുടങ്ങും. നിങ്ങളുടെ ജോലിയും വ്യക്തിഗത ജീവിതവും നാടകീയമായി മെച്ചപ്പെടാൻ തുടങ്ങും. നിങ്ങളുടെ മനസ്സ് ആശയങ്ങളാലും ഉൾക്കാഴ്ചകളാലും തിളങ്ങാൻ തുടങ്ങും. ലക്ഷ്യങ്ങൾ പൂർത്തീകരിക്കാൻ ആവശ്യമായ വ്യക്തികൾ, വിഭവങ്ങൾ എന്നിവയെ നിങ്ങളുടെ ജീവിതത്തിലേക്ക് ആകർഷിക്കാൻ തുടങ്ങും. നിങ്ങൾ അതിവേഗം പുരോഗതി നേടാൻ തുടങ്ങും. ചിലസമയം അൽപ്പം പേടിപ്പെടുത്തും വിധമായിരിക്കാം വേഗത! എല്ലാം വളരെ പോസിറ്റീവായി മാറാൻ തുടങ്ങും.

കഴിഞ്ഞ കുറേ വർഷങ്ങളിൽ ഇരുപത്തിമൂന്ന് രാജ്യങ്ങളിലെ ഇരുപതുലക്ഷം പേരെയാണ് ഞാൻ അഭിസംബോധന ചെയ്തിരിക്കുന്നത്. എന്റെ പത്ത് ലക്ഷ്യങ്ങളുടെ പരിശീലനപാഠം സെമിനാറിൽ പങ്കെടുത്ത പതിനായിരക്കണക്കിന് പേർക്ക് നൽകിയിട്ടുണ്ട്. നിങ്ങൾക്ക് നൽകിയതിനേക്കാൾ എളുപ്പമായ പരിശീലനപാഠമാണ് അവർക്ക് നൽകിയത്. ഇതാ:

അടുത്ത വർഷത്തിൽ നേടേണ്ടതായ പത്ത് ലക്ഷ്യങ്ങളുടെ ലിസ്റ്റ് തയ്യാറാക്കാൻ ഞാൻ സദസ്സിനോട് ആവശ്യപ്പെട്ടു. ആ ലിസ്റ്റ്

പന്ത്രണ്ട് മാസങ്ങൾ മാറ്റിവെച്ചതിനുശേഷം തുറക്കാൻ ആവശ്യപ്പെട്ടു. ഒരു വർഷം കഴിഞ്ഞ് അവർ ആ ലിസ്റ്റ് തുറന്നപ്പോൾ അത്ഭുതകരമായ പ്രവൃത്തി നടന്നപോലെ അവർക്കുതോന്നി. ഭൂരിഭാഗം കേസുകളിലും പത്തിൽ എട്ട് ലക്ഷ്യങ്ങളും പൂർത്തിയായതായി അവർ കണ്ടു. പലതും വളരെ സ്തുത്യർഹമായ നിലയിൽ തന്നെ!

ലോകത്തെങ്ങും പലഭാഷകളിലും സംസ്കാരങ്ങളിലുമുള്ള മനുഷ്യർക്ക് ഞാനീ പരിശീലനപാഠം നൽകിയിട്ടുണ്ട്. പിന്നീട് ഞാനവരുടെ നഗരങ്ങളിലും രാജ്യങ്ങളിലും ചെല്ലുമ്പോൾ ആയിരക്കണക്കിന് ആളുകൾ കല്യാണച്ചടങ്ങിനെന്നവിധം വരിനിന്ന് എന്നെ കാണാൻ നിന്നിട്ടുണ്ട്. അവർക്കെല്ലാം ഒരു വർഷംമുമ്പ് എഴുതിവെച്ച പത്ത് ലക്ഷ്യങ്ങൾ എങ്ങനെ ജീവിതം മാറ്റിമറിച്ചുവെന്ന ധാരാളം അനുഭവങ്ങളാണ് പങ്കുവയ്ക്കാനുണ്ടായിരുന്നത്.

ഈ രീതി ജോലിയിൽ പകർത്തുക

ഈ അധ്യായത്തിൽ നമ്മൾ ചർച്ച ചെയ്യുന്ന പരിശീലപാഠത്തിൽനിന്ന് അതിലും വളരെയധികം മഹത്തായ ലക്ഷ്യങ്ങൾ അതിവേഗം നേടുന്ന കാര്യമാണ് പറയുന്നത്. ഒരിക്കൽ മാത്രം ലക്ഷ്യങ്ങൾ എഴുതിവച്ചപ്പോഴുണ്ടായതിനേക്കാൾ മഹത്തായ നേട്ടം. നമ്മൾ നേരത്തെ ചർച്ച ചെയ്ത ലക്ഷ്യങ്ങൾ ഒരുക്കുന്ന അതേ രീതികളിലൂടെ ആണെങ്കിലും എല്ലാദിവസവും നിങ്ങളത് എഴുതിവെച്ചാൽ നിങ്ങളുടെ ലക്ഷ്യങ്ങളിലെ ഫലങ്ങൾ ഇരട്ടിയോ മൂന്നിരട്ടിയായോ അഞ്ചിരട്ടിയായോ പത്തിരട്ടിയായോ വർധിക്കും. ഈ പരിശീലനപാഠത്തിൽ ചില പ്രത്യേക നിയമങ്ങൾ ഉറപ്പായും പ്രയോഗിക്കണം. ആദ്യം മൂന്ന് P ഫോർമുല ഉപയോഗിക്കണം. പോസിറ്റീവ്, പ്രസന്റ് , പേഴ്സണൽ ടെൻസ്.

ഉപബോധ മനസ്സ് ഉത്തേജിപ്പിക്കുക

വർത്തമാനകാലത്തിൽ അതായത് പ്രസന്റ് ടെൻസിൽ ഉറപ്പിക്കുന്ന തരം അടിയുറച്ച പ്രസ്താവനകൾ പ്രയോഗിച്ചാൽ മാത്രമേ ഉപബോധമനസ്സിനെ ഉത്തേജിപ്പിക്കാനാകൂ. നിങ്ങൾ ഇതിനകം നേടിയെന്ന മട്ടിലാകണം ലക്ഷ്യങ്ങൾ എഴുതിവയ്ക്കേണ്ടത്. അടുത്ത പന്ത്രണ്ട് മാസത്തിൽ 'ഞാൻ അമ്പതിനായിരം ഡോളർ നേടും' എന്നെഴുതുന്നതിനുപകരം 'ഞാൻ പ്രതിവർഷം അമ്പതിനായിരം ഡോളർ നേടുന്നു' എന്നെഴുതണം.

നിങ്ങളുടെ ലക്ഷ്യം പോസിറ്റീവായിരിക്കുകയും വേണം. 'ഞാൻ പുകവലി നിർത്തും', 'ഞാൻ കുറച്ച് പൗണ്ട് തൂക്കം കുറയ്ക്കും' എന്നെഴുതുന്നതിനുപകരം 'ഞാൻ പുകവലിക്കാത്ത

ആളാണ്', 'എനിക്ക് ഇത്ര പൗണ്ട് തൂക്കമുണ്ട്' എന്നാണ് എഴുതേണ്ടത്.

നിങ്ങളുടെ ആജ്ഞ പോസിറ്റീവായിരിക്കണം. കാരണം നിങ്ങളുടെ ഉപബോധമനസ്സ് പോസിറ്റീവ് ആജ്ഞകളോടാണ് കൂടുതൽ സ്വീകരണ സന്നദ്ധതയുള്ളത്.

മൂന്നാമത്തെ P പേഴ്സണൽ എന്നതിനെ പ്രതിനിധീകരിക്കുന്നു. ഇനി മുതൽ നിങ്ങളുടെ ജീവിതകാലം മുഴുവൻ എല്ലാ ലക്ഷ്യവും ഞാൻ എന്നതിൽ തുടങ്ങുക. ഈ പ്രപഞ്ചത്തിൽ നിങ്ങളോട് ബന്ധപ്പെട്ട് ഞാൻ എന്ന് പ്രയോഗിക്കാൻ നിങ്ങൾക്ക് മാത്രമേ കഴിയൂ. ഞാൻ എന്നതിൽ തുടങ്ങുന്ന ആജ്ഞ നിങ്ങളുടെ ഉപബോധ മനസ്സ് സ്വീകരിക്കുമ്പോൾ എന്ത് സംഭവിക്കുമെന്നറിയോ? ഹെഡ് ഓഫീസിൽനിന്ന് വർക്ക് ഓർഡർ കിട്ടിയ ഫാക്ടറിയിലെ പ്രവർത്തന മേഖലപോലെയിരിക്കും. ആ ലക്ഷ്യം യാഥാർത്ഥ്യമാക്കാൻ ഉടനടി പ്രവർത്തിക്കാൻ തുടങ്ങും.

ഉദാഹരണത്തിന്: ഇങ്ങനെ എഴുതാൻ പാടില്ല 'എന്റെ ലക്ഷ്യമെന്നത് അമ്പതിനായിരം ഡോളർ സമ്പാദിക്കുക എന്നതാണ്' പകരം, 'ഞാൻ അമ്പതിനായിരം ഡോളർ പ്രതിവർഷം സമ്പാദിക്കുന്നു' എന്നെഴുതണം. എല്ലാ പ്രയോഗങ്ങൾക്കുമുന്നിലും ഞാൻ നേടുന്നു, ഞാൻ വിജയിക്കുന്നു, ഞാൻ ഇന്ന കാർ ഡ്രൈവ് ചെയ്യുന്നു, ഞാൻ ഇന്നയിന്ന മലകയറുന്നു എന്ന രീതിയിലാണ് എഴുതേണ്ടത്.

നിങ്ങളുടെ ലക്ഷ്യങ്ങളിൽ സമയപരിധി ഒരുക്കുക

നിങ്ങൾ ദിവസവും എഴുതി തയ്യാറാക്കുന്ന ലക്ഷ്യങ്ങൾക്ക് കൂടുതൽ ശക്തി കിട്ടാൻ ഓരോ ലക്ഷ്യം എഴുതുന്നതിന്റെയും അടിയിൽ സമയപരിധികൂടി എഴുതിയിടുക. ഉദാഹരണത്തിന് ഇങ്ങനെ എഴുതാം: 'ഞാൻ ഡിസംബർ 31-ഓടെ മാസന്തോറും അമ്പതിനായിരം ഡോളറിന്റെ ശരാശരി വരുമാനമുണ്ടാക്കുന്നു.'

മുൻ അധ്യായങ്ങളിൽ പറഞ്ഞപോലെ നിങ്ങളുടെ മനസ്സ് സമയപരിധി ഇഷ്ടപ്പെടുന്നു. നിർബന്ധം ചെലുത്തുന്ന രീതിയിൽ മനസ്സ് അഭിവൃദ്ധിപ്പെടുന്നു. എങ്ങനെയാണ് നിങ്ങളുടെ ലക്ഷ്യം നേടുകയെന്ന് അറിയില്ലെങ്കിലും എല്ലായ്പ്പോഴും നിങ്ങൾ ഉറപ്പുള്ള സമയപരിധിവയ്ക്കുക. ഓർക്കുക: പുതിയ വിവരങ്ങളോടെ നിങ്ങൾക്കെപ്പോൾ വേണമെങ്കിലും സമയപരിധി മാറ്റാം. എന്നാൽ ഒരു കാര്യം ഉറപ്പാക്കുക. സമയപരിധി എന്തായാലും വേണം. ഓരോ ലക്ഷ്യത്തിനുംശേഷം ആശ്ചര്യചിഹ്നം ഇടുംപോലെ.

എത്ര കണ്ട് നിങ്ങൾക്കത് വേണം?

പത്ത് ലക്ഷ്യങ്ങൾ എല്ലാദിവസവും എഴുതുക എന്ന അഭ്യാസം ഒരു പരീക്ഷണമാണ്. നിങ്ങൾക്കെത്ര കണ്ട് ആ ലക്ഷ്യങ്ങൾ പൂർത്തീകരിച്ച് കാണണമെന്നുണ്ടെന്ന് തീരുമാനിക്കാനുള്ള പരീക്ഷണം. പലപ്പോഴും നിങ്ങൾ ഒരു ലക്ഷ്യം എഴുതിയശേഷം വീണ്ടും അതെഴുതാൻ മറന്നുപോകുകയാണ് പതിവ്. അതിനർത്ഥം ഒന്നുകിൽ നിങ്ങൾക്കാ ലക്ഷ്യം പൂർത്തിയാക്കാൻ താൽപ്പര്യമുണ്ടാകില്ല. അത് പൂർത്തിയാക്കുന്നതിനേക്കാൾ മറ്റെന്തെങ്കിലുമായിരിക്കും താൽപ്പര്യം. അല്ലെങ്കിൽ നിങ്ങൾക്ക് ആ ലക്ഷ്യം പൂർത്തിയാക്കാൻ കഴിയുമെന്ന് വിശ്വാസമുണ്ടാകില്ല.

എന്നാൽ നിങ്ങളുടെ ലക്ഷ്യം ഓരോ ദിവസവും എത്രമാത്രം നിങ്ങൾ അച്ചടക്കത്തോടെ എഴുതുകയും തിരുത്തിയെഴുതുകയും ചെയ്യുന്നുവോ അത്രയും വ്യക്തമായി നിങ്ങൾക്ക് എന്താണ് ശരിക്കും വേണ്ടതെന്ന് കൂടുതൽ ബോധ്യപ്പെടും. അതോടെ നിങ്ങൾക്കത് സാധ്യമാണെന്നും വ്യക്തമാകും.

നടപടിക്രമത്തിൽ വിശ്വസിക്കൂ

നിങ്ങൾ ലക്ഷ്യങ്ങൾ എഴുതിവയ്ക്കാൻ തുടങ്ങുമ്പോൾ എങ്ങനെ പൂർത്തിയാകുമെന്ന് നിങ്ങൾക്കൊരു ആശയവുമുണ്ടാകണമെന്നില്ല. അത് പ്രധാനവുമല്ല. നിങ്ങൾ എല്ലാ ദിവസവും പരിപൂർണ വിശ്വാസത്തോടെ ലക്ഷ്യങ്ങൾ എഴുതുകയും മാറ്റിയെഴുതുകയും ചെയ്യുന്നു എന്നതാണ് പ്രധാനം. ഓരോ തവണയും നിങ്ങളെഴുതുമ്പോൾ നിങ്ങളുടെ അബോധമനസ്സിന്റെ ആഴങ്ങളുടെ ആഴത്തിൽ അതെല്ലാം മുദ്രണം ചെയ്യുകയാണ്. ഒരു പ്രത്യേകഘട്ടത്തിൽ ലക്ഷ്യങ്ങളെല്ലാം സാധ്യമെന്ന് പരിപൂർണ ബോധ്യത്തോടെ വിശ്വസിക്കാൻ തുടങ്ങും.

ബോധമനസ്സിൽ നിന്നുള്ള ആജ്ഞകളായി ഉപബോധമനസ്സ് ലക്ഷ്യങ്ങൾ സ്വീകരിക്കാൻ തുടങ്ങുമ്പോൾ നിങ്ങളിൽനിന്ന് പുറപ്പെടുന്ന വാക്കുകളും പ്രവൃത്തികളും ലക്ഷ്യങ്ങൾക്കായി സ്ഥിരതയുള്ള പ്രത്യേക രൂപമാർജ്ജിക്കും. നിങ്ങളുടെ ഉപബോധമനസ്സ് നിങ്ങളുടെ ലക്ഷ്യങ്ങൾ പൂർത്തീകരിക്കുന്നതിനായി അതിനോട് ബന്ധപ്പെട്ട വ്യക്തികളെയും സാഹചര്യങ്ങളെയും നിങ്ങളുടെ ജീവിതത്തിലേക്ക് ആകർഷിക്കും.

നിങ്ങളുടെ മനസ്സിലെ കമ്പ്യൂട്ടർ 24 മണിക്കൂറും പ്രവർത്തിക്കുന്നു

ബൃഹത്തായ കമ്പ്യൂട്ടർ പ്രവർത്തിക്കുംപോലെ നിങ്ങളുടെ ഉപബോധമനസ്സ് പ്രവർത്തിച്ചുകൊണ്ടേയിരിക്കുന്നു. അതൊരിക്കലും ഓഫാക്കാതെ നിങ്ങളുടെ ലക്ഷ്യങ്ങൾ യാഥാർത്ഥ്യമാകാൻ പ്രവർത്തിക്കുന്നു. നിങ്ങൾ കാര്യമായൊന്നും ചെയ്തില്ലെങ്കിൽകൂടി നിങ്ങളുടെ ലക്ഷ്യങ്ങൾ യാഥാർത്ഥ്യമാകാൻ തുടങ്ങും. ചിലപ്പോൾ വളരെ അപ്രതീക്ഷിതവും സ്തുത്യർഹവുമായ രീതിയിൽ.

കുറച്ച് വർഷങ്ങൾക്കുമുമ്പ് ഞാനൊരു ബിസിനസ്സുകാരനെ ലോസ് ഏഞ്ചൽസിൽ കണ്ടുമുട്ടി. അയാൾക്ക് തീർത്തും വിഡ്ഢിത്തം നിറഞ്ഞ ഒരാശയമുണ്ടായിരുന്നു. ദശലക്ഷക്കണക്കിന് ഡോളറുകൾ സമാഹരിച്ച് ഹവായിയിൽ ഒരു അമ്യൂസ്മെന്റ് പാർക്ക് തുടങ്ങുക എന്നതായിരുന്നു അയാളുടെ ലക്ഷ്യം. റസ്റ്ററന്റ്സ്, പ്രദർശനശാലകൾ, വിവിധരാജ്യങ്ങളിൽ നിന്നുള്ള പ്രദർശനവസ്തുക്കൾ, അതൊരു വലിയ ആകർഷണമായിരിക്കുമെന്ന് അദ്ദേഹത്തിന് ഉറപ്പായിരുന്നു. സ്റ്റാർട്ട് അപ്പ് എന്ന നിലയിൽ പണം കണ്ടെത്താൻ കഴിഞ്ഞാൽ സ്വാഭാവികമായും ഈ രാജ്യങ്ങളിൽ നിന്നുള്ള പിന്തുണയും ലഭിക്കുമെന്നും അദ്ദേഹം കണക്കുകൂട്ടി.

ഞാൻ ചെറുപ്പമായിരുന്നു. പരിചയക്കുറവുമുണ്ട്. ഇത് പൂർണമായും ഭാവന മാത്രമാണെന്ന് ഞാനയാളോട് ഭവ്യതയോടെ പറഞ്ഞു. ഇത്തരം സങ്കീർണതയും വമ്പൻ മുതൽമുടക്ക് വേണ്ടിവരുന്നതുമായ പ്രോജക്ട് അദ്ദേഹത്തെപ്പോലെ പരിമിത വിഭവം മാത്രം കൈവശമുള്ള ആൾക്ക് താങ്ങാൻ കഴിയുന്നതല്ലെന്ന് എനിക്ക് തോന്നി. വെറും സമയം പാഴാക്കുന്ന വേലയായിട്ടാണ് ഞാൻ വിലയിരുത്തിയത്. ഈ ഭാരിച്ച ജോലികൾ ഒത്തുകൂട്ടി പ്രവർത്തിക്കാൻ അദ്ദേഹം വെച്ചുനീട്ടിയ ജോലി ഓഫർ ഞാൻ വിനയപൂർവം നിരസിക്കുകയും ചെയ്തു.

ഇത് നടക്കുന്നത് 1960-കളിലാണ്. പിന്നീട് ഞാൻ കേൾക്കുന്നത് ആ പ്രോജക്ട് പൂർണമായും വാൾട്ട് ഡിസ്നി ഏറ്റെടുത്തുവെന്ന വാർത്തയാണ്. ആ പ്രോജക്ടിനെ 'നാളെയുടെ പരീക്ഷണാർത്ഥമുള്ള സമൂഹത്തിന്റെ മൂലരൂപം' (EPCOT Centre) എന്നാണ് വിശേഷിപ്പിച്ചത്. ഫ്ളോറിഡ, ഓർലാൻഡോയിലുള്ള ഡിസ്നി വേൾഡിന് തൊട്ടടുത്ത് നിർമ്മാണം തുടങ്ങുകയും ചെയ്തു. അമ്യൂസ്മെന്റ് പാർക്കും വികസനവും നൂറുകണക്കിന് ദശലക്ഷം ഡോളറുകൾ വർഷംതോറും വരുമാനം നേടി. ലോകത്തെ ഏറ്റവും ജനപ്രിയമായ ടൂറിസ്റ്റ് കേന്ദ്രങ്ങളിലൊന്നായി മാറുകയും ചെയ്തു.

പ്രപഞ്ചത്തിലെ എല്ലാ ശക്തികളെയും ഉത്തേജിപ്പിക്കുക

ഇതാണ് പോയിന്റ്. ആ സമയത്തിൽ ചെറുപ്പക്കാരൻ എന്ന നിലയിൽ ഞാനക്കാര്യം തിരിച്ചറിഞ്ഞിരുന്നില്ല. ഒരു ലക്ഷ്യം എഴുതി തയ്യാറാക്കുമ്പോൾ അതെത്ര വലുതായിക്കോട്ടെ, അസാധ്യമെന്ന് തോന്നിക്കോട്ടെ പ്രപഞ്ചത്തിലെ ശക്തിയുടെ പരമ്പരതന്നെ നിങ്ങൾ ഉത്തേജിപ്പിക്കുകയാണ്. അത് മിക്കവാറും അസാധ്യമായത് സാധ്യമാക്കുന്നു. ഉപബോധമനസ്സിന്റെ അധ്യായത്തിൽ ഞാനീകാര്യം വിശദമായി വിവരിച്ചിട്ടുണ്ട്.

നിങ്ങൾ ഒരു ലക്ഷ്യം എഴുതിയിടുമ്പോൾ നിങ്ങൾ അതിന്റെ പൂർത്തീകരണ കാര്യത്തിൽ സംശയാലുവായിരിക്കാം. നിങ്ങളുടെ ബോധമനസ്സിൽ അതിനെക്കുറിച്ച് ആശയമുണ്ടായിരിക്കാം. നിങ്ങൾക്കത് സാധ്യമാകുമെന്ന് പൂർണമായ ദൃഢവിശ്വാസം വികസിപ്പിച്ചിട്ടുണ്ടാകില്ല. ഇത് സാധാരണവും പ്രതീക്ഷിക്കാവുന്നതുമാണ്. ഈ രീതി ഉപയോഗിക്കുന്നത് ഒരിക്കലും നിർത്താൻ ഇടവയ്ക്കരുത്.

ചുമ്മാ ചെയ്യൂ

ഈ രീതി പ്രായോഗികമാക്കാൻ നിങ്ങൾക്ക് വേണ്ടത് ഒരു സ്പൈറൽ നോട്ട് ബുക്കും പിന്നെ ഓരോ ദിവസവും അച്ചടക്കത്തോടെ പത്ത് ലക്ഷ്യങ്ങൾ പോസിറ്റീവായി വർത്തമാനകാലത്തിൽ വ്യക്തിപരമായ നിലയ്ക്ക് എഴുതുക എന്നതുമാത്രമാണ്. അതുമാത്രമാണ് നിങ്ങൾക്ക് വേണ്ടത്. ഒരാഴ്ചയിൽ, മാസത്തിൽ, ഒരു വർഷത്തിൽ നിങ്ങൾ നിങ്ങൾക്കുചുറ്റും നോക്കുമ്പോൾ നിങ്ങളുടെ ജീവിതം അടിമുടി മാറിപ്പോയതായി കാണും.

ഈ രീതിയെപ്പറ്റി സംശയമുണ്ടെങ്കിൽപോലും ഒരു ദിവസം വെറും അഞ്ച് മിനിറ്റ് മാത്രം മതി ഇത് ശ്രമിച്ചുനോക്കാനെന്ന് ഓർക്കണം. ഇരുപത് വർഷങ്ങളിലധികമായി ഈ രീതി പ്രായോഗികമല്ലെന്ന് പറയുന്ന ഒരാളെ പോലും കണ്ടിട്ടില്ലെന്ന് ഓർക്കണം. എന്നാൽ മറിച്ചാണ് കാര്യങ്ങൾ. ഈരീതി ജീവിതം നാടകീയമായി മാറ്റിയെന്നറിഞ്ഞ് രാജ്യത്തുടനീളം നിന്നും ലോകമെങ്ങും നിന്നും എഴുത്തുകൾ, ഫോൺ വിളികൾ, ഇ-മെയിലുകൾ, സാക്ഷ്യപ്രസ്താവനകൾ എന്നിവയുടെ പ്രവാഹമാണ്. വിശ്വാസങ്ങൾക്ക് അതീതമാണ് കാര്യങ്ങൾ.

ഫലങ്ങൾ ഇരട്ടിയാക്കുക

ഈ രീതിയുടെ ഫലപ്രാപ്തി അധിക ടെക്നിക്കുകൾ ഉപയോഗിച്ച് ഇരട്ടിപ്പിക്കാവുന്നതാണ്. നിങ്ങളൊരു ലക്ഷ്യം പോസിറ്റീവായി

വ്യക്തിഗത, വർത്തമാന കാലത്തിൽ എഴുതുമ്പോൾ തന്നെ ആ ലക്ഷ്യം അതിവേഗം നടപ്പാക്കുന്നതിനായി അതിനൊപ്പം ചെയ്യേണ്ട ചുരുങ്ങിയത് മൂന്ന് കാര്യങ്ങളെങ്കിലും എഴുതണം. അതും ഈ രീതിയിൽ തന്നെ എഴുതണം.

ഉദാഹരണത്തിന് നിങ്ങളുടെ ലക്ഷ്യം നിശ്ചിത തുക നേടുക എന്നതായിരിക്കും. നിങ്ങളിങ്ങനെയാണ് എഴുതേണ്ടത്. 'ഞാൻ അടുത്ത പന്ത്രണ്ട് മാസങ്ങളിൽ അമ്പതിനായിരം ഡോളർ സമ്പാദിക്കും.' ഉടനടി അതിനടിയിൽ ഇക്കാര്യം കൂടി എഴുതുക. 1. ഞാൻ എന്നും മുൻകൂറായി പ്ലാൻ ചെയ്യും. 2. ഞാൻ എന്റെ ഏറ്റവും പ്രധാനപ്പെട്ട ദൗത്യം ചെയ്യാൻ തുടങ്ങും. 3. ഞാൻ എന്റെ ഏറ്റവും പ്രധാനപ്പെട്ട ദൗത്യം പൂർത്തീകരിക്കുംവരെ ഏകാഗ്രമായി ശ്രദ്ധ കേന്ദ്രീകരിച്ച് പ്രവർത്തിക്കും.

നിങ്ങളുടെ ലക്ഷ്യമെന്തുമായിക്കോട്ടെ, നിങ്ങൾക്കെളുപ്പം ഈ മൂന്ന് കാര്യങ്ങളും ആ ദൗത്യം നടപ്പാക്കുന്നതിനായി ചിന്തിക്കാനാകും. എടുക്കേണ്ട കാര്യങ്ങൾ നിങ്ങളെഴുതുമ്പോൾ അത് ഉപബോധമനസ്സിൽ ലക്ഷ്യത്തിനൊപ്പം പ്രോഗ്രാം ചെയ്യപ്പെടുന്നു. ഒരു നിശ്ചിതഘട്ടത്തിൽ നിങ്ങളെഴുതിയ കാര്യങ്ങൾ നിങ്ങൾ പിന്തുടരുന്നുണ്ടെന്നും അതിൽ പ്രവർത്തിക്കുന്നുണ്ടെന്നും കണ്ടെത്തും. ചിലപ്പോൾ അതിനെക്കുറിച്ച് നിങ്ങൾ ചിന്തിച്ചിട്ടുപോലുമില്ലെങ്കിൽ കൂടി. നിങ്ങളെടുക്കുന്ന ഓരോ ചുവടും നിങ്ങളുടെ ആത്യന്തികലക്ഷ്യത്തിലേക്ക് നിങ്ങളെ കൂടുതൽ വേഗം അടുപ്പിക്കുന്നു.

ഇൻഡെക്സ് കാർഡ് ഉപയോഗിക്കുക

ദൈനംദിനമുള്ള ലക്ഷ്യങ്ങൾ കൂടുതൽ ഫലപ്രാപ്തിയോടെ നേടണമെങ്കിൽ മറ്റൊരു വഴി കൂടിയുണ്ട്. മൂന്ന് ഇഞ്ച് നീളവും അഞ്ച് ഇഞ്ച് വീതിയുമുള്ള ഇൻഡെക്സ് കാർഡിൽ ലക്ഷ്യങ്ങൾ കുറിച്ചിടുക. ഓരോ കാർഡിലും ഓരോ ലക്ഷ്യമായിരിക്കണം കുറിക്കേണ്ടത്. എല്ലായ്പ്പോഴും ഈ കാർഡ് നിങ്ങൾക്കൊപ്പം സൂക്ഷിക്കുക. എപ്പോഴെങ്കിലും അധികസമയം കിട്ടുകയാണെങ്കിൽ ഇൻഡെക്സ് കാർഡെടുത്ത് നിങ്ങളുടെ ലക്ഷ്യങ്ങൾ ഓരോന്നായി പുനഃപരിശോധിക്കുക.

ഓരോ ലക്ഷ്യങ്ങളും പേഴ്സണൽ, പോസിറ്റീവ്, പ്രസന്റ് ടെൻസിൽ വേണം എഴുതേണ്ടത്. ആരോ ഒരിക്കൽ പറഞ്ഞിട്ടുണ്ട്, 'പ്രഭാത ഭക്ഷണമില്ലാത്ത അവസ്ഥയേക്കാൾ കഠിനമാണ് ദൃഢപ്രതിജ്ഞ ഇല്ലാത്ത പ്രഭാതങ്ങൾ', ഓരോ വട്ടവും നിങ്ങളീ കാർഡ് പുറത്തെടുക്കുമ്പോൾ കുറച്ച് സമയമെടുത്ത് ദീർഘനിശ്വാസമെടു

ക്കുക. റിലാക്സ് ചെയ്യുക. തുടർന്ന് ഓരോ ലക്ഷ്യങ്ങളായെടുത്ത് വിശകലനം ചെയ്യുക.

ഓരോ ലക്ഷ്യങ്ങൾ എടുത്ത് വായിക്കുമ്പോഴും അതെല്ലാം യാഥാർത്ഥ്യമായെന്ന മട്ടിലായിരിക്കണം. ആ ലക്ഷ്യത്തിൽ നിങ്ങളെത്തന്നെ കാണണം, ലക്ഷ്യം ആസ്വദിക്കണം, ലക്ഷ്യം പൂർത്തീകരിക്കുമ്പോഴുള്ള ആനന്ദം അനുഭവിക്കണം.

ഇൻഡെക്സ് കാർഡ് വായിക്കുന്നതിനൊപ്പം ആ ലക്ഷ്യം വളരെ വേഗം നടപ്പാക്കുന്നതിന് എടുക്കേണ്ട വ്യക്തമായ ചുവടുകളെക്കുറിച്ചും സങ്കൽപ്പിക്കണം. നിങ്ങളെടുക്കുന്ന ചുവടുകളെക്കുറിച്ച് യഥാർത്ഥത്തിൽ സങ്കൽപ്പിക്കുകയാണ്. തുടർന്ന് റിലാക്സ് ചെയ്യുക. എന്നിട്ട് അടുത്ത ലക്ഷ്യത്തിലേക്ക് കടക്കുക.

ഒരു ദിവസം ചുരുങ്ങിയത് രണ്ട് വട്ടമെങ്കിലും നിങ്ങൾ ലക്ഷ്യം കുറിച്ച ഇൻഡെക്സ് കാർഡ് പുനഃപരിശോധിക്കണം. ആ കാർഡ് എപ്പോഴും കൂടെ കൊണ്ടുനടക്കുന്നതും ദിവസവും വിലയിരുത്തുന്നതും മറക്കരുത്.

മാനസിക പ്രോഗ്രാമിങ്ങിന് പറ്റിയ സമയം

ലക്ഷ്യങ്ങൾ ദിവസവും രണ്ടുവട്ടം എഴുതുകയും മാറ്റിയെഴുതുകയും ചെയ്യുന്നതാണ് അനുയോജ്യം. ഇൻഡെക്സ് കാർഡ് വായിക്കുന്നതും പുനഃപരിശോധിക്കുന്നതും അങ്ങനെതന്നെ. സന്ധ്യയിൽ ഏറ്റവുമൊടുവിൽ ചെയ്യേണ്ടത് ഇതാണ്. കിടക്കാൻ പോകുന്നതിനുമുമ്പ് ഇക്കാര്യം ചെയ്യുക. ഉണർന്നെണീക്കുമ്പോൾ ജോലിക്ക് പോകുന്നതിനുമുമ്പും ചെയ്യുക.

സന്ധ്യയിൽ നിങ്ങൾ എഴുതുകയും മാറ്റിയെഴുതുകയും ചെയ്യുമ്പോൾ നിങ്ങളത് ഉപബോധമനസ്സിൽ പ്രോഗ്രാം ചെയ്യുക കൂടിയാണ്. നിങ്ങൾ ഉറങ്ങിക്കിടക്കുമ്പോൾത്തന്നെ നിങ്ങൾക്കായി ഉപബോധമനസ്സ് പ്രവർത്തിച്ചുകൊണ്ടിരിക്കാൻ അവസരം ലഭിക്കും. നിങ്ങൾ ചിലപ്പോൾ അതിശയകരമായ ആശയങ്ങളോടെയാകും ഉണർന്നെണീൽക്കുക. നിങ്ങളുടെ ലക്ഷ്യം നേടാൻ ചിലയാളുകളെ വിളിക്കേണ്ടത് ഓർമ്മയിൽ വരാം.

നിങ്ങൾ ജോലിക്ക് പുറപ്പെടുംമുമ്പ് ലക്ഷ്യം എഴുതുകയും വിലയിരുത്തുകയും ചെയ്താൽ നിങ്ങളിൽ പോസിറ്റീവ് ചിന്തകളും പോസിറ്റീവ് ആക്ടിങ്ങും ദിവസം മുഴുവൻ നീണ്ടുനിൽക്കും. രാവിലെയുള്ള ശാരീരിക വ്യായാമം ശരീരത്തെ ഉഷാറാക്കുംപോലെ ലക്ഷ്യങ്ങളുടെ വിലയിരുത്തൽ നിങ്ങളുടെ മനസ്സിനെ കൂടുതൽ ഉണർത്തും. ദിവസം മുഴുവൻ ഏറ്റവും നല്ലത് ചെയ്യാനായി നിങ്ങളെ സജ്ജനാക്കുകയും ചെയ്യും.

എല്ലാദിവസവും രാവിലെയും വൈകിട്ടുമുള്ള ലക്ഷ്യങ്ങളുടെ വിലയിരുത്തലും പുനഃപരിശോധനയും നിങ്ങളുടെ ഉപബോധമനസ്സിൽ കൂടുതൽ ആഴത്തിൽ പതിയാനും അതുവഴി കൂടുതൽ സ്വയം മതിപ്പുളവാക്കാനും കഴിയും. പടിപടിയായി നിങ്ങൾ പോസിറ്റീവ് ചിന്തകളിൽനിന്ന് പോസിറ്റീവ് അറിവുകളിലേക്ക് നീങ്ങും. ലക്ഷ്യം നേടാവുന്നതാണെന്ന ഇളക്കാനാകാത്ത, ദൃഢവിശ്വാസം നിങ്ങളിലുണ്ടാകുന്നു. ലക്ഷ്യപൂർത്തീകരണം വെറും കുറച്ച് സമയത്തിന്റെ കാര്യം മാത്രമേയുള്ളൂവെന്ന് നിങ്ങൾ തിരിച്ചറിയുന്നു. പിന്നീടത് ശരിയെന്ന് വ്യക്തമാകും.

ദിവസവും നിങ്ങളുടെ ലക്ഷ്യം വിലയിരുത്തുക

1. ഈ ദിവസംതന്നെ ഒരു സ്പൈറൽ നോട്ട് ബുക്ക് വാങ്ങുക. സമീപഭാവിയിൽ നിങ്ങൾ നേടേണ്ട പത്ത് മുതൽ പതിനഞ്ച് വരെയുള്ള ലക്ഷ്യങ്ങൾ എഴുതുക.
2. മൂന്ന് ഇഞ്ച് നീളവും അഞ്ച് ഇഞ്ച് വീതിയുമുള്ള ഇൻഡെക്സ് കാർഡ് റെഡിയാക്കി അതിൽ നിങ്ങളുടെ ലക്ഷ്യങ്ങൾ ഒരെണ്ണം വീതം എഴുതുക. പോസിറ്റീവ്, പ്രസന്റ് ടെൻസിൽ വേണം നിങ്ങളത് എഴുതേണ്ടത്. നിങ്ങൾക്കൊപ്പം അത് എപ്പോഴും കരുതുക.
3. ഓരോ ദിവസവും കിടക്കാൻ പോകുന്നതിനുമുമ്പ് ലക്ഷ്യ ങ്ങൾ നേടിയതായി ഭാവനയിൽ കാണുക.
4. ഒരോ ലക്ഷ്യവും നേടുന്നതിനായി മൂന്ന് കാര്യങ്ങളെക്കുറിച്ച് ചിന്തിക്കുക. എല്ലായ്പ്പോഴും ചിന്ത നിങ്ങളെടുക്കേണ്ട സവി ശേഷമായ പ്രവൃത്തികളായിരിക്കണം.
5. എല്ലാ ദിവസവും നിങ്ങളുടെ മുമ്പത്തെ ലിസ്റ്റ് പരിശോധി ക്കാതെതന്നെ ലക്ഷ്യം മാറ്റിയെഴുതാനുള്ള അച്ചടക്കം കാണി ക്കുക. ലക്ഷ്യം നേടേണ്ടത് അനിവാര്യമെന്ന പരിപൂർണമായ വിശ്വാസം വരുംവരെ ഈ രീതി തുടരുക.

19

ലക്ഷ്യങ്ങൾ തുടർച്ചയായി ഭാവനയിൽ കാണുക

വീക്ഷണവും സ്വപ്നങ്ങളും പരിലാളിക്കുക. നിങ്ങളുടെ ആത്മാവിന്റെ മക്കളെന്നോണം. ആത്യന്തികമായ നേട്ടത്തിന്റെ രൂപരേഖയാണത്.

നെപ്പോളിയൻ ഹിൽ

നിങ്ങൾക്ക് അളവറ്റ മാനസിക ശക്തികളുണ്ട്. നിങ്ങൾക്കത്ര മാത്രം അത് ലഭിക്കുകയും ചെയ്യും. മിക്ക ആളുകളും ഇക്കാര്യത്തിൽ അജ്ഞരാണ്. ലക്ഷ്യങ്ങൾ നേടുന്നതിൽ അവർ ഈ കഴിവ് ഉപയോഗിക്കുന്നുമില്ല. അതുകൊണ്ടാണ് അവരുടെ ഫലങ്ങളും ശരാശരിയായി തുടരുന്നത്.

നിങ്ങളാ കഴിവുകൾ പകർന്നെടുക്കാൻ തുടങ്ങുമ്പോൾ ഉപബോധമനസ്സിന്റെയും മാനുഷിക ബോധമണ്ഡലത്തിനപ്പുറമുള്ളതിന്റെയും ശക്തി കെട്ടഴിച്ചുവിടുമ്പോൾ മറ്റുള്ളവർ ആജീവനാന്തം നേടുന്നതിനേക്കാൾ കൂടുതൽ കാര്യങ്ങൾ ഒന്നോ രണ്ടോ വർഷത്തിൽ നേടുന്നു. ഇപ്പോൾ സങ്കൽപ്പിക്കുന്നതിലും വേഗത്തിൽ നിങ്ങൾ ലക്ഷ്യത്തിലേക്ക് നീങ്ങുന്നു.

നിങ്ങളുടെ ഏറ്റവും ശക്തിയുള്ള സാമർത്ഥ്യം

നിങ്ങൾക്കുള്ളതിൽ വെച്ചേറ്റവും പ്രബലമായ സാമർത്ഥ്യമെന്നത് ഭാവനയിൽ കാണാനുള്ള കഴിവാണ്. നിങ്ങളുടെ മാനസിക ചിത്രങ്ങളിൽ മെച്ചപ്പെടുത്തൽ വരുത്തുമ്പോൾ ജീവിതവും മെച്ചപ്പെടുന്നു. നിങ്ങളിപ്പോൾ എന്തായിരിക്കുന്നു എന്നത് ബോധമനസ്സിൽ നിങ്ങൾ ഇപ്പോൾ സൂക്ഷിക്കുന്ന മാനസിക ചിത്രങ്ങളാണ്. ഇത്തരം മാനസികചിത്രങ്ങൾ നിങ്ങൾ ഉള്ളിൽനിന്ന് മാറ്റുമ്പോൾ നിങ്ങളുടെ പുറംലോകവും ആ ചിത്രങ്ങൾക്കനുസൃതമായി മാറാൻ തുടങ്ങുന്നു.

മാനസികാവിഷ്കാരം ആകർഷണനിയമം ഉത്തേജിപ്പിക്കുന്നു. നിങ്ങളുടെ ലക്ഷ്യങ്ങൾ പൂർത്തീകരിക്കാൻ സഹായിക്കുന്ന വ്യക്തികളെയും സാഹചര്യങ്ങളെയും വിഭവങ്ങളെയും നിങ്ങളിലേക്കാകർഷിക്കാൻ സഹായിക്കുന്നു.

മാനസികാവിഷ്കാരം തത്തുല്യ നിയമത്തെയും ഉത്തേജിപ്പിക്കുന്നുണ്ട്. 'എന്താണോ ഉള്ളിൽ അതുതന്നെ പുറത്തും' എന്നതാണ് ഈ നിയമത്തിന്റെ പ്രത്യേകത. നിങ്ങളുടെ ഉള്ളിലെ മാനസിക ചിത്രങ്ങൾ മാറ്റുന്നതോടെ കണ്ണാടിയിലെന്നപോലെ നിങ്ങളുടെ പുറംലോകവും മാറാൻ തുടങ്ങുന്നു. എന്താണോ നിങ്ങൾ കൂടുതൽ സമയം ചിന്തിച്ചുകൊണ്ടിരിക്കുന്നു അതുതന്നെ നിങ്ങളായി തീരുന്നു എന്നു പറയുന്നപോലെ തന്നെയാണിത്. അതുപോലെ നിങ്ങൾ കൂടുതലായി മനസ്സിൽ കാണുന്നതും ആയിത്തീരും.

വെയ്ൻ ഡയർ പറയുന്നു, 'നിങ്ങൾ വിശ്വസിക്കുമ്പോൾ കാണാനും തുടങ്ങും.' ജിം കാത്കാർട്ട് പറയുന്നു, 'നിങ്ങൾ കാണുന്ന വ്യക്തി തന്നെയാണ് നിങ്ങളും ആയിതീരുന്നത്.' ഡെന്നിസ് വെയ്റ്റ്ലി പറയുന്നു: 'നിങ്ങളുടെ മാനസിക ചിത്രങ്ങളാണ് വരും ജീവിതത്തിലെ പൂർവ്വപ്രദർശനം.'

ആൽബർട്ട് ഐൻസ്റ്റിൻ പറയുന്നു: 'വസ്തുതകളേക്കാൾ പ്രധാനം ഭാവനയാണ്.' നെപ്പോളിയൻ ബോണപാർട്ട് പറയുന്നു, 'മനസ്സിൽ സങ്കൽപ്പിച്ച് വിശ്വസിക്കുന്നത് അവന് നേടാനും കഴിയും.'

വീക്ഷണത്തിന്റെ പ്രാധാന്യം

കാലങ്ങളായി ഏതു നിലയിലുള്ള, ഏതു പ്രായത്തിലുമുള്ള രാഷ്ട്രീയക്കാരെയുമെടുത്തോളൂ. അവരുടെ പൊതുവായ സ്വഭാവസവിശേഷത എന്നത് വീക്ഷണമാണ്. അതിനർത്ഥം നല്ല ഭാവി യാഥാർത്ഥ്യമാകുന്നതിന് വളരെ മുമ്പേതന്നെ അവർക്ക് മനസ്സിൽ കാണാനുള്ള കഴിവുണ്ടെന്നാണ്. ഡിസ്നി ലാൻഡ് യാഥാർത്ഥ്യമാകുന്നതിന് കുറേവർഷങ്ങൾക്കുമുമ്പേതന്നെ വളരെ സന്തോഷം തരുന്ന, വൃത്തിയുള്ള, കുടുംബത്തിനുവേണ്ടിയുള്ള അമ്യൂസ്മെന്റ് പാർക്ക് വാൾട്ട് ഡിസ്നി വ്യക്തമായി കണ്ടിരുന്നു. നിങ്ങളുടെ ജീവിതത്തിൽ അനുകൂലമായ കാര്യം തുടങ്ങുന്നത് ഏതെങ്കിലും തരത്തിലുള്ള മാനസിക ചിത്രത്തിലൂടെയാണ്.

നിങ്ങൾ എല്ലായ്പ്പോഴും ഭാവനയിൽ കാണുമ്പോഴാണ് ഒരു തരത്തിൽ അല്ലെങ്കിൽ മറ്റൊരുതരത്തിൽ അത് സംഭവിക്കുക. ആരെയെങ്കിലുമോ എന്തിനെയെങ്കിലുമോ നിങ്ങൾ എപ്പോഴെങ്കിലും

ആലോചിക്കുമ്പോൾ പഴയ ഒരു സംഭവം ആലോചിക്കുന്നു. വരാൻ പോകുന്ന ഒരു കാര്യം മനസ്സിൽ കാണുന്നു. അല്ലെങ്കിൽ വെറുമൊരു പകൽ സ്വപ്നം കാണുന്നു. ഈ ഭാവനയിൽ കാണാനുള്ള കഴിവ് നിങ്ങൾ ഒരിക്കലും കൈവിട്ട് കളയരുത്. ലേസർ രശ്മിപോലെ ഫോക്കസ് ചെയ്യുന്നതിലൂടെ ലക്ഷ്യത്തിലേക്ക് എളുപ്പമെത്തുന്നു. അതാണ് നിങ്ങൾക്ക് ഏറ്റവും പ്രധാനം.

നിങ്ങൾ ആഗ്രഹിക്കുന്ന വിജയം കാണുക

വിജയികൾ എപ്പോഴും അവരാഗ്രഹിക്കുന്ന കാര്യങ്ങൾ മുൻ കൂട്ടി കാണുന്നു. അവർ ആനന്ദിക്കാനാഗ്രഹിക്കുന്ന വിജയം മുൻ കൂട്ടി കാണുന്നു. എല്ലാ പുതിയ അനുഭവത്തിനുംമുമ്പ് വിജയി കളായ വ്യക്തി മുമ്പേ നേടിയ വിജയകരമായ അനുഭവങ്ങൾ ഓർ ത്തെടുക്കുന്നു. അത് വരാൻ പോകുന്നതിന്റെ തത്തുല്യമായ അനു ഭവമായിരിക്കും. മുമ്പ് വളരെ വിജയം കണ്ട സെയിൽസ് പ്രസന്റേ ഷനായിരിക്കും വിൽപ്പനവിഭാഗത്തിൽ ജോലിചെയ്യുന്ന വിജയി യായ വ്യക്തി മനസ്സിൽ കാണുകയും ഓർക്കുകയും ചെയ്യുക. മുമ്പേ നടന്ന വിജയകരമായ വിചാരണയായിരിക്കും വിജയിയായ വക്കീൽ മനസ്സിൽ കാണുകയും ഓർക്കുകയും ചെയ്യുക. വിജയിയായ ഡോക്ടറോ സർജനോ ഭാവനയിൽ കാണുക കഴിഞ്ഞ കാലത്തിൽ താൻ നടത്തിയ വിജയകരമായ ചികിത്സയോ ശസ്ത്രക്രിയയോ ആയിരിക്കും.

വിജയികളല്ലാത്തവരും ഇങ്ങനെ ഭാവനയിൽ കാണുന്നവർ തന്നെയായിരിക്കും. എന്നാൽ അവർ കാണുന്നത് അനിഷ്ടകരമായ കാര്യങ്ങളായിരിക്കും. വിജയം കാണാത്തവർ പുതിയ കാര്യം ചെയ്യു ന്നതിനുമുമ്പ് എപ്പോഴും പൂർവ്വകാലത്തിൽ നടന്ന പരാജയപ്പെട്ട അനുഭവം ഭാവനയിൽ കാണുകയും ഓർത്തെടുക്കുകയും ചെയ്യുന്നു. ഏറ്റവുമൊടുവിൽ താൻ ചെയ്ത പരാജയമാണ് ഇവർക്ക് ഓർമ്മയിൽ വരിക. ഒടുവിൽ ആ ചിന്തയോടെ പുതിയ കാര്യ ത്തിലും തോൽവിയടയുമെന്ന് അവർ കരുതുന്നു. പുതിയ അനുഭവ ത്തിലേക്ക് കടന്നുചെല്ലുമ്പോൾ അവരുടെ ഉപബോധമനസ്സ് വിജയ ത്തേക്കാൾ പരാജയം പ്രോഗ്രാം ചെയ്തുവെച്ചതിനാൽ അതു തന്നെയായിരിക്കും ഫലം.

ആവേശകരമായ ചിത്രങ്ങളാൽ മനസ്സിനെ പോഷിപ്പിക്കുക

നിങ്ങളുടെ ഉള്ളിലുള്ള സ്വയമേയുള്ള പ്രതിച്ഛായയാണ് നിങ്ങ ളുടെ പുറംലോകത്തെ പ്രകടനത്തെയും കാര്യമായി, തുടർച്ചയായി

സ്വാധീനിക്കുക. നിങ്ങളുടെ സ്വയമുള്ള പ്രതിച്ഛായ ഉണ്ടാക്കിയിരിക്കുന്നത് എന്തെങ്കിലും കാര്യങ്ങൾ നടക്കുന്നതിനുമുമ്പ് മനസ്സിലേക്ക് കടത്തിവിട്ട മാനസിക ചിത്രങ്ങളാലാണ്. നല്ല വാർത്തയെന്താണെന്നുവെച്ചാൽ നിങ്ങളുടെ മാനസിക ചിത്രങ്ങളിൽ നിങ്ങൾക്ക് പൂർണനിയന്ത്രണമുണ്ടെന്നതാണ്. അത് നല്ലതിനായാലും ചീത്തയ്ക്കായാലും. നിങ്ങൾക്ക് വേണമെങ്കിൽ പോസിറ്റീവ്, ആവേശകരമായ വിജയചിത്രങ്ങൾ എന്നിവ വേണമെങ്കിൽ മനസ്സിൽ നിറയ്ക്കാം. അതല്ലെങ്കിൽ പരാജയപ്പെടുന്ന ചിത്രങ്ങൾ നിറയ്ക്കാം. തിരഞ്ഞെടുപ്പ് നിങ്ങളുടെയാണ്.

നിങ്ങളുടെ മനസ്സിന്റെ ചിത്രീകരണത്തിന്റെ ഫലമാണ് ജീവിതത്തിൽ ഇതുവരെ നേടിയിട്ടുള്ളതും പരാജയപ്പെട്ടിട്ടുള്ളതുമെല്ലാം. തിരിഞ്ഞ് നോക്കിയാലറിയാം നിങ്ങൾ പോസിറ്റീവായി ചിത്രീകരിച്ച ഭൂരിഭാഗം കാര്യങ്ങളും ആത്യന്തികമായി ജീവിതത്തിൽ സത്യമായി സംഭവിച്ചു എന്ന്. നിങ്ങൾ സ്കൂൾ വിദ്യാഭ്യാസം പൂർത്തിയാക്കുന്ന കാര്യം മനസ്സിൽ കണ്ടു. അതങ്ങനെതന്നെ സംഭവിച്ചു. ആദ്യ കാർ മനസ്സിൽ കണ്ടു. നിങ്ങൾക്കത് ലഭിച്ചു. ആദ്യത്തെ റൊമാൻസ് അല്ലെങ്കിൽ മികച്ച ബന്ധങ്ങൾ മനസ്സിൽ കണ്ടു, അതിനോട് ചേർന്ന ശരിയായ ആളുകളെ കണ്ടുമുട്ടി. വിനോദയാത്രയ്ക്ക് പോകുന്നത്, ജോലി ലഭിക്കുന്നത്, അപ്പാർട്ട്മെന്റ് കണ്ടെത്തുന്നത്, പ്രത്യേകതരം ഫാഷൻ വസ്ത്രങ്ങൾ വാങ്ങുന്നത്, എന്നീ മനസ്സിൽ കണ്ട കാര്യങ്ങളെല്ലാം സത്യമായി വന്നു.

മാനസിക ചിത്രങ്ങളിൽ നിയന്ത്രണമുണ്ടായിരിക്കുക

ജീവിതകാലം മുഴുവൻ മനസ്സിൽ കാണുന്നതിന്റെ ശക്തി പ്രയോഗിച്ചുകൊണ്ടേയിരിക്കണം. എന്നാൽ പ്രശ്നമെന്തെന്നുവെച്ചാൽ ഭൂരിഭാഗം പേരും ഇത് വല്ലപ്പോഴുമേ ഉപയോഗിക്കൂ. അതും അടുക്കും ചിട്ടയുമില്ലാതെ. ചിലപ്പോൾ അവരവരെ സഹായിക്കാനായിരിക്കും. ചിലപ്പോൾ സ്വയം വേദനയേൽപ്പിക്കാനും.

മനസ്സിൽ കാണുന്ന നടപടികളിൽ പൂർണ നിയന്ത്രണമുണ്ടാക്കുക എന്നതായിരിക്കണം നിങ്ങളുടെ ലക്ഷ്യം. നിങ്ങൾക്കെന്താണ് വേണ്ടതെന്നതിൽ മനസ്സും മാനസിക ചിത്രങ്ങളും തുടർച്ചയായി പൂർണമായും ഫോക്കസ് ചെയ്യണം.

ഒഴിവാക്കാൻ പറ്റാത്ത മനുഷ്യൻ

യുണൈറ്റഡ് സ്റ്റേറ്റ്സിന്റെ ആദ്യ പ്രസിഡന്റ് ജോർജ് വാഷിങ്ടണിനെയാണ് ഒഴിവാക്കാൻ പറ്റാത്ത മനുഷ്യനെന്ന് ഭൂരിഭാഗം ചരിത്ര

കാരന്മാരും വിശേഷിപ്പിക്കുന്നത്. വളരെ എളിയ പശ്ചാത്തലത്തിൽ നിന്ന് വളർന്നുവന്ന ഇദ്ദേഹമാണ് അമേരിക്കൻ റിപ്പബ്ലിക് ഒത്തുകൂട്ടിയത്. വളരെ ചെറിയ വീട്ടിൽ ജനിച്ച അദ്ദേഹത്തിന് അനുകൂലമായ സാഹചര്യങ്ങളുടെ ആനുകൂല്യങ്ങളുണ്ടായിരുന്നില്ല. എന്നാൽ അദ്ദേഹം തീവ്രമായ ആഗ്രഹങ്ങളുള്ള വ്യക്തിയായിരുന്നു. കുഞ്ഞുചെറുപ്പത്തിൽതന്നെ തന്റെ സ്വഭാവഗുണത്തിന്റെ ആകൃതിയും ഭാവവും വളരെ മികച്ച രീതിയിൽ ഒരുക്കണമെന്ന് ദൃഢനിശ്ചയം ചെയ്തു. സമൂഹത്തിൽ അംഗീകാരവും സ്വീകാര്യതയും ഉണ്ടാക്കാൻ കഴിയുന്ന ശക്തമായ വ്യക്തിത്വത്തിന് ഉടമയാകണമെന്നതായിരുന്നു അദ്ദേഹത്തിന്റെ ലക്ഷ്യം.

നല്ല സ്വഭാവത്തിനും പെരുമാറ്റത്തിനുമുള്ള 130 നിയമങ്ങൾ എന്ന പുസ്തകമായിരുന്നു ഇദ്ദേഹത്തെ സ്വാധീനിച്ചത്. ആ പുസ്തകം പല ആവൃത്തി അദ്ദേഹം വായിച്ച് ഹൃദിസ്ഥമാക്കി. അതിനുശേഷം മറ്റുള്ള വ്യക്തികളുമായി ഇടപെടുമ്പോൾ അതെല്ലാം അദ്ദേഹം പ്രായോഗികമാക്കി. ആളുകളോട് വിനയത്തോടും മര്യാദയോടുംകൂടി പെരുമാറാൻ എന്നുമെപ്പോഴും അദ്ദേഹം ശ്രദ്ധിച്ചു. അമേരിക്കൻ വിപ്ലവത്തിലെ ശക്തനായ വ്യക്തിത്വമായി ആ സമയം അദ്ദേഹം മാറിയിരുന്നു. അമേരിക്കൻ കോളനികളിലെ ഏറ്റവും സഭ്യതയും കുലീനതയുമുള്ള വ്യക്തിയായിട്ടാണ് ഇദ്ദേഹത്തെ വിശേഷിപ്പിക്കുന്നത്.

നിങ്ങളുടെ സ്വഭാവം വികസിപ്പിക്കുക

സ്ഥാപകൻ, രാജ്യതന്ത്രജ്ഞൻ, ഉപജ്ഞാതാവ്, നയതന്ത്രജ്ഞൻ, സമ്പന്നൻ എന്നീ വിശേഷണങ്ങളാൽ അറിയപ്പെട്ട മഹാനാണ് ബെഞ്ചമിൻ ഫ്രാങ്ക്ളിൻ. ഫിലാഡൽഫിയയിൽ ദരിദ്രബാല്യമായിരുന്നു. ചെറിയ പ്രിന്റിങ് കമ്പനിയിൽ അപ്രന്റീസായി തുടക്കം. അദ്ദേഹം തുറന്നടിച്ച് പറയുന്ന സ്വഭാവക്കാരനായിരുന്നു. തർക്കിക്കുകയും ചെയ്യും. ഇത് പലപ്പോഴും അദ്ദേഹത്തിന് നിരവധി ശത്രുക്കളെ സൃഷ്ടിച്ചു. ഇത് അദ്ദേഹത്തിന്റെ പല അവസരങ്ങളും തട്ടിയെടുക്കുന്നതിൽ എത്തിച്ചു. കരിയറിനെ പിന്നോട്ടുവലിക്കുകയും ചെയ്തു.

ആത്മകഥയിൽ ഇക്കാര്യം ബെഞ്ചമിൻ ഫ്രാങ്ക്ളിൻ വ്യക്തമാക്കുന്നുണ്ട്. ചെറുപ്പത്തിന്റെ നിശ്ചിതകാലയളവിൽ തന്റെ സ്വഭാവം അമേരിക്കൻ സമൂഹത്തിൽ നീണ്ടകാലത്തെ വിജയം നേടുന്നതിൽ തടസ്സമാണെന്ന് അദ്ദേഹം മനസ്സിലാക്കി. അതിനെത്തുടർന്ന് ജീവിതത്തിൽ നിരവധി നല്ല ഗുണങ്ങൾ വളർത്താൻ തീരുമാനിച്ചു. സത്യ

സന്ധത, വിനയം, ക്ഷമ, അച്ചടക്കം, ആത്മാർത്ഥത എന്നിവയെല്ലാം അദ്ദേഹം വളർത്താൻ തീരുമാനിച്ചു. തനിക്ക് സാധ്യമായതെല്ലാം നേടുന്നതിന് ഇതെല്ലാം ഉണ്ടാകണമെന്ന് അദ്ദേഹത്തിന് ബോധ്യപ്പെട്ടു.

പല വർഷങ്ങളിൽ, ആഴ്ചകൾതോറും വാഷിങ്ടണും ഫ്രാങ്ക്ളിനും മാനസികാവിഷ്കാരം പരിശീലിച്ചു. സ്വഭാവസവിശേഷത, ധാർമ്മികത എന്നിവ നേടുന്നതിന്റെ പ്രാധാന്യം ഇരുവരും ഗ്രഹിച്ചു. അത്തരം ഗുണങ്ങൾ നേടുന്നത് ഇരുവരും മനസ്സിൽ കണ്ടു. മറ്റുള്ളവരുമായി ഇടപെടുമ്പോഴെല്ലാം അവർ എങ്ങനെ പെരുമാറണമെന്ന് മനക്കണ്ണാടിയിൽ കണ്ടുനോക്കി. ഇത്തരം ആദർശപരമായ ഉൾചിത്രങ്ങൾക്കനുസരിച്ച് തുടർച്ചയായി പെരുമാറാൻ അവർ ശീലിച്ചു. കാലങ്ങൾ കഴിഞ്ഞപ്പോൾ ഇത്തരം മാനസിക ചിത്രങ്ങൾ അവരിൽ രൂഢമൂലമായി ഉറച്ചു. അധികം വൈകിയില്ല, അവരുടെ സ്വാഭാവവും അവരും ഒന്നായി മാറി.

നിങ്ങൾക്ക് ചെയ്യാൻ കഴിയുന്നതാണ് നിങ്ങൾ

പീയറോ ഫെറൂച്ചി, What We May Be എന്ന പുസ്തകത്തിൽ വിവരിക്കുന്ന ഒരു കാര്യമുണ്ട്. നിങ്ങൾ വികസിപ്പിക്കാൻ ഉദ്ദേശിക്കുന്ന ഏതു സ്വഭാവസവിശേഷതയുമായിക്കോട്ടെ അത് ദീർഘമായി ആലോചിക്കുകയും അത് പൂർത്തിയായതായി മനസ്സിൽ കാണുകയും ചെയ്യണമെന്നാണ്. നിങ്ങൾ ആഗ്രഹിക്കുന്ന ഗുണത്തെപ്പറ്റി വായിക്കുക. അത് നേടുക. അതിനെക്കുറിച്ച് മനസ്സിൽ കാണുക, ആ ഗുണം പരിശീലിക്കുക, വേണ്ടസമയം പ്രയോഗിക്കുകയും ചെയ്യുക.

അരിസ്റ്റോട്ടിൽ ഇക്കാര്യത്തിൽ നിർദ്ദേശം നൽകുന്നുണ്ട്. നിങ്ങൾക്ക് ഏതെങ്കിലും ഒരു ഗുണം ഇല്ലെന്ന് കരുതുക. അത് നേടാൻ എന്തുചെയ്യണം? ആ ഗുണം പരിപൂർണമായും ഉണ്ടെന്ന് വിശ്വസിക്കുക എന്നതാണ് ആദ്യപടി. ആവശ്യം വരുന്ന സാഹചര്യത്തിൽ ഉപയോഗിക്കാനാവുംവിധം നിങ്ങൾക്കാ ഗുണമുണ്ടെന്ന് സങ്കൽപ്പിക്കുക. നിങ്ങൾക്കാ ഗുണമുണ്ടെന്ന് കാണുക, നിങ്ങൾക്കതിന് കഴിയുമെന്ന് ചിന്തിക്കുക. നിങ്ങൾ കണ്ടുകൊണ്ടിരിക്കുന്നപോലെ ആയേക്കരുത്. പടിപടിയായി നിങ്ങളാഗ്രഹിക്കുന്ന വ്യക്തിയായി നിങ്ങൾ മാറിയിരിക്കും.

മാനസിക ചിത്രങ്ങൾ മാറ്റുക

നിങ്ങളുടെ വ്യക്തിത്വവും സ്വഭാവവും രൂപപ്പെടുത്തുന്നതിൽ നിങ്ങൾക്ക് നിയന്ത്രണമുണ്ടെന്നതാണ് സത്ത. അതെങ്ങനെ ആ

നിയന്ത്രണമുണ്ടാക്കാം? ഓരോ മണിക്കൂറുകൾവെച്ചും ഓരോ മിനിറ്റുവെച്ചും ആ സ്വഭാവസവിശേഷത നേടുന്നത് മനസ്സിൽ കാണുക. മാനസിക ചിത്രങ്ങൾ മാറണമെങ്കിലോ, നിങ്ങൾ ചിന്തിക്കുന്ന രീതി, അനുഭവം, പ്രവൃത്തി എന്നിവ മാറ്റണം. മറ്റുള്ളവരോടുള്ള പെരുമാറ്റത്തിന്റെ രീതി മാറ്റണം. പ്രത്യേകിച്ചും അവർ നിങ്ങളോട് പെരുമാറുന്ന രീതിക്കനുസരിച്ച്. നിങ്ങളുടെ പ്രകടനവും ഫലവും മാറ്റണം. നിങ്ങളെക്കുറിച്ച് നിങ്ങൾക്ക് തന്നെ ഏറ്റവും ഇഷ്ടപ്പെടുന്ന രീതിയിൽ പുനർനിർമിക്കാൻ നിങ്ങൾക്ക് കഴിയും. ഭാവനയിൽ കാണുന്നത് സൃഷ്ടിപരമായി ഉപയോഗിക്കുന്നതിന്റെ ഭാഗമാണിത്.

ഏറ്റവും മികച്ച രീതിയിൽ പ്രകടനം കാഴ്ചവയ്ക്കുക

പ്രൊഫഷണൽ അത്‌ലറ്റിക്സിൽ മെന്റൽ റിഹേഴ്സൽ എന്ന പരിശീലന രീതിയുണ്ട്. യഥാർത്ഥ മത്സരത്തിന് മുമ്പുതന്നെ എല്ലാ മേഖലയിലെയും ടോപ് അത്‌ലറ്റുകൾ അവരുടെ മത്സരം മനസ്സിൽ റിഹേഴ്സൽ നടത്തുന്ന പതിവുണ്ട്. എല്ലാ മത്സരങ്ങൾക്കുമുമ്പും തങ്ങളുടെ ഏറ്റവും മികച്ച പ്രകടനം അവർ മനസ്സിൽ കാണുന്നു. പ്രധാനമത്സരത്തിന് ദിവസങ്ങൾക്കും മണിക്കൂറുകൾക്കും മുമ്പേ തന്നെ വിജയകരമായി മത്സരം പൂർത്തിയാക്കുന്നത് അവർ മനസ്സിൽ വീണ്ടും വീണ്ടും കാണുന്നു.

മുൻമത്സരങ്ങളിലെ ഏറ്റവും നല്ല വ്യക്തിഗത പ്രകടനങ്ങൾ അവർ തുടർച്ചയായി ഓർത്തെടുക്കുന്നു. അവരുടെ മനസ്സിന്റെ സ്ക്രീനിൽ സിനിമപോലെ അത് വീണ്ടുമത് കാണുന്നു. വളരെ മികച്ച പ്രകടനം നടത്തുമ്പോൾ അതിനൊപ്പമുണ്ടാകുന്ന സന്തോഷവും സംതൃപ്തിയും അവർ വീണ്ടും കാണുന്നു. അതേ സന്തോഷവും സംതൃപ്തിയും ലഭിക്കുംവിധം അടുത്ത മത്സരത്തിലും പ്രകടനം കാഴ്ച വെയ്ക്കുന്നതിലവർ ആവേശഭരിതരാണ്. അവരെ സംബന്ധിച്ചിടത്തോളം മത്സരം തുടങ്ങുമ്പോൾ തന്നെ അവർ വിജയം കണ്ടെത്തി കഴിഞ്ഞു.

ആഴത്തിൽ റിലാക്സ് ചെയ്യുക, ആഗ്രഹിക്കുന്ന ഫലം കാണുക

സ്കേറ്റേഴ്സിനെ ഉദാഹരണമായെടുക്കാം. സ്കേറ്റിങ് ദിനക്രമത്തിൽ അവർ കണ്ണുകളടച്ച് ആഴത്തിൽ റിലാക്സ് ചെയ്യുന്ന പതിവുണ്ട്. മഞ്ഞുകട്ടകളിലൂടെ അവർ സ്കേറ്റിങ് നടത്തുന്നതായിരിക്കും മനസ്സിൽ കാണുക. മനസ്സിൽ സ്കേറ്റിങ് നടത്തുന്ന

തിന് ഒരു ഗുണമുണ്ട്. അവരൊരിക്കലും നിലംപതിക്കുകയില്ല, തെറ്റുകൾ വരുത്തുകയുമില്ല. സ്കേറ്റിങ് നടത്തുന്ന പതിവ് പാതകളിലൂടെ കുറ്റമറ്റരീതിയിൽ വീണ്ടും വീണ്ടും സ്കേറ്റിങ് നടത്താൻ അവർക്ക് കഴിയുന്നു. യഥാർത്ഥത്തിൽ ഐസിലൂടെ സ്കേറ്റിങ് നടത്തുന്നതിനുമുമ്പ് ഇത്തരത്തിൽ മനസ്സിലൂടെ പലവട്ടം സ്കേറ്റിങ് പൂർത്തിയാക്കാൻ അവർക്ക് കഴിയുന്നു. അവർ നിത്യവും പരിശീലിക്കുന്ന പാതകളിലൂടെ വളരെ സുന്ദരമായി അനായാസം സ്കേറ്റ് ചെയ്യുവാൻ അവരുടെ ഉപബോധമനസ്സ് അതിനകം അവരെ പാകപ്പെടുത്തി കഴിഞ്ഞിരിക്കും.

നിങ്ങളുടെ ഭൗതികശരീരത്തിന് സ്വന്തമായി അസ്തിത്വമുള്ള മനസ്സൊന്നുമില്ല. കൈകാൽ വിരലുകളുടെ ചെറുചലനംപോലും നിങ്ങളുടെ മാസ്റ്റർ കമ്പ്യൂട്ടറായ തലച്ചോർ നിയന്ത്രിക്കുന്നതാണ്. നിങ്ങളുടെ മനസ്സ് അയയ്ക്കുന്ന ഉൾപ്രേരണകൾ ഞരമ്പുകൾ വഴി നട്ടെല്ലിലൂടെ ശരീരത്തിന്റെ എല്ലാ ഭാഗങ്ങളിലേക്കും എത്തുകയാണ്. അതാണ് പേശികൾ വഴി നിങ്ങളെ ചലിപ്പിക്കുന്നത്. നിങ്ങളുടെ ശാരീരിക പ്രവർത്തനങ്ങളെ ഏകോപിപ്പിക്കുന്നതും. നിങ്ങൾ മനസ്സിൽ കാണുന്നതോടെ നിങ്ങൾ ശരിക്കും മാസ്റ്റർ കമ്പ്യൂട്ടറെ പരിശീലിപ്പിക്കുകയാണ്. നിങ്ങളുടെ ശരീരം ചെയ്യാൻ ആഗ്രഹിക്കുന്ന കാര്യങ്ങൾ മനസ്സിനെ നിങ്ങൾ പരിശീലിപ്പിക്കുകയാണ്.

മാനസികാവിഷ്കാരത്തിന്റെ നാല് ഭാഗങ്ങൾ

നിങ്ങൾക്ക് മാനസികാവിഷ്കാരത്തിന്റെ നാല് ഭാഗങ്ങൾ നേടുകയും പരിശീലിക്കുകയും ചെയ്യാം. നിങ്ങളുടെ ജീവിതത്തിൽ ഈ അവിശ്വസനീയമായ ശക്തി എല്ലാ ദിവസവും പ്രയോഗിക്കാൻ ഇക്കാര്യങ്ങൾ സഹായിക്കുകയും ചെയ്യുന്നു.

എത്ര തവണ?

മാനസികാവിഷ്കാരത്തിന്റെ ആദ്യ വശം എന്നത് പ്രത്യേക ലക്ഷ്യം മനസ്സിൽ കാണുന്നത് എത്ര തവണ ആവർത്തിക്കുന്നു എന്നതാണ്. ഒരു പ്രത്യേക സംഭവം നല്ല രീതിയിൽ നടന്നതിൽ നിങ്ങളെത്ര തവണ അത് മാനസികാവിഷ്കാരം നടത്തി എന്നത് പ്രധാനമാണ്. നിങ്ങളുടെ ഏറ്റവും നല്ല പ്രകടനത്തിന്റെയോ ഫലത്തിന്റെയോ വളരെ വ്യക്തമായ ചിത്രം ആവർത്തിച്ചുകാണുന്നത് അതിവേഗം നിങ്ങളുടെ ഉപബോധമനസ്സ് സ്വീകരിക്കാനും നിങ്ങളുടെ യാഥാർത്ഥ്യമായി തീരാനും വഴിവെക്കുന്നു.

എത്രനേരം?

മാനസികാവിഷ്കാരം അല്ലെങ്കിൽ മനസ്സിൽ കാണുന്ന ചിത്രം എത്രനേരം നിങ്ങൾക്ക് മനസ്സിൽ സൂക്ഷിക്കാൻ കഴിയുന്നു എന്നതാണ് രണ്ടാം ഘടകം. ഓരോരോവട്ടവും റീപ്ലേ ചെയ്യുമ്പോൾ നിങ്ങൾക്ക് എത്രനേരം അത് മനസ്സിൽ സൂക്ഷിക്കാൻ കഴിയുന്നു എന്ന് നോക്കുക. നിങ്ങൾ വളരെ റിലാക്സ് ചെയ്താണ് നിങ്ങളുടെ ഏറ്റവും നല്ല പ്രകടനം നടത്തുന്നതിന്റെ ചിത്രം മനസ്സിൽ കാണുന്നതെങ്കിൽ കൂടുതൽ സെക്കന്റുകളോ എന്തിന് മിനിറ്റുകളോ വരെ അത് മിഴിവോടെ നിലനിർത്താൻ കഴിയും. മാനസിക ചിത്രം എത്രനേരം നിങ്ങൾക്ക് നിലനിർത്താൻ കഴിയുന്നുവോ അത്രയും വേഗത്തിൽ നിങ്ങളുടെ ഉപബോധമനസ്സിലത് മതിപ്പ് ഉണ്ടാക്കും. അടുത്ത പ്രകടനത്തിൽ അതിന്റെ നല്ലവശം പ്രതിഫലിക്കുകയും ചെയ്യും.

എത്ര വ്യക്തമായി

മാനസികാവിഷ്കാരത്തിന്റെ മൂന്നാം ഘടകമാണ് വ്യക്തത. എത്ര വിശദമായി വ്യക്തമായി കാണാൻ പറ്റുന്നു എന്നത് പ്രധാനമാണ്. നിങ്ങൾ ആഗ്രഹിക്കുന്ന ലക്ഷ്യം, അല്ലെങ്കിൽ ഫലം എന്നിവ മനസ്സിൽ കാണുന്നതിലെ വ്യക്തതയും അതെത്ര വേഗം യാഥാർത്ഥ്യമാകുന്നു എന്നതും നേരിട്ട് ബന്ധപ്പെട്ടിരിക്കുന്നു. ഇത്തരം മാനസികാവിഷ്കാരത്തിന്റെ ഘടകം എന്നത് ആകർഷണനിയമത്തിന്റെയും സാദൃശ്യനിയമത്തിന്റെയും ശക്തി വിശദീകരിക്കുന്നതാണ്. നിങ്ങളുടെ ആഗ്രഹത്തിന്റെ വ്യക്തത തീരുമാനിക്കും അതെത്ര വേഗം നിങ്ങൾക്കു ചുറ്റിലും യാഥാർത്ഥ്യമാകുന്നുവെന്നത്.

ഇവിടെ ഒരു പ്രധാനപ്പെട്ട പോയിന്റ് വിശദീകരിക്കാം. നിങ്ങൾക്കായി പുതിയ ലക്ഷ്യം ഒരുക്കുമ്പോൾ ആ ലക്ഷ്യത്തിന്റെ പ്രതിച്ഛായ അല്ലെങ്കിൽ ചിത്രം സാധാരണയായി അവ്യക്തമായിരിക്കും. എങ്ങനെയായിരിക്കും വിജയകരമായ ആ ലക്ഷ്യമെന്നതിൽ നിങ്ങൾക്ക് യാതൊരു ഐഡിയയും ഉണ്ടാകില്ല. എന്നാൽ എത്ര തവണ എഴുതുന്നു, വിലയിരുത്തുന്നു, മാനസികമായി ആവർത്തിക്കുന്നു അത്രയും വ്യക്തമായി അത് തീരും. ഒടുവിലത് സ്ഫടികം പോലെ വ്യക്തമായി തീരും. ആ നിമിഷം ലക്ഷ്യം വളരെ പെട്ടെന്ന് നിങ്ങളുടെ ലോകത്തിൽ പ്രത്യക്ഷപ്പെടും. നിങ്ങൾ മനസ്സിൽ കണ്ട പോലെതന്നെ.

എത്ര തീവ്രമായി

മാനസികാവിഷ്കാരത്തിന്റെ നാലാം ഘടകമാണ് തീവ്രത. മനസ്സിൽ കാണുന്ന ചിത്രത്തിന് നിങ്ങൾ കൊടുക്കുന്ന വികാരങ്ങളുടെ

അളവ്. മാനസികാവിഷ്കാരത്തിന്റെ ഏറ്റവും ശക്തമായ ഘടകമാണിത്. ചിലപ്പോൾ നിങ്ങളുടെ മാനസിക ചിത്രങ്ങൾ വളരെ വ്യക്തമെങ്കിൽ നിങ്ങളുടെ ലക്ഷ്യം ഉടനെ യാഥാർത്ഥ്യമായി തീരും.

പ്രകൃതിക്ക് പക്ഷപാതമില്ല

ആവർത്തിച്ചുള്ള, സമയദൈർഘ്യമുള്ള, വിശദമായ, തീവ്രമായ ഘടകങ്ങൾ നിങ്ങളെ സഹായിക്കുകയോ ദ്രോഹിക്കുകയോ ചെയ്യാം. പ്രകൃതിയെപ്പോലെ മനസ്സിൽ കാണുന്നതിന്റെ ശക്തിയും നിഷ്പക്ഷതയോടെ പ്രവർത്തിക്കുന്നതാണ്. ഇരുതല വാൾപോലെ ഇതിന് രണ്ട് ദിശകളിലേക്കും നീങ്ങാനുള്ള കഴിവുണ്ട്. അതിന് ഒന്നുകിൽ നിങ്ങളെ വിജയത്തിലേക്കോ പരാജയത്തിലേക്കോ നയിക്കാനുള്ള കഴിവുണ്ട്. മനസ്സിലെ ചിത്രങ്ങൾക്ക് വ്യക്തമായി തീവ്രമായി ഭാവനയിൽ കാണുന്ന കാര്യങ്ങൾ നടത്തിത്തരാനുള്ള കഴിവുണ്ട്. അത് നല്ലതാണെങ്കിലും ചീത്തയാണെങ്കിലും.

ഉദാഹരണത്തിന്, ഉത്കണ്ഠ. നെഗറ്റീവ് ലക്ഷ്യമൊരുക്കുന്നതിൽ അതൊരു കാരണമാണ്. ഭയത്തോടെയും ഉത്കണ്ഠയോടെയും കൂടിയാണ് നിങ്ങളുടെ ചിന്തകളും മനസ്സിൽ കാണുന്നതെങ്കിൽ നെഗറ്റീവ് ലക്ഷ്യമേ കൈവരൂ. ഉറപ്പായും ആ ഫലമായിരിക്കില്ല നിങ്ങൾ സംഭവിച്ച് കാണാൻ ആഗ്രഹിച്ചിരുന്നിരിക്കുക. നിങ്ങൾക്ക് ആകുലത വരുമ്പോൾ മനസ്സിൽ കാണുന്നതിനെ നെഗറ്റീവ് രീതിയിലാക്കുകയാണ്. ആ പ്രശ്നങ്ങളൊന്നും നിങ്ങളുടെ ജീവിതത്തിലേക്ക് ആകർഷിക്കാൻ നിങ്ങൾക്ക് തെല്ലും താൽപ്പര്യമുണ്ടാകില്ല. ഇയ്യോബിന്റെ പുസ്തകം 3:25 പറയുന്നു: 'ഞാൻ ഭയപ്പെട്ടത് എനിക്ക് മീതെ വന്ന് ഭവിച്ചിരിക്കുന്നു.' നെഗറ്റീവ് മാനസികാവിഷ്കാരത്തിന്റെ അസന്തുഷ്ടി നിറഞ്ഞ ഫലത്തെ ഇത് കാണിക്കുന്നു. മനസ്സിൽ കാണാനുള്ള കഴിവ് വളരെ ശ്രദ്ധാപൂർവം ഉപയോഗിക്കേണ്ടതിന്റെ പ്രാധാന്യമാണിത് കാണിക്കുന്നത്.

നിങ്ങളുടെ സ്വപ്നഭവനം രൂപകൽപ്പന ചെയ്യുക

എന്റെ വിവാഹം കഴിയുമ്പോൾ ഞങ്ങൾക്കുതീരെ ചെറിയ തുക മാത്രമേ ശേഷിച്ചിരുന്നുള്ളൂ. എന്റെ ബിസിനസ് തുടങ്ങിയതോടെ അതും അതിവേഗം ആവിയായി പോയി. എന്നിരുന്നാലും എല്ലാ ദമ്പതികളെയുംപോലെ ഞങ്ങളും എന്നെങ്കിലുമൊരിക്കൽ യാഥാർത്ഥ്യമാകുന്ന സ്വപ്നഭവനത്തെക്കുറിച്ച് സംസാരിച്ചു. ഞങ്ങൾക്കും കുടുംബത്തിനുമായി എല്ലാം തികഞ്ഞ വീട്ടിൽ ജീവിക്കുന്നത് ഞങ്ങൾ ഭാവനയിൽ കണ്ടു. ആത്യന്തികമായി ഞങ്ങളുടെ

വീട് യാഥാർത്ഥ്യമാകാൻ മനസ്സിന്റെ ചിത്രീകരണശേഷിയെ കൂട്ടു പിടിക്കാൻ തീരുമാനിച്ചു.

ഞങ്ങളൊരു വാടകവീട്ടിലാണ് അന്നേരം കഴിഞ്ഞിരുന്നതെങ്കിലും കയ്യിൽ വളരെ കുറവേ പണമുണ്ടായിരുന്നതെങ്കിലും രാജ്യത്തുടനീളം വിൽക്കാൻവെച്ച മനോഹരമായ വീടുകളുടെ വിവരണങ്ങളടങ്ങിയ നിരവധി മാസികകളുടെ വരിക്കാരായി ഞങ്ങൾ. Better Homes, Gardens, Architectural Digest എന്നീ പുസ്തകങ്ങളാണ് ഞങ്ങൾ അക്കാലത്ത് വായിച്ചിരുന്നത്. വാരാന്ത്യങ്ങളിൽ അയൽ പ്രദേശങ്ങളിലെ വിൽപ്പനയ്ക്കുവെച്ച ഓപ്പൺ ഹൗസുകൾ കാണാൻ ഞങ്ങളിറങ്ങും. വളരെ മനോഹരമായ ആഡംബരവീടുകളുടെ മുറികൾ ഞങ്ങൾ കയറിയിറങ്ങി. അത്തരം ചുറ്റുപാടുകളിൽ താമസിക്കുന്നത് ഞങ്ങൾ ഭാവനയിൽ കണ്ടു.

അത്തരം പ്രവൃത്തികൾ ആത്യന്തികമായി വിജയിക്കുമെന്ന് ഞങ്ങൾക്ക് പൂർണബോധ്യമുണ്ടായിരുന്നു, മനോഹരമായ വീടുകളുടെ ചിത്രങ്ങളും വിവരണങ്ങളും ഉപയോഗിച്ച് ഞങ്ങളൊരു പുസ്തകം പോലുമുണ്ടാക്കി. അധികംവൈകാതെ ഞങ്ങളുടെ മാതൃകാപരമായ വീട്ടിലുണ്ടായിരിക്കേണ്ട 42 ഇനങ്ങളുടെ ലിസ്റ്റും ഞങ്ങളുണ്ടാക്കി.

അതേസമയം ഞാനെന്റെ ജോലി ഭംഗിയായി ചെയ്യുന്നുണ്ടായിരുന്നു. ബിസിനസ് പതിയെ കെട്ടിയുയർത്തി, വരുമാനം കൂട്ടി, സമ്പാദ്യവും കൂട്ടിവന്നു. ഈ രീതി തുടങ്ങി ഒരു വർഷത്തിനകം ഞങ്ങൾ വാടകവീട്ടിൽനിന്ന് അയൽപ്രദേശത്തെ മനോഹരമായ വീട് സ്വന്തമാക്കി അവിടേക്ക് മാറി. പലരീതിയിലും ആ വീട് കൊള്ളാമായിരുന്നെങ്കിലും ഹൃദയത്തിനുള്ളിൽ ഞങ്ങൾക്കറിയാമായിരുന്നു അതല്ല ഞങ്ങളുടെ സ്വപ്ന ഭവനമെന്ന്.

ക്ഷമ അത്യാവശ്യം

ഒന്നരവർഷത്തിനുശേഷം ഒരു വട്ടംകൂടി ഞങ്ങൾ വീടുമാറി. ഇത്തവണ അത് സാൻഡിയേഗോയിലേക്കായിരുന്നു. ഒരുമാസത്തിനുശേഷം സിറ്റിയിലെ വിൽപ്പനയ്ക്കുവെച്ച നിരവധി വീടുകൾ ഞങ്ങൾ കണ്ടു. അങ്ങനെയിരിക്കെ രണ്ട് ദിവസംമുമ്പ് മാത്രം ലിസ്റ്റ് ചെയ്ത ഒരു വീട് ഞങ്ങൾ കണ്ടു. ഞങ്ങൾ ഉടനെ തിരിച്ചറിഞ്ഞു ഇതാണ് ഞങ്ങളുടെ സ്വപ്നഭവനം. ഒന്നും മിണ്ടാതെ ഞങ്ങൾ പരസ്പരം നോക്കി. വീടിനകം ചുറ്റിയടിച്ചു കണ്ടു. ഞങ്ങൾക്ക് രണ്ടു പേർക്കും അത് വളരെ സ്വീകാര്യമായിരുന്നു. രണ്ട് മാസമെടുത്തു ആ വീട് വിലപേശി അന്തിമ ധാരണയിലെത്താൻ. പണം കൈ

മാറുന്നതിന് അഞ്ച് മാസം കൂടി അനുവദിച്ചു. എന്നാൽ ഞങ്ങൾ കൃത്യമായി ആകാലയളവിൽ തന്നെ ആ സ്വപ്നഭവനത്തിൽ താമസ മാക്കി. അന്നുമുതൽ ഞങ്ങളവിടെ താമസിക്കുന്നു. ആഗ്രഹിച്ച 42 ഇനങ്ങളിൽ 41-ഉം ഞങ്ങൾ ആ വീട്ടിലേക്ക് വാങ്ങി.

കനംകുറഞ്ഞ് ചിന്തിക്കുക

ഭൂരിഭാഗം പേരും ശാരീരികമായി വളരെ മികവുള്ളവരും വണ്ണം കുറഞ്ഞിരിക്കണമെന്നും ആഗ്രഹിക്കുന്നവരാണ്. മനഃശാസ്ത്ര ജ്ഞർ പറയുന്നത് നിങ്ങൾ കനംകുറഞ്ഞ് ചിന്തിച്ചാലേ അത് സാധ്യ മാകൂ എന്നാണ്. അങ്ങനെ മെലിഞ്ഞിരിക്കാൻ ഒരു സൂത്രമുണ്ട്. നിങ്ങൾ ആഗ്രഹിക്കുന്ന ശരീരമുള്ള മനുഷ്യന്റെ ഫോട്ടോ എടു ക്കുക. ആ ഫോട്ടോയിൽ തല വെട്ടിമാറ്റി നിങ്ങളുടെ ഫോട്ടോയിലെ തല വെട്ടി ഒട്ടിക്കുക. ആ ചിത്രം വീട്ടിലെ റഫ്രിജറേറ്റിൽ ഒട്ടിക്കുക. കഴിയുമെങ്കിൽ ധാരാളം കോപ്പിയെടുത്ത് വീടിന്റെ പലയിടങ്ങളിലും ഒട്ടിച്ചുവയ്ക്കുക.

നല്ലൊരു ശരീരത്തിൽ നിങ്ങളുടെ മുഖം തുടർച്ചയായി കണ്ടു കൊണ്ടിരിക്കുമ്പോൾ നിങ്ങളുടെ ഉപബോധമനസ്സ് അത് രജിസ്റ്റർ ചെയ്യും. ആത്യന്തികമായി നിങ്ങൾ ഭക്ഷണം കഴിക്കുന്നത് കുറ യ്ക്കും. കൂടുതൽ വ്യായാമം ചെയ്യാൻ തുടങ്ങും. നിങ്ങളുടെ പുറം കാഴ്ച പതിയേ നിങ്ങളുടെ അകത്ത് പതിയും.

ആത്മസുഹൃത്തിനെ കണ്ടെത്തുക

പലപ്പോഴും പലരും തങ്ങളുടെ ആത്മസുഹൃത്തിനെ എങ്ങനെ നേടാമെന്ന് എന്നോട് ചോദിക്കാറുണ്ട്. ഇതിനകം നിങ്ങളൊരു ലിസ്റ്റ് ഉണ്ടാക്കി ആത്മസുഹൃത്ത് എങ്ങനെയിരിക്കുമെന്ന ചിത്രമുണ്ടാ ക്കാൻ ഞാൻ ആവശ്യപ്പെടാറുണ്ട്. അവരിത് എപ്പോഴും അതിശയ ത്തോടെയാണ് കേൾക്കുക. ചിലപ്പോൾ അവർ അപമാനിതരാ യെന്നുപോലും തോന്നും. ഈ വ്യക്തിയെ കണ്ടുമുട്ടിയപ്പോൾ മുതലേ എനിക്കറിയാം എന്നായിരിക്കും അവർ പറയുക.

എന്നാൽ ആ രീതിയിലല്ല കാര്യങ്ങൾ പ്രവർത്തിക്കുക. അനി ശ്ചിതമായ പ്രവൃത്തികൾ ദുരന്തങ്ങളെ കൊണ്ടുവരും. നിങ്ങൾക്ക് എന്താണ് വേണ്ടതെന്ന കാര്യത്തിൽ നിങ്ങൾക്ക് വ്യക്തത ഇല്ലെ ങ്കിൽ നിങ്ങൾക്ക് മറ്റെന്തോ ആയിരിക്കും ലഭിക്കുക. ഞാനീ ഒറ്റപ്പെട്ട വ്യക്തികളോട് കുത്തിയിരുന്ന് നിങ്ങളാഗ്രഹിക്കുന്ന വ്യക്തിയുടെ പൂർണമായ വിവരങ്ങൾ എഴുതിവെയ്ക്കാൻ ആവശ്യപ്പെടും. ക്ലോസ് കൂട്ടുകാരനിൽ ഉണ്ടായിരിക്കേണ്ടതായി നിങ്ങൾക്ക് തോന്നുന്ന

ഓരോ ഗുണവും സ്വഭാവസവിശേഷതയും എഴുതുക. അവരുടെ വയസ്സ്, ക്ഷമ, വ്യക്തിത്വം, താൽപ്പര്യങ്ങൾ, മൂല്യങ്ങൾ, പശ്ചാത്തലം, നർമബോധം, അഭിലാഷത്തിന്റെ തോത് അങ്ങനെയെല്ലാം എഴുതുക.

തുടർന്ന് എന്താണ് സംഭവിക്കുക എന്നത് തീർത്തും അതിശയകരമായിരിക്കും. എന്റെ സെമിനാറിൽ പങ്കെടുത്ത ഒരു ബിരുദധാരി പ്രോഗ്രാം കഴിഞ്ഞയുടനെ ഇക്കാര്യം നടപ്പിലാക്കി. പത്ത് മാസത്തിനുശേഷം അയാൾ എഴുതിവെച്ചപോലെ തന്നെയുള്ള യുവതിയെ കണ്ടുമുട്ടി. അവർ അധികം വൈകാതെ വിവാഹിതരുമായി. രണ്ട് മിടുക്കരായ കുട്ടികളുമുണ്ടായി. കണ്ടുമുട്ടിയ ആദ്യനിമിഷം മുതൽ അവർ സന്തുഷ്ടരായിരുന്നു.

നിങ്ങൾ സിംഗിളാണെങ്കിൽ ഇതൊന്ന് പരീക്ഷിച്ച് നോക്കാം. എന്താണ് സംഭവിക്കുന്നതെന്ന കാര്യത്തിൽ നിങ്ങൾ അതിശയിച്ചുപോകും.

എന്താണ് മനസ്സിൽ അതുതന്നെ പുറത്തും

നിങ്ങളുടെ ജീവിതത്തിന്റെ ഏത് മേഖലയിലും നിങ്ങൾക്ക് മനസ്സിൽ ചിത്രങ്ങൾ വരഞ്ഞിടുന്ന രീതി പ്രയോഗിക്കാവുന്നതാണ്. ഈ പുസ്തകത്തിന്റെ തുടക്കത്തിൽ ഞാൻ ആദർശവൽക്കരണത്തെക്കുറിച്ച് പറഞ്ഞിട്ടുണ്ട്. നിങ്ങളുടെ ജീവിതം സമീപഭാവിയിൽ എങ്ങനെയിരിക്കണമെന്നാണോ നിങ്ങൾ ആഗ്രഹിക്കുന്നത് അതിന്റെ മാതൃകാപരമായ ചിത്രം സൃഷ്ടിച്ചെടുക്കുക. നിങ്ങൾ മനസ്സിൽ കാണുന്ന രീതി ഇതിനകം മനസ്സിലാക്കിയല്ലോ. അതിന്റെ വേറൊരു രീതിയാണ് ഞാൻ മുന്നേ പറഞ്ഞ ആദർശവൽക്കരണവും. നിങ്ങൾ കാണാത്ത ലക്ഷ്യത്തിൽ നിങ്ങൾക്കെങ്ങനെ കൊള്ളിക്കാനാകും? എന്നാൽ നിങ്ങൾ നേടേണ്ടതായ കാര്യത്തെക്കുറിച്ച് വളരയധികം വ്യക്തതയുണ്ടെങ്കിൽ ഒടുവിലത് നിങ്ങൾ നേടിയിരിക്കും.

പരിശീലിക്കാൻ പറ്റിയ മികച്ച സമയം

ലക്ഷ്യം ഒരുക്കുമ്പോൾ എന്ന വിഷയത്തിൽ പറഞ്ഞപോലെ സന്ധ്യയ്ക്കും രാവിലെയുമാണ് മനസ്സിൽ ചിത്രം വരയാൻ പറ്റിയ സമയം. നിങ്ങൾ ലക്ഷ്യം നേടിക്കഴിഞ്ഞെന്ന മട്ടിലായിരിക്കണം ഉറങ്ങുംമുമ്പ് ഇക്കാര്യം മനസ്സിൽ കാണേണ്ടത്. അത് ഉപബോധ മനസ്സ് വളരെ ആഴത്തിൽ സ്വീകരിക്കും. അടുത്ത ദിവസത്തിൽ നിങ്ങൾക്ക് അനുകൂലമായി നിങ്ങളുടെ വാക്കുകളും പ്രവൃത്തിയും ക്രമീകരിക്കും. നിങ്ങളുടെ ലക്ഷ്യം യാഥാർത്ഥ്യമാകാൻ വേണ്ട

കൂടുതൽ കാര്യങ്ങൾ നിങ്ങൾ ചെയ്യാനും പറയാനും തുടങ്ങും. രാവിലെയാണ് മനസ്സിൽ ചിത്രം ഒരുക്കാൻ ഉചിതമായ മറ്റൊരു സമയം. ആ ദിവസം എന്താണ് നേടേണ്ടതെന്നതിൽ വളരെ വ്യക്തമായ മാനസിക ചിത്രങ്ങൾ ഈ സമയം വരഞ്ഞിടാൻ കഴിയും. ആ ഫലങ്ങളെല്ലാം ഉചിതമായ സമയത്തിൽ ആഗ്രഹിച്ചപോലെ നടക്കുകയും ചെയ്യും.

എല്ലാ മെച്ചപ്പെടലിന്റെയും തുടക്കം

ആവർത്തിച്ചു പറയട്ടെ, നിങ്ങളുടെ ജീവിതത്തിലെ എല്ലാ മെച്ചപ്പെടുത്തലുകളും തുടങ്ങുന്നത് മനസ്സിൽ വരയ്ക്കുന്ന ചിത്രങ്ങൾ മെച്ചപ്പെടുത്തുന്നതിലൂടെയാണ്. നിങ്ങൾ ആയിത്തീരേണ്ട വ്യക്തിയുടെ, നിങ്ങൾക്ക് നേടേണ്ട ലക്ഷ്യങ്ങളുടെ, നിങ്ങളാഗ്രഹിക്കുന്ന ജീവിതത്തിന്റെ നിരവധി ചിത്രങ്ങളാൽ മനസ്സ് നിറയ്ക്കൂ. തീവ്രമായി ആഗ്രഹിക്കുന്ന നിങ്ങളുടെ ലക്ഷ്യവും ആഗ്രഹവും ഉള്ള ചിത്രങ്ങൾ മുറിച്ചെടുത്ത് സൂക്ഷിക്കുക. അതെല്ലാം സാധ്യമായ എല്ലായിടത്തും പ്രദർശിപ്പിക്കുക. സ്ഥിരമായി അതെല്ലാം വിലയിരുത്തുക. തുടർച്ചയായി ചർച്ച ചെയ്യുക. തുടർച്ചയായി മനസ്സിൽ അതിന്റെയെല്ലാം ചിത്രം കാണുക.

പോസിറ്റീവ് മാനസികാവിഷ്കാരത്തിന്റെ തുടർച്ചയുമായി ജീവിതത്തെ മാറ്റുക. നിങ്ങളുടെ മാതൃകാപരമായ ലക്ഷ്യങ്ങളും എല്ലാം തികഞ്ഞ ഭാവിയും തുടർച്ചയായി ഭാവനയിൽ കാണുക. ദീർഘദൃഷ്ടിയുണ്ടായിരിക്കുക. കൂടുതൽ ജീവിതനേട്ടങ്ങൾ ഒരുക്കാൻ തക്കവിധം നിങ്ങൾക്ക് സാധ്യമായ അന്തർലീന ശക്തിയുടെ ആക്സിലറേറ്റർ പരമാവധി ഇരമ്പിക്കാൻ സഹായിക്കും. മറ്റേതൊരു ഉദ്യമങ്ങളേക്കാൾ ഫലപ്രദവുമായിരിക്കും.

തുടർച്ചയായി ലക്ഷ്യങ്ങൾ മനസ്സിൽ കാണുക

1. ജീവിതം എല്ലാ അർത്ഥത്തിലും സമഗ്രമാണെന്ന രീതിയിൽ മുന്നോട്ട് പ്രക്ഷേപിക്കുകയും മനസ്സിൽ കാണുകയും ചെയ്യുക. അതെങ്ങനെയിരിക്കും? ഉത്തരം എന്തായിരുന്നാലും മനസ്സിൽ ആ ചിത്രം തുടർച്ചയായി കാണുക.

2. നിങ്ങൾ ആയിത്തീരാൻ കൊതിക്കുന്നതിന്റെ ചിത്രം മുറിച്ചെടുത്ത് പ്രദർശിപ്പിക്കുക. നിങ്ങൾ ആയിത്തീരാൻ ആഗ്രഹിക്കുന്ന വ്യക്തിയുടെ ചിത്രം മുറിച്ചെടുത്ത് പ്രദർശിപ്പിക്കുക. ആ ചിത്രത്തിൽ തുടർച്ചയായി നോക്കികൊണ്ടിരിക്കുക. അതെല്ലാം സത്യമായി തീരാൻ നിങ്ങളെന്ത് ചെയ്യണമെന്ന് ആലോചിക്കുക.

3. പ്രാധാന്യമർഹിക്കുന്ന സംഭവങ്ങൾക്കുമുമ്പ് അതിന്റെ റിഹേഴ്സൽ നടത്തുക. നിങ്ങൾ ചെയ്യുമ്പോൾ, പരിശ്രമിക്കുമ്പോൾ അതെല്ലാം ഏറ്റവും മനോഹരമായി നടക്കുന്നതായി മനസ്സിന്റെ കണ്ണിൽ കാണുക.

4. വളരെ വ്യക്തമായ ആവേശമുളവാക്കുന്ന വൈകാരിക ചിത്രങ്ങൾ തുടർച്ചയായി മനസ്സിലേക്ക് കടത്തിവിടുക. ജീവിതത്തിൽ വരാൻ പോകുന്ന ആകർഷണങ്ങൾ മാനസികാവിഷ്കാരത്തിലൂടെ മുന്നേ കാണുകയാണ് .

5. നിങ്ങളുടെ സ്വപ്നഭവനം ഡിസൈൻ ചെയ്യുക. സ്വപ്ന ബിസിനസ്, സ്വപ്ന ജോലി എന്നിവയെല്ലാം രൂപകൽപ്പന ചെയ്യുക. അതെല്ലാം എല്ലാ ചേരുവകളോടെയും എഴുതിവയ്ക്കുക. അത് എല്ലാ അർത്ഥത്തിലും സമഗ്രമാണെന്ന രീതിയിൽ വേണം എഴുതിവയ്ക്കാൻ. എല്ലാ ദിവസവും അത് യാഥാർത്ഥ്യമായി മനസ്സിൽ കാണുക.

6. ഭാവനയിൽ കാണുന്ന രീതി ജീവിതത്തിന്റെ സ്ഥിരം ഭാഗമാക്കി തീർക്കുക. നിങ്ങളുടെ ജീവിതം സൂക്ഷ്മമായി എങ്ങനെയിരിക്കണമെന്നതിൽ ആവേശകരമായ ചിത്രങ്ങൾ മനസ്സിൽ വരയ്ക്കുന്നതിനാവശ്യമായ സമയം മാറ്റിവയ്ക്കുക. നിങ്ങൾ ശരിയായി തയ്യാറാകുമ്പോൾ നിങ്ങൾ മനസ്സിൽ കണ്ട കാര്യങ്ങളെല്ലാം യാഥാർത്ഥ്യമാകുമെന്ന് പൂർണമായ ബോധ്യമുണ്ടാക്കുക.

20

ബോധമണ്ഡലത്തിനപ്പുറമുള്ള മനസ്സിനെ ഉത്തേജിപ്പിക്കുക

അവ്യക്തമായ മനസ്സിന് എപ്പോഴും വ്യക്തതയുള്ള മനസ്സിന്റെ കീഴിലായിരിക്കും സ്ഥാനം. അവ്യക്തമായ മനസ്സ് എന്ത് സ്വാധീനം ചെലുത്തിയാലും അങ്ങേയറ്റത്തെ വിശ്വാസത്തോടെ അന്തിമ ഫലത്തിനായി വ്യക്തതയുള്ള മനസ്സ് പ്രവർത്തിച്ചുകൊണ്ടിരിക്കും.

തോമസ് ട്രോവാർഡ്

നിങ്ങളൊരു പുതിയ വീട്ടിലേക്ക് ഇപ്പോൾ മാറിയെന്ന് കരുതുക. മുമ്പത്തെ ഉടമ വീട് ഒഴിയുന്നതിനുമുമ്പ് നിങ്ങളെ മാറ്റി നിർത്തി ചില കാര്യങ്ങൾ സ്വകാര്യമായി പറഞ്ഞുതരുന്നു എന്ന് കരുതുക. കെട്ടിടത്തിന്റെ ബേസ്മെന്റിലെ പ്രത്യേകമുറിയിൽ അതിശയിപ്പിക്കുന്ന കമ്പ്യൂട്ടറുണ്ടെന്നാണ് അദ്ദേഹം പറയുന്നത്. നിങ്ങൾക്ക് എന്ത് ലക്ഷ്യവും ആ കമ്പ്യൂട്ടറിൽ പ്രോഗ്രാം ചെയ്യാം. എന്ത് ചോദ്യവും ചോദിക്കാം. കൃത്യമായ സമയത്തിൽ കൃത്യമായ മറുപടി ആ കമ്പ്യൂട്ടർ തരും. അത് എല്ലാ സമയവും പ്രവർത്തിക്കുന്നു. പറയുന്ന എല്ലാ ഉത്തരങ്ങളും വളരെ ശരിയായിരിക്കും. മനസ്സിൽ ഇതൊന്നു കണ്ടു നോക്കൂ, എത്ര അത്ഭുതാവഹമായ മാറ്റമായിരിക്കും ആ കമ്പ്യൂട്ടർ നിങ്ങളുടെ ജീവിതത്തിൽ കൊണ്ടുവരിക എന്ന്!

വാസ്തവമെന്തെന്നുവെച്ചാൽ നിങ്ങൾക്ക് ആ കമ്പ്യൂട്ടർ സ്വന്തമായുണ്ട്. നിങ്ങൾക്കാ കമ്പ്യൂട്ടർ ഏതു സമയവും ലഭ്യവും പ്രാപ്യവുമാണ്. അതിന്റെ പേരാണ് 'സൂപ്പർകോൺഷ്യസ് മൈൻഡ്.' മനുഷ്യചരിത്രത്തിൽ കണ്ടുപിടിച്ചതിൽ വച്ചേറ്റവും സാമർത്ഥ്യമുള്ളതാണീ കമ്പ്യൂട്ടർ. നിങ്ങൾക്ക് ആവശ്യമുള്ളപ്പോഴെല്ലാം ഏത് സമയത്തും അതിൽനിന്ന് പകർന്നെടുക്കാം.

ഈ പുസ്തകത്തിലുടനീളം ഞാൻ തുടർച്ചയായി പറഞ്ഞ ഒരു കാര്യമുണ്ട്. നിങ്ങൾ കൂടുതൽ സമയവും ചിന്തിച്ചുകൊണ്ടിരിക്കുന്നത്

നിങ്ങൾ ആയിത്തീരുമെന്ന കാര്യമാണത്. തുടർച്ചയായി എന്തു കാര്യമാണോ നിങ്ങൾക്ക് മനസ്സിൽ മുറുകെ പിടിക്കാൻ കഴിയുന്നുവോ അത് നിങ്ങൾക്ക് സാധ്യമാകും. ഇതിന് പുറമെ, ആകർഷണനിയമവും സാദൃശ്യനിയമവും പറഞ്ഞു. നിങ്ങൾക്കെന്താണ് വേണ്ടതെന്നതിൽ വളരെ വ്യക്തത ഉണ്ടാകേണ്ടതിന്റെ പ്രാധാന്യവും പറഞ്ഞു. എല്ലാ കേസിലും ഞാൻ പരോക്ഷമായി സൂപ്പർ കോൺഷ്യസ് മൈൻഡിന്റെ പ്രാധാന്യമാണ് വ്യക്തമാക്കിയിരുന്നത്.

തലമുറകളുടെ രഹസ്യം

ആയിരക്കണക്കിന് വർഷങ്ങളായി മനുഷ്യചരിത്രത്തിലുടനീളമെന്നോണം ഇക്കാര്യം അറിയാമായിരുന്നു. അതിനെക്കുറിച്ച് ചർച്ചയും നടന്നുവന്നു. ഈ കാലത്ത് കൂടുതലായും യോഗികൾക്കും ഋഷികൾക്കും മാത്രമറിയാവുന്ന രഹസ്യമായിരുന്നിത്. ഇതിലേക്കുള്ള പ്രവേശം തടയപ്പെട്ടിരുന്നു. പുരാതന ലോകത്ത് ഇത്തരം ജ്ഞാനികളുടെ ശിഷ്യർ വർഷങ്ങൾ നീണ്ട പഠനം നടത്തിയതിനു ശേഷമാണ് ഇക്കാര്യം പഠിപ്പിച്ചുവന്നത്. ഏറ്റവും ഒടുവിലെ നൂറു വർഷങ്ങളിലാണ് സൂപ്പർ കോൺഷ്യസ് മൈൻഡിന്റെ കൂടുതൽ വിവരങ്ങൾ പൊതുവായി ലഭ്യമായത്. എങ്കിലും അത് അധികമാരിലേക്കും എത്തിയില്ല.

മൂന്ന് മനസ്സ് ഒന്നിലേക്ക്

സിഗ്മണ്ട് ഫ്രോയിഡ് ഈ മേഖലയിൽ കാര്യമായ പഠനം നടത്തിയ വ്യക്തിയാണ്. ഇദ്ദേഹമാണ് സൈക്കോതെറാപ്പിയുടെ സ്ഥാപകൻ. മൂന്ന് തരം മനസ്സുകളെ പറ്റി ഇദ്ദേഹമാണ് പ്രതിപാദിച്ചത്. 1895-ൽ Ego, Id, Superego എന്നിങ്ങനെ മൂന്നായാണ് ഇദ്ദേഹം വിഭജിച്ചത്. അദ്ദേഹത്തിന്റെ ഭൂരിഭാഗം പഠനങ്ങളും ഈ അവബോധത്തിന്റെ അടിസ്ഥാനത്തിലാണ് നടത്തിയത്.

ഈഗോ എന്നത് ഞാൻ എന്നായി വിശദീകരിക്കുന്നു. ഇവിടെ മനസ്സ് ജാഗരൂകമാണ്. ഉണർവോടെയിരിക്കുന്നു. പുറംലോകത്തെ നേരിടുന്നു, വിശകലനം ചെയ്യുന്നു, തീരുമാനമെടുക്കുന്നു, പ്രവർത്തിക്കുന്നു. ഈ സവിശേഷമായ മനസ്സിനെ നമ്മൾ ബോധമനസ്സ് എന്ന് വിളിക്കുന്നു.

ഇഡ് എന്ന് ഫ്രോയിഡ് വിശേഷിപ്പിക്കുന്ന രണ്ടാം ഘടകമാണ് ഉപബോധമനസ്സ്. ഇത് ഓർമകളുടെയും വികാരങ്ങളുടെയും വലിയ സംഭരണശാലയെന്ന് വിശേഷിപ്പിക്കാം. നമ്മുടെ മുൻകാല ചിന്തകൾ, തീരുമാനങ്ങൾ, അനുഭവങ്ങൾ, എല്ലാം ഇവിടെ സ്വരുകൂട്ടി

വെച്ചിരിക്കുന്നു. അത് നമ്മുടെ ഭൗതികശരീരത്തെ തന്നത്താൻ പ്രവർത്തിപ്പിച്ചുകൊണ്ടിരിക്കുന്നു. ഒപ്പം മുൻകാല അനുഭവങ്ങളുടെ അടിസ്ഥാനത്തിലൂന്നി ചിന്തകളെയും വികാരങ്ങളെയും സ്ഥിരമായി ഉണർത്തിവരുന്നു.

സിഗ്മണ്ട് ഫ്രോയിഡ് മൂന്നാമത്തെ ഘടകമായി വിശേഷിപ്പിക്കുന്നതാണ് സൂപ്പർ ഈഗോ. ഇതിനെ 'പരമാത്മാവായി' റാൾഫ് വാൽഡോ എമേഴ്സൺ വിശേഷിപ്പിക്കുന്നു. ഫ്രോയിഡിന്റെ ശിഷ്യനായ ആൽഫ്രഡ് അഡ്ലർ ഇതിനെ വിശേഷിപ്പിച്ചത് 'ഒത്തുകൂട്ടിയ ഉപബോധമനസ്സ്' എന്നാണ്. ഫ്രോയിഡ് ചിന്തകളിൽനിന്ന് വിട്ടുപോയ കാൾ യുങ് വിശേഷിപ്പിച്ചത് supra അഥവാ അപ്പുറമുള്ള മനസ്സ് എന്നാണ്. നെപ്പോളിയൻ ഹിൽ വിശേഷിപ്പിച്ചത് അനന്തമായ അറിവ് എന്നാണ്. അമേരിക്കയിലെ വിജയം കണ്ട ആളുകളെല്ലാം ഇത് അവരുടെ കരിയറിൽ തുടർച്ചയായി ഉപയോഗിച്ചുവന്നതായാണ് ഇദ്ദേഹം പറയുന്നത്. ഈ മനസ്സിനാണ് തങ്ങളുടെ നേട്ടത്തിന്റെ ക്രെഡിറ്റ് ഇവർ നൽകുന്നത്. വലിയ പ്രതിബന്ധങ്ങളെ പൊട്ടിച്ചെറിയാനുള്ള കരുത്ത് നൽകിയത് ഈ മനസ്സാണെന്നും അവർ പറയുന്നു.

ഇറ്റലിക്കാരനായ മനഃശാസ്ത്രജ്ഞൻ റോബർട്ടോ അസാജിയോലിയും മറ്റുള്ളവരും സൂപ്പർകോൺഷ്യസ് മൈൻഡ് അഥവാ മാനുഷികബോധമണ്ഡലത്തിനപ്പുറമുള്ളതായാണ് വിശേഷിപ്പിക്കുന്നത്. ദൈവത്തിന്റെ മനസ്സായും ഇവർ ഇതിനെ വിശേഷിപ്പിക്കുന്നു. എന്തുപേരിട്ട് വിളിച്ചാലും ഒരു കാര്യം ഉറപ്പാണ്, ഇതിന് അസാധ്യമായ കഴിവുകളുണ്ട്. ഇത് സാർവ്വലൗകികമായ സത്യമാണ്. എന്ത് ലക്ഷ്യവും നേടാൻ ഏത് സമയവും ഉപയോഗിക്കാവുന്ന ഒന്ന്. നീണ്ടകാലം, കഠിനമായി അതിതീവ്രമായി ആഗ്രഹിച്ചാൽ ഏതു കാര്യവും നേടാൻ ഈ ശക്തിക്ക് കഴിവുണ്ട്.

എല്ലാ മുന്നേറ്റങ്ങളുടെയും ഉറവിടം

മാനുഷിക ബോധമണ്ഡലത്തിനപ്പുറമുള്ള മനസ്സിന്റെ പ്രവർത്തനമാണ് ചരിത്രത്തിൽ ഏത് മേഖലകളിലെയും എല്ലാ മുന്നേറ്റങ്ങളുടെയും ഉറവിടമെന്ന് പറയാം. നിങ്ങൾക്ക് പെട്ടെന്ന് ഒരു മഹത്തായ ആശയമോ ഒരു പ്രശ്നം അല്ലെങ്കിൽ വിഷമം എന്നിവ തീർക്കാനുള്ള ഉൾക്കാഴ്ചയോ ലഭിക്കുന്നത് ഇതിന്റെ പ്രവർത്തനഫലമായാണെന്ന് ഓർക്കുക. മഹത്തായ ശാസ്ത്രീയ മുന്നേറ്റമായ ഡി.എൻ.എ.യുടെയും സൂപ്പർ കണ്ടക്റ്റിവിറ്റിയുടെയും കണ്ടുപിടുത്തം ഇതിന്റെ പ്രവർത്തനഫലം തന്നെ.

സംഗീതശിൽപ്പങ്ങൾ രൂപപ്പെടുത്തിയെടുക്കുന്നതിൽ സംഗീതജ്ഞന്മാർ തുടർച്ചയായി പകർന്നെടുക്കുന്നതും ഈ കഴിവുതന്നെ. മ്യൂസിക് നോട്ട്സ് തയ്യാറാക്കുംമുമ്പ് മൊത്തം ഓപ്പറയും മൊസാർട്ട് മനസ്സിൽ കാണുമായിരുന്നു. തന്റെ മനസ്സിലെ ചിത്രങ്ങൾക്കനുസൃതമായി പിന്നീട് ഇത് ഒരു തെറ്റുപോലുമില്ലാതെ, ആദ്യവട്ടംതന്നെ പൊതുവേദിയിൽ അവതരിപ്പിക്കാൻ പാകം മാറ്റമൊന്നും ആവശ്യമില്ലാതെ പകർത്തിയെഴുതുകയായിരുന്നു അദ്ദേഹം. സംഗീതലോകത്ത് ഇത്തരം കഴിവുകൾ അപൂർവ്വം തന്നെയായിരുന്നു.

ബധിരനായ ശേഷമാണ് ബീഥോവൻ തന്റെ മഹത്തായ സംഗീതശിൽപ്പങ്ങൾ സൃഷ്ടിച്ചത്. കടലാസ്സിൽ നോട്ട്സ് തയ്യാറാക്കുംമുമ്പ് മനസ്സിലെ ആ സംഗീതധാര അദ്ദേഹത്തിന് കാണാനും കേൾക്കാനും കഴിയുമായിരുന്നു. മഹാനായ ഊർജതന്ത്രജ്ഞൻ സ്റ്റീഫൻ ഹോക്കിങ്ങിന് ചലിക്കാൻപോലും ബുദ്ധിമുട്ടുള്ള അസുഖമായിരുന്നു. സ്പെഷ്യൽ കമ്പ്യൂട്ടർ ഉപയോഗിച്ച് ഒരു സമയം ഒരക്ഷരം എന്നനിലയിൽ മാത്രമേ അദ്ദേഹത്തിന് എഴുതാൻപോലുമായിരുന്നുള്ളൂ.

എന്നിട്ടും തന്റെ ബോധമണ്ഡലത്തിനപ്പുറമുള്ള കഴിവുകൾ ഉപയോഗിച്ച് അദ്ദേഹം ലോകത്ത് ഏറ്റവുമധികം വിറ്റഴിക്കുന്ന A Brief History of Time എന്ന പുസ്തകം രചിച്ചു.

എല്ലാ കാലത്തെയും മഹത്തായ ഉപജ്ഞാതാവ്

അമേരിക്കയിൽ 1093 ഉപകരണങ്ങളുടെ പേറ്റന്റ് ഉണ്ടായിരുന്നു തോമസ് എഡിസന്. അദ്ദേഹത്തിന്റെ ജീവിതകാലത്തുതന്നെ ഈ ഉപകരണങ്ങളിൽ ഭൂരിഭാഗവും വാണിജ്യാടിസ്ഥാനത്തിൽ വിറ്റഴിക്കുന്ന ഉൽപ്പന്നങ്ങളായി. 1931-ലായിരുന്നു അദ്ദേഹത്തിന്റെ മരണം. അപ്പോഴേയ്ക്കും അമേരിക്കയിലെ അധ്വാനിക്കുന്നവരുടെ സമൂഹത്തിൽ ഭൂരിഭാഗവും തൊഴിൽ ചെയ്തിരുന്നത് തോമസ് എഡിസൻ കണ്ടുപിടിച്ച ഉപകരണങ്ങളാൽ നിർമ്മിച്ചതോ വിതരണം ചെയ്യുന്നതോ ആയ മേഖലയിൽ ആയിരുന്നു.

സൂപ്പർകോൺഷ്യസ് മൈൻഡ് തുടർച്ചയായി ഉപയോഗിച്ചായിരുന്നു എഡിസൻ എല്ലാം കണ്ടുപിടിച്ചത്. അദ്ദേഹത്തിന്റെ ജീവിതകാലം മുഴുവൻ ഈ കഴിവ് ഉപയോഗിച്ച് ഒരിക്കലും പരിഹരിക്കാൻ കഴിയില്ലെന്ന് കരുതിയ കാര്യങ്ങൾക്ക് പരിഹാരം കൊണ്ടുവന്നു. വൈദ്യുതി, ചലിക്കും ചിത്രം, ശബ്ദലേഖനം, പ്രസരണം തുടങ്ങി നൂറുകണക്കിന് മേഖലകളിൽ ചരിത്രപരമായ മുന്നേറ്റങ്ങൾക്ക് അദ്ദേഹം തുടക്കമിട്ടു. ദിവസവും സൂപ്പർകോൺഷ്യസ്

മൈൻഡിന്റെ ശക്തി ലഭിക്കുന്നതിനായി അദ്ദേഹം ലഘുനിദ്രയെ ആശ്രയിക്കാറുണ്ടായിരുന്നു. ഈ സമയമാണ് അദ്ദേഹത്തിൽ മഹത്തായ കണ്ടുപിടുത്തങ്ങൾക്ക് വഴിതെളിക്കുന്ന ഉൾക്കാഴ്ചകൾ തെളിഞ്ഞിരുന്നത്.

മഹത്തായ നിയമം

നിങ്ങളൊരു മഹത്തായ, പ്രചോദനം നൽകുന്ന കലാവസ്തു കാണുമ്പോഴോ, മഹത്തായ ക്ലാസിക് സാഹിത്യം വായിക്കുമ്പോഴോ മനോഹരമായ കവിത വായിക്കുമ്പോഴോ അസാധാരണമായ സംഗീതം കേൾക്കുമ്പോഴോ ഗംഭീരമായ കെട്ടിടം കാണുമ്പോഴോ ഓർക്കുക, നിങ്ങൾ സൂപ്പർ കോൺഷ്യസ് മൈൻഡിന്റെ പ്രവർത്തനത്തിനാണ് സാക്ഷിയാകുന്നത്.

ഒരുപക്ഷേ, കണ്ടുപിടിച്ചതിൽ വച്ചേറ്റവും പ്രധാനപ്പെട്ട മാനസിക നിയമമായിരിക്കാം ബോധമണ്ഡലത്തിനപ്പുറമുള്ള കഴിവുകളുടെ പ്രവർത്തനനിയമം. ഏത് ചിന്തയോ പ്ലാനോ ലക്ഷ്യമോ ആശയമോ തുടർച്ചയായി നിങ്ങൾ ബോധമനസ്സിൽ രൂപപ്പെടുത്തുന്നുവോ അതെല്ലാം യാഥാർത്ഥ്യമാക്കാൻ സൂപ്പർ കോൺഷ്യസ് മൈൻഡ് ഉറപ്പായും പ്രവർത്തിച്ചിരിക്കും.

ഒന്ന് ചിന്തിക്കൂ! നിങ്ങൾക്ക് യഥാർത്ഥത്തിൽ ആഗ്രഹിക്കുന്നതെന്തും ലഭിക്കും. നിങ്ങൾക്ക് വേണ്ടതെന്താണെന്ന കാര്യത്തിൽ തികച്ചും വ്യക്തത വരുത്തുക. തുടർന്ന് സൂപ്പർകോൺഷ്യസ് മൈൻഡിന്റെ സഹായം തുടർച്ചയായി തേടുക. നിങ്ങൾക്ക് ആത്യന്തികമായി അത് ലഭിച്ചിരിക്കും. നിങ്ങൾ മനസ്സിലും ഭാവനയിലും തീർക്കുന്ന പരിമിതികൾ മാത്രമായിരിക്കും സൂപ്പർ കോൺഷ്യസ് മൈൻഡിന്റെയും പരിമിതി. അതായത് പരിമിതികളില്ലാതെ ആഗ്രഹിച്ചാൽ പരിമിതികളില്ലാതെ ലഭിക്കുമെന്ന് അർത്ഥം.

ശരിയായ പ്രവർത്തനത്തിനുള്ള അവസ്ഥകൾ

വളരെ ശാന്തമായി ആത്മവിശ്വാസത്തോടെ, റിലാക്സ് ചെയ്തിരിക്കുമ്പോഴാണ് നിങ്ങളുടെ സൂപ്പർകോൺഷ്യസ് മൈൻഡ് നിങ്ങൾക്കായി ഏറ്റവും നന്നായി പ്രവർത്തിക്കുക. ഏകാന്തതയിൽ റിലാക്സേഷൻ പരിശീലിക്കുമ്പോൾ പൂർണമായും അതിന് വിട്ടുകൊടുക്കുക. മറ്റ് ചിന്തകളൊന്നുമില്ലാതെ ശാന്തമായിരിക്കുക. അല്ലെങ്കിൽ പ്രകൃതിയുമായി സല്ലപിക്കുക. അന്നേരം നിങ്ങളുടെ സൂപ്പർകോൺഷ്യസ് മൈൻഡ് പ്രവർത്തിക്കും.

ഏകാന്തതയിൽ മുഴുകി നിശ്ശബ്ദതയെ ധ്യാനിക്കുക. അപ്പോൾ നിങ്ങൾക്കുള്ളിൽ നിന്ന് ചെറുശബ്ദം കേൾക്കാം. നിങ്ങൾ കേൾക്കുന്നത് സൂപ്പർകോൺഷ്യസ് മൈൻഡിന്റെ മന്ത്രിക്കലാണ്.

പുതിയ വീട്ടിലെ ബേസ്മെന്റിലെ സൂപ്പർ കമ്പ്യൂട്ടറിനെക്കുറിച്ച് നേരത്തെ പറഞ്ഞത് ഓർക്കുന്നുവല്ലോ. ആ സൂപ്പർ കമ്പ്യൂട്ടറിന് തുല്യമാണ് നിങ്ങളുടെ ഉൾവിളിയും. സൂപ്പർകോൺഷ്യസ് മൈൻഡുമായുള്ള ബന്ധവും സമ്പർക്കവുമാണ് ഉൾവിളി. നിങ്ങളുടെ മൊത്തം ജീവിതം മാറ്റിമറിക്കുന്ന ചില ആശയങ്ങൾ, ഉൾവിളികൾ എന്നിവ നിങ്ങൾക്കായി ചിലപ്പോൾ നിശ്ശബ്ദതയ്ക്കിടെ ഉച്ചത്തിൽ സംസാരിച്ചെന്നിരിക്കും.

ഗ്രീക്ക് ഗണിതശാസ്ത്രജ്ഞനും ഊർജതന്ത്രജ്ഞനുമായ ആർക്കമിഡീസിന് ചിലപ്പോൾ കുളിക്കാനിരിക്കുമ്പോഴായിരിക്കും ചില വസ്തുക്കളെ മാറ്റിസ്ഥാപിക്കാനുള്ള സൂപ്പർ കോൺഷ്യസ് മൈൻഡിന്റെ പ്രചോദനം നിറഞ്ഞ മിന്നലടിക്കുക. ബാത്ത് ടബിൽ നിന്ന് നഗ്നനായി ചാടിയിറങ്ങി ഏഥൻസ് തെരുവുകളിലൂടെ യൂറേക്കാ യൂറേക്കാ എന്ന് ഉച്ചത്തിൽ വിളിച്ചുകൂവി ഓടിയത് ഈ ഉൾവിളിയുടെ ഇടപെടൽ മൂലമായിരുന്നു. പ്രശ്നം പരിഹരിക്കുന്നതോ, ലക്ഷ്യത്തിലേക്ക് കൂടുതൽ അടുക്കാൻ സഹായിക്കുന്നതോ ആയ മഹത്തായ ആശയമോ ഉൾകാഴ്ചയോ ലഭിക്കുമ്പോൾ നിങ്ങൾക്കും ഈ ആവേശം അനുഭവിക്കാനാകും.

സൂപ്പർ കോൺഷ്യസ് ഉത്തേജിപ്പിക്കുക

വ്യക്തമായ, എഴുതി തയ്യാറാക്കിയ, തീവ്രമായി ആഗ്രഹിക്കുന്ന, തുടർച്ചയായി ഭാവനയിൽ കാണുന്ന, തുടർച്ചയായി അതിന് പ്രവർത്തിക്കുന്ന, പ്രത്യേകമായ ലക്ഷ്യങ്ങളുള്ള കാര്യങ്ങൾ നിങ്ങളുടെ സൂപ്പർ കോൺഷ്യസ് മൈൻഡിനെ പ്രചോദിപ്പിക്കും. എപ്പോഴെല്ലാം നിങ്ങൾ റിലാക്സ് ചെയ്യുന്നു, ഭാവനയിൽ കാണുന്നു, നിങ്ങളാഗ്രഹിക്കുന്ന ഒരു പ്രത്യേക ഫലത്തിനായി വൈകാരികതയോടെ സമീപിക്കുമ്പോൾ ലക്ഷ്യങ്ങളുടെ പൂർത്തീകരണത്തിനായി സൂപ്പർ കോൺഷ്യസ് മൈൻഡ് പ്രചോദിതമായി നിങ്ങൾക്ക് ആശയങ്ങളും ഊർജവും നൽകുന്നു.

ചിലപ്പോൾ സൂപ്പർകോൺഷ്യസ് മൈൻഡിന്റെ പ്രചോദനം മൂലം നിങ്ങൾക്ക് ശരിയായി ഉറങ്ങാനോ മറ്റൊന്നിനെയുംകുറിച്ച് ചിന്തിക്കാനോ കഴിഞ്ഞേക്കില്ല. അത്രയ്ക്കും നിങ്ങളെ ഉത്തേജിപ്പിക്കുന്നതും ആവേശം തരുന്നതുമായിരിക്കും. അത്തരം സാഹചര്യങ്ങളിൽ സ്വസ്ഥമായി കുത്തിയിരുന്ന് നിങ്ങളിലേക്ക് എത്തുന്ന

തെല്ലാം വിശദമായി കുറിച്ചിടുക. അത് നിങ്ങളുടെ മനസ്സിനെ പലപ്പോഴും സ്വതന്ത്രനാക്കും. നല്ല ഉറക്കത്തിലേക്ക് തിരിച്ചുകൊണ്ട് പോകുകയും ചെയ്യും.

കൂടെക്കൂടെ ഭാഗ്യം വരുന്ന അവസ്ഥയും ഒരേസമയം സംഭവിക്കുന്നതും

നിങ്ങളുടെ ജീവിതത്തിൽ തുടർച്ചയായി അനുഭവിക്കുന്ന രണ്ട് അപൂർവതയാണ് കൂടെക്കൂടെ ഭാഗ്യം വരുന്ന അവസ്ഥയും ഒരേ സമയം സംഭവിക്കുന്നതും. സൂപ്പർ കോൺഷ്യസ് മൈൻഡിനെ നിങ്ങൾ എത്രയും കൂടുതൽ ഉപയോഗിക്കുന്നുവോ അത്രയും ഈ രണ്ട് അനുഭവങ്ങളും നിങ്ങൾ ആസ്വദിക്കാൻ തുടങ്ങും.

നല്ലത് കാണുക

ജീവിതമെന്ന വഴിയിലെ സന്തോഷകരമായ കണ്ടുപിടുത്തങ്ങൾക്കുവേണ്ടിയുള്ള നടപടിയാണ് കുരുട്ടുഭാഗ്യം എന്ന് പറയുന്നത്. നിങ്ങൾ തുടർച്ചയായി വ്യക്തമായ ലക്ഷ്യം ഭാവനയിൽ കാണുകയും അതിനുവേണ്ടി ദിവസവും പ്രവർത്തിക്കുകയും ചെയ്യുമ്പോൾ സന്തോഷകരമായ, അപ്രതീക്ഷിത സംഭവങ്ങളും അനുഭവങ്ങളും നിങ്ങളുടെ ജീവിതത്തിൽ സംഭവിക്കും. അതോരോന്നും നിങ്ങളുടെ ജീവിതലക്ഷ്യങ്ങൾ അതിവേഗം നടത്തിത്തരികയും ചെയ്യും.

അതു ചിലപ്പോൾ ആകസ്മികമായി ഒരു മാഗസിനിലായിരിക്കും കണ്ടെത്തുക. അല്ലെങ്കിൽ നിങ്ങൾക്കറിയാത്ത കാര്യം ആരെങ്കിലും അവിചാരിതമായി പറഞ്ഞതാകാം. ഒരു സുപ്രധാന ചോദ്യത്തിന് ഉത്തരംകിട്ടാതെ വലഞ്ഞിരിക്കുമ്പോഴോ ഒരു പ്രത്യേക പ്രശ്നത്തിന് പരിഹാരം തേടുമ്പോഴോ അപ്രതീക്ഷിതമായി ടിവിയിൽ അത് കൃത്യമായി പരിഹരിക്കാൻ സഹായിക്കുന്ന ആശയമോ ഉൾകാഴ്ചയോ ലഭിച്ചേക്കാം. നിങ്ങൾക്കൊരു തിരിച്ചടിയോ താൽക്കാലിക പരാജയമോ ഉണ്ടായെന്നിരിക്കട്ടെ. ചിലപ്പോൾ ആ നിമിഷം അതായിരിക്കും നിങ്ങൾക്ക് സംഭവിക്കേണ്ട ശരിയായ കാര്യം.

എല്ലാ സാഹചര്യത്തിലും നല്ലത് കാണാൻ ശ്രമിക്കുമ്പോൾ അത് എല്ലായ്പ്പോഴും കണ്ടെത്തുമെന്നതാണ് രസകരമായ പോയിന്റ്. എപ്പോഴും നല്ലത് സംഭവിക്കണമെന്ന മനോഭാവം അത് സംഭവിക്കാനുള്ള സാധ്യത വീണ്ടും വീണ്ടും വർധിപ്പിക്കുന്നു. ശാന്തമായി ആത്മവിശ്വാസത്തോടെ കുരുട്ടുഭാഗ്യത്തിൽ വിശ്വസിച്ച് പ്രവർത്തിക്കുക. അതിൽ എന്ത് സംഭവിച്ചോട്ടെ, പക്ഷേ, അത്തരം തുടർച്ചയായ

കുരുട്ടുഭാഗ്യത്തിന്റെ അനുഭവങ്ങൾ നിങ്ങളുടെ യഥാർത്ഥ ലക്ഷ്യം കാണുന്നതിന് സഹായിക്കും.

സംഭവങ്ങൾ അർത്ഥത്തിൽ ബന്ധിക്കപ്പെട്ടിരിക്കുന്നു

രണ്ടാമത്തെ പ്രതിഭാസമെന്നത് നിങ്ങൾ തുടർച്ചയായി അനുഭവിക്കുന്ന കാര്യമാണ്. ഏകകാലികസംഭവം അഥവാ ഒരേകാലത്ത് സംഭവിക്കുന്ന കാര്യം എന്നാണ് ഈ പ്രതിഭാസം അറിയപ്പെടുക. പ്രപഞ്ചത്തിന്റെ 'അയേൺ ലോ' എന്നറിയപ്പെടുന്ന 'കാരണ, ഫല' നിയമത്തിൽനിന്ന് പ്രത്യേകരീതിയിൽ ഇത് വ്യത്യാസപ്പെട്ടിരിക്കുന്നു. കാരണ ഫലനിയമം എന്നത് വിതയ്ക്കുന്നത് കൊയ്യുന്നു എന്ന് പറയുന്നപോലെയാണ്. സംഭവിക്കുന്നതിനെല്ലാം പ്രത്യേക കാരണം ഉണ്ടെന്നാണ് ഈ നിയമത്തിൽ പറയുന്നത്. എല്ലാ ഫലത്തിനും തേടിക്കണ്ടെത്താവുന്ന കാരണമുണ്ടാകുമെന്ന് ഈ നിയമത്തിൽ പറയുന്നു.

എന്നാൽ ഏകകാലിക സംഭവം വ്യത്യസ്തമാണ്. ഒരേകാലത്ത് സംഭവിച്ച സംഭവങ്ങൾ തമ്മിലുള്ള ഏകബന്ധം എന്നത് നിങ്ങളുടെ ജീവിതത്തിലെ വിവിധ മേഖലകളിലെ ലക്ഷ്യത്തെ അടിസ്ഥാനപ്പെടുത്തി അതിന് നിങ്ങൾ നൽകുന്ന അർത്ഥമാണ്.

ഉദാഹരണം പറയാം. നിങ്ങൾ വരുമാനം ഇരട്ടിയാക്കാൻ ലക്ഷ്യമിടുന്നു. എന്നാൽ അടുത്ത ആഴ്ച തീർത്തും അപ്രതീക്ഷിതമായി ഒന്നുകിൽ നിങ്ങളുടെ ജോലി നഷ്ടപ്പെടുകയോ അല്ലെങ്കിൽ രാജിവയ്ക്കേണ്ടി വരികയോ ചെയ്യുന്നു. ആദ്യത്തെ വിലയിരുത്തലിൽ ഇത് നിങ്ങൾക്ക് തിരിച്ചടിയാണ്. എന്നാൽ അടുത്ത ദിവസം ഒരു പ്രത്യേകമേഖലയിൽ നിങ്ങൾക്ക് പ്രവർത്തിക്കാൻ എപ്പോഴെങ്കിലും ആലോചിച്ചിട്ടുണ്ടോ എന്ന് ഒരു സുഹൃത്ത് ചോദിക്കുന്നു എന്നിരിക്കട്ടെ. നിങ്ങൾ ആ മേഖലയിൽ കഴിഞ്ഞ ഒരു വർഷമായി ധാരാളം ലേഖനങ്ങൾ വായിച്ചിരിക്കുമ്പോഴാണ് സുഹൃത്തിൽനിന്ന് ഈ ചോദ്യം. നിങ്ങൾക്ക് ആ മേഖലയിൽ കടന്നുചെല്ലണമെന്നുണ്ട്. പക്ഷേ, അതിനുള്ള വഴിയറിയാതെ വിഷമിച്ചിരിക്കാം. ഇതോടെ നിങ്ങൾ അതിൽ കൂടുതൽ അന്വേഷണങ്ങൾ നടത്താൻ തീരുമാനിക്കുന്നു. ആ മേഖലയിൽ വളർന്നുവരുന്ന കമ്പനിയെ കണ്ടെത്തി, അഭിമുഖത്തിന് ഹാജരാകുന്നു, ജോലി തുടങ്ങുന്നു. ഒരു വർഷത്തിനുശേഷം നിങ്ങൾ മുമ്പ് ജോലി ചെയ്തിരുന്ന കമ്പനിയേക്കാൾ രണ്ടിരട്ടി ശമ്പളം നേടുന്നു. ജോലി കൂടുതലായി ആനന്ദിക്കുകയും ചെയ്യുന്നു.

ഇവിടെ കാണുക, ഈ രണ്ട് പ്രത്യേകസംഭവങ്ങൾക്ക് പ്രത്യക്ഷത്തിൽ നേരിട്ട് ഫല, കാരണ ബന്ധമൊന്നുമില്ല. രണ്ടും സമയം

കൊണ്ടും സ്ഥലംകൊണ്ടും വേർപെട്ടിരിക്കുന്നതാണ്. പക്ഷേ, രണ്ടിനും പൊതുവായി ഒരു കാര്യമുണ്ട്. നിങ്ങൾക്കായി ഒരുക്കിയ യഥാർത്ഥ ലക്ഷ്യം കാണാൻ അത് സഹായിച്ചു. വരുമാനം ഇരട്ടി യാക്കുകയും ചെയ്തു.

നിങ്ങളുടെ സൂപ്പർ കോൺഷ്യസ് മൈൻഡിനെ ഉത്തേജിപ്പിക്കാനുള്ള രണ്ട് വഴികൾ

സൂപ്പർ കോൺഷ്യസ് മൈൻഡിനെ ഉത്തേജിപ്പിക്കാൻ രണ്ട് വഴികളുണ്ട്. ഒന്ന് നിങ്ങളുടെ ലക്ഷ്യം നേടുന്നതിന് അതിതീവ്ര മായി, ഏകാഗ്രമായി പ്രവർത്തിക്കുക. നിങ്ങളുടെ എല്ലാം അതി നായി സമർപ്പിക്കുക. അതിനെക്കുറിച്ച് എപ്പോഴും ചിന്തിക്കുക. സംസാരിക്കുക, എഴുതിയിടുക, മാറ്റിയെഴുതുക. എല്ലാദിവസവും പുനഃപരിശോധിക്കുക. ആ ലക്ഷ്യം നേടാൻ സഹായിക്കുന്നതെന്ന് കാണുന്ന കാര്യങ്ങൾ നിങ്ങളെക്കൊണ്ട് കഴിയാവുന്ന വിധത്തി ലെല്ലാം ചെയ്യുക.

തുടർച്ചയായി തീരുമാനിച്ചുറപ്പിച്ച് ആ ലക്ഷ്യത്തിന്റെ സഫലീ കരണത്തിനായി പ്രതിബദ്ധതയോടെ പ്രവർത്തിക്കുമ്പോൾ എല്ലാ തരത്തിലുള്ള കുരുട്ടുഭാഗ്യവും ഏകകാലിക സംഭവവും നടക്കുന്നു. അപ്രതീക്ഷിത സ്ഥലങ്ങളിൽ നിന്ന് നിങ്ങളെ സഹായിക്കാൻ ആളു കളെത്തുന്നു. സഹായം നൽകാമെന്ന വാഗ്ദാനവുമായി ഫോൺ വിളികളെത്തുന്നു. മുമ്പ് നിങ്ങൾ തിരിച്ചറിയാതെയിരുന്ന കാര്യ ങ്ങളിൽ ആശയങ്ങളും വിവരങ്ങളും ലഭിക്കുന്നു. നിങ്ങളുടെ ലക്ഷ്യ ങ്ങളിലേക്ക് അതിവേഗമടുക്കാൻ തക്ക ആശയങ്ങളും ഉൾക്കാഴ്ച കളും ലഭിക്കുന്നു.

പൂർണമായും റിലാക്സ് ചെയ്യുക എന്നതാണ് സൂപ്പർകോൺ ഷ്യസ് മൈൻഡിനെ ഉത്തേജിപ്പിക്കാനുള്ള രണ്ടാമത്തെ വഴി. നിങ്ങ ളുടെ സാധാരണയുള്ള പ്രവൃത്തികളിൽനിന്ന് മനസ്സിനെ മറ്റിടങ്ങ ളിലേക്ക് മാറ്റിനിർത്തുക. ഉദാഹരണത്തിന് നിങ്ങൾ വിനോദയാത്ര യ്ക്ക് പോകുമ്പോൾ ലക്ഷ്യങ്ങളും പ്രശ്നങ്ങളുമെല്ലാം മറന്ന് മനസ്സ് മറ്റ് കാര്യങ്ങളിലായിരിക്കും ശ്രദ്ധയൂന്നുക. പൂർണമായും ശരീരത്തെയും മനസ്സിനെയും വിശ്രാന്തിയിലാഴ്ത്തുക. എത്രമാത്രം കൂടുതൽ വിശ്രമം നൽകുന്നുവോ അത്രയും വേഗം നിങ്ങളുടെ സൂപ്പർകോൺഷ്യസ് മൈൻഡ് വീണ്ടും പ്രവൃത്തി തുടങ്ങിയിരിക്കും. നിങ്ങൾക്കാവശ്യമായ ആശയങ്ങളും ഉൾക്കാഴ്ചകളും നൽകാൻ തുടങ്ങും. മറ്റ് വാക്കിൽ പറഞ്ഞാൽ ചിലപ്പോൾ കഠിനശ്രമങ്ങളിൽ നിന്ന് മാറിനിൽക്കുമ്പോഴായിരിക്കും സൂപ്പർകോൺഷ്യസ് മൈൻഡ് അതിവേഗം പ്രവർത്തിക്കുക.

എല്ലാ ലക്ഷ്യങ്ങളിലും ഈ രണ്ട് രീതികളും പരീക്ഷിക്കുക. ലക്ഷ്യം പൂർത്തീകരിക്കാൻ ആദ്യം ഏകമനസ്സോടെ ശ്രദ്ധകേന്ദ്രീകരിച്ച് പ്രവർത്തിക്കുക. പ്രശ്നപരിഹാരത്തിന് ഊർജവിനിയോഗത്തിന്റെ നൂറ് ശതമാനവും ചെലവഴിക്കാൻ പ്രതിബദ്ധത കാണിക്കുക. എന്നിട്ടും നിങ്ങളാഗ്രഹിക്കുന്ന മുന്നേറ്റമുണ്ടാക്കാൻ കഴിഞ്ഞില്ലെങ്കിൽ മനസ്സിനെ മറ്റിടങ്ങളിലേക്ക് വ്യാപരിപ്പിക്കുക. കുറച്ച് സമയം ബ്രേക്ക് എടുക്കുക. അവധിക്കാലം ആസ്വദിക്കുക. ശാരീരികമായ വ്യായാമം ചെയ്യുക അല്ലെങ്കിൽ മൂവി കാണാൻ പോകുക. കുറച്ച് നേരത്തേക്ക് പൂർണമായും ലക്ഷ്യത്തെ മറക്കുക. വേണ്ട സമയം നിങ്ങളുടെ സൂപ്പർ കോൺഷ്യസ് മൈൻഡ് പ്രവർത്തിക്കാൻ തുടങ്ങും. വേണ്ടതായ ഉത്തരവും നൽകും.

കൃത്യമായി ശരിയായ ഉത്തരം

ശരിയായ ഉത്തരം ശരിയായ സമയത്തിൽ സൂപ്പർകോൺഷ്യസ് മൈൻഡ് നിങ്ങൾക്ക് നൽകും. അതിനാൽ എപ്പോഴെല്ലാം സൂപ്പർ കോൺഷ്യസ് മൈൻഡിൽ നിന്ന് പ്രചോദനം ലഭിക്കുന്നുവോ ഉടനടി അക്കാര്യത്തിൽ നടപടിയെടുക്കണം. വൈകിപ്പിക്കരുത്. ഇത് പലപ്പോഴും സമയമനുസരിച്ച് ചെയ്യേണ്ടതാകും. ഉൾവിളിക്കനുസരിച്ച് എന്തെങ്കിലും നടപടിയെടുക്കാൻ തോന്നിക്കുമ്പോൾ അതുടനെ അങ്ങ് ചെയ്തേക്കണം. ചിലപ്പോൾ ആരെങ്കിലും ഫോൺ ചെയ്യാനായിരിക്കും തോന്നിപ്പിക്കുക. ഉടനെ ആ നമ്പറിൽ വിളിക്കുക. എന്തെങ്കിലും കാര്യത്തിൽ മുന്നറിവ് ലഭിക്കുകയാണെങ്കിൽ അതിനെ പിന്തുടരുക. സൂപ്പർകോൺഷ്യസ് മൈൻഡിന്റെ മിന്നൽപോലെയുള്ള നിർദേശങ്ങൾ ഉടനടി നടപ്പിലാക്കിയാൽ അത് കൂടുതൽ ഉൾക്കാഴ്ചകൾക്കും പ്രചോദനങ്ങൾക്കും കാരണമായേക്കും.

മൂന്ന് പ്രത്യേക ഗുണങ്ങൾ

സൂപ്പർ കോൺഷ്യസ് ആശയം അല്ലെങ്കിൽ പരിഹാരം എന്നിവയ്ക്ക് മൂന്ന് ഗുണങ്ങളുണ്ട്.

- ആദ്യം, പ്രശ്നത്തിന്റെ എല്ലാ വശങ്ങൾക്കും അത് ഉത്തരം നൽകും. അല്ലെങ്കിൽ ലക്ഷ്യം പൂർത്തിയാക്കാൻ വേണ്ട എല്ലാകാര്യങ്ങളും നിങ്ങൾക്ക് നൽകും. ഉത്തരം എല്ലാ അർത്ഥത്തിലും സമഗ്രമായിരിക്കും.
- രണ്ടാമതായി കാര്യങ്ങൾ വെളിപാടുപോലെ സ്പഷ്ടമായിരിക്കും. സൂപ്പർകോൺഷ്യസ് മൈൻഡിന്റെ പ്രചോദനം

സ്വാഭാവികവും എളുപ്പമുള്ളതും സാഹചര്യങ്ങൾക്ക് പൂർണമായും ഇണങ്ങുന്നതുമായിരിക്കും.

- മൂന്നാമതായി സൂപ്പർകോൺഷ്യസ് പരിഹാരം നിങ്ങൾക്ക് സന്തോഷത്തിന്റെയും ആവേശത്തിന്റെയും പൊട്ടിത്തെറിയായി അനുഭവപ്പെടും. ഹർഷോന്മാദത്തിൽ വരെയെത്തും. അത്തരം തിളങ്ങുന്ന മുഹൂർത്തങ്ങൾ നീണ്ടകാലം നിങ്ങൾ ഓർത്തുവയ്ക്കും.

എപ്പോഴെല്ലാം നിങ്ങൾക്ക് സൂപ്പർകോൺഷ്യസ് പരിഹാരം ലഭിക്കുന്നുവോ അത് ആ പ്രവൃത്തി എളുപ്പം പൂർത്തിയാക്കാൻ തക്ക ഊർജം, അഭിനിവേശം, പ്രചോദനം എന്നിവയുടെ അകമ്പടിയോടെയായിരിക്കും എത്തുക. ഇപ്പോൾ തന്നെ ആ പരിഹാരം നടപ്പിൽ വരുത്താനായി തടുക്കാൻ വയ്യാത്ത ആഗ്രഹം നിങ്ങളിലുണ്ടാകും. ആ പ്രവൃത്തി ചെയ്യാൻ മറ്റെല്ലാ കാര്യങ്ങളും നിർത്തിവയ്ക്കാൻ വരെ നിങ്ങൾ തയ്യാറാകും. നിങ്ങളുടെ തീരുമാനം എല്ലായ്പ്പോഴും ശരിയുമായിരിക്കും.

വിശ്വാസം സുപ്രധാന ആവശ്യം

നിങ്ങളുടെ ഏറ്റവും ശക്തിയേറിയ കഴിവ് നിങ്ങളുടെ സൂപ്പർ കോൺഷ്യസ് മൈൻഡാണ്. ഏതുസമയവും അത് നിങ്ങൾക്ക് പ്രാപ്യവും ലഭ്യവുമാണ്. നിങ്ങൾക്ക് എന്താണ് വേണ്ടതെന്ന കൃത്യമായ ബോധ്യത്തിൽ നിന്നാണ് നിങ്ങൾ ഉപബോധമനസ്സിനെ ഡയൽ ചെയ്യുന്നത്. നിങ്ങൾ തേടുന്ന ഉത്തരം നിങ്ങൾ അതിന് തയ്യാറായിരിക്കുന്ന അതിന്റെ കൃത്യം സമയത്തിൽ നിങ്ങൾക്ക് ലഭിക്കുമെന്ന് നിങ്ങൾ ശാന്തമായും ആത്മവിശ്വാസത്തോടെയും വിശ്വാസമർപ്പിക്കുന്നു.

ഈ സുപ്രധാന ശക്തിയിൽ വളരെ റിലാക്സ് ചെയ്ത് വിശ്വാസമർപ്പിക്കുമ്പോൾ അത് വളരെ വേഗം വളരെ നന്നായി പ്രവർത്തിക്കാൻ തുടങ്ങും. മനുഷ്യർ, സ്ത്രീ പുരുഷഭേദമെന്യേ തങ്ങളുടെ ഉള്ളിലെ സ്വരം കേൾക്കുമ്പോഴാണ് അവർ മഹത്വമാർജ്ജിക്കാൻ തുടങ്ങുന്നത്. നിങ്ങളുടെ ഉൾവിളിയും അന്തർജ്ഞാനവും കേൾക്കുന്നത് ശീലമാക്കിയാൽ പിന്നീടൊരിക്കലും മറ്റൊരു തെറ്റ് വരുത്താനുള്ള സാധ്യതയുണ്ടാകില്ല. സൂപ്പർകോൺഷ്യസ് മൈൻഡിന്റെ ശക്തി നിങ്ങൾ പകർന്നെടുക്കുമ്പോൾ നിങ്ങളുടെ മൊത്തം ജീവിതവും പ്രപഞ്ചത്തിന്റെ സാർവലൗകിക നിയമത്തിനൊപ്പം ലയിച്ച് ചേരുന്നു. നിങ്ങൾ ചെയ്യുന്നതെല്ലാം നിങ്ങളുടെ മുന്നോട്ടുള്ള നീക്കത്തെ വളരെ വേഗത്തിലാക്കുന്നു. ഒരു ലക്ഷ്യം കഴിയുമ്പോൾ

മറ്റൊന്ന് എന്ന മട്ടിൽ പൂർത്തിയാക്കാനാകുന്നു. മുമ്പത്തേക്കാളും വളരെ കുറഞ്ഞ പ്രയത്നത്തിൽ കൂടുതൽ നേട്ടമുണ്ടാക്കുംവിധം നിങ്ങളെ ഒരുതരത്തിലുള്ള കോസ്മിക് എനർജിയുടെ ഉറവിടവുമായി പ്ലഗ് ചെയ്തപോലെ നിങ്ങൾക്ക് അനുഭവപ്പെടുന്നു.

ജീവിതത്തിലേക്ക് പിന്തിരിഞ്ഞ് നോക്കുക. അതിൽ എത്ര തവണ നിങ്ങളുടെ സൂപ്പർകോൺഷ്യസ് മൈൻഡ് നിങ്ങൾക്കായി പ്രവർത്തിച്ചിട്ടുണ്ടെന്ന് ഓർത്തെടുക്കുക. കഴിഞ്ഞ കാലത്തിൽ അതെല്ലാം തികച്ചും യാദൃച്ഛികമായി ശ്രദ്ധയില്ലാത്ത അനുഭവങ്ങളായിരിക്കാം. എന്നാൽ ലക്ഷ്യങ്ങളെക്കുറിച്ച് വളരെ വ്യക്തത വരുത്തുമ്പോൾ, ലക്ഷ്യങ്ങളെ വിലയിരുത്തി തുടർച്ചയായി പുനഃപരിശോധന നടത്തുമ്പോൾ ബോധമണ്ഡലത്തിനപ്പുറമുള്ള ശക്തി നിങ്ങൾക്കായി തുടർച്ചയായി പ്രവർത്തിക്കും. ജീവിതത്തിന്റെ എല്ലാ ദിവസവും ഇത് പ്രവർത്തിക്കുമെന്ന് മുൻകൂട്ടിയറിയാനും കഴിയും.

സൂപ്പർകോൺഷ്യസ് മൈൻഡിനെ ഉത്തേജിപ്പിക്കുക

1. ജീവിതത്തിലേക്ക് പിന്തിരിഞ്ഞ് നോക്കുക. നിങ്ങൾക്കുണ്ടായ ബോധമണ്ഡലത്തിനപ്പുറമുള്ള (സൂപ്പർകോൺഷ്യസ്) അനുഭവങ്ങളാൽ പരിഹരിച്ച പ്രശ്നത്തെക്കുറിച്ച് ഓർക്കുക. അല്ലെങ്കിൽ അതുവഴി നേടിയ ലക്ഷ്യത്തെക്കുറിച്ച് ഓർക്കുക. ആ പ്രക്രിയ വീണ്ടും പ്രതിഫലിപ്പിക്കുക. അതിന്റെ പകർപ്പ് എങ്ങനെയെടുക്കാമെന്ന് ചിന്തിക്കുക.
2. നിങ്ങളുടെ ഏറ്റവും പ്രധാനപ്പെട്ട ലക്ഷ്യം തിരഞ്ഞെടുക്കുക. നിങ്ങളുടെ ഏറ്റവും പ്രധാനപ്പെട്ട ഉറപ്പുള്ള ഉദ്ദേശ്യം എടുക്കുക. തുടർന്ന് അത് മനസ്സിൽ വ്യക്തമായി വീണ്ടും വീണ്ടും തികഞ്ഞ ആത്മവിശ്വാസത്തോടെ കാണുക. എങ്കിൽ അതെല്ലാം നിങ്ങൾക്കായി കൃത്യസമയത്തിൽ യാഥാർത്ഥ്യമാകും.
3. ഏകാന്തത, ധ്യാനം എന്നിവയോടെ ദിവസം തുടങ്ങുക. മനസ്സിനെ വെറുതെ റിലാക്സ് ചെയ്യാൻ വിടുക. ഒരു വിഷയത്തിൽനിന്ന് മറ്റൊന്നിലേക്ക് ഒഴുകാൻ വിടുക. ഒടുവിൽ നിങ്ങളുടെ മനസ്സിൽ ശരിയായ ചോദ്യത്തിന് ശരിയായ ഉത്തരം പൊന്തി വരും.
4. ബോധമണ്ഡലത്തിനപ്പുമുള്ള ആശയം എപ്പോഴാണോ നിങ്ങളുടെ മനസ്സിൽ അങ്കുരിക്കുന്നത്, അപ്പോൾത്തന്നെ അത് നടപ്പാക്കുന്നതിന് നടപടികളെടുക്കുന്ന ശീലമുണ്ടാക്കുക. ഒട്ടും മടിച്ചുനിൽക്കരുത്. പൂർണമായ വിശ്വാസമുണ്ടായിരിക്കുക. അതാണ് നിങ്ങൾക്ക് ഈ ശക്തിയിൽ വിശ്വാസമർപ്പിക്കുമ്പോൾ ചെയ്യാവുന്ന മികച്ച കാര്യം.
5. ഏകാഗ്രതയോടെ പ്രശ്നം പരിഹരിക്കാൻ പരിശ്രമിക്കുക. അത് ശരിയാകുന്നില്ലെങ്കിൽ നിങ്ങളുടെ മനസ്സിനെ മറ്റെവിടെയെങ്കിലും മേയാൻ വിടുക. വളരെ കൃത്യമായി ഉചിതമായ സമയത്തിൽ നിങ്ങൾ തേടുന്ന പരിഹാരം നിങ്ങൾക്കായി വെളിപാടുപോലെ ലഭിക്കും. അല്ലെങ്കിൽ അത് നിങ്ങളുടെ ജീവിതത്തിൽ പ്രത്യക്ഷപ്പെടും.
6. നിങ്ങൾക്കുള്ള പ്രതീക്ഷയുടെയും പൂർണവിശ്വാസത്തിന്റെയും ആനുപാതികമായി തന്നെ സൂപ്പർകോൺഷ്യസ് മൈൻഡ് പ്രവർത്തിക്കുന്നു. മെച്ചപ്പെട്ടത് ലഭിച്ചിരിക്കും എന്ന വിശ്വാസം തുടർച്ചയായി ശീലിക്കുക. തുടർന്ന് ക്ഷമാപൂർവം കാത്തിരിക്കുക. അതാതിന്റെ ശരിയായ സമയത്തിൽ ശരിയായ ഉത്തരം നിങ്ങളിലേക്ക് ഉറപ്പായും എത്തിയിരിക്കും.

21

വിജയം കാണുംവരെ സ്ഥിരോത്സാഹം തുടരുക

പരിശ്രമത്തിനും കഴിവിനും മുന്നിൽ കുറച്ച് കാര്യങ്ങളേ അസാധ്യമായുള്ളൂ. മഹത്തായ ജോലികൾ ശക്തികൊണ്ടല്ല മറിച്ച് സ്ഥിരോത്സാഹം കൊണ്ടാണ് നിർവഹിക്കുന്നത്.

സാമുവൽ ജോൺസൺ

നിങ്ങളുടെ ജീവിതത്തിലെ മഹത്തായ വിജയങ്ങൾ പ്രതിനിധീകരിക്കുന്നത് സ്ഥിരോത്സാഹത്തിന്റെ വിജയമാണ്. എന്താണ് നിങ്ങൾക്ക് വേണ്ടതെന്ന് തിരഞ്ഞെടുക്കാനുള്ള കഴിവ്, അതിന്റെ തുടക്കമിടൽ, എന്ത് പ്രതിസന്ധികളോ ബുദ്ധിമുട്ടുകളോ ഉണ്ടായാലും സ്ഥിരോത്സാഹത്തോടെ അതെല്ലാം മറിക്കടന്ന് നിങ്ങളുടെ ലക്ഷ്യം കാണൽ ഇതാണ് നിങ്ങളുടെ നിർണായകവിജയത്തെ നിർണയിക്കുന്നത്. സ്ഥിരോത്സാഹത്തിന്റെ മറുവശം ധൈര്യമാണ്.

പേടിയെ കീഴടക്കുന്നതും ധൈര്യമെന്ന ശീലം വികസിപ്പിക്കൽ എന്നിവയാണ് ഒരുപക്ഷേ, ജീവിതത്തിൽ നിങ്ങൾ നേരിടുന്ന ഏറ്റവും മഹത്തായ വെല്ലുവിളി. വിൻസ്റ്റൻ ചർച്ചിൽ ഒരിക്കലെഴുതി: 'ഗുണങ്ങളിൽ സർവപ്രധാനമായി പരിഗണിക്കുന്നത് ധൈര്യത്തെയാണ്. അതിനെ ആശ്രയിച്ചാണ് മറ്റുള്ളവയെല്ലാം നിലകൊള്ളുന്നത്.'

ഭയത്തെ കീഴടക്കൽ

മനുഷ്യകുലത്തിന്റെ ഏറ്റവും വലിയ ശത്രു എന്ന് പറയുന്നത് ഭയമാണ്. ഫ്രാങ്ക്ലിൻ ഡി റൂസ്വെൽറ്റ് പറഞ്ഞു' ഭയക്കേണ്ട ഏക കാര്യമെന്നത് ഭയം തന്നെയാണ്' ഭയമെന്ന വികാരമാണ് സമ്മർദ്ദം, ഉത്കണ്ഠ, അസന്തുഷ്ടി എന്നിവയ്ക്ക് കാരണം. നമ്മൾ ഭയപ്പെടുന്നതിന്റെ യാഥാർത്ഥ്യത്തേക്കാൾ ഭയമെന്ന വികാരമാണ് വില്ലൻ.

നിങ്ങൾ ധൈര്യമെന്ന ശീലവും ഇളക്കാനാവാത്ത ആത്മവിശ്വാസവും വികസിപ്പിക്കുമ്പോൾ സാധ്യതകളുടെ പുതുലോകം

നിങ്ങൾക്ക് മുന്നിൽ തുറന്നുവരും. മൊത്തം ലോകത്തിൽ നിങ്ങ ളൊന്നിനെയും ഭയപ്പെടുന്നില്ലെങ്കിൽ എന്തായിരിക്കും നിങ്ങൾ കാണാൻ ധൈര്യപ്പെടുന്ന സ്വപ്നം? അല്ലെങ്കിൽ ചെയ്യാൻ ധൈര്യ പ്പെടുന്ന കാര്യം?

നേടാൻ ആഗ്രഹിക്കുന്ന എന്തും നിങ്ങൾക്ക് നേടാം

ഭാഗ്യവശാൽ, വിജയിക്കാനുള്ള ഏതു കഴിവുകളും നേടാമെന്ന തുപോലെ ധൈര്യമെന്ന ശീലവും നേടാം. അതിനായി നിങ്ങൾ ഭയത്തെ കീഴടക്കാൻ പ്രവർത്തിക്കണം. അതിനൊപ്പം മതിയായ ധൈര്യവും ആത്മവിശ്വാസവും വികസിപ്പിച്ചുവരണം. ജീവിത ത്തിലെ ഏത് ഉയർച്ചതാഴ്ചകളിലും പേടികൂടാതെ അതിനെ നേരിടാൻ തക്ക ധൈര്യവും ആത്മവിശ്വാസവുമാണ് നിങ്ങൾ വിക സിപ്പിക്കേണ്ടത്.

സിൻഡിക്കേറ്റഡ് പംക്തികാരൻ ആൻ ലാൻഡേഴ്സ് എഴുതി: 'എല്ലാ ജനതതിക്കുമായി ഏറ്റവും ഉപയോഗമുള്ള ഒറ്റ ഉപദേശം കൊടുക്കാൻ ആവശ്യപ്പെട്ടാൽ അതിപ്രകാരമായിരിക്കും.' ജീവിത ത്തിൽ പ്രശ്നങ്ങൾ അനിവാര്യമായ ഭാഗമാണ്. പ്രശ്നങ്ങൾ വരു മ്പോൾ തലയുയർത്തി അഭിമുഖീകരിക്കുക. കണ്ണുകളിൽ നോ ക്കുക, എന്നിട്ട് പറയുക, നിന്നേക്കാൾ തലപ്പൊക്കം എനിക്ക് തന്നെ. നിനക്കെന്നെ തോൽപ്പിക്കാനാകില്ല. 'ഇത്തരം മനോഭാവത്തിന് മാത്രമേ നിങ്ങൾക്ക് വിജയംകൊണ്ടുവരാൻ കഴിയൂ.'

ഭയത്തിന്റെ കാരണവും സുഖപ്പെടുത്തലും

നമ്മൾ ഭീരുക്കളാണെന്ന് മുന്നേ മുദ്ര കുത്തിയതിന്റെ ഘടക ങ്ങൾ വിലയിരുത്തുക എന്നതാണ് ഭയം മറിക്കടക്കാനും ധൈര്യം കണ്ടെത്താനും വേണ്ട ആദ്യപടികൾ.ബാല്യത്തിലെയുള്ള നിർ ബന്ധിത പരിശീലനമായിരിക്കും കുട്ടിയുടെ മനസ്സിൽ ഭയമെന്ന വികാരം ഉണ്ടാക്കിയിരിക്കുക. മാതാപിതാക്കളിൽ ഒരാളുടെയോ രണ്ടുപേരുടെയോ നാശകാരിയായ വിമർശനവും കാരണമായേ ക്കും. ഇത് രണ്ടുതരത്തിലുള്ള ഭയം അനുഭവപ്പെടാൻ കാരണ മാകും. ഒന്ന് പരാജയപ്പെടുമോ എന്ന ഭയം. അതുമൂലം നമ്മൾ ഇങ്ങനെ ചിന്തിക്കും: 'എനിക്ക് കഴിയില്ല', 'എനിക്ക് കഴിയില്ല', 'എനിക്ക് കഴിയില്ല.' രണ്ടാമത് അവഗണിക്കുമോ എന്ന ഭയം. അതു മൂലം ഇങ്ങനെ ചിന്തിക്കും. 'എനിക്ക് അത് വേണം', 'എനിക്ക് അത് വേണം,' 'എനിക്ക് അത് വേണം.'

ഇത്തരം ചിന്തയാൽ നമ്മൾ ബന്ധങ്ങളിൽ വൈകാരികനി ക്ഷേപം നടത്തുന്നതിലും പണമോ സമയമോ നഷ്ടപ്പെടുന്നതിലും

മുന്നേതന്നെ ഭയക്കാൻ തുടങ്ങുന്നു. ഇതുമൂലം മറ്റുള്ളവരുടെ വിമർശനങ്ങളിലും അഭിപ്രായങ്ങളിലും നമ്മൾ പെട്ടെന്ന് വികാരഭരിതനായിതീരുന്നു. മറ്റുള്ളവർ അംഗീകരിച്ചില്ലെങ്കിലോ എന്ന് പേടിച്ച് ചിലപ്പോൾ നമ്മളൊന്നും ചെയ്യുകയില്ല. നമ്മുടെ ചിന്തകൾ നമ്മെ അടിമുടി തളർത്തുകയാണ്. നിർമ്മാണപരമായ പ്രവൃത്തികളാൽ നമ്മുടെ സ്വപ്നങ്ങളിലേക്കും ലക്ഷ്യങ്ങളിലേക്കും സഞ്ചരിക്കേണ്ടതിനുപകരം പിന്നോട്ട് വലിക്കുകയാണ്. നമ്മൾ സംശയിക്കുന്നു. നമുക്ക് തീരുമാനമെടുക്കാൻ കഴിയാതെ വരുന്നു. നമ്മൾ മാറ്റി വയ്ക്കുന്നു. നമ്മൾ വൈകിപ്പിക്കുന്നതിന് കാരണവും ഒഴിവുകഴിവുകളും കണ്ടെത്തുന്നു. അവസാനമായി നമ്മൾ ഇച്ഛാഭംഗം വന്നവരായി അനുഭവപ്പെടുന്നു. രണ്ട് കെട്ടുകളിൽ മുറുകിക്കിടക്കുന്നു. 'എനിക്ക് വേണം', പക്ഷേ, 'എനിക്ക് കഴിയില്ല', പക്ഷേ, 'എനിക്ക് വേണം' എന്നീ ദ്വന്ദ്വങ്ങളിൽ ആശയക്കുഴപ്പത്തിൽ പതിക്കുന്നു.

ഭയവും അജ്ഞതയും ഒരുമിച്ച് പോകുന്നു

അജ്ഞതയിൽ നിന്ന് ഭയമുണ്ടാകാം. നമുക്ക് കുറഞ്ഞ വിവരങ്ങൾ മാത്രമുണ്ടായിരിക്കുമ്പോൾ നമ്മുടെ പ്രവൃത്തിയുടെ ഫലമോർത്ത് നമ്മൾ ഉത്കണ്ഠാകുലരും അരക്ഷിതരുമായേക്കാം. അജ്ഞതമൂലം നമ്മൾ മാറാൻ മടിക്കും. അജ്ഞാതമായ കാര്യങ്ങളെ പേടിക്കും. പുതിയതോ വ്യത്യസ്തമായ എന്തെങ്കിലുമോ പരീക്ഷിക്കാനും മടിക്കും.

ഇതിന്റെ മറുവശവും സത്യമാണ്. ഒരു പ്രത്യേക മേഖലയിൽ കൂടുതൽ വിവരവും പരിചയവും ഉണ്ടാക്കുമ്പോൾ നിങ്ങൾക്ക് കൂടുതൽ ധൈര്യവും ആത്മവിശ്വാസവും ആ മേഖലയിൽ കൈവരുന്നു. ആ പ്രത്യേക മേഖലയിൽ നിങ്ങൾക്ക് തഴക്കവും പഴക്കവും ഉള്ളതിനാൽ ഒരു ഭയവും ഉണ്ടാകില്ല. ഉദാഹരണത്തിന് കാർ ഡ്രൈവ് ചെയ്യുന്നത്, സ്കീയിങ്, വിൽപ്പന, ഭരണനിർവഹണം എന്നിങ്ങനെ. നിങ്ങളുടെ അറിവും പരിചയവും മൂലം എന്ത് സംഭവിച്ചാലും നിങ്ങൾ പൂർണമായും കഴിവുറ്റനാണെന്ന വികാരത്താൽ ഭയമേതുമുണ്ടാകില്ല.

വലച്ചിൽ നിങ്ങളെയെല്ലാം ഭീരുക്കളാക്കുന്നു

അസുഖമോ തളർച്ചയോ മൂലം ഭയമുണ്ടാകാം. നമ്മൾ ക്ഷീണിതരായിരിക്കുമ്പോൾ, നമുക്ക് സുഖമില്ലാതെയിരിക്കുമ്പോൾ, നമ്മൾ ശാരീരികമായി ഫിറ്റ് അല്ലാതെയിരിക്കുമ്പോൾ, നമ്മൾ ഭയത്തിനും

സംശയത്തിനും മുൻകൂട്ടി വിധേയരാകുന്നു. നമ്മൾ ആരോഗ്യത്തോടെയും പ്രസരിപ്പോടെയും ഇരിക്കുമ്പോഴുള്ള പോലെയല്ല. ചിലപ്പോൾ ഒരു രാത്രിയിലെ സുഖകരമായ ഉറക്കം ലഭിക്കുമ്പോഴോ അവധിക്കാലം ചെലവിടുമ്പോഴോ തന്നെ നിങ്ങൾക്ക് നിങ്ങളോട് തന്നെയുള്ള മനോഭാവത്തിൽ മൊത്തം മാറ്റം വരാം. ഇത് നിങ്ങളുടെ മാനസികവും വൈകാരികവുമായ ബാറ്ററി പരിപൂർണമായും നീണ്ടകാലം റീചാർജ് ചെയ്യാൻ സഹായിക്കും. വിശ്രമവും റിലാക്സേഷനും നിങ്ങളിൽ ധൈര്യവും ആത്മവിശ്വാസവും മറ്റേതൊരു ഘടകങ്ങളെ പോൽ കെട്ടിയുയർത്തും.

എല്ലാവരും പേടിയുള്ളവർ

ഇവിടെയൊരു പ്രധാനപ്പെട്ട പോയിന്റ് പറയാം: എല്ലാ ബുദ്ധിമാന്മാരായ ആളുകളും എന്തിനെയെങ്കിലും ഭയക്കുന്നവരാണ്. നിങ്ങളുടെ ശാരീരികമായ, വൈകാരികമായ സാമ്പത്തികമായ അതിജീവനകാര്യത്തിൽ ശങ്കയുണ്ടാകുന്നത് തികച്ചും സ്വാഭാവികവും സാധാരണവുമാണ്. ഭയക്കാത്തവരല്ല ധൈര്യശാലികൾ. മാർക്ക് ടൈ്വയിൻ പറഞ്ഞപോലെ, 'ധൈര്യം എന്നത് ഭയത്തെ പ്രതിരോധിക്കുന്നതാണ്, മെരുക്കുന്നതാണ് അല്ലാതെ, ഭയമില്ലാത്ത അവസ്ഥയല്ല.'

നിങ്ങൾ ഭയക്കുന്നവരോ അല്ലാത്തവരോ എന്നതല്ല വിഷയം. നമ്മളെല്ലാം ഭയമുള്ളവരാണ്. ചോദ്യമെന്തെന്നുവെച്ചാൽ ഭയത്തെ എങ്ങനെ കൈകാര്യം ചെയ്യുന്നു എന്നതാണ്. ധൈര്യശാലികൾ ഭയമുണ്ടെങ്കിലും മുന്നോട്ടുപോകുന്നവരാണ്. അതിനൊപ്പം ഇക്കാര്യവും ഞാൻ പഠിച്ചു: നിങ്ങൾ ഭയവുമായി ഏറ്റുമുട്ടുമ്പോൾ, ഭയമെന്ന് കരുതിയ കാര്യങ്ങളിലേക്ക് കടന്നുചെല്ലുമ്പോൾ നിങ്ങളുടെ ഭയം കുറയുന്നു. അതേസമയം നിങ്ങളുടെ ആത്മാഭിമാനവും ആത്മവിശ്വാസവും വർധിക്കുന്നു.

എന്നിരുന്നാലും നിങ്ങൾ ഭയക്കുന്നതിനെ അവഗണിച്ചാൽ നിങ്ങളുടെ ഭയം വളർന്ന് നിങ്ങളുടെ ജീവിതത്തിന്റെ മൊത്തം കാര്യങ്ങളും നിയന്ത്രിക്കാൻ തുടങ്ങും. നിങ്ങളുടെ ഭയം വർധിക്കുമ്പോൾ നിങ്ങളുടെ ആത്മാഭിമാനം, ആത്മവിശ്വാസം, സ്വയംമതിപ്പ് എന്നിവയും അതിനനുസൃതമായി കുറയുന്നു. ഗ്ലെൻ ഫോർഡ് എന്ന നടൻ ഒരിക്കൽ പറഞ്ഞു: 'നിങ്ങൾ പേടിക്കുന്ന കാര്യങ്ങൾ ചെയ്യുന്നില്ലെങ്കിൽ നിങ്ങളുടെ ജീവിതം ഭയം നിയന്ത്രിക്കാൻ തുടങ്ങും.'

നിങ്ങളുടെ ഭയം വിലയിരുത്തുക

നിങ്ങളുടെ ഭയം എന്താണെന്ന് ഒരിക്കൽ വിലയിരുത്തിയാൽ അടുത്തപടി എന്നത് ആ ഭയം എങ്ങനെ മറികടക്കാമെന്ന് കണ്ടെത്തുകയാണ്. അത് സമയമെടുത്ത് ചെയ്യുക. സൂക്ഷ്മമായി കാരണം തിരിച്ചറിയുക. നിങ്ങളുടെ വ്യക്തിപരമായ ഭയങ്ങൾ വ്യക്തമായി വിലയിരുത്തുക.

ഒരു പേപ്പറെടുത്ത് മുകളിലായി ഈ ചോദ്യം എഴുതുക: ഞാനെന്തിനെയാണ് ഭയപ്പെടുന്നത്? വലുതും ചെറുതുമായ എല്ലാ ഭയങ്ങളും ഒന്നിനുപുറകെ ഒന്നായി എഴുതുക. എന്ത് കാര്യത്തിലാണ് ഉത്കണ്ഠ? വളരെ സാധാരണയായി കാണുന്ന ഭയത്തിൽ നിന്ന് തുടങ്ങുക: പരാജയപ്പെടുമെന്ന ഭയം, നഷ്ടപ്പെടുമോയെന്ന ഭയം, അവഗണിക്കുമോയെന്ന ഭയം, വിമർശനത്തിലുള്ള ഭയം.

ചിലരുണ്ട്, പരാജയപ്പെടുമെന്ന ഭീതിയുള്ളവർ, അവർ സ്വന്തം തെറ്റുകൾ ന്യായീകരിക്കാനോ മറച്ചുവെയ്ക്കാനോ ഭീമമായ സമയം ചെലവഴിക്കുന്നു. അവർക്ക് തെറ്റുവരുത്തിയതിൽ ഇടപെടാൻ കഴിയുന്നില്ല. അവഗണനയുണ്ടാകുമെന്ന ഭീതിയാൽ അസ്വസ്ഥനാകുന്നവരുണ്ട്. മറ്റുള്ളവരുടെ മുമ്പിൽ എങ്ങനെ പ്രത്യക്ഷപ്പെടണമെന്നതിൽ അവർ വളരെ മൃദുലചിത്തരാകും. സ്വന്തമായി തീരുമാനമെടുക്കാൻ അവർ അശക്തരായിരിക്കും. ആരെങ്കിലും അംഗീകരിക്കുമെന്ന് പൂർണബോധ്യം വരുംവരെ അവർ ഒന്നും ചെയ്യാതെ ഇരിക്കുന്നു.

ഭയത്തിൽ മുൻഗണന സെറ്റ് ചെയ്യുക

നിങ്ങളുടെ ചിന്തകളെയും പെരുമാറ്റങ്ങളെയും ബാധിക്കുന്നതായി നിങ്ങൾ വിശ്വസിക്കുന്ന കാര്യങ്ങളെക്കുറിച്ച് നിങ്ങൾ ഇതിനകം ലിസ്റ്റ് തയ്യാറാക്കിയെന്ന് കരുതുക. ആ ലിസ്റ്റ് പ്രാധാന്യമനുസരിച്ച് ക്രമീകരിക്കുക. നിങ്ങളുടെ ചിന്തയെ ഏറ്റവുമധികം സ്വാധീനിക്കുന്ന, നിങ്ങളെ മറ്റെന്തിനേക്കാളും പുറകോട്ട് വലിക്കുന്ന ഭയമേതാണ്? ഈ രീതിയിൽ രണ്ടാമത്തെ ഭയമേതാണ്? എന്താണ് നിങ്ങളുടെ മൂന്നാമത്തെ ഭയം? ആ രീതിയിൽ ലിസ്റ്റ് ക്രമീകരിക്കുക.

നിങ്ങളുടെ പ്രബലമായ ഭയത്തോട് ബന്ധപ്പെട്ട് താഴെ പറയുന്ന മൂന്ന് ചോദ്യങ്ങൾക്ക് ഉത്തരമെഴുതുക.

1. ഈ ഭയം എങ്ങനെയാണ് എന്നെ പിന്നിലേക്ക് വലിക്കുന്നത്?
2. ഈ ഭയം എങ്ങനെയാണ് എന്നെ സഹായിക്കുക? അല്ലെങ്കിൽ കഴിഞ്ഞ കാലത്തിൽ അതെങ്ങനെ സഹായിച്ചിട്ടുണ്ട്?

3. ഈ ഭയം മറികടക്കുന്നതിന് ഞാനെന്ത് കൊടുത്ത് തീർക്കേണ്ടിവരും?

കുറച്ചു വർഷങ്ങൾക്കുമുമ്പ് ഈ എക്സർസൈസ് ഞാൻ നടത്തി. ആ മീറ്റിങ് അവസാനിപ്പിച്ചത് എന്റെ വലിയ ഭയം ദാരിദ്ര്യമാണെന്നത് പങ്കുവെച്ച് കൊണ്ടായിരുന്നു. മതിയായ പണമില്ല എന്ന ചിന്ത എനിക്കുണ്ടായിരുന്നു. പാപ്പർ, എന്തിന്, നിരാധാരനായി പോലും വിലയിരുത്തി. എന്റെ ബാല്യകാലത്തെ ദുരനുഭവങ്ങളാണ് ഈ ചിന്താഗതിക്ക് തുടക്കമിട്ടതെന്ന് എനിക്കറിയാം. കാരണം എന്റെ മാതാപിതാക്കൾ വലിയ മാന്ദ്യത്തിന്റെ കാലത്താണ് വളർന്ന് വന്നത്. അവർ തുടർച്ചയായി പണത്തിന്റെ കാര്യത്തിൽ ആശങ്കാകുലരായിരുന്നു. എന്റെ ഇരുപതുകളിൽ ഞാൻ പലവട്ടം പാപ്പരായപ്പോൾ ഈ ഭയം എന്നിൽ പ്രബലമായി. ഈ ഭയത്തിന്റെ തുടക്കത്തിനുള്ള യഥാർത്ഥ കാരണം എനിക്ക് വസ്തുനിഷ്ഠമായി വിലയിരുത്താവുന്നതേയുള്ളൂ. എങ്കിലും അതെന്നെ വല്ലാതെ പിടിച്ചുവലിച്ചു. എനിക്ക് മതിയായ പണം ലഭിച്ചിട്ടുപോലും ഈ ചിന്ത എന്നിൽ എല്ലായ്പ്പോഴും ഉണ്ടായിരുന്നു.

ആദ്യത്തെ ചോദ്യത്തിനുള്ള എന്റെ ഉത്തരം, 'എങ്ങനെയാണ് ഈ ഭയം എന്നെ പിന്നോട്ട് വലിക്കുന്നത്?' പണം ഉപയോഗിച്ച് കൂടുതൽ സാഹസത്തിന് മുതിരാതിരിക്കുവാൻ കാരണമായി. അതെനിക്ക് കൂടുതൽ ഉത്കണ്ഠ സമ്മാനിച്ചു. തൊഴിലിനോട് ബന്ധപ്പെട്ട് സുരക്ഷിതമായി മാത്രം പ്രവർത്തിക്കാൻ പ്രേരിപ്പിച്ചു. അവസരത്തേക്കാൾ സുരക്ഷിതത്വം തിരഞ്ഞെടുക്കാൻ കാരണമായി.

എങ്ങനെയാണ് ഭയം എന്നെ സഹായിച്ചത് എന്ന ചോദ്യത്തിനുള്ള എന്റെ ഉത്തരമിതാണ്: ദാരിദ്ര്യമെന്ന ഭയത്തിൽനിന്ന് രക്ഷപ്പെടുന്നതിനായി ഞാൻ മറ്റുള്ളവരേക്കാൾ വളരെ കൂടുതൽ സമയം കഠിനമായി ജോലി ചെയ്യുന്ന ശീലം വളർത്തിക്കൊണ്ട് വന്നു. ഞാൻ തീവ്രമായ ഉത്ക്കർഷേച്ഛയും ഉറച്ച തീരുമാനവുമായി പ്രവർത്തിച്ചു. പലവഴികളിലൂടെ പണം ഉണ്ടാക്കാനും നിക്ഷേപിക്കാനുമായി കൂടുതൽ സമയം പഠിക്കാനും ഗ്രഹിക്കാനും ചെലവഴിച്ചു. ദാരിദ്ര്യമെന്ന ഭയം സാമ്പത്തികസ്വാതന്ത്ര്യം നേടുന്നതിന് എന്നെ മറ്റൊരു തരത്തിൽ സഹായിക്കുകയായിരുന്നു.

ഭയം മറികടക്കുന്നതിന് ഞാൻ കൊടുത്തുതീർക്കേണ്ടത് എന്തൊക്കെ എന്ന മൂന്നാമത്തെ ചോദ്യത്തിന് ഉത്തരം പറയാം: അധികം വൈകാതെ കൂടുതൽ സാഹസികമായി പ്രവർത്തിക്കേണ്ടതിന്റെ പ്രാധാന്യം ഞാൻ മനസ്സിലാക്കി. എന്റെ സാമ്പത്തിക

ലക്ഷ്യം പിന്തുടരുന്നതിൽ കൂടുതൽ ഉത്സാഹത്തോടെ പ്രവർത്തിക്കണമെന്ന് മനസ്സിലാക്കി. എനിക്ക് സ്വന്തമായി ബിസിനസ് തുടങ്ങാൻ കഴിയുമെന്നും തുടങ്ങണമെന്നും മനസ്സിലാക്കി. കൂടുതലായോ കുറച്ചോ ചെലവഴിക്കുന്നതിൽ ആശങ്കപ്പെടേണ്ട കാര്യമില്ലെന്ന് മനസ്സിലാക്കി. പ്രത്യേകിച്ചും എന്തിന്റെയും വില എനിക്കൊരു പ്രശ്മമല്ലാതായി.

എന്റെ ഏറ്റവും വലിയ ഭയത്തെക്കുറിച്ച് ഇങ്ങനെ വസ്തുനിഷ്ഠമായി വിലയിരുത്തിയതോടെ ഞാൻ ആ ഭയം ഒഴിവാക്കുന്നതിന് തുടക്കമിട്ടു. നിങ്ങൾക്കുമതിന് കഴിയും.

ശീലം സ്ഥിരതയുണ്ടാക്കുന്നു

ധൈര്യം വികസിപ്പിക്കാനും ഭയം മറികടക്കാനുമായി നിങ്ങൾ നടപടികൾ തുടങ്ങുമ്പോൾ ഒരു കാര്യം ഓർക്കണം. ധൈര്യവും ആത്മവിശ്വാസവുമായി തുടർച്ചയായ പ്രവർത്തിച്ചുകൊണ്ടേയിരിക്കുക. എന്തുകാര്യവും നിങ്ങൾ തുടർച്ചയായി ചെയ്തുകൊണ്ടിരുന്നാൽ ആത്യന്തികമായി അത് ശീലമായി മാറും. ധൈര്യം ആവശ്യപ്പെടുമ്പോഴെല്ലാം ധൈര്യമായി പെരുമാറുക. അങ്ങനെ നിങ്ങൾക്ക് ആ ശീലം വളർത്താൻ കഴിയും.

ധൈര്യം എന്ന ശീലം വളർത്താൻ ചില പ്രവർത്തനങ്ങൾ പറയാം. ആദ്യത്തേതും എന്നാൽ ഏറ്റവും പ്രധാനപ്പെട്ടതുമായ കാര്യം പരിപൂർണ വിശ്വാസത്തോടെ, തുടങ്ങുക, ഇറങ്ങിത്തിരിക്കുക എന്നതാണ്. വിജയിക്കുമെന്ന് യാതൊരു ഉറപ്പുമില്ലെങ്കിലും സുഖം പിടിച്ചിരിക്കുന്ന മേഖലയിൽനിന്ന് പുറത്തുകടന്ന് പുതുതായി എന്തെങ്കിലും വ്യത്യസ്തമായി ചെയ്യാൻ നിങ്ങൾക്ക് ലഭിക്കുന്ന ധൈര്യമാണിത്. കുറെ വർഷങ്ങളായി സംരംഭകത്വത്തെ പറ്റി പഠിപ്പിച്ചുകൊണ്ടിരുന്ന ബാബ്സൺ കോളേജിലെ ഡോ. റോബർട്ട് റോൺസ്റ്റട്ട്, തന്റെ പൂർവവിദ്യാർത്ഥികൾക്കിടയിൽ ഒരു സർവേ നടത്തി. തന്റെ വിദ്യാർത്ഥികളിൽ വെറും പത്ത് ശതമാനത്തിന് മാത്രമാണ് സ്വന്തമായി ബിസിനസ് തുടങ്ങാനും വിജയിപ്പിക്കാനും കഴിഞ്ഞിട്ടുള്ളത്. വിജയം വരിച്ചവർക്ക് പൊതുവായി ഒരു ഗുണമാണ് കണ്ടത്. തുടർച്ചയായ എതിർപ്പുകൾക്കിടയിലും സ്വന്തമായി ബിസിനസ് തുടങ്ങാൻ അവർ കാണിച്ച സന്നദ്ധത.

തുടങ്ങാനുള്ള ധൈര്യം

റോൺസ്റ്റട്ട് തുടർന്ന് 'ഇടനാഴി തത്വം' കണ്ടുപിടിച്ചു. മുന്നോട്ട് പോയി ഇടനാഴി പിന്നിട്ടാൽ മാത്രമേ വാതിലുകൾ തുറന്നുവരുന്നത്

കാണൂ എന്നതാണ് ഈ തത്വത്തിന്റെ കാതൽ. അവരൊരിക്കലും മുമ്പ് കാണാത്ത വാതിലായിരിക്കും. എന്നാൽ ഇറങ്ങിപ്പുറപ്പെട്ടാലേ, മുന്നോട്ട് ചലിച്ചാലേ അവർക്കത് കാണാൻ സാധിക്കൂ.

സംരംഭകത്വ കോഴ്സ് വിജയകരമായി പൂർത്തിയാക്കിവർ ഇപ്പോഴും പഠിച്ച ഒരു കാര്യവും നടപ്പിലാക്കാതെ ഒന്നും ചെയ്യാതെ ഇരിക്കുന്നവരാണെന്ന് അദ്ദേഹം തിരിച്ചറിഞ്ഞു. തുടക്കമിടുന്നതിന് മുമ്പേതന്നെ തങ്ങളുടെ അനുകൂലമായ കാലം വരുന്നതിനായി വെറുതെ കാത്തിരിക്കുയാണവർ. അനിശ്ചിതത്വം പകരുന്ന ഇട നാഴി പിന്നിട്ട് സഞ്ചരിക്കാൻ അവർ സന്നദ്ധരല്ല. വിജയിക്കുമെന്ന ഉറപ്പ് ലഭിക്കുംവരെ മുന്നിട്ടിറങ്ങാൻ അവർ തയ്യാറല്ല. പക്ഷേ, അതൊരിക്കലും സംഭവിക്കാൻ പോകുന്നില്ല എന്നതാണ് യാഥാർ ത്ഥ്യം.

സാഹസത്തിന് തുനിയുന്നവർക്കുള്ളതാണ് ഭാവി

അപകടസാധ്യത എടുക്കുന്നവർക്കുള്ളതാണ് ഭാവി. സുരക്ഷി തത്വം തേടുന്നവർക്കുള്ളതല്ല. ജീവിതം ചിലയിടത്ത് തലതിരിഞ്ഞ ഫലമായിരിക്കും തരിക. ഉദാഹരണത്തിന് നിങ്ങളെത്ര കൂടുതൽ സുരക്ഷിതത്വം തേടുന്നുവോ അത്രയും കുറച്ചേ അത് ലഭിക്കൂ. എന്നാൽ നിങ്ങളെത്ര കൂടുതൽ അവസരം തേടുന്നുവോ അതിലു മധികം നിങ്ങൾ നേടും. മാത്രവുമല്ല, നിങ്ങളാഗ്രഹിക്കുന്ന സുര ക്ഷിതത്വം അതിന്റെ ഭാഗമായി ലഭിക്കുകയും ചെയ്യും.

നിങ്ങൾക്ക് ഭയവും ഉത്കണ്ഠയും വരുമ്പോൾ, തടസ്സങ്ങളിലും തിരിച്ചടികളിലും നിങ്ങൾ ധൈര്യത്തെ ആശ്രയിക്കുമ്പോൾ ഒരു കാര്യം ചെയ്യുക. നിങ്ങളുടെ ലക്ഷ്യങ്ങളിലേക്ക് ശ്രദ്ധ മാറ്റുക. നിങ്ങളെങ്ങനെയുള്ള ആളായിരിക്കണം എന്നതിൽ വ്യക്തമായ മാനസിക ചിത്രം സൃഷ്ടിക്കുക. എന്തുതരത്തിലുള്ള പ്രകടനമാണ് ആഗ്രഹിക്കുന്നത് അതുപോലെ പ്രവർത്തിക്കുക. ഭയത്തെ കുറി ച്ചുള്ള ചിന്തകൾ തെറ്റല്ല, എന്നാൽ ഭയം വരുമ്പോൾ ധൈര്യവും സ്വാശ്രയത്വവും ഉള്ള മാനസികാവസ്ഥ സ്വീകരിക്കുക. എന്തി ലാണോ നിങ്ങൾ കുടിയേറുന്നത്, അതിനനുസരിച്ചായിരിക്കും ഫലം, അതിനാൽ ശ്രദ്ധിക്കുക.

സന്തോഷം നിറഞ്ഞ വിജയകരമായ ജീവിതത്തിന് ഭയത്തെ മെരുക്കുകതന്നെ വേണം. വളരെ അത്യാവശ്യമാണത്. പ്രതിബദ്ധത യോടെ ധൈര്യം എന്ന ശീലം നേടാൻ ശ്രമിക്കുമ്പോൾ ഒരു ഘട്ട മെത്തുമ്പോൾ ഭയം എന്നത് നിങ്ങളുടെ തീരുമാനമെടുക്കുന്ന കാര്യത്തിൽ ഒരു വലിയ കാര്യമല്ലാതെയായി വരും. വളരെ വലിയ

വെല്ലുവിളി നിറഞ്ഞ ആവേശകരമായ ലക്ഷ്യങ്ങൾ നിങ്ങൾ സെറ്റ് ചെയ്യും. അത് നേടാനാകുമെന്നതിൽ നിങ്ങൾക്ക് വിശ്വാസവുമുണ്ടായിരിക്കും. എല്ലാ സാഹചര്യങ്ങളും വളരെ സമചിത്തതയോടെ, ശാന്തമായി അഭിമുഖീകരിക്കാൻ കഴിയും. ധൈര്യമാണ് പ്രധാനം.

ഗുരുക്കന്മാരിൽ നിന്ന് പഠിക്കുക

സമൂഹത്തിലെ ഏറ്റവും വിജയം നേടിയ വ്യക്തിയുടെ ഒപ്പമിരുന്ന് അദ്ദേഹം ഒരു ജീവിതകാലംകൊണ്ട് നേടിയ വിജയം നേടാനുള്ള പാഠങ്ങളെല്ലാം പഠിച്ചാലെന്താണ് കുഴപ്പം? അത് നിങ്ങൾക്ക് കൂടുതൽ വിജയം നേടിത്തരുമെന്ന് ചിന്തിക്കുന്നുണ്ടോ? അതുമല്ലെങ്കിൽ വിജയം നേടിയ നൂറ് പേർക്കൊപ്പമിരുന്ന് അവരുടെ പാഠങ്ങൾ, വിജയരഹസ്യങ്ങൾ എന്നിവ കേൾക്കാൻ തയ്യാറുണ്ടോ? നിങ്ങളുടെ ജീവിതത്തിൽ അത് കൂടുതൽ വിജയം കൊണ്ടുവരാൻ സഹായിക്കുമോ? കാലക്രമേണ ജീവിതവിജയം നേടിയ ആയിരത്തിലധികം പേർക്കൊപ്പമിരുന്ന് അവരുടെ ജീവിതവിജയകഥ കേൾക്കാൻ തയ്യാറാകുമോ?രണ്ടായിരം പേർക്കൊപ്പം? മൂവായിരം പേർക്കൊപ്പം?

പ്രവൃത്തിയാണ് എല്ലാം

ജീവിതവിജയം നേടിയവർക്കൊപ്പമിരുന്ന് അവരുടെ വിജയരഹസ്യങ്ങൾ അറിയുന്നത് നിങ്ങൾക്ക് ഗുണകരമാകുമോ എന്ന ചോദ്യത്തിന് നിങ്ങളുടെ ഉത്തരം മിക്കവാറും വലിയ പ്രയോജകരമായിരിക്കും എന്നാകും. എന്നാൽ സത്യം അതല്ല. പ്രത്യേക പ്രവർത്തന പദ്ധതിക്ക് തുടക്കമിട്ടില്ലെങ്കിൽ ഗുരുക്കന്മാരിൽനിന്ന് എത്ര ഉപദേശമോ അറിവിന്റെ മണിമുത്തുകളോ ലഭിച്ചിട്ടും പ്രയോജനമുണ്ടാകാൻ പോകുന്നില്ല.

നിങ്ങളുടെ ജീവിതത്തിൽ വിജയം കൊണ്ടുവരുന്നത് നിങ്ങൾ മഹത്തായ കാര്യങ്ങൾ ചെയ്യാൻ തുടങ്ങുമ്പോഴാണ്. അങ്ങനെയെങ്കിൽ നിങ്ങളുടെ വിജയം ഉറപ്പാണ്. പുസ്തകക്കടകളിലെല്ലാം ധാരാളം പ്രചോദനഗ്രന്ഥങ്ങൾ ഉണ്ടായിരിക്കും. ഓരോ പുസ്തകവും നിങ്ങൾക്കുപയോഗിക്കുന്നതിന് കൊട്ടക്കണക്കിന് വിജയമന്ത്രങ്ങളും നിറച്ചിരിക്കും. വിജയം കാണുംവരെ സ്വയം പ്രചോദിതനായി ലക്ഷ്യസാക്ഷാത്കാരത്തിനായുള്ള പാതയിൽ തുടർച്ചയായി സ്ഥിരതയോടെ പ്രവർത്തിച്ചാൽ മാത്രമേ പുസ്തകങ്ങളിലെ മികച്ച ഉപദേശങ്ങൾകൊണ്ട് പ്രയോജനമുണ്ടാകുകയുള്ളൂ.

ഈ പുസ്തകം വായിക്കുന്നതുകൊണ്ട് ഉണ്ടാകുന്ന ഫലത്തെ പറ്റി പറയാം. ഇത് നിങ്ങൾക്ക് എന്ത് കാര്യങ്ങളാണ് കൂടുതൽ

ചെയ്യേണ്ടതെന്നും എന്ത് കാര്യങ്ങളാണ് കുറച്ച് ചെയ്യേണ്ടതെന്നുമുള്ള ചില വ്യക്തമായ തീരുമാനങ്ങളെടുക്കാൻ സഹായിക്കും. ജീവിതത്തിന്റെ പലമേഖലകളിലായി നിങ്ങൾ ചില വ്യക്തമായ ലക്ഷ്യങ്ങൾ നിങ്ങൾക്കായി ഒരുക്കിയിട്ടുണ്ടാകും. അക്കാര്യത്തിൽ അടിയുറച്ചു നിൽക്കാനുള്ള ദൃഢനിശ്ചയം നിങ്ങളെടുക്കുന്നു. നിങ്ങളുടെ ഭാവിയിൽ വളരെ പ്രധാനപ്പെട്ട ചോദ്യമിതാണ്. നിങ്ങൾ തീരുമാനിച്ചുറച്ച കാര്യങ്ങൾ നിങ്ങൾ ചെയ്യുമോ?

ആത്മശിക്ഷണമാണ് പ്രധാന ഗുണം

വിജയത്തിനുള്ള ഏറ്റവും പ്രധാനപ്പെട്ട ഒറ്റ ഗുണമാണ് ആത്മശിക്ഷണം അഥവാ അച്ചടക്കം. നിങ്ങളുടെ കരുത്തിനും സ്വഭാവത്തിനും ഇച്ഛാശക്തിക്കും അനുസൃതമായ, നിങ്ങൾക്കുള്ളിൽ തന്നെയുള്ള കഴിവാണത്. എന്താണ് ചെയ്യേണ്ടത് അത് ചെയ്യുക, എപ്പോഴാണ് ചെയ്യേണ്ടത്, അപ്പോൾ ചെയ്യുക, നിങ്ങൾക്കിഷ്ടമായെങ്കിലും ഇല്ലെങ്കിലും.

തുടക്കത്തിലെ ആവേശവും ഉത്സാഹവും കഴിഞ്ഞതിനുശേഷവും നിങ്ങളെടുത്ത പ്രതിജ്ഞ നടപ്പിലാക്കാനുള്ള കഴിവാണ് നിങ്ങളുടെ വ്യക്തിവൈശിഷ്ട്യം. നിങ്ങളുടെ ഭാവിയിലേക്ക് നിങ്ങൾ പഠിച്ച നിർണായക കാര്യമായിരിക്കില്ലിത്. നിങ്ങളുടെ ഉദ്ദേശ്യം അന്തിമമായി നേടുവാനായി അച്ചടക്കത്തോടെ തുടർച്ചയായി പ്രവർത്തിക്കുക എന്നതാണ് പ്രധാനം.

ലക്ഷ്യങ്ങളൊരുക്കാനും അതുനേടാൻ പ്ലാൻ ചെയ്യാനും നിങ്ങൾക്ക് സ്വയമുള്ള അച്ചടക്കം കൂടിയേ തീരൂ. പുതിയ വിവരങ്ങൾക്ക് അനുസൃതമായി തുടർച്ചയായി പുതുക്കാനും പ്ലാനുകളെ പൊളിച്ചുപണിയുന്നതിനും നിങ്ങൾക്ക് അച്ചടക്കം കൂടിയേ കഴിയൂ. നിങ്ങളുടെ സമയം ഭംഗിയായി ഉപയോഗിക്കാനും അച്ചടക്കം വേണം. ഒരു സമയം ഒരു പ്രധാന ദൗത്യത്തിൽ എപ്പോഴും ശ്രദ്ധ കേന്ദ്രീകരിക്കാനും അച്ചടക്കം കൂടിയേ തീരൂ. എല്ലാദിവസവും നിങ്ങളിൽത്തന്നെ നിക്ഷേപം നടത്താനും നിങ്ങളെ വ്യക്തിപരമായും തൊഴിൽപരമായും വളർത്തിക്കൊണ്ടുവരാനും അച്ചടക്കം ഉറപ്പായും വേണം. നിങ്ങൾക്ക് കഴിയുന്ന കാര്യങ്ങളിലൂടെ ജീവിതത്തെ കൂടുതൽ ആനന്ദകരമാക്കാൻ നിങ്ങൾക്ക് എന്തുവേണം, അത് നേടാൻ അച്ചടക്കം വേണം.

സന്തോഷകരമായ ചില കാര്യങ്ങൾ മാറ്റിവെച്ചുകൊണ്ട് അതിൽനിന്ന് പണം മിച്ചംപിടിക്കാൻ സ്വയമുള്ള അച്ചടക്കം വേണം. നിങ്ങളുടെ പ്രവർത്തന കാലയളവിൽ തന്നെ സാമ്പത്തിക

സ്വാതന്ത്ര്യം നേടുന്നതിന് മിച്ചംപിടിച്ച പണം കരുതലോടെ നിക്ഷേപിക്കാൻ അച്ചടക്കം വേണം. സംശയങ്ങളും ഭയങ്ങളും ഒഴിവാക്കി നിങ്ങളുടെ ലക്ഷ്യങ്ങൾക്കായും സ്വപ്നങ്ങൾക്കായും ചിന്തകൾ ഉഴിഞ്ഞുവയ്ക്കാൻ സ്വയമുള്ള അച്ചടക്കം വേണം. പോസിറ്റീവായി പ്രതികരിക്കാനും ഏത് ബുദ്ധിമുട്ടുകളിലും സൃഷ്ടിപരമായ നിലപാടെടുക്കാനും സ്വയമുള്ള അച്ചടക്കം കൂടിയേ കഴിയൂ.

സ്ഥിരോത്സാഹമാണ് പ്രവർത്തിക്കുന്ന ആത്മശിക്ഷണം

കടന്നുപോകുന്ന പാത ദുഷ്കരമാകുമ്പോൾ ഒരുപക്ഷേ, ഏറ്റവും പ്രധാനപ്പെട്ട ആത്മശിക്ഷണം എന്നത് സ്ഥിരോത്സാഹത്തിന്റെ പ്രദർശനമായിരിക്കും. സ്ഥിരോത്സാഹമാണ് പ്രവർത്തിക്കുന്ന ആത്മശിക്ഷണം. ശരിക്കും ഒരു മനുഷ്യന്റെ സ്വഭാവസവിശേഷതയെന്നത് സ്ഥിരോത്സാഹത്തിലൂടെ അളക്കാനാകും. നിങ്ങളുടെ സ്ഥിരോത്സാഹം എന്നത് നിങ്ങളിൽത്തന്നെയുള്ള വിശ്വാസത്തിന്റെയും വിജയിക്കാനുള്ള കഴിവിന്റെയും യഥാർത്ഥ അളവാണ്.

തിരിച്ചടികളിലും ഇച്ഛാഭംഗങ്ങളിലും ഓരോവട്ടവുമെടുക്കുന്ന സ്ഥിരോത്സാഹം ആ ശീലം തുടർന്നും വളർത്താൻ നിങ്ങളെ സഹായിക്കുന്നു. പ്രതാപം, ശക്തി, ആത്മാഭിമാനം എന്നിവ വളർത്തി നിങ്ങളുടെ സ്വഭാവത്തിലും വ്യക്തിത്വത്തിലും പ്രതിഫലിപ്പിക്കാനാകുന്നു. നിങ്ങൾ കൂടുതൽ ശക്തനും ഉറച്ച പ്രകൃതക്കാരനുമാകുന്നു. നിങ്ങൾ സ്ഥിരോത്സാഹത്തിന്റെ അടിത്തട്ടിലേക്ക് ഊളിയിട്ടിറങ്ങി വ്യക്തിഗത കരുത്ത് നേടുന്നു.

വിജയം നേടാൻ തക്ക ഇരുമ്പിന്റെ ശക്തി നിങ്ങൾ നേടുന്നു. ജീവിതം നിങ്ങളുടെ മുന്നിൽ നിർത്തുന്ന എന്ത് തടസ്സങ്ങളെയും തട്ടിയെറിഞ്ഞ് മുന്നേറാൻ സ്ഥിരോത്സാഹം സഹായിക്കുന്നു.

ചരിത്രത്തിലെ വിജയത്തിനുള്ള പൊതുഗുണം

മനുഷ്യരാശിയുടെ ചരിത്രം എന്ന് പറയുന്നത് സ്ഥിരോത്സാഹത്തിന്റെ വിജയകഥ കൂടിയാണ്. എല്ലാ മഹന്മാരും കഠിനമായ വിചാരണകളിലൂടെയും പീഡകളിലൂടെയും കടന്നുപോയതിനുശേഷമാണ് വിജയത്തിന്റെ ഉന്നതിയിലെത്തിയിരിക്കുന്നത്. ആ സഹനശക്തിയും അശ്രാന്ത പരിശ്രമവുമാണ് അവരെ മഹാന്മാരാക്കിയത്.

വിൻസ്റ്റൻ ചർച്ചിലിനെ ഇരുപത്തിയൊന്നാം നൂറ്റാണ്ടിലെ ഏറ്റവും മഹാനായ രാജ്യതന്ത്രജ്ഞനായാണ് പലരും വിലയിരുത്തിയിട്ടുള്ളത്. ധൈര്യം, സ്ഥിരോത്സാഹം എന്നിവയിലൂടെയാണ് ജീവിതകാലം മുഴുവനും അദ്ദേഹം അറിയപ്പെട്ടിരുന്നത്. രണ്ടാം ലോകമഹാ

യുദ്ധത്തിന്റെ ഇരുണ്ട മണിക്കൂറുകളിൽ ജർമൻ ലുഫ്റ്റ്വാഫ് യുദ്ധ വിമാനങ്ങൾ ബ്രിട്ടനിൽ ബോംബുകൾ വർഷിക്കുമ്പോൾ ഇംഗ്ലണ്ട് ചർച്ചിലിന്റെ ദൃഢനിശ്ചയത്തിന് പിന്നിൽ ഉറച്ചുനിന്നു. ശൗര്യമുള്ള ബുൾഡോഗിന്റെ നിർബന്ധബുദ്ധിയോടെ ചർച്ചിൽ നിന്നപ്പോൾ ആ വികാരം രാജ്യത്തെ മുഴുവനും പ്രചോദിപ്പിച്ചു. എതിരിട്ട് ജയിക്കാനാവില്ലെന്ന് പലരും കരുതിയിരുന്നിടത്ത് രാജ്യത്തെ മുഴുവൻ ഒത്തുകൂട്ടി നിർത്തിയത് ചർച്ചിലിന്റെ ഇളകാപ്പാറനയമായിരുന്നു. ജോൺ എഫ്. കെന്നഡി ചർച്ചിലിന്റെ പ്രഭാഷണങ്ങളെ ഇങ്ങനെ വിശേഷിപ്പിച്ചു: 'ചർച്ചിൽ ഭാഷയെ അണിനിരത്തുകയും യുദ്ധമുന്നണിയിലേക്ക് അയക്കുകയും ചെയ്തു.'

1940, ജൂൺ നാലിന് സ്വന്തം രാഷ്ട്രത്തോട് ചർച്ചിൽ നടത്തിയ പ്രസംഗം ചരിത്രത്തിലെ സ്ഥിരോത്സാഹത്തിന്റെ ഏറ്റവും മഹത്തായ പ്രസംഗമായി വിലയിരുത്തപ്പെടുന്നു. ആ പ്രസംഗം അവസാനിപ്പിക്കുന്നത് ഇങ്ങനെയാണ്:

'നമ്മളൊരിക്കലും കൊടി താഴ്ത്തുകയില്ല. നമ്മൾ തോൽക്കുകയില്ല. നമ്മൾ ഫ്രാൻസിൽ പോരാടും, നമ്മൾ കടലിലും കരയിലും പോരാടും. അളവറ്റ ആത്മവിശ്വാസത്തോടെ വളർന്നുവരുന്ന ശക്തിയോടെ നമ്മൾ പോരാടും. നമ്മൾ ആകാശത്തിൽ പോരാടും, നമ്മുടെ ദ്വീപുകളെ സംരക്ഷിക്കും, എന്ത് വിലകൊടുത്തും പോരാടും. നമ്മൾ കടൽത്തീരങ്ങളിൽ പോരാടും. നമ്മൾ വിമാനത്താവളങ്ങളിൽ പോരാടും. പാടശേഖരങ്ങളിലും തെരുവുകളിലും കുന്നുകളിലും നമ്മൾ പോരാടും, ഒരിക്കലും നമ്മൾ കീഴടങ്ങുകയില്ല.'

വർഷങ്ങൾക്കുശേഷം ചർച്ചിലിന് അദ്ദേഹം മുമ്പ് പഠിച്ചിരുന്ന സ്കൂളിൽ യുവജനങ്ങളുമായി സംവദിക്കാൻ ക്ഷണം ലഭിച്ചു. അദ്ദേഹത്തിന്റെ വിജയരഹസ്യമറിയാൻ തടിച്ചുകൂടിയവർ ആകാംക്ഷയോടെ നിന്നു. ആ അസംബ്ലിയിൽ ചൂരൽവടിയും കുത്തി, പ്രായാധിക്യത്തിന്റെ ലക്ഷണവുമായി ചെറിയ വിറയലുമായി അദ്ദേഹം നിന്നു. എന്നാൽ സംസാരം ഉറച്ചസ്വരത്തിലായിരുന്നു. 'എന്റെ ജീവിതത്തിലെ പാഠങ്ങൾ ഇങ്ങനെ ഏഴ് വാക്കുകളിൽ ചുരുക്കാം.' ഒരിക്കലും തോൽവി സമ്മതിക്കരുത്, ഒരിക്കലും തോൽവി സമ്മതിക്കരുത്.'

അന്തിമവിജയത്തിന് നിങ്ങളുടെ ഉറപ്പ്

ചർച്ചിൽ കണ്ടെത്തിയതും നിങ്ങൾ കണ്ടുപിടിക്കേണ്ടതും ഇതാണ്. ഉയർന്നുയർന്ന് ലക്ഷ്യം നേടുക. ആത്യന്തിക വിജയത്തിന്

സ്ഥിരോത്സാഹമെന്ന ഒറ്റ ഗുണത്തിന് മാത്രമേ വിജയം ഉറപ്പ് നൽകാനാകൂ.

കാൽവിൻ കൂളിഡ്ജ് എന്ന അമേരിക്കൻ പ്രസിഡന്റ് പൊതുവേദിയിൽ സംസാരിക്കാൻ വിമുഖനായിരുന്നു. 'സൈലന്റ് കാൾ' എന്ന വിളിപ്പേര് അദ്ദേഹത്തിന് ലഭിച്ചത് ഇക്കാരണത്താലായിരുന്നു. എന്നാൽ ഈ വിഷയത്തിൽ അദ്ദേഹം എഴുതിയ വളരെ ലളിതവും ഓർമിക്കപ്പെടുന്നതുമായ വാക്കുകൾ അദ്ദേഹത്തെ ചരിത്രത്തിൽ അടയാളപ്പെടുത്തുന്നു. അദ്ദേഹമെഴുതി: 'മുന്നോട്ട് പായൂ, സ്ഥിരോത്സാഹത്തിന്റെ സ്ഥാനം അപഹരിക്കാൻ ലോകത്ത് ഒന്നുമില്ല. സാമർത്ഥ്യത്തിന് ആവില്ല. സാമർത്ഥ്യമുണ്ടായിട്ടും പരാജയപ്പെട്ടവർ ഏറെയാണ്. പ്രതിഭാശാലിക്ക് ആവില്ല. പ്രതിഫലം ലഭിക്കാത്ത പ്രതിഭാശാലി എന്നത് പഴമൊഴി പോലുമാണ്. വിദ്യാഭ്യാസംകൊണ്ട് ആവില്ല. ഈ ലോകം മുഴുവൻ വിദ്യാഭ്യാസത്താൽ ഉപേക്ഷിക്കപ്പെട്ടവരാണ്. സ്ഥിരോത്സാഹവും ദൃഢനിശ്ചയവും ആണ് സർവ്വശക്തർ.'

സ്ഥിരോത്സാഹം വിജയത്തിന്റെ മുഖമുദ്ര

വിജയികളായ ബിസിനസ്സുകാർക്കും സംരംഭകർക്കും പൊതുവേ ഒരു സ്വഭാവമുണ്ടായിരിക്കും. കീഴടക്കാൻ സാധിക്കാത്ത ഇച്ഛാശക്തിയും ഇളക്കാനാകാത്ത സ്ഥിരോത്സാഹവും.

1895-ൽ അമേരിക്ക കടുത്ത മാന്ദ്യത്തിന്റെ പിടിയിലായിരുന്നു. ഈ കടുത്ത മാന്ദ്യത്തിന്റെ പിടിയലമർന്ന് സ്വന്തം ഹോട്ടൽ പൂട്ടിപോകേണ്ടി വന്ന ഒരാൾ മിഡ് വെസ്റ്റിൽ ജീവിച്ചിരുന്നു. രാജ്യം നേരിടുന്ന സാമ്പത്തികമാന്ദ്യത്തിൽ തളരാതെ പിടിച്ചുനിൽക്കാനും പ്രചോദിപ്പിക്കാനും ഈ മനുഷ്യൻ ഒരു പുസ്തകമെഴുതാൻ തീരുമാനിച്ചു.

അദ്ദേഹത്തിന്റെ പേര് ഓറിസൺ സ്വെറ്റ് മാർഡൻ എന്നായിരുന്നു. വില്ലയുടെ കുതിരാലയത്തിന് മുകളിൽ മുറിയെടുത്ത് അദ്ദേഹം എഴുതാനാരംഭിച്ചു. രാവും പകലും ചെലവഴിച്ച് അദ്ദേഹം ഒരു വർഷമെടുത്ത് അദ്ദേഹം ആ പുസ്തകമെഴുതി. Pushing to the Front എന്നായിരുന്നു ആ പുസ്തകത്തിന്റെ പേര്. വൈകിയ ഒരു സന്ധ്യയിൽ അദ്ദേഹം ഒടുവിൽ ആ പുസ്തകത്തിന്റെ അവസാന പേജും മുഴുമുപ്പിച്ചു. വിശന്നു തളർന്നവശനായ അദ്ദേഹം അത്താഴത്തിനായി തെരുവിലെ ചെറിയൊരു കഫേയിലേക്കുപോയി. ഒരു മണിക്കൂർ നേരത്തേക്ക് പുറത്തിറങ്ങിയപ്പോഴേക്കും അദ്ദേഹം താമസിച്ചിരുന്ന ആ കുതിരലായം തീപിടുത്തത്തിൽ നശിച്ചു. അദ്ദേഹം തിരിച്ചെത്തിയപ്പോൾ എഴുതിവെച്ച കയ്യെഴുത്തുപ്രതി മുഴുവൻ

തീയിൽ കത്തി പോയതായി മനസ്സിലാക്കി. എണ്ണൂറ് പേജുകളിൽ അധികമുണ്ടായിരുന്നു.

എന്നിരുന്നാലും അദ്ദേഹം തളർന്നില്ല. ഉള്ളിലെ അണയാത്ത പോരാട്ടവീര്യവുമായി അദ്ദേഹം വീണ്ടും എഴുതാനാരംഭിച്ചു. മറ്റൊരു വർഷംകൊണ്ട് അദ്ദേഹം വീണ്ടുമത് പൂർത്തിയാക്കി. എഴുതി പൂർത്തിയാക്കിയതോടെ അദ്ദേഹമത് നിരവധി പ്രസാധകരെ പ്രകാശനം ചെയ്യാനായി സമീപിച്ചു. തൊഴിലില്ലായ്മ രൂക്ഷമായിരിക്കുന്ന ആ കടുത്ത സാമ്പത്തിക മാന്ദ്യത്തിന്റെ നാളുകളിൽ ഇത്തരം പ്രചോദനസാഹിത്യം പ്രകാശനം ചെയ്യാൻ ആരും താൽപ്പര്യമെടുത്തില്ല. തുടർന്ന് അദ്ദേഹം ചിക്കാഗോയിൽ മറ്റൊരു ജോലി കണ്ടെത്തി. ഒരിക്കൽ അദ്ദേഹം ഈ കയ്യെഴുത്ത് പ്രതിയുടെ കാര്യം ഒരു സുഹൃത്തിനോട് പറഞ്ഞു. സുഹൃത്തിന് ഒരു പ്രസാധകനെ പരിചയമുണ്ടായിരുന്നു. ആ പ്രസാധകൻ കയ്യെഴുത്ത് പ്രതി പുസ്തമാക്കാൻ സമ്മതിച്ചു. രാജ്യത്തെ ഏറ്റവുമധികം വിറ്റഴിക്കപ്പെട്ട പുസ്തകമായി അത് മാറി.

Pushing to the Front എന്ന ആ പുസ്തകം അമേരിക്കയിലെ നിരവധി ബിസിനസ് പ്രമുഖരും രാഷ്ട്രീയക്കാരും വലിയ തോതിൽ പ്രശംസിച്ചു. ഇരുപതാം നൂറ്റാണ്ടിലേക്ക് അമേരിക്കയെ നയിച്ചത് ഈ പുസ്തകമായിരുന്നെന്നാണ് അവർ വിശേഷിപ്പിച്ചത്. രാജ്യത്തുടനീളമുള്ള നിർണായക തീരുമാനമെടുക്കുന്ന വിഭാഗങ്ങളിൽ ഈ പുസ്തകം വലിയ സ്വാധീനമുണ്ടാക്കിയെന്ന് വിലയിരുത്തി. വ്യക്തിപരമായ വികസന വിഷയത്തിൽ ഏറ്റവും മഹത്തായ ക്ലാസിക് ആയി പുസ്തകത്തെ വിലയിരുത്തപ്പെട്ടു. ഹെൻറി ഫോർഡ്, തോമസ് എഡിസൺ, ഹാർവി ഫയർസ്റ്റോൺ, ജെ. പി. മോർഗ്ഗൻ എന്നിവരെല്ലാം ഈ പുസ്തകം വായിച്ച് പ്രചോദനം നേടിയവരാണ്.

രണ്ട് അത്യാവശ്യ ഗുണങ്ങൾ

വിജയത്തിന് രണ്ട് അനിവാര്യമായ ആവശ്യങ്ങളുണ്ടെന്നാണ് ഓറിസൺ സ്വെറ്റ് മാർഡൻ പുസ്തകത്തിൽ പറഞ്ഞത്. തളരാത്ത വീര്യവും ഏത് പ്രതിസന്ധിയിലും തളരാത്ത പോരാട്ട വീര്യവും. സ്വന്തം കഴിവുകൾ തിരിച്ചറിഞ്ഞവർക്ക് ഒരിക്കലും പരാജയമുണ്ടാകില്ല. തിരിച്ചടികൾ നേരിട്ടതായി പോലും ഗൗനിക്കാതെ പോരാടുന്നവർക്ക് പരാജയമുണ്ടാകില്ല. തീരുമാനിച്ചുറപ്പിച്ച് പ്രവർത്തിക്കുന്നവർക്ക് പരാജയമില്ല. കീഴടക്കാനാകാത്ത ഇച്ഛാശക്തിയുള്ളവർക്ക് പരാജയമില്ല. വീഴുമ്പോഴെല്ലാം വീണ്ടുമെണീക്കുന്നവർക്ക്

പരാജയമില്ല. റബ്ബർ പന്തുപോലെ തെറിച്ചുയരുന്നവർക്ക് പരാജയമില്ല. മറ്റെല്ലാവരും പിന്മാറുമ്പോഴും സ്ഥിരോത്സാഹത്തോടെ ശ്രമങ്ങൾ തുടരുന്നവർക്ക് പരാജയമില്ല. മറ്റെല്ലാവരും പിന്തിരിയുമ്പോൾ മുന്നോട്ട് നീങ്ങുന്നവർക്ക് പരാജയമില്ല.

കൺഫ്യൂഷ്യസ് രണ്ടായിരത്തിലധികം വർഷങ്ങൾക്കുമുമ്പ് പറഞ്ഞു, നമ്മൾ വീഴാതിരിക്കുന്നതിൽ അല്ല നമ്മുടെ മഹത്വം, പിന്നെയോ നമ്മൾ വീഴുമ്പോഴെല്ലാം വീണ്ടും എണീൽക്കുന്നതിലാണ്.'

ലോകത്തെ ഹെവിവെയ്റ്റ് ബോക്സിങ് ചാമ്പ്യന്മാരിലൊരാളായ ജെയിംസ് ജെ. കോർബറ്റ് പറഞ്ഞു: 'ഒരു റൗണ്ടുകൂടി പൊരുതുമ്പോഴാണ് നിങ്ങൾ ചാമ്പ്യനാകുന്നത്. കാര്യങ്ങൾ കഠിനമാകുമ്പോൾ, ഒരു റൗണ്ടുകൂടി പോരാടുക.'

യോഗി ബെറ പറഞ്ഞു: 'അത് ശരിക്കും കഴിയുംവരെ അത് കഴിയുന്നില്ല.' അതിനർത്ഥം തുടർച്ചയായി സ്ഥിരോത്സാഹത്തോടെ തുടർന്നാൽ പരാജയം സംഭവിക്കില്ല എന്നാണ്.

എൽബാർട്ട് ഹുബാർട്ട് എഴുതി: 'നിങ്ങളുടെ പരിശ്രമം തുടരുംവരെ പരാജയമില്ല. നിങ്ങളുടെ ഉള്ളിന്റെ ഉള്ളിൽ നിന്നല്ലാതെ പരാജയമില്ല. നിങ്ങളുടെ ദൗർബല്യങ്ങളല്ലാതെ തരണം ചെയ്യാനാവാത്ത തടസ്സങ്ങളില്ല.'

വിൻസ് ലോമ്പാർഡി പറഞ്ഞു, 'നിങ്ങളെ ഇടിച്ച് വീഴ്ത്തിയിട്ടില്ല എന്നതിൽ അല്ല മഹത്വം, ഇടി കൊണ്ട് വീണിടത്തുനിന്ന് എണീൽക്കുന്നതിലാണ്.'

വലിയ ലക്ഷ്യങ്ങളും ഉദ്ദേശ്യങ്ങളും നേടുന്നതിൽ സ്ഥിരോത്സാഹത്തിന്റെ സുപ്രധാന പങ്ക് മുമ്പുപറഞ്ഞ എല്ലാ വിജയികളും നേടിയിരുന്നു. അവിശ്വസനീയമായ സ്ഥിരോത്സാഹത്താൽ മുദ്രിതരായിരുന്നു വിജയികളെല്ലാവരും. ബാഹ്യസാഹചര്യങ്ങൾ എന്തായാലും ഉപേക്ഷിക്കാൻ മനസ്സില്ലാത്തവരായിരുന്നു വിജയികൾ. ബിസിനസ്സിലെ വിജയവും സമ്പത്തിന്റെ സമാഹരണവും നേടുന്നതിൽ സ്ഥിരോത്സാഹം എന്ന ഈ ഏകഗുണം ഉറപ്പ് വരുത്തുന്നു. നിങ്ങളിലുള്ളിന്റെ ഉള്ള് മറ്റു ചിന്തകളിലേക്ക് വഴിമാറി പോകുമ്പോഴും നിലവിലെ പ്രവൃത്തി നിർത്താൻ ആവശ്യപ്പെടുമ്പോഴും മറ്റെന്തെങ്കിലും ചെയ്യാൻ ആവശ്യപ്പെടുമ്പോഴും തളരാതെ നിശ്ചയിച്ചുറച്ച് ലക്ഷ്യത്തിനായി അടിപതറാതെ നിൽക്കാൻ സഹായിക്കുന്നത് ഈ ഗുണം തന്നെയാണ്.

സ്ഥിരോത്സാഹമാണ് മഹത്തായ ആസ്തി

നിർത്തണമെന്ന് തോന്നിയാലും കൂടുതൽ കാലം തുടരാനുള്ള നിങ്ങളുടെ കഴിവാണ് ഒരുപക്ഷേ, നിങ്ങളുടെ ഏറ്റവും വലിയ ആസ്തി. കടുത്ത മാന്ദ്യത്തിന്റെ കാലത്താണ് ഫോബ്സ് മാഗസിൻ സ്ഥാപകനായ ബി.സി. ഫോബ്സ് അത് വളർത്തിക്കൊണ്ട് വന്നത്. അദ്ദേഹം ഇങ്ങനെ എഴുതി: 'വളരെ അറിയപ്പെടുന്ന വിജയികളെല്ലാം വിജയം കാണുന്നതിനുമുമ്പ് ഹൃദയം തകർക്കുന്ന തടസ്സങ്ങൾ നേരിട്ടവരാണെന്നാണ് ചരിത്രം പറയുന്നത്. പരാജയങ്ങളിൽ അവർ തളർന്നു പോയില്ല. അവരത് അംഗീകരിക്കാൻ കൂട്ടാക്കിയില്ല. പരാജയങ്ങൾക്ക് അവരെ നിരുത്സാഹപ്പെടുത്താനായില്ല.'

ഒരു കാലത്ത് സ്വന്തം അധ്വാനത്തിലൂടെ മാത്രം ലോകത്തെ ഏറ്റവും വലിയ ധനികനായി മാറിയ ജോൺ ഡി. റോക്ക് ഫെല്ലർ ഇങ്ങനെ എഴുതി: വിജയത്തിന് സ്ഥിരോത്സാഹത്തെപ്പോലെ മറ്റൊരു ഗുണവുമില്ല. അത് മറ്റെല്ലാത്തിനെയും മറികടക്കുന്നു, പ്രകൃതിയെ പോലും.'

ടെക്സാസിലെ സിസ്കോയിൽ ചെറിയ ഹോട്ടൽ തുടങ്ങി സ്വപ്നങ്ങൾക്ക് വിത്തിട്ട വ്യക്തിയാണ് കോൺറാഡ് ഹിൽട്ടൺ. പിന്നീട് ലോകത്തെ ഏറ്റവും വിജയം കണ്ട ഹോട്ടൽ കോർപ്പറേഷനാണ് അദ്ദേഹം കെട്ടിയുയർത്തിയത്. അദ്ദേഹം പറഞ്ഞു: 'പ്രവൃത്തിയുമായി ബന്ധപ്പെട്ടാണ് വിജയമിരിക്കുന്നത്. വിജയികൾ എപ്പോഴും മുന്നോട്ട് പോയിക്കൊണ്ടിരിക്കും. അവർ തെറ്റുകൾ ചെയ്ത് പോയേക്കും. എന്നാൽ ഒരിക്കലുമവർ വിജയിക്കാനുള്ള ശ്രമം ഉപേക്ഷിക്കുകയില്ല.'

കണ്ടുപിടുത്തങ്ങളുടെ ചരിത്രത്തിൽ ഏറ്റവും കൂടുതൽ തോൽവികളിലൂടെയും മഹത്തായ വിജയങ്ങളിലൂടെയും കടന്നുപോയ വ്യക്തിയാണ് തോമസ് എഡിസൺ. പത്തൊമ്പതാം നൂറ്റാണ്ടിലെയും ഇരുപതാം നൂറ്റാണ്ടിലെയും മറ്റുള്ളവരേക്കാൾ ഏറ്റവുമധികം പരാജയപ്പെട്ട പരീക്ഷണങ്ങൾ നടത്തിയ വ്യക്തികൂടിയാണ് ഇദ്ദേഹം. എന്നാൽ അദ്ദേഹം നിരന്തരമായ പരീക്ഷണങ്ങളിലൂടെ അദ്ദേഹത്തിന്റെ കാലത്ത് വ്യാവസായിക ആവശ്യങ്ങൾക്കുള്ള ഏറ്റവും കൂടുതൽ പേറ്റന്റ് നേടിയ കണ്ടുപിടുത്തങ്ങൾ നടത്തി. ജീവിതത്തിന്റെ തത്വചിന്ത അദ്ദേഹമിങ്ങനെ എഴുതി: 'പൂർണമായും ഫലമുണ്ടാകുമെന്ന് തീർച്ചപ്പെടുത്തിയ സന്ദർഭങ്ങളിലെല്ലാം അതിൽ പരിശ്രമങ്ങൾ തുടരും, ഒരു പരീക്ഷണത്തിനുശേഷം മറ്റൊന്ന് എന്നരീതിയിൽ അത് കണ്ടെത്തുന്നതുവരെ തുടരും. ഭൂരിഭാഗം ആളുകളും പരിശ്രമം വിജയത്തിന്റെ പടിവാതിൽക്കൽ എത്തുമ്പോൾ അത്

അസാധ്യമായി കരുതുകയും നിരുത്സാഹപ്പെടുകയും ചെയ്യും. അവിടെവെച്ച് ഒരിക്കലും നിരുത്സാഹപ്പെട്ട് പിന്തിരിയരുത്.'

സ്ഥിരോത്സാഹത്തെപ്പറ്റി അലക്സാണ്ടർ ഗ്രഹാം ബെൽ ഇങ്ങനെ എഴുതി: 'ഈ ശക്തിയെപ്പറ്റി എനിക്ക് പറയാൻ കഴിയില്ല. ഒരു കാര്യം പറയാം, ആ ശക്തി നിലനിൽക്കുന്നുണ്ട്. അത്തരം മാന സികാവസ്ഥയിൽ എത്തിയവർക്ക് മാത്രമേ സ്ഥിരോത്സാഹം എന്ന ശക്തി ലഭ്യമാകൂ. എന്താണ് അവന് വേണ്ടതെന്നും അത് കണ്ടെ ത്തുന്നതുവരെ പിന്തിരിയില്ലെന്നുമുള്ള പൂർണമായ ദൃഢനിശ്ചയ വും ഉണ്ടായിരിക്കും.'

ഡാന കോർപ്പറേഷനിലൂടെ അമേരിക്കയിലെ ഏറ്റവും വലിയ വിജയകഥ സൃഷ്ടിച്ച റെൻ മക്ഫേഴ്സൺ അദ്ദേഹത്തിന്റെ തത്വ ചിന്ത ഇങ്ങനെ ചുരുക്കുന്നു: 'നിങ്ങൾ മുന്നോട്ട് ചലിക്കാൻ ശ്രമിച്ചു കൊണ്ടിരിക്കുക. നിങ്ങളത് ചെയ്തുകൊണ്ടിരിക്കുക. വരുത്താവുന്ന തെറ്റുകളൊക്കെ ഞാൻ വരുത്തി. എന്നാലും ഞാൻ മുന്നോട്ടു പോയി കൊണ്ടിരുന്നു.'

മഹത്തായ വൈരുദ്ധ്യം

ജീവിതത്തിൽ വളരെ രസകരവും അതേസമയം വൈരുദ്ധ്യം നിറഞ്ഞതുമായ കാര്യങ്ങൾ സംഭവിക്കും. നിങ്ങൾ അക്കാര്യങ്ങളിൽ അറിവുള്ളവരായിരിക്കണം. അപ്പോഴെല്ലാംജീവിതത്തെ കഴിയാ വുന്ന നിലകളിൽ ഒരുക്കാൻ വേണ്ട കാര്യങ്ങൾ ചെയ്യണം. ജീവിത ത്തിൽ ബുദ്ധിയുള്ളവരെന്ന നിലയിൽ നമ്മൾ പ്രതിസന്ധികളും അസംതൃപ്തികളും ഒഴിവാക്കാനും കുറയ്ക്കാനും ശ്രമിച്ചുകൊണ്ടി രിക്കണം. യുക്തിസഹവും അനുഭവവേദ്യവുമായും ചെയ്യേണ്ടതാ ണിത്. ലക്ഷ്യങ്ങൾ നേടുന്നതിൽ വളരെക്കുറച്ച് ചെറുത്തുനിൽ ക്കലുകൾ നടത്തുന്ന പാതകളാണ് ബുദ്ധിയുള്ളവർ തിരഞ്ഞെടു ക്കുക. ദൈനംദിന ജീവിതത്തിൽ നേരിടുന്ന ബുദ്ധിമുട്ടുകളും തടസ്സങ്ങളും പരമാവധി കുറയ്ക്കുന്നതിന് സാധ്യമായതെല്ലാം അവർ ചെയ്യും.

നമ്മളെത്ര കഠിനമായി പ്രയത്നിച്ചാലും ജീവിതത്തിൽ തിരി ച്ചടികളും അസംതൃപ്തികളും കടന്നുവരും. അത് തികച്ചും സാധാ രണവും സ്വാഭാവികവുമാണ്. ജീവിതത്തിൽ ഒഴിവാക്കാനുമാവില്ല. ബഞ്ചമിൻ ഫ്രാങ്ക്ളിൻ പറയുന്നു: നമുക്ക് ഒഴിവാക്കാനാവാത്ത രണ്ട് കാര്യങ്ങളാണ് മരണവും നികുതികളും. ഓരോ ചെറിയ അനു ഭവത്തിന്റെ പശ്ചാത്തലത്തിൽ പറയാം, അസംതൃപ്തിയും ഒഴിവാ ക്കാനാകാത്തതാണ്. ജീവിതത്തിൽ നിങ്ങളെത്ര കരുതലെടു

ത്താലും ഒരുക്കങ്ങൾ നടത്തിയാലും ജീവിതം മികച്ച രീതിയിൽ ക്രമീകരിച്ചാലും അസംഖ്യം തിരിച്ചടികൾ, തടസ്സങ്ങൾ, ബുദ്ധിമുട്ടുകൾ, പ്രതിസന്ധികൾ എന്നിവ ജീവിതത്തിൽ കടന്നുവരും. കൂടുതൽ ഉയർന്നതും വെല്ലുവിളി നിറഞ്ഞതുമായ ലക്ഷ്യങ്ങൾ നിങ്ങൾക്കായി സെറ്റ് ചെയ്യുന്നുവോ അത്രയും കൂടുതൽ അസംതൃപ്തികളും പ്രതിസന്ധികളും നിങ്ങൾ അനുഭവിക്കും.

ഇതാണ് വൈരുദ്ധ്യം. തിരിച്ചടികൾ നേരിടാതെ, അതിൽനിന്ന് പാഠം ഉൾക്കൊള്ളാതെ നമുക്കൊരിക്കലും വളരാനോ നമ്മുടെ മുഴുവൻ സാധ്യതകളും വികസിപ്പിക്കാനോ സാധിക്കില്ല. നമ്മളെത്ര കരുതലെടുത്തിട്ടും സംഭവിക്കുന്ന താൽക്കാലിക തിരിച്ചടികളുടെയും പരാജയങ്ങളുടെയും ഫലമാണ് ജീവിതത്തിലെ ഏറ്റവും വലിയ പാഠങ്ങൾ. നമ്മുടെ എത്ര നല്ല ശ്രമങ്ങളാണെങ്കിലും പ്രതിസന്ധികൾ കടന്നുവരും. അത് കൂടാതെ നമുക്ക് വളരാനാകില്ല. തിരിച്ചടികൾ കൂടാതെ ലക്ഷ്യങ്ങൾ പൂർത്തീകരിച്ച് നമുക്ക് നേടാവുന്നതിന്റെ പരമാവധി നേടിയെടുക്കാൻ കഴിയില്ല.

തിരിച്ചടികളാണ് പരീക്ഷിക്കുക

എന്തെങ്കിലും കാര്യമായതൊന്ന് നേടാൻ തിരിച്ചടികളിലൂടെ കടന്നുപോകണമെന്നത് വൈരുധ്യംതന്നെയാണ്. ജീവിതത്തിൽ വിലപിടിച്ച കാര്യങ്ങൾ നേടിയെടുക്കാൻ ആ പരീക്ഷയിൽ വിജയിച്ചേ തീരൂ. ചരിത്രത്തിലുടനീളം മഹത്തായ ചിന്തകർ ഈ വൈരുദ്ധ്യം വിളിച്ചുപറഞ്ഞിട്ടുണ്ട്. ഗ്രീക്ക് ചരിത്രകാരനായ ഹെറോഡോട്ടസ് പറഞ്ഞു:

'ഒരു മനുഷ്യന്റെ ശക്തിയും ഗുണങ്ങളും വരുന്നത് തിരിച്ചടികളിൽ നിന്നാണ്. തിരിച്ചടികളുടെ അഭാവത്തിൽ കഴിവുകൾ ഉറങ്ങിക്കിടക്കുകയേയുള്ളൂ.'

ജീവിതത്തിൽ നേരിടുന്ന ഏറ്റവും വലിയ വെല്ലുവിളികളിൽ നിങ്ങളെങ്ങനെ പോസിറ്റീവായും സൃഷ്ടിപരമായും പ്രതികരിക്കുന്നു, അതിനനുസൃതമായാണ് നിങ്ങളുടെ നല്ല ഗുണങ്ങളായ ശക്തി, ധൈര്യം, സ്വഭാവസവിശേഷത, സ്ഥിരോത്സാഹം എന്നിവ പുറത്തുവരികയുള്ളൂ.

ഓരോ ചുവടിലും എല്ലാ മനുഷ്യരും ബുദ്ധിമുട്ടുകൾ നേരിടും. ഉയർന്ന നേട്ടം കൈവരിക്കുന്നവരും കുറഞ്ഞ നേട്ടം കൈവരിക്കുന്നവരും തമ്മിലെ വ്യത്യാസം എന്തെന്നറിയാമോ? തിരിച്ചടികളും കഠിനപ്രയാസങ്ങളും വളർച്ചയ്ക്കായി ഉപയോഗിക്കുന്നവരാണ് വിജയികൾ. കുറഞ്ഞ നേട്ടം കൈവരിക്കുന്നവർ ബുദ്ധിമുട്ടുകളെയും

തിരിച്ചടികളെയും അവരെ കീഴടക്കാൻ നിന്നു കൊടുക്കുന്നു. അസംതൃപ്തിയും നിരുത്സാഹവുമായി അവരെ കീഴടക്കുന്നു.

തിരിച്ചടികളിൽ നിന്ന് കുതിക്കുക

ഹാർവാർഡ് സർവകലാശാലയിലെ അബ്രഹാം സാലിസ്നിക് നടത്തിയ പഠനം ചില കാര്യങ്ങൾ തെളിയിക്കുന്നുണ്ട്. നിങ്ങൾ അസംതൃപ്തികളോട് എങ്ങനെ പ്രതികരിക്കുന്നു എന്ന രീതി നോക്കിയാൽ മാത്രം മതി, ജീവിതത്തിൽ എന്തുമാത്രം വിജയം കൈവരിക്കുമെന്നത് കൃത്യമായി മുൻകൂട്ടി പ്രവചിക്കാൻ. അസംതൃപ്തികളിൽനിന്ന് നല്ല പാഠങ്ങൾ മാത്രം ഉൾകൊണ്ട് അതിന്റെ ബലത്തിൽ സധൈര്യം മുന്നേറുമ്പോൾ നിങ്ങൾ ജീവിതത്തിൽ മഹത്തായ കാര്യങ്ങൾ നേടാനുള്ള സാധ്യതയേറെയാണ്.

പരാജയത്തിന്റെ തൊട്ടരികെയുണ്ട് വിജയം

മറ്റൊരു സ്തുത്യർഹമായ കണ്ടുപിടുത്തമാണിത്. ഉപേക്ഷിക്കുക എന്ന് നിങ്ങളുടെ ഉള്ളം പറയുമായിരിക്കും. എന്നാൽ ഒന്ന് മനസ്സിലാക്കുക. പരാജയവഴിയുടെ തൊട്ടുതന്നെ വിജയവുമുണ്ട്. ഒരു ചുവടുകൂടി അപ്പുറം മാറി വിജയം നിൽപ്പുണ്ട്. നമ്മൾ അത് മനസ്സിലാക്കണമെന്ന് മാത്രം. നിങ്ങളുടെ മഹത്തായ വിജയം കണ്ടെത്താൻ ആ ചുവട് കൂടി മറിക്കടക്കണമെന്ന് മാത്രം. എല്ലാ തിരിച്ചടികളിലും കുലുങ്ങാതെ സ്ഥിരോത്സാഹത്തോടെ പ്രവർത്തിച്ചതാണ് വലിയ വഴിത്തിരിവുകൾ സൃഷ്ടിച്ചിരിക്കുന്നതെന്ന് ചരിത്രത്തിലുട നീളം മനുഷ്യരെല്ലാം അത്ഭുതത്തോടെ കണ്ടെത്തിയിട്ടുണ്ട്. സ്ഥിരോത്സാഹത്തിന്റെ അവസാന ചുവടുവയ്ക്കുന്നതിനെ 'സ്ഥിരോത്സാഹ പരീക്ഷ' എന്നാണ് വിശേഷിപ്പിച്ചിരിക്കുന്നത്. എല്ലാ തരത്തിലുള്ള നേട്ടങ്ങളേക്കാൾ ഇതാണ് വലിയ നേട്ടങ്ങൾ കൊണ്ടുവരിക.

അമേരിക്കൻ ചരിത്രത്തിൽ സ്വന്തം അധ്വാനത്തിലൂടെ ഏറ്റവും ഉയർന്ന വിജയം വരിച്ചവരിലൊരാളാണ് എച്ച്. റോസ് പെറോ. വെറും ആയിരം ഡോളർകൊണ്ട് തുടങ്ങിവെച്ച ഇഡിഎസ് ഇൻഡസ്ട്രീസ് മൂന്നൂറ് കോടി ഡോളർ വരുമാനമുള്ള വലിയ വ്യവസായമായി അദ്ദേഹം വളർത്തികൊണ്ട് വന്നു. അദ്ദേഹം പറഞ്ഞു: 'വിജയത്തിന്റെ വക്കിൽവെച്ച് പിന്മാറുന്നവരോ ഉപേക്ഷിക്കുന്നവരോ ആണ് ഭൂരിഭാഗം പേരും. ഒരടികൂടിയേ അവർക്ക് പിന്നിടാനുണ്ടായിരിക്കുകയുള്ളൂ. ഗെയിമിന്റെ അവസാന മിനിറ്റിൽ പിന്തിരിയുന്ന സ്വഭാവം. അല്ലെങ്കിൽ അവസാന ലാപ്പിൽ വിജയം തൊടുന്നതിൽ ഒരു ചുവട് മുന്നേ ഉപേക്ഷിക്കുന്ന രീതി. അതാണ് ഭൂരിഭാഗം പേരുടെയും രീതി.'

ഹെറോഡോട്ടസ് എഴുതി: 'ലക്ഷ്യം ഏകദേശം പൂർത്തിയാകുന്നതിന്റെ വക്കിൽവെച്ചായിരിക്കും ചിലയാളുകൾ അവരുടെ പദ്ധതി ഉപേക്ഷിക്കുന്നത്. എന്നാൽ ഇതിന് വിപരീതമായി ചിലർ മുമ്പില്ലാത്ത രീതിയിൽ അവസാന നിമിഷങ്ങളിൽ കൂടുതൽ യത്നിച്ച് വിജയം നേടുന്നവരുമുണ്ട്.'

ഇത്തരം സ്ഥിരോത്സാഹസ്വഭാവം പുലർത്തിയ, ജീവിതത്തിലും ജോലിയിലും അത് ശീലമാക്കിയ ധാരാളംപേരെ ചരിത്രത്തിൽ കണ്ടെത്താൻ കഴിയും. ഫ്ളോറൻസ് സ്കോവൽ ഷിൻ എഴുതി: വീക്ഷണത്തെ സാക്ഷാത്കരിക്കാൻ പുലർത്തുന്ന സ്ഥിരോത്സാഹമാണ് എല്ലാ വലിയ പ്രവൃത്തികളുടെയും വലിയ നേട്ടങ്ങളുടെയും പിന്നിലുള്ളത്. പരാജയത്തിന്റെയും പ്രത്യാശ നശിക്കുന്നതിന്റെയും തൊട്ടരികിൽ നിന്നാണ് വലിയ നേട്ടങ്ങളിലേക്ക് പറന്നുയരുക.'

Think and Grow Rich എന്ന ക്ലാസിക് കൃതിയിൽ നെപ്പോളിയൻ ഹിൽ ഇങ്ങനെ എഴുതി: താൽക്കാലിക പരാജയങ്ങളും ചിലപ്പോൾ പരാജയംതന്നെയും തീർച്ചയായും അഭിമുഖീകരിച്ചുകൊണ്ടുതന്നെയാണ് എല്ലാവരുടെയും ജീവിതത്തിലേക്ക് വിജയം കടന്നുവന്നിട്ടുള്ളത്. ഒരാളുടെ ജീവിതത്തിൽ പരാജയം സംഭവിക്കുമ്പോൾ അത് അദ്ദേഹത്തെ കീഴടക്കുമ്പോൾ ആ രംഗത്തുനിന്ന് വിട്ടുപോകലാണ് ഏറ്റവും എളുപ്പമാർഗ്ഗമായി തോന്നുക. അതാണ് അന്നേരം യുക്തിസഹമായി തോന്നുക. അതുതന്നെയാണ് ഭൂരിഭാഗവും ചെയ്യുന്നതും'.

Uncle Tom's Cabin എന്ന വിശ്വവിഖ്യാതമായ നോവലെഴുതിയ ഹാരിയറ്റ് ബീച്ചർ സ്റ്റോവ് ഇങ്ങനെ എഴുതി: 'ഭാഗ്യനിർഭാഗ്യങ്ങൾ മാറിവരും. എത്ര പ്രതിസന്ധികൾ നേരിട്ടാലും ഒരിക്കലും പിന്മാറരുത്.'

പരാജയത്തിന്റെ മുഖത്തുനോക്കി പോരാടുമ്പോൾ വിജയം കൈവരിക്കുന്നത് തടയാൻ കഴിയാത്ത നിശ്ശബ്ദമായ ശക്തി നിങ്ങളിൽ വന്നു നിറയും. അത് നിങ്ങൾക്ക് പലപ്പോഴും കാണാനാകില്ല. ആ ശക്തി നിലവിലുണ്ടെന്ന് ഭൂരിഭാഗം പേരും സംശയിക്കപോലുമില്ലാത്തതാണ്.

ക്ലോദ് എം ബ്രിസ്റ്റൽ എഴുതി: 'തുടർച്ചയായ ഇച്ഛാശക്തി നിറഞ്ഞ പ്രവൃത്തി എല്ലാ പ്രതിരോധങ്ങളെയും പൊട്ടിച്ചെറിയും. എല്ലാ തടസ്സങ്ങളെയും അത് തൂത്തെറിയും.'

ജെയിംസ് വൈറ്റ്കോംബ് റൈലി ഇങ്ങനെയെഴുതി: 'ഏറ്റവും അത്യാവശ്യ ഘടകം സ്ഥിരോത്സാഹമാണ്. നിരുത്സാഹപ്പെടുത്തുന്ന കാര്യങ്ങൾ ഒഴിവാക്കാനാകില്ല. അത് വരും. എന്നാൽ

അപ്പോഴൊന്നും അതിൽ വാടാതെ ആവേശവും ഊർജവും കെട്ട ണയാതെ ദൃഢനിശ്ചയത്തോടെ നിൽക്കണം.'

എന്തുവന്നാലും പതറാതെ അടിയുറച്ചുനിൽക്കുന്ന സ്വഭാവ സവിശേഷത, അതാണ് വിജയിയുടെ ഗുണം. ഒരിക്കലും പിന്മാ റാതെ, വീണ്ടും വീണ്ടും വരുന്ന പരാജയങ്ങളോട് മുഖം തിരിക്കാതെ അഭിമുഖീകരിക്കാനുള്ള കഴിവാണ് സ്ഥിരോത്സാഹം. എത്ര തടസ്സ ങ്ങൾ വന്നാലും അതിനെയെല്ലാം തള്ളിമാറ്റികൊണ്ടിരിക്കുക, ദൂരേക്ക് ആട്ടിപായിക്കുക. അജ്ഞാതനായ ഒരു എഴുത്തുകാരന്റെ കവിതയുണ്ട്. എല്ലാവരും വായിച്ച് ഹൃദിസ്ഥമാക്കേണ്ടതാണ്. കഷ്ട കാലം വരുമ്പോൾ, ബുദ്ധിമുട്ടുകൾ നേരിടുമ്പോൾ ഈ കവിത ചൊല്ലുക. നമുക്കുതന്നെ കേൾക്കാൻ, ഹൃദിസ്ഥമാക്കാൻ ഈ കവിത ചൊല്ലുക.

കവിതയുടെ പേര്: പിന്മാറരുത്

കാര്യങ്ങൾ തെറ്റായവഴിക്ക് പോകുമ്പോൾ,
നിങ്ങളിൽ നിന്ന് കൈവിട്ട് പോകുമ്പോൾ
ദുരിതവഴികളിലൂടെ ഇഴഞ്ഞുനീങ്ങുമ്പോൾ
വൻകയറ്റങ്ങൾ കാണുമ്പോൾ
പണത്തിന് ഞെരുങ്ങുമ്പോൾ കടം പെരുകുമ്പോൾ
കടുത്ത വിഷമങ്ങളിൽ ചിരി മറക്കുമ്പോൾ
വിഷമങ്ങൾ തള്ളിത്താഴെയിടുമ്പോൾ
ആവശ്യമെങ്കിൽ മാത്രം അൽപ്പവിശ്രമം, എങ്കിലും പിന്മാറ്റമരുത്.
ഉയർച്ചതാഴ്ച്ചകളുമായി ജീവിതം വിചിത്രമായി പെരുമാറുമ്പോൾ
ചിലപ്പോഴെല്ലാം നാമെല്ലാവരും പഠിക്കുന്നു.
പലപ്പോഴും നമ്മൾ പരാജയത്തിൽ പതിക്കുന്നു.
പരിശ്രമം പുറത്തെടുത്തിരുന്നെങ്കിൽ ജയം വന്നണഞ്ഞേനെ.
വേഗം കുറവെങ്കിലും ഒരിക്കലുമതിൽ നിന്ന് പിന്മാറിയേക്കരുത്.
അടുത്തൊരടിയിൽ വിജയവും വന്നേക്കാം.
പരാജയത്തിന്റെ അടുത്ത പടി വിജയത്തിലേക്കാകാം.
സംശയ മേഘങ്ങളിൽ തിളങ്ങും വെള്ളിവെളിച്ചം.
നിങ്ങളെത്രയതിൻ അരികിലെത്തിയെന്ന് പറയാനാകില്ല.
അകലെയെന്ന് തോന്നീടിലും അടുത്തുതന്നെയുണ്ടാകാം.
എത്ര കഠിനമായ അടി നേരിടിലും പതറാതെ പോരാടുക.
കാര്യങ്ങളെത്ര വഷളായീടിലും

പിന്മാറരുതൊരിക്കലും.

വിജയം നേടുംവരെ സ്ഥിരോത്സാഹം തുടരുക.

1. ഏറ്റവും വലിയ ലക്ഷ്യം കണ്ടെത്തുന്നതിൽ നിങ്ങൾ നേരിടുന്ന ഇപ്പോഴുള്ള ഏറ്റവും വലിയ വെല്ലുവിളി അല്ലെങ്കിൽ പ്രശ്നം കണ്ടെത്തുക. നിങ്ങളുടെ ഇച്ഛാശക്തിയും ആഗ്രഹവും പരീക്ഷിക്കാൻ അയച്ചതാണ് ആ വെല്ലുവിളികളെന്ന് സങ്കൽപ്പിക്കുക. ഒരിക്കലും പിന്മാറില്ലെന്ന് തീരുമാനിക്കുക.
2. നിങ്ങളുടെ കടുത്ത തീരുമാനങ്ങളും സ്ഥിരോത്സാഹവും മൂലം മുൻകാല ജീവിതത്തിൽ വിജയം വരിച്ച സന്ദർഭങ്ങൾ ഓർത്തെടുക്കുക. ഏതു തരത്തിലുമുള്ള പ്രതിസന്ധികളും തളർത്തുന്ന സാഹചര്യങ്ങളും ഉണ്ടാകുമ്പോഴും മുൻകാല അനുഭവങ്ങൾ നിങ്ങളെ തന്നെ ഓർമ്മപ്പെടുത്തുക.
3. നിങ്ങളുടെ ലക്ഷ്യം അതിതീവ്രമായി ആഗ്രഹിക്കുന്ന കാലത്തോളം അതു നേടുംവരെ പിന്തിരിയില്ലെന്ന് മുൻകൂറായി ദൃഢപ്രതിജ്ഞ ചെയ്യുക.
4. എല്ലാ ബുദ്ധിമുട്ടുകളിലും പ്രതിസന്ധികളിലും തടസ്സങ്ങളിലും അതേ അളവിലോ അതിനേക്കാളുമധികമോ അവസരങ്ങളുടെയോ ഗുണങ്ങളുടെയോ വിത്തുകൾ കാണുക. നിങ്ങളെ സഹായിക്കുന്ന എന്തെങ്കിലുമൊന്ന് അതിൽനിന്ന് കണ്ടെത്താതിരിക്കില്ല.
5. എല്ലാ സാഹചര്യത്തിലും പ്രശ്നപരിഹാരത്തിനായി കർമ്മമാർഗ്ഗത്തിലൂടെ ദൃഢനിശ്ചയം ചെയ്യുക. പ്രശ്നങ്ങൾ പരിഹരിക്കുന്നതിലും ലക്ഷ്യങ്ങൾ നേടുന്നതിലും നിങ്ങൾക്കിപ്പോൾ എന്തുചെയ്യാനാകും എന്ന് എല്ലായ്പ്പോഴും ചിന്തിക്കുക. ഇനിയെന്തിന് കാത്തിരിക്കണം, അതിന് ഇപ്പോൾതന്നെ തുടക്കമിടുക! ഒരിക്കലും പിന്മാറരുത്.

പരിസമാപ്തി:

ഇന്നുതന്നെ പ്രവർത്തിച്ചുതുടങ്ങുക

ലക്ഷ്യങ്ങൾ ഒരുക്കുന്നതിലും നേടുന്നതിലും ഒരുപക്ഷേ, ഏറ്റവും സമഗ്രമായ തന്ത്രങ്ങൾ ഇതിനകം നിങ്ങൾ ഗ്രഹിച്ചിരിക്കും. ഒരു പുസ്തകത്തിൽത്തന്നെ ഈ തന്ത്രങ്ങളെല്ലാം ഒത്തുകൂട്ടിയിരിക്കുകയാണ്. ഇതിലെ നിയമങ്ങളും തത്വങ്ങളും പരിശീലിച്ചാൽ മറ്റുള്ളവർ ജീവിതകാലം മുഴുവനെടുത്ത് നടപ്പാക്കുന്ന കാര്യങ്ങൾ നിങ്ങൾക്ക് വരുംമാസങ്ങളിലോ സമീപവർഷങ്ങളിലോ തന്നെ നടപ്പിലാക്കാൻ സാധിക്കും.

നിങ്ങളുടെ പ്ലാനുകൾക്കും ലക്ഷ്യങ്ങൾക്കും ആശയങ്ങൾക്കും ഉൾകാഴ്ചകൾക്കുമനുസരിച്ച് പ്രവർത്തിച്ചുകൊണ്ടിരിക്കുക. അതൊരു ശീലമാക്കുക. എത്ര കൂടുതൽ നിങ്ങൾ ശ്രമിച്ചുകൊണ്ടിരിക്കുന്നുവോ അത്രയും വേഗം നിങ്ങൾ വിജയിക്കും. നിങ്ങൾ ജീവിതത്തിൽ പരീക്ഷിച്ച് നോക്കുന്ന കാര്യങ്ങളുടെ എണ്ണവുമായി നേട്ടത്തിന് നേരിട്ട് ബന്ധമുണ്ട്.

വിസ്മയകരമായ ജീവിതത്തിന് ലക്ഷ്യങ്ങൾ ഒരുക്കാനും നേടാനുമിതാ ഇരുപത്തിയൊന്ന് ചുവടുകൾ.

1. തുടങ്ങുക: സാധ്യതകളുടെ പൂട്ട് തുറക്കുക. എല്ലായ്പ്പോഴും ഓർക്കുക നിങ്ങളുടെ യഥാർത്ഥ അന്തർലീനശക്തി അപരിമിതമാണ്. നിങ്ങളിതുവരെ നേടിയതെല്ലാം ഭാവിയിൽ നിങ്ങൾ നേടാൻ പോകുന്ന അത്ഭുതകരമായ കാര്യങ്ങൾക്കുള്ള തയ്യാറെടുപ്പ് മാത്രമാണ്.
2. നിങ്ങളുടെ ജീവിതത്തിന്റെ ഉത്തരവാദിത്വമേറ്റെടുക്കുക. ഇന്ന് നിങ്ങളായിരിക്കുന്നതിനെല്ലാം ഉത്തരവാദിത്വം പൂർണമായും നിങ്ങൾക്കു മാത്രമാണ്. നിങ്ങൾ ചിന്തിക്കുന്നതിനും പറയുന്നതിനും, ചെയ്യുന്നതിനും ആയിത്തീരുന്നതിനുമെല്ലാം ഈ നിമിഷം മുതൽ ഉത്തരവാദിത്വം നിങ്ങളേറ്റെടുക്കുക. ഒഴിവുകഴിവുകൾ കണ്ടെത്താതിരിക്കുക. മറ്റുള്ളവരെ പഴി പറയാതിരിക്കുക. പകരം നിങ്ങളുടെ ലക്ഷ്യത്തിലേക്ക് എന്നും മുന്നേറുക.

3. മൂല്യങ്ങൾ സ്പഷ്ടമാക്കുക. നിങ്ങളുടെ ആന്തരികമായ മൂല്യങ്ങളും ദൃഢവിശ്വാസവും നിങ്ങളെ ഒരു വ്യക്തിയെന്ന നിലയിൽ നിർവചിക്കും. ജീവിതത്തിൽ എല്ലാ മേഖലകളിലും നിങ്ങൾ യഥാർത്ഥത്തിൽ എന്താണ് വിശ്വസിക്കുന്നതെന്നും ഗൗനിക്കുന്നതെന്നും സമയമെടുത്ത് ചിന്തിച്ച് മനസ്സിലാക്കുക. നിങ്ങൾക്ക് നല്ലതെന്ന് തോന്നുന്ന കാരണങ്ങളിൽനിന്ന് ഒരിക്കലും വ്യതിചലിക്കരുത്.
4. നിങ്ങളുടെ വിശ്വാസങ്ങളെ വിലയിരുത്തുക. നിങ്ങളുടെ കഴിവുകളെക്കുറിച്ചുള്ള നിങ്ങളുടെ വിശ്വാസവും നിങ്ങൾക്ക് ചുറ്റുമുള്ള ലോകവുമായിരിക്കും മറ്റേന്ത് ഘടകങ്ങളേക്കാളും നിങ്ങളുടെ വികാരങ്ങളിലും പ്രവൃത്തികളിലും മാറ്റമുണ്ടാക്കുക. നിങ്ങളുടെ വിശ്വാസങ്ങൾ പോസിറ്റിവാണെന്ന് ഉറപ്പ് വരുത്തുക. നിങ്ങൾക്ക് സാധ്യമായതെല്ലാം നേടാൻ സ്ഥിരതയോടെ പ്രവർത്തിച്ചുകൊണ്ടിരിക്കുക.
5. നിങ്ങളുടെ സ്വന്തം ഭാവി സൃഷ്ടിക്കുക. നിങ്ങൾക്ക് ചെയ്യാൻ കഴിയുന്നതിൽ നിങ്ങൾക്കൊരു പരിമിതികളുമില്ലെന്ന് സങ്കൽപ്പിക്കുക. വരും മാസങ്ങളിൽ വർഷങ്ങളിൽ നിങ്ങൾക്ക് ഏത് ലക്ഷ്യവും നേടാൻ തക്കവിധം ഇഷ്ടംപോലെ വിഭവങ്ങളുണ്ടെന്ന വിധം ചിന്തിച്ച് ഭാവി പ്ലാൻ ചെയ്യുക.
6. നിങ്ങളുടെ യഥാർത്ഥ ലക്ഷ്യം തീരുമാനിക്കുക. നിങ്ങളുടെ ജീവിതത്തിലെ എല്ലാ മേഖലകളിലും നിങ്ങൾക്ക് യഥാർത്ഥത്തിൽ എന്താണ് നേടേണ്ടതെന്ന് തീരുമാനിക്കുക. സന്തോഷത്തിനും ഉയർന്ന നിലവാരമുള്ള ജീവിതത്തിനും വ്യക്തത അത്യാവശ്യമാണ്.
7. നിങ്ങളുടെ പ്രധാന ഉറപ്പുള്ള ഉദ്ദേശ്യം എന്തെന്ന് തീരുമാനിക്കുക. നിങ്ങളുടെ ജീവിതം അനുബന്ധമായി വളർത്തുന്നതിന് ഒരു കേന്ദ്ര ഉദ്ദേശ്യം ഉണ്ടായിരിക്കണം. മറ്റേന്തിനേക്കാളും നിങ്ങളുടെ മറ്റ് ലക്ഷ്യങ്ങൾ നേടുവാൻ സഹായിക്കുന്ന ഒരൊറ്റ ലക്ഷ്യം ഉറപ്പായും ഉണ്ടായിരിക്കണം. അത് നിങ്ങൾക്കെന്താണെന്ന് കണ്ടെത്തുക. എന്നിട്ട് അതിനായി എല്ലാ സമയവും പ്രവർത്തിച്ചുകൊണ്ടിരിക്കുക.
8. ആദ്യം മുതലേ തുടങ്ങുക. നിങ്ങളുടെ ലക്ഷ്യം നേടാനായി നീങ്ങുംമുമ്പ് സ്റ്റാർട്ടിങ് പോയിന്റിനെക്കുറിച്ച് വളരെ ശ്രദ്ധാപൂർവ്വമുള്ള വിശകലനം നടത്തുക. എന്താണ് നിങ്ങളുടെ ശരിയായ അവസ്ഥയെന്ന് തീരുമാനിക്കുക. ഭാവിയിൽ എന്താണ് നേടേണ്ടതെന്നതിൽ സത്യസന്ധമായി വിലയിരുത്തുക. യാഥാർത്ഥ്യബോധവുമുണ്ടായിരിക്കണം.

9. നിങ്ങളുടെ എല്ലാ സാമ്പത്തിക ലക്ഷ്യവും ഒരുക്കി നേടുക. നിങ്ങളുടെ ജീവിതത്തിന്റെ പൂർണമായ സാമ്പത്തിക വിശകലനം നടത്തുക. എന്നിട്ട് വരുംവർഷങ്ങളിൽ എത്ര നേടണമെന്ന് തീരുമാനിക്കുക. നിങ്ങൾ വിരമിക്കുമ്പോൾ നിങ്ങൾക്കെത്ര സമ്പാദ്യമുണ്ടായിരിക്കണമെന്ന് തീരുമാനിക്കുക. ഈ ലക്ഷ്യങ്ങൾ വെറും ഭാഗ്യത്തിനോ വീണുകിട്ടുന്ന അവസരങ്ങൾക്കോ വിടരുത്.

10. നിങ്ങളുടെ മേഖലയിൽ നിപുണനായിരിക്കുക. നിങ്ങൾക്കിപ്പോൾ തന്നെ നിങ്ങൾക്കുള്ളിലുണ്ട് നിങ്ങൾ ചെയ്യുന്നതിലെല്ലാം ഏറ്റവും ബെസ്റ്റായിരിക്കാനുള്ള എല്ലാ കഴിവുകളും. നിങ്ങളുടെ മേഖലയിൽ ഏറ്റവും ഉയർന്നവരുടെ പത്ത് ശതമാനത്തിൽ ചേരാൻ നിങ്ങൾക്കുമാകും. ഇതൊരു ലക്ഷ്യമായി എടുക്കുക. എല്ലാ ദിവസവും അതിനായി പ്രവർത്തിക്കുക. നിങ്ങൾ അവിടെ എത്തുംവരെ പിന്തിരിയരുത്.

11. നിങ്ങളുടെ കുടുംബജീവിതവും ബന്ധങ്ങളും മെച്ചപ്പെടുത്തുക. നിങ്ങളുടെ കുടുംബവുമായും നിങ്ങൾക്ക് പ്രധാനപ്പെട്ട ആളുകളുമായും ആനന്ദകരമായ ജീവിതം സൃഷ്ടിക്കുമെന്ന് തീരുമാനിക്കുക. മാതൃകാപരമായ ജീവിതശൈലി സങ്കൽപ്പിക്കുക. എന്നിട്ട് അതിനായി വേണ്ട എല്ലാ കാര്യങ്ങളും ഇന്നുതന്നെ ചെയ്യാൻ തുടങ്ങുക.

12. ആരോഗ്യവും സൗഖ്യവും മികച്ചതാക്കുക. നല്ല ആയുസ്സോടെ സന്തോഷത്തോടെ ആരോഗ്യകരമായ ജീവിതം നയിക്കാൻ തീരുമാനിക്കുക. ഉയർന്ന ഉൽസാഹത്തോടെ ഫിറ്റ്നസോടെയുള്ള ജീവിതത്തിനായി മുന്നിട്ടിറങ്ങുക. നിങ്ങളുടെ ആരോഗ്യം മികച്ചതാണെങ്കിൽ നിങ്ങളെങ്ങനെ കാണാൻ ഇരിക്കുമെന്ന് തീരുമാനിക്കുക. തുടർന്ന് അതിനായി പ്ലാനുണ്ടാക്കി നേടുക.

13. നിങ്ങളുടെ വളർച്ച അളക്കുക. വ്യക്തമായ മാനദണ്ഡം ഒരുക്കുക. നിങ്ങളുടെ വളർച്ച കണ്ടെത്തി ലക്ഷ്യങ്ങൾ നേടുവാൻ വേണ്ട അളവുകൾ, സ്കോർകാർഡ് എന്നിവയൊരുക്കുക. നിങ്ങളുടെ പ്രവർത്തനങ്ങളുടെ പുരോഗതി വിലയിരുത്താനും അറിയാനും ഇതിലൂടെ കഴിയുന്നു. കാലക്രമേണ വേണ്ട ക്രമീകരണങ്ങളും തെറ്റുതിരുത്തൽ നടത്താനും ഇത് സഹായിക്കുന്നു.

14. മാർഗതടസ്സങ്ങൾ ഒഴിവാക്കുക. പ്രശ്നങ്ങൾ തീർത്ത് മാർഗ്ഗതടസ്സങ്ങൾ നീക്കുന്നതിനനുസരിച്ചായിരിക്കും നിങ്ങളുടെ വിജയവും. ഭാഗ്യവശാൽ പ്രശ്നങ്ങൾ പരിഹരിക്കുന്നത് പരിശീ

ലനത്തിലൂടെ പഠിച്ചെടുക്കാനാകും. ലക്ഷ്യങ്ങൾ സാധ്യമാകു മെന്ന് നിങ്ങൾ കരുതുന്നതിലും വേഗത്തിൽ നടപ്പാകും.

15. ശരിയായ ആളുകളുമായി ബന്ധം സ്ഥാപിക്കുക. മറ്റേതൊരു ഘടകത്തേക്കാളും നിങ്ങളുടെ തിരഞ്ഞെടുപ്പുകൾ നിങ്ങളുടെ ജീവിതത്തിൽ വലിയ സ്വാധീനം സൃഷ്ടിക്കും. നിങ്ങൾ സുഹൃത്തുക്കളായി തിരഞ്ഞെടുക്കുന്ന വ്യക്തികൾ, ജോലിചെയ്യുന്നവർ, സാമൂഹ്യബന്ധം സൃഷ്ടിക്കുന്നവർ എന്നിവർക്കെല്ലാം നിങ്ങളുടെ ജീവിതത്തിൽ കാര്യമായ മാറ്റം സൃഷ്ടിക്കാൻ സാധിക്കും. അതിനാൽ നിങ്ങൾ ഇഷ്ടപ്പെടുന്ന ബഹുമാനിക്കുന്ന, ആരാധിക്കുന്ന വ്യക്തികളുമായി മാത്രം ബന്ധം സ്ഥാപിക്കൂ എന്ന് ഇന്നുതന്നെ ദൃഢനിശ്ചയം ചെയ്യണം. കഴുകന്മാർക്കൊപ്പം പറക്കണമെങ്കിൽ നിങ്ങളും കഴുകനായിരിക്കണം.

16. കർമപദ്ധതി തയ്യാറാക്കുക. സമഗ്രമായ പ്ലാനുകളുള്ള ശരാശരി മനുഷ്യൻ പ്രതിഭകളെ കാതങ്ങൾ പിന്തള്ളി വിജയം വരിക്കുന്നത് കാണാം. മുൻകൂട്ടി ആസൂത്രണം ചെയ്യാനുള്ള നിങ്ങളുടെ കഴിവ് ഏറ്റവും വലിയതും സങ്കീർണവുമായ ലക്ഷ്യങ്ങൾ നേടുന്നതിന് നിങ്ങളെ സഹായിക്കുന്നു.

17. സമയം നന്നായി കൈകാര്യം ചെയ്യുക. നിങ്ങളുടെ ഉത്പ്പാദന ക്ഷമത, പ്രകടനം, ഉൽപ്പന്നം എന്നിവ ഇരട്ടിയായോ മൂന്നിരട്ടിയായോ കൂട്ടാനുള്ള വിദ്യ നേടുക. പ്രായോഗികമായി പരീക്ഷിച്ച് തെളിയിച്ച ടൈം മാനേജ്മെന്റ് തത്വങ്ങൾ പിന്തുടരുക. എന്തും തുടങ്ങുംമുമ്പ് മുൻഗണന തീരുമാനിക്കുക. നിങ്ങളുടെ വിലയേറിയ സമയം മികച്ച രീതിയിൽ ചെലവഴിക്കുന്നതിൽ ശ്രദ്ധ കേന്ദ്രീകരിക്കുക.

18. നിങ്ങളുടെ ലക്ഷ്യം ദിവസവും വിലയിരുത്തുക. നിങ്ങളുടെ ലക്ഷ്യവും ഉദ്ദേശ്യവും എല്ലാദിവസവും എല്ലാ ആഴ്ചയും എല്ലാ മാസവും വിലയിരുത്തുക, പുനഃപരിശോധിക്കുക. നിങ്ങളിപ്പോഴും ശരിയായ ട്രാക്കിലാണെന്ന് ഉറപ്പുവരുത്തുക. നിങ്ങൾക്ക് പ്രധാനപ്പെട്ട കാര്യത്തിലേക്ക് നീങ്ങുകയാണെന്ന് ഉറപ്പുവരുത്തുക. പുതിയ വിവരങ്ങൾക്കൊപ്പം നിങ്ങളുടെ ലക്ഷ്യം പുതുക്കാൻ തയ്യാറായിരിക്കുക.

19. തുടർച്ചയായി നിങ്ങളുടെ ലക്ഷ്യങ്ങൾ ഭാവനയിൽ കാണുക. നിങ്ങളുടെ മനസ്സിൽ സിനിമ സംവിധാനം ചെയ്യുക. നിങ്ങളുടെ ജീവിതത്തിൽ വരാൻപോകുന്ന ആകർഷണങ്ങൾ മനസ്സിൽ ചിത്രീകരിക്കുക. ആ ലക്ഷ്യങ്ങൾ യാഥാർത്ഥ്യമായെന്ന മട്ടിൽ വീണ്ടും വീണ്ടും കാണുക. മനസ്സിൽ ചിത്രീകരിക്കുന്ന വളരെ

വ്യക്തമായ ആവേശമുണർത്തുന്ന ചിത്രങ്ങൾ നിങ്ങളുടെ മാനസിക ശക്തികളെ ഉണർത്തും. നിങ്ങളുടെ ലക്ഷ്യങ്ങളെ ജീവിതത്തിലേക്ക് ആകർഷിക്കുകയും ചെയ്യും.

20. നിങ്ങളുടെ മാനുഷികബോധമണ്ഡലം ഉണർത്തുക. നിങ്ങൾക്ക് ചുറ്റിലും ഉള്ളിലും അസാധ്യ ശക്തി ഒളിച്ചിരുപ്പുണ്ട്. അത് നിങ്ങൾക്ക് ആവശ്യമായ എന്തുമേതും കൊണ്ടുതരുന്നു. ലക്ഷ്യം നേടുന്നതിനായി ആശ്ചര്യകരമായ ഈ സ്രോതസ്സുകളിലെ ആശയങ്ങളും ഉൾകാഴ്ച്ചകളും തുടർച്ചയായി പകർന്നെടുത്തുകൊണ്ടിരിക്കണം.

21. വിജയം കാണുംവരെ തുടരുക. ജീവിതത്തിൽ വിജയം കാണുംവരെ നീണ്ടകാലം തുടരാനുള്ള നിങ്ങളുടെ കഴിവാണ് പ്രധാനം. അന്തിമ വിശകലനത്തിൽ നിങ്ങൾക്കെത്ര കാലം ഇങ്ങനെ നീണ്ടകാലം തുടരാൻ കഴിയുമോ ആ ഒറ്റ ഗുണമാണ് ജീവിതത്തിൽ നിങ്ങൾക്ക് മഹത്തായ വിജയം ഉറപ്പുവരുത്തുക. പ്രവർത്തിയിലെ അച്ചടക്കവും നിങ്ങളിൽ തന്നെയുള്ള വിശ്വാസത്തിന്റെ യഥാർത്ഥ അളവുകോലും തന്നെയാണിത്. ഒരിക്കലും പിൻവാങ്ങില്ലെന്ന് ദൃഢനിശ്ചയം ചെയ്യുക.

അപ്പോൾ നമ്മൾ ലക്ഷ്യം ഒരുക്കുന്നതിനും അത് നേടുന്നതിനും ഇതുവരെ കണ്ടുപിടിക്കപ്പെട്ട 21 പ്രധാനപ്പെട്ട തത്വങ്ങൾ കണ്ടുകഴിഞ്ഞു. തുടർച്ചയായുള്ള അവലോകനം നടത്തി ഈ തത്വങ്ങൾ പരിശീലിച്ചാൽ അതിസാധാരണമായ ജീവിതം നയിക്കാൻ നിങ്ങളെ സഹായിക്കും. ഇപ്പോൾ ഒന്നിനും നിങ്ങളെ തടയാൻ കഴിയില്ല. നല്ലത് വരട്ടെ!

ലക്ഷ്യങ്ങൾ !

ബ്രയാൻ ട്രേസി

ലോകത്ത് ഇന്ന് ഏറ്റവും ഉയർന്ന പ്രൊഫഷണൽ സ്പീക്കർമാരിൽ ഒരാളാണ് ബ്രയാൻ ട്രേസി. നേതൃത്വം, തന്ത്രവൈദഗ്ദ്ധ്യം, വിൽപ്പന, വ്യക്തിഗത, ബിസിനസ് വിജയങ്ങൾ എന്നിവയിൽ വർഷംതോറും 2,50000-ൽ അധികം പേർക്ക് പ്രഭാഷണങ്ങൾ നടത്തുന്നു. യുണൈറ്റഡ് സ്റ്റേറ്റ്സ്, കാനഡ തുടങ്ങി ലോകം മുഴുവനായി അയ്യായിരം പ്രഭാഷണങ്ങളും സെമിനാറുകളും നടത്തികഴിഞ്ഞു.

ബിസിനസ്, മനഃശാസ്ത്രം, മാനേജ്മെന്റ്, വിൽപ്പന, ചരിത്രം, സാമ്പത്തികശാസ്ത്രം, രാഷ്ട്രീയം, മെറ്റാഫിസിക്സ്, മതം എന്നിവയിൽ നല്ലൊരു വിദ്യാർത്ഥിയാണെന്നാണ് ഇദ്ദേഹം സ്വയം വിശേഷിപ്പിക്കുക. ലോകമെങ്ങും എല്ലാവർഷവും നൂറു കണക്കിനു സംഭാഷണങ്ങളും സെമിനാറുകളും നടത്തുന്നു. നർമ്മം, ഉൾകാഴ്ച, വിവരം, പ്രചോദനം എന്നിവ കൂട്ടിച്ചേർത്ത സവിശേഷശൈലിയാണ് ബ്രയാൻ ട്രേസിയുടെ പ്രത്യേകത.

ഓരോ വ്യക്തിക്കും അസാമാന്യമായ, ഉപയോഗിക്കാത്ത ധാരാളം കഴിവുകളുണ്ടെന്നാണ് ബ്രയാന്റെ അഭിപ്രായം. ശരാശരി മനുഷ്യർ ജീവിതകാലംകൊണ്ട് നേടുന്നതിനേക്കാളധികം കാര്യങ്ങൾ ബ്രയാന്റെ രീതികൾ വശത്താക്കിയവർ വെറും കുറച്ചു വർഷങ്ങളിൽ നേടും.

കാലിഫോർണിയയിലെ സോലാനാ ബീച്ച് ആസ്ഥാനമായി പ്രവർത്തിക്കുന്ന ബ്രയാൻ ട്രേസി ഇന്റർനാഷണൽ എന്ന ഹ്യൂമൻ റിസോഴ്സ് ഡെവലപ്പ്മെന്റ് കമ്പനിയുടെ ചെയർമാനാണ് ബ്രയാൻ ട്രേസി. ഇതിനകം അമ്പത് പുസ്തകങ്ങൾ രചിച്ചിട്ടുണ്ട്. നാലായിരത്തിലധികം ഓഡിയോ വീഡിയോ ട്രെയിനിങ് പ്രോഗ്രാമുകൾ പ്രൊഡ്യൂസ് ചെയ്തിട്ടുണ്ട്. ഇദ്ദേഹത്തിന്റെ മെറ്റീരിയലുകൾ 36 ഭാഷകളിലേക്കു തർജ്ജമ ചെയ്തിട്ടുണ്ട്. 54 രാജ്യങ്ങളിൽ അത് പ്രചാരത്തിലുണ്ട്.

ബ്രയാൻ ട്രേസിയും ഭാര്യ ബാർബരയും നാലു മക്കളുമടങ്ങുന്ന കുടുംബം. കാലിഫോർണിയയിലെ സൊലാന ബീച്ചിൽ താമസം. സാമൂഹ്യപ്രവർത്തനങ്ങളിൽ അതീവതാൽപ്പര്യം. ലാഭേച്ഛയില്ലാതെ പ്രവർത്തിക്കുന്ന നിരവധി സംഘടനകളിൽ കൺസൾട്ടന്റായി പ്രവർത്തിക്കുന്നു.

ബിജു റോക്കി

സദ്വാർത്ത, ധനം, മാധ്യമം, മലയാളമനോരമ (റേഡിയോ മാംഗോ), മീഡിയ വൺ, മാതൃഭൂമി (ക്ലബ് എഫ്.എം.) എന്നിവയിലായി 25 വർഷം പിന്നിട്ട മാധ്യമപ്രവർത്തനം. മീഡിയ വണ്ണിൽ ന്യൂസ് എഡിറ്ററായിരുന്നു. ഇപ്പോൾ മാതൃഭൂമി ക്ലബ് എഫ്.എമ്മിൽ (കൊച്ചി) സീനിയർ കോപ്പിറൈറ്റർ. ആനുകാലികങ്ങളിൽ കവിതകളെഴുതുന്നു. 'യൂ ടേൺ' എന്ന സിനിമയ്ക്കും 'മറിമായം' എന്ന സോഷ്യൽ സറ്റയറിനും സ്ക്രിപ്റ്റ് എഴുതിയിട്ടുണ്ട്. മാതൃഭൂമി ഓൺലൈനിൽ യാത്രാപംക്തി 'പുറപ്പെട്ടുപോകുന്ന യാത്രകൾ.' പുതുശ്ശേരി കാട്ടാളൻ, നോർത്ത് അവന്യൂ, 24, ചാലക്കുടി 680307, bijurocky@gmail.com